தெற்குவாசல்
கடல் நடுவே ஒரு களம்

இலங்கை குறித்த கவிதைகள்,
கதைகள், கட்டுரைகள்

பிரமிள்

தொகுப்பாசிரியர்
கால சுப்ரமணியம்

புத்தக நிலையம்

தெற்குவாசல் : கடல் நடுவே ஒரு களம்
(இலங்கை குறித்த கவிதைகள், கதைகள், கட்டுரைகள்)
பிரமிள்
தொகுப்பாசிரியர் : கால சுப்ரமணியம்

© *கால சுப்ரமணியம்*
முதல் பதிப்பு : 2016

வெளியீடு :
பரிசல் புத்தக நிலையம்,
பழைய எண் : 41, புதிய எண் : 71ஏ.
ஆர்.கே. மடம் சாலை, மயிலாப்பூர், சென்னை 600004.
தொலைபேசி : 9382853646.
மின்னஞ்சல் : parisalbooks@gmail.com இணையதளம் : parisalbooks.in

நூலாக்கம் : லயம்
அச்சாக்கம் : Capital Impression, Chennai-14
பக்கங்கள்: 416

ISBN. 978-81-924912-4-0

விலை : ₹ 350

All rights reserved. No part of this book maybe reproduced in any form or by any electronic or mechanical means including information storage and retrieval systems without the prior written permission of the copyright holder.

உள்ளடக்கம்

உதிரநதி முதலிய கவிதைகள்

1. நான் 10

2. எல்லை 11

3. காவியம் 11

4. அறைகூவல் 12

5. வீழ்ந்தகுரல் 13

6. வண்ணத்துப் பூச்சியும் கடலும் 14

7. கடல் நடுவே ஒரு களம் 15

8. இருபத்துநாலுமணிநேர இரவு 17

9. உதிரநதி / Blood Stream 19

10. காலமுகம் 20

11. இரும்பின் இசை 23

12. தீவு 24

13. பைலா 29

14. தமிழீழம் (தேசிய கீதம்) 30

15. உதயதிசை 31

16. கீற்று 32

17. தவளைக் கவிதை 33

18. மானுடம் 34

19. பிரகடனம் 35

20. தெற்குவாசல் 37

21. என்னைக் கொன்றவனுக்கு 41

3

லங்காபுரிராஜா முதலிய கதைகள்

1. கதவைத் தொட்ட நிழல் 47
2. நிலவினிலே 53
3. சந்திப்பு 55
4. கோடரி 59
5. காடன் கண்டது 66
6. மெஹரா 76
7. கருடயோகி 87
8. ஆலா 92
9. அங்குலிமாலா 104
10. லங்காபுரிராஜா 117
11. பின் இணைப்புகள் 151
    1. ஒரு கடிதம்
    2. A Novel
    3. அழகு

தேசிய இலக்கியம் முதலிய கட்டுரைகள்

1. சொல்லும் பொருளும் 158
2. தேசிய இலக்கியம் 163
3. மஞ்சள் கருத்தும் விமர்சன உலகம் 168
4. சோதனையும் ரசனையும் 173
5. இலங்கைக் கடிதம் 177
6. எஸ்.பொ. வின் 'தீ' நாவல் பற்றி 181
7. நான் எழுத்தாளனான கதை 187
8. மனோவியாதி மண்டலம் 194
9. டி. ராமநாதன் மறைவு 216
10. ஜோர்ஜ் சந்திரசேகரன் சிறுகதைகள் 219
11. மேலும் சில ரிப்போர்கள் 223
12. பார்வை - பேட்டி 227
14. கேள்வியும் பதிலும் 229

ஸ்ரீலங்காவின் தேசியத் தற்கொலை முதலிய சமூகவியல் கட்டுரைகள்

1. ஸ்ரீலங்காவின் தேசியத் தற்கொலை 231
2. கணையாழிக்கு ஒரு கடிதம் 279
3. ஈழப்பெண்கள் ஆயுதமேந்த முடியமா? 281
4. எர்னெஸ்டோ சே குவேரா 282
5. டாக்டர் அதிகாரம் 283
6. 'எதிர்முனை'க்குப் புறமுதுகில் 'புதுயுகம்' 288
7. வே. பிரபாகரனுக்குப் பகிரங்கக் கடிதம் 293
8. பிரமிளுக்குப் புதுயுகத்தின் அடியாள் எச்சரிக்கை 298
9. நந்திநாரத புராணம் 310
10. செ குவேராவின் பொலீவியன் டைரி 318
11. விடுதலையும் வன்செயலும் 321
12. விடுதலையும் கலாச்சாரமும் 328
13. விடுதலை இராணுவமும் கட்டுப்பாடும் 336

பெயர்மாற்றம் குறித்த மறைமுகஞான எழுத்துக்கள்

1. The Srilankan Problem - An Occult Approch 345
2. பெயர்மாற்றம் குறித்து விடுதலை இயக்கத்தினருக்கு இரு கடிதங்கள் 349
3. Letter ot Rajiv Gandhi 355

ஆன்மிகம்

சாது அப்பாத்துரையின் தியானதாரா 360

குறிப்புகள் 401

பதிப்புரை

இடைவெளியில் நிற்கும் மனிதனுக்கு அனைத்தும் முழுமையாகப் புலப்படுகின்றன. இந்தியத் தமிழ் மண்ணிற்கும் ஈழத்திற்கும் இடையிலான வெளியில் அலைந்துகொண்டிருந்த பிரமிளின் அத்தகைய பார்வையைக் கொண்டவை இந்த எழுத்துக்கள். 'தானற்ற வெறுமையையும் துயிலற்ற மௌனத்தையும்' என்றும் வேண்டிநின்ற ஒரு முழுமையான இந்திய மனநிலையில், தான் சார்ந்த நிலத்தின் அவலத்தை அவதானிப்பதாக அமைகின்றன பிரமிளின் இந்தப் படைப்புக்கள். இலங்கையை, ஈழத்தைக் குறித்த பிரமிளின் படைப்புக்களை ஒருங்கே ஒரே தொகுப்பாக வெளியிடுவதில் பரிசல் நிலைகொள்கிறது.

பரிசல்

தொகுப்புரை

மட்டக்களப்பிலிருந்து வெளிவரும் மைக்கேல் காலினின் 'மகுடம் - பிரமிள் சிறப்பிதழ்' (ஜன.-செப். 2015) வந்த பிறகுதான் இலங்கையில் பிரமிளைத் தம் எழுத்தாளராகச் சொந்தம் கொண்டாடும் போக்கு எழுந்துள்ளது கவனிக்கத்தக்கது. தமிழக எழுத்தாளராகவே வாழ்ந்து மறைந்தவர் பிரமிள்.

இலங்கையின் திருகோணமலையில் 20.4.1939-ல் பிறந்தவர் பிரமிள். தாய் அன்னலட்சுமி. தந்தை தர்மலிங்கம்/தர்மராஜன் (கணபதிப்பிள்ளை விருட்சலிங்கம்). நியூமராலஜி அடிப்படையில் தம்பெயரை அடிக்கடி மாற்றிவந்தவர் பிரமிள் என்பது எல்லோரும் அறிந்தது. 1970க்குப் பிறகு தருமு சிவராம் என்று பொதுவாக அறியப்பட்டதிலிருந்து மாறி பிரமிள் என்ற பெயரையே விதவிதமாகப் பயன்படுத்தத் தொடங்கினார். காளிதாசனில் வரும் ஒரு பாத்திரப் பெயர் பிரமிள் என்று சொல்லியிருக்கிறார். ஆனால் எதில் என்று தேடிப்பார்த்தும் அறியமுடியவில்லை.

1960லிருந்து சென்னையிலிருந்து வெளிவந்த சி.சு.செல்லப்பாவின் எழுத்து என்ற சிறுபத்திரிகையில் கவிதைகளும் விமர்சனங்களும் எழுதத்தொடங்கி, அம்முன்னோடிப் பத்திரிகையின் முக்கியமான விமர்சகராகவும் கவிஞராகவும் தன்னை நிலைநிறுத்திக்கொண்டதால் அவர் ஆரம்பத்திலிருந்து தமிழக எழுத்தாளராகவே கருதப்பட்டார். தமிழகத்தில் 1984-ல் வெளியான பதினொரு ஈழத்துக் கவிஞர்கள் என்ற க்ரியா பதிப்பகம் வெளியிட்ட நூலில் அதன் தொகுப்பாசிரியர்களான எம்.ஏ.நுஃமானும் அ.யேசுராசாவும் தம் முன்னுரையில், "சிவராமு ஈழத்தவர் எனினும் அவரது இலக்கிய வாழ்வு தமிழகத்துக்கே உரியது," என்று கூறியுள்ளதும் கவனத்துக்குரியது. இலங்கை எழுத்தாளர் மு.தளையசிங்கம் தாம் எழுதிய 'ஏழாண்டு இலக்கிய வளர்ச்சி' என்ற சிறு விமர்சன நூலில், முத்தாய்ப்பாக இலங்கைப் படைப்பாளிகளில் தனித்துயர்ந்து நின்ற பொன்னுதுரை, பிரமிள், தளையசிங்கம் என்ற திரிமூர்த்திகளில் பிரமிள் தமிழகத்துக்குத் தப்பிஓடியவராகவே கணித்துக் கூறியுள்ளார். இங்கு 'பெயர்' பெற்ற பின்பு சில இலங்கைச் சிறுபத்திரிகைகள் சில கட்டுரைகளைப் பிரசுரித்தன என்பது தவிர இலங்கை எழுத்துலகோடு அவருக்கு அதிகம் தொடர்பு இருந்ததில்லை.

இலங்கையில் இருந்த அறுபதுகள் காலத்தில் பிரமிள் சித்திரங்களும் கவிதைகளும் கதைகளும் எழுதியிருந்தாலும் அவற்றை இலங்கையோடு தொடர்புபடுத்தும் அம்சங்கள் குறைவே. ஆனால் அப்போது எழுதிய

இலங்கை இலக்கிய உலகப் பிரச்சனைகளைப் பேசிய பிரமிளின் சில விமர்சன எழுத்துக்கள் முக்கியமானவை. அவரது இயல்பிலும் எழுத்திலும் 'நாஸ்டால்ஜியா' என்னும் பண்பு இருந்ததில்லை என்றுதான் சொல்ல வேண்டும். எண்பதுகளின் தொடக்கத்தில் விடுதலைப்புலிகள் சென்னையில் இருந்து செயல்பட்டபோது, அதன் அரசியல் ஆலோசகரான ஆண்டன் பாலசிங்கம் பிரமிளின் இளம்வயது நண்பர் என்பதால் தொடர்பு ஏற்பட்டு, இயக்கத்தின் அரசியல் போதனைக்காகச் சிறந்த அரசியல் நூல்களை மொழிபெயர்த்துத் தந்தார். அவற்றின் ஒருசில பகுதிகள் சில கட்டுரைகளாக யாராலோ தொகுக்கப்பட்டு விடுதலைப்புலிகள் என்ற அவர்களது பிரச்சார இதழில் பெயரற்று வெளியாயின. பெயருடனும் சில கவிதைகள் வெளிவந்தன. அதேசமயத்தில்தான் இலங்கைத் தொடர்புடைய சில கதைகளையும் கவிதைகளையும் சிறுபத்திரிகை களிலும் பெரும்பத்திரிகைகளிலும் எழுதினார் பிரமிள். *ஸ்ரீலங்காவின் தேசியத் தற்கொலை* என்ற சிறு நூலும் தனிப்பட வெளிவந்தது. தேவைக் கேற்ப மாற்றிப் பயன்படுத்திக்கொள்ளும் வகையில் சில இயக்க நாடகங்களும் இயக்கப் பாடல்களும்கூட எழுதித்தந்தார். தேசியகீதமும் எழுதினார். (அவரது *லங்காபுரிராஜா* குறுநாவல் சிங்களத்தில் மொழி பெயர்த்து வெளிப்படுத்தப்படவேண்டும் என்ற அவரது ஆசை இன்னும் நிறைவேறவில்லை. கண்ணன்.எம் முயற்சியில் ஆங்கிலத்திலும் பிரஞ்சிலும் உலகப்புகழ்பெற்ற புத்தக நிறுவனத் தொகுப்புகளில் பின்பு அது வெளிவந்துள்ளது.) பெயர்மாற்றம் குறித்த கடிதங்களைப்போல் பின்பு பகிரங்கக் கடிதமும் எழுதும்படியாயிற்று. இவ்வாறாக புதுயுகம் பத்திரிகைப் பிரச்சனையில் அவரது இயக்கத்தொடர்பு முடிவுக்கு வந்தது. பிரமிளை இளமையில் அதிகம் பாதித்த, ஆன்மிகப் பாதையில் அவரைத் திருப்பிய சாது அப்பாத்துரையின் *தியானதாரா* என்ற நூலையும் அவர் முன்பே இயற்றியிருந்தார்.

இவ்வாறு பிரமிள் எழுதிய இங்கைத் தொடர்புடைய எழுத்துக்களை யெல்லாம் ஒருங்கே சேர்த்து ஒரு தொகுப்பாக்கிப் பார்க்கவேண்டும் என்பது எனது நெடுநாள் ஆசை. சென்ற ஆண்டு பரிசில் செந்தில் நாதனிடம் பேசிக்கொண்டிருந்தபோது, இப்பிரசுரத்திட்டத்துக்கு ஆர்வத்துடன் ஒத்துக்கொண்டார். வழக்கமான எனது சோம்பலைத் மீறி, அடிக்கடி அவர் தந்த தூண்டுதலால், இந்தத் தொகுப்பு சாத்தியமாகி யுள்ளது. இவ்வளவு அதிகப்பக்கங்கள் வரும் என்று தொகுத்த பின்புதான் தெரிந்தது. 'சாமுண்டி' சிறுகதையுள் வரும் பள்ளிக்கூடச் சம்பவங்களும் பொய்சொல்லாமெய்யன் என்ற அவரது ஆசிரியர் பற்றிய விஷயங்களும் இலங்கைத் தொடர்பானவை என்றாலும் தவிர்க்கப்பட்டுவிட்டது.

பிப்ரவரி, 2016 - சத்தியமங்கலம் **கால சுப்ரமணியம்**

உதிர நதி
முதலிய
கவிதைகள்

நான்

ஆரீன்றாள் என்னை?

பாரீன்று பாரிடத்தே
ஊரீன்று உயிர்க்குலத்தின்
வேரீன்று வெறும்வெளியில்
ஒன்றுமற்ற பாழ்நிறைத்து
உருளுகின்ற கோளமெலாம்
அன்று பெற்று விட்டவளென்
தாய்!

வீடெதுவோ எந்தனுக்கு?

ஆடு(ம்) அரன் தீவிழியால்
மூடியெரித்துயிரறுத்த
காடு ஒத்துப் பேய்களன்றி
ஆருமற்ற சூனியமாய்
தளமற்ற பெருவெளியாய்
கூரையற்ற நிற்பது என்
இல்!

யாரோ நான்?

ஓ! ஓ!-
யாரோநான் என்றதற்கு
குரல்மண்டிப் போனதென்ன?
தேறாத சிந்தனையும்
மூளாது விட்டதென்ன?
மறந்த பதில் தேடியின்னும்
இருள் முனகும் பாதையிலே
பிறந்திறந்து ஓடுவதோ
நான்!

•

எழுத்து, ஜனவரி 1960.

எல்லை

கருகித்தான் விறகு
தீயாகும்.
அதிராத தந்தி
இசைக்குமா?

ஆனாலும்
அதிர்கிற தந்தியில்
தூசி குந்தாது.
கொசு
நெருப்பில் மொய்க்காது.

●

எழுத்து, செப். 1965.

காவியம்

சிறகிலிருந்து பிரிந்த
இறகு ஒன்று
காற்றின்
தீராத பக்கங்களில்
ஒரு பறவையின் வாழ்வை
எழுதிச் செல்கிறது

●

(1973)

அறைகூவல்

இது புவியை நிலவாக்கும்
கண்காணாச் சரக்கூடம்

நடுவே நெருப்புப் பந்திழுத்து
உள்வானில் குளம்பொலிக்கப்
பாய்ந்துவரும் என் குதிரை.

பாதை மறைத்து நிற்கும்
மரப்பாச்சிப் போர்வீரா!

சொல்வளையம் இது என்றுன்
கேடயத்தைத் தூக்கி என்னைத்
தடுக்க முனையாதே.

தோலும் தசையும்
ஓடத் தெரியாத உதிரமும் மரமாய்
நடுமனமும் மரமாகி
விரைவில் தணலாகிக் கரியாகும்
விறகுப் போர்வீரா!

தற்காக்கும் உன் வட்டக்
கேடயம்போல் அல்ல இது.

சொற்கள் நிலவு வட்டம்
ஊடே சூரியனாய் நிலைத்(து) எரியும்
சோதி ஒன்று வருகிறது

சொல்வளையம் இது என்றுன்
கேடயத்தைத் தூக்கி என்னைத்
தடுக்க முனையாதே.
தீப்பிடிக்கும் கேடயத்தில்
உன்கையில் கவசத்தில்
வீசத் தெரியாமல்
நீ ஏந்தி நிற்கும் குறுவாளில்
யாரோ வரைந்துவிட்ட
உன் மீசையிலும்!

நில் விலகி, இன்றேல்
நீறாகு!

●

(1973)

பிரமிள்

வீழ்ந்த குரல்

பதுங்கியிருந்த குயில்
பச்சைத் தளிர்கள் இருள
குரல் கலைந்து அலறிற்று.
அலறலை ஏந்திய
பேய்க்கனல் காற்று
புயலாய்த் திரியும் குளிருக்கு
புழுதிச் சுமையை ஏற்றிற்று.
புழுதி சுழன்று
கண்களை அரிக்க அவை
பதிவிரதையாய் தொடங்கிய
அடிப்படைப் பரத்தைமீது
பதிந்து பதிந்து
அவள் தோல் சிணுங்க
தசையில் துகிலும் தளர...

பச்சைத் தளிரின் இருளுள்
வீழ்கிறது விரதம்.
விரதத்தின் வீழ்ச்சிபாட
தோப்பில் குயிலைக் காணோம்.

தேடினால்,
புதுத்தாடிச் சருகுகள்
புடைசூழ்ந்த வாய்க்குள்
கருநீல நாவாகி,
'அதுவும் இதுவும்
சரிதான்' என்னும்
கபோதி வாத
குதர்க்கங்களை
பவித்திரச் சொற்களில்
தூவுகின்றன சில
காகங்கள்.

•

(9.9.1977)
கொல்லிப்பாவை- 4, 1978.

வண்ணத்துப்பூச்சியும் கடலும்

சமுத்திரக் கரையின்
பூந்தோட்டத்து மலர்களிலே
தேன்குடிக்க அலைந்தது ஒரு
வண்ணத்துப் பூச்சி.
வேளை சரிய
சிறகின் திசைமீறி
காற்றும் புரண்டோட
கரையோர மலர்களை நீத்து
கடல்நோக்கிப் பறந்து
நாளிரவு பாராமல்
ஓயாது மலர்கின்ற
எல்லையற்ற பூ ஒன்றில்
ஓய்ந்து அமர்ந்தது.
முதல் கணம்
உவர்த்த சமுத்திரம்
தேனாய் இனிக்கிறது.

●

(9.4.1980).
கொல்லிப்பாவை, ஆகஸ்ட் 1980.

பிரமிள்

கடல் நடுவே ஒரு களம்

ஸந்த ஸுதாயிபய் லஹாஹி
- அமரரின் புகழ் அவர்தம் அமரத்வத்திற்காக
லஹய் நீசாயி நீச்
- நீசர் புகழ் நீசத்தனத்திற்காய்
ஸுதா ஸராஹி அமரதா
- அமரத்வம் அளிப்பதால் அமிழ்தத்தினைப் போற்று.
கர்ள ஸராஹி நீச
- மரணிக்க வைப்பதால் விஷத்திற்கு வாழ்த்து

– துளசிதாஸ்

கடல்களைத் தாண்டிக் கேட்கிறது
வீறிட்ட சிசுக்குரல்,
காப்புடைந்த பெண்ணின் கதறல்,
கனன்றெரியும் வீட்டின் குமுறல்.
சமரசப் பேச்சின் அலங்கார வளைவுக்குள்
எதிரெதிர் இனத்து மகனும் மகளும்
முகூர்த்த வேளையில்
சிரசறுபட்டு
அலறிவிழும் ரணகளம்.
இனம் மொழி மதம் என்று
ஊர்வலம் எடுத்த
மூளையின் தாதுக்கள் மோதி
சங்கமம் பிறழ்ந்து
சிக்கெடுத்தது முடிச்சு.

முடிச்சு இனி
வேட்டிக்கும்
முந்தானைக்குமல்ல,
முஷ்டிக்கும் பொறிவில்லுக்கும்.
அமைதியின் அநுஷ்டானங்களும்
ஆரவாரம் ஒடுங்கி ஸ்தம்பித்தன.
கல்லும் உருகி
அலையெடுக்கிறது
எரிமலைப் பிழம்பு.
மரணம் மட்டுமே என்ற பின்
மரணம்தான் என்ன?
அழிவது உடலின்
கற்பூர நிர்தத்துவம்;
அழியாதததுவோ உயிரின்
ஆரத்திச் சுடர்.

•

(ஜூலை 1983)

விடுதலைப்புலிகள், ஏப்ரல் 1985.

இருபத்திநாலு மணிநேர இரவு

பகலைச்
சட்ட பூர்வமாகச் சதுரமிட்ட
ஜன்னல்களில்
நடுநிசியின் ரௌடி நிழல்கள்.
பதுங்காமல்
பவிஷுடன் பவனிவரும்
ஓநாய்ப் பற்களுக்கு
இரும்பு வளைவுகளாய்
ராணுவப் பாதுகாப்பு.
இருமை தாண்ட விரதமெடுத்துத்
தலைமழித்த பிக்ஷுமடத்தில்
மலர்ச்செடிச் சிலிர்ப்புகள் கூட
ராக்ஷஸத் தலைப் பரட்டைகளாகின்றன.

குழந்தை வீறிடுகிறாள்.
நாளாந்த நாகரீகத்தின்
ஒளிச்சதுரம் உடைந்து
வீட்டினுள் சிதறுகிறது
சட்டத்தின் கரம் எறிந்த
பெட்ரோல் வெடி.
பீதியின் எல்லை.

குழந்தைமை கற்பிழந்து
பயங்கரம் முதிர்கிறது.

உலகின் ஊமைச் சட்டங்கள்
வீறிட்டு அழும்
பெண்குரலைச் சுற்றி
உதவியற்ற
அமைதிப் பிராந்தியமாகின்றன.
விடிவின் திசையற்று
ஒரு சமூகத்தின் உயிரைச் சூழ்கிறது
இருபத்தி நாலு மணிநேர
இருள்.
கண் முன்னால் தாய்தங்கை
கழுத்தறுபடக் கண்டவனின்
பிஞ்சுக் கை பிடித்த
துப்பாக்கி இரும்பில் மட்டும்
நக்ஷத்ரங்களின்
ஒளிக் கண்ணீர்த்துளி ஒன்று
உதயத்தை நோக்கிப்
பிரவஹிக்கிறது
நெருப்பாக...

●

விடுதலைப்புலிகள், மே 1985.

Blood Stream

The procession of the printed word
Freezes. The news bulletin
Mirrors the reader
Within whose face
Is the sudden screaming
Of a thousand skulls.
It is the voice of an ancient race
And its bloodstream pulses
In the world's conscience.
The child gunned down in our courtyard
Has in its dying pulse
The river of an age
Which was the threshold of ages
The pyramids were still unborn
When from the ageless Himalayas
A seven pronged source - culture
Flowed down to this lay
To be riddled under the bullets
Of a savage caveman in uniform.
Stuck in the bloodied mud
Of the human Indus
Lies the compassionate Buddha's
Wheel of Dharma.

●

உதிர நதி

அச்சிட்ட எழுத்துக்களின்
அறிவிப்புப் பவனி ஸ்தம்பிக்கிறது.
செய்தித்தாளில் பிரதிபலிக்கும்
வாசக முகத்துக்குள்
அலறுகின்றன
ஓராயிரம் கபாலங்கள்.
அலறும் ஒவ்வொரு
அச்செழுத்திலும்
குரல் பெறுகிறது ஓர்
மூதாதை இனம்.
மனித வர்க்கத்தின்
மனச்சாட்சியினுள்
பாய்கிறது அதன்
உதிர நதித் துடிப்பு.
நேற்றிந்த முற்றத்தில்
மழலை விளைத்து இன்று
குற்றுயிரில் துடிக்கும்
குழந்தையின் நாளத்தில்.

நேற்றைக்கும் மிகமுந்தி
எகிப்தின் பிரமிட்கள்
எழுமுன்னாடி ஒரு
யுகத்தின் வாசலில்
இமயம் உருகி
ஏழுகிளை விரித்து
பிரவஹித்த சப்த
சிந்து துடிக்கிறது.
துடித்துக் கொடுங்கோலின்
துப்பாக்கி ரவை மழையில்
உடைந்து சொரிகிறது.
அதன் ரத்தச் சகதியில்
புதைகிறது
புத்தர் பிரானின்
தர்மச் சக்கரம்.

●

தமிழீழத்தில் ரணகளம், 1985.

காலமுகம்: ஸ்ரீலங்கா ஜுலை 1983

ஆகாயப் பாதைகளின்
முச்சந்தி நிலையத்தில்
ஐரோப்பிய அரசுகளின்
தூதுவர் இருவர் -
கைகுலுக்கல்-
பல்தெரியாப் புன்னகைகள்-
பரஸ்பரத்தை விசாரிக்கும்
உச்சகட்ட நாகரிக
உயிரின்மை.
இத்தனையும் ராஜ
தந்திரத்தின் சரக்கூடம்.
ஊடே பறந்துவந்து
உயிரில் தைத்து
எரிகிறது இன்று
காலமுக அக்கினியை
தாங்கிவரும் செய்திஒன்று.
இருவரின் கண்களிலும்
மானுடத்தின் தத்தளிப்பு.
தந்திரத்தின் தடங்களிலே
தேய்ந்து உயிரிழந்த
சொல்லின் பருப்பொருளாய்
சொற்களையும் பற்களையும்
சிதறடித்த
சிறுதாதுத் திடுக்கீடு!
சுவடுபிறழ்ந்து,
மாறியது பரிமாணம்.
சரித்திர வெளியில்
சந்தித்து நின்றன
ராஜதந்திரிகளின் கபாலங்கள்:

'உன் மொழியில்
நான் மனிதன்
என் மொழியில்
நீ மனிதன்.
எல்லா மதங்களுக்கும்
உயிர்மீது பெருநேசம்.
உனக்கும் எனக்கும்

ஒருமித்த மூதாதைத்
தர்சிகளின் பார்வையிலே
நான் நீ என்றெழுந்த
முகமூடிப் பட்டங்கள்
அடையாளம் ஏதுமற்ற
அந்தரத்தில் தான் ஆடும்.
இருந்தும் எரிகிறது
காலத்தின் ரஸ்தாவில்
புகைமடியாத் தேதிஒன்று-
என்னை நீ
சின்னாபின்ன மிட்ட
ஸ்ரீலங்கா ஜூலை *1983*.
சரித்திரக் கருவினுள்
சந்திர கலசத்தைக்
குதறிய ஒன்பது
ஓநாய்த் தினங்கள்'.
மறுகணம்-
பிறழ்ந்த வெளிதிரும்ப
மறைந்த உதடுகள்
இறுகித் தோன்றி
உதிர்கின்றன
உபயோகம் ஏதுமற்ற
சொற்கள், அவற்றில்
அரசாங்க முத்திரை
பதிக்கிறது புன்னகை.
அதே கணம்-
ராஜீயக் கடப்பாறைத்
தாக்குதலில் எங்கோ
வீறிடுகிறது ஓர்
சின்னஞ்சிறு குழந்தை.
அதன் உதிரவெளி
மானுட இரவாகி
உலகை மூடுகிறது.
மரணத்தை மீறி
உதிக்கிறது அங்கு ஒரு
அணையாத சுடர்.

•

(ஜூன் 1985).
லயம், ஜனவரி-மார்ச் 1986.

இரும்பின் இசை

கண்ணுக்குள் விரிகிறது கடல்.
கடலின் அலைகளில்
இதயத்தின் குமுறல்.
குமுறும் நீரினுள்
நின்று எரிகிறது
தீயின் ஜுவாலை.
தீயினுள் பிறக்கிறது
இரும்பின் இசை.
இதயத்துள் இசைமோத
தூரங்களாய் விரிகிறது
உயிரின் அலை.
அலைக்கைகள் தட்டித்
திறக்காத கல்லின்
கதவுக்குத் திறவுகோல் நெருப்பு.
நெருப்பின் திசையில்
நிமிரும் கனவு.
கனவுக்கு வழிகாட்டும்
தணலின் சுவடுகள்.
தணலாக மலர
தோளிலே படர்ந்து
காத்திருக்கின்றன
இரும்பு நெருப்பின் அரும்புகள்.
அரும்பினுள்ளே நட்சத்திரமாய்
புதைந்திருக்கிறது ஒரு புது உலகு.
நீசக் குகையின்
இருள் அதைக் கவ்வினால்
மரணக் கதவுக்கு
வழிகாட்ட நெஞ்சில்
முளைத்திருக்கிறது
விஷத்தின் கதிர்.
கதிரின் மறுமுனையில்
அரும்புகின்றன ஆயிரம் கண்கள்.
கண்ணுக்குள் விரிகிறது கடல்...

●

(29.8.1986).
விடுதலைப்புலிகள், நவ 1986.

தீவு

புத்த போதத்தின்
சொத்துரிமையாக
புத்தரே சிபார்சித்த
தீவு இது என்று
போதித்தார் எங்கள் பிக்ஷு.

புத்த துவீபத்தில்
கத்தி கைக் கொண்டு நாம்
செய்த கைங்கர்யத்தில்
விரிகிறது பிணக்காடு.
தன் விஷ நெளிவுகளுக்கு
தானே அஞ்சிய சர்ப்பம்
தன்வாலைத் தானே விழுங்கி
தர்மச் சக்கரமாகிறது.

நேற்று
நன்மைக்கும் தீமைக்கும்
நிகழ்ந்தது போர்
மனச்சாட்சியின் நாடி
துடிக்காத இன்றோ
கிடந்து புழுக்கிறது
கடவுளின் பிணம்.

கிறிஸ்துவக் கண்டமும்
ஹிந்துஸ்தானமும்
கண்ட ரத்தச் சுவட்டு
சரிதம் உண்டெங்களுக்கு.
கிறிஸ்துவைப் போன்று
வாழ முனைந்த
வால்டனீஷியர்களுக்கு
போப் இன்னொஸன்ட்
கொடுத்த பவிஷின்
பெயர் நிர்மூலம்.

புத்த மதத்தைக்
கிழித்தெறிந்த
புஷ்யமித்திரனின்

கழுமரங்களுக்கு
பிராமணர் செய்தனர் பூஜை.
இன்னும் இப்படி
உள்ள அத்தனை
கால சர்ப்ப நெளிவுகள் முழுதும்
சுழன்று மீண்டும்
சக்கரமாகும்.
கருணையின் நதிமூலக்
கன்னிமையினை
மீண்டும் மீண்டும்
கற்பழிக்கின்ற
கைங்கர்யத்தில்
மதங்களிடையே
எப்போதும் உண்டு
சகோதரத்துவம்.
அயல்நாட்டு மனம்போன்று
எங்கள் மனமும்
ரத்தச் சகதியில்
உழலும் உழன்று எழுந்து நின்று
அவ்வப்போது உருகும்.
எல்லா மானுட உள்ளங்களிலும்
பிரதிபலிக்கிறது
கருமைத் தழும்பு
படர்ந்த ஒற்றைச்
சந்திரன், அதன் குறுக்கே
நகர்ந்து கொண்டிருப்பதோ
பிரம்மாண்ட ராக்ஷஸ
ஓணான் இனத்தின்
ஓயாத புராதன
ஊர்வலம்.
முலைப்பால் குடிக்கும்
பிராணி வர்க்கத்துக்கு
தன் வாலைத் தானே கடித்து
தன்னையே விழுங்கும்
சர்ப்ப நெளிவின்
தற்காப்பு இல்லை.
ஆயினும் காற்றில்
அலறுகின்றன
சமத்துவம் கேட்கும்

திடீர்க் குரல்கள்;
எதிர்ப்பு வகுக்கும்
வெட்டுகிளி வர்க்கம்.

புத்தர்பிரான் போதனையில்
உள்ள பலவீனம்
அஹிம்சை - எனவே
அதனைக் காக்க
நாங்கள் சமைத்தது
முப்படை முனைகளின்
ஹிம்சைத் தத்துவம்.
போதனை மூலத்தின்
கோளாறுக்கு
சரித்திரம் தந்த
திருத்தமாக
திரிபிடகத்து
இருதய வைரத்தின்
ஒளி முடிச்சினுள்
புதைகிறது எங்கள்
துப்பாக்கி நுனிகளின்
குத்துக் கத்தி அணி.
இதன் பிரதி பலனமாய்
இலைமுகமூடி அணிந்து
எழுகிறது தாவர
இருளினுள்ளிருந்து ஓர்
பயங்கரக் கனவு.
தாவரங்களில் முளைக்கிறது
ஆயுதப் போர்த் தத்துவம்.
இரவின் திடீர்ப்
பள்ளங்களிலே
நிலக்கண்ணி வெடிகள்.
டிரக்குடன் சிதறும்
எங்கள் ராணுவம்.
மதத்தில் பிரியம் உள்ள
எந்த மக்களையும் போல்
எங்கள் கூக்குரலும்
எழுப்பும் கோஷம்:
'பழிக்குப் பழி!'.

புத்தரின் பிக்ஷா
பாத்திரத்துக்குள்ளிருந்து
புறப்படுகின்றன
கவச வாகனங்கள்.
நேற்றந்தப் பாத்திரம்
வாழ்வுக்கு ஊற்று.
இன்றோ அயலானை நோக்கி
உறுமலுடன் செல்லும்
மரணயந்திரத்தின்
உற்பத்திச் சாலை.
எங்களுக்கு ஏற்றபடி
சட்ட விசாரணையின்
சங்கடங்களற்ற
துயில் நிலையில்
மந்த நடைபோடும்
எருமையில் ஏறி
அவனுக்குத் தரிசனம்
தருகிறான் அவனது யமன்.
ஒரு தனிஇனத்தின்
நிர்மூலம் எங்கள்
இலக்கு. முதியோர்
பெண்டிர் பிறந்ததும்
பிறவாக் கருவாய்
சிசுக்களடங்கிய அதற்கு
ராணுவச் சமிக்ஞைமொழி:
'புன்னகை வெளி'
ஒருபெரும் பர்வத
உதரத்திலிருந்து
உதித்தனன் போன்று
நிற்கும் கோதம
புத்தரின் முகமும் ஓர்
புன்னகை வெளி.
ஆயினும் எங்கள் திடீர்
இரும்பு இரவுத்
தத்துவப்படி,
புன்னகைகளிடையே
சமத்துவம் இல்லை.
பிக்ஷுத்தனமாய்,

'மிலிந்த!' என்று
பரிபாஷையிலே கரகரக்கிறது
கமாண்டரின் ரேடியோக்
குரல். அதன் அர்த்தம்
'தாக்கு!'
பிக்ஷு நாகசேனனின்
சூக்ஷ்மதிருஷ்டி
மிலிந்தராஜனுக்குக்
காட்டிய மார்க்கத்தில்
பூத உலகு மறைந்து
எழுந்தது சூன்யம்.
இரும்பு நெருப்பின்
இலக்கு வரிசையில் நின்ற
முகம் ஒவ்வொன்றிலும்
ததும்பிய 'ஏன்?'
என்ற கேள்வி.
பதிலற்று உதிர்ந்து
எழுகிறது கபாலம்.
இறந்து விழுந்த
கர்ப்பிணி ஒருத்தியின்
உதரத்தினுள் உயிரின்
இறுதி உக்ரத்தோடு
துடித்தது ஏதோ ஒன்று.
அரசியல் அறிக்கையும்
மத நம்பிக்கையும்
நிலவாத நிலையில் அது
முழு உருக்கொண்டு
பெயரற்று, பிணைந்தும்
பிணையாமல் மிதந்து
குற்றம் ததும்பும்
விளக்கங்களற்று ஓர்
புன்னகையில் கூறிற்று:
'எல்லையின்மை வரவேற்கிறது!'

•

தீக்ஷண்யம் 1, 1986.

சிங்கள நாட்டுப்புறப் பாடல் :

பைலா

சிந்தாமணி லேடி - ஹாய் சிகரெட் ஒண்ணுதாடீ
நீயும் நானும் சேர்ந்து - ஒரு தம் அடிப்பம் வாடி.

டிங்கிரிடிங்காலே - மீனாச்சி சங்கதி என்னாடி?
எங்க வீட்டு ஆட்டைப் புடிச்சி முழுங்குது உன் கோழி.

பப்பளபள பளபளபள பப்பாளித் தோட்டம்
படுத்த பாயை சுருட்டிக்கிட்டு எடுத்தாண்டி ஓட்டம்.

மதுரைக்கார நய்னா வீட்டில் கூட்டமென்னடி? - அந்த
குதிரைக்காரப் பயனைக் கண்டா ஓட்டமென்னடி?

டிங்கிரிடிங்காலே - மீனாச்சி கடைக்குப் போனாளாம்
திங்கிற மாதிரி ஏதுமுண்டா இன்னு கேட்டாளாம்.

சிந்தாமணி லேடி - உன் புருசன் எனக்கு ஜோடி
அந்த ஆளு மூஞ்சியிலே என்னா அது தாடி?

எதித்த வீட்டு ஆம்புளைக்கு எனக்கு மேலே ஆசே
எம் புருசன் போலீஸ்காரன் ஆட்டுக்கிடா மீசே.

சிவகாமி ஒடம்பெல்லாம் எவனோட வாசம்?
அவளோட புருசன் வந்து மோந்து பாத்தா மோசம்.

டிங்கிரிடிங்காலே - மீனாச்சி பாய் விரிச்சாளாம்
பங்கஜம்பாட்டி பக்கத்திலே படுத்துக்கிட்டாளாம்.

●

(1986)

தேசிய கீதம்:
தமிழீழம்

கடலலை அதிர்வினில்
விடுதலை உறும
தமிழீழத்தாய் எழுக

அன்னை
உருவொடு உயிரும்
அருளோடு வீரம்
செல்வமுமாக வெல்க

(வேறு)

வன்னியாழ் கோணைபுத்
தளம்மட்டு நகரொடு
மன்னார் அம்பாறையும் நிமிர

அதிரும்
முத்திசைக் கடல்நடு
நெற்றியாய் ஒளிர்வது
கற்றவர் நிறையுமிந்நாடு

வர்க்கவர்ணங்களை
சிந்தை செய் திறனால்
வென்றது நம் தமிழீழம்

கண்கள்
எத்திசை நோக்கினும்
எம்மவர் மானுடம்
முற்றிலும் ஓர் குலமாகும்.

•

(அக்.- நவ. 1986)

பாடல்:

உதய திசை

தாயும் சேயும் ஆயுதங்கள்
தாங்கும் போர் எங்கள் போர்

எங்கள் போர்
எங்கள் போர்

எங்கள் யுத்தம் மக்கள் யுத்தம்
எங்கள் தாகம் தமிழ் ஈழம்
எங்கம் யுத்தம் மக்கள் யுத்தம்
எங்கள் தாகம் தமிழ் ஈழம் *(தாயும் சேயும்)*

தமிழர் சிந்தும் உதிரம் உயிர்த்து
நிமிரும் எங்கள் புலிகள் சேனை
புலிகள் சிந்தும் உதிரத்துளியில்
ஒளிரும் உதயத்திசையின் பாதை *(தாயும் சேயும்)*

இன்று முன்னின் பாதை நாளை
வென்று நிற்போம் விடிவு பேசும்
சர்வதேசம் எங்கும் எங்கள்
தர்மதீபம் ஒளியை வீசும் *(தாயும் சேயும்)*

•

(அக். 1986)

கீற்று

நடுஇரவு உடைகிறது

இருபுறங்களிலும்
நாங்கள் நாங்களென
உடைந்து அகல்கின்றன
நாதியற்ற
நாய்களின் ஊளைகள்.

இரவின் மையத்தில்
காலக் குரைப்பற்ற
கணத்தின் கீற்று.

இருளின் தளத்தில்
முதல் முடிவு இல்லாத
பேரிருள் ரேகை.

ஊடே
ஒரே ஒரு
நக்ஷத்ரத்தின்
தானற்ற வெண்மை-
துயிலற்ற மௌனம்.

•

கொல்லிப்பாவை, ஜூலை 1985.

தவளைக் கவிதை

தனக்குப் புத்தி
நூறு என்றது மீன்-
பிடித்துக் கோர்த்தேன் ஈர்க்கில்.

தனக்குப் புத்தி
ஆயிரம் என்றது ஆமை-
மல்லாத்தி ஏற்றினேன் கல்லை.

'எனக்குப் புத்தி ஒன்றே'
என்றது தவளை.
எட்டிப் பிடித்தேன்-

பிடிக்குத் தப்பித்
தத்தித் தப்பிப்
போகுது
தவளைக் கவிதை-

'நூறு புத்தரே!
கோர்த்தரே!

ஆயிரம் புத்தரே!
மல்லாத்தரே!
கல்லேத்தரே!

ஒரு புத்தரே!
தத்தரே!
பித்தரே!'

●

(1986)
விருட்சம், அக்-டிச. 1990.

மானுடம்

ஒரு ஜூலை
ஒன்பது நாள்
சிங்கள வெறியின்
குதறலில் சிக்கி
இலங்கையில் அலறிற்று
தமிழ்ச்சனம்.
அலறலைக் கேட்ட
உலகத்துக்கு
இலங்கைத் தமிழ்
விளங்கவில்லை.
ஆயினும் மானுடம்
ஒரே இனம்.
அலறல் மெஷின்கன்
உறுமலாய் மாறிற்று-
ஒர்ர்ரே பொணம்!

•

(1986)
மீறல், அக். 1993.

பிரகடனம்

III

ஊரை ஏய்க்கும் அரசியல் குடும்பம்
எனதல்ல; கட்சி, மொழி, மதவெறிகள்
என் வாழ்வின் மூலதனமல்ல; அயலான்
உடன் வாழ முடியாத தடையேதும் இல்லா
உயிர் நான்;
இதனை உணர்த்துவதுதான்
எழுத்திலே என் வேலை.

எண்பத்து மூன்றிலன்றி
எழுபதில் லங்கைவிட்டு
இங்கு வந்த எனக்கு
புலம் பெயர்த்த புள்ளி
விவரம் பொருந்தாது.
ஏன் வந்தேன் என்பதற்கு
நியூஸ் உலகத்து நியமங்கள் ஏதுமில்லை.
சுயத்தின் சூனியத்தை நிரப்பும்
ஜாதிச் செருக்கு இல்லாதவன் நான்.
கல்லூரி முத்திரை பதித்த காகிதமே
சமுத்திரம் என்கிற
சான்றிதழ் எதற்குள்ளும்
அடங்காது என் மூளை.
அன்றாட அற்புதத்தை
மனிதார்த்த நுட்பங்கள்
உள்முரண்கள் என்பவற்றை
உன்கட்சி என்கட்சி என்று பிரித்து
கண் கெட்டுப் பார்க்கிற
கருத்தாளி அல்லன் நான்.
ஊன்றிய காலை எடுத்து இன்னொரு
இடத்தில் வைத்தால்
முந்திய இடமும் பிந்திய இடமும்
பூமிதான் எனக்கு.
எனவே எனக்கு
நாடில்லை நாமம்
இதுவென்று ஒன்றில்லை.
வருமானப் புள்ளிகளை
வைத்துத் தொடரும்

சுன்னங்களில் சொத்தில்
என் ஆளுமை இல்லை.
நிலத்தைப் பிடுங்க முயன்றவர் சூழலில்
எலும்பை நாய்க்கு எறிவதுபோல் அதை
எத்தர் விலைக்கு விற்றுவிட்டு
வந்த என் பெயரைப் பிறப்பு விபரத்தை
திருக்கோண மலையின் ரெஜிஸ்ட்ரியில் கூட
எரித்தது ஆங்கே எழுந்த நெருப்பு.
தெரிந்து கொள் நான்
பதிவேடுகளைத் தாண்டிப் பரந்து நிற்பவன்.
தன்மயக் கிணற்றுக்குள் தலைகீழாய்த் தொங்கி
தூர் எடுத்து ஊற்றின்
கண்ணடைப்பை நீக்கி
ஊரருந்தப் புதுநீர் ஊறச் செய்யும்
கவி நான் அடா!
நீரருந்தத் தாகம் வேண்டும்,
அதுகூட இல்லாத கல்மண்டை கருத்தாளிகளுக்கு
கவிதை ஒரு கேடா?
கட்சிக் கருத்துக்குள் கட்டுப்படுமா
காலத்தை மீறிக் கனலும் கவித்துவம்?
தர்க்க சிகரம் மாத மாடிக்ஸில் பீஹெச் டீ நீ.
ஆயினும் கவித்துவ ஆய்வுக்கு வந்தால்
உன் தர்க்கம் காலி! போதாததுக்கு
டாக்டரேட் இன் இன்ஜினியரிங் வேறு.
வாழ்வதோ சிருஷ்டி நெருப்புக்கு முன்
கல்விமான்கள் குவிந்து குளிர்காயும் லண்டன்!
கணிப்பொறி மூளையாய்க் கற்றதை ஒப்பிக்கும்
உனக்கேன் உள்ளுணர்வில் கிளர்ந்து உயிரின்
தகிப்பாய் எரியும் கவிஞரின் வேலை?
சினைமுட்டை நிற்கும் வாசக மூளைக்குள்
கவி விந்து பாய்ந்தால் கருக்கூடும்,
ஒரு புதுப் பிரக்ஞை பிறக்கும்
முதலில் சும்பித்து உடனே துப்பும்
உன் ஆய்வு வாய்க்குள்
கருக்கூடுமா கவிதையின் உயிர்ப்பு?

•

(1995)

லயம், ஜூலை 1998.

தெற்கு வாசல்

தெற்குக் கோபுர வாசலுக்கு
வந்த உன்முன் உனது
இடப்புறமாக நிற்கிறான்
காலபைரவன்.
பூணூலில் அவன்
கோர்த்தணிந்திருக்கும்
பொக்கிஷங்களைப் பார்.
பூக்களல்ல, புஷ்பராகக்
கற்களல்ல,
கபாலங்கள்.
ஒவ்வொரு கபாலமும்
பார்ப்பானில் இருந்து
பறையன்வரை
ஐரோப்பியனில் இருந்து
ஆப்பிரிக்க நீகிரோப்
பழங்குடி வரை,
ஒவ்வொரு மனித
இனப்பிரிவினை காண்.
நேர்கொண்டு பார், சிலையின்
கால்களுக்குப் பின் நாயாய்
உறுமுகிறது மரணம்.
அது, காலத்தின் வாகனம்.
காலபைரவனின்
சிரசில் அணிந்த
நெருப்புக்கிரீடமாய்
நின்று எரிகிறது
சரித்திர நியதி. அவன்
ஏந்தி நிற்கும்
சிவாயுதங்களிலும்
நடுங்குகிறது அதன்
நிர்மூல கதி.

டமருவில் பிறந்தது
நாதம்; நாதத்தில்
பிறந்த விந்து
கலைகளாய் விரிந்து

கால தேசங்களாயிற்று.
தேசங்கள் காலத்தின்
நேற்றின்று நாளை என்ற
மூவிலைச் சூலத்தில்
கிழிபட்டுக் குலைந்து
அழிந்து
கொண்டிருக்கின்றன.
இடையில் கலைமான்
உள்முகம் நோக்கி
ஓடிக்கொண்டிருக்கிறது.

தெற்கே வந்த உன்முன்
நிற்கிறது காலம்.
நிர்வாணமாய்
நேர்கொண்டு பார்க்காமல்
நீ தப்ப முடியாது.
உன் கண்களைச் சந்தித்த
கருணையில் குரூரத்தில்
ஊடுருவி உள்ஓடிப்
பிறக்கிறது காலத்தின்
புரியொணாப் புன்னகை.
உன் உடலில் அருவருத்து
உள் ஓடிப் புரள்கிறது
உனைவிட்டுப் பிரியாத
மரணத்தின் பூணூல்.
உன் உயிரை நேர்நோக்கி
பரிகஸிக்கின்றன
காலங்கள்.

கத்திமுனையாய்
துப்பாக்கியில் வெடித்துச்
சுழன்று வரும் குண்டாய்
உற்பாதங்கள் தந்து,
உருக்குலைக்கும் நோயாய்
உடன்கூடிப் படுத்தவளின்
புணர்ச்சி விஷமாய்
தெற்குக் கோபுரவாசலில்
நிற்கிறது காலம்
நிர்வாணமாய்.
காலிடறும் கல்லும்

ஒரு நாளில்லை ஒருநாள்
காலனுருக் கொள்ளும்-
ஓ, ஓ, மானுட!
ஓடாதே நில்!
நீ ஓட ஓட
தொடர்கிறது கல்;
நாயாக உன்
நாலுகால் நிழலாக.
நீ ஓடஓட
தொடர்கிறது அக்னி;
ஓயாத உன்
உயிரின் பசியாக.
நீ ஓட ஓட
தொடர்கிறது இடைவெளி;
சாவாக நீ
இல்லாத சூனியமாய்.
கற்பிதத் திளைப்பில்
நீ நின்ற கணம்
மனம் தடுமாறி நீ
சிருஷ்டியைப் பிரதி
பலித்த அவ்வேளையில்
எதிரே நிற்கும்
கவிதையே காலம்.

அறிவார்த்தத் திகைப்பில்
நீ நின்ற கணம்
திசைத் தடுமாறி உன்
அறிவு திருக
எதிரே எழுகிறது
காலத்தின் விபரீதக்
கருத்துருவக் கோலம்.
உனக்குள் ஓய்ந்து
நீ நின்ற கணத்தில்
உள்வெளி மாற்றி
இக்கணத்தில் மடிகிறது
காலமாய் வக்கரித்த
ஞாபக லோகம்.

நின்று நேர் கொண்டு
நோக்கிய கணத்தில்

நீ கண்டதென்ன?
தெற்குக்கோபுர வாசலில்
நியதி நெருப்பைச்
சிரசில் அணிந்து
நிற்பது நீதான்.
நீ அற்ற சூனியத்தில்
நிற்கின்ற பிரக்ஞைக்குள்
விழுகின்ற தத்துவ
நிழல் உன் பாலம்.
உனக்குள் உன்
உயிரென நீ
உருவேற்றிக் கொள்வதுவோ
உயிரல்ல, காலம்.
எனவே, எட்டாத
வெற்று வெளி ஒன்றில்
ஓயாத திகிரியை
மென்சிறகலைத்து
ஓட அசைத்தபடி
ஆடாமல் அசையால்
பறப்பது நீயல்ல
நானல்ல,
காலாதீதம்.

தெற்குக் கோபுர வாசலில்
திகைத்து நிற்கிறது
நீயற்ற நானற்ற
கல்.

●

அஸ்வமேதா, அக்-நவ. 1988.

பிரமிள்

என்னைக் கொன்றவனுக்கு

இன்று நான் ஒரு
மைனஸ்.

பன்னூறு கோடிக்
காலங்களூடே
மின்னல்கள் இந்த
சகதி நீரின்
மூலக விறைப்புக்குள்
மேக முழக்கத்தை
ஆழப் புதைத்து
உழுதன.
ஒளிமின் சாரத்தில்
சேறு திகைத்தது.
எண்ணற்ற காலங்கள்
பெருவெளியில் எங்கும்
விண்மீன் சூரியர்கள்.
முதிர்ந்து கோள்குறுகி
வெண்நீலமாகி
அணுமூலங்கள்
பின்னிப் பின்னி
ஊடுருவித் தொகுத்த
நவமுக மூலகம்.[1]
மூடிச்சரிந்து விண்
மீன்கள் சிதற
பூமிக்கு இறங்கிற்று,
ஓயாது நிலவிய
ஒளியற்ற மூட்டத்துள்
ஓயாது பிறக்கும்
மின்சாரப் புயல்.
ஒன்பது முகம்கொண்ட
மூலகக் கற்கள்
உயிருள்ள தாதுக்கு
உள் அத்திவாரங்கள்.
நீரில் தோன்றி
நீந்திப் பின் ஊர்ந்து
தரைக்கு வந்து

காற்றில் பறந்து
தாவி மரத்தில்
பாய்ந்து நிமிர்ந்து
மூளைக் கிளை பரப்பி
எழுந்தேன் நான்.
இறப்புப் பிறப்பென்று
சுழன்றது என்னுள்
மறைந்து நின்ற
பேரண்டத்தின் திகிரி.

இவ்வாறு தோன்றி
செத்துப் பிறக்கும்
ஓயாத வட்டத்தில்
மீண்டும் நானின்று
சுத்தமாய் ஒரு
மைனஸ்.
சூரிய உலைகளில்
அணுக்கள் பிணைந்து
இரும்பின் நுண்
துணுக்குகள் பெருகின்
உதிரம்-உதிரத்தை
உதைத்து நடித்து
உடலெங்கும் அனுப்பும்
தசைக்கருவி-
அண்டத்தைப் பிண்டத்தின்
அகத்தில் நடத்தும்
இதயம் - இதற்குமேல்
கபாலச் சிறைக்குள்
புவனத்தை அளாவி
எழும்பும் சிந்தனைக்
கருவி மூளை - இது
எதுவும் உனக்கு
வியப்பில்லை - இவை
சேற்றிலே இயற்கை
விதைத்த விபத்துக்கள்.
உன் பிரக்ஞை?
அதுவா – அது
ஜடத்தின் இலக்கணப்
பகுதியில் ஒருவெறும்

விகுதி - ஆனால்
உயிர்த்தாதுக் கோவையின்
பூர்வீகமான
நவமுக மூலகம்
ஒன்றைக்கூட - அட
ஒன்றைக் கூட
உருவாக்கும் விபத்துக்கு,
இன்று நாம் காண்கின்ற
அண்டம் முழுதும்
இன்று நாம் அறிந்துள்ள
புவனத்தின் ஆயுட்காலம்
முழுதும் பிறழ்ந்து
மோதித் திரிந்தாலும்
போதாது!
எனவேதான்
பிறப்பிறப்பற்ற
பிரபஞ்சம் ஒன்றுள்
விஞ்ஞானிகளுக்கு
எட்டாத மகா
காலத்தின் சந்நிதியில்
சம்பவித்த மூலகம்
ஒருநவ முகம்.

இது கோடி கோடி
குவிந்து பிளந்து
உடலெடுத்தவையே
அமீபா, ஆப்பிள்
ஜீவித வர்க்கம்,
நீ, நான் யாவரும்
அற்புதம் என்று நாம்
நினைப்பவை யாவும்
அற்பமாய் நிற்கிற
பீடம் இச்சம்பவம்
இதனை
கொலைக்கருவி ஒன்றன்
விசைவில்லில், விரல்
விறைத்த ஒரு
கணத்தில், நிர்மூலம்
ஆக்கிநிற் கின்றாய்

விடுதலை வேட்கை,
சிலுவை, கோபுரம்,
மசூதி, விஹாரை,
மற்றும் சிலைகள்,
உருவ அருவக்
கடவுட் கொள்கைகள்,
உருவற்ற தத்துவங்கள்,
கருத்து மயமான
சித்தாந்த ரூபங்கள்,
உலகத்தை உய்விக்கும்
வேலைவாய்ப்புத்
திட்டங்கள்
எவற்றையும் நீயுன்
சுயமுக வழிபாட்டின்
தீயில் நிற்கும்
பயம் என்ற பாத்திரத்தில்
உலைவைத்து விடுகின்றாய்;
கொலைக்கருவி ஆக்குகிறாய்.
கருவியின் வில்லும்
உன்விரலும் சேர்ந்து
பிளஸ் வடிவம் பெறுகிறது.
சரித்திர நூல்களின்
காகிதத் தெருக்கள்
முழுவதும் ஓடி
வருகின்றன உன்
பிளஸ் குளம்படிகள்.

மூலம் முடிவு என்ற
இருமைக்கு நடுவே
காலம் கருதல் இவை
இல்லாத கணம்
இல்லை உன் பிளஸ்களின்
குளம்படிக் கணக்கில்.
ஆனால் -
வில்லில் உன் விரலின்
விறைப்பை நிகழ்த்திய
கணம் நிற்கிறது
காலம் கடந்து.
மூலம் முடிவற்ற

ஒன்று எரிகிறது
என்னுள் உன்னுள்
எண்ணற்ற விண்மீன்
கோளங்கள் தோறும்.

    *1.*Configuration Nine என்ற மூலகம் (Molecule)
    2. D.N.A. தாதுக்கோவை.

•

                    நவீன விருட்சம், அக். *1992 -* மார்ச் *1993.*

லங்காபுரி ராஜா
முதலிய கதைகள்

கதவைத் தொட்ட நிழல்

ஒன்று

கொழும்பின் ஒதுங்கிய பகுதி. பட்டாளத்து இரும்புக் கோலா கலம், மங்கலான வாடையடித்துக்கொண்டிருந்தது.

அது ஒரு சந்துவீடு. இரண்டு ஒடுங்கிய ரோடுக்கள் அந்தச் சந்தில் மோதி, ஒரு பெரிய ரஸ்தாவிலே சங்கமித்தன. வீடு பெரிய ரஸ்தாவை நிமிர்ந்து பார்த்தபடி நிற்கிறது.

பெரிய வீடுதான் என்றாலும், அதன் சிமிந்திச் சருமத்திலே அப்பி யிருந்த சுண்ணாம்புக்காறல் பெயர்ந்து வீழ்ந்து குஷ்டரோகி மாதிரி காட்சிதந்தது. முன்புறத்துக் கதவு, இரும்புத் தோற்றத்தோடு அடைத்துக் கிடந்தது. இடது பக்கத்தில் மூன்றாவது மாடிச் சாளரத்தின் ஒற்றைக் கதவு உடைந்து தொங்கிற்று. முற்றம் தெருவோடு ஒட்டி, நான்கு நடைபாதைகளின் அகலத்தில் குறுகியிருந்தது. அதன் சிவப்புமணலில் கவனிப் பாரற்றுச் சுவரோரத்தில் வளர்ந்துகிடந்த ஓரிரு குரோட்டன் களின் நிழல்கள் பரவின. அந்தக் குரோட்டன்கள் இரண்டரை ஆள் உயரத்திற்குக் காம்பவுண்டுச் சுவருக்கும் மேலாகத் தலையை நீட்டி, வெளியுலகத்துச் சங்கதிகளை பிரமதேவர்கள் மாதிரி இடாமல் பார்த்துக்கொண்டு நின்றன.

மாலைவேளை. பெரிய பெரிய கற்கட்டிடங்களின் இருண்ட நிழல்களில் அத்தப்புலத்தின் காட்சி, வேளைக்கு முந்தியே மங்கி விட்டது. பெரிய ரஸ்தாவிலும் ஒடுங்கிய ரோடுகளிலும் அடிக்கடி உயிர்ரேகையின் அத்தாட்சிக்கு, எப்போதாவது ஒரு கார் அல்லது லாரி, பேயைக் கண்டாற்போல் அலறியடித்தபடி பறக்கும்.

மாலை கவிந்துகொண்டே இரவின் வாயிலுக்கு வந்து விட்டது. இனியும் என்னால் பொறுக்க முடியாது!

'அவனைக் கொல்லவேண்டும், கொல்ல வேண்டும்...'

என் கழுத்து நரம்புகள் புடைத்துக்கொண்டு காதருகே படபடத் தன. முகம் ஜிவ்வென்று ரத்தத்தின் உஷ்ணத்தில் சுட்டது. கைகளை

முஷ்டிபிடித்துக்கொண்டேன். புஜங்களில் ஒருவித வேதனை.

என் கருப்புக் காற்சட்டைப் பையில் ஒரு நீண்ட குத்துக்கத்தி இருக்கிறது!... என் மனசில் மகிழ்ச்சியும் ஆபத்தின் துடிப்பும் கட்டிப் புரண்டன. என்ன விசித்திர உணர்ச்சி! இதே உணர்வு முன்பு எத்தனை தடவைகள் எனக்குப் பட்டிருக்கின்றது! ஆமாம்!... ஆமாம்! வீட்டிலே திருட்டுத்தனமாகப் பணத்தை அள்ளிக்கொண்டு தியேட்ட ரருகே அப்பாவுக்கு ஒளித்து டிக்கட் எடுக்கும்போது இருந்த அதே உணர்வு! அதற்கும் இதற்கும் பளுவில் ஏற்றத்தாழ்வு இல்லை!

நான் கைக்குட் டையை எடுத்து முகத்தைத் துடைத்துவிட்டு நிமிர்ந்து அந்த வீட்டைப் பார்த்தேன்.

'அவன்... அவன்... அவனைக் கொல்லவேணும்!...'

நான் அப்போது பெரிய ரஸ்தாவின் அருகே, வெள்ளைக்காரர்கள் அந்தப் பகுதியில் வாழ்ந்தபோது உபயோகத்திலிருந்த பார்க் ஒன்றில், உடைந்த பெஞ்சி ஒன்றின்மேல் உட்கார்ந்திருக்கிறேன்; பார்க்கில் நான் மட்டும்தான்.

நான் அணிந்திருந்த ஷர்ட்டின் நிறம், ஆழ்ந்த பழுப்பு. கருப்புக் காற்சட்டையும் பழுப்பு ஷர்ட்டும் மங்கலில் தெரியாது; நான் அவனை அணுகும்வரை அவனுக்கு என்னைத் தெரியாது. அருகே போனதும் நிமிர்ந்து பார்ப்பான்... இப்படி!... விறைத்துப்போய் அவன் வாய் பிளக்கும்! உடனே இந்தக் கைக்குட்டையைத் திணித்து...

சதக்!

எனக்கு மனசில் ஏதோ புரண்டது!

மனசைக் கட்டுப்படுத்தியிராவிட்டால், அந்தப் பார்க்கிலேயே எழுந்துநின்று தலைதெறிக்க மகிழ்ச்சியில் துள்ளி யிருப்பேன்!

திடீரென்று இரும்புக்கோஷத்தோடு ஒரு பழைய லாரி, காதைப் பிய்த்துவிட்டுப் பறந்தது.

நான் கனவு சிதைந்த பரிதாபத்தோடு, அது சந்து திரும்பும்வரை கவனித்தேன். பிறகு பாக்கெட்டைத் தட்டி, குத்துக்கத்தியைக் காற சட்டைத் துணியினூடேயே ஸ்பரிசித்தேன். மனம் இப்போது உணர் வுப் பிரதிபலிப்பு ஒன்றும் செய்யவில்லை.

வானத்தின் ஒரே பரந்த அளவுகடந்த துண்டு நீலச்சாயை மங்கிக் கறுத்தது. கீழ்வானத்தில் ஒரு வெள்ளை. வீட்டின் மேலே வானின் கிரகப் புள்ளி ஏதோ மினிங்கிற்று. எழுந்து பெஞ்சியைச் சுற்றிச்சுற்றி நடந்தேன். மறுதடவை வானை நிமிர்ந்து பார்த்தபோது, எங்கும் 'கிலுகிலு'வென்று ஒரே நட்சத்திரமயம். மேற்கு வானத்தில் ஒளியின் கடைசிரேகை செத்துக்கொண்டிருந்தது.

இன்னும் இரவு வரவில்லை. நன்றாக இருளட்டும்.

உஹூம்! இனியுமா பொறுமை!

மனசை உதறிவிட்டு, நிலத்தைச் சப்பாத்துக் காலினால் மிதித்து உதைத்தேன். தெருவில் லைட்டு வரிசைகள் குளிர்ஒளி பரப்பின. நட்சத்திர முத்துக்களைப் போன்ற அவற்றின் ஒளி, சவம் போல நீலமாகத் தெருவெங்கும் திட்டுத்திட்டாய் விழுந்திருந்தது.

அந்த வீட்டைப் பார்த்தேன். நான்காவது மாடியில் ஒரே ஒரு சாளரத்தில் மட்டும் ஒளி, சதுரம் போட்டது. அதன் ஆறாவது மாடி, வானின் இருட்டுக்குள் ஒரேயடியாகப் புதைந்துகிடந்தது.

'அவனை...!' பாக்கட்டினுள் கையை நுழைத்து கத்திப் பிடியை உருவிவிட்டேன்! 'அவனை...!' மனம் சதிராடியது. அடிஉள்ளத்தில் ஏதோ குறுகுறுப்பு.

கொலை!

மீண்டும் அவனுடைய அறைச் சாளரத்தைப் பார்த்தேன். யாரோ... அவன்தான்... உள்ளே நடமாடும் நிழல் விழுந்தது.

நான் பார்க்கை விட்டுத் தெருவில் இறங்கினேன்.

கை, பாக்கெட்டினுள்ளேயே கிடந்தது.

தெருவில் உயிர் இல்லை. என் தனிமையான நடை. பாத ரட்சையின் கிரேப்பிலும் ஒருவிதக் கற்பனை ஒலியை எழுப்பி, அந்த ராக்ஷச வீட்டில் 'தம் தம்' என்று எதிரொலித்தது.

சந்துக்கு வந்தேன். பெரிய ரஸ்தாவோடு உறவுகொண் டாடும் அந்தக் குறுகின வீதிகள் இரண்டையும், மாறிமாறிப் பார்த்தேன்.

ஒரே அமானுஷ்யம்!

இனி...!

இரண்டு

காம்பவுண்டுக் கேட்டின் சட்டங்களில் காலைவைத்து, அதன் கிராதிகளினூடே உள்ளே குரோட்டன்ஸின் இருட்டை ஊடுருவி வாயிற்கதவைப் பார்த்துவிட்டு, கதவின் மீது ஏறினேன்.

உள்ளே குதித்தபோது, மிருதுவாக 'தொப்' என்ற ஒலி கேட்டது. நான் சரக்கேன்று குரோட்டன்ஸ் அருகே பதுங்கினேன். ஒரு எதிர்ச் சலனமும் இல்லை. சப்தம், உலகிலிருந்தே விடைபெற்றாற் போன்ற பிரமை!

ஒரு நிமிஷத்தின் பிறகு, இருட்டைவிட்டு வெளிவந்தேன்.

நட்சத்திர ஒளியையும் சுவரில் தெருவிளக்கின் பிரதிபலிப்பையும்

தவிர அங்கே ஒளி இல்லை. வாயிற்கதவண்டை வந்தேன். உள்ளே பலமான தாழ்ப்பாள்! நான் கதவைத் தடவிவிட்டு, வீட்டைச் சுற்றிப் பின்புறமாக நடைபோட்டேன். அடுத்த வீட்டையும் இந்த வீட்டையும் பிரித்து நின்ற சுவர், வெளிச்சுவரோடேயே ஒட்டுப்போட்டு, அதைவிட ஒருமடங்கு உயர்ந்திருந்தது. சுவருக்கும் வீட்டுக்கும் இடையே, ரொம்பக் குறு கலான இடைவெளி! அதில் புல் வளர்ந்து பற்றைபோட்டிருந்தது. ஒரே இருட்டு! சுவரின் வெண்மைகூடத் தோன்றவில்லை. எதிரில் எங்கோ வானத்தைக் கீறினாற்போல், நான் நடந்த பாதையின் இறுதி அந்தம் வெளிச்சம் காட்டிற்று. அதைத் தவிர பார்ப்பதற்கு ஒன்றும் இல்லாததால், விறைப்போடு அதைக் குத்தப் போகிறவன் மாதிரி நடந்துகொண்டிருந்தேன்.

உடல் தந்தியடித்தது. சரக்கென்று கத்தியை அதன் தோல் உறையிலிருந்து உருவி ஏடுத்தேன். நரம்புகள் புடைத்தன.

அந்த ஒளிக்கீற்றை மறைத்தபடி ஒரு மனிதன் தோன்றினான்.

மறுகணம் அவனைக் காணோம். கண்ணை மூடிவிழிப்பதனுள் அவன் மறைந்ததால், எந்தத் திசையில் சென்றான் என்பது புலப்படவில்லை.

கத்தியை முஷ்டியினுள்ளே கசக்கியபடி நின்றேன். மனம் அசைய மறுத்தது. பங்களாச்சுவரில் ஒரு கையை ஊன்றியபோதுதான் கைப் பிடிக்கு வசதியாக ஏதோ ஆகப்பட்டது. உபயோகத்திலிருந்து, இப்போது கவனிப்பாரற்றுக் கிடந்த காஸ் குழாய்!

கத்தியைப் பற்களில் இடுக்கியபடி, குழாயை இரண்டு கைகளா லும் பற்றினேன். அந்த மனிதனின் நினைப்பு வந்தது. நான் வந்த பாதையின் இருபுறமும் பார்த்தேன். மனிதச்சுவடு இல்லை. வெறும் இருட்டுத்தான்!

குழாய், பிடிப்பதற்கு ஏதுவாகக் கரல் கட்டி, மரமரப்பாய் இருந்தது. சிரமத்தோடு இரண்டு கால்களையும் சுவரில் உந்தி, தோள் சதைகளின் பலத்தால் மேலேமேலே எம்பி ஏறினேன். ஒரு ஜன்னல்ஸ அதன் விளிம்பில் கால்களை வைத்து இளைப்பாறிவிட்டு, முழங்கால் களை மடித்து உட்கார்ந்து, ஜன்னல் இருட்டை ஊடுருவிப் பார்த்தேன். கண்ணாடி ஜன்னல்; உள்ளே ஒளி இல்லை. மனிதர்களும் இருக்க மாட்டார்கள். அவனும் வேலைக்காரரும் தானே! அவன் நான்காவது மாடியில்...! கத்தியைப் பற்களிலிருந்து எடுத்து மடியில் செருகினேன்.

ஒருகரத்தினால் குழாயை இழுத்துப் பற்றியபடி ஜன்னல் விளிம்பில் உட்கார்ந்து, சாளரக்கதவைத் திறந்தேன். அதற்கு கம்பிகளில்லை. மறுகணம் நான் அறையினுள் நின்றேன். உள் ளத்தில் காரியவாதம் முனைந்து அறிவைத் தூண்டிற்று. சுறுசுறுப்போடு, அறையின் இருட்டிலே கண்ணை முக்குளிக்கவிட்டுப் பழகினேன்.

வெள்ளைச் சுவர்கள் கொஞ்சம்கொஞ்சமாகத் திரையில் படம் விழுவதைப்போல் தோன்றின. சுவரில் கருப்பாக ஒரு நீள் சதுரக் கதவு!

கதவைத் திறந்தேன்.

வெளியே ஒரு கூடம். அதனுள் கவிந்துகிடந்த இருட்டினுள், சுவரின் வெண்மையையும் கதவு-சாளரங்களின் ஒளி பேதத்தையும் வைத்துக் கணித்து, வலதுபுறத்தில் மாடிப்படி இருப்பதைக் கண்டுபிடித்தேன். அது முதலாவது மெத்தை. நான்காவதில்தான் அவன். நான் விருவிருவென்று மாடிப்படியில் ஏறினேன். அடுத்த மெத்தையில் படிஏற்றம் சடக்கென்று திரும்பிற்று. அதன் கோணல்மாணல்களில் சுழன்றுசுழன்று, நான் காவது மாடிக்கு வந்துநின்று, உறையிலிருந்த குத்துக்கத்தியை உருவினேன்.

மனம் துணுக்குற்றது. எனக்கு முன்பே ஒரு மனிதன், அதே மாடி யில் சுற்றுமுற்றும் பார்த்தபடி கூடத்தைத் தாண்டிக்கொண்டிருந்தான். நான் மாடிப்படியின் அரண்சுவரருகே பதுங்கியபடி கவனித்தேன். ஒரு அறையின் கண்ணாடி பதித்த கதவுகளினூடே ஒளிப்புகை வந்து, கூடத்தின் மங்கலான இருட்டைக் கரைத்தது. அவனுடைய அறை தான்!

கத்திப்பிடியை இறுகப்பற்றிச் சுவரில் அதன் கூரை மெதுவாகத் தீட்டினேன்.

அந்த மனிதன் கதவருகே நின்றபடி, உள்ளே செல்லும்முன்பு பாக்கெட்டிலிருந்த எதையோ எடுத்தான். சந்தேகமில்லாமல், நீலச்சுடர் விட்டு மின்னிய அது ஒரு கத்தியேதான்!

நான் பற்களைக் கடித்துக்கொண்டேன்.

திடீரென்று உள்ளே பாய்ந்து, கதவை அடித்துப் பூட்டினான் அந்தக் கத்திமனிதன். உள்ளிருந்து வியப்பும் பயமும் கலந்து ஒரு குரல் - அவனுடையதுதான்! - கேட்டது. ஏதோ சாமான்கள் புரண்டன. அவனுடைய குரலின் கெஞ்சும் ஒலி! அந்தக் குரல்... என்னை அழைத்தாற்போன்ற பிரமை!

மனம் தடுமாறிற்று.

மாடிப்படிகளிலிருந்து பாய்ந்து ஓடினேன்.

உள்ளே ஏதோ நாற்காலி மோதி முறிந்த பலத்த சப்தம் கேட்டது. நான் தாமதிக்கவில்லை. புஜங்களைக் கதவில் மோதி இடித்தேன்; கதவு உட்புறமாகப் பிளந்தது.

உள்ளே... அவனை என்னோடு வந்தவன் கட்டிலில் புரட்டி, முகத்தின் நேரே செங்குத்தாகக் கத்தியைக் காட்டிக்கொண்டு இருந்தான். கீழே கிடந்த அவனுடைய வலதுகரம், கத்திபிடித்த கரத்தின்

மணிக்கட்டை இறுகப்பற்றிச் சாவிற்கும் வாழ்விற்கும் இடையே கோடுபோட முயன்றுகொண்டிருந்தது. நான் உள்ளே பாய்ந்த சந்தடியில், கத்திமனிதன் திரும்பினான்...

நான் கையில் கத்தியோடு அவன் முகத்தெதிரே நின்றேன்.

அவன் கத்திக்கை ஓங்கியது. நான், அவன் வீச்சுக்குப் பின் வாங்கினேன். உடலின் பலம் முழுவதையும் முன்னே தள்ளிப் பாய்ந்ததால், அவன் உடல் திரும்பியது. மறுகணம் என் கத்திப்பிடியினால் அவனுடைய காதருகே தாக்கினேன்.

அவன் தலை குலுங்கிற்று; சரிந்து விழுந்தான்.

அவ்வளவையும் பரக்கப்பரக்கப் பார்த்துக்கொண்டிருந்த என் நிஜமான எதிராளியை நோக்கித் திரும்பினேன்.

அவன் வெருண்ட கண்களோடு என்னைப் பார்த்தான்.

எத்தனை நேரம் பார்த்துக்கொண்டு நின்றிருப்போம்!... என் கையிலிருந்த கத்தி நழுவியது. அவன் முன்னே ஓடிவந்து என்னைக் கட்டித் தழுவினான்.

என் கண்கள் கலங்கின!

நம்முடைய சொந்த இயல்பைமட்டும் ஏன் அடிக்கடி மறந்து போகிறோமோ!

(டிசம்பர் 1958)

தரும சிவராமு. யாழ். 1959.

(திருக்கோணமலை 'ஈழத்து இலக்கிய சோலை' வெளியீடாக அமரசிங்கம் தொகுத்து 27.7.1982-இல் வெளியிட்ட ஒற்றைப்பனை சிறுகதைத் தொகுதியிலும், 11.7.1982 தினகரன் பத்திரிகையிலும் மறுபிரசுரம் செய்யப்பட்ட கதை)

நிலவிலே

வானிலே சந்திரன் அழுதுவடிந்தான்.

மேற்கிலிருந்து கிழக்குவரை தெற்கிலிருந்து வடக்குவரை, ஒரு புகைப்படலம் வானத்தை மறைத்திருந்தது. கடற்கரை, விரித்துவிட்ட சவத்தின் வெள்ளைப்போர்வையைப் போலத் தோன்றிற்று.

கடல் ஓய்ந்திருந்தது.

கடற்கரையில் எங்கிருந்தோ சில மெலிந்த கருப்பு உருவங்கள் வந்து உட்கார்ந்தன.

குசுகுசுவென்று பேசிக்கொண்டிருந்தன.

அவை இரகசியம் போலில்லை; தங்கள் இயல்பான குரலிலேயே பேசின. ஆனால் அதுவே அத்தனை நலிந்து கேட்டது.

பட்டினியிலும் பஞ்சத்திலும் உழலும் எங்கள் ஊர்களைப் போன்ற தோற்றங்கள்! உற்று நெருங்கிப்பார்த்தால்...?

உண்மையில் அவை பழைய மனிதர்கள்தான்; முன்னொரு காலத்தில் மனிதர்களாக இருந்தவை, இப்போது பேய்கள்!

''நாங்கள் ஒற்றுமையாக இருப்போம்!'' என்று ஆவேசமாகத் தலையையும் கைகளையும் ஆட்டிக் கூறிற்று ஒன்று.

''நாம் தமிழர்கள்!'' என்று குதித்தது மற்றது.

''நம் தமிழ்ப் பேய்களுக்குப் புத்தகங்கள் இல்லை,'' என்று முணுமுணுத்தது மூன்றாவது.

''தமிழ்ப்பேய்களுக்குக் கல்வி வேணும்,'' என்று அழுதது இன்னொன்று.

எல்லாப் பேய்களும் எழுந்துநின்று, ''வாழ்க நிரந்தரம்...'' என்று பாரதி பாட்டைத் தொண்டை கிழியக் கத்திப் படித்தன.

பாட்டு முடியவில்லை; இடையில் குழப்பம்!

ஒரு பேய் இன்னொன்றின் மீது திடீரென்று பாய்ந்தது. ''டேய், உன்னைக் கிழிக்கப்போகிறேன்,'' என்று அதன் குரவளையை அமுக்கிற்று.

இன்னொன்று, மங்கிவரும் நிலவில் தூரத்தில் எதையோ பார்த்துவிட்டது.

“டேய் அது ஏன்ன?” என்றது.

“யாரோ மனிதன்!” என்றது கிழிக்கப்போன பேய்.

உடனே எல்லாப் பேய்களும், “ஐயோ மனிதன்!” என்று அலறிய படி, சலனமற்று நிற்கும் காற்றில் புழுதியாகக் கலந்து மறைந்தன.

மீண்டும் அமைதி சூழ்ந்தது.

இலக்குமீ இளங்கோ. *யாழ். 21.12.1958.*

சந்திப்பு

எனது நண்பனை நான் வரச்சொல்லியிருந்தேன். அவனை நான் சந்திப்பதாகக் குறிப்பிட்ட நேரத்துக்கு இன்னும் ஒரு மணித்தியால மாவது ஆகும். இப்பத்தானே ஆறரை!

இவ்வூருக்கு வந்தது பரீட்சை எழுத; ஆனால் அம்மா ஓரிரு உறவினர் களையும் – நான் முன்பின் சந்தித்தே இராத உறவினர்களையும் – கண்டு, தொடர்பு வைத்துக்கொண்டு வரும்படிச் சொல்லியிருந்தாள். அவளுடைய கருத்திலும் பொதுவாக மற்றவர்கள் கருத்திலும், இந்த வகை விஷயத்தில் நான் கொஞ்சம் மந்தம். ஆனால் ஒரே பிள்ளை. உறவு கிறவு என்றிருப்பது பேருக்கென்றாலும் வேணும் என்பது அம்மாவின் கரிசனையில் பிறந்தது. வேண்டாவெறுப்பாக அவளுக்காக ஒருப்பட்டு விட்டேன். இப்போது நண்பனை வரச்சொல்லிவிட்டுப் போவதில், அவனைக் காணும் ஆதங்கம் என் திறமைக்கு மீறிய சம்பிரதாய முறையிலன்றி ஒரு உத்வேத்துடனேயே அவர்களிட மிருந்து சீக்கிரம் என்னை விடுவிக்கும் என நினைத்தேன்.

முதல்நாளே பரீட்சை எழுதிவிட்டபடியால், தலைநகரில் வந்து மாட்டிக்கொண்ட நண்பர்களுடன் அளவளாவுவதற்கு மனம் பறந்தது. பரீட்சை எழுதுவதுதான் என்ன, கதை எழுதுவது போல்தான் என் விஷயத்தில். 'மூட்' சரியாக இருப்பதைப் பொறுத்தது. பரீட்சிப்பவர் களும் விமர்சகரைப் போலத்தான். எனது 'மூட்' இருளில் தடுமாறி அகப்பட்டதைச் சுருட்டிவந்து, அவர்களிடம் பிடிப்பட்ட என் திருட்டுச் சொற்கள்போலவே, பரீட்சைத்தாள்களும் பரீட்சிப்பவர்களிடம் அகப்பட்டு முழிக்கப்போகின்றன. எண்ணங்களின் டிசைன்கள் விசித்திரமாகின்றன என்று தென்பட்டதும் என்னை நானே வியந்து கொண்டேன். விந்தையான நினைவுகள்... இவை எப்படி ஒருவித முன்னேற்பாடுமின்றி பிறக்கமுடிகிறது? இதே நினைவுகள் மீண்டும் சுற்றிவந்து என் நண்பனுடன் பேசப்போகிற விஷயங்களுடன் சேர்ந்து கொண்டன. இவற்றோடு இக்கணநேர நினைவுகளோடு இன்னும் எவ்வளவோ அவனைத் திணறவைக்க ஏற்கெனவே இருக்கின்றன. இப்போது அவனுக்குச் சொல்ல இருப்பவை மனமேடையில் தம்மைத் தாமே ஒத்திகைபார்க்கத் துவங்குகின்றன. அந்த ஒத்திகையின் அடியில் அவனை அவனுக்காகவன்றி நான் சொல்ல இருப்பவைக்காகவே

சந்திக்கவேணுமென்ற ஆசை ஒரு நிர்பந்தமாகிக்கொண்டிருக்கிறது.

நான் நினைவுகளில் தடுமாறி எங்கேயெல்லாமோ போய்க் கொண்டிருந்தேன். சில நினைவுகள் திகைப்பூண்டு போன்றவை. அவற்றில் மனம் பதித்தால் இக்கணம் - நிதர்சனம் - மங்கி விடுகிறது. கானகத்துள் வழி தடுமாறியவனை நோக்கிவரும் அறிமுகமற்ற மரங்கள் போல் எண்ணங்கள் மட்டுமே எதிர்ப்பட்டுக்கொண்டிருக்கும். குறிப்பிட்ட விலாசத்தில் சிதறலாக மனிதர்கள் கூட்டம், அழுகுரல், என் அடையாளத்தைத் தடுமாறிச் சொல்லியபடி உரியவர்களிடம் அழைத்துச் செல்லப்பட்டது யாவுமே, அளவற்ற மனோவேகத்தில் அள்ளுண்டு செல்லும் எனக்கு, ஹோவெனச் சோனாமாரியாகப் பெய்யும் மழையூடே புலப்படும் ஒரு மங்கிய உலகில் நடப்பவையாயின.

அது ஒரு மரணச் சடங்கு என்பதை நான் அறிந்தபோது, நான் ஏன் ஒருவித விசித்திரத்தையும் என் வருகையில் உணரவில்லை? நான் அங்கு அந்நிகழ்ச்சியில் கலக்கவே உத்தேசித்து வந்த ஒரு சாமானிய உணர்வு தான். என்னையறியாமலே இதை எதிர்பார்த்திருந்தேனா? எப்படியானாலும் நான் என்னால் சமாளிக்கமுடியாத ஒரு சமூக நிர்பந்தத்துள் அகப்பட்டுவிட்டேன். என் வருகை பொருட்டற்றதாக ஆரம்பித்து வியாபிக்கும் ஒரு புள்ளிபோல் வட்டம் விரியத் துவங்கியது.

இம்மனிதர்கள் - இவர்களுள் ஒருவருடனும் நான் முன்னுறவு கொள்ளவில்லை. எனவே இவர்கள் ஒவ்வொருவரும் ஒரு புதிர். அவர்களது பார்வைகள் ஒரு கணம் என் பார்வையைச் சந்தித்துத் தடுமாறி என் முகத்தைத் துளாவிவிட்டு என்னுள் நுழையும் பாதை புலப்படாது சறுக்கிவிழுந்து அகலும்போது, அகலுமுன் அக்கணநேரக் கண் சந்திப்பில் அவர்களூடே ஒரு இருள்உலகாகவே அவர்கள் எல்லையற்று அடித்தளமற்றுச் செல்கிறார்கள். ஒவ்வொரு முகமும் ஒரு பூமிபோல், கண்கள் குகைகளாக இருண்டு உள்ளுருவற்றன. பூமியைத் துளையிட்ட குகைகள் திரும்பி வரமுடியாத பெருவெளியில் பாய்வன போல் அடையாளமற்ற அமானுஷ்யமாயின. ஒருவனை நாம் இன்னா னெனக் காண்பதன் அசட்டுத்தனம் அறிமுகமற்றவன் முன்தான் புலப்படுகிறது. இன்னான் இத்தகையவனென்று, அடையாளமற்ற வனாயினும் பழகியவனென்பதற்காகவேதானே கொள்கிறோம்? பழக்கமற்றவன் எப்படித் தன்னை என்முன் காப்பாற்றி, தன் அடை யாளமின்மையை மட்டுமே காண்பிக்கிறான்... நமது இறந்தகாலம் என்ற ஒரே உறுதியையும் குலைக்கிறான்?

அவர்களிடையே நான் என்ன சொன்னேன். எவ்விதமாக என்னை அறிமுகப்படுத்தினேன் - இவ்விதமாகச் சொல்லியிருக்க வேண்டியது - இந்த வார்த்தை இவ்வகை இங்கிதம் - என்பனவெல்லாம் கோமாளித் தனமானவைதான் எனத் தோன்றும்படி சூழல் மாறாட்டமாயிற்று.

அங்கு ஒன்றுகூடிய மனிதர்கள் யாவரும் ஒரு குடும்பமென ஒரே உலகமெனக் கொள்வது வெறும் இறந்தகாலமென்கிற உறுதியில்தான். அவர்களுடன் இவ்விறந்தகால உறவற்ற எனக்கோ, நானும் அவர்களுள் ஒவ்வொருவனும் ஒவ்வொருத்தியும், அநாதரவாய் தனித்து அறிமுக மற்ற பிற மனிதர்கள் தழைத்திருக்கும் கானகத்துள் வழி தடுமாறுபவர் களாயினோம். தம் பேச்சால் விசாரணையால் இவ்வகையில் இன்னார் வழியில் என என்னுடன் உறவுகொள்ள அவர்கள் முயல்வது, தலையில் இரு இருள் குழிகளோடு என்னை அங்குமிங்கும் கைநீட்டித் தேடி, என்னையும் நான் நிற்குமிடம் தெரியாது வெறும் வெளியையும் தடவுவதாய்த் தோன்றியது. சிலர், நான் நிற்குமிடத்தையும் தாண்டி கைகளை முன்நீட்டி உதடுகளற்ற கபாலச் சிரிப்புடன் வெளியைத் துளாவுவது நிம்மதியாகத்தான் இருக்கிறது. ஆனால் என்னைத் தம் விசாரணையினால் தடவிக் கண்டுகொண்டவர்களின் உறவுச் சொற்கள் என்மீது புரளுவது பாம்புகள் போல்தான் அருவருத்தன.

நான் அவ்வீட்டின் அந்நிகழ்ச்சியின் மைய அச்சானேன். என்னைச் சூழ்ந்து ஒரு உலகு, மனிதச்சூழல் ஓயாது சுற்றுவது போல் அடிக்கடி பிரமை எழுந்தது. கண்ணில் என் வெறிப் பார்வைக்கு ஒரேஒரு முகம் வெளிறிச் சாம்பல் பூத்து உறைந்த பனிச்சிரிப்போடு நின்றது நின்றது தான். இச்சிரிப்பில் என் சுபாவ பயத்தின் எல்லையை நானே மீறி விட்டேன்போலும்! யாருமற் ஒரு இருள்வழியில் போல அச்சிரிப்பு, உருவற்ற ஒரு குளிர்காற்றாய் என்மீது மோதி என்னூடே வழிகண்டு ஓடி உள்ளுறைத்தது.

கொள்ளிவைக்கும் உறவுநெருக்கம் அங்கு நான் வரும்வரை இல்லை. நான் அங்கு அந்நிகழ்ச்சிக்கு என்றே உடல் கொண்டவனானேன். ஆம், உறைந்து கிடக்கும் அச்சிரிப்பு நான் வைக்கும் தழலில்தான் உருகி ஓடவேண்டும்... எவ்வளவுகாலம்... இதிலெல்லாம் எவ்வளவுகாலம் கடந்தது, இதன் நிகழ்ச்சித் தொடரென்ன என்பதெல்லாம், நிகழ்ச்சிக்கு அவசியமான தர்க்கப்புலம் இதற்கு இல்லாததால் - தடுமாறி, என்றோ எப்போதோ, தாறுமாறாக முன்பின் மாறி நிகழ்வதாயின.

சிறையில் நெருப்பை மூட்டிவிட்டு அவர்கள் சொன்னபடி திரும்பிப் பார்க்காமலே கௌரவித்து விலகும் மனிதர்களூடே நான் வந்து கொண்டிருக்கிறேன். ஆம், நான் சுடுகாட்டினூடே நடந்து வந்து கொண்டிருக்கிறேன். அந்தரங்கமாக மனம் சிக்கிக்கொண்டது. வெளிப்படையில் நான் அச்சமூக நிர்பந்தத்திலிருந்து விடுபட்டாலும்... அந்தச் சிரிப்பு என் தழலில் உருகிஓடியது என் இதயத்தைச் சுற்றிய சர்ப்பமாகி விட்டதா...? நான் சிக்கிக்கொண்டேன்.

பூரணையை அணுகிவிட்ட சுக்கிலபக்ஷத்து நிலவில் பூமிமீது அடர்ந்த செழிப்பான பசும்புல் சாம்பல்பூத்தது. விருட்சங்களிலிருந்து உதிர்ந்து

காற்றில் அள்ளுண்டு வழியில் திட்டுத்திட்டாகத் கிடப்பவை சாம்பல் பூத்த பிணஉதடுகளாக நிலத்தில் பூத்திருக்கின்றன. அவற்றில் உள்ளங் கால்கள் பட்டதும் என் மிதியில் நசிந்துநெளியும் தசைகளாயின. உடலூடே எனக்கு உணர்வு குளிர்ந்தது. அருவருப்புடனேயே ஒவ் வொரு காலடியையும் நிலத்திலிருந்து எடுத்தேன். என்னுள் உருகிய சிரிப்புகளின் ஊளை ஓட்டம்... எதிரே நிலத்தில் இப்பிண உதடுகளி லிருந்து ஓயாது பாயும் மௌன ஊளையை பொத்தி மறைக்க என் பாதச்சுவடுதானா...? ஏன் இப்பாதங்கள் பூமியிலிருந்து பெயர்ந்து எதிரே நீண்டதும், வெறும்வெளியில் என்னை ஏற்றிச் செல்லாகாது? வெறும்வெளியில் பார்வைக்குப் புலனாகாது படிக்கட்டுகள் இருக் கின்றன. அதில் மிதித்து ஏறி 'ஊ'வென்று குவிந்த உதடுகளை மதிக்காது தப்பித்துவிடுவேனென காலை வைப்பேன். ஆனால் படிக்கட்டு இல்லை. அது இனித்தான். இப்போது - இந்த - இது! பாதங்களை ஊடுருவி உடலூடே ஒரு கூக்குரல் பாய்கிறது. உறவு - அந்த - அதன் உறவு! ஆம், ஒவ்வொரு அடிச்சுவட்டினூடேயும் சுடுகாட்டில் தன் எல்லையை வந்தடைந்த இச்சவம், என் தழலில் உருகிய பனிச்சிரிப்பை இவ்வூளையில் சேதிசொல்லியபடியே இருக்கிறது. எதிரே மிதிப்பது இன்னொரு தடவை கேட்கவேதான்... படிக்கட்டில்லை. தப்புதல் இல்லை... எதிர்காலம்.... எதிர்கணம்..... படிக்கட்டுத் தப்புதல்... ஒளியைத் தேடி, மரத்தைத் துறந்த பறவைகள்போல் இருளில் நினைவுகள் குறியற்றுப் பறந்தன. நான் நடந்தேன்.

நண்பனைச் சந்திக்க மனம் விரும்பவில்லை. குறியற்று, தெருக்களி லேயே இரவு வெகுநேரம் திரிந்தேன். இரவு மடிந்துவிடவில்லை. அதனூடே குரல்களும் மடியவில்லை. இரவு எட்டி எட்டி பூமியை வளைத்து ஒண்டுகிறது, ஒளிகிறது. சந்திரஒளி ஒரு புலம்பலைப்போல் உலகின்மீது படர்கிறது. விட்டுவிட்டுக் கேட்கும் தெருநாய்க் குரைப்பு நிசப்தமான இரவுக்களத்தின்மீது எறியப்பட்ட கற்களைப்போல் விழுந்து, ஓய்வதற்காக விரியும் சப்த அலைகளாயின. குளிரான காற்று தென்னங்கீற்றுக்களூடே மழைத்துளிகள் உதிர்வதுபோன்ற ஒரு ஒலியை எழுப்பியபடி, தன்போக்கில் இயற்கையுடன் தொடர்பற்று இயங்கும் தோரணையில், ஒரு பழக்கத்துக்குத் கட்டுப்பட்டு ஊர்ந்து ஊர்ந்து இலைகளை அசைத்துவிட்டு, தெருக்களில் திசையற்று நுழைந்து மறைகிறது. புதியகாற்று, தூரத்தில் அணுகும் பெருவெள்ளம்போல் கேட்டுக்கொண்டே இருக்கிறது. அணுகியதும் வேகமிழந்து ஊர்ந்தே செல்கிறது. அடிக்கடி வெகுவெகு தூரத்தில் இரவுக்கும் அப்பால் வான எல்லையில், அமானுஷ்யமான கையொன்றால் உருவப்பட்டு மின்னல்கள் தோன்றி மறைந்தன நிசப்தமாக.

எழுத்து. அக்டோபர் 1966.

கோடாரி

இந்த ஊரில் அரசமரங்களைத் தறிக்கிறார்கள்! இந்நாட்டுப் பெரும் பான்மை மக்கள் இவ்வூரில் கொஞ்சம் குறைவு. சிறுபான்மையினரை அவர்களது விஷேசத் தன்மைகளை, தங்கள் வியாபகத்தால் பயமுறுத்த அல்லது தங்கள் இருப்பை சதா நினைவூட்டுவதால் அவர்களைத் திணறடிக்க, எப்பவும் பெரும்பான்மையினருக்கு வசதி உண்டல்லவா? இப்போது இத்தீவில் எங்கேனும் - முக்கியமாக சிறுபான்மையினர் நெருக்கமாக உள்ள இடங்களில் - அரசமரங்களைக் கண்டால், உடனே ராஜாங்கமாக அதுக்கு பூசை புனஸ்காரம்.

அரசமரத்தின் கீழ்தான் இப்பெரும்பான்மையினரின் கடவுளாகி உள்ளவர் சத்யத்தைக் கண்டதாகக் கூறப்படுகிறது. எனவே ஒவ்வொரு அரசும் இவர்களுக்குச் சிறுபான்மையினரைத் திணறவைக்க உதவுகிறது.

தாம் நெருக்கமாக வாழும் இவ்வூரிலோ, தமது ஆதிக்கத்திலுள்ள நகராண்மைக் கழகத்தின் ஒத்தாசையோடு, வெவ்வேறு காரணங் களைக் காட்டி (வாகனங்களுக்கு இடைஞ்சல், குடிகாரன் ஒருவன் தற்கொலை செய்ததால் இரவில் பயம், இத்யாதி), தங்கள் வசதிக்கு உட்பட்ட அரசமரங்களை சிறுபான்மையினர் தறிக்கின்றனர்.

இரண்டு நாட்கள், அம்மரம் நிற்கும் சந்தியிலிருந்து பிரியும் தெருக் களினூடே கோடாரிகள் உணர்ச்சியற்று மரத்தில் சவத்தனமாகக் கொத்தி விழும் ஒலி. அது இரவிலும் எதிரொலிக்கிறதா? மனஇரவில் எதிரோலிக்கிறது. மனித இதயங்களில் படபடப்பு நெருக்கத் துவங் கிற்று. தங்கள் மதத்தை தங்கள் விஷேசத்தன்மைகளை ஆதாராமாக்கி மனிதர்கள் ஒருவரையொருவர் குரோதித்தனர். மரத்தை வெட்டிக் கொண்டிருக்கையிலேயே சிறுபான்மையினரைச் சேர்ந்தவர்கள் பலர் தம் விஷேசத்துவத்தைக் காப்பாற்ற உயிரையும் கொடுக்கும் ஆவேசத் துடன் அத்தெருவில் உலவினர். நடைமுறைக்குள் கொண்டுவர முடியாத திட்டங்களை அங்கங்கே கூடிநின்று தீட்டினர். அசட்டு உணர்ச்சி வசப்பட்டு யோசனை மழுங்கிற்று. ஒவ்வொருவனும் தன் புத்தியை உணர்ச்சிக்கு இழந்ததில், தன் சாமானிய சாத்தியத்துக்கும் மீறின ஒருவகை தீரனாகினான்!

மத்தியானம் ஏறிற்று. கடூர வெய்யில் உருகிச் சொரிந்து கொண்டிருக் கிறது. அச்சந்தியில் அம்மரத்தைத் தவிர தெருவோடு போகிறவர்களுக்கு

வேறு நிழலில்லை. அந்நேரத்தில் பாதிக்கண்களை மூடி இமைகளைச் சுருக்கியே உலகைச் சந்திக்க வேண்டும்; ஆனால் ஒன்றையும் காண வேண்டாம் என்று நிம்மதியாக அந்நிழலில் தன் நினைவுகளில் ஒதுங்கி இருக்கலாம்; அவ்வப்போது தன்னையும் மரத்தையும் வளைத்து ஓடும் வாகனங்களையும் மறக்கலாம் எனத் தோன்றவைக்கிறது, அம்மரத்தின் கீழ் நிழலுருவில் நிம்மதி என்பது தேங்கியிருப்பது.

அந்த மத்தியானத்தில்தான் பிரம்மாண்டமான அம்மரம் 'ஹோ' வென அலறிச் சரிந்தது. கோடாரிக்காரர்கள் வீசி விலகினார்கள். கிளைகள் மோதிச் சிதறுவதுபோல் நெருங்கின. வேடிக்கைபார்த்து நின்ற சிறுவர்களிடையே கைதட்டல், குதிப்பு, ஆரவாரம்... மனிதர்களிடை நேர்ந்த இப்போட்டியின் ஆழம் புலப்படாவிட்டாலும் போட்டி அவர்களையும் தொற்றிவிட்டது - எதிர்கால மனிதர்களல்லவா?

அன்று மாலை, தாம் கட்டிய கூடுகளைத் தேடி அந்த மரத்துக்குத் திரும்பிய காக்கைகள் ஒரு சூன்யத்தையே கண்டன. வாழ்வின் நரகமாயிற்று அவ்வெளி. அவற்றின் கரையும் சப்தத்தில் இன்று தொனிக்கும் பிரலாபத்தை அடையாளம் காண்பார் யார்? உணர்வின் நுட்பம் மனித இதயங்களில் இல்லை. இருந்தால் தன்னைத் தன் சகோதர மனிதனிடமிருந்து பிரிக்கும் முத்திரைகளை ஏன் ஒவ்வொருத் தனும் கௌரவிக்கிறான்?

திக்குக் கலைந்து பறந்து பறந்து மீண்டும் மீண்டும் விழுந்து கிடக்கும் மரத்தையே வட்டமிட்டன பறவைகள். குலாவுவதுக்காக கைகளை நோக்கி ஓடிவரும் குழந்தை போன்ற காற்றும் ஏமாந்து வெளிவானில் ஓடிற்று. அருகே கடல் கோபத்தோடு கைகளை உயர்த்தி எழுந்து கோஷித்தது.

அம்மரநிழலில் வெய்யிலின் உஷ்ணத்துக்கு ஒதுங்கி உட்காரும் ஏழைகள் நாளை திடுக்கிடுவார்கள். ஆனால் மனிதன் படபடப்புடன் தான் பாதுகாப்பாக எண்ணுகிறவற்றைப் பற்றியே நினைத்தபடி உலவினான். ஒரு பகுதியினருக்கு உலகே தம் காலடியில் கிடக்கிறது. மற்றவனுக்கு தன் உலகு சரிந்துவிட்டது. இருவரும் ஒரே விருட்சத்தின் மீது வெவ்வேறு மனப்பாவனைகளைக் கொண்டார்கள். குரோதம் பிறந்துவிட்டது.

அன்று மாலை அச்சந்தி ஜனசந்தடியற்றுப் போயிற்று. மரம் தறிபட்டதில் கொதிப்படைந்த பெரும்பான்மையினரின் குடிநெருக்க மான தெருவொன்றில், ஒருவன் சைக்கிள் விபத்தில் சிக்கி காயத்தோடு ஆஸ்பத்திரிக்குப் போனான். அவன் மனிதர்களால் தாக்கப்பட்டதான வதந்தியாயிற்று இந்நிகழ்ச்சி. ஒவ்வொருவனும் தன் விரோதி இனத்தை ஒற்றைமனிதனாக உருவகப்படுத்தினான். எவனும் அன்று அவன்

இனத்தின் உருவகமாயினான். எவன் பாதிக்கப்பட்டாலும் அவன் இனமே சீறும். அஞ்சும் இனத்தின் பெயர் மனிதனில் வந்து படிந்தது. அது மட்டுமல்ல, சில கூட்டத்தினர் வெவ்வேறு வகையான உத்தேசங்களுடன் செய்தவை, இன அடிப்படையில் காரணம் கொண்டன. இதனால் அவர்களுடன் இன அடையாளத்தால் ஒற்றுமைகொண்டவர்கள் பெருமைப்பட்டனர். தன்னைவிடப் பிரம்மாண்டமானதுடன் ஒரே முத்திரையினால் ஒன்றுபட்டதில்தானே அப்பிரமாண்டமென ஒவ்வொரு துளியும் இறுமாந்தது. ஆனால் அதுவும் இன்னொரு பிரமாண்டத்துக்கு எதிரிடையானதுதான். பாவம் அந்தத் துளி தனித்து அந்த எதிரிடையான பிரமாண்டத்தின் களத்தில், 'தான்' என இறுமாந்த தனது பிரமாண்டத்தின் பெயரில், ஆனால் ஒற்றைத் துளியாகவே சிந்தக்கூடும் எனக் காணவில்லை - சிந்திவிழும் கணம் வரை.

தூரத்தின் புலப்படாத காரணகாரிய ஒட்டம் ஒரேவகையில் புரிந்துகொள்ளப்பட்டது. ஒவ்வொரு இதயமும் தனக்குச் சிலரால் தரப்பட்ட சட்டவிளிம்புக்குள் அக்காரியங்களை ஒரேவகையாக விளக்கிப் புரிந்துகொண்டது. இதனால் அக்காரியங்கள் தொடரும் காரணகாரியச் சங்கலித்தொடரில் இன்னொரு காரியத்துக்கு காரணமாகும்போது, விளைவு தன்மீதே விடியுமெனவும் உள்ளூர ஒவ்வொருத்தனும் அஞ்சினான். அப்போது மனிதன் என்ற சமுத்திரத்தில் இனங்களினால் இட்ட வரம்புகளினுள், ஒவ்வொரு மனிதனும் தன்னைச் சுற்றிக் குடும்பமென இட்ட குறுகின வளையம் உயிர்த்தது. துளிமனிதனை ஈர்த்தது. அதற்கும் உள்ளே, இவ்விதமான வளையங்களுள் இவையாவற்றின் காரணமுமாக மரணத்தின் சந்நிதியில் உயிர்க்கும் பொட்டுவளையமான 'நான்', குடும்பத்தையும் ஏமாற்றித் தன்னை நீடிக்க வைக்கக் காத்திருக்கிறது. தன் குடும்பமெனவும் இரங்கி இறுமாந்துகொள்ளும் மனப்பாவனைகள், 'தன்' முத்திரை ஒற்றுமை கொண்டதால் அல்லவா? அப்போது 'தான்' என்பது அடிவாறாக எத்தகைய பிரதான்யம் கொண்டிருக்கமுடியும்! தனக்குப் புறம்பானதின் முக்கியமின்மையும், தனக்கு உண்டாக்கப்பட்ட முக்கியத்துவம் ஏறும் அதே அளவுக்கு வீழ்வதாகத்தானே இருக்கமுடியும்?

இன்று இங்கு வீழ்ந்துகிடக்கும் இவ்விருட்சம், இதேவகையில் ஒரு முகத்திரையின் வீழ்ச்சி. மனித இதயங்களுக்கு ஒரு சமிக்ஞை. ஒரு இனத்தவனுக்கு அது சரிந்து கிடக்கும் ராக்ஷஸன், மற்றவனுக்கோ தர்மத்தின் தளம் பிரிந்ததில் வீழ்ந்துவிட்ட சத்தியம். ஒரு கடவுளின் சொரூபம்.

இயற்கையில் ஒரு துளி சிந்திவிட்டது. வெய்யிலின் உக்கிரத்தில் தூர அம்மரத்தின் இலைகள் சிற்றலைகள் போல் மின்னிச் சூர்ய வெளிச்சத்தை எகிறுவதைக் கண்டபடி அணுகுவது இனி இராது.

தெற்குவாசல் 61

ஒரு மரம் என்றால் அதுக்குதான் எவ்வளவு கம்பீரமான வாழ்வு! அசைவற்று, புலனாகாத வேகத்தோடு வெற்றுவெளியில் தேடி வளரும் அதன் கைகள் எதை அடைய முயல்கின்றன? அல்ல, அவை சுட்டிக் காட்டுகின்றனவா? திசைகளெல்லாவற்றையும் ஒருமித்து சுட்டிக் காட்டும் அந்த சமிக்ஞைக்கு அர்த்தமேது? திசைகள் என்ற அர்த்தம் அங்கு இல்லை. இதுதான் வழி என்பதில்லை. குழந்தை 'தான்' என்று பிறரைச் சுட்டுவதுபோல் அர்த்தமற்று சமிக்ஞை.

ஆனால் மனிதன் அர்த்தத்தைத் தேடுகிறான். திசைகளை நிருமிக் கிறான். பாதைகளை வெட்டுகிறான். இப்போதில், இங்கு, பாதை களின் ஒடுக்கத்துள் சிக்காது நிலவும் வெற்றுவெளியை அர்த்தத்துள் சிறைப்படுத்துகிறான். எனவே அதன் அர்த்தமின்மையென்ற பிரம் மாண்டமான அர்த்தத்தை இழக்கிறான். குறிப்பதுதான் உணர்வெனக் கொண்டான். எனவே குறிப்பினுள் சிக்காத இயல்பு, திசைகளில் பாதைகொண்டு ஆசையென ஒடுங்கிற்று. உணர்வு, எண்ணங்களுள் கருத்துக்களுள் சிறைப்பட்டு தவிக்கலாயிற்று.

நாம் மிருகங்களை வித்யாசமானவர்களென்றிருப்பதின் அர்த்தம் தான் என்ன? எல்லோரும் இங்கு பெருமைகொள்வது, மனித ஜீவனை உயர்பதவியெனக் கொள்வது, அவன் தன்னுள் பிரிவினை காணக் கூடிய கருத்துகளைக் கொள்வதால்தானே? கருத்து வேற்றுமை, அதுதான் மனித ஜீவனின் 'உயர்'த்தன்மை. அவனவனின் லட்சியங் களின் வித்யாசத்தில் கருத்துகளும் பிரிவுகொண்டன. இவையாற்றுக்கும் ஆதாரமாய் ஒவ்வொருவனும் 'தனக்கு' என வாழ்வைச் செலுத்து வதில் ஒவ்வொருவனின் திசைகளும் ஒன்றை ஒன்று குறுக்கிடுகின்றன. ஒரே லட்சியம் என்றிருப்பினும், 'தனக்கு' என்றால் அது மற்றவன் தனக்குக் கொள்ளும் முக்கியத்துவத்தை நிராகரிப்பதல்லவா? எனவே 'தனக்கு' என்ற அளவில் எத்தனை 'தான்'கள் உளவோ அத்தனை லட்சியங்கள், அத்தனை திசைகள், பாதைகள். இங்கு 'ஒரே' லட்சியம் எது? லட்சியம் எதுவும் அற்றுத் 'தான்' அற்றிருப்பதல்லவா இன்னொன்றை இன்னொருவனை நிராகரிக்காத வாழ்வாகும்? அங்கல் லவா உண்மை...!

மனிதன் உணர்வுக்குத் திசை - லட்சியம் - சமைப்பதில்தான் தன் நிபுணத்துவத்தைக் காட்டியிருக்கிறான். இதனால் சூழல்களுடன் பிற ஜீவன்கள் இடும் போட்டியை இவன் வேறு வகையானதாக்கியிருக் கிறான். பிற ஜீவன்கள் தூலமான சூழலுடன் போட்டியிடுகின்றன. மனித சாமர்த்தியத்துக்குத் தூலமான சூழல் இன்று ஒரு பொருட்டல்ல. ஆனால் அதே அளவில் தூலச் சூழலையும் பாதிக்குமளவு கருத்து களினால் புதுச்சூற்றாடலை அவன் வகுத்துவிட்டான். ஒவ்வொரு வனும் தன்னுடையதுடன் அடையாளம் காணக்கூடிய கருத்துகளை

நம்பிக்கைகளைக் கொண்டவர்களிடையேதான் சுமுகமான சூழலைக் கொள்கிறான்; மன நிம்மதி கொள்கிறான். அல்லாத இடம் கறை பட்டது, அழியவேண்டியது அல்லது அஞ்சி ஒதுங்க வேண்டியது.

கருத்துச் சூழலில் மனிதன் வளர்கிறான். தூலமான சுற்றாடலும் உறவும்கூட கருத்துகளினால் பாதிப்படைந்தன. இன்று, இங்கு ஒரு ஜீவன் வேறு ஒருவகை ஜீவனின் முன் கொள்ளும் பிராணபயத்தை, ஜீவவர்க்கமான மனிதர்களுள் ஒருவன் மற்றவன் முன் கொள்கிறான்.

ஒருவன் கிலிகொண்டு ஓடுகிறான். அமானுஷ்யமான நீண்ட தெருவில் அவன் ஒரு நிழலென ஓடி தெருவிளக்குகளின் கீழ் மரணத்தி லிருந்து மீண்டு உடல்கொண்டதுபோல் தோன்றித் தூரத்தில் அவனது திடுதிடு காலடிகளோடு மறைகிறான். கூடிநின்ற தைரியத்தில் அவன்மீது பாய்ந்தவர்கள் பின்நின்று அவன் மறைந்தபின் திரும்புகின்றனர்.

தப்பியோடும்போது தன் பிராணனுக்காக 'தன்' கடவுளை அவன் வேண்டினான். தப்பிப் பாதுகாப்பான எல்லையை அடைந்தபோது தனக்கு நேர்த்ந கிலிக்காக வெட்கமும் ஆத்திரமும் அருவருப்பும் கொண்டான். தன்னைப் பற்றிய பயம் லேசாக கழன்றுகொண்டிருக்கை யில், தன் இருப்பு நீடிக்க வேண்டியதின் காரணமென்று, மனம் குழந்தையின் கர்ப்பிணி மனைவியின் நினைவைக் கொண்டு வருகிறது.

வேகநடை தளர, ஜனச்சந்தடியற்ற தெருவில் அந்நினைவின் சுழல், இனம் என்ற முத்திரையை நெகிழச்செய்தது. ஒரு கணம் மின்னென அன்று நிகழும் போட்டி அபத்தமாய்த் தோன்றிற்று. உண்மையை மறைத்து மனம் கொண்ட பாவனைகள் பிராணபயத்தின் முன் தளர்ந்தனவோ? தன்னையும் தன்னைத் தூரத்தியவர்களையும் பிரிப்பது எதுவென, அதன் அல்பத்தனத்தை, தனது உயிராபத்தின் முன் கண்டானோ? அவர்கள் தன்னில் வேறுபடுவதுக்கு ஆதாரமேது என எண்ணினான். அவ்வெண்ணம் வேர் கொள்ளவில்லை. தன்னைப் பற்றிய நினைப்பில் பிறந்ததுதானோ? தன்னைச் சார்ந்தவர்களைக் கலந்தபோது, அவனையறியாமலே தன் அந்த ஒரு துளி நினைவு தன்னைப் பயங்கரமான தனிமையில் ஒதுங்குமென அவன் கண்டிருக் கலாம். ஒதுக்கும் தன்னைப் பற்றியே எண்ணி அவன் அவர்களுடன் சேரக் கலந்தான். அவர்களது உக்கிரம், பிளவற்ற ஜ்வாலை பிரிந்து தனித்த கொள்ளிகள் யாவற்றின் மீதும் ஒருமித்து ஒருருக்கொண்டது போல் அவன் மீதும் படர்ந்தது.

யாவும் பழையபடி திரும்பின. மீண்டும் இனம், மொழி, மதம். தனக்கு நேர்ந்த அநுபவத்தை ஒரு வெறியேற்றும் போதைப் பொருளென அவர்கள் பருகுவதை உணர்ந்தான். அதில், தனக்கு நேர்ந்த முக்கியத்துவத்தில் ஒரு பூரிப்பு. திடீரென தான் அங்கு அந்நிகழ்ச்சியில் இறந்திருந்தாலும் அது ஒரு அர்த்தம் கொள்ளுமென,

தெற்குவாசல் 63

அவ்வர்த்தத்தில் 'தான்' அடையவிருந்து தவறிவிட்ட வியாபகத்தை எண்ணிப் பார்த்தான்... தலைவர்களின் அதே வார்த்தைகளை வேகம் குன்றாமல் இவர்கள் உச்சரிக்கிறார்கள்... பூரிப்போடு தலைபணிந்து உக்கிரமான அச்சொற்பொறிகளுக்கு இதயத்தை திறக்கிறான். இனம் என்ற கோயில் ஒரு உந்நதமான கோபுரத்தோடு நிமிரவேண்டும். 'தான் ஒரு பிரமாதமா என நினைப்பு ஓடிற்று. இவன் தன்னை அறியாமலே 'தான்' என்பதே 'இனம்' எனும் கோயிலெனக் காண்கிறான். தனக்குப் பின்னும்முன்னும் அது கொள்ளக்கூடிய அர்த்தத்தையும், 'தான்' அவ்வினமெனப் நீடிப்பதில் காண்கிறான். 'மரணம்' தூர, அடையாளம் மங்கி உணர்வுக்குத் தென்படாது மங்கிற்று. மரணம் மட்டும்மென்ன கொலையும்தான்; தனக்குப் புறம்பானவர்களை அழிப்பது கொலை யாகும் என்ற மதிப்பும்தான்.

கொலைகாரர்கள் கோவில்கொண்டனர். நம்பிக்கைகளும் கருத்து களும் ரத்தச்சுவடுகள் பதித்து நடந்தன. அவற்றின் சொற் சிறையில் மரணம் தேவகீதமாயிற்று. காரியத்தின் அப்பட்டமான அசுரத்தனத்தை காரணங்களின் உந்நதம் தெய்வீகமாக்குகிறது.

காரணங்கள் தலைவர்களிடமிருந்து இடையறாமல் தழைத்தன. அவர்கள் சொல்கிறார்கள். அவர்கள் தகுதி வாய்ந்தவர்கள், மனிதர்கள் ஊர்வலமாக அவர்களின் பின் அலைந்தனர்.

மனிதன் நம்பிக்கையின் பின் அலைந்தான். நம்பிக்கை தரிசனத்தை மறைக்கும் திரையென உணராததில், நம்பிக்கைகளையே பின் கொல்லையில் முற்றத்தில் எங்கும் பயிரிட்டான். நம்பிக்கை எங்கும் இட்டுச்செல்லுமா? தேக்குமா?

மனிதன் தேங்கிவிட்டான். எனவே தேங்காது அவனை தேக்கும் நம்பிக்கைக் குளக்கட்டுகளை உடைத்தபடி பெருகும் வாழ்வு அவனுக்கு ஒரு பெரும் பிரச்னையாயிற்று. தேக்கத்தில் உணர்வின் துயிலில்தான் பிரச்னையின் தீர்வென, அவன் புதுப்புது தப்பும் வழிகளை, நம்பிக்கைகளை - கடவுள்கள், மஹான்கள் - புதுப்புது 'இனம்'களில் காண்கின்றான். புதுப்புது வகைகளில் நம்புகிறான். ஆனால் அனுபவித்தவன் நம்புவது எதை? தரிசித்த பின் நம்பிக்கை ஏன்? நம்பிக்கையோ தரிசிக்கவில்லை என்ற உண்மையை ஆசுவாசப்படுத்தி தரிசிக்காமலே சாக அனுமதிக்கிறது. பல்வேறு உருக்கொண்டு தன் வெவ்வேறு உருவங்களின் கீழ் ஒரே வர்க்கத்தைப் பிரிக்கிறது. உயரவும் வீழவும் ஒருவனுக்கு ஒருவன் எதிரிடைப்பட வேண்டும். எதிர்ப்பதின் விளைவை, அதன் அசுரத்தனத்தை காரணங்களினால் சமாளிக்க நம்பிக்கைகள் வேண்டும்.

மனித சாதனை, வீழ்ச்சி, யாவும் ஒருவனுக்கு ஒருவன் எதிராவதில் தான் என்ற உணர்வு, அநந்தகாலமாக சாசுவதமாக ஒரு இரவெனப்

படர்ந்தது. சரித்திரம் ஒரு நீண்ட இரவு. அதில் உணர்வு களைத்து மனிதன் தளர்ந்த வேளைகள் பகலென மயக்கும். ஆனால் அது பகலைப் பற்றிய இரவின் கனவு. மீண்டும் மீண்டும் ஒரே அடிப்படையில் 'தான்'னில் புதுப்புது வகையான தேவைகள் உருக்கொள்கின்றன. உணர்வு சடலத்தைப் போஷிக்க எழுகின்றது. மனஇரவில் சம்மட்டி கொண்டு அறைகிறது. அப்போது நம்பிக்கைப் பொறிகள் தெறித் தெழுந்து வானின் இருட்சதையில் புதைந்தன. இரவில் அண்ணாந்து பார்க்கையில், உலகை விடாது கண்காணிக்கும் இவை வழிகாட்டு பவையா அல்லது 'தன்'னிலிருந்து பார்வையைப் புறத்தே இழுப்பவை தானா?

இரவினூடே ஒரு யந்திரம் போலீஸ் படையுடன் கலந்து ஓடி உறுமியபடி சந்து திரும்புகிறது. இரவு, ஒரு பெரும் நிசப்த வெளியாக நட்சித்திரக்கண் கொண்டு யாவற்றையும் விடாது கவனித்துக் கொண்டிருக்கிறது.

எழுத்து. பிப்ரவரி 1967.
குருக்ஷேத்திரம். 1968.

காடன் கண்டது

எத? எவன் கண்டதச் சொல்ல? நான் கண்டது கல்லுத்தரைக் காட்டில். தடம் சொல்றன் கேளு.

பஸ்ஸு வந்து நிக்கிற மரத்தடியும் இட்டிலி சோடாக் கடையும் தாண்டினா, ரஸ்தா நேரோட்டம் போட்டு, எருமை புரள்ற சேத்துப் பள்ளத்திலே விளுந்து, அக்கரை ஏறும்போது ரெண்டு தடமாகும். ஒண்ணுக்கு இன்னும் பேர் ரஸ்தா. அதே மாதிரி கல்லிலும் புல்லிலும் கால்பட்டுத் தேய்ஞ்ச இன்னொண்ணு பேரில்லாத காட்டுத்தடம்.

வெய்யிலில் எருமைப்பள்ளம் தண்ணி வத்தி, களி காறைகட்டிப் பொளந்து கெடக்கும். ஊரெல்லாம் களிமண்ணு. கூடவே பாறைக் கல்லுத் தரையுமுண்டு. மரமில்லாம வெளிச்ச மாதிரி இருந்தாலும் கல்லுக்காட்டில் தடம் மாறிடும். மேற்கே மலைக்காட்டுக்குப் போற கோணமிருந்தா வழிகேட்டுக்கோ. சுக்கான் பயலைக் கேளு. என்னைக் கேளு.

பஸ் ஸ்டாப்பில் இட்லி சோடாக் கடேல பஸ்ஸுக்காரன் நிப்பான். அக்குளில் தோல்பட்டைப்பையிலே ரூவா சில்லறை இருக்கும். வெத்தலைச்சாறு வாய்க்குள்ளே குதகுதன்னு உப்பிக்கிட்டுக் கிடக்கும். இட்லி சோடாக் கடேல போலீசுக்காரரும் நிப்பாரு. துண்ணுட்டுக் கணக்கில போடும்பாரு. ஆளோட்டம் பாத்துக்கிட்டு வெத்தலையிலே சுண்ணாம்பைப் போடுவாரு.

யாரோ வர்றான் - வெள்ளை வேட்டி. அவனுக்கு போலீஸுக்காரரு அக்கரபக்கரமா சலாமுகள் வைச்சு, எசமான் புண்ணியமுங்கறாரு. வெள்ளை வேட்டி பாக்காமலே, ‘சாவடில போயி வந்துட்டேன்னு சொல்லு’ன்னுட்டு வேட்டியை நாசூக்கா மடிச்சுத் தூக்கி, எருமைப் பள்ளத்துலே தடம்புடிச்சு அக்கரை ஏறி, ஊர்க்கோயில் பக்கம் தலையைக் காட்டிட்டுப் போறான். பிஸினஸான ஆளு. கண்ணு குடுக்காமலே ரஸ்தாவிலே போறான்.

ரெண்டு தடம்லே சொன்னேன்? ஊருக்குள் ஓடற ரஸ்தா ஒண்ணாச்சா? அதுக்கு இடத்துக்கையில மலைக்காட்டுக்குப் போற தடம். அந்தத் தடத்தைப் புடிச்சா, வயலுக்குத் தரைகாட்டதெ கல்லுகள் முளைச்ச புத்தும் இருக்கும். ஒரு கல்லுத் தூரத்துக்குள்ளார ஊர்ச்

சனங்கள் வெளிக்குப் போற இடம் முடிய முந்தி ஒரு தடம், பெரிய கல்லுத் தரையிலே ஏறி திக்கில்லாமல் போகும். அங்கிட்டு கல்லுத் தெரிஞ்சுதான் தடம் புடிக்கணும். அரையாள் மட்டுக்கு கல்லுகள் முளைச்ச கல்லுத் தரைக்காடு. ஒரு கல்லைப் பார்த்தா இன்னொண் ணாட்டமிராது. ஒரு கல்லை தாண்டி இன்னொண்ணைப் பார்த்தப்ப, அதுக்குக் கிட்டத்தாண்டா கண்டேன். பொணம்டா!

கையிலே இறுக்கிப் புடிச்ச சிலம்புக் கம்பு முறிஞ்சி, காஞ்சு கறுப்பான ரத்தக்கூடு போட்ட தலையைத் திருகி எவனுகளையோ கோரமாப் பாத்த வாக்குக்கு, குப்புறக்கெடக்கு பொணம்.

கல்லுதாண்டி கல்லுப்பக்கம் ஏறினப்பவே, ரெண்டு மூணு நிழலுகள் மூங்கில் முறிஞ்சதாட்டம் சடசடன்னு அடிச்சு முகத்துப் பக்கமாகத் தாக்கி ஏறினப்ப, 'சீ பேயே'ன்னு கையை அலையாட்டி வீசினேன்ல? பிராந்து? இப்ப அதுகள் ஆகாசத்தில் வட்டம் போடுது. கெண்டைக்கால் இறைச்சியை உரிச்சுத்தின்னுட்ட வேகம்.

அப்போ நல்ல படபடக்கிற வெய்யில். முதநாளும் ராவுமா பழைய பிடாரன் கூட்டத்தோட பக்கத்தூரு போய் பாம்புத்தோலை வித்துக் குடுத்துட்டு, வாங்கித் தின்னுட்டு, என்னடா பிடாரா எல்லாம் கூட்டத்தில் கௌவியாயிருக்கு, புள்ளை எப்படிப் பெத்தாளுகள்னு சண்டை போட்டிட்டு, பக்கம் பாத்துட்டு, பஸ்ஸடிலே தூங்கிட்டு நான் கல்லுத் தரைக்காடு பக்கமாப் போனது ஒணாணுக்கு. வெய்யில் பாட்டப் பாக்காமப் போனாத்தான் ஏதும் கிடைக்கும். மலைக் காட்டுப் பக்கம் போனா அணில் உண்டு. ஏன் ஊருக்குள்ளே மச்சு வீட்லே பொறுக்கித் திங்கிற அணில் இல்லையா? மச்சுவீடுகள் உள்ள ஊராப் பாத்துப்போ. கண்ணை மேலே ஓடவிட்டுக்கிட்டு மத்தியானம் மாறி மூணுமணிக்கு தூக்கம்விட்டு அணில் கொரைக்கிற வேளைக்குப் போ. ஊசிக்கம்பை நல்ல உயர ரெடியிலே தொரட்டிலே கட்டி ஸ்டெடியாப் புடிச்சிக்கிட்டுப் போ. அணில் குத்துறன்னுட்டு நீ மச்சில நிக்கிற மாமியாரு புட்டத்தைக் குத்தப்போறாய்.

இந்த ஊரில் மச்சுமில்லை; மச்சில மாமியாருமில்லை. அணில் கொரைக்கிறது கேக்குதுன்னு போனா, ஊரில இருக்கிற நாலு மரத்துலே யும் கொம்பு கொம்பா மாறுது. எப்படிக் குத்த? மலைக் காட்டிலும் இருந்து சத்தம் காத்தில் ஏறிவருது. நாளைக்கு அணிலக் குத்துவம், இப்ப எனக்காச்சி ஓணானுக்காச்சின்னு இங்க போனா கெடக்குது பொணம்.

அப்பத்தாண்டா நாத்தத்தைக் கண்டேன். மெத்தையால முகத்தில் அடிச்ச மாதிரி கப்புனு பொத்தி அடிச்சுது பாரு பொண வெக்கை. நானும் பாக்க காத்தும் மாறிச்சா, இல்லை, கண்ணால் பாத்த பிறகு நெஞ்சுக்குள்ளே இருந்து வந்திச்சாடா பொண வெக்கை? பொணத்தைப் பார்க்க முந்தி இல்லை. பார்த்த பிறகு வருது. பேப்பரில்

பார்த்துச் சொல்லுடா நாகரீகத்தை. எப்படி பாத்த பிறகு மணம் வந்திச்சுதுனு.

ரத்தக்கூடு போட்ட தலையைப்பாத்து பொணத்தைப் பாத்து, கெண்டைக்காலு கிழிஞ்ச இறைச்சியையும் பார்த்ததும் ஒரே அடீல அடிச்சுது பாரு திகில், 'வே ஏ ஏ'ன்னு வாயுளறிட்டேன்.

பிறகு பாத்தா எல்லாமா திடுதிடுன்னு ஓடி வருது. கல்லு, மண்ணு, புத்து, புதரு, ஊர்க்கோயிலு எல்லாமா என்னடா எங்கிட்ட ஓடி வருதுன்னு பார்த்தா, நாந்தான் ஓடறேன். கண்ட ஓணானுகளையும் விட்டுப்போட்டு ஓடறேன். எங்கே ஓடறேடா காடா, டேய், சாவடிக்கு ஓடுடான்னு சொல்லிக்கிட்டே ஓடறேன். போலீசு சாவடில போயி சாமி சாமின்னு சொல்றேன். வாய் பேச்சு வரல்லே. டம்ளரிலே தண்ணி குடுத்தாங்க. என்னடா விவகாரம்னாங்க. 'பொணம் சாமி'ன்னு சொன்னா, நாற்காலியிலே உக்காந்த ஏட்டு சாஞ்சிக் கிட்டாரு, கேள்வி கேட்கிறாரு. நேத்து எங்கேடா நின்னே, ராத்திரி எங்கே போனே, ஏன் இங்கே வந்தே, ஏண்டா அங்கே போனேன்னு கேள்வி. எனக்கு பொணத்தைப் பாத்ததும் போதும் சாமியைப் பாத்ததும் போதுமின்னு பக்கம் பாத்தா, ஒரு ஆளும் அவன் கூட சாரிக்காரப் பொண்ணும் வந்து நிக்கிறா.

பொணத்தைப் பாத்தியா மாமியாரு மணத்தைப் பாத்தியான்னு கேள்வி. பொணத்தைத்தான் பார்த்தேன் சாமி, அப்புறமாத்தான் மணத்தைப் பார்த்தேன்னேன். அதப் புடிச்சிக்கிட்டாங்கடா!

'என்னடா உடான்ஸ் உடறே? முதல்லே மணந்தாண்டா புடிக்கும். உனக்கு ஆர்றா பொணமிருக்குன்னு சொன்னவன்? ஆர்றா இங்கே வந்து சொல்லுன்னு ஊசிகுத்திவிட்டவன்'னு புடிச்சிக்கிட்டாங்கடா. நின்னுகிட்டிருந்த கான்ஸ்டேபிள் சுவத்திலே தொங்கின தடியை எடுத்துக்கிட்டாரு. தோல்வாரிலே நாலு விரலை மாட்டிப் புடிச்சிக் கிட்டாரு.

நான் கும்புட்டேன். 'என்னை உடுங்க சாமி'ன்னேன்.

'சொன்னவங்ககிட்டே போய் சொல்லுடா, கபர்தார்னு சொல்லு.'

'சரி சாமி'ன்னேன். அப்புறமா ஆரு சொன்னவன்ங்கறாங்க. ஆருமில்லீங்க, நானு பார்த்தேனுங்கன்னேன். பேச்சை மாத்திட்டாங்க.

'நீங்க ஏண்டா ஓணான், நாயி, பூனையைத் திங்கிறீங்க? ஆடு மாடு இல்லியா?'

'அதுக்கேதுங்க பைசா?'ன்னேன்.

கொஞ்சநேரம் பேச்சில்லே, அப்புறம் மெதுவா கேள்வி. 'நீ எப்படா கடேசிவாட்டி மலைக்காடு பக்கமாய் போனே? யார்றா மலைக் காட்டுக்குப் போறவன் வாறவன்? சுக்கானுக்கு யார்றா மலைக் காட்லேருந்து வந்து கஞ்சா பத்திரம் சப்ளை பண்றவன்?'

சுக்கான், பத்திரம், அது இதுன்னதும் - நல்ல பாம்பைப் புடிக்கற துக்கு சாரைப் பாம்பு விடறாங்கடா காடான்னு உஷாராயிட்டேன்.

'சுக்கான் நல்லபாம்புத் தோலை வித்து வயத்தைக் களுவுற பாவி சாமி. எங்களுக்கு இப்பல்லாம் பாடேதுங்க? எங்காவது வயலிலே வரப்பிலே பாம்பைப் புடிச்சாதாஞ் சாமி'ன்னு கும்புட்டேன்.

'எலக்சனுக்கு நில்லுடா. ஓட் போடுவான், அப்புறம் நாட்டை எல்லாம் காடா மாத்துடா. போடா! போயி கரப்பான் பூச்சியைத் துண்ணுடா'ங்கறாரு ஏட்டு.

நான் வந்து நின்ன சாரிக்காரியைப் பார்த்தேன். வாசப்பக்கம் எரு வராட்டிக் கூடையை எறக்கிவச்சிட்டு வந்திருக்கா. அவளும் அவளோட வந்த ஆளும் ஏட்டு கிட்ட ஒரே குரலா, 'சாமி வராட்டி வந்திருக்கு'ன்னு சொல்லிட்டு பரபரன்னு முழிக்கிறாங்க. சாரிக்காரிக்கு மேலாக்கு சாஞ்சு முலை நாய் மூக்கு மாதிரி 'உர்'னு நிக்குது. அதப் பார்த்தேன். துணியை சரி பண்ணிட்டு, என்னடா நீ என்னைப் பாக்கற காலமாப் போச்சாடான்னு திரும்பி ஒரு முறைப்பு வைச்சா.

'நான் அப்ப போறஞ்சாமி'ன்னேன். 'சாயாக்கு ஏதும் பைசா'ன்னு மெல்லிசா இளுத்தேன்.

'திமிராடா?'ன்னு தடிக்கம்புக்காரரு எதுக்க வந்தாரு. பின்னாடி கால் வச்சு, சரேலேனு கதவு வெளியே பாய்ஞ்சு, ஒரே வீச்சிலே ரோட்டுக்கு வந்துட்டேன்.

2

என்னடா போலீஸ்காரங் கிட்ட பொணங் கெடக்கு, அரெஸ்ட் பண்ணு, சாட்சிக்கு நான் நிக்கேன், வா ஒரு கை பாத்துப்புடலாம்னு மஸ்த்தா போயிச் சொன்னா, ஊசிகுத்திவிட்டவன் யார்றா, இங்கே ஏண்டா வந்தே? நேத்தெங்கேடா போனே? களவாணி, உடான்ஸ்ங்க றாங்க? என்ன இது புதுமாதிரி எலக்ஷன்பாடுன்னு மடீல பீடியைப் பார்த்தா, காலி. நேரே சுக்கான்கிட்டே பீடி பாக்கலாமின்னுட்டுப் போனேன்.

ஊர்க்கோயிலு தாண்டி மரத்தடியிலே தனியாக் கிடக்கான். அவன் ஆட்களைக் காணம். வாசத்திலே பார்த்தா பத்திர வாசம். பீடியிலே சுத்தி அடிச்சுக்கிட்டுக் கிடக்கான். கேட்டா வெத்து பீடிதான் கிடைக்கும். பத்திரத்தையா குடுக்கப் போறான்? பொழைப்பாச்சே. இப்போ பொழைப்போட பொழைப்பா இவனும் புகை புகையா விடறான்.

'ரான்சிட்டர் வாங்கிட்டாண்டா சுக்கான் பத்திரத்துலே'ன்னு நேத்து பிடரான் சொல்லிக்கிட்டருந்தானுல்ல? அப்படி பேச்சுதான் ஏறிட்டுது. ஆனால் சுக்கான் ரான்சிட்டரும் வாங்கலை ஒண்ணு

மில்லை. இவனே புகையர் விட்டா எப்படி வாங்கறது? போலீஸிலே வேறே மாட்டி ஒரு கத்தை பத்திரத்தைப் பறிகுடுத்திருக்கான். எப்படித்தான் உள்ளுக்குப் போகாம தபாய்க்கிறானோ தெரியலை. எல்லாத்துக்கும் விவரம் தெரிஞ்சிருக்கணுமில்ல?

'டேய்'னு போயி குந்தினேன்.

அவனா பேசுவான்? கண்ணுக்குக் கண்ணு குடுக்காம பத்திரத்தைப் புடிச்சிக்கிட்டிருக்கான். ஆளு மாறிட்டான். தாடியா நம்மளுக்கு முளைக்குது? அவன் தாடியைப் பாரு. கறு கறுன்னு வருது. பசிதாகம் இல்லாம பத்திரத்தைக் குடிக்கிறான். ரத்தம் தாடியாவது. கண்ணு மாறி மாறி நிக்குது.

'என்னடா, பீடி இல்லிடா'ன்னேன். அவனிட்ட சட்டுபுட்டுனு பேசினா பதில் வராது. பக்கம் போயி பக்கம் வந்து பேசிப் பாரு, பதில் குடுப்பான். 'ஏண்டா, ஏண்டா, ஏண்டா'ம்பான். அதுக்குள்ளே பொளுது சாஞ்சி வெள்ளி கிளம்பிடும்.

'உடான்சுங்கறாங்கடா, பொணத்தைப் பாத்தியா மணத்தைப் பாத்தியாங்கறாங்கடா. அப்படியும் சொல்றாங்க, இப்படியும் சொல்றாங்கடா'ன்னேன். 'பொணம்டா, கல்லுத்தரைக் காட்ல செத்துக் கெடக்குதுடா பொணம்'னேன்.

சரக்குனு கண்ணு குடுத்தான். முழி விடைச்சுக் குத்துது.

'பாத்தியாடா?'ன்னான்.

'கல்லுத்தரைக் காட்லேடா.'

'நோட்டம் சொல்லு'ன்னான்.

'காலத்தாண்டா பார்த்தேன். தலையை அடிச்சுப் பொளந்து போட்டுட்டாங்கடா. பிராந்து கொத்தி கெண்டைக்கால் எலும்பு நிக்குதுடா.'

'சீ, நாயே! மாட்டுப் பொணம்டா'ன்னு ஒரு கண்ணை மூடிக் கிட்டு என்னைப் பார்த்தான்.

'மாடுன்னா அதை இறச்சி போடாம உங்கிட்டயா பீடிக்கு வருவேன்? ஏண்டா, மாடு பச்சை நிறத்திலே லுங்கியைக் கட்டிக் கிட்டாடா செத்துப் போகும்? மாடுன்னா கையும், கையிலே முறிஞ்சி போன சிலம்புக் கம்புமாடா இருக்கும், ஏண்டா?'ன்னேன்.

'சீ, நாயே.. டேய்... வாடா, காட்டு'ன்னு ஓடினான் பாரு. நான், நீ ஓடமுடியாத ஓட்டம். ரோட்டுச் சந்திலே போய் கோயில் புறத்தாலே மாறி, குறுக்கே புதர்க்காட்டிலே பாஞ்சு, சடால்னு நின்னு என் தலை மயிரைப் புடிச்சுக்கிட்டான். 'போலீஸ்கிட்டே போனயாடா? ஏண்டா போனே?'ன்னான்.

'ஏண்டா, டேய், உடுடான்'னேன்.

‘பச்சை லுங்கியா சொன்னே?’ன்னான்.

‘பச்சை லுங்கிடா, ஏண்டா உடுடா’ன்னேன்.

விட்டுட்டு மடியிலேருந்து பத்திரத்தை எடுத்தான். ‘மோப்பம் தெரியுதா? மனுச வெக்கை அடிக்குது. ஆரோ வராங்கடா வெள்ளை வேட்டி மனுச வெக்கை’ன்னான்.

‘பொண நாத்தம்தானே?’ன்னேன். பொணநாத்தத்துக்கு இன்னும் அரைக்கல்லாவது போகணும். நான் சொன்னது சும்மா ஏட்டிக்குப் போட்டியா.

‘ஆரோ ஆளு போறவாற வெக்கைடா’ன்னுட்டு பத்திரம் சுத்தின பீடியை எடுத்து எனக்கே குடுத்தாண்டா, ‘குடிடா, நாயே! வேட்டி நாத்தம் களியட்டும்’னு.

தீப்பெட்டி எடுத்து நெருப்புக் கீறி ‘இளு’ன்னு பத்திரத்தை கொளுத்தியும் விட்டாண்டா, ‘இளுத்துட்டுக் கைமாத்து’ன்னு. புகையைக் கமுக்கம் பண்ணிட்டு சுருளைக் குடுத்தேன். வாங்கிக் கை யாலே பொத்தி வைச்சு இளுத்தான். கழுத்து நரம்பு விடைக்குது, கண்ணு மூடிக்கிட்டு கபாலத்துக்குள்ளே ஓடுது. அவ்வளோதான், பீடி முடிஞ்சி போச்சி. கமுக்கம் பண்ணிட்டு புகையை விட்டான் பாரு, ஒரு கூடாரம் புகை.

அப்போ பார்த்து, ‘தடம்பாத்துப் போ. வராட்டியை நல்லா அடுக்கிட்டு எரிக்கணும் போ’ன்னு யாரோ சொன்ன பேச்சு. அதுக்குப் பதிலா, ‘எசமான், ஆகட்டுஞ் சாமி’ன்னு ஒரு ஆணும் பொண்ணும் ஏகமாப் பேசின குரல்.

சுத்திப் பார்த்தேன். நாங்க நிக்கிற இடத்துக்குப் பின்னாடி புதர்க் காட்டுக்கு அந்தாண்டை கோயில். ‘காலடிச்சத்தம் வருது’ன் னான் சுக்கான். ‘ஆளு, ஆளு’ன்னான். ‘கிர்’ருன்னு பூச்சி, குரல் வெட்டிப் பாடற சத்தம். வெய்யில் சாயுது. மனிசனில்லாத வெளிச்சம்.

சரக்குன்னு பின்னாடி சத்தம். சடார்ன்னு திரும்பினேன். கோயில் பக்கமா இருந்து வந்திருக்கோ என்னமோ அந்த ஆளு, வெள்ளை வேட்டி. அதை மடிச்சுக்கட்டி இருந்தான். முண்டா பனியன். அந்த ஆளு என்னைப் பார்க்கான், சுக்கானைப் பார்க்கான். அந்த ஆளு! எங்கேயோ நல்லாப் பார்த்தமே அந்த ஆளை? எங்கேன்னு நினைப்பு வரல்லே. ஆளைப் பார்த்ததும் சுக்கான், ஒரு தலை உயரம் குனிஞ்சி தோளை ஒடுக்கி தலையை பக்கத்திலே சரிச்சு ஒரு இளிப்பு இளிச்சான் பாரு. நான் நீ இளிக்க முடியாத இளிப்பு. நானும் ‘எசமான்’ன்னு இளிச்சுவச்சேன்.

ஆளு அங்கே இங்கே சுத்தி பிஸினஸா பார்க்கான். ‘வேறே ஆளு நிக்காடா?’ன்னான்.

அந்தக் குரலு! அதுகூடப் பளக்கமாத்தான் கேட்டுது. நெனப்பு வரலை.

'இல்லீங்க சாமி'ன்னான் சுக்கான், 'நாங்க பாக்கலை சாமி'ன் னான்.

ஈயைப் புறங்கையாலே விரட்டற மாதிரி கையை ரெண்டு அசப்பு ஆட்டி, 'சரிடா, போங்கடா ஊருப்பக்கம்'ன்னான் அந்த ஆளு. நானும் சுக்கான் வாலைப் புடிச்சிக்கிட்டுப் போறேன்.

3

கோயிலண்டை போனதும், புதரடியிலே மாறி, திரும்பிப் பார்த் தோம். கல்லுத் தரைத் திக்கிலே புகை காட்டுது. 'பொணத்தை எரிக்கிறானு வடா'ன்னான் சுக்கான்.

'ஏண்டா நாறவிட்டாங்க?'

'பாக்கிறவன் பாத்துக்கோ. கபர்தார்னு காட்டத்தாண்டா'ன்னான் சுக்கான்.

'யார்றா செத்துப்போன பச்சை லுங்கி? யார்றா? மோப்பம் தெரிஞ்சிருக்கு உனக்கு, ஏண்டா, டேய்?'ன்னேன்.

நான் குடைச்சல் குடுக்க அவன் பேச்சுக்காட்டாமே கோயிலத் தாண்டிப் போறான். 'நேத்திக்கி நீ பிடரான்கிட்டயா போயிருந்தே?'ன் னான். பேச்சுவிட்டுப் பேச்சு மாத்தறான். விட்டுப் புடிக்க லாம்னுட்டு விவரம் சொன்னேன். மரத்தடிலே குந்திக் கேட்டான்.

'ஊருக்குள்ளே இன்னிக்குப் போனயா?'ன்னான்.

'ஊருக்குள்ளயா?'

'டீக்கடையைப் போய்ப் பாரு'

'டீக்கடையா?'

ஊருக்குள்ள இருக்கற டீக்கடைப் பயல்கிட்டத்தான் சுக்கான் மொத்தமா பத்திரத்தை வாங்கி அங்கே இங்கே சில்லறையாத் தள்றான்.

'டீக்கடை யானை மிதிச்ச மாதிரி இருக்கும். போய்ப்பாரு. கட்டுக் காவல் போட்டிருக்கான். ஏதும் ஆணி போணி பொறுக்கலாமின்னு போயிடாதே, விவரம் தெரிஞ்சு போ. இப்ப பாத்தமே, அந்த ஆளு? அவனும் இன்னும் நாலஞ்சு பேருமா டீக்கடையை தூள் பண்ணிட் டாங்க. டீக்கடைக்காரப் பயகிட்ட சும்மா, 'ஏண்டா பச்சைலுங்கி கட்டின ஆளு இங்கே ராவிலே வந்து போறானே, எங்கேடா பகல் வேளைக்குப் போறான்னு', சும்மா கேட்டான் இந்த ஆளு. அது லேர்ந்து அரைமணி நேரமா டீக்கடைக்காரன்கிட்டே கேள்வி. டீக்கடைக்காரன் ஒம்பது பச்சை லுங்கிகாரனுக அட்ரஸு குடுக்கான். இந்தா வா, இந்தா வான்னு பதிலு குடுத்து எருமைக்குட்டைக்கு இட்டுக்குனு போகுது பேச்சு. இந்த ஆளு திடீர்னு டீக்கடைக்காரனை

இழுத்து தெருவிலே தள்ளி அறைஞ்சான் பாரு. அதுக்கு அப்புறம் பதிலே வல்லே. 'பேசுடா பேசுடா'ன்னு டீக்கடையை முடிச்சு, 'இதுதாடா உனக்கு கடைசி ஓணம்'னு அவனை மிதிபோட்டு மிதிச்சாங்க. சின்னப்பயல், டீக்கடைக்காரன். என்னா அமுத்தல்ங் கறே. ஆளுங்க போனப்புறம் ஆரோ டீக்கடைக்காரனை சைக்கிள்ளே ஏத்திக்கினு போனாங்க. ராத்திரி நான் வேளை கழிச்சுத்தான் மரத்தடிக்கு வந்தேன். ரெண்டு ராவா பக்கத்தூரு போன நம்ப கூட்டமும் இல்லே. கண்ணு சொக்கறப்போ, காலடிலே இருட்டு பிச்சுக்கிட்டு வந்து நின்னு, ஆளுயர தடிக் கம்பாலே என் காலைத் தொட்டு, 'பத்திரம் எவ்வளோ இருக்கு?'ங்குது.

'பத்திரத்தைப் போயி ஆபிஸிலே பாரு'ன்னுட்டு புரண்டு படுத்தேன். 'சட்டுன்னு எல்லாத்தையும் எடு. கரன்ஸியாத் தரேன்'னு குந்திக்கிட்டான். நான் எந்திரிச்சேன். 'பட்டணம் போறேன்டா. எங்கிட்ட இருந்ததை அல்லாம் போட்டிட்டு ஓடறேன். இருக்கறதைக் குடு. பட்டணத்திலே ஆளிருக்கு விக்க'ன்னான். 'திங்க ஏதுமுண்டா, எடு துட்டு தரேன்'ன்னான். 'நாயைத் திங்கறவங்கிட்ட திங்கக் கேக்கிறியே தாயே'ன்னேன். பத்திரத்தைப் பங்குபோட்டேன். 'எனக்கு வாடிக்கைக்காரங்க உண்டு தாயே, பாதியை எடுத்துட்டு கரன்ஸியைத் தள்ளு'ன்னு விலையை ஏத்திச் சொன்னேன். 'ஏண்டா நாட்டை நாய்க திங்குது நீயேண்டா நாயைத் திங்கப்படாது'ன்னான். சொல்லிக்கிட்டே நான் குடுத்த பீடியைக் கொளுத்த வத்திப் பொட்டியிலே நெருப்புக் கிழிச்சான். முணுக்கு வெளிச்சத்திலே பச்சைலுங்கி பளீரடிச்சது. செகண்டு தாண்டி செகண்டு பாய்ஞ்சு திகில் புடிச்சுது எனக்கு. அதுக்குள்ளார அவன் ஏதோ எலக்ஷன்பாடா பேசறான். மலைக்காடுங்கறான். நாட்டைப் பிடிச்சு சேமம் பண்ண லாம்ங்கறான். எனக்கு ஒண்ணுமே மனசுலாகலை.

'டீக்கடைக்காரனை மிதிச்சவங்க காலுதான் எனக்கு வவுத்திலே பொதக்குப் பொதக்குங்குது. 'போ தாயே, போ, மனுச வெக்கை அடிக்குது காணலையா'ன்னு பிஸினஸை முடிச்சு, வாட்டி வச்சிருந்த ஏறச்சியை துணியிலேயிருந்து அவுத்து, 'ஒரு துண்டு எடுத்துக்க போ'ன்னு குடுத்து அனுப்பவும், 'ஏண்டா கோழை மாடு'ன்னுட்டு போறான். அவன் போயி திடுக்கினு எட்டி நடக்கவும் வேறே ஆளுங்க காலோட்டம் ஏறுது. கோயில் வெளியைத் தாண்டி மேற்கே அவன் போற நோட்டம் தெரிஞ்சாப்பிலே இருட்டோட இருட்டா மூணு நாலு பேரு. கையிலே ஒவ்வொருத்தனுக்கும் தடிக்கம்பு. அடிச்சு மிதிச்சு நடையேறி, 'டேய் அந்தா நிக்கிறாண்டா, வளைச்சு அடிங்க டா'ன்னு ஓடவும் நான் இத்தாண்டே ஓடவா - மரம் மாறி நடக்கிற தைப் பார்க்கவான்னு மூட்டையைச் சுத்தித் தூக்கறேன். பச்சைலுங்கிக் காரன் குரல் கெக்கலி போட்ட மாதிரி கேட்டு முதுகு சில்லிடுது.

கோயில் வெளியிலேருந்து குபுகுபுன்னு ஊத்துப் பொங்கற மாதிரி கழி சுழல்ற சத்தம். இவனுகளோட 'டாய் டோய்' சத்தம். உடைஞ்சு மோதி, கல் வெடிச்ச மாதிரி நாலஞ்சு தடவை கழிகள் அடிச்சு, அப்புறம் ஒரு மினிட்டு ஒண்ணுமில்லே. ஒண்ணுமில்லேயா? நான் மூட்டையை மரம் மாத்தி மரத்துக்குக் கொண்டு போறேன். கண்ணும் காதும் மூட்டைக்குள்ளே பூந்துக்கினு கணக்குப் போடுது. மனசுக்கு அடியிலே வெட்டவெளிச்சம். 'அடிடா டாய்'னு ஒரே முட்டா குரலுகள் ஏறி விரிஞ்சு தூர ஒடுங்கி குவியுது. கோயில் தாண்டி கல்லுத்தரை காடு பக்கமா திடுதிடு சத்தம். ஊரெல்லாம் திடீர்னு நாய்கள் ஊளையிட்டு ஊரு பொளக்கக் குரைக்குது. நாயா மனுசனுகளா? நாய்கள் திடுதிடுனு அடிச்சு நடக்குமா? 'டாய்'ங்குமா? நான் நடமாட்டம் மிதிபடாம மரம் தாண்டி மரம் மாறி சரியறேன். தூர தூர, கல்லு சிதறுது. வெட்ட வெளிச்சத்திலே குப்புற ஓடற இருட்டு, சரசரன்னு நிழல்கூட்டம் போடுது. காலடிலே பச்சை லுங்கிக்காரன் நிக்கிறான்.

'அவன் லுங்கியிலே வெளிச்சம் விழுகுது. அந்தியோ வெடி காலையோ? சூரியனைப் பார்த்தா தீவட்டி கணக்கா புகைவிட்டு எரியுது. தரையிலே கிடக்கிற இலைக்கூட்டத்துக்குள்ளே நிழலாட்டம். பல்லை வலிச்சு 'ர்ர்' சத்தம். பச்சைலுங்கி தரையிலே கிடக்கிற இலையைக் கழியாலே குத்தி எடுத்து 'இந்தாடா கரன்ஸி'ன்னு ஊரெல்லாம் வீசறான். ஊரு கறுகறுன்னு பத்திரம்பத்திரமா விளையுது. தரையோட தரையா நிழல்கள் சரசரக்குது. நாலுகால் கடையிலே தலையைத் தூக்கி 'ர்ர்ர்'ங்குது. அதப் பார்த்து 'பல்லைப் பாத்தியா காலிலே இருக்கிற முள்ளைப் பாத்தியா'ன்னு நான் பாடறேன். பாடிக்கிட்டே பத்திரத்தைக் கிள்ளிக் கிள்ளி மடியிலே கட்டறேன். பச்சை லுங்கிக்காரன் கரன்ஸி நோட்டு கரன்ஸி நோட்டா வீசிக்கிட்டே போறான். பத்திரம் காடுகாடா ஆள் கணக்கா வளருது. தரையோட கிடந்த நிழலுகளும் ஏறி வளர்ந்து 'ர்ர்ர்'ன்னு காடெல்லாம் குரைக்குது. சத்தம் ஏறி உறும நானும் உறுமறேன். உறுமிக்கிட்டே கண்ணை முழிக்கிறேன். சூரியன் ஊசிக்கம்பை நீட்டி மண்டைக் குள்ளே உறுமின நிழலையெல்லாம் குத்தி நிறுத்தறான்... இந்தா இளுத்துட்டுக் கைமாத்து.'

நான் சுக்கான் பேச்சைக் கேட்டுக்கிட்டே அவன் கொடுத்த பத்திரச்சுருளை வாங்கி புகையை லேசா இழுத்தேன். கொஞ்ச மினிட்டு பேச்சில்லை. 'போலீஸாடா'ன்னேன். ஏன் சொன்னேன்னு கணக்குச் சேர்க்கலே. அப்புறம் புகை ஓடி ஒரு சுத்து கபாலத்தைச் சுத்தி வளைச்சு இறங்கினப்ப கேட்டேன். 'அந்த ஆளுதாண்டா, போயிட்டே இருங்கடான்னு வெரட்னானே வெள்ளை வேட்டி? அவன் சொன்னா போலீசு கேப்பாங்கடா. நான் கண்டேண்டா அதை, பஸ் ஸ்டாப் பாண்டே. யார்றா அந்த வெள்ளை வேட்டி?'

சுக்கான் ஒரு கண்ணை மூடிக்கிட்டே என்னைப் பார்த்தான். ‘போலீசு, லுங்கி எல்லாத்துக்கும் கரன்ஸியைத் தள்ளற ஆளுடா. மலைக்காட்டிலே மனுசன் போகாத எடத்துலே ஏக்கர் ஏக்கரா இருக்குடா அவனுக்கு. நீ அதைக் கண்டதுண்டாடா காடா?’ன்னான் சுக்கான். ‘ஏக்கர் ஏக்கரா என்னடா? பத்திரமாடா?’ன்னேன்.

‘பச்சை லுங்கி, டீக்கடைக்காரப் பயலை எலக்ஷன்பாடாப் பேசி, நாட்டைப் புடிக்கலாம் நாடு கடந்துபோயி நாகரீகம் பண்ணலாமின்னு சொல்லி வசக்கி வச்சிருக்கான்டா. பச்சை லுங்கிதாண்டா டீக்கடைப்பயலுக்கு வெள்ளைவேட்டி எஸ்டேட்டிலிருந்து திருடி பத்திரம் சப்ளை பண்றான். நான் அதிலேருந்து அடுத்த சப்ளை. வெள்ளை வேட்டி, திருடு போவுது போவுதுன்னு பார்த்து மோப்பம் புடிச்சுட்டான் பச்சை லுங்கியை. அதாண்டா எல்லா நடமாட்டமும். ஏண்டா, சீ, நாயே! இளுத்துட்டுக் கை மாத்துன்னா எரிய விட்டுக்கிட்டே ருக்கே’ன்னு சுக்கான் என் கையிலிருந்த சுருளைக் கபக்குனு புடுங்கிக் கிட்டான்.

(1981)

கணையாழி, அக்டோபர் 1985.
அரும்பு, ஏப்ரல்-மே 1985.

மொஹரா

கஸ்தூரிபாய் நகர் ஸ்டாப்பில் பஸ் நின்றதும், பெண்கள் பகுதி ஸீட்டில் ஒன்று காலியாகியது. உட்காரத் தவித்தபடி நின்று கொண்டிருந்த ஆண்களுள் நானும் ஒருவன். எவளாவது சீட் அருகே வந்துநின்று மூக்கால் கொத்தினாற்போல் என்னைப் பார்க்கும்வரை உட்காரலாம் என்று சட்டென அந்த ஸீட்டில் உடம்பைத் திணித்தேன்.

அடுத்த ஸ்டாப்பிலேயே ரோஸ்கலரில் லைன் டிசைன் போட்ட மெல்லிய வெள்ளை புடவை ஒன்று என் ஸீட் அருகே மிதந்து வந்துவிட்டது. இந்த மாதிரிச் சந்தர்ப்பத்தில், 'வந்துட்டியாம்மா உட்காரும்மா உட்காரு' என்று அங்கலாய்ப்பு உடம்பின் ஒவ்வொரு மயிர்க்காலிலும் இருந்து புறப்படுகிற தோரணையுடன் தான் ஒவ் வொரு ஆணும் தான் பிடித்த லேடீஸ் ஸீட்டை விட்டுகொடுக்கிறான். தனது உடல் பாரத்தினை ஸீட்டிலிருந்து பெயர்த்துத் தூக்கி நிறுத்து கிறான். ஆணின் அன்றாடத் தியாகத்தைப் பெண் கண்டுகொள்வ தில்லை. அலட்சியமாக டபக்கென்று ஸீட்டைப் பிடித்துக்கொள் கிறாள். அது அவளது பிறப்புரிமையான லேடீஸ் ஸீட் அல்லவா? வயதான கிழவர்களை எழுப்பி நிறுத்திவிட்டுக்கூட சில இளம் சிட்டுக்கள் இந்த உரிமையை நிலைநாட்டுகின்றன. பஸ் கர்புர் என்று திருப்திகரமான யந்திரக் குறுகுறுப்புடன் அடுத்த ஸ்டாப்பை நோக்கி ஓடுகிறது.

உப்புசப்பில்லாத இந்த நடத்தைகளில் ஊறி இருந்த நான், பஸ் தளத்தில் நின்றிருந்த அவளது பாதநுனிகள் புடவை விளிம்பிலிருந்து எட்டிப் பார்ப்பதைத்தான் முதலில் அதுவும் கடைக்கண்ணால் கவனித்தேன். அந்தப் பாதங்கள் என்னைச் சடேரென்று நிமிர்ந்து பார்க்க வைத்துவிட்டன.

நிமிர்ந்து அவளைப் பார்த்தேனோ இல்லையோ அந்தக் கணமே நான் தொலைந்தேன்.

முதலாவதாக, தொன்றுதொட்டு இன்றுவரை வெள்ளித்திரையில் தோன்றிய எந்தச் சினிமா நடிகையையும் போல அவள் இல்லவே இல்லை. அவளது அழகில் கர்ப்பகிருகத்து அம்மன் சிலையின் கண்டிப்பும் கருணையும் சேர்ந்து தோன்றின. அது ஆசையைத்

தூண்டுகிற அழகு அல்ல. ஆசை திருப்தி ஆனதும் அசிங்கமாகிவிடும் அழகுதான். அசையைத் தூண்டும் இவளது அழகு என் வாழ்க்கை முழுவதும் பலிகேட்டு நிற்கிறது.

நல்ல உயரம். இதனால் ஒருவித மெலிந்த தோற்றம். நீண்டு லேசாக வளைந்த ராஜமூக்கு. ஆனால் பார்வையில் ஒரு ஆழ்ந்த பணிவு. அவளது பார்வைகளில் வேர்விட்டிருந்த குழந்தை பாவம் அவள் கண்களில் ஆகாயமாக விரிந்து அதிசயித்தது. இவ்வளவும் ஒரு கணத்தில் நான் கிரகித்தவை. அப்போது என்னருகே உட்கார்ந்திருந்தவர் கிசுகிசுவென்று, 'எழுதியிருக்காதீங்க சார்,' என்றார். 'பார்க்காதீங்க சார்,' என்றும் சேர்த்துக்கொண்டார்.

இது அவளுக்குக் கேட்டிருக்க வேண்டும். அவளது முகத்தை வியப்புடன் பார்த்த என் கண்களை அவள் கண்கள் திடீரெனக் குறிதவறாமல் பார்த்தன. ஜில்லென்ற மலைக்காற்று ஒன்று என்னூடே ஒரு அபூர்வ வேதனை போன்று ஊடுருவிற்று. ஒரு குழந்தையின் பிரியமான ஏளனத்துடன் அவளது முகம் பூராவும் என்னைப் பார்த்துச் சிரித்தது. 'பார்க்காதேன்னு சொன்னது காதுல விழல்லே?' என்று அவள் தன் மனசில் கேட்ட கேள்வி என் மனதில் ஒலித்தாற்போன்ற ஒரு பிரமைதானா?

என் முகத்திற்கு வந்த சிரிப்பை என்னால் ரிவர்ஸ் பண்ண முடியவில்லை. சட்டென எழுந்துகொண்டேன். அவளுக்காக நான் உட்கார்ந்திருந்த ஸீட்டையேனும் கொடுப்பது எனக்கு ஒரு மனநிறைவைத் தந்தது. என்னருகே உட்கார்ந்திருந்தவர் அர்த்தமில்லாத முணுமுணுப்பு ஒன்றை அடித்தொண்டைக்குள் போட்டு உருட்டியபடி தமது சரீரத்தைத் தூக்கமுடியாமல் தூக்கி நிறுத்திக்கொண்டார். இவ்வளவுக்கும் அவர் ஒல்லியான என்னை விட ஒல்லி.

ஸீட் காலியானதும் அவள் 'டபக்' என்று உட்கார்ந்து விடவில்லை. திரும்பித் தன்னருகே நின்ற தன்னைவிட மிக வயதான ஒரு அம்மணி முதலில் உட்கார வழிவிட்டாள். அவள் சவுகரியமாக உட்காருவதை மிக அக்கறையுடன் கவனித்து விட்டுப் பின்பே இவள் உட்கார்ந்தாள். உட்கார்ந்ததும் நிமிர்ந்து என்னை ஓரிரு வினாடிகள் பார்த்தாள். முந்தைய சிறு விஷமம் மறைந்துவிட்டது. இது கனமான பார்வை. இதில் நன்றி இழையோடியிருந்தது.

அதற்கு அப்புறம் அவள் லேசாக ஜன்னல்புறம் முகத்தைத் திருப்பிக் கொண்டாள். என்னால் அவள் முகத்திலிருந்து பார்வையை எடுக்க முடியவில்லை. தன்னை நான் கண் கொட்டாமல் பார்க்கிறேன் என்பதை, அவள் முகத்தில் படர்ந்திருந்த வெட்கப்புன்னகை காட்டிக் கொண்டிருந்தது. அழகான சிறிய அவளது உதடுகளின் ஓரங்களில் அவ்வப்போது ஒரு சிணுக்கத்தின் லேசான அசைவு. இரண்டு மூன்று

தடவைகள் சாவதானமாகத் தலையைத் திருப்பி பஸ் பூராவும் பார்வையைச் செலுத்தி என்னையும் பார்த்துக்கொண்டாள். எல்லா மாகச் சேர்ந்து பஸ்ஸை ஆகாயத்தில் மிதக்கவிட்டிருந்தன. நான் எங்கே டிக்கெட் வாங்கினேன் என்ற பிரக்ஞைகூட எனக்கு இல்லை. இவள் எந்தப் பேட்டைக்கு எந்த உலகத்திற்குச் சென்றாலும் இவளைத் தொடர்ந்து போகவேண்டும் என்ற நினைப்புத்தான்.

பஸ் எங்கோ நின்றுவிட்டது என்பதை அவள் எழுந்து நின்ற போதுதான் உணர்ந்தேன்.

அவள் இறங்கிப் போய்விடப் போகிறாள். மந்திரவலையில் அகப்பட்டாற்போல் என் கால்கள் அவளைத் தொடர்ந்தன. கூட்டத் துடன் அவள் இறங்கியதும் ஒருவிநாடி திரும்பிப் பார்த்தாள். முகம் ஏதோ ஒரு கலவரத்தில் சுளித்திருந்தது. என் முகம் பார்வைக்குத் தட்டுப்பட்டதும் அவள் முகம் திடுக்கிட்டுச் சிரித்தது. உடனே அதிவேகத்தில் அவள் நடக்க ஆரம்பித்தாள். இருக்கிற உயரம் போதாதென்று சற்றே குதிஉயர்ந்த செருப்பு அவள் அணிந்திருந்தாள். இது அவளுக்கு ஏதோ நடைச்சிரமம் கொடுத்தாற்போல தோன்ற வைத்தது - அவளது நடையின் வேகமும் அதில் திடீர்திடீரென்று வந்த தயக்கமும்.

அது சைதாப்பேட்டைக்கும் தியாகராயநகருக்கும் இடையில் எங்கோ. அவளது செருப்பின் தொந்திரவுக்கு நான் தொடர்வது காரணமாக வேண்டாம் என்று நான் ஒரு சிறு கூட்டத்துள் மறைந்து நின்று கவனித்தேன். வேகமாகச் சென்ற அவள் தெருவைக் கடக்கும் பாவனையில் நின்று திரும்பினாள். அவள் கண்கள் தேடின. எனக்கு இதயம் இதில் திடுதிடுவென்று துடிக்க ஆரம்பித்துவிட்டது. சட்டென அவள் பார்வைக்குத் தென்படுகிற மாதிரி வெளிப்பட்டேன். என்னை அவள் ஒரு கோபத்துடன், 'எங்கே ஒளிஞ்சே?' என்றவிதமாகப் பார்த்துவிட்டு மீண்டும நடக்க ஆரம்பித்தாள். என் மூளைக்குள் போதையின் தத்தளிப்பு.

மாலை மயங்கித் தெருவிளக்குகள் ஏற்றப்பட்டுவிட்டன. கடை களும் கூட்டம் நிரம்பிய ஒரு தெருவைக் கடந்துவிட்டோம். தன்னருகே நான் வந்துவிடக்கூடாது என்பதற்காகத்தான் அவள் அவசர மாக நடக்கிறாள் என்று நான் புரிந்துகொண்டேன். எனக்கு அப்படி நோக்கம் இல்லை என்பதை அவள் புரிந்துகொண்டாள். எனவே இப்போது அவள் நிதானமாக நடக்க நான் தொடர்ந்தேன். வழியில் ஒரு சிறு பிள்ளையார் கோயில் முன் செருப்பைக் கழற்றி விட்டு நின்று அவள் கும்பிட்டாள். நான் வேகத்தைத் தணிக்காமல் சென்றவன் அவளருகே வந்துவிட்டேன்.

என்னையறியாமலே என் கால்களும் செருப்பை உதறிக் கழற்றின.

ஒருசில விநாடிகள் நானும் அவளும் தெருப்பிள்ளையார் முன் ஜோடியாக வழிபட்டபடி நின்றோம். எங்களிருவரையும் ஏதோ சூழ்ந்துகொண்டு பிணைத்தாற் போன்ற பிரமை. நான் அந்த வேளை யில் அவளைப் பார்க்கப் பயந்து சர்வாலங்காரமாக உட்கார்ந்திருந்த தும்பிக்கைச்சாமியைப் பார்த்தேன். அவளும் என்னைத் திரும்பிப் பார்க்கவில்லை. போய்விட்டாள்.

திடுக்கிட்டுச் சுற்றிப்பார்த்த என் கண்களில் அவள் கோவிலோடு சேர்ந்து விலகிய சந்தில் போவது தென்பட்டது. சந்தில் மூன்றாவது வீட்டுவாசலில் நின்றவள் திரும்பிக் கீழுதட்டைக் கடித்தபடி கம்பிக் கதவின் உள்பக்கத் தாழ்ப்பாளைத் திறந்தாள். அவள் முகம் எனக்கு 'வவ்வே' காட்டிவிட்டு மறைந்தது.

நான் நின்ற இடம் எனக்குப் புதிதல்ல. செருப்பை மாட்டிக் கொண்டு அவள் தெருவையும் வீட்டையும் தாண்டிச் சென்றேன். மத்தியதர குடும்பத்தின் வீடு. பழைய மாடலில் சிறிய போர்டு ஒன்று கே.எம்.ராமமூர்த்தி என வெறுமே அறிவித்தது. அங்குமிங்கும் தெருவில் சில குழந்தைகள் விளையாடிக் கொண்டிருந்தன. 'படிக்கிற நேரமாச்சு உள்ளே வா' என்று அழைக்கும் பெரியவர்களின் குரல்களும் குழந்தை களின் பிடிவாதக்குரல்களும் என்னுள் இனித்து நிரம்பின.

இரவு சாப்பிடும்போது வேலைவெட்டியும் இல்லாமல் ஊரை வேறு சுற்றி உபத்திரவப்படுத்துவதற்காக அம்மா அளித்த வழக்கமான வசவுகூட இனித்தது. 'அக்கா வந்து பார்க்கச் சொன்னாளே ஆபீஸில், பார்த்தியா?' என்றாள். நான் ஏற்கனவே நிரம்பியிருந்த எனக்குள் இறங்க மறுத்த பூரியை அனுப்பியபடி, 'சத்தியமாய், நாளைக்குப் பார்க்கிறேன்,' என்றேன்.

அம்மா எனது விசித்திரமான பதிலைக்கேட்டு என்னை விசித்திர மாகப் பார்த்தாள். எனது வழக்கமான பதில், அக்காவுக்கு வேறே இல்லை என்பதுதான்.

'சரி, சீக்கிரம் தூங்கப் போ,' என்றாள் அம்மா. ஆனால் எனக்குத் தூக்கம் வரவில்லை. நடு இரவு. சுமார் ஒரு மைல் தூரத்தில் இருந்த பிள்ளையார் கோவில் சந்துத் தெருவுக்குப் போய் இருளும் நிழலுமாக குழம்பியிருந்த ராமமூர்த்தி வீட்டு வாசலில் என் நிழலுடன் நின்றேன். திரும்பி வீட்டுக்கு வந்தது என் நிழல்மட்டும்தான் என்று சொல்வதே சரி. எனது முழு அக்கறையும் அவள் வீட்டுடன் தொடர்புகொண்டு அவளை மீண்டும் பார்ப்பது பற்றிய சிந்தனையிலேயே மூழ்கியிருந்தது. சுமார் இரண்டுமணியளவில் தூங்கிய நான் விடிகாலை விழித்ததும் என்னுள் ஒரு திட்டம் உருவாகி ரெடியாக இருப்பதை உணர்ந்தேன்.

அக்காவைப் பார்க்கிற அவசியத்தை மூலையில் வைத்துவிட்டு, தோள்பையில் லைப்ரரி புத்தகங்களுடன் ஒரு நோட் புக்கையும் சேர்த்தேன்.

காலை ஒன்பதுமணி அளவில் கே.எம்.ராமமூர்த்தி வீட்டு வாசலில் மீண்டும் நின்றேன் நான். கம்பிக் கதவினூடே வராண்டாவில் இருந்த பெரியவர் எழுந்துவந்தார். என்ன வேண்டுமானாலும் நடக்கட்டும் என்று என் மனசு கறுவிக்கொண்டது. அவளது சூழலைத் தெரிந்து கொள்ள வேண்டும். ஏதாவது பேச்சு எடுபட்டால், இருக்கவே இருக்கிறாள் பாங்கில் ஆபீசராக இருக்கும் என் அக்கா. தனது கணவர் மூலம் என்னை நிரந்திர வேலையிலும் கல்யாணத்திலும் பிணைந்துவிட அவள் ஓரிரு தடவை முயன்று என்னால் முறியடிக்கப்பட்டு விட்டாள். இந்த விஷயத்தைச் சொன்னால் முதலில் எனக்கு வசவு வைப்பாள். ‘உன் சாப்பாட்டுக்கே நீ வழி பண்ணலை...’ என்று ஆரம்பிப்பாள். உடனே இப்போது தன்னை வந்து பார்க்கச் சொன்ன வேலை பற்றி பேசலாம். பிள்ளையார் கோவில் சந்துக்காரிக்காக...

‘என்ன தம்பி வேணும்?’ என்ற விசித்திரத் தமிழ் உச்சரிப்புடன் கதவைத்திறந்தார் பெரியவர். வெள்ளி நரை, தங்கப் பிரேம் மூக்குக் கண்ணாடி, கையில் பேப்பர். அவரது தமிழின் உச்சரிப்பில் ஒரு விநாடி குழம்பிய நான், சிலோன் ரேடியோவின் தமிழ் நாடகங்கள் ஞாபகத் துக்கு வந்ததும் புரிந்து கொண்டேன். அது யாழ்ப்பாண உச்சரிப்பு. ஏதோ ஒருவகையில் நான் எதிர்பாராதது நடக்கப்போவதாக இது தோன்றவைத்து விட்டது-

‘குட்மார்னிங் ஸார். கன்ஸ்யூமர் சர்வே செய்ய வந்திருக்கிறேன்,’ என்றேன். பிறகு பெயர் பலகையைப் பார்த்துவிட்டு ‘உங்கள் பெயர் கே.எம்.ராமமூர்த்தி, விலாசம்... தேதி ஜனவரி 3, 1963,’ என்றபடி இவற்றை எழுதினேன்.

‘நான் ராமமூர்த்தியல்ல. அது வீட்டுக்காரரிண்ட பேர். நாங்கள் வாடகைக்கு இருக்கிறோம். உள்ளுக்கு வாங்க தம்பி. இப்படி வெளியில் நிண்டு எப்படி எழுதுகிறது,’ என்றார்.

வராண்டாவில் ஒரு சோபா, சில நாற்காலிகள், டீப்பாய். உள் நோக்கிப் பாதிதிறந்த கதவினூடே நாற்சார் முற்றமும் ஒரு கோடியில் சில துணிகளும். இரண்டு பெண்கள் பேசும் குரல் தெளி வற்று. ஒன்று முதிர்ந்த குரல். மற்றது அவளுடையதா?

‘இருங்க தம்பி,’என்றார் அவர், உட்காரும்படி சமிக்ஞை செய்தபடி.

‘கொன்ஸ்யூமர் சர்வே என்றா சொன்னியள்?’ என் விஷயத்தை ஞாபகப்படுத்தினார்.

‘ஆமாம்,’ நான் சுதாரித்துக்கொண்டு டேப்ரிக்கார்ட் போல ஏற்கனவே சில சமயங்களில் நான் செய்த டெம்பரரி வேலையின்

வசனங்களை டெலிவரி பண்ணினேன். அதாவது கம்பெனி தாயரிப்பு களை சோப், வாஷிங்பவுடர், டூத்பேஸ்ட் போன்றவற்றில் நீங்கள் உபயோகிக்கும் பிராண்ட் என்ன, எவ்வளவு செலவாகிறது என்பதை யும் உங்கள் வருமானத்தையும் குறிப்பிடவேண்டும்.

'முதலில் உங்கள் பெயர், வீட்டில் எத்தனை குடும்ப நபர்கள்?'

'இங்க நான், வைப், டாட்டர். நானும் கொழும்புக்கு போய் வந்து கொண்டிருக்கிறேன். இங்கு இவையள் வாங்கிற இந்தச் சாமான் களிண்ட பேர் எனக்கு அவ்வளவாக நினைவிலையும் இல்லை,' என்றவர், 'மெஹரா!' என்று குரல் கொடுத்தார்.

பதிலில்லை. முதிர்ந்த பெண் குரல் மட்டும், 'அவள் இண்டைக்கு மியூசிக் கொலிஜ்ஜுக்கு போகமாட்டாளாம்,' என்றது.

'இங்க நாங்கள் யூஸ் பண்ற சோப்பு என்னடியாத்தே?' என்றார் இவர்.

'மூண்டு பேரும் மூண்டு வேற வேற ஏதோ பாவிக்கிறம். ஏன் கேக்கறியள். உங்கள் புலிகளைக் குளிப்பாட்டவோ?' என்றது அம்மையாரின் குரல்.

நான் ஏதோ ஞாபகத்தில் திடுக்கிட்டேன். இலங்கையில் தமிழர்கள் விடுதலைப்புலிகள் என்ற இயக்கத்தின் மூலம் தனிநாடு கேட்டு போராடுவதை நான் பத்திரிகைகளில் எங்கோ படித்திருக்கிறேன். பெரியவர் எனது ரியாக்ஷனை உணர்ந்து விட்டார். 'அடியே விசரி, மெஹராவைக் கூப்பிடு. இஞ்ச கொன்ஸ்யூமர் சர்வேக்கு ஆள் வந்திருக்கு...' என்றார்.

'விசரி' என்பது உடனே எனக்குப் புரியவில்லை. பைத்தியம் என்பது அதன் பொருள் என்பதை இந்தக் கதையின் முடிவுக்குப் பிறகுதான் தெரிந்துகொண்டேன்.

'விசரி'க்கு கன்ஸ்யூமர் சர்வே விஷயம் பிடிபடவில்லை. 'என்ன வந்திருக்கு என்கிறியள்?' என்றாள் அவள்.

பெரியவர் என்னிடம் கிசுகிசுவென்று 'தாய்க்கும் மகளுக்கும் சேர்த்து விசர் புடிச்சிருக்கு' என்றார். பிறகு, 'உங்களை மினக் கெடுத்துறன்,' என்று அங்கலாய்த்தபடி உள்ளே சென்றார். 'மெஹரா, என்ன இன்னும் தேத்தண்ணீர் குடிக்கவில்லையோ? இதைப் பாரும், உங்கட ஆட்டம் செல்லாது. நீ சங்கீதம் படிச்சது போதும். கொழும்புக்கு வா என்னோட. அங்க மூண்டு இடத்திலே உன்னைக் கேட்டிருக்கினம். எந்தப் பொடியனைப் புடிச்சிருக்கோ மூண்டு பேரிலை, அவனை செய்து வைக்கலாம்.'

மீண்டும் 'விசரி'யின் குரல், 'அவள் பொடிச்சி இங்கேயே இருந்தா என்ன என்கிறாள். அங்க வர வரக் குழப்பம் அதிகமாகுமாம்.'

மீண்டும் பெரியவரின் குரல். 'எவ்வளவு பெரிய இடங்கள்

தெரியுமோ அந்த மூண்டும்? ஒருவன் லாயர், இன்னொருவன் இன்ஜினியர். கொழும்பு மாதிரி மெட்ராஸ் வராது. இங்கேயே கிடக்கிறதென்றால் அங்கேயுள்ள சொத்தையும் பேங்க் அக்கவுண்டையும் என்ன செய்யறது? இஞ்ச கொண்டுவர விடுவினமா? இன்னும் ஒரு மூண்டு நாளில பிளேனைப் பிடிக்க வேணும். சொல்லிப்புட்டேன். இப்ப நீ வெளியிலே வா, அலுவல் இருக்கு.'

அவரது குரலின் தீர்மானம் என்னையே எழுந்துநிற்க வைத்து விட்டது. வெளியே வந்த அவர், 'என்னது எங்கட சண்டையில் பயந்திட்டியோ ராசா. இரு இரு. நீ வந்த வேலை முடியட்டும். டீ சாப்பிடுறியோ?' என்று என்னை விநயமான ஒருமையில் கேட்டார். மனைவியிடம் டீக்கு ஆர்டர் போட்டார்.

நான் உட்கார்ந்தேன். தந்தையைத் தொடர்ந்து வெளியே குனிந்த தலையுடன் குற்றவாளியைப்போல வந்தாள் அவள்.

என் கேள்விகள் தகப்பனால் அவள் முன் போடப்பட்டன. 'ஒழுங்கா இதில் இருந்து பதிலைச் சொல்லு. பாவம் தம்பி காலம்பற வந்து கேக்குது,' என்றார். மெஹெரா இன்னும் நிமிர்ந்து என்னை பார்க்கவில்லை. முகம் நேற்றுமாலை பார்த்தபோது இருந்த ஆரோக்யக் களையைக்கூட இழந்து வறண்டிருந்தது. எதையோ பறிகொடுத்தவள் போன்ற சோகத்துடன் ஒரு நாற்காலியில் அவள் சோர்ந்து உட்கார்ந் தாள். ஆனால் அவளது குரலின் இனிமையை இது பாதித்துவிட வில்லை. என் கேள்விகளுக்கு அவள் சொன்ன பதிலைவிட அவளது குரல் மட்டும்தான் என் காதில் விழுந்துகொண்டிருந்து.

'மெஹெரா, நான்தாண்டி! நிமிர்ந்து பார்த்துத் தொலையேண்டி!' என்று மனம் உள்ளே உரத்துக் கத்திற்று.

தாயார் மூன்று டீயை ஒரு தட்டில் வைத்துக்கொண்டு வந்தாள். இவள்தான் விசரியோ என்று கவனித்தேன். மெஹெராவின் சாயல். ஆனால் முகத்தில் குடும்பக்களையுடன் ஒரு ஆழ்ந்த நகைச்சுவைப் பக்குவம் பழுத்திருந்தது. டீயை டீப்பாயில் வைத்தவள் என்னைப் பார்த்து ஏதோ விதண்டாவாதமாகக் கேட்கப்போகிறாள் என்று அவளது முகபாவமே காட்டிற்று. அதற்குள் கணவர் முந்திக்கொண்டார். 'நீ உள்ளுக்கு போடியம்மா. இது உனக்கு விளங்காத அலுவல்,' என்றார். அவள் என்னை விஷமத்துடன் பார்த்துவிட்டு உள்ளே மறைந்துவிட்டாள். அதில்கூட மெஹெராவின் சாயல். ஆனால் தனது நிழல் ஒன்று என்முன் இவ்விதம் தன்னை அடையாளம் காட்டியது எதுவும் மெஹெராவுக்குப் படவில்லை. என் கேள்விகள் முடிந்து விட்டன.

'டீயைக் குடியுங்கோ' என்று கட்டளையிட்டபடி தகப்பனார் ஒரு கப்பை எடுத்தார். நான் வேண்டுமென்றே மிகவும் குனிந்து கப்பில்

இருந்த டீயைப் பார்த்துவிட்டு, சட்டெனக் குனிந்திருந்த மெஹராவின் முகத்தை ஒருகணம் பார்த்தேன். அவள் கண்கள் என் முகத்தை அதேகணம் அசிரத்தையுடன் பார்த்தன. மறுகணம் அவள் எழுந்து விட்டாள். அவள் கண்கள் என்னை உக்ரமாகப் பார்த்தபடி பிரகாசித்தன. பற்களை இறுகக்கடிக்கும் அடையாளம் அவளது உதட்டோரங் களில் தெரிந்தது. சட்டென தகப்பனாரைப் பார்த்தவள் உள்ளே திரும்பி மறைந்துவிட்டாள். தகப்பனாரோ, 'உம் அவளுக்கு விசா திரும்ப வந்துவிட்டது,' என்று அலட்சியமாகச் சொன்னபடி டீயைக் குடித்தார்.

எனக்கு மெஹெராவின் ரியாக்ஷன் புரியவே இல்லை. உண்மையில் அவள் என்னைப் பார்த்த பார்வையில் ஒரு பெருங்கோபத்தைத்தான் என்னால் உணரமுடிந்தது. ஆனால் ஒன்றுமட்டும் நிச்சயம். என்னை அவள் அடையாளம் கண்டு கொண்டாள்.

நான் டீ கப்பை முடிக்கும்வரை தகப்பனார் என்னை விடவில்லை. 'எனக்கு நேரமாகிறது. ஆனால் உங்களைச் சந்தித்ததில் சந்தோஷம்,' என்றேன். 'சிலோனுக்குப் திரும்பப் போகிறீர்களோ?'

'வீட்டைச் சொந்தக்காரரிட்ட ஒப்படைச்சுப்போட்டு மூண்டு நாளில் போறோம். மகளிண்ட கல்யாணத்துக்குப் பிறகு ஒக்டோபர் நவம்பரில் ஒருக்கா வாற ஐடியா இருக்கு,' என்று ஏதோ உறவினரின் அக்கறையுடன் எனக்குத் தமது திட்டத்தை விளக்கினார் அவர். சாவதானமாக வழியனுப்பும் உபசார வார்த்தைகளை அவர் எடுக்கு முன் நான் தெருவுக்கு வந்துவிட்டேன்.

மெஹெராவின் நேற்றைய பார்வையிலிருந்து முற்றிலும் மாறுபட்ட அவளது பார்வை என்னைச் சிதறடித்துவிட்டது. பிள்ளையாரைத் திருபிப்பார்த்தேன். அவள் குண்டுக்கல்லாக உட்கார்ந்திருந்தார். ஜனவரியின் பனிவெயில் சுரீரிட்டது. ஒரு குழந்தை அழ அழ அதை இரண்டு பெரியகுழந்தைகள் பள்ளிக்கு இழுத்துப் போய்க்கொண்டிருந் தார்கள். எவனையாவது உதைத்தால் தேவலாம் போன்ற குரூரம் என் மனசினுள் ஏறியது.

லைப்ரேரியனிடம் வம்புச்சண்டை போட முயன்றுபார்த்தேன். அவர், 'சரிதான் சார் சரிதான்,' என்று சமாளித்துவிடவே அக்கா ருக்மிணி ஆபீஸிற்குப் போனேன்.

'என்ன மூஞ்சி திகுதிகுவென்று எரியறது உனக்கு இன்னிக்கு?' என்று வரவேற்றாள் அவள்.

உன் மூஞ்சியைப் பார்த்துட்டேனில்லியா!' என்றேன் நான்.

அவளுக்கு என் நாடி தெரியும். எனவே மூக்குக்கண்ணாடியை பைலுக்குத் திருப்பிக்கொண்டாள். காபி வரவழைத்தாள். மென்மை

யான குரலில், 'என்னடாது?' என்றாள். என் கண்கள் கலங்கிவிட்டன. காபியைப் பாதிகுடித்தபடி வைத்துவிட்டு எழுந்து வெளியே வந்தேன். வெய்யில் ஏறிவிட்டது.

நடந்தேன். மூன்று மைல். சென்னையின் தெருவெங்கும் நிழல்கள் ஓடின. என் மனசினுள் அவற்றின் வெலித்தியான ஊளைகள்.

வீட்டை அணுகும்போது தலை கிறுகிறுத்து வாந்திவந்தது. முதல் நாள் இரவுடன் அன்று காலை நான் சாப்பிடாததும், வெய்யிலும் உணர்வின் நாசமும் சேர்ந்து கொண்டதன் விளைவு. எல்லாம் எப்படியெனும் தொலையட்டும் என்று மத்யானமும் நான் சாப்பிட வில்லை.

சாயந்திரம் அக்கா வந்தாள். காலையில் மீந்த மாவில் அவளே சில இட்லிகளை வார்த்து வந்து வைத்தாள். நான் அவளை வெறிபிடித்த மாதிரி பார்த்தபடி, 'மூன்று நாளில் போய்விடுவாள்,' என்றேன்.

அக்கா இது ஏதோ ரொம்பப் பழையகதை என்றவிதமான பாவத் துடன், 'முதல்லே சாப்பிடு,' என்றாள்.

சாப்பிடும்போதே, 'யாரது? சொல்லு,' என்றது அவளது ரகஸியக் குரல்.

'மெஹெரா,' என்றேன். அவ்வளவுதான். கடகடவென்று முழு விஷயத்தையும், அன்று காலை மெஹெரா வீட்டில் நடந்தது கேட்டது உட்பட, சொல்லிவிட்டேன்.

கொஞ்சநேரம் பேசாமல் இருந்த அவள், 'மாறுவேஷம் போட்டுட்டு இதுக்காக அந்தக் காலத்திலே போனவங்கள் கதைதான் படிச்சிருக்கேன்?' என்றாள். இட்லிகளும் உள்ளே போய் சித்தம் சுவாதீனப்பட்டு விட்டதுடன் இதையும் அவள் செல்லவே, இவளிடம் ஏன் சொன்னோம் என்று ஆகிவிட்டது எனக்கு.

'சரி, நான் வந்த விஷயம் வேறே... இனியாவது வேலைக்குப் போறயா? ஒரு விளம்பரக் கம்பெனி வேலை. ஆரம்பத்திலேயே எழுநூற்றைம்பது தருவாங்கலாம்,' என்றாள் அவள்.

விட்டுத்தொலைந்தால் போதும் என்ற முடிவுடன், 'ஆகட்டும்,' என்றேன்.

இனி எனக்குச் சுவாதீனம் எதுவுமே வேண்டாம். எவ்வளவுக்குத் தன் நினைவை இழக்கிறோமோ அவ்வளவுக்கு நல்லது. எனவே அன்றாட ஆபீஸ் வேலை என்ற ஒருவித சுய இழப்பை ஏற்றுக்கொண்டேன். பஸ்ஸில் நிழல்களோடு நிழல்களாக நகர்வது, ஆபீஸில் என் பிரக்ஞை யுடன் சம்பந்தமற்ற விளம்பரச் சுலோகங்களை எழுதுவது.

அவ்வப்போது அக்கா வந்து பார்ப்பாள். உப்புச் சப்பில்லாத ஆபீஸ் விஷயங்களைப் பற்றிப் பேசுவாள். அவளது கணவனும் வந்துவிட்டால் அறுசுவை இரண்டு மடங்காகும். நானோ வெறுமை ததும்பும் பார்வை

84 பிரமிள்

யுடன் யாவற்றையும் கேட்டுக் கொண்டிருப்பேன்.

அம்மா மட்டும் அக்காவிடம், 'என்னடி இவன் முந்தி மாதிரி கலகலப்பே இல்லை,' என்று கூறுவாள். அக்காவோ, 'எல்லாம் வர வேளைக்குத் தானே வரும்,' என்பாள்.

ஏதோ ஒருநாள் மெஹெரா வீட்டு விலாசம் முதலியவை அடங்கிய கன்ஸ்யூமர் சர்வே நோட் புக்கை, அதிலுள்ள வேறு ஒரு விலாசத்துக் காகத் தேடினேன். காணோம்.

என்னை மெஹெரா கோபத்துடன் பார்த்த ஞாபகம், இன்று விலாசம் தொலைந்ததுடன் சேர்ந்து வந்து மோதிற்று. எனவே தொலை யட்டும் என்று மனசுக்குள் கறுவியபடி காலைப் பேப்பரை எடுத்தேன்.

அது ஜுலை 24, 1983. நேற்றுத்தான் ஜனவரி என்பதுபோல இருந்தது மாதங்களின் இந்த வேகம். பேப்பரின் தலைப்புச் செய்தியைப் பார்த்தபடி காபி டம்ளருக்குச் சென்ற என் கை விரைத்தது. கொழும்பில் தமிழர்கள் யாவரும் சின்னாபின்னமான செய்தியும் படங்களும். சூறை, எரிப்பு, பயங்கரமான காலிக்கும்பல்களின் கொலை வெறி யாட்டம், கற்பழிப்பு. கொழும்பு! மெஹரா!

திகீலென என் கையிலிருந்த பேப்பர் சிவந்ததைக் கண்டேன். மறுகணம் என் குரல், பிரம்மாண்டமான வெகு தொலை தூரத்தில் 'மெஹரா!' என்று அலறியது கேட்டது. நான் வெகுகாலமாக மிகநீண்ட தூரம் ஒன்றினுள் குறியில்லாமல் ஒரு அலறலாக மாறி ஓடிக்கொண் டிருந்தேன். என் பிரக்ஞை போய்விட்டது.

எவ்வளவு நேரத்துக்குப் பிறகு பிரக்ஞை திரும்பியது என்று நினை வில்லை. ஆனால் திரும்பும் மனோவெளியில் எனது குரல் மெஹெராவின் பெயரை வேதனையுடன் உச்சரித்து கொண்டிருந்ததைக் கேட்டேன்.

காலருகே நின்றிருந்த உருவத்தைக் கண்டதும் நான் நிமிர்ந்து உட்கார ஆரம்பித்தேன். என் வாய் என்னை அறியாமல், 'விசரி' என்று உளறிற்று. 'விசரி'யின் முகத்திலிருந்து கலவரம் கலந்த ஆதங்கம் பழுத்த நகைச்சுவைச் சிரிப்புடன் மலர்ந்தது. 'உங்கட வீடுகளில் மாமியாரை விசரி எண்டுதான் கூப்பிடுறதோ?' என்றாள் அவள்.

என்னருகே நாற்காலியில் உட்காரர்ந்திருந்த மெஹெராவின் 'களுக்'கிட்ட சிரிப்பில்தான் மூளை எனக்குத் தெளிந்தது. அதே சமயம் என் காதருகே அக்கா ருக்மிணி 'இடியட்' என்று என்னை வைத குரல் குறுக்கிட்டது. அம்மாவின் குரல், 'ஏண்டி அவனைத் திட்டறே. எல்லாம் உன்னால் வந்தது. நீ போட்ட பிளானால்தான் இவன் இப்ப போய் தூணிலே தலையை இடிச்சுக்கிட்டுக் கிடக்கிறான்,' என்றாள்.

என் கண்கண் மெஹெராவின் முகத்தைவிட்டு அகலவில்லை. அவளுடைய நாற்காலிக்குப் பின்னால் அவளது அப்பா பேயறைந்தாற் போல் நின்றுகொண்டிருந்தார். அவரது குரல் தளதளத்தது. 'எல்லாம்

தும்பிக்கையானிட வேலை. நாங்கள் கொழும்புக்குப் போய் சீரழியாமல் அவன்தான் இதை நடத்தி இருக்கிறான். இவள் கொழும்புகு வரமாட்டன் எண்டவள், மறுநாள் தம்பி வந்ததைப் பார்த்துப்போட்டு போய் உடனே அம்மாளிடம் எல்லாத்தையும் சொல்லிவிட்டாள். அதுக்கு அடுத்த நாள் ருக்மிணி வந்து, விஷயம் எல்லாம் முடிஞ்ச மாதிரிப் போச்சுது. ஆனால் தம்பிக்கு இதை இவ்வளவு நாளும் மறைச்சது பிசகு.'

'ஆவணி முகூர்த்தத்துக்கு காத்திருக்கிறதில் என்ன பிசகு?' என்று 'விசரி' முன்னே வந்து கணவனை அழைத்துக்கொண்டு ஒதுங்கினாள். மெஹெரா எனக்கு மட்டும் கேட்கிற மாதிரி, 'வெட்கக்கேடு! ஒரே மெஹெரா, மெஹெரா, மெஹெரா!' என்றாள்.

நான் 'ஆமாம், இலங்கையில் எத்தனை மெஹெராக்கள்...!' என்றதும் தான் அவள் நிமிர்ந்து துணுக்குற்று என் கண்களைச் சந்தித்தாள்.

தினமணி கதிர், 26.5.1985.

கருடயோகி

அது ஒரு சிற்றூர் மட்டுமல்ல, அதற்குப் பெயர்கூட 'சிற்றூர்'தான். நடுவே இருந்த துளசிங்கப்பெருமாள் கோவிலும் கோபுரமும்கூட சிறியவை. ஆனால் அதன் பிரகாரம் விசாலமானது. கோவிலுக்குத் தெற்கே படித்துறையோடு இருந்த குளமும் வடக்கே ஆண்டிகள் குறவர்களுடன் கலகல என்று இருந்த கல்மண்டபமும் பெரியவை. பிரகாரத்தை விட்டால் கோவில் வாசலில் இருந்து நேரே ஓடிய தெரு ஒன்றைத்தான் தெரு எனலாம்.

அந்தத் தெருவில் இருந்த கடைகளுக்கும் அவற்றின் உரிமையாளர் களுடைய வீடுகளுக்கும் ஒரே வாசல்தான். அதாவது வராண்டாக்களே கடைகள். ஒரு பன்ரொட்டி சுவீட் கடை, ஒரு ஓட்டல், ஒரு சாராயக் கடை, ஒரு மளிகைக்கடை, ஒரு திருவிழா அல்லது விஷேச நாட்களில் பீடி, வெற்றிலை, மூக்குப் பொடி என்ற சிறுத்துவிடும் கடைகள். இவற்றைவிட, இரண்டு மிராசுதாரர்களின் அரிசிமண்டிகள். இதுதான் கடைத்தெரு. இந்தத் தெருவுக்கு திட்டவட்டமான ஒரு பெயரை வைக்கிற பிரச்னை நடந்துகொண்டிருந்தபோதுதான் என்னைக் கூப்பிட்டனுப்பினார் வடக்குமண்டிக்காரர் - அதாவது தெருவின் வடபுறச்சாரில் இருந்த அரிசிமண்டி உரிமையாளரான டி.எஸ்.பிச்சு மணி.

நான் சிற்றூருக்கு ஆரம்பப்பள்ளித் தலைமையாசியராக வந்து ஓரிருமாதங்கள்தான் ஆகியிருந்தன. கடைத்தெருவுக்குப் பெயர் வைப்பது பற்றி பேச்சுவந்தபோது, 'துளசிங்கப்பெருமாள் தெரு என்று வையுங்கள். டி.எஸ்.பி தெரு என்று சுருக்க வசதியாக இருக்கும்,' என நான் டீச்சர்களிடம் அடித்த ஜோக், டி.எஸ்.பி காதுக்குப் போயிற்றோ ஏதோ! ஊருக்குப் பெரியமனிதர் அவர். எனவே நான் அடித்தது வெறும் அறுவை ஜோக் மட்டுமல்ல, சில ஊர்களில் என் தலையை அறுக்கக் கூடிய ஜோக்கும்கூட. ஆனால் சிற்றூரின் பெரியமனிதர் விஷயம் தனி. ஊருக்கு வந்த சந்தர்ப்பத்தில் சந்தித்து வணக்கங்கள் பரிமாறியபோதே, ஆட்டுக்கடா மீசைக்காரர்தான் என்றாலும் டி.எஸ்.பி. அரைமணி நேரத்துக்குள் சல்லாபமாகப் பேச ஆரம்பித்துவிட்டார். எனவே என் ஜோக்கின் அடிப்படை அபத்தமான தைரியமல்ல, அசட்டுத்தனமான சிநேகிதம்தான்.

முன்மாலை ஸ்கூல் விட்டதும் நேரே அவரைப் போய் பார்த்தேன். உள்ளே இருந்து ஸ்வீட் வரவழைத்தார் மனுஷ்யர்.

'என்ன டி.எஸ்.பி. ஸார், அல்வா அமர்க்களம்!' என்றேன்.

'தெருவுக்குப் பெயர் வைத்தீரே, அந்த அமர்க்களத்தை விடவா?' என்று ஒரு போடு போட்டுவிட்டு உள்ளே திரும்பி, 'இன்னும் ஒரு நறுக்குக் கொண்டுவா. காராசேவு மறந்துவிடாதே. பிறகு சுடச்சுட காபி,' என்றார் மகளிடம். கிராமத்துக் குறும்பு நிரம்பிய அவளுடைய முகதரிசனம் கிடைக்கப்போகிறது என்று உள்புறம் பார்த்த நான், 'காபியா? காபி சாப்பிடமாட்டேன், டீ!' என்றேன்.

அடுத்த நறுக்கு அல்வாவையும் காரத்தையும் கொண்டுவந்த மகளிடம், 'காபி சாப்பிட மாட்டாராம். இந்த மாதிரி பிரகிருதிகளும் இருக்கிறதான்னு புதுமைப்பித்தன்கற மேதைகூட ஆச்சரியப்பட்டிருக்கிறார்,' என்று டி.எஸ்.பி. பேசி முடிக்குமுன், புதுமைப்பித்தன் பெயரில் இருந்த பித்தனுக்குப் பயந்தோ ஏதோ கன்னிகையாள் உள்ளே ஓடிப்போய்விட்டாள்.

'ஒன்றும் அறியாததுகளை இப்படிப் பயமுறுத்துறேளே! அது சரி, பெயர் தீர்மானமாச்சா?' என்றேன்.

'துளசிங்கன் பெயருமல்ல டி.எஸ்.பி. பெயருமல்ல,' என்றவர் கொஞ்சம் நிதானித்துத் தொடர்ந்தார். 'ஆமாம் நானும் குடும்பஸ்தன், நீரும் குடும்பஸ்தன். நானும் வயல் நிலபுலம் வைத்து வியவகாரம் பண்ணுகிறேன், நீரும் வயல் நிலம் அது இது என்று வியவகாரியாக இருக்கிறீர். உமக்கும் எனக்கும் என்ன வித்தியாசம்? நான் வடக்கே அரிசிமண்டி வைத்திருக்கிறேன், நீர் தெற்கே வைத்திருக்கிறீர். உமக்கும் எனக்கும் என்ன வித்தியாசம்?'

ஒன்றும் புரியாமல், 'எனக்கேது நிலபுலம் அரிசிமண்டி?' என்று நான் கேட்க முயன்றபோது, அவரது கை எழுந்து என்னை அடக்கிவிட்டது.

'கோவில் விழா எடுப்பு, படித்துறையில் சரிந்த கல்லுகளை மாற்றுகிற திருப்பணி, அன்னதானம், அது இது எல்லாவற்றுக்கும் நானும் கொடுக்கிறேன், நீரும் கொடுக்கிறீர்? இருந்தாலும்கூட உம்மைப் பார்த்தால் ஒரு மாதிரியும் என்னைப் பார்த்தால் வேறு மாதிரியும் இருக்கே!' என்று அடுக்கினார் டி.எஸ்.பி.

'விடுகதை போடுகிற லட்சணமா இது?' என்றேன். அதற்குள் டீ வந்துவிட்டது எனக்கு. காபி அவருக்கு.

'தெற்குசாரில் அரிசிமண்டி வைத்திருந்த மதுரநாயத்திடம் நான் கேட்ட கேள்வி அது. டீயை ஆறவிட்டுக் குடிக்காதேயும் அசாரக் குற்றம்,' என்று பதில் சொன்னார். டி.எஸ்.பி. உள்ளே அவரது மகள் லேசான ஒரு தலைத்திருப்பலில் என்னைப் பார்த்துவிட்டு மறைந்தாள்.

மதுரநாயகத்தைப் பற்றி பயபக்தியுடன் டீச்சர்கள் சிலவேளை

சொல்லக் கேட்டிருந்தால், நான் 'கப்சிப்' ஆகிவிட்டேன். சிற்றூருக்கு நான் வருமுன்பே மதுரநாயகம் காலமாகிவிட்டார். ஆனால் 'காலமாகி விட்டார்' என்பதுபோன்ற அபசுரமான வார்த்தையில் அவரது மறைவு குறிப்பிடப்பட்டதில்லை. 'ஓடுங்கிவிட்டார்' என்றார்கள். இதனால் கோவில் மண்டபத்தில் இருந்த யாரோ ஒரு ஆண்டிதான் மதுரநாயகம் என்பது என் கணிப்பாக இருந்திருக்கிறது. தெற்குச்சார் மண்டி அவருடையது என்பதை இப்போதுதான் கேள்விப்படுகிறேன்.

எதற்கும் 'இப்போ அவருடைய அரிசிமண்டியை யார் பார்க்கிறார் கள்?' என்று சில்லறைத்தனமாகக் கேட்டுவைத்தேன்.

'நிலம், அரிசிமண்டி எல்லாவற்றையும் ஒரே குழப்பமாகப் பண்ணிப் பார்த்துக்கொண்டிருக்கிறார் மருமகப்பிள்ளை. மாமனாரை எலக்ஷ னுக்கு நிற்கச் சொன்னாராம், சுற்றுவட்டார கிராமங்களில் இருந் தெல்லாம் குறைகுற்றங்களைக் கொண்டு வந்து ஜனங்கள் அவரிடம் கொட்டுவதைப் பார்த்துவிட்டு. அவ்வளவு பேரையும் எண்ணி எடுத்துப்போட்டு கணக்குப் போட்டிருக்கிறார் மருமகப்பிள்ளை.'

'மதுரநாயகத்திடம் நீர் கேட்ட கேள்விக்கு, பதிலை அவரே தானே சொல்லியிருக்கணும்?' என்றேன் டீயை காலி பண்ணிய நான்.

'சொன்னார்! ஆனால் சொன்ன பதில், இன்றுவரை எனக்கு முற்றாகப் புரிந்தபாடாய் இல்லை,' என்றுவிட்டு, துண்டை உதறித் தோளில் போட்டபடி எழுந்தார். 'வாரும் காற்றாட வெளியில் போகலாம்.'

நான் உள்ளே ஒரு நிழலைத் தேடிவிட்டுத் தெருவுக்கு இறங்கினேன். இருவரும் கோவிலுக்கு முன்னாடி இருந்த ஆண்டி பரதேசிகளுக்கு நடுவேபோய் உட்கமரும்வரை பேசவில்லை. 'இந்த இடத்தில்தான் வைத்துக் கேட்டேன். மதுரநாயகம் பதில் சொன்னார். புரியவில்லை. ஒடுங்கிவிட்டார். அவர் ஒடுங்கி மூன்று மாதங்களுக்குப் பின்னால், இதே இடத்தில்தான் இந்தக் கூட்டத்துக்குள் ஒருவராக உட்கார்ந்திருந் தார் மதுரநாயகம்,' என்று நிறுத்தினார் டி.எஸ்.பி.

'என்ன ஓய் சொல்லுகிறீர்?' என்றேன் நான் அலறாத குறையாக. வழக்கமான கிராமீய அற்புதம் எதையோ சரடு திரிக்கிறார் என்று தோன்றியது.

'இங்கே உட்கார்ந்திருந்தவர் அசல் மருதநாயகம் அல்ல. இவர் யோகி என்று அழைக்கப்படுகிற ஒரு ஞானவான். மதுரநாயகத்தின் அதே உக்ரம். மற்றபடி யோகிக்கும் மதுரநாயகத்துக்கும் சம்பந்த மில்லை. மதுரநாயகம் ஒரு வியவகாரி. இங்கே நான் பார்த்தவரோ ஒரு துறவி. அவர் மழமழ வென்று ஷேவ் செய்திருப்பார். இவருக்கு பழசுபட்ட வெள்ளைத் தாடி. அவர் கறுப்பு. இவர் சிவப்பு. அவர் வெற்றுத் தலையர். இவர் முண்டாசுத் தலைவர். அவர் படுசுத்தம். இவர்

படுஅழுக்கு. அவர் புகைக்கமாட்டார். இந்த யோகி பெரிய சிகரெட் குடியர். அவர் இந்த ஊர். இவர் வடக்கே காசியில் இருந்து வந்து தங்கி இருக்கிறார் அங்கே!' டி.எஸ்.பி. சிற்றூரிலிருந்து பார்த்தால் தெரியக் கூடிய திருவண்ணாமலையைக் காட்டினார்.

'அதாவது மதுரநாயகத்துக்கும் எனக்கும் வியவகாரத்தில் மட்டும் ஒற்றுமை உண்டு. மதுரநாயகத்துக்கும் இந்த யோகிக்கும் உக்ரத்தில் மட்டும் ஒற்றுமை உண்டு. நான் இந்த யோகியிடம் உட்கார்ந்து விஷயத்தைச் சொன்னேன். தமிழிலும் இங்கிலீஷிலுமாய்ச் சொன் னேன். மதுரநாயகத்திடம் கேட்ட கேளவியைச் சொன்னேன். கிடைத்த பதிலைச் சொன்னேன்.' நிறுத்தினார் டி.எஸ்.பி.

'உமது கேள்வியைத்தான் சொன்னீர். மதுரநாயகத்தின் பதிலை எமக்குச் சொல்லவில்லையே, சொல்லும்!' என்றேன் நான்.

டி.எஸ்.பி. உடனே பேசவில்லை. விரலை அசைத்து மனசில் இருந்ததை காற்றில் எழுதிக்கொண்டார். பிறகு எழுதினதைப் படிக்கிற தோரணையில் சொன்னார். 'இதுதான் மதுரநாயகத்தின் பதில்: 'நான் குடும்பஸ்தன். நீரோ உம்மைக் குடும்பஸ்தன் என்று நினைத்துக் கொண்டேயிருக்கும் குடும்பஸ்தன். நான் வயல் நிலபுலம் அரிசிமண்டி வைத்திருக்கும் வியவகாரி. நீரோ வியவகாரம் பண்ணிக்கொண்டிருப் பதே நினைவாக இருக்கும் வியவகாரி. நான் குளத்துப்படிக்கும் அன்னதானத்துக்கும் கொடுக்கிறேன். நீர் கொடுப்பதாக நினைத்தபடி கொடுப்பவர். இதுதான் வித்தியாசம்!' என்று நிறுத்திவிட்டு, 'ஏதாவது தலைகால் புரிகிறதா?' என முடித்தார் டி.எஸ்.பி.

'புரியலை. யோகியிடம் இதைச் சொன்னீரே, விளக்கினாரா?' என்றேன் அவசரமாய்.

'மதுரநாயகத்தின் பதிலைக் கேட்டு யோகியார் கடகடவென்று சிரித்தார். எட்டி என்னை அடித்து அடித்துச் சிரித்தார். சிரித்துக் கொண்டே எழுந்து கடைத்தெரு வழியாக ஒரு சின்னப்பையன் போல் ஓடோடிப் போய்விட்டார். இதில் எனக்கு ஒருவித வெட்கம். நல்லவேளையாக நான் அசடு வழிந்ததுக்குச் சாட்சிகள் இல்லை. ஆனாலும் தோளில் சுற்றி இருந்த பெரிய செங்கருப்புப் போர்வை எழுந்து பறக்க அந்த யோகியார் ஓடிய காட்சியும் அவரது நகைப் பொலியும் என் மனசில் ஒரு பசுமையை உண்டாக்கிவிட்டன.'

நான் பதில் பேசாமல், உயர இருந்து இறங்கித் தாழ்ந்துவந்த ஒரு கருடப்பட்சி, கடைத்தெருவை நோக்கிப் பறந்து இறக்கைகளை அடித்துவிட்டு மேலே செங்கருப்பின் உக்ரத்தோடு ஏறுவதைப் பார்த்தேன்.

'மதுரநாயகம் தெரு என்று வைப்பதுதான் என் யோசனை. ஆனால்...' என்று இழுத்தார். 'இதில் இரண்டு பிரச்னைகள் இருக்கின்றன.'

'ஒரு பிரச்னை அவரது மருமகப்பிள்ளையின் அரசியல் ஆசை. தெருப்பெயரை அவர் அரசியல் முதலீடாக்கி விடுவார். வேறு என்ன பிரச்னை?' என்றேன் நான்,

'வேறொன்றும் இல்லை. அவர் பெயர் மதுரநாயகம் என்று அவரிடம் வந்துகொண்டிருந்த ஜனங்களுக்குத் தெரியாது. அவர்கள் மதுர நாயகத்தை ஏனோ கருடயோகி என்றுதான் அழைத்து வந்திருக்கிறார் கள். 'கருடயோகி சாலை' என்று வைத்தால், இதுதானே பிரபலமான பெயர் என்று மருமகப்பிள்ளை இதை அரசியலில் போட்டுவிட மாட்டாரே? என்ன சொல்கிறீர்!'

'இந்தக் காலத்து அரசியலுக்கும் கருடன்கள் யோகிகளுக்கும் என்ன சம்பந்தம்? பேசாமல் கருடயோகி சாலை என்றே வையுங்கள்,' என்றேன்.

உயரே வட்டமிட்ட செங்கருப்புப் புள்ளி இப்போது தூரத்தே தெரிந்த மலையை நோக்கி விரைந்துகொண்டிருந்தது.

கனவு, செப்டம்பர் 1990.

ஆலா

உள்வாங்கிச் சிந்திக்கத் தெரியாத கண்கள் அவை. போதாதுக்கு இப்போது அவை வெளியேறிவிடப்போகிற விபரீதநிலையில் முழித்துக் கொண்டிருக்கின்றன. இந்த முழிதான் விசுவலிங்கத்தின் 'டிரேட் மார்க்'. தமிழில் சொன்னால் 'வர்த்தக்குறி'.

'தமிழில் எதைத்தான் சொல்லமுடியாது? எல்லாமே தமிழில், கன்னித்தமிழில், கடல் கடந்து கொடிபறக்கும் வீரத்தமிழில். அதுவும் தமிழுக்கும் தாய்த் தமிழான இலங்கைத்தமிழில் இருந்துதானே பிறந்திருக்கின்றன? பாராளுமன்றத்திலிருந்து 'பார்லிமெண்ட்'. இந்தியன் 'பிரெட்' என்பான், நாங்கள் பண்பட்ட தமிழில் 'பாண்+ என்போம். உங்களுக்கு இரவல் 'பெஞ்ச்' எங்களுக்குச் சொந்தமான 'வாங்கு'. இந்நிலையில் இலங்கைத் தமிழ் எழுத்தில் இலக்கியமா இல்லை? சி.வை.தாமோதரம் பிள்ளையிலிருந்து ஆறுமுக நாவலரி லிருந்து நான் வரை, அதாவது விபரீதக்கவிஞனான...'

'அடிச்சாண்டா மச்சான் பிளாஷ் சாமராவால ஒரு போட்டோ உன்னை இந்த இடத்தில்தான்...! பாரன்...'

பார்வைக்கு விபரீதக்கவிஞர் விசுவலிங்கத்தின் போட்டோவைக் கொடுத்த 'மச்சான்', கண்ணுக்கு எட்டியும் தோளில் கைபோட முடியாதபடி தூரத்தில் ஒரு நீண்ட மேஜையின் முன்னால், மேஜை யைச் சுற்றி வரிசையாக உட்கார்ந்திருக்கும் உருவங்களுக்கு நடுநாயக மாக வீற்றிருக்கிறான். கருப்பு, சிவப்பு, வெள்ளைகளாகக் கலந்திருந்த மற்றைய உருவங்கள் எல்லாமே அவனிடமிருந்து வந்த போட்டோ வைப் பார்க்கும்படி தரப்பட்டிருக்கிறது. ஒவ்வொருவராக, அதாவது முதலில் இப்புறத்து உருவம், அடுத்து அதற்கு எதிர்புறத்து உருவம் எனக் கைமாறி, கடைசியாய் அது வந்துசேர்ந்த கை விசுவலிங்கத்துடையது.

'விபரீதக் கவிஞனான.....' எனும்போது விசுவலிங்கத்தின் புதர் மீசை, மேலுதட்டைக் கோணலாக்கி இழுத்து இடப்புறமாக வாய்க்குள் நுழையப் முயற்சித்திருக்கிறது. தமிழ் தாண்டவமாடும் நாக்கும் நாக்கைக் காக்கும் நானாவிதமான பற்களும்கூட தெரியாமலில்லை. தலைக்குச் சற்றே உயர எழுப்பிய அவரது முஷ்டியிலிருந்து தனித்து நிற்கிறது சேர சோழ பாண்டியர்களின் கொடிகம்பம் போன்ற ஒரு ஆள்காட்டி விரல்.

ஆனால் விசுவலிங்கத்தின் நாளாந்த கிச்சன் அனுபவமான அண்டாவி லிருந்து வட்டமாக எழும் நுரைக்கொதிப்பு அல்லவா நிற்கிறது அவரது தலையில் - வட்டமான வெள்ளை மாலுமித் தொப்பியாக, போதாத துக்கு அதில் Royal (Ceylon) Navy என்ற ஆங்கில எழுத்துக்கள் நெற்றிப் பட்டயமாய் தொப்பியின் வளைவோடு ஓடு கின்றன. வெள்ளை மாலுமிச் சட்டையின் தோற்றம் வேறு.

தம்முடைய கையின் விரல்கள் பிடித்திருந்த போட்டோவின் பளபளப்பில் பிரதிபலித்த வெளிச்சம் லேசாக நடுங்குவதைக் கவனித் தார் விபரீதக்கவிஞர். கண்கள் உடனே போட்டோவின் உள்விளிம் பில் பதிந்திருந்த கட்டைவிரலின் நகத்துக்கு வந்தன. நகத்தில் அது என்ன புதிதாய் ஒரு சிறு வெள்ளைப் புள்ளி? பூவா? ஆலா போட்ட பூ.

'ஆலா ஆலா, பூப்போடு!'

'ஆலா ஆலா, பூப்போடு!'

காளிகோவில் சுற்றுவீதி. வானில் வட்டமிடும் பருந்துக்கு இணை யாகக் கைகளை விரித்து, விரல்நகங்களை மேல் நோக்கிப் பிடித்தபடி குழந்தைகள் வட்டம் போடுகின்றன. அவ்வப்போது குழந்தைகள் ஆலா பூப்போட்டிருக்கிறதா என்று பார்ப்பதற்காக நிற்கின்றன.

'எனக்குப் போட்டிருக்கு!' ஏற்கனவே உடலின் ஆரோக்யக் கெடுதி எதற்கோ சமிக்ஞையாக நகத்தில் விழுந்திருக்கும் புள்ளி ஒன்றை இப்போதுதான் பார்க்கிறாள் ஒரு சிறுமி. இதன் ஆரோக்யத் தகவலை விபரீதக்கவிஞராக அவதரித்த பிறகுகூட கிரகித்திராத சிறுவன் விசுவன், 'எனக்கும் பூப்போட்டிருக்கு ஆலா. அஞ்சு பூ. இல்லை ஆறு, ஏழு...' என்கிறான்.

'எங்கே காட்டடா'

'நான் காட்டமாட்டேன்.'

'இல்லை ஒரு பூவும் போடவில்லை. விசுவனுக்கு ஒரு நாளும் ஆலா பூப்போட்டாது.'

'போடி... பு...!'

'அம்மா! விசுவன் தூசணம் பேசறான். கப்பல்காறனிடம் புடிச்சக் குடுங்கம்மா.'

கப்பலின் எஞ்சின் இரும்புத்திணறலாக ஓடிக்கொண்டிருக்கிறது. வெளியே கடலில் ஒய்வற்ற இரைச்சல், 'மாலுமி!' ஆங்கிலத்தில் ஒரு இரும்புக்குரல். 'இந்தப் புகைப்படத்தில் இருப்பது நீர்தானே?' கப்பலின் எஞ்சின் திடீரெனக் கேள்விபோடுகிறது.

போட்டோவில், கட்டைவிரல் நகத்தில் பதிந்திருந்த கண்களைத் தூக்க முயற்சிக்கிறார் விசுவலிங்கம். முடியவில்லை. நகத்தில் இருந்த

பூவைக் காணோம். போட்ட பூவை ஆலா திரும்பப் பறித்தெடுத்து விட்டது. அதுவுமில்லை. கப்பலேறிய பிறகு இதுவரை கவிஞர் ஒரு ஆலாவையும் காணவில்லையே, பூ எங்கிருந்து வரும்?

அடேயப்பா, இந்த கண்கள் எவ்வளவு பாரம்! ஒருவிதமாக அவை தலையுடன் மேலேறுகின்றன.

கண்ணுக்கு எட்டியும் கைக்கெட்டாத தூரத்தில் கருநீலத் தோள் பட்டிகளும் இடதுநெஞ்சில் வானவில் கட்டங்களும் ஒரே ஒரு தங்கநிற மெடலும் அணிந்த வெள்ளை மாலுமிச்சட்டை. அதை அணிந்திருந்த உருவத்தின் முகத்தில் திரைத்த வெள்ளைத் தோல். நீலக்கண்கள், வெண்ணிறத் தலைமயிர். நரைத்த மயிரா, இல்லை இந்தக் கப்பல் கேப்டனுக்குப் பிறப்பிலேயே வெள்ளை மயிரா?

‘ஆனா ஆலா பூப்போடு. போட்ட பூவைப் பறிக்காதை. அதுவும் இண்டைக்கு.’

‘வாய்க்குள் முணுமுணுக்காமல் உரக்கப் பதில் சொல்,’ என்கிறது எஞ்சின்.

காப்டனின் ஆங்கில உச்சரிப்பு தமிழில் ஊறிய விசுவலிங்கதின் காதுக்குள் இருக்கும் ஜவ்விற்குப் புரியாது. எனவே கப்பலின் எஞ்சினே காப்டனுக்கு பதிலாகப் பேசுகிறது.

‘நான்தான்.’ ‘நான்’ அழுத்தம் பெற்று ’தான்’ என்று எதிரொலிக்கும் போது தமிழ். ஆனால் இதனை விசுவலிங்கம் ஆங்கிலத்தில் சொன்னத னால் இந்த எதிரொலி இல்லை. அவர் அன்று இருந்த ஆங்கிலப் பயிற்சியின் ஆளுமையினால் கொஞ்சம் இங்கிலிஷ் பேசுவார். இல்லாவிட்டால் இன்னும் பிரித்தானிய ஒப்பந்தத்துடன் செயல்பட்ட ராயல் சிலோன் நேவியில் அஸிஸ்டெண்ட் குக் வேலை என்ற அற்புதம் நிகழ்ந்திராது.

இவ்வளவுக்கும் அவருக்குச் சமைக்கத் தெரியாது. வேலை தெரிந்த ஒரு பழைய கப்பல் குக் செய்து கொடுத்த சூப் அண்டாவைத் தன்னுடையது என்று தள்ளிச் சம்பாதித்த வேலை இது. கிச்சனிலேயே இன்னொரு அஸிஸ்டெண்டும் இவரைப் போலவே சமைக்கத் தெரியாத வனுமான சிங்களக் குக்குடன் எடுத்ததுக்கெல்லாம் கைகலப்பு. திருக்கோணமலைத் துறைமுகத்தை விட்டு கப்பல் கிளம்புவரை இருவருக்கும் வேலை தெரிந்த அடக்கமான சுயகௌரவம் கொண்ட சிநேகபூர்வமான ஆஹா ஓஹோக்கள். இலங்கைக் கடற்பகுதியைத் தாண்டி மாகடல் பகுதிக்குள் கப்பல் நுழைந்ததும், ‘கப்பல் எஞ்சின்’ என்று மாலுமிகளினால் நாமம் சூட்டப்பட்டருந்த சீஃப் குக்கிற்குக் கிடைத்தது முதல் அதிர்ச்சி. ஆஹாவும் ஓஹோவும் சேர்ந்து சூப் தயாரிக்க உத்தரவிட்டிருந்தான் அவன். சூப் தயாரிக்கும் போதே சிங்களவன் தமிழனைச் சீண்ட, தமிழன் பாய்ந்தடிக்க, முகங்களில்

முஷ்டிக்குத்தல் துவங்கிவிட்டது. சூப்பை டேஸ்ட் பண்ணிய ஆங்கிலேய சீஃப் குக்கின் நாக்கில் சமுத்திர ருசி ஒரே வெட்டில் பாய்ந்தது. வாய்க்குள் விட்டதைப் 'புளிச்' என்று சூப் அண்டாவுக்குள்ளேயே துப்பிய அவன், இலங்கைக் காதுக்குப் புரியக்கூடிய நறுக்கான உச்சரிப்பில் ஆஹாவும் ஓஹோவும் அந்த முழு அண்டாச்சூப்பையும் குடித்தாக வேண்டு என்று அடுத்த உத்தரவு போட்டான். அண்டாவின் உள்ளடக்கம் சிங்களவன் தமிழன் இருவருடைய உள்ளடக்கமாகவும் மாறுவதற்குத் தகுதியான காவல் வேறு. பிறகு என்ன? இரண்டு நாட்களாக இருவருக்கும் கலப்படமில்லாத வாந்திபேதி. இந்துமாக் கடலில் எஸ்.எஸ்.மிரியம் என்ற அந்தக் கப்பலில் ஏற்பட்ட வாந்தி பேதியே விபரீதக்கவிஞர் விசுவலிங்கத்தின் அரசியல் பிரக்ஞையாகவும் பெருகிற்று என்றால் அது மிகையாகாது. சிங்கள அஸிஸ்டெண்ட் குக்கின் வாந்திபேதி எவ்விதப் பிரக்ஞையாகப் பெருகியது என்ற தகவல் கிடைக்கவில்லை. ஏனென்றால் சிங்கப்பூரில் கப்பலுக்குத் துறைமுக அனுமதி கிடைத்த உடனேயே ஊருக்குள் போனவன், கூடச்சென்ற மற்றைய மாலுமகளை ஏய்த்துவிட்டு ஒரு மாலுமியின் பிளாஷ் காமரா அடங்கிய பையுடன் மறைந்துவிட்டான். பையையும் அவனையும் அல்லோலகல்லோலமாகத் தேடிய மாலுமி, ஆபீஸர் லெவலில் இருந்த ஒரு வெல்ஷ்மன். ஏற்கனவே எடுத்த ஷாட்டுகளுடன் பிலிம்ரோலுடன் காமரா போய்விட்டதில்தான் அவனுடைய வருத்தம்.

அடுத்ததாக, ஒரு சிமித்தி வளைவுகொண்ட மின்சார வித்தைகள் நிறைந்த திடல். அங்கே கேட்கிறது ஒரு இனிய தமிழ்ப் பெண்குரல். 'தமிழிலக்கியத்துக்கு நாங்கள் இன்றும் தாயக தமிழான இந்தியத் தமிழைத்தான் எதிர்நோக்குகிறோம். மலேஷியா, இலங்கை போன்ற இடங்களில் தமிழ் இலக்கிய மேதைகள் என்று குறிப்பிடும்படியாக எவரும் பிறக்கவில்லை.'

எப்போது மற்றைய மாலுமிகளைப் பிரிந்தோம் என்பது பிசகி விட்ட விசுவலிங்கத்துக்குத் திடீர் ரத்தக்கொதிப்பு. இலங்கைத் தமிழில் இலக்கியம் இல்லையா? அதாரது? டேய், விடுங்கடா என்னை, அவளிண்டதைக் கிழிச்சுப்போட்டுத்தான் மற்ற வேலை.... கூட்டத்துக்குள் குபுகுபுவென்று புகுந்து மேடையில் பாய்ந்தார். 'யார்? யார்? கப்பல்காரன், குடிச்சிருக்கான் ஜாக்கிரதை!' இனிய தமிழ்ப்பெண்ணின் வாயில் முன்பறகள் திடீரெனப் பெரிதாகின. 'அய்யய்யோ!' என்ற அவளது தமிழ்ப்பண்பாடு நிறைந்த அவலக்குரலில் 'அய்' என்பது மட்டும் சினிமாப்பாட்டுக்குரலாக ஒலிபெருக்கி நிபுணரினால் மாற்றப் பட்டு, 'அய், அய், அய்' என்ற ஆபாஸத் தமிழ்ப் பெண்குலத்துக் கோரஸ் ஆக ஓடத் துவங்கியது. 'எத்தனை பேருக்கு பதில் சொல்லுவாரு,' என்று அந்த 'அய்' கோரஸ் ஒரு கேள்வியையும் போட்டது.

மேடையில் பாய்ந்து பரபரப்பை ஏற்படுத்திவிட்டோம் என்பது பிரக்ஞையில் உறைத்தும்தான் விசுவலிங்கத்தின் ரத்தக் கொதிப்பு நிதானப்பட்டது. மைக்கைப் பிடுங்கி வாய்க்குள் திணிக்கும் ஆரம்ப இலக்கை உடனே கைவிட்டார். வேஷ்டி, ஜிப்பா, மூக்குக்கண்ணாடி அணிந்து இப்போது விலவிலத்தவராக எழுந்து நின்ற தலைவரை நோக்கி வணக்கம் போட்டார். இந்த வணக்கத்துககுத்தான் எப்பேர்ப் பட்ட சமாதான சக்தி! கண்டு பிடித்தவன் வாழ்க. 'நான் ஒரு இலங்கைத் தமிழன். இலங்கை இலக்கியம் பற்றி இங்கே...'

'மன்னிக்கவும், தயவுசெய்து...'

'ஒரு சில திருத்தச்சொற்கள் சொல்லிட அனுமதி கோருகிறேன்...'

'அரிய செயல்... செய்யுங்கோள்... செய்யுங்கோள்!' தலைவரின் தமிழில் ஏதோ துஷணம் கேட்டாலும், அது பிராந்திய வழக்காக இருக்கலாம்.

'நீங்கள் தமிழ்நாடா?' என்று தலைவரைக் கேட்கிறார்.

'நாகர்கோவில், தென்னிந்தியா.'

உடனே வேறொருவர், கூட்டத்தை ஏற்பாடு செய்தவராகத் தம்மை நிலைநாட்டி, கப்பல்காரருக்குத் தலைவரை அறிமுகப்படுத்துகிறார், 'தமிழ்நாட்டிலிருந்து சுழட்டி அடிக்கும் தமிழ்த்தென்றல் அய்யா அவர்கள்!' என்று. 'ஐயரா?' என விசுவலிங்கம் பவ்யப்பட்டுப் போய் விசாரிக்க, மற்றவர், 'நோ, நோ,' என்று நோப்பட்டு நோபோட்டு 'அய்யா' என்றார். எம்.ஏ., பிஎச்.டி.' என்று சில மினுக் மினுக் பூச்சிகளையும் பறக்க விட்டார். மைக்கில் நின்ற மங்கையைக் காணோம். பெண்கள் கூட்டம் அவளுக்கு ஒரு புடவைப்பட்டாளப் பாதுகாப்பைக் கொடுத்து மேடை ஓரத்தில் எழுந்தநிலையில் குவிந்து நிற்கிறது.

மைக்கை இடதுகையால் பிடித்தார் விபரீதக்கவிஞர் விசுவலிங்கம். ஒலிப்பெருக்கி நிபுணருக்கு ரைட் கிடைக்க, 'அய், அய், அய்' கோரஸ் தமிழ்த்தென்றல் 'அய்யா'வாக விசுவலிங்கத்தின அவையடக்கத்தில் பண்பட்டது. தமது புண்பட்ட நெஞ்சைத் தொட்டு இலங்கைத்தமிழ்ப் பண்பாட்டைப் பற்றிப் பேசி தம்பாட்டுக்கு ஒரு மூச்சு அறுவை செய்தார் விபரீதக்கவிஞர் விசுவலிங்கம். 'ஆறுமுக நாவலர் இன்றேல் கூறு தமிழ் உண்டோ?' என்றார். தொடர்ந்தார். தமது இலக்கியப் பிரவேசம் எவ்வாறு நடந்தது என்று கூறவேண்டுமென்றோ?

முதன் முதலாக, தமிழகத்திலிருந்து இலங்கையரின் கழிவுகளை அகற்றவந்த கீழ்க்குலத்துப் பெண்கள் கள்ளுக் குடிப்பதை எதிர்த்துக் கிளர்ச்சிக் கவிதை எழுதினார். விசுவலிங்கம். 'உங்கவூட்டு கக்கூஸ் நாத்தத்தை மறக்கத்தாண்டா நாங்க கள்ளுக்குடிக்கிறோம்,' என்றனர் அந்த ஏந்திழையர். கள்ளுக்கடை வாசலில் விசுவலிங்கத்துக்கும் அந்தக்

காரிகைகளுக்குமிடையே கைகலக்காத குறை. தூஷணமாய் தூள் பறத்தினாளுகள் அவளுகள். 'உங்க வூட்டுப் பொச்சிலே போயி செண்ட் பூசி கக்கூசுக்கு இருடா!' என்றாளுகள். இந்த உள்விபரம் எதுவும் அவரது பேச்சில் வராவிட்டாலும் பொத்தாம் பொதுவாகத் தமது போராட்டத்தை எரியும் நெருப்பென எழுப்பிக்காட்டினர். இதற்கெல்லாம் ஏமாந்துவிடாமல் மேடையருகே குவிந்திருந்த புடவைப்பட்டாளம் உள்ளுணர்வு நாறியதினாலோ ஏதோ மூக்கு களைப் பொத்திக்கொண்டது. அதுகள் மூக்குகளைப் பொத்தவும் கவிஞர் தமது விபரீத இலக்கியச்சிறப்பினைப் பற்றி பேசத்துவங்கவும் காமரா பிளாஷ் அடிக்கவும் சரியாக இருந்தது. அதற்குமேல் அதிகம் வேண்டாம், போதும் - போட்டோ எடுத்தவனைப் பிடிப்போம், ஒரு காப்பி எடுத்து வீட்டிலும் இலங்கை தமிழ்நாட்டிலும் காட்டுவோம் என்று கூட்டத்துக்குள் பாய்ந்தார். அஸிஸ்டென்ட் குக் சிங்களவன் காமிராவைத் தூக்கிக் காட்டிவிட்டு கூட்டத்துக்குள் மறைந்தது போன்ற தோற்றம். அவனைத் தேடி கூட்டத்துக்குள் அலைந்து கொண்டிருந்த அவரது காதில், மைக்கைத் திரும்பப்பெற்ற மங்கையின் பேச்சு விழவில்லை. 'பார்லே' என்ற பிரெஞ்சு வார்த்தை பேசுதலைக் குறிக்கும் என்றும் அதிலிருந்தே பார்லிமெண்ட் என்ற பதம் பிறந்தது என்றும் ஆரம்பித்த அவள், இலங்கைத்தமிழில பெஞ்சிற்குப் பதிலாக உள்ள 'வாங்கு' கூட பிரெஞ்ச்சின் 'பாங்க்'கில் இருந்து இரவல் 'வாங்கப்பட்டது'தான் என்று ஒரு அழுத்து அழுத்தினாள். கப்பல்காரத் தொப்பியும் இதற்குள் கூட்டத்துக்குள் கரைந்துவிட, இவ்விடத்தில் தமிழ்த் தென்றல் அய்யா தலைமைப்பீடத்திலிருந்து எகிறி எகிறி எழுப்புவதும் உட்காருவதுமாக அவஸ்தைப்பட்டார். 'இலங்கைத் தமிழில் பிரெட்டுகுப் பதிலாக உள்ள 'பாண்' பிரெஞ்சிலுள்ள 'பாண்' என்று காரிகையாள் தொடர்ந்தபோது தென்றல் திடீரெனக் கைகளைச் சுழட்டியடித்தபடி எழுந்து, 'ஆணுக்குப் பெண் இளைப்பில்லைக் காண்!' என்று கத்தினார். மைக்கில் நின்ற தமிழணங்கிடமிருந்து மீண்டும் 'அய்யய்யோ?' வெறொன்றுமில்லை. சுழட்டியடித்த தென்றலின் கையில் சுந்தரியின் தாவணி எப்படியோ அகப்பட்டு, ஒருகணம் அந்தரத்தே தாவி அன்னவளின் பந்தரங்களைக் காட்டிவிட்டது. நல்லவேளை முகலாயர்கள் கொண்டு வந்த டெய்லரிங்கின் விளைவான ரவிக்கை மட்டும் இருந்திராவிட்டால் துகிலுரிபடலமாய்ப் போயிருக்கும். குறுக்கே விழுந்த இயக்குநர், 'உணர்ச்சிவசப்படாதீர்கள் அய்யா, பிராமணரன்றோ நீவிர்!' என்றார். இவ்வயமயத்திற்றான் தமிழ்தென்றல் அய்யா உண்மையிலேயே ஒரு அய்யர் என்ற நுண்மான் நுழைபுலம் சிங்கப்பூரரான தமிழனத்திற்கே தெரிந்தது. அதில் கிளு கிளுப்படைந்து, தாவணியை டபுள் சுத்துச் சுத்தினாலும் ஒரு 'களுக்' ஒலியைச் சிந்தினாள் மைக்கில் நின்ற சுந்தரியாள். சம்பந்தாசம்பந்தம்

இல்லாமல், 'கண்டவர் விண்டிலர் விண்டவர் கண்டிலர்,' என்று இயக்குநரை பார்த்துப் பகர்ந்தார் தமிழ்த் தென்றல் அய்யா. பாண், காண் - பந்தரம், அதைக் கண்டவர், விண்டவர் எல்லாமாகச் சேர்ந்து அல்லோலகல்லோலப்படவே கரகோஷம் வானைப் பிளந்தது.

ஆனால் அஸிஸ்டெண்ட் குக் சிங்களவனையும் காணோம், காமிரா வையும் காணோம். தொலைந்தது போட்டோ!

இப்போது, கப்பல் புறப்பட்ட பிறகு சிங்கப்பூரிலிருந்து வட கிழக்காகத் தென்சீனக் கடலுக்குத் திருப்பி மணிலாவை நோக்கி ஓடும்போது, இறைச்சித் துண்டம் போடும் வேலையில் இருந்து காப்டனின் கான்பரன்ஸ் ரூமிற்கு அழைக்கப்பட்டார் விசுவலிங்கம். அங்கே இந்த போட்டோ! முதலில், 'ஆஹா, என்னை வெளிநாட்டார் வணங்க கூப்பிட்டிருக்கிறார்கள். வாழ்க தமிழ்!' என்றுதான் நினைத் தார் விசுவலிங்கத்தார். ஆனால் அந்தக் காப்டனின் கான்பரன்ஸ் ரூமில், அதிகாரத்தின் பொறுப்பிலிருந்து பிறந்து மௌனமாகவே அவரை அச்சுறுத்தியது ஒரு கடுமை.

'நான்தான்.'

'போட்டோவில் நீர் அணிந்திருப்பது ஒரு நேவியின் யூனிபாரம். சரிதானே?'

'சரி.'

'இந்த யூனிபாரத்தை அணிந்திருக்கும்போது உமது கடமை என்ன?'

சற்றே தயங்கினார் விபரீதக்கவிஞர். வேலைப்பொறுப்பை ஏற்கும் போது கொடுத்த கட்டுப்பாட்டு வாக்குறுதி நினைவுக்கு வந்தது. 'ராயல் சிலோன் நேவியின் விதிகளுக்கு கட்டுப்பட்டு...' என நிறுத்தினார்.

'போதும். நீர் கரையேறும்படி அனுமதிக்கப்பட்டது உமது பொழுது போக்கிற்காக மட்டும்தான். ஒரு கூட்டத்தில் உம்பாட்டுக்குக் கலந்துகொண்டு பேசுவது கோர்ட் மார்ஷலுக்குரிய குற்றம். அதுவும் - யூனிபாரத்துடன்.'

'அது பொழுதுபோக்குத்தான்!' வாயுளறியது.

'எது?'

'கூட்டம் போட்டு பேசுவது.'

'நான்சென்ஸ்!' நேரடியாக உறுமினான் காப்டன். 'ஒரு கூட்டம் எனபது மிகமிகத் தீவிரமான விஷயம். மனித மனத்தின போக்குகளை நிர்ணயிக்கும் விஷயம். அதுவா பொழுது போக்கு?'

'தமிழனுக்கு அதுகூட பொழுதுபோக்குத்தான்.' இதை விடக் கூடாது. தெரியாமல் செய்த குற்றம் என்று உயிரோடு விட்டுவிடுவான். காளியாச்சி, காப்பாத்தம்மா!

கான்பரன்ஸில் உட்கார்ந்திருந்த ஆபீஸர்களிடையே லேசான சலசலப்பு. காப்டனுக்கு அருகே இருந்த ஒரு உருவம் அவனிடம் ஏதோ சொல்கிறது.

காப்டன், 'இந்த மூடன் என் நேரடி அதிகாரத்தின் கீழ் உள்ளவன். கூட்டத்தில் பேசுவதானால் என் கப்பலின் யூனிபாரம் இவனுக்கு ஏன்? இவனுடைய சொற்பொழிவுக்கும் என் கப்பலுக்கும் என்ன சம்பந்தம்?' என்று கத்தாத குறையாக உறுமினான்.

'ஆலா, ஆலா, பூப்போடு!

ஆலா, ஆலா, பூப்போடு!'

விபரீதக்கவிஞர் விசுவலிங்கம் வாய்க்குள் அரற்ற ஆரம்பித்தார்.

'உரத்துப் பேசு, ஆனால் சொல்வதை நிதானமாக யோசித்துச் சொல். அந்தக் கூட்டம் எப்படிப்பட்டது? அங்கே நீ பேசிய விஷயம் என்ன?'

'அது ஒரு இலக்கியக் கூட்டம். இலங்கைத்தமிழில் இலக்கியமே இல்லை என்றார்கள். எனக்கு ரத்தம் கொதித்தது. அனுமதி பெற்று பதில் சொன்னேன். என்னை... என்னைச் சுட்டுப்போடாதீர்கள். எனக்கு ரத்தம் கொதித்தால் கண்மண் தெரியாது. ஆலா, ஆலா... வருந்துகிறேன். மன்னிப்பு... மன்னிப்பு! கிறிஸ்துவர்களான நீங்கள் மன்னிப்பு அறிந்தவர்கள். உங்கள் பண்பாடு மன்னிப்பு, எங்கள் பண்பாடு... எங்கள் பண்பாடு... பொழுதுபோக்கு.'

எங்கோ யாரோ 'களுக்' என்று சிரித்தார்கள். மைக்கில் நின்ற மங்கையின் 'களுக்' ஒலி இதில் பிரதிபலித்தது. காப்டன் வந்த புன்னகையை, 'டிஸ்மிஸ்!' என்ற வார்த்தையால் மழுப்பியபடி எழுந்து திரும்பினான்.

விபரீதக்கவிஞர் விசுவலிங்கத்தின் பதில் மடல்

ஆயிரத்துத் தொள்ளாயிரத்து ஐம்பத்தாறாய் இருக்கலாம். கொஞ்சம் முன்பின்னாய் இருக்கலாம். திரைகடலோடியும் திரவியம் தேட கப்பலில் 'குக்' ஆனேன். பெருவிரல் நகத்தில் ஆலா பூப்போட்டது. அது அன்று மறைந்தாலும் மறையாமல் இன்றும் எங்கள் கட்சித் தலைமைக் காரியாலயத்தில் தொங்குகிறது. சிங்களக் காடையன் ரணதுங்கே டி சில்வா எடுத்து ரகசியமாய் கப்பலுக்கு அனுப்பிவைத்த புகைப்படம், தலைவனாய் தலையாய தலையாய் தமிழ்வீர விரல்காட்டி, வெண் தொப்பியைத் தோலுரித்து செந்தொப்பியாக்கி, விறைத்து.

இந்த மடலினை நாகர்கோவில் தமிழ்த்தென்றல் அய்யா அவர்களுக்கே அனுப்புகிறேன். அவர் இருந்தவிடத்தில் இருந்தபடியே எங்களுக்காய் கையொப்பங்களை வேட்டையாடியது என் புரட்சி பிரவேசப் புகழ்ச்சூடு தாங்கா முடியாமல். எங்கள் கட்சிக்கணக்கில்

புரளும் கோடிக்கணக்கின் பளபளப்பு ரகசியம் கூட ஒரு இது அவருக்கு. அவர் கணக்கு வழக்கே கருத்தான இலைமறைகாய்ச் சிந்தனைச் செல்வர். உய்த்துணர்க. இன்று அவர், பிறந்த புதுயுகத்தின் ரத்தக்களரியில் கால்தோய்த்துச் சுவடுபதித்து தமிழ் தமிழென அரற்றும் அறிவு சீவியாகிவிட்டார். அன்று தமிழ்த்தென்றல் இன்று தமிழ்ப்புயல்.

பள்ளி நண்பர் தம்பி பிரமிள், தலைமகனுக்கு வீரகாவியம் படைத்திருக்கிறார். அடுக்கடுக்காய் தமிழ்க்கண்டேன். உவகை கொண்டேன். எனினும், 'ஆலா' என்பதனை விடுத்து 'அடேய் சிங்களா, என் காலருகே வாடா, சற்றே உன்னைச் சுடுகிறேன்,' என்ற என் கவிதை வரியே தலைப்பாக்கப்படுவது நலமென நலம்கருதி ஆணையிடுகிறேன். செந்தமிழ்ச் சிவப்பு வணக்கம்.

- விபரீதக்கவிஞர் விசுவலிங்கம்.

'ஆலா'வின் ஆசிரியர் எழுதும் பதில்

உயர்திரு வி.வி. அவர்களைப் பள்ளிக்காலத்தில் நான் அறிவேன். ஆசிரியர்களே அஞ்சும் உயர்தரு தோற்றம். பள்ளி நாடகம் ஒன்றில் அவரும் நானும் இப்போது இலங்கைச் கலவர நிலையில் சுடுபட்டு இறந்துவிட்ட கோபாலகிருஷ்ணனும் சேர்ந்து நடித்திருக்கிறோம். கோபாலும் நானும் காட்டுவழியில் போகும்போது எதிரே வருகிறார் வி.வி. கரடியாக நான் மரத்தில் ஏறிவிடுகிறேன். கோபால் மயக்கம் போல் கீழே விழுந்து விடுகிறான். கரடி அவன் முகத்தில் மோந்து பார்த்துவிட்டு போய்விட வேண்டும். இது எதுவும் நடக்கவில்லை. கரடி, வி.வி.யாக இருந்ததுதான் காரணம். நான் ஒரு வீரத்தமிழ்க்கரடி என்று கூச்சலிட்டபடி கோபாலைப் பிடித்து மொத்து மொத்து என மொத்தத் துவங்கிவிட்டார். கரடியைக் கட்டுப்படுத்த நான்கு ஆசிரியர்கள் வேண்டியதாய்ப் போயிற்று.

பள்ளிக்காலத்துக்குப் பிறகு தமிழப்பகுதியில் அட்டகாசக் கூட்டங்கள் போடுவார். துறைமுகத்தில் ஒரு நாள் வி.வி.யின் இன்னொரு வீரத்தமிழ்ச் செயலையும் கண்டிருக்கிறேன். ஒரு சிறிய மெலிந்த சிங்களவன் இழுத்த சிறிய வலையைச் சுற்றிச் சிறிய வட்டம். வலையில் சுமார் பத்து சிறுமீன்கள். அவற்றுள் ஒன்று மட்டும் பெரியது. விரல் நுனியிலிருது தோள் வரை நீளம். உண்மையில் அந்த மீன்தான் அந்த வலைகாரனுக்கு அன்று காட்ச். வலையைப் பிரித்து உள்ளிருந்தவற்றை வெளியே சரித்தான் சிங்கள வலைகாரன். அப்போது எங்கோ இருந்து மோப்பம் பிடித்துவந்த தோரணையில் தெருவைத் தாண்டிக் கூட்டத்தை விலத்தி ஒரே வீச்சில் பெரிய மீனை எடுத்துக் கொண்டு, திரும்பி அனாயசமாக நடந்துசென்றது ஒரு பெரிய உருவம். 'மாத்தயா!' என்று அந்த உருவத்தை நோக்கி கைகளை நீட்டிய வரைகாரனின் முகம்

கலவரத்திலிருந்து சொடுங்கி ஆற்றாமைக்கு மாறித் தலைகுனிந்தது. 'கரடி!' என்றபடி தென்னைமரங்கள் அடர்ந்த தோட்டம் ஒன்றனுள் மறைந்த உருவத்தைப் பார்த்தேன்.

வி.வி.க்கு தமிழ் என்றால் அட்டகாசம். அட்டகாசம் என்றால் தமிழ். இடையில், இவ்விடத்தில் தமிழ் என்றதும், நாகர்கோவிலின் தென்றல் அடிக்கிறது புயலாய். கம்யூனிஸ ஆரம்பங்கள், கூடவே பிராமணீயத் தமிழ்க் கிண்டல்கள், பின்பு தமிழ்த்தென்றல். இன்று புயல். இவரது இலைமறை காய்த்தனங்களை உய்த்துணர்ந்து உவகையுறுகிறார் வி.வி. இவரைப் போலவே தமிழ்மொழியின் பேராழங்களைக் காட்டும் ஆன்மீகச்செல்வங்களை வி.வி. அறியார். ஆனால் தமிழை எடுத்துக் கழட்டி அடிப்பார். இருந்தும் விஷயம் இப்படி எகிறும் என்பதை நான் எதிர்பார்த்ததே இல்லை சத்தியமாய். சுப்ரமணிய பாரதியின் காலனுக்கு உரைத்தல் கவிதையை வி.வி. தமது Magnam, Exploser, A.K.47 போன்ற துப்பாக்கிளுக்கு ரவையாக்குவார் என்பது என் பயங்கரக் கனவில்கூட எட்டியிராத விஷயம். அவர் குறிப்பிடும் கவிதை வரிக்கு, பாரதியின் கவிதை வரி இது. 'அட காலா, என் காலருகே வாடா, சற்றே உன்னை மிதிக்கிறேன்.' இது ஆன்மார்த்தத்தின் குரல். 'வேலாயுத விருதினை மனதிற் பதிக்கிறேன்,' என்றும் 'ஆதிமூலா,' என்றும் தொடர்கிற பாரதியின் வரிகளைக் கவனிக்க. இந்தத் தமிழ் எந்த வெளிநாட்டு வெள்ளையும் இல்லை சிவப்பும் இல்லை. அது சரி, வி.வி.யின் தலைமையில் எது காப்பாற்றப்படுகிறது? நான் மேலே குறிப்பிடும் பேராழங்களை அனுசரிக்கும் தமிழ் மனோபாவங்களை அல்லது சரீரநியதிகளை மட்டுமே காரண காரியங்களாகக் கொள்கிற வெளித்தோல் வெள்ளை சிவப்புகளா?

– பிரமிள்.

வி.வி. அனுப்பிய பதில் தந்தி

ஈழத்தமிழர் அடிபட உதைபட, வெட்டுண்டு எரிபட, எரிபடினும் அரிமாவென அரிவாள் கத்தி எடுத்தோம். கடத்தலுக்குக் கடத்தலாய் கடல் வழியா கிடைக்கிறது புதுரகத் துவக்கு. மேலும் தமிழர் செத் தொழியப் புத்துயிர் பெற்றுப் பெருகிடுவோம். ஆயுதமேந்தி எங்கள் அணிதனில் சேர்ந்திடில் மட்டுமே சாவினில் இருந்ததொரு சன்மானம் கிடைக்குமென்பேன். அது வாழ்வா சாவா என்றால் எங்கிருந்து வந்து எங்கே பாயுது துப்பாக்கிச்சூடு என்பதைப் பார்த்துப் பதில் காண வேண்டும். செந்தமிழ்ச் சிவப்பு வணக்கம்.

– விபரீதக்கவிஞர் விசுவலிங்கம்.

பிரமிளுக்கு அவரது நண்பர் டாக்டர் அப்துஸ் சலாம் எழுதிய கடிதம் ஒன்றிலிருந்து...

... இலங்கை அரசின் தொடர்பு சாதனங்கள் மூலம் வெளிவந்த செய்திகள் முரண்பாடனவை. பத்திரிகையில் ஒன்று டி.வி. ரேடியோ வில் வேறொன்று. டி.வி.யிலும் ரேடியோவிலும் : 'துப்பறிவுத் துறை தந்த தகவல் மூலம் இலங்கை ராணுவத்தின் சிங்ஹள ரெஜிமென்ட், கேப்டன் ஹரீஸ்சந்ர பஞ்சசீஹாவின் தலைமையில் துறைமுகத்தருகே நிலவறையில் ஒளிந்திருந்த தமிழ்ப்போராளிகளின் குழு ஒன்றைத் தாக்கிக் கடுமையான துப்பாக்கிச்சண்டையின் பின் எல்லாப் போராளி களையும் கொன்றிருக்கிறது.' சரியான அரிச்சந்திர புராணம். இந்தப் புராணத்தைவிட பத்திரிகைச் செய்தி உண்மைக்குச் சமீபமாக வந்திருக் கிறது : 'துறைமுகத்தருகே எவரும் அறியாதபடி ஒரு தென்னந் தோட்டத்துக்குள் இருந்த நிலவறையினுள் ஏற்பட்ட வெடிவிபத்தில் ஒரு தமிழ்ப்போராளிக் குழு கொல்லப்பட்டிருக்கிறது. இது விபரீதக் கவிஞர் விசுவலிங்கத்தின் குழு என்று சந்தேகிக்கப்படுகிறது.'

நிலவரை வெடிவிபரங்கள் உள்ளூர்வாசிகளுக்குத் தெரியும். ஏறத்தாழ உண்மைநிலை எனக்குத் தெரியும். ஆனால் நீங்கள் என்னிடம் விபரீதக்கவிஞர் பற்றிச் சொன்ன ஒரு விபரத்தை முன்வைத்து நான் எனது சில சிங்களர் நோயாளிகளைத் தந்திரமாக விசாரித்து, 'ஏறத்தாழ' வுக்கும் அப்பால் அடி ஆழத்துக்குப் போய்விட்டேன். இந்த விஷயத் தின் முழு உண்மையும் இப்போது எனக்குத் தெரிந்துள்ளது. இதற்கு நீங்கள் தந்த விபரம் உதவியிருப்பதால் உங்களுடன் நான் அறிந்ததைப் பகிர்ந்துகொள்கிறேன்.

வெடி ஒரு திட்டமிட்ட 'விபத்து'. இது நடந்த பிறகுதான் ராணுவத் தினருக்கு நிலவறை இருப்பதே தெரியவந்திருக்கிறது. பிணங்களை ஸ்தலத்திலேயே பரிசோதிப்பதற்காக ஏற்படுத்தப்பட்ட மருத்துவக் குழுவில் நான் ஒருவன். பார்த்த மாத்திரத்திலேயே பயங்கர ஆகிருதி கொண்ட விபரீதக்கவிஞரின் தலையற்ற பேருடலை நான் இன்னா ருடையது என்று அறிந்துவிட்டேன். அவரோடு பதின்மூவரின் பிணங் கள் அந்த ஒடுங்கிய நிலவறைப்பகுதியில் கிடந்தன. அது நிலவறையின் சமையல்கட்டுப் பகுதி. போராளிகள் சமைக்கும் பணியில் ஈடுபட்டிருக் கின்றனர். இறந்துகிடந்த பதின்மூவரைத் தவிர மற்றைய பகுதிகளில் இருந்தவர்கள் தப்பி ஓடிவிட்டனர் என்று தோன்றுகிறது.

மருத்துவப் பரிசோதனைகயின் விளைவாக மனித மாம்சத் துணுக்கு களோடு ஒரு பெரிய மீனின் முள், தசை முதலிய துணுக்குகளும் சிதறிக் கலந்திருந்தமை தெரியவந்திருக்கிறது. வெடியை ஏற்படுத்தியது ஒரு கிரெனைட்.

நீங்கள் எனக்குத் தந்த பழைய தகவலின்படி, துறைமுகத்தருகே

102 பிரமிள்

வலைவீசும் சிங்களவர் எவராயினும் அவர் விபரீதனாருக்குக் கப்பம் கட்டவேண்டும். மிக ரகசியமான ஒரு போராளிக்குழுவின் தலைவனாகிய பிறகு கூட இதை விபரீதனார் தொடர்ந்து கடைபிடித்திருக்கிறார். ஒருவித்தில் பார்த்தால் இது அவர் இன்னார் என்று காட்டாத ஒரு மாறுவேஷமாகப் பயன்பட்டிருக்கிறது. பகிரங்கமாக மீனை கப்பம் வாங்கிக் கொண்டுபோகிற ஒரு அடாவடிக்காரன், ரகஸியமான போராளிக்குழுவின் தலைவன் என்று எவரும் நினைக்க முடியாது. ஆனால் காட்டுமிராண்டித்தனமான விதத்தில் ரத்தகளரியை அன்றாட நிகழ்வாக்கிய சூழல், விபரீதனாரை போராளியாக அல்லாமல் அடாவடிக்காரனாகவே சந்தித்திருக்கிறது. அ தாவது, பேராளியாக அல்லாமல் அடாவடிக்காரனகாகவே சந்தித்திருக்கிறது. அதாவது, போராளியான விபரீதனாரை அல்ல, அடாவடிக்காரனான விபரீதனாரைத்தான் ஒருவன் குறிவைத்தான். இவன் யார் என்பதை எனது சிங்கள நோயாளிகள் மூலம் தெரிந்துகொண்டேன். குறிப்பிட்ட இடத்தில் வலைவீசி வந்தவன். நீங்கள் கண்ட பண்டா என்ற சிங்களவன். அவன் வயோதிபமான பிறகு அதே இடம் அவனுடைய மருமனான அபய சிங்ஹ என்பவனுக்கு உரியதாகி இருக்கிறது. தொடர்நது அபய சிங்ஹவிடம்தான் விபரீதனார் கப்பம் வாங்கி வந்திருக்கிறார். ஏற்கனவே மாமனார் மூலம் கப்பத்தைப் பற்றி அறிந்திருந்த அபய சிங்ஹ, விபரீதனாரை சிநேகம் பிடித்து ஓரளவு பழகி இருக்கிறான். வாங்கிய மீனைத் தாமே சுத்தம் பண்ணிச் சமைப்பதில் விபரீதனாருக்கு உள்ள சுவாராஸ்யத்தை அபயசிங்ஹ இதன் மூலம் அறிந்துவைத்திருக்கிறான். வெடி விபத்துக்குப் பிறகு இவன் தலைமறைவாகிவிட்டான்.

வெடியை ஏற்படுத்திய கிரேனைட் ஒரு பெரிய மீனுக்குள்ளேயே இயங்கியிருக்கிறது. மீனைச் சுத்திகரிக்கும் போதோ அதை அறுக்கும் போதோ, கிரேனைட்டின் பாதுகாப்பு ஊசி பிடுங்கப்பட்டிருக்கலாம். இது எவ்விதம் நடந்தது என்பதற்குத் தடயம் இல்லை. ஊசி பிடுங்கப் பட்டதும் மீன் அதிபயங்கரமாக வெடித்திருக்கிறது. இதற்கான வெடி விளைவுத் தடயங்களுடன் ஆகாயத்தில் மிதக்கும் ஆலாவாக உள்ளே கூரைப் படலத்தில் ஒட்டியிருந்தது மீனின் வால்...

அன்புடன்,
அப்துஸ் ஸலாம்.

மீறல் (பிரேமிள் சிறப்பிதழ்), அக்டோபர் 1993.

அங்குலிமாலா

விபத்திலிருந்து தப்பித்தது விமானத்தின் பயணிகள் பகுதி மட்டும் தான். பம்பாயிலிருந்து ரோம் நோக்கிக் கிளம்பிய அந்த ஜெட்டின் நெவிகேஷன் கருவியில் கோளாறு. இதன் விளைவாக ஏற்பட்ட திசைப்பிசகிற்குப் பின்பு, பைலட் மற்றும் எஞ்சின் பகுதி பாதிக்கப் பட்டதன் காரணங்கள் புரியவில்லை. நேர்மேற்கு, தென்மேல் மேற்கு என்று பிசகிய திசையுடன் திடீரெனை விமானத்தின் உயரம் வேறு தணிந்தபோது, அதன் பெட்ரோல் டாங்க் பகுதியுடன் ஒரு பெரிய பறவை மோதியிருக்கலாம் என்பது ஒரு முதல்தர ஊகம்.

இரண்டு நாட்களாகக் குட்டித் தூக்கங்களுக்கு மேல் ஆழ்ந்திராத சீலனுக்கு, அவனுடைய இப்போதைய துயிலினூடே கேட்டவை சிறுசிறு வெடிச்சப்தங்கள் தாம். எங்கோ ஒரு பனை விடலி ஒளிவில் அவன் சரிந்து காத்திருக்கும் மனோரூபம். அதிரடிக்கணம். அது ஸ்ரீலங்காவின் வடபகுதி. அதிரடித் தாக்குதல் பற்றி முன்னெச்சரிக்கை யுடன் அவனுடைய மறைவிடத்தை நோக்கி ராணுவ மெஷின் துப்பாக்கிகள் சுடும் சப்தங்கள் அவை. சீலன் மின்வேகத்தில் தோளி லிருந்த ஆயுதத்தைச் சுழற்றிச் சுடுவதற்குப் பிடித்தான். விரல்கள் ஆயுதத்தின் விசைப்பகுதியில் ஒன்றுமில்லை என உணர்ந்ததும் அவன் திடுக்கிட்டு விழிப்படைந்தான். தூக்கத்தை முறியடித்த அவன் தோளில் தொங்கிய தேனீர் பிளாஸ்க் இப்போது அவனை அசடாக்கிற்று. அதே விழிப்புடன் விமானத்திற்குள் பயணிகளின் களேபரக் குரல்கள். ஜன்னலுக்கு வெளியே தாண்டிப் பறக்கும் தீப்படலங்கள். வீடுகளைப் பிடித்து எரிகிறவை போலன்றி அவை படுவேகமாகப் பறக்கும் பிழம்புகள் என்று சீலன் உடனே ஊகித்துவிட்டான். பேராபத்து. ஏதோ நாசகாரத்தனம். பக்கவாட்டில் பார்த்தான். அவனருகே காலி சீட். சென்னையிலிருந்து அவனோடு வந்துகொண்டிருந்த குடும்பத்தைச் சேர்ந்த அந்த ஆங்கிலேயக் கிழவி, நடுவே உள்ள நடைப்பகுதிக்கு மறுபுறத்தில் இருந்த சீட்டில் உட்கார்ந்திருந்தாள். சுத்தமாக நரைத்த கேசம். கொண்டை போடப்பட்டிருந்தது. அவனைக் கண்டும் காணாதவள் என்ற தோரணையில் மர்மமாகப் புன்னகைத்தபடி ஒலிபெருக்கிக் காது கொடுத்துக்கொண்டிருந்தாள். விமானத்தின் மற்றைய சுமார் இருநூறு பயணிகளையும் உயர்ந்த சீட்களின் பின்

புறங்கள் மறைத்தன.

'பயணிகள் அவரவர் சீட்களிலேயே இருக்கும்படி தயவுடன் கேட்டுக்கொள்கிறோம். உங்களுக்கு எவ்வித ஆபத்தும் இல்லை. செய்தி அனுப்பட்டுக்கொண்டிருக்கிறது... பயணிகள் அவரவர்...' என்று திரும்பத்திரும்ப டேப்ரிக்கார்ட் செய்யப்பட்ட ஒரு இனிய பெண்குரல். அந்தக் குரலில்தான் என்ன உத்ஸாகம்!

சீலனைத் துணுக்குறவைத்த சிறிய வெடிச்சப்தங்கள் உண்மையில் உயிர்காத்த சப்தங்கள்தாம். தீப்பிடித்து எரிய ஆரம்பித்த விமானத்தின் முன்பகுதியை, பயணிகள் பகுதியிலிருந்து பிளப்பதற்கான வெடிகள் அவை.

ஜ்வாலைகள் பயணிப்பகுதியை விட்டு விலகிய ஒரு முனையி லிருந்து பறந்துகொண்டிருப்பதை ஜன்னல் வழியே பார்த்த சீலனுக்கு அருகே அடுத்த சீட்டில் ஆள் நிழல். திரும்பினான். 'எக்ஸ்கியூஸ் மீ!' என்றபடி அந்த வெள்ளைக் கிழவி அவனுடைய ஜன்னலூடே பார்க் கிறாள். 'பார், அங்கே!' என்றாள் அவள், ஏற்கனவே அகன்ற கண்கள் மேலும் அகல விரிந்தன. அவனது ஜன்னலை ஒரு விரல் மிக லேசான நடுக்கத்துடன் காட்டிவிட்டு மடங்கியது.

முற்பகல் சமுத்திரத்தின் ரம்யமான நீலத்தை நோக்கி, பிரம்மாண்ட மான நெருப்புப் பாறைபோல் உருக்குலைந்து தகதகத்து எரிந்தபடி, சாவதானமாக வீழ்ந்துகொண்டிருந்தது விமானத்தின் முன்பகுதி.

'அது நம்மையும் சேர்த்து வெடிக்காமல் காப்பாற்றினான் கடவுள்!' என்றாள் கிழவி. விரலில் கண்ட நடுக்கம் குரலில் ஏறியிருந்தது. தோளில் இல்லாதிருந்த மெஷின் துப்பாக்கியைச் கழற்றிப் பிடித்த எதிர்வினை இப்போது சீலனின் பேச்சில் பாய்ந்தது. 'கடவுள் இல்லை!' என்றான் ஆங்கிலத்தில். No God. நடுக்கத்தின் திடீர்த்தனத்துடன் திரும்பியது கிழவியின் பார்வை. சுருக்கங்கள் கனியப் புன்னகைத்தபடி அதே விரலை அவனது பிளாஸ்கில் வைத்து, 'துப்பாக்கி இல்லை,' என்றாள். No Gun. சீலனுக்கு நாடித்துடிப்பு உறைந்து மீண்டது யாரிவள்? ஒற்றனுக்குத் தமிழில் என்னடா பெண்பால்? ஒற்றி, அட சீ! இவ்வளவும் கணங்கள்தான். மீண்டும் அவளது பார்வை ஜன்னலுக்கு வெளியே பாய்ந்தது. திரும்பிய சீலன் சமுத்திரதின் நிர்மலமான நீலப்படுதாவில் ஏற்பட்ட ஒரு சிறு பிரளய வட்டத்தைத் சந்தித்தான். என்ன ஏது என்று புரியாதவிதமாக ஒரு மையத்திலிருந்து சீறியபடி நீராவியும் நுரையுமாய் பக்கங்களிலும் மேல்நோக்கியும் விரிந்தெழுந்து கொண்டிருந்தன. விமானமுனை விழுந்த இடம் அது.

பயணிகளிடையே திடீர் களேபர திடீர் நிசப்தமாக ஏற்பட்டுக் கொண்டிருந்த ஒலிநாடகத்தை இந்தக் காட்சி இப்போது முழுதாக ஆக்ரமித்துவிட்டது. படு நிசப்தம்.

மையத்திலிருந்து நீர்மட்டத்தைத் தூக்கியபடி நீராவியும் எரிந்த விமானமுனையின் கரும்புகையுமாகச் சீறி எழுந்து கொண்டிருந்தன. அந்த நீர்ப்புகைத்தூண் எழும்பியபடி இருக்க, விமானத்தின் பயணிப் பகுதி தணிந்துகொண்டிருந்தது.

'கம்ப்யூட்டர் ஒரு நிலப்பகுதியைத் தேர்ந்துகொண்டுவிட்டது,' என்று கிரீச்சிட்டு அறிவித்தாள் ஒரு விமானப் பணிப்பெண்.

நிசப்தம் கலைந்து சலசலப்பு. 'ஆனால் உதவி வரும்வரை எவரும் வெளியேறக்கூடாது,' என்றது அதே பெண்குரல். அதுவரை ஓடிக் கொண்டிருந்த டேப்ரிக்கார்ட் குரலை அவள் நிறுத்தியிருக்கவேண்டும். பதிலாக அதி உற்சாகக்குரல்களின் ஜாஸ் ராக் பாடல் ஒன்று முரட்டுத் தனமான பின்னணி இசையுடன் ஒலிபெருக்கியிலிருந்து கிளம்பிற்று. கிழவி இதில் சட்டென மூஞ்சியைச் சுளித்துவிட்டு அழகாய் புன்னகைத் தாள். அவள் கண்கள் வெளியே பார்த்தபடியிருக்க வாய், 'விபரீதமே பேரழகு,' என்று உளறலாக இரண்டு மூன்று தடவைகள் கூறிற்று. இவ்வளவுக்கும் அவள் பக்கத்து சீட்டில் உட்காரவில்லை. அதன் கைப்பிடியில் ஒரு கையை வைத்துக் குனிந்து நின்றுதான் சீலனின் ஜன்னல் வழியே பார்த்துக் கொண்டிருந்தாள். வெளியே நீர்த்தூண் நின்று ஒரு மொக்கு மலர்வதுபோல் நாலாபுறமும் பிரிந்து வீழ ஆரம்பித்தது.

அதே சமயம் பயணிப்பகுதி விமானத்தில் ஒரு திடீர் அதிர்வு. பயணிகள், பெண்களிடையே கூச்சல். ஒரு கிரீச்சிட்ட சப்தம். ஜன்னலுக்கு வெளியே தென்பட்ட விமானமுனை விபத்துக் காட்சி மறைந்து தாறுமாறான கடலோரப் புதர்ச்செடிகள், கள்ளிகள், மணல்மேடுகள், கடலலைகளின் வெண்நுரைப் படை வரிசைகள். 'தீவு, தீவு!' தன்னை மறந்து கத்தினாள் கிழவி. 'ஒட்டகம் இறங்கிவிட்டது. பாலைவனப் பசுந்தரை,' என்றாள். சீலன், அவள் 'ஒற்றி' என்பதை ஒத்திப் போட்டுவிட்டு தனது உறுதியான மரத்த கையை மென்மையாக அவளது சீட் கைப்பிடிக் கைமேல் வைத்து, 'ஓகே, ஓகே!' என்றான். 'சீட்டில் உட்காரலாமே.'

'என்பாடு எப்போதும் ஓகே,' என்ற கிழவி, 'நன்றிகள். இன்னும் பைத்யம் பிடிக்கவில்லை... கையா இரும்பா?' என்று பேச்சைத் தாவவிட்டபடி உட்கார்ந்தாள். பிறகு சட்டென, 'மன்னிக்கவும், உறுதியான கை என்றுதான் பொருள்,' என்றாள்.

அவள் உட்காரவும், பாதங்களின் கீழ் உடலைச் சில்லிட வைக்கும் உலோகத்தனமான நீண்ட உரசல். 'ஒட்டகம்' இறங்கி ஒரு முன்பின் ஆட்டம் போட்டுவிட்டு நின்றது.

'நோ, நோ!' என்று யாரோ மறுக்க அதை மிக உரத்த ரகசியக் குரலில் எதிர்த்த இன்னொரு குரல். 'திட்டமிட்ட நாசவேலை,' என்பதைத்

திரும்பத் திரும்பக் கூறிற்று. முதல் குரல், 'அசடு!' என்று அதட்டியதும் அந்த ஏரியாவில் கப்சிப். அவை பெண்ணுக்கு அடங்கிய தம்பதியர் யாரோ. வேறு ஒருவரின் எருமைக்குரல் சிம்பிளாக, 'சிறு தவறு, பெரு விபத்து,' என்றது. 'அடுத்து என்ன?' என்றது ஒரு பெண் குரல். 'வீடியோவை வைத்தால் தெரியும்,' என்றது எருமைக்குரல்.

ஸ்டைலான பணிப்பெண்கள் இப்போது பைத்யக்காரிகள் போல் அங்கும் இங்கும் ஓடினாலும் அவர்கள்தாம் பயணிகளிடையே பீதியைக் கட்டுப்படுத்தினார்கள். 'முதல்தர அழகு, துணிச்சல், கட்டுப்பாடு, பயிற்சி,' என்றாள் கிழவி, தங்கள் சீட் பக்கம் குனிந்த ஒருத்தியைப் பார்த்து. பணிப்பெண் புன்னகைக்குரிய ஸ்விட்சைப் போட்டவளாய், 'சிற்றுண்டி, பானம், உங்கள் தேவையைச் சொல் லுங்க,' என்றாள்.

சீலன் டீ பிளாஸ்கை வெற்றிகரமாக உயர்த்திக்காட்டி, 'ஒன்றும் வேண்டாம்!' என்றான். கிழவி, 'சீஸ், பிஸ்கட் மற்றும் பழரசம்,' என்றாள்.

'மென்மையான ஒயின்?' என்று வற்புறுத்தினாள் அவள். 'ஏதாவது கனமாக சாப்பிடுங்களேன் இருவரும்.'

சீலன் தனது ஆர்டரைத் திருத்தி, 'ஓகே, சீஸ், சான்ட்விச்! அவ்வளவு தான்,' என்றான்.

'கனமாக என்றால்? ஆடா மாடா பன்றியா?' என்ற கிழவி, 'நான் ஒரு வெஜிடேரியன், மிஸ்! சீஸ் சான்ட்விச், பழரசம்,' என்றாள். குறித்துக்கொண்ட மிஸ் பார்வையிலிருந்து மறைந்தாள்.

அவள் மறைய, 'துணிச்சல், கட்டுப்பாடு, பயிற்சி,' என்றாள் சீலனைப் பார்த்து. 'நாம் பரஸ்பர அறிமுகம் இல்லாமலே பேசிக் கொண்டிருக்கிறோம்! பரமண்டலத்துக்குப் போகிற பாதி வழியில்,' என்றாள்.

'ஓ!' என்ற சீலன். 'என் பெயர் ராஜகோபாலன், சென்னையில் இருந்து ரோமுக்கு, பிஸினஸ்,' என்றான். அவனது பொய்யுடன் அவனது பாஸ்போர்ட் கூட ஒத்துழைத்தது. ரோமிலிருந்து அவன் கிரேக்க துறை கங்களுள் ஒன்றான பிரேயஸுக்குப் போக வேண்டும். அங்கே ஒரு கப்பலில் மறைமுகமாக ஏற்றப்படப் போகிற ஆயுதங்களை நேரில் கண்டு கணித்துக் கொள்ளவேண்டும். உடனே ஆகாயமார்க்க மாக மீண்டும் ரோம்-சென்னை. பிறகு வடஇலங்கை, கடல்மார்க்கமாக.

கிழவி, 'என் பெயர் சீலா. லண்டன். இந்தியாவில் ஒரு வட்டம் போட்டுவிட்டுப் போகிறோம்,' என்றாள் பன்மையில். 'பின்சீட்டில் என் பிள்ளை, எக்ஸ்ட்ரா அதாவது மருமாள்.' முதலில் அவளை ஒரு சிறுபிள்ளைத்தனமான 'ஒற்றி' என்று கருதியிருந்த சீலனின் கெரில்லாக் கார அபாயச்சமிக்ஞைகள் முழுவதும் விழித்தெழுந்தன. அவனது

பெயரை அவள் தெரிந்து வைத்துக்கொண்டு அது தனக்குத் தெரியும் என்பதை மறைமுகமாகக் குறிப்பிட, தனது பெயரை 'சீலன்'னின் பெண்பால் பெயராகக் குறிப்பிடுகிறாளா?

இந்தப் பிரக்ஞையுடன், 'சீலாவா!' என்றான்.

'சீலியா, அதை தமிழ், சிங்களம் இரண்டிலும் 'சீலா' என்று நறுக்கிக் கொள்ளலாம்,' என்ற கிழவி அவனைப் பார்க்காமலே தொடர்ந்தாள். 'சுமார் இருபத்தொரு வயது வரை நான் அன்று சிலோனாக இருந்த ஸ்ரீலங்காவில் வாழ்ந்தவள். உங்கள் உச்சரிப்பில் சிலோனின் திருக் கோணமலைத் தமிழ்க்குரல் தொனிக்கிறது. என் கணிப்பில் தவறு இருக்கலாம்...' சீலனின் முழுக்கவனமும் இப்போது கிழவியின் சொற்களுக்கு அடியில் தன்னைப் பற்றிய சமிக்ஞைகளைத் தேடின. எனவே பணிப்பெண்ணின் பரிசாரகப் பணிவிடைகளுக்கு அதிக சிரத்தை தரவில்லை. கிழவியின் முன்சீட் முதுகில் அமைந்திருந்த சின்னஞ்சிறு மடக்கு மேஜையை இயக்கி அதில் அவளது டிரேயைப் பணிப்பெண் வைப்பதை மண்டு போல பார்த்துக்கொண்டிருந்தான். கிழவி அவனது மடக்கு மேஜையை உத்ஸாகமாக இயக்கி அதில் பணிப்பெண் அவனுக்குக் கொண்டுவந்த டிரேயை வைத்து, 'லஞ்ச்!' என்றாள்.

பணிப்பெண், 'உதவிக் கப்பல் தொடர்பு கிடைத்துவிட்டது. இன்னும் இரண்டு மணி நேரத்திற்குள் நாம் அந்தக் கப்பலில் சௌகர்ய மாக இருப்போம். அது ஒரு பயணி,' என்றாள்.

அவளுக்குச் சரிவர நன்றி கூறக்கூட முடியவில்லை சீலனால். அந்தக் கப்பலில் தான் கைவிலங்கு கால்விலங்குகளுடன் ஒரு சின்ன இருட்டுக் கூட்டுக்குள்... அசட்டு நினனவுகள். இவ்வளவு ரம்யமாகப் பழகும் ஒரு கிழடு சித்திரவதைகளுக்குக் கூசாத ஒற்றர் இயக்கத்துடன் தொடர்புள்ள வளாக இருக்க முடியாது. முதலில் நிலைமையை சந்தேகங்களுக்கு இடமற்ற நிச்சயத்தனமாக்கிக் கொள்ளவேண்டும். பிறகு தப்பிப்பதற் கான திட்டம் அல்லது கழுத்தில் மாட்டப்பட்டு டை, ஷர்ட், கோட்டிற் குள் மறைந்திருக்கும் தற்கொலைச் சாதனம்.

'பிறந்துவளர்ந்தது திருக்கோணமலையின் பிரிட்டிஷ் அட்மிரால்டி இருந்த டொக்யார்டில். ஆனால் திருமணமானதும் கணவருடன் டவுனுக்கு வந்துவிட்டேன்...' கிழவி தனக்குத்தானே பேசுகிறவளாகத் தோன்றினாள். சீலன் அவளைப் பின்பற்றி உண்பதில் ஈடுபட்டாலும் உணவு ஒரு சங்கடமாகவே அப்போது உறுத்தியது.

'டிவிஷன் ஐந்து,' என்றாள் கிழவி. 'இப்போது விலாச முறைகள் மாறி இருக்கலாம். ஆனால் அருகருகே இருந்த காளி, கணேசர் கோயில்கள் மறைந்திராது. புத்த ஆலயங்களாக மாற்றப்பட்டிருக் கலாமே தவிர...'

சீலன் படுகுழப்பத்துடன் கிழவியின் முகத்தை கடைக்கண்ணால் உற்றுக் கவனித்தபடி இந்த இறுதி வாக்யத்தின் அடியில் கழியோடிப் பார்த்தான். கிழவி முகத்தைச் சுளித்தபடியே இதைச் சொன்னதுடன் குரலில் ஏளனமான கசப்பு.

'.... கோவில்கள் தெருவின் ஒருபுறம். ராமகிருஷ்ணா மிஷன் ஹைஸ்கூல் மறுபுறம்... அது இப்போது அனகாரிக தம்மபால மிஷன் ஸ்கூலாகி இருக்கக்கூடும்...' கிழவி ஏதோ துடுக்கான ஜோக்கை அடித்த சிறுமிபோல் இதைச் சொல்லிவிட்டு அதற்குத் தானே சிரித்துக் கொண்டாள்.

ராமகிருஷ்ணாமிஷன் ஸ்கூல். சீலன் அதன் பழைய மாணவன்... சீலன் திடீரென ஒரு முடிவுக்கு வந்தான். எதிரி எந்தப் புதருக்குள் இருக்கிறான் என்று சந்தேகித்தபடி இருப்பதை விட தான் பதுங்கி இருக்கும். புதரை அவனுக்குக் காட்டினால் அவனது இயக்கம் அவனை அம்பலப்படுத்தும் என்று துணிகரப் போர்த்தந்திரத்தை இங்கே செயல்படுத்தினான்.

'மைதானத்தை நீங்கள் மறந்துவிட்டீர்களா?' என்றான் அசுவாரஸ் யத்தை குரலில் ஏற்றியபடி.

கிழவி வாய்க்குக் கொண்டுபோன சாண்ட்விச் துண்டை டிரேயில் வைத்துவிட்டு, 'ஹா!' என்றாள். 'சொன்னேனா இல்லையா? உன் குரலில் திருக்கோணமலைத் தமிழனின் உச்சரிப்பு. சொன்னேனா இல்லையா?' என்றாள்.

'தவறாக இருக்கலாம் என்றும் சேர்த்துக்கொண்டீர்கள்...'

'உண்மை. சொன்னேன். ஏன்? நீ அஞ்சி ஓடிக்கொண்டிருக்கும் ஜனங்களில் ஒருவன். உன் அடையாளத்துக்கு நீயே அஞ்சலாம். வெட்கலாம். மறைவை விரும்பலாம். அதை நான் கௌரவிக்க வேண்டாமா? தவறு இருக்கலாம் என்றேன். விரும்பினால் நீயே உன்னைப் பற்றிச் சொல்லு என்பதற்காகத்தான். அதுதானே சுமுகம்?' சீலாக்கிழவி சுறுசுறுப்பாகப் பேசிக்கொண்டே போனாள். சீலனுக்கு நிலைமை இன்னும் தெளிவுபடவில்லை.

பொத்தாம்பொதுவக, 'விவேகம்,' என்றான் சீலாவின் பேச்சுத் தோரணையை எதிரொலித்தவனாக. இருந்தும் அவனது மனப்பீடிப்பு விடுபடவில்லை. ஒற்றியாக இருந்தால் இவள் ரொம்பவும் உயர் மட்டத்தினளாக இருக்கவேண்டும். 'இன்டர்போல்' என்ற சர்வதேசிய போலீஸ் இயக்கத்தினளாக இருக்கலாம். அவர்களின் கணிப்பில் குற்றவாளிகளாகத் தென்படுகிறவர்களைப் பற்றிய தகவல்களையும் நிரூபணங்களையும் சேகரிக்கும் இயக்கம். ஆனால் கைது செய்யக்கூடிய அதிகாரம் அற்ற இயக்கம் அது.

'விவேகமா? எனக்கா? அனுபவம் என்று சொல். அதாவது கிழவி

என்று சொல்,' என்றாள் சீலா, 'நீ ஓடுகிறாய். நாம் எல்லோருமே ஓடுகிறோம். மனித வர்க்கமே அதிவேகமாக, எதிரே சாவதனமாக நடந்துகொண்டிருக்கிற ஒரு மகத்துவத்தை விரட்டிப்பிடித்து வழிப்பறி செய்வதற்காக ஓடிக்கொண்டிருக்கிறது. பிடிபடுவது மகத்துவம் அல்ல. அதன் சுண்டுவிரல்தான். நமது கழுத்தில் மாலையாகச் சுண்டுவிரல் களின் கோர்ப்பு.'

மிகமிகப் பரிச்சயமான கதை. ஆனால் அதன் தளம் சீலாவின் விபரிப்பில் மாறிவிட்டதால் அது என்ன கதை என்பதே சீலனுக்குப் பிடிபட மறுத்தது. 'சுண்டுவிரல் மாலை' என்றவன் உடனே லேசான புன்னகையுடன், அங்குலீமாமா!'

சீலா சான்ட்விச்சின் துண்டு ஒன்றைப் பிடித்திருந்த கையிலிருந்து சுண்டுவிரலை மட்டும் நீக்கிக் காட்டினாள். 'புதனின் விரல். புதன் புத்தக விவேகி. அனுபவங்களை அறிவாக அறுத்தெடுத்துக் கோர்ப் பவன். அந்த அறிவு...' ஒரு விஷமச் சிரிப்புடன் தமிழில், 'ஏட்டுச் சொரக்கா!' என்றாள் சீலா. சீலனுக்குள் ஏதோ புரண்டது.

'தமிழ்!' என்றான் தன்னையறியாமலே,

சீலா புருவச்சுளிப்புடன், 'சொல்லலையா நான், இருபத்தோரு வயதுவரை திருக்கோணமலை.' லஞ்ச் முடிந்துகொண்டிருந்தது. 'கொச்சைத் தமிழ். அங்குலீயின் அம்மா என் தமிழை சமயம் வாய்ந்த போதெல்லாம் கிண்டல் பண்ணுவாள்.'

தெரிந்த கதையின் தளத்தை மாற்றியவள் தெரியாத கதை ஒன்றை இப்போது விடுகிறாள். யாரோ அங்குலி. அவனுடைய அம்மா. தமிழ்! அங்குலீமாலா புத்தரை வழிப்பறி செய்வதற்காக விரட்டியவன். பிராமணீயச் சதியினால் கல்வியை இழந்த அவன் கல்விமான்களையும் ஞானார்த்திகளையும் கொள்ளையடித்து அவர்களது சுண்டுவிரல்களை அறுத்து மாலையாகக் கோர்த்து அணிந்துகொண்டவன். புத்தர் சாவதனமாக எதிரே நடந்து கொண்டிருக்கிறார். அங்குலீமாமா அவரைப் பிடிப்பதற்காக அபாரவேகத்தில் ஓடுகிறான். ஆனால் புத்தருக்கும் அவனுக்கும் இடையே இருந்த தூரம் குறுகவில்லை. 'சமண சமண, ஓடாதே நில்!' என்று கத்துகிறான் அங்குலீமாலா. அவரை நோக்கி ஓடுகிறான். இப்போதுகூட அவருக்கும் அவனுக்கு மிடையில் தூரம் குறுகவில்லை.

'அங்குலீமாலா என்பது சிங்களப் பெயராயிற்றே? நீங்கள் தமிழ் என்கிறீர்கள்,' என்றான் சீலன் குழப்பத்துடன்.

'அது சிங்களப் பெயருமல்ல தமிழ்ப் பெயருமல்ல. புத்த இதிகாசம் உலகப் பொதுவானது. கிருஷ்ண இதிகாசம், யேசு இதிகாசம், முகம்மது இதிகாசம்... என்ன வித்யாசத்தைக் கண்டு குரல் வளைவை அறுத்துக் கொள்கிறீர்கள்?' இவ்வளவையும் ஆங்கிலேய மொழிப்பாணி தமிழில்

உச்சரித்த சீலா, தன் வலதுபுறக் காதின் கீழ் கழுத்தைச் சுண்டுவிரலினால் கீறினாள்... சீலனின் கழுத்தில் அதே இடத்தில் தழும்பு...

ஆனையிறவு. ஸ்ரீலங்கா ராணுவமுகாம். விடிகாலை நான்குமணி. சீலனின் அதிரடிப்பிரிவினர் தங்கள் பதுங்கு பிலங்களில் இருந்து முகாம் மீது ஒரே சமிக்ஞையில் எஃகு நெருப்பைக் கக்குகின்றனர். முகாம் அரைஇருளில் அலறிச் சிதறுகிறது. சீலன் தனது தோளில் பொருத்திய கிரனேட் ஏவு கருவியின் விரல்விசையை அழுத்துகிறான். அவனது கண்பார்வையும் கருவியின் குழாயில் நின்ற சிலுவைக்கோடும் ஒரு பெரிய பெட்ரோல் வாகனத்தின் டாங்கியும் தீக்கோடு ஒன்றின் வினாடியில் கோர்க்கப்படுகின்றன. பூமி அதிரும் பேரொலியுடன் டாங்கி நெருப்புத்தகடுகளாகச் சிதறும் எரிபொருளாய் வெடிக்கிறது. மறுகணம் அவன் முதுகின்மேல் ஒரு திடீர் பளு. ஏவுகருவியைப் பிடித்தபடி மண் பிலத்துக்குள் புரண்டு மல்லாந்தான். நெஞ்சை இரும்புத்தனமாக அழுத்தி ஏறி உட்கார்ந்த உயரமான அந்த உருவத்தின் பெயரையும் அந்தப் பெயரை உச்சரிக்க முயன்ற சீலனின் குரலையும் நெரித்தது ஒரு கை. சீலனுக்கு அடுத்த படித்தர அதிகாரியான 'டிக்கா'. மல்லாந்து கிடந்த சீலனின் ஒரு கண்பார்வையில் மிகமிக உயரத்தே வானில் ஒரு நட்சத்திரம் துடிதுடித்துக்கொண்டிருந்தது. அதற்கு வெகுகீழே ஓங்கிய டிக்காவின் கையில் நீண்ட கரிய குத்துக்கத்தி. சீலனின் ஒரு கை மீது அவனுடைய முழங்கால். மறுகை மீது கிரனேட் லாஞ்சரின் பளு. கத்தி மின்வெட்டில் இறங்கிய இறுதிக்கணத்தில் தலையை ஒடித்துக் கழுத்தின் வலதுபுறத்தைக் கொடுத்தபடி, கிரனேட் லாஞ்சரை ஒரே கையால் தூக்கி அதன் முழு இரும்புத்தனத்துடனும் டிக்காவின் தலையைப் பக்கவாட்டாகத் தாக்கினான் சீலன். கத்தி பிசகிற்று. கழுத்து நரம்புகள் அலறின. சீலனின் பிரக்ஞையைக் கவ்விய கோபம் விலகியபோது டிக்கா குரல்வளை முறித்து பிணமாகக் கிடக்கிறான். அவனது மரணக்குரல் கத்திமுனையாகச் சீலனின் மூளைக்குள் சுழன்று கொண்டிருந்த உணர்வை ஒரே இடத்தில் திரும்பத் திரும்பக் கீறிக்கொண்டிருந்து. 'திருக்கோணமலையான்! திருக்கோணமலையான்!' டிக்கா திருக்கோணமலையான் அல்ல. எனவே சீலனைவிட அவனது படித்தரம் உயரமாக இருந்திருக்க வேண்டும். இப்படி எத்தனை 'இயக்க ரகசியங்கள்'. இதில் போய் கிருஷ்ணபுத்தஇயேசுமுகம்மது குரல்வளையறுப்பு வேறு எதற்கு?'

லஞ்ச் முடிந்துவிட்டது. சீட் முதுகுகளில் இருந்த குப்பைப் பைகளில் பிளாஸ்டிக் எச்சங்களை செருகி மூடும்போது பேச்சைத் திருப்பினான் சீலன். 'உங்கள் அவதான சக்திக்கு என் வாழ்த்து. அங்குலீ எப்படி தமிழ்ப் பெயராயிற்று? தமிழர்கள் புத்தர்களானதில்லை. புத்த விஹா ரங்களுக்கு போவது உண்டு. நிறைய தமிழர்கள் கிறிஸ்துவர்களாகி யிருக்கிறார்கள்.'

சீலா தமிழில் ஆரம்பித்து ஆங்கிலத்திற்குள் நழுவினாள். 'காரணம் கிறிஸ்துவ மிஷன் மதமாற்றத்தை முக்கியவத்துவப்படுத்தி அதை நிறைவேற்றுவதற்காகத் தூண்டில் போடுகிறது. பௌத்தம், அதுவும் இலங்கையில், வெறும் இனவெறிக்கு ஒரு மதரீதியான ஆதாரம்தான். இனவெறி எப்படி மதமாற்றத்தை செயல்படுத்த முடியும்? இலங்கை வரலாற்றில் இன, மொழிரீதியாக உள்ள பிரிவினையைப் பௌத்த பீடம் தனக்கு அரணாக்கி, ஹிந்துவத்திடமிருந்து அது தன்னைக் காக்கும் என வகுத்த வடிவுதான் இன்றைய புத்தசிங்கள மேலாதிக்கத்தின் வேர் வடிவம். இலங்கையில் பௌத்தமிஷன் இலங்கைத் தமிழ் ஹிந்துக்களிட மிருந்து தன்னைக் காப்பாற்றிக்கொள்ளல். தற்காப்பு, நிச்சயம் தாக்குதலாக மாறும் - வன்முறை நியதி'. இதைச் சொல்லும்போதெ சீலா தனது கைப்பைக்குள்ளிருந்து ஒரு பர்ஸ் போன்ற சிறிய சதுரப் பொருளை எடுத்தாள். அதைப் புத்தகம்போல விரித்துப்பார்த்தாள். முகத்தில் சுருக்கங்கள் தளர்ந்து இளகின. இதற்குள், சீலா இன்டர்போல் இயக்கத்தைவிட படுபயங்கரமான ஒரு இயக்கத்தைச் சேர்ந்தவள் என்பது சீலனுக்குப் புரிந்துவிட்டது. எந்தக் கட்சியையும் மதத்தையும் லட்சியவெறித்தனத்தையும் அநுசரிக்காமல் அவதானிக்கும் சாட்சி களுள் அவள் ஒருத்தி. கொச்சையாகச் சொன்னால் ஒரு இன்ட லெக்சுவல்.

சீலா பிரிக்கப்பட்ட அந்த பர்ஸ் வடிவத்திலிருந்து கண்களைத் திருப்பி சீலனைப் பார்த்தாள். 'எவருக்கும் எளிதில் இதைப் பார்க்கத் தருகிறதில்லை,' என்றபடி சீலனிடம் அதைக் கொடுத்தாள். 'பௌத்த னுமல்ல ஹிந்துமல்ல சிங்களனுமல்ல. தமிழனுமல்ல...'

சீலன் அதை வாங்கினான். ஒரு பக்கத்தில் மட்டும் கண்ணாடித் தாளினுள் ஒரு சிறிய புகைப்படம் கருப்பு வெள்ளையாக. குஞ்சு களுடன் ஒரு கோழி, ஒரு வாத்து, இந்தப பரிவாரத்துக்கு நடுவே அம்மணமாகத் தவழ்ந்த நிலையில் ஒரு ஆண்குழந்தை. குளுகுளு உடல், சுருள் முடி, இதயத்திற்குள் ஆழ்ந்து நுழையும் அற்புதப் புன்னகை.

'....குழந்தை!' என்று முடித்தாள் சீலா.

சீலன் தந்திரமாகப் புன்னகைத்தபடி குழந்தையிலிருந்து கண்களை எடுக்காமலே, 'இவன் தமிழனல்ல என்கிறீர்கள். தமிழ் பேசுகிறீர்கள்...'

'அவனுடைய அம்மாவின் மொழி. ஆனால் அது சிங்களமாக இருந்திருந்தால் நான் இன்னும் மறக்காமல் சிங்களம் பேசிக்கொண் டிருப்பேன்,' என்றாள் சீலா. 'மொழி, மதம் என்பவை வேறு. மொழிவெறி, மதவெறி என்பவை வேறு. வெறிகளுக்கு நேர்வேறான பரிமாணம் குழந்தைமை. அதுதான் இதயத்தைக் கொள்ளையடிக்கும் வழிப்பறித்தன்மை.'

சீலா இப்போது வழிப்பறிக்கொள்ளைக்காரப் படிவத்தைத் திரும்பவும் கொண்டுவருகிறாள். 'ஐ ஸீ'!' என்றான் சீலன். 'பெயர் அங்குலீமாலா என்கிறீர்கள். தமிழ்வீட்டுக் குழந்தைக்கு நிச்சயமாக அப்படிப் பெயர் வராது. சிங்களவர்கள்கூட அதைத் துரதிருஷ்டக்காரனின் பெயர் என்று கருதிக் குழந்தைகளுகக்கு வைப்பதில்லை...' சீலன் நிமிர்ந்து சீலாவைப் பார்த்தான். 'ஓ! இவனுக்கு நீங்கள் வைத்த பெயர் அது. ஏனோ?'

சீலா அவனைப் பார்த்தபடி தனக்குள் மூழ்கியவளாகப் பேசினாள்: 'கணவரும் நானுமாகக் குடித்தனம் பண்ணிய வீடு காளிகோவிலின் தெற்குவீதியில்தான். அருகிலிருந்த தோட்டத்தில் ஓலைவீட்டுக்காரி குடும்பம் ஒன்று. அவளுக்கு எழுத்தறிவு இல்லை. ஆனால் ரொம்பவும் கருணை. ஒரு வீட்டுப் பசுவுக்கு ஏதோ தொண்டையில் சிக்கி, திணறித் திணறிச் செத்துக்கொண்டிருந்தது. ரப்பர் மரஇனத்தைச் சேர்ந்த ஒரு மரத்தின் இலைகளை அது சாப்பிட்டதின் விளைவு. அயலகத்துக்குப் பூசகர் விட்டுப் பசு. காளிகோவில் பூசகர்கள், கோவிலைச் சாகாக்காக்கி சுற்றி இருந்த தேட்டத்து நிலங்களை அங்குலம் அங்குலமாக விழுங்கும் கும்பல். இதனால் அந்த ஓலைவீட்டுக்காரிக்கும் அவர்களுக்கம் கடும்பகை. இருந்தும் தனது தோட்டத்தில் செல்லப்பிள்ளைகளைப் போல அவள் வளர்த்த வாழைமரக் குருத்துக்களை வெட்டிஎடுத்தாள். மார்டின் வாயைத் திறக்கவைக்கும் உபாயத்துக்காக மட்டுமல்ல. என் வீட்டு வேலையாளைக் கூப்பிட்டான். நான் அனுமதி கொடுத்தேன். பூசகரின் மாட்டுத்தொழுவம் என் ஜன்னல் வழியாகத் தெரிகிறது. ஓலைவீட்டுக்காரி குருத்துச்சுருளை மாட்டின் வாய்க்கு கொண்டு போனதும் அது வாயைத் திறந்தது. உடனே அவள் சொன்னபடி வேலையாள் மாட்டின் வாய் மூடிவிடாமல் பலமாகக் கைகளால் பிரித்து பிடிக்கிறான். அவள் பிளந்த வாய்க்குள் இலைச்சுருளைத் திருகாணியாகச் சுற்றிச் செலுத்தி வெளியே எடுத்தாள். ஐந்தாறு சுருள்கள் முடிய மாடு திணறுவதை நிறுத்திவிட்டது. இவ்வளவையும் சாதித்த அந்த ஓலைவீட்டுக்காரி ஒரு இளம் கர்ப்பிணி.

'மாடுகள் அயலகங்களில் சிலவேளை இந்த ரப்பர் இலையைத் தெருவில் கொட்டுகிற மேதாவிகளின் செயலால் இறந்திருக்கின்றன. இவ்வளவு எளிதாக அவற்றைக் காப்பாற்றக் கூடிய ஒரு வழி இருப்பது எனக்குத் தெரியாது. அவளைக் கூப்பிடு வேலையாளின் மொழிபெயர்ப்புடனும் எனது கொச்சைத்தமிழின் உதவியுடனும், இந்த வழியை அவள் எங்கே தெரிந்துகொண்டாள் என்று கேட்டேன். அவள் சொன்ன பதில் எனக்கும் என் கணவருக்கும் பிரமிப்பை ஏற்படுத்திற்று. அவளுக்கு அந்தக் கணத்தில் திடீரெனத் தோன்றிய வழிமுறை அது என்றாள். எங்களுக்கு வேறு ஏதாவது முறை தெரியுமா என்று ஆர்வத்துடன் கேட்டாள். வேலைக்காரர்கள் மூலம் அயலகப் பிரச்னைகளை

அறிந்து வைத்திருந்த நான், 'உன்னை மிகக் கேவலமாக வசவு வைத்திருக்கிறார்கள். உன் கணவரை ஒரு தடவை ஆள்வைத்து உதைத்திருக்கிறார்கள். அவர்களுக்காக இப்படி உன் வீட்டு வாழை களை நாசம் பண்ணியிருக்கிறாயே?' என்றேன். 'அந்தப் பசு பட்ட பாட்டை நீங்கள் பார்க்கவில்லையா?' என்றாள். 'புடலங்காய் வேணுமா?' என்றாள். இருவரும் ஒருவர் வயிற்றை ஒருவர் கவனித்து விட்டோம். சுமார் ஐந்து மாதக் கர்ப்பிணிகள் இருவருமே. 'புடலங் காய் இருக்கட்டும். உனக்கு இதுதான் முதல் கர்ப்பமா?' என்றேன். 'ஏற்கனவே இரண்டு கருச்சிதைவுகள். இவன் சிரஞ்சீவி,' என்றாள். 'எனக்கும் பையன், உனக்கும் பையன்தான். அடுப்பில் வேலை இருக்கிறது,' என்று போய்விட்டாள்.

'மறுநாள் காலை பெரிய புடலங்காய்களையும் முருங்கைக்காய் களையும் கொண்டுவந்து எனக்கு வியாபாரம் செய்தாள். கடை விலை கொடுத்தால் போதும் என்றாள். 'அது எப்படி ஆண்குழந்தைகள் என்கிறாய்?' என்று என் கொச்சைத் தமிழில் கேட்டேன். என் தமிழுக்குச் சிரித்தாள். என் கணவர் உள்ளே தமது ரூமில் இருந்தவர், 'அவளைக் கிறித்துவச்சி ஆகிறாளா என்று கேட்டுப்பார், ஆக மாட்டாள்,' என்றார். அவருடன் இதைப் பற்றி முதல்நாள் பேசி விவாதிக்கிறேன். ஆனால் இப்பேது அவளுடைய பயமறியாத துருதுரு வென்று முகத்தின்முன் இந்தக் கேள்வியைக் கேட்க முடியவில்லை. 'அவள் ஏற்கனவே கிறிஸ்துவச்சிதான்,' என்று கணவரிடம் கூறினேன். 'புத்தச்சி புள்ளத்தாச்சி,' என் கணவர் விஷமத்தனமாகத் தமிழில் கூறினார். அவள் கூச்சப்பட்டுக்கொண்டு ஓடிப்போய்விட்டாள். என் கணவருக்கு ஹிந்து, புத்தன் எல்லாம் ஏக குழப்பம். அவள் ஒரு சைவஹிந்து என்று விளக்கி விளக்கி எனக்குக் கடைசிவரை அலுத்து விட்டது. அவள் சொன்னாப்போல் இருவருக்குமே ஆண் குழந்தைகள் பிறந்தன. 'அபூர்வவாக்கு அவளுக்கு!' என்று நான் சொன்னால், என் கணவர் என்னை விஞ்ஞானபூர்வமாகக் கிண்ணல் பண்ணுவார்.

'குழந்தைகள் பிறந்த ஆண்டு ***1939***. ஏற்கனவே இரண்டாவது உலகயுத்தத்தின் முதல் அத்யாயங்கள் துவங்கிவிட்டன. பிரிட்டிஷ் அட்மிரால்டியின் அக்கவுண்ட்ஸ் செக்ஷனில் இருந்த என் கணவர் இன்னொரு உலகயுத்தம் வரப்போகிறது என்று சொன்னதை நான் அர்த்தப்படுத்தவில்லை. ஓலைவீட்டுக்காரியின் பாப்பாவுடனும் என் பாப்பாவுடனும்தான் என் மனம் லயித்திருந்தது. கணவர் லண்டனுக் குத் திரும்பும்படி அடுத்த ஆண்டு உத்தரவு வரும் என்பதை நான் எதிர்பார்க்கவில்லை. ஓலைவீட்டுக்காரியின் இந்த பாப்பாவையும் என் பாப்பாவையும் ஒன்றாக பகல்பொழு=துகளில் நான்தான் வளர்ப்பேன். காலையில் குளித்துமுடிந்ததும் ஓடிப்போய் இவனைத் துக்கிக்கொண்டு என் வீட்டுக்கு வந்துவிடுவேன். இதற்கு ஒரு காரணம் ஓலைவீட்டுக்காரி

யின் வீட்டு நிலவரம்தான். அவளுடைய கணவன் சரியில்லை. அவளுடைய நகைகளைக்கூட கொண்டுபோய் துன்மார்க்கமாகச் செலவு செய்திருக்கிறான். அவளுக்கும் அவனுக்குத் இதனால் நாளாந்தம் சண்டை, விடிந்ததுமே கூச்சல் ஆரம்பித்துவிடும். அவ்வப் போது அவளுக்கு அடி உதை.

'நான் கணவருடன் லண்டனுக்குப் போகும்வரை நிலைமை அப்படித்தான் இருந்தது. அந்தச் சூழலில் குழந்தைக்கு எவ்வித மனோபாவங்கள் வளர்ந்திருக்கும் என்று இன்று என்னால் ஊகிக்க முடியவில்லை. ஆனால் இந்தப் பாப்பா ஒரு விதத்தில் மாற்றப்பட முடியாத ஒரு அடிப்படை மனோபவாத்தைக் கொண்டிருந்தது என்பதை நான் நேரில் அறிந்திருக்கிறேன். இவ்விஷயத்தில் என் பாப்பாவைவிட அவன் ஒரு ஆழமான ஜீவன். இதோ இந்தக் கோழி தான், ஒரு பல்லியைத் துடிக்கத் துடிக்கக் கொத்துகிறது. என் பாப்பா முகத்தைச் சுளித்தபடி அதை வேடிக்கை பார்க்கிறான். இவனோ பல்லி துடித்தாற்போலவே துடிதுடித்து அலற ஆரம்பித்துவிட்டான். ரொம்ப நேரம் விட்டுவிட்டு அழுகை. சமாதானப்படுத்தவே முடியவில்லை. தாய்க்காரி வேறு வந்த முயற்சிசெய்து பார்த்தாள். தூங்கப் பண்ணின பிறகுதான் குழந்தை புன்னகை செய்தது தூக்கத்தில். அப்போதுதான் மானசீகமாக இவனுக்கு அங்குலீமாலா என்ற பெயரை நான் வைத்தேன்.

'அவ்வளவு உணர்வுநுட்பம் உள்ள பாப்பா என்று தெரிந்தவுடன் ஒரு வழிப்பறி கொள்ளைக்காரனின் பெயரை அதற்கு வைத்திருக்கிறீர் களே!' என்றான் சீலன், உண்மையான குழப்பத்துடன்

'அங்குலீமாலா உணர்வுநுட்பம் கொண்ட முதல்தர அறிஞன்தான். குருவை மிஞ்சியவன் என்பதால்தான் கல்விபெற முடியாமல் தடுக்கப் பட்டு, சமுகத்துக்கு வெளியே வீசப்பட்டான். இருந்தும் உரிய காலத்தில் உள்ளே மறைந்திருந்த போதம் திடீரென அவிழ்ந்து விருட்சமாயிற்று. ஒரு குரூரமான சூழலில் பிறந்த என் அங்குலீமாலாவின் எதிர்காலத்தை யும் என்னால் இப்படித்தான் கணிக்க முடிந்திருக்கிறது.

'புத்தர்பிரானை 'ஓடாதே நில்!' என்று அச்சுறுத்துகிறான் அங்குலீ மாலா. 'நான் ஓடவில்லை. நீதான் ஓடிக்கொண்டிருக்கிறாய்,' என்கிறார் அவர். உடனேயே அங்குலீமாமா நின்றுவிடுகிறான். அவன் நின்றதுமே அவன் அவனல்லன்.

'குழந்தையைத் தாயிடமிருந்து எப்படியாவது தத்து எடுத்துவிட லாமா என்றுகூட நான் நினைத்ததுண்டு. கணவரிடம் இதைப் பற்றிச் சொல்லி அவரின் வசவை வாங்கிக்கட்டினேன். இந்த எண்ணம் ஏற்பட்டபோது தாய்க்காரியின் கண்களைத் தைரியமாகச் சந்திக்கக் கூட முடியவில்லை. மூட்டையைக் கட்டிக் கிளம்பியபோது திரும்பத் திரும்ப, தாய்க்காரி வைத்திருந்த குழந்தையிடம் நான் பிரக்ஞை

யில்லாமல் ஓடிப்போய் அதை எடுத்துவந்து அதனுடன் பேசினேன் என்கிறார் கணவர். ஒரு நிமிஷம் உண்மையில் எனக்கு பிரக்ஞை பறிபோய் விட்டிருக்கிறது.' சீலா கையை நீட்டினாள். சீலன் தனது கையிலிருந்த புகைப்பட பர்ஸை திரும்பக்கொடுத்தான். கொடுக்கும் போதே, சீலா இன்ட்லெக்சுவல் கட்சிகூட அல்ல, அதைவிட ஆபத்தான ஒரு பிரபஞ்ச நியதியின் ஏஜண்ட் என்பது ஒரு விவரிக்க முடியாத திகிலுடன் அவனுக்குப் புரிந்தது. அந்த நியதி, தாய்மை. அதன்முன் ஒரு கெரில்லா கமாண்டரின் மனத்தடுப்புகள் முழுவதும் ஒரு புழுதிச் சுவராகி உதிர்ந்தன...

'நான் படித்த அதே ராமகிருஷ்ண மிஷன் ஸ்கூலின் பழைய மாணவர் அவர்.' சீலனின் உள்தடைகள் சிதறியவுடன் அவனிடம் அவள் கேட்காமல் கேட்டுக்கொண்டிருந்த தகவல் பெருக்கெடுத்தது. 'ஒரே பிள்ளை. இயற்கையான கலைத்திறன்கள் ஸ்கூலிலேயே வெளிப்பட்டிருக்கின்றன. இதனால் எங்கள் தலைகளில் டீச்சர்கள் கட்டி அடிக்கும் முன்னுதாரணங்களில் அவரும் ஒருவர். இதற்கும்மேல் அவர் ஒரு ஆன்மவியலாளர் என்றும் கொஞ்சம் லூஸ் என்றும்கூட ஏறுமாறுகள். 1970 வாக்கில் தாயும் தந்தையும் காலமான பிறகு, மீதியிருந்த வீட்டை விற்றுவிட்டு இந்தியாவுக்குப் போய் வாழ்கிறார். இலங்கைக்கு என்ன ஆகப்போகிறது என்பதை முன்கூட்டியே அவர் உணர்ந்திருந்தார் என்றும் ஒரு தகவல். ஆனால் வீட்டை வந்தவிலைக்கு விற்றுவிட்டு அவர் அன்று நாட்டைவிட்டே போனது, அப்போது ஊராருக்கு முதல்தர லூஸ் வேலையாகத்தான் தோன்றி இருக்கிறது. இப்போது அதே வேலையை ஒரு ஆத்மார்த்தியின் முன்னுணர்வு என்று சொல்லிக்கொண்டிருக்கிறார்கள்.'

'மீதி இருந்த வீட்டை என்றால் என்ன அர்த்தம்?' என்றாள் சீலா கண்டிப்புடன்.

'அந்த ரப்பர் இலைதின்னி மாட்டுக்காரப் பூசர்களின் வல்லடி வழக்குகளினால் பிடுங்கப்பட்டது போக மீதி இருந்தது என்று அர்த்தம். ஆனால் அவருடைய பெயர் அங்குலீமாலா அல்ல. அது... ' சீலன் அந்தப் பெயரைச் சொல்லும்போதே, சமுத்ர வெளியிலிருந்து ஒரு பெரும் கப்பலின் பிரகடனச் சங்கின் ஓசை திடீரென எழுந்து கடல் பரப்பில் அலைஅலையாக எதிரொலித்து விரிந்தது. சீலன் பார்வையைத் திருப்பு முன்பே சீலாவின் கண்களில் தத்தளித்தபடி ஈரம் ஏறிக்கொண்டிருந்தது.

தொடுவானில் இரும்புத்தொகுப்பினால் ஆன ஒரு மலை போன்ற கப்பலின் உதயம். அதன் முகப்பில் ஒளித்திவலைகளின் சமிக்ஞை.

மீறல் (பிரமிள் சிறப்பிதழ்), அக்டோபர் 1993.

லங்காபுரி ராஜா

1

லங்காபுரி

லங்காபுரி கிராமத்துச்சேவல்கள் ஏறுமாறாக கூவ ஆரம்பித்து விட்டன. காலைமணி ஆறாகப்போகிறது என்றாலும் கிராமத்தைச் சுற்றி அடர்ந்திருந்த கானகமரங்கள் விடிந்த வெளிச்சத்தை இன்னும் அனுமதிக்கவில்லை. ஆனால் ஹரிக்கேன் வெளிச்சம் இருந்ததால், தன் மனைவிக்காகக் காத்துக்கிடக்கும் பக்கத்துக் கட்டிலை நோக்கி லேசாக சர்வஜாக்கிரதையுடன் தலையைத் திருப்பினான் கோபாலகிருஷ்ணன்.

இன்றும் அப்படித்தான்.

மெத்தையின் நடுவே சௌக்கியமாகப் படுத்திருந்தது உடும்பு.

கோபாலுக்குத் தூக்கம் கலைந்த உடனேயே, அதன் நுட்பமான பாதுகாப்புணர்வுகளும் அதை விழிப்படைய வைத்திருக்க வேண்டும். குப்புறக்கிடந்த அது, மரப்பட்டைபோல் தடித்துச் சுருங்கியதோலின் அடியில் முறுகிமுதிர்ந்த உடலை ஓடுவதற்கு ரெடி பண்ணியது. இதற்கான சிறு தசை அசைவுகள் தெரிந்தன.

மூக்குநுனியிலிருந்து தடித்த வாலின் நுனிவரை அந்த உடும்பு இரண்டுஅடி நீளம் இருக்கும்.

கோபாலின் மனைவி பத்மினிக்கு உடும்பு எப்படி இருக்கும் என்று தெரியாது. தனக்காக வாங்கிப்போடப்பட்ட கட்டிலில் தூங்கும் அந்தப் பிராணி பற்றிக் கணவன் கடிதம் எழுதியதும், ‘உடும்பு என்றால் பெரிய அணில் மாதிரிதானே?’ என்று கேட்டு எழுதினாள்.

‘இல்லை, பெரிய பல்லி மாதிரி’ என்று கோபால் பதில் எழுதியதும் அவள், ‘விரட்டுங்கள் அந்தச் சனியனை!’ என்று பதில் கடிதம் போட்டுவிட்டாள். பத்மினிக்கு பல்லிகளைப் பிடிக்காது. அவற்றின் மீது பயம் என்றுகூட சொல்லலாம். இந்த அளவுக்கு அவளது சிறு பயங்கள் பற்றி அறியுமளவு கோபாலுக்கும் அவளுக்கும் தாம்பத்தியம் முன்னேறவில்லை. கல்யாணமாகி ஒருசில மாதங்கள்தாம் போயிருந்தன. அதற்குள் சர்வே டிபார்ட்மெண்ட், திருக்கோணமலையருகே

பன்குளத்தில் இருந்த அவனை மேற்கில் ஒரு கானகப்பிராந்தியமான லங்காபுரி கிராமத்துக்கு மாற்றிவிட்டது.

தனது மேலிடத்து அதிகாரியாக இருந்த பழைய சிங்களவர் போய் புதிய சிங்களவர் வந்தமைதான் இதன் காரணம் என்று கோபாலுக்குத் தெரியும்.

திருக்கோணமலை அவனுக்கு சொந்த ஊர். பன்குளத்துக்கும் அதற்குமிடையில் மூன்றுமணி நேரம் பஸ் தூரம்தான். இந்த வசதி யுடன் அவனது கல்யாணம் வேறு புதிய சிங்களவரின் எரிச்சலைக் கிளறி இருக்கவேண்டும். பன்குளத்தில் கோபால் செய்துகொண்டிருந்த நிலஅளவை முடியுமுன்பே லங்காபுரி கிராமத்துக்கு அவன் மாற்றப் பட்டது, அவன் தமிழன், தமிழனுக்கு இவ்வளவு சௌகர்யம் ஏதும் வேண்டாம் என்று புதிய அதிகாரி லகுவாகத் தீர்மானித்தமைதான். கோபாலுக்கு அவனது சிங்கள நண்பர்களே பச்சையாகச் சொன்ன உள்விஷயம் இது. பத்து சிங்களர்கள் இவ்விதம் பச்சைநட்புப் பாராட்டி னால், ஒரு சிங்களவன் புதியஅதிகாரிபோல் பச்சைவெறுப்பைத் திட்டமிட்டு செயல்படுத்திக்கொண்டிருந்தான். உண்மையில் கோபா லுக்கு சொந்தஊரருகே இருப்பதில் ஜாலி ஏதும் இல்லை. அதிலும் நகாப்புறமே அவனுக்கு பிடிக்காது. இந்த ரகஸியம் புதிய அதிகாரிக்குத் தெரியாது.

இருந்தும் திடீர் மாற்றத்தினால் தனது சர்வே வேலைத்திட்டம் பாழாவதில் அவனுக்கு எரிச்சல். தான் விட்டுப்போகிற அரைகுறை யிலிருந்து அடுத்து அதே இடத்துக்குப் வரப்போகும் சர்வேயர் தொடர்வதில் வேலைச்சிக்கல் ஏற்படும்.

'தமிழன் சிங்களவன் என்று பார்க்கிறதை விட்டு, இப்படி வேலை குழப்பமாகிறதை ஏன் அந்த சூபரீண்டன் மடையன் பார்க்கமாட் டேனென்கின்றான்?' என்ற கோபாலின் சர்வே பார்ட்டி லேபரர்களுள் ஒருவனான பியதாஸ கத்தினான். 'இதுக்குத்தான் சிங்களயா மோடயா எண்டு நாங்கள் சிங்களவரே சொல்றம்.'

இவ்வளவும் பன்குளத்து டெண்டைப் பிரிக்கும்போது அவன் தமிழில் அடித்த லெக்சர். இந்த மாதிரி சமயங்களில் கோபால சிங்களத்தில் கத்துவான். 'செய்கிறது சமையல் வேலை. பேச்சில் யானை குதிரை எல்லாம் ஓடுது.'

மற்ற லேபரர்கள் திருப்திகரமாகப் பல்லைக்காட்டுவார்கள்.

கோபாலுக்கு இருந்த அதிகாரத்தொந்திரவு பியதாஸவுக்கு இல்லை. லேபரர்களைத் தேர்ந்துகொள்வது கோபாலின் பதவிநிலையிலேயே தங்கியிருந்தது. எனவே லங்காபுரிக்குக் கோபாலுடன் அவன் வந்ததை உடும்பின் அதிர்ஷடம் என்றுதான் சொல்லவேண்டும். வேறு எந்த லேபரர் ஆக இருந்தாலும், கோபாலின் ஆட்சேபணைகள் உடும்பைப்

போன்ற ருசியான கறிக்குரிய பிராணி விஷயத்தில் செல்லுபடியாகி இராது. சமைக்கப்பட்டு கோபாலுக்கே பரிமாறப்பட்டிருக்கும்.

பத்மினிக்கு கட்டில் வந்ததும், உடும்பு டெண்டின் மூலை எதிலோ இருந்து வந்து நாசூக்காகக் கட்டிலில் ஏறிவிட்டது. இரவு வேளைகளில் மின்சாரம் பரவாத அந்தக் கிராமத்தில் ஹரிக்கேன் விளக்கில் புத்தகம் படித்துக்கொண்டிருந்த கோபாலுக்கு இது முதலில் புலனாகவில்லை. புத்தகத்தை மேஜையில் வைத்துவிட்டு விளக்குத்திரியை இறக்கும்போதுதான் கவனித்தான். வாலைமட்டும் முதலில் கவனித்த அவன், பாம்பு என்ற நினைவில் அசைவற்றுக் கவனித்தான். விஷப்பாம்பாக இருந்தால், ஒன்று அவன் மின்வீச்சில் ஏதாவது செய்யவேண்டும், அல்லது அசையவேகூடாது. பாம்பு அல்ல உடும்பு என்று உணர்ந்ததும் லேசாக, 'சூ, போ!' என்றான். கோபாலின் பக்கமிருந்த உடும்பின் கண், ஹரிக்கேன் விளக்கு வெளிச்சத்தில் உருகிய பொன்துளிபோல் மின்னியது. 'போ!'

உடும்பு அசையவில்லை. 'உன்னை...' என்றபடி சரேலென எழுந்தான். மறுகணம் உடும்பு தரையை நோக்கி நீச்சல்காரப் பாய்ச்சலில் குதித்து மறைந்துவிட்டது.

காலை அவன் கண்விழித்துத் திரும்பிப் பார்த்ததும் உடும்பு முந்திய இரவைப் போலவே பக்கத்து கட்டிலில் படுத்திருந்தது.

'தொலையாது போலிருக்கே!' என்று நினைத்தவன் அன்று வந்த பத்மினியின் கடிதத்துக்கு எழுதிய பதிலில் உடும்பைப் பற்றி எழுதிவிட்டான்.

பியாதாஸவிடம் கேட்டபோதுதான் சூட்சுமம் தெரிந்தது. டெண்டின் படுக்கை அறைப்பகுதிக்குக் கீழே ஒரு பழைய மரத்தின் அடிப்பகுதியும் அதன் வேர்களிடையே பொந்தும் இருந்திருக்கின்றன. இது உடும்பின் பழைய வீடு. அதே பிராந்தியத்திற்கு சரி நேர்மேலே போடப்பட்டிருந்த டெண்டின் படுக்கைப்பகுதியின் மீது உடும்பு இப்போது உரிமை பாராட்டுகிறது.

விரட்டுங்கள் அதை என்றுதான் பத்மினி பதில் எழுதினாள். 'சமையுங்கள் அதை' என்று அல்ல. உடும்பை விரட்டும் இந்த உத்தரவு பற்றி கோபால் சொன்னபோது பியதாஸவே கவனித்துச் சுட்டிக் காட்டிய நுட்பம் இது.

மாமிசப்பிரியம் இருந்தாலும், கோபாலுக்கு மிருகங்கள் பறவைகள் மீது பற்று உண்டு என்று பியதாஸவுக்குத் தெரியும். உடனே உடும்பைச் சட்டியில் வைக்கிற வகையான வார்த்தை எதுவும் அவனிடமிருந்து வரவில்லை.

கொழும்பில் இருந்த உறவினர் வீட்டிற்கு அன்று காலை பத்மினி வந்திருப்பாள். கோபால் போய் அவளை அழைத்து வரவேண்டும்.

ஆனால் கட்டில் பிரச்னைதான் தீரவில்லை.

காலை பஸ்ஸைப் பிடித்துப்போனவனுடைய நோக்கம் அன்று மாலைக்குள்ளேயே மனைவியுடன் திரும்புவதுதான். திரும்பி வசதி யாக பத்மினியை அழைத்துவர அவன் ஒரு நண்பனின் காரையும் ஏற்பாடு செய்திருந்தான். வரும்போது சுமைகளுடன்தான் பத்மினி வருவாள் என்று கோபால் எதிர்பார்த்ததும் கார் ஏற்பாட்டுக்கு ஒரு காரணம்.

ஆனால் பத்மினி இரண்டு சூட்கேஸ்களுக்கு மேல் எதுவும் கொண்டு வரவில்லை. அப்படியானால் கார் வேண்டாம் என்று தோன்றியது. நண்பன் ரத்னாய்க்க, 'புதுமணத்தம்பதிகள் காரில்தான் போக வேண்டும்,' என்று தீர்த்துவிட்டான். ரத்னாய்க்கவே காரைக் கொண்டு வந்ததும் ஒரு வசதியாயிற்று.

பின்ஸீட்டில் பத்மினியும் முன்ஸீட்டில் ரத்னாயக்கவுடன் கோபாலும் ஏறிக்கொண்டார்கள். கொழும்பிலிருந்து கண்டியை நோக்கிப் போகும் பாதையில் சுமார் ஐந்துகிலோமீட்டர் தூரத்தில் தென் கிழக்காகப் பிரிகிறது வலங்காபுரிக்குப் போகிற ரஸ்தா. சரளைக்கல்லும் கப்பி மண்ணுமாக அந்தத் தெரு மோசம் என்றாலும் மழையில்லாத நாட் களில் மோட்டார் ஓட்டத்துக்கு இடைஞ்சல் இல்லை.

'லங்காபுரிக்கு உன்னை மாற்றினது ஏன் என்று நேற்றுத்தான் தெரிந்துகொண்டேன்,' என்ற ரத்னாயக்க, 'ஏன் அவசரப்பட்டு மனைவியை அழைத்துவிட்டாய்?' என்றான் மெதுவான குரலில்.

கோபால் அடர்ந்துவரும் கானகமரங்களை வேடிக்கைபார்த்துக் கொண்டிருந்தவன், மேலே இருந்த கண்ணாடியில் பத்மினி லேசாகத் தூக்கம்போடுவதைக் கவனித்தான். 'என்ன புதுசா சொல்றே?'

'ஆபத்தான இடம் அது. ஒரு பெரிய அரசியல்புள்ளி லங்காபுரிக்கு அருகே எங்கேயோ ரகஸியமாக ஒரு பெரிய கஞ்சாக்காடு வைத்திருக் கிறான். லங்காபுரி அவனுடைய ரௌடிகளின் ஆதிக்கத்திலதான் இருக்கிறது.' இது மிகவும் சன்னமாக ரத்னாயக்க கூறிய விபரம். 'டிரைவரை அனுப்பிவிட்டு நானே காரை எடுத்துக்கொண்டு வந்தது இதற்காகத்தான். நேரில் கிராமத்து ஜனங்களை நான் பார்க்கவேண்டும். எனக்குத் திருப்தி இல்லை என்றால் உன் மனைவியை நாம் இதே காரில் திரும்பக் கொண்டுபோய் கொழும்பில் விட வேண்டும்'

'உளறாதே!' என்று அரைகுறையாகச் சொன்னதுக்குமேல் கோபா லுக்கு குரல் எழவில்லை. பிறகு கனைத்துக்கொண்டு, 'எல்லா இடத் திலும் எல்லாவிதமான மனிதர்களும் இருக்கிறார்கள்,' என்றான்.

'சரிதான், ஆனால் ரௌடிகளுக்கு அரசியல் பாதுகாப்பு இருக்கிற இடத்தில் மற்றவர்கள் என்ன செய்ய முடியும்?'

இதற்குள் பத்தினி விழித்துக்கொண்டதை இருவரும் மேலே இருந்த கண்ணாடியில் கவனித்துவிட்டார்கள். அவள் கேட்ட முதல் கேள்வி, 'உடும்பை விரட்டியாச்சுதானே?'

அரைகுறையாகவே தமிழ்தெரிந்த ரத்னாயக்கவுக்கு உடும்பு என்பதன் சிங்களவார்த்தையைச் சொன்னதும்தான் கேள்வி புரிந்தது. பேச்சின் திசை திருப்பத்தைப் பிடித்த கோபால் விஷயத்தைச் சொன்னான்.

'உடும்பு அருமையான இறைச்சியாச்சே!' என்றான் ரத்னாயக்க, தனக்குத்தானே பேசும் தோரணையில்.

'ஐயோ வேண்டாம். இது மனிதர்களோடு பழகின உடும்பு போலிருக்கு!' என்றாள் பத்மினி ஆங்கிலத்தில். சிங்களம் புரியும் என்றாலும் அவளுக்கு அதிகம் பேசவராது 'பொதுவாகச் சொன்னேன். குறிப்பாக இந்த உடும்பின் இறைச்சியைப் பற்றிப் பேசவில்லை அக்கா?' என்றான் ரத்னாயக்க, சிங்களத்தையும் தமிழையும் கலந்து.

ஒன்றுமில்லாத ஹாஸ்யமென்றாலும் ரத்னாயக்கவின் அரைகுறைத் தமிழும் அவன் போட்ட 'அக்காவும்' பத்மினியைச் சிரிக்கவைத்து விட்டன.

'சிரித்து மழுப்புகிறாள். ரத்னாயக்கவுக்கு தலை நரைக்கத் துவங்கி விட்டது. உண்மையில் அவன் தன்னை அக்கா என்றது பத்தினிக்கு உள்ளூரக் கோபம்,' என்று ஏதோ ரிப்போர்ட் செய்யும் தோரணையில் ஆங்கிலத்தில் கூறினான் கோபால்.

'ஓ, ஐ ஆம் ஸாரி தங்கச்சி!' என்றான் ரத்னாயக்க. இப்போது தம்பதிகள் இருவருமே சிரித்தார்கள். கானகம், மாலை வெளிச்சத்தை இரவாக மாற்றி அடர்ந்துகொண்டிருந்தது. ரத்னாயக்க ஹெட் லைட்டைப் போட்டான்.

கிராமம் ஆரம்பித்ததுமே ஹெட்லைட்டுக்குக் குறுக்கே குவிந்து நிற்கும் மனிதநிழல்கள் தோன்றின. ஏதோ கலவரம் நடந்து முடிந்த அறிகுறி. கோபாலின் டெண்ட் அருகே கார் நிற்கவும், 'மாத்தயா, மாத்தயா!' என்று மஹாத்மியாவின் மரியாதை விளிப்பைக் கலவரத்துடன் கூறியபடி குரல்கள் காரைச் சூழ்ந்தன.

'தங்கச்சி, இறங்காதே!' என்று உத்தரவிட்ட ரத்னாயக்க, வெளியே இறங்கினான்.

மறுபுறம் இறங்கிய கோபாலை கிராமத்துக்காரர்களும் அவனது வேபரர்களும் சூழ்ந்து அரையும்குறையுமாகச் சொன்னவற்றிலிருந்து, காட்டுக்குள் இருந்துவந்த இரண்டு ரௌடிகளுக்கும் பியதாஸவுக்கும் தகராறு என்று தெரியவந்தது.

ரத்னாயக்க கூட்டத்தினரின் முகங்களை ஹெட்லைட் வெளிச்சத்தில் நோட்டம்விட்டான். கூடவே, 'இந்த ஊரில் பெண்களே இல்லையா?' என்றான் உரக்க.

கலவரநிலையின் நடுவே இப்படிப் பொருத்தமற்ற ஒரு கேள்வி கேட்கப்பட்டதும் திடீரென மௌனம் சூழ்ந்தது.

'புது சர்வேயர் மாத்தயா இப்பதான் கல்யாணமாகி வருகிறார், இப்படியா வரவேற்கிறது?' என்றான் ரத்னாயக்க, மீண்டும் சுற்றிப் பார்த்தபடி. சட்டென, 'தங்கச்சி, வெளியே வா!' என்றான் தமிழில். அவனது தமிழைக் கேட்டு அதுவரை இருளில் ஒளிந்திருந்த கிராமத்துச் சிங்களப்பெண்கள் கொல்லென்று சிரித்தார்கள். 'தங்கச்சி, தங்கச்சி!' என்று ஒரு சிறுமியின் குரல் கிரீச்சிட்டது.

பத்மினி காரிலிருந்து இறங்கினாள். இதற்குள் ஹரிக்கேன் விளக்கு கள் வெளிப்பட்டுவிட்டன.

கோபாலகிருஷ்ணனோ, 'பியதாஸ எங்கே?' என்று விசாரித்துக் கொண்டிருந்தான்.

பத்மினி உடம்பெல்லாம் கூச்சத்தில் நெளிய நடந்துபோய் கணவன் அருகே நின்றாள்.

'பியதாஸவைப் பிறகு பார்க்கலாம் மாத்தயா?' என்றது குடுமி வைத்த சிங்களப் பெரியவர் ஒருவரின் குரல். அவர் கையிலும் அவரருகே நின்ற அவரது மகள் கையிலும் ரோஜாமாலைகள். 'மாலையை போடுவதற்கு முன்னால்...' என்ற பெரியவர் குரலைக் கனைத்தார். கோபால் கண்களைத் திருகி ஆகாயத்தைப் பார்த்துவிட்டு மெல்ல பத்மினியின் கையைப் பற்றினான்.

ஹெட்லைட்டை தம்பதிகள்மேல் விழும்படியாக்கி ரத்னாயக்க கூட்டத்தை ஒழுங்கு பண்ணிவிட்டு ஓரமாக நின்றான். பெரியவர் இதற்குள் பேச ஆரம்பித்துவிட்டார். வயது ஐம்பதைத் தாண்டி விட்டாலும் சிறிய நிமிர்ந்த அவரது உடலில் தெம்பு தெரிந்தது. அன்றைக்கென்று ஷேவ் செய்திருந்தார். கண்களில் மட்டும் வயது தெரியாத ஒரு அப்பாவிக் குழந்தைத்தனம் தெரிந்தது. மணப் பெண்ணை விஷமத்துடன் பார்த்தபடி மாலையை ரெடியாக வைத் திருந்த அவரது மகளின் கண்களிலும் அதே குழந்தைமை.

'முதலில் சொல்ல வேண்டியது இது. அதாவது நாங்கள் ஒரு வாரமாகவே இந்த சந்தோஷமான நேரத்துக்கு ஏற்பாடு பண்ணி இருந்தோம். அதை நான் தெரிவித்துக்கொள்கிறேன்,' என்றார் பெரியவர்.

'சரி மாலையைப் போடு!' என்றது ஒரு முதிர்ந்த பெண்குரல். பெரியவரின் மனையாளுடைய குரல் அது.

'பேசட்டும், பேசட்டும்,' என்றான் ரத்னாயக்க.

'உங்களுக்குத் தெரியாது மாத்தயா, பேசவிட்டால் இந்தியாவுக்குப் போன கதை எல்லாம் வரும்,' என்றாள் மனையாள்.

ஆனால் இதைக் கவனிக்காததுபோல் பெரியவர் தொடர்ந்தார். 'நான் இப்போது இந்தியாவைப் பற்றிப் பேசவில்லை. ஆனாலும் சொலலாமல் விடக்கூடாது. இங்கே டீக்கடை வைத்திருந்த ஆறு முகத்தை எல்லாருக்கும் தெரியும். நான்தான் என் வராந்தாவில் அவனுக்குக் கடைபோட இடம் செய்து கொடுத்தேன். அவன் சம்பாதித்துக்கொண்டு பம்பாய்க்குப் போய் கடை போட்டிருக்கிறான். எல்லாம் என்னால்தான் என்று, எனக்கு என்ன வேண்டுமென்றாலும் கேட்கும்படி உத்தரவு செய்தான். நானாடா... புத்தகயா போக வேண்டும், அவ்வளவுதான் என்று பதில் எழுதினேன். அதுதான் நடந்தது. அடேயப்பா! தலைமன்னாரில் கப்பலேறி ராமேஸ்வரம் போய் ரயிலைப் பிடித்தால் ரயில் போகுது போகுது போகுது... பிறகு மெட்ராஸ். அங்கே இருந்து ரயிலைப் பிடித்தால்... எவ்வளவு மகாப் பெரிய தேசம்! ஒரே பெரீய்ய தேசம். ஒரு ரயில்கோச்சில் ஒரே பெஞ்சில் நாலுபேரு இருந்தா, நாலுபேரும் நாலுவிதம் நாலுபாஷை. இங்கே வாசப்பக்கம் எட்டிப்பார்த்தா கொழும்பு, கொல்லைப பக்கம் எட்டிப்பார்த்தா திருக்கோணமலை. இதுக்குள் எவ்வளவு சண்டை கள்?'

'போதும், போதும்,' என்றாள் மனைவி

'தன்னையும் கூட்டிக்கொண்டு போகவிலலையென்று என் பெண் சாதிக்குக் கொஞ்சம் கோபம். ஆனால் முழுச்செலவும் ஆறுமுகத்தின் செலவு. எப்படி ரெண்டுபேர் போறது? மறந்து போனேன். இன்றைக்கு கோபாலகிருஷ்ணன் மாத்தயாவுக்கும் அவருடைய மனைவிக்கும் நாங்கள் வரவேற்புச் செய்கிறோம். இது ஒரு மிக விசேஷமான நாள். ஆனால் ஒரு சிறு கலவரம். இதையும் சொல்லாமல் விடக்கூடாது,' என்றவர் சட்டென்று மனைவி நின்ற திசையில் பார்த்து, 'குறுக்கே அடிக்கடி சத்தம் போடாதே!' என்றார். பத்மினி சிரிப்பை அடக்க வேண்டிய நிர்ப்பந்தம் தாங்காமல் கணவனின் கையை நெரித்துக் கொண்டிருந்தாள்.

கோபால் இத்தகைய சடங்கிற்குப் பழகிப்போனவன் மாதிரி விறைப்புடன் நின்றான். குனிந்தபார்வையைக் கடைக்கண்ணுக்குக் கொண்டுவந்த பத்மனி, இப்போது தன்னருகே நெருங்கி மாலையும் கையுமாக வந்த பெண்ணின் முகத்தைப் பார்த்தாள். இருவருடைய கண்களும் ஒருவர் முகத்தை ஒருவர் ஆராய்ந்தன.

'பேரென்ன?' என்றாள் பத்மினி சிங்களத்தில் கிசுகிசுவென்று.

'நாளனி.'

'நளாயினியா?'

'நாளனி. உங்கள் பேர்?'

'பத்மினி,' என்றாள் மணப்பெண். அதற்குள் பெரியவரின் பேச்சு அவளை இழுத்தது.

'எல்லாம் உடும்பால் வந்தது' என்றார் அவர். ஒருவரும் சிரிக்கவில்லை. 'கோபாலகிருஷ்ணன் மாத்தயா ஒரு சர்வேயர். இங்கே வந்த சர்வேயர்கள் துப்பாக்கி லைசன்ஸில் ஒன்றுக்கு இரண்டாகத் துப்பாக்கி வைத்திருந்தவர்கள். வெடிகாலை வேளைகளில் தூக்கம் கலையாத மயில்களை மரத்தில் அவை அழகாக இருக்கும்போது சுடுவார்கள். அவை செத்துவிழும். ஆனால் இந்த மாத்தயாவுக்கு லைசன்ஸ் இருக்கு. துப்பாக்கி வாங்கவில்லை. வெடிகாலை எழுந்துபோய் இவர் மரத்தில் அழகாக இருக்கும் மயில்களைப் பார்த்துக்கொண்டிருப்பார். இது எனக்குத் தெரியும். ஆனால் உடும்பு ஒரு அழகான பிராணி அல்ல. ருசியான இறைச்சி. பக்கவாதத்துக்கு அருமையான மருந்து.'

ரத்னாயக்க இந்த இடத்தில் கையைத் தட்டினான். உடனே எல்லோரும் சடபடவென்று கைதட்டினார்கள்.

பெரியவர் மாலை தாங்கிய கைகளைத் தூக்கி மூன்று விரல்களைப் பிரித்துக் காட்டிக் கைதட்டலை அடக்கினார்.

'இந்த மாத்தயா அழகு பார்க்கவில்லை என்பதைத்தான் சொல்லுகிறேன். உடும்பு விஷயத்தில் மாத்தயா நடந்துகொண்ட விதம், பியதாஸ மூலம் இங்கே எல்லோருக்கும் தெரியும். உடும்பு அழகான பிராணி அல்ல. ஆனால் அதன் மீதும் மாத்தயா பிரியமாக இருந்தார். காட்டுக்குள்ளிருந்து வந்துபோகிற கஞ்சாக்கார ரௌடிகள் பியதாஸிடம் அந்த உடும்பைப் பிடித்துத் தாம் சாப்பிட வேண்டும் என்று கேட்டிருக்கிறார்கள். அதுவும் இன்றைக்கு. பியதாஸ, 'போங்கடா வேலையந்தவுங்களே!' என்று சொல்லி இரண்டுபேரோடும் அடிபுடிபட்டு காயமாய் இருக்கிறான். நான் வீட்டுக்குள் வைத்து பச்சிலை மருந்து கட்டி இருக்கிறேன். மாப்பிளை பொண்ணுக்கு முன்னால் காயத்தோடு வரப்படாது என்று அவன் உள்ளே இருக்கிறான். அவன் சார்பாகவும் உங்கள் சார்பாகவும் இந்த மாலையை...'

கைதட்டல் இப்போது ஏறி ஓங்கி ஒலித்தது. ஒரு புல்புல்தாராவில் பைலா இசை. கூடவே தரையில் வைக்கப்பட்ட அகலமான தோல் வாத்தியமான ரவ்வாணத்தில் பெண்கள் சுற்றி இருந்து வாசிக்கும் அதிரொலி. கோபாலுக்குப் பெரியவரும் பத்மினிக்கு நாளனியும் மாலையைப் போட்ட பின், பெரியவர் திடீரென எழுந்து இசைக்கு ஏற்பக் கால்களைப் பதித்து நடனமாட ஆரம்பித்தார். நரைத்தலைக் குடுமியும் கோட் ஷர்டும் லுங்கியுடன் அவரை ஒரு கிராமீய ஜென்டில் மேன் ஆக்கியிருந்தன. வட்டத்துக்கு நடுவே நின்று கோட் பைகளுக்குள் கைகளைச் செருகியபடி, வெறுமே பாதங்களைத் தாளத்துக்கேற்ப

மாற்றிப் பதித்து அவர் ஆடிய பைலாவில் நளினமும் லாவகமும் அற்புதமாக இணைந்தன. மிகச்சிக்கனமான பாதப்பதிவுகளும் அசைவு களுந்தான். அவற்றில் பின்னல்களோ உடல் ஆட்டங்களோ இல்லை. ஆனால் அவரது பைலா சட்டென மனசை இழுத்து லயிக்கவைத்தது.

'இவர் எனக்கு அப்பா!' என்றாள் நாளனி பெருமையாக பத்மினி யிடம். 'இன்னும் அப்பா தண்ணி போடலை. போட்டா ராத்திரி முழுவதும் இப்படியே ஆடுவார்.'

பத்மினியின் கையை கோபாலின் கை மெள்ளப் பற்றி இழுத்தது. அவள் திரும்பினாள். கோபால் பத்மினியுடன் நாளனி வீட்டு வராந்தாவில் ஓரமாக உட்கார்ந்திருந்த பியதாஸவின் முன் வந்து நின்றான். உண்மையில் பியதாஸவுக்கு அப்படி ஒன்றும் மோசமான காயங்களாகத் தோன்றவில்லை.

'போயும் போயும் ஒரு உடும்புக்காக நீ சண்டை போட்டிருக் கிறாயே, எப்பேர்ப்பட்ட மடையன் நீ!' என்றான் கோபால்

'அதில்லை மாத்தயா, அவுங்க வந்து கேட்ட தடித்தனம்!' என்ற பியதாஸ பத்மினியைப் பார்த்து வெட்கப்பட்டு எழுந்து கைகுவித்தான். பத்மினியும் பதிலுக்குக் கும்பிட்டாள். பியதாஸ சுபாவமான விஷமத் துடன், 'உடும்பு படுத்துப் பழகின பெட்ஷீட்டைத் தரையிலே மடிச்சுப் போட்டிருக்கிறேன். கட்டிலுக்கு அது வராது,' என்றான்.

'எதுக்கும் ரத்னாயக்க மாத்தயாவோடு போய் கொழும்பில் ஒரு டாக்டரைப் பார்,' என்று கோபால் சொல்லிக்கொண்டிருக்க ரத்னாயக்க முன்னே வந்து பியதாஸவின் முகத்தையும் கைகால்களை யும் பார்த்தான். 'இன்ஜெக்ஷன் போட வேண்டியிருக்கும். நாளைக்கு திரும்பிவிடலாம். காயம் ஆறும் வரை தண்ணி போடக்கூடாது,' என்றான் ரத்னாயக்க.

சுமார் ஒருமணி நேரத்துக்குள் உணவு முதலியவற்றின் பரிமாறல்கள் விஷமப்பேச்சுக்களுடன் ரத்னாயக்கவும் பைலாவில் இறங்கினான். 'மோசமில்லை!' என்றார் பெரியவர்.

அவரை ஹரிக்கேன் விளக்குகளின் வட்டத்துக்குள் ஆடவிட்டு, காரின் ஹெட்லைட் கொழும்பை நோக்கித் திரும்பியது. முன்ஸீட்டில் ரத்னாயக்கவுடன் உட்கார்ந்திருந்த பியதாஸ சண்டை விபரத்தைக் கூறிவிட்டு, 'இதெல்லாம் சின்ன தகராறு மாத்தயா. முந்தி எல்லாம் தண்ணிபோட்டால் வெட்டுக்கத்தியை எடுத்துக்கொண்டு ஊரில் துரத்த வேண்டியவன்களை எல்லாம் நான் துரத்துகிறது அன்றாடம் நடக்கிற வேலை. இந்தக் கோபால் மாத்தயாவிடம் வந்த பிறகுதான் கொஞ்சம் அடக்கம். பியதாஸ என்றாலே கத்திவீரன்தானே?' என்றான்.

இதற்குப் பதில் சொல்லவேண்டாம் என்றிருந்த ரத்னாயக்க, டிரைவிங் அலுப்புடன் யந்திரம் மாதிரி பதிலைச் சொல்லிவிட்டான்.

‘பியதஸின் என்பதுதான் பாளியில் இதன் ஒரிஜினல். அசோக சக்கரவர்த்தியின் புத்தநாமம் இது - பொருள் அன்பைத் தரிசித்தவன். லங்காபுரியைச் சுற்றி ஒரே யானைக்காடு என்கிறார்கள். இந்தத் தெருவில் யானை வருமா?’

‘வரும் என்றுதான் பேச்சு. ஆனால் நான் பார்க்கவில்லை மாத்தயா.’

லங்காபுரியின் ரவ்வாண ஒலி பின்னாடி மங்கிக்கொண்டிருந்தது.

(தினமணி கதிர், 9.6.1985)

2

லங்காபுரி ரகஸ்யம்

சர்வேயர் கேபாலகிருஷ்ணனும் அவனது புதுமனைவி பத்தினியும் டெண்டிற்குள் தூங்கப்போய்விட்டார்கள்... இரவு எத்தனை மணிக்கு வெளியே சிங்கள கிராமிய இசைப் பட்டாளத்தின் வேலை ஓயும் என்றுதான் தெரியவில்லை. புல்புல்தாராவின் இசையானால் ஓரளவுக்கு கேட்கச் சகிக்கும். மெல்லிய சப்தம் என்பதுதான் இதன் காரணம். ஆனால் அதனுடன் சம்பந்தமேயில்லாமல் தரையோடு தணிந்த வட்டமேஜைபோல் வைத்து வாசிக்கப்படும் பெரிய தோல்வாத்தியமான ரவ்வாணம் இருக்கிறதே, அது உண்மையிலே இசைக்காகத்தான் கண்டுபிடிக்கப்பட்டதா என்பதே சந்தேகம்.

‘சிலவேளைகளில் ஏதும் யானைக்கூட்டம் கிராமத்தை நோக்கி திசைதவறி வந்துவிட்டால், பெண்டுகள் இந்த ரவ்வாணத்தைச் சுற்றி உட்கார்ந்து அடித்து யானைகளை எச்சரிப்பார்கள்,’ என்றான் கோபால்.

‘யானைகள் வருகிறது எப்படி கிராமத்துக்குத் தெரியும்?’ என்றாள் பத்மினி அவனருகே ஒடுங்கியபடி.

கோபால், ‘இந்தமாதிரி யானைக்காடுகளிலேயே பிறந்து வளர்ந்தவர்களுக்கு அரைமைல் தூரத்தில் ஒரு யானை நின்றாலே தெரியும்,’ என்றான்.

‘எப்படி?’ என்றாள் பத்மினி அவனது மூக்கைக் கிள்ளியபடி. ‘மோப்பம் பிடிப்பார்களா?’

‘கரெக்ட்!’ என்று கோபால் மூக்கைத் தடவிவிட்டுக் கொண்டான். ‘இப்படிக் கிள்றயே!’

‘அப்பதான் மூளை சுறுசுறுப்பாய் வேலை செய்யும்,’ என்றபடி மீண்டும் கிள்ளுவதற்கு ஆள்காட்டி விரலையும் பெருவிரலையும் குவித்து, தன் அழகிய சின்னமுகத்தில் குரூரநடிப்புடன் கையைக்

கோபாலின் முகத்துக்குக் கொண்டுவந்தாள் பத்தினி. கோபால் கண்களை இறுக மூடிக்கொண்டு, 'நித்திரைகொள்ளப் போறியா இல்லையா, நேற்று இரவும் நித்திரை கொண்டிருக்கமாட்டாய்,' என்றான். 'வழியிலே இங்கே வாறபோது காருக்குள் தூங்கி வழிந்து விழுந்தாய். இப்போ என்னடா என்றால்...'

வெளியே ரவ்வாண வாத்யகுழு ஒன்று போய் இன்னொன்று வந்துவிட்டது. சப்தத்தில் புதுவேகம்.

'இந்தச் சத்தத்திலே எப்படி தூங்குகிறது?' என்ற பத்மினி திரும்பித் தரையிலே போடப்பட்டிருந்த பெட்ஷீட்டைக் கட்டிலில் கிடந்தபடி எட்டிப்பார்த்தாள். சர்வே டெண்ட் போடுமுன் அதே இடத்தில் குடி இருந்த உடும்பு இப்பொழுது டெண்டின் படுக்கை அறையினுள் உரிமையுடன் படுத்திருக்கிறது.

'உங்கள் உடும்பு நாயகியும் நித்திரையாகவில்லை போலிருக்கே?' என்றாள் பத்மினி.

'நீ என்ன சொல்கிறாய்? நாளைக்கு உடும்பு இறைச்சி வைத்துக் கொள்ளலாமா?' என்றான் கோபால் விஷமத்துடன்.

'ஐயோ பாவம்! குழந்தை மாதிரி பயப்படாமல் உங்களுக்குக் கிட்டேவந்து கிடக்குது... நீங்க என்னை டெஸ்ட் பண்றத்துக்குத்தானே கேட்கிறீங்க?'

'இல்லை. நான் இந்த உடும்பு பற்றிக் கேட்டால்தானே டெஸ்ட். நாளைக்கு காட்டுக்குள் போகிறவர்களிடம் சொல்லிவிடலாம்.'

'வேண்டாம். உடும்பு எதையுமே திங்கவேண்டாம். பாவமா யிருக்கு.'

கோபாலிடமிருந்து இதற்குப் பதிலேதும் வராததால் பத்மினி பக்கத்துத் தலையணையில் கிடந்த அவன் முகத்தை நோக்கித் திரும்பிப் பார்த்தாள். அவளது கணவனின் கண்கள் ஆழ்ந்த கனிவுடன் தனது முகத்தைப் பார்த்துக்கொண்டிருப்பதை உணர்ந்ததும் அவள் முகம் ஜிவ்வென்று சிவந்தபடி கண்களை மூடிக்கொண்டாள். கோபாலின் கை அவளை ஸ்பரிச்சபடி தாண்டி மேஜையிலிருந்த ஹரிக்கேன் விளக்கின் திரியைச் சிறிதுபடுத்தியது. அவனது கை விலக, அதை பத்மினி பற்றிக் கொண்டு கண்களைத் திறக்காமலே சிரித்தாள்...

வெளியே ரவ்வாண ஒலி எப்போது ஓய்ந்தது என்று கோபாலுக்கு பிரக்ஞையில்லை. பிரியமும் கூச்சமும் உறைந்த முகத்தோடு துயிலும் மனைவியின் முகத்தையே வெகுநேரம் பார்த்தபடி படுத்திருந்தான் அவன்.

அன்று மாலை புதுமணத் தமிழ்த்தம்பதிகளான கோபாலையும் பத்தினியையும் வரவேற்ற லங்காபுரி கிராமத்துக்காரர்களும் அதற்குச்

சற்று முன்பு கோபாலின் சமையல்காரனான பியதாஸவுடன் சண்டை போட்ட கஞ்சாக்காட்டு ரௌடிகளும் இரண்டு துருவங்கள். இரு துருவங்களுமே சிங்களத் துருவங்கள்தாம் என்றாலும் ஒன்றுக்கொன்று சம்பந்தமே இல்லாதவை என்று கோபாலுக்குத் தெரியும். ஆனால் தனது வேலையாளை இரண்டு ரௌடிகள் தாக்கியபோது கிராமத்துக் காரர்கள் குறுக்கிடவில்லை.

இதற்குக் காரணம் லங்காபுரிக் காட்டிற்குள் எங்கோ இருக்கும் கஞ்சாப்பண்ணை ஒரு பெரிய சிங்கள அரசியல் புள்ளியுனுடையது என்பதும் அது இந்த ரௌடிகளால் கண்காணிப்பப்படுகிறது என்பதும் தான். லங்காபுரியே இந்த ரௌடிகளின் ஆதிக்கத்தில் இருக்கக்கூடும். புதிதாக வந்த கோபாலின் வேலையாளுடன் தகராறு வைத்துக் கொண்டதின் மூலம் ரௌடிகள் தங்கள் ஆதிக்கசக்தியை அவனுக்கும் சூசகமாக உணர்த்தி இருக்கிறார்கள். மாமூலாகப் பணம்கேட்கிற பழக்கத்தை அவர்கள் ஏற்படுத்தலாம் என்று அங்கே இருந்த பழைய சர்வேயர்களின் அனுபவங்கள் கூறுவதாக கோபால் கேள்விப் பட்டிருக்கிறான்.

இதைப் பற்றிச் சற்று முன்பு கிராமப் பெரியவர் சார்ளிஸ் உடவத்த வுடன் சாப்பிடும்போது லேசாகக் கேட்டான்.

'பழைய சர்வேயர்கள் கொடுத்திருக்கலாம். ரௌடிகளோடு கூட்டாளித்தனம் வைத்திருக்கலாம். நீங்கள் வேறு மாதிரியானவர். அதன்படி நடந்துகொண்டால் எல்லாம் சரி,' என்று அவன் முகத்தைப் பார்க்காமலே சொன்னார் சார்ளிஸ். இதைச் சொல்லும்போது அவரது முகமும் குரலும் தவறுசெய்ய அனுமதிக்காத தகப்பனாரின் கடுமையை வெளியிட்டன.

'லங்காபுரி இந்த ஸ்ரீலங்காவிலேயே வித்யாசமான கிராமம். இங்கே போலீஸ், லைட் எதுவுமில்லை. போஸ்டாபீஸ்கூட இஸ்லாமலிருந்து இப்போது பஸ் வந்ததும் அது வந்திருக்கிது. இருந்தாலும் இங்கே ஒரு கொலையும் நடக்கிறதில்லை. சின்னச் சச்சரவுகளை நாங்கள் சமாளித்துக்கொள்வோம். ரௌடிகள் காட்டுக்குள்ளிருந்து வருவார் கள் போவார்கள். அவர்கள் ரௌடித்தனமாக ஏதும் ஆரம்பித்தால் இங்கே கண்டு கொள்கிறதில்லை. பியதாஸ புதிதாய் வந்ததால் அவனுக்கு ஒன்றும்தெரியாமல் ஏறுமாறாய்ப் பேசி, பேச்சு அடிதடியாகி விட்டது. அவர்கள் பேச்சைக் காதில் வாங்கிக்கொள்ளாமலே இருந் திருக்க வேண்டும். அதைத்தான் ஒரு யானை செய்யும்.'

நாங்கள் பியதாஸ விஷயத்தில் குறுக்கிடாதது பற்றிக் கிராமத் தார்கள் தந்திருக்கக்கூடிய பொதுப்பதில் இதுவாகவே ஒலித்தது. பியதாஸ சிங்களவன் என்றாலும் தமிழனான தனது வேலையாள் என்பதுதான் உண்மை. சார்ளிஸ் என்னவோ யானையை நடுவில்

விடுகிறாரே?

'எல்லாம் விபரமாக நாளைக்குச் சொல்லுகிறேன் மஹாத்மியா.' கையை அலம்ப எழுந்த சார்ளிஸ், ரவ்வாணக்காரிகளின் திசையில் கூச்சலிட்டார். 'இங்கே நாகரீகமாய் இரண்டு வார்த்தை பேசவிட மாட்டீர்களா?'

அவர்கள் காதில் இது எப்படி விழுந்ததோ தெரியவில்லை. 'மாப் பிள்ளை பொண்ணைத் தூங்கவிட மாட்டோம்,' என்று பதில் வந்தது.

மணப்பெண்ணருகே உட்கார்ந்து உணவைக் கொறித்துக் கொண் டிருந்த உடவத்தவின் இளம்மகளான நாளனி இடது கையால் பத்மினியைக் கிள்ளினாள். 'தூங்காதே தங்கச்சி, தூங்காதே!' என்று கொச்சையான தமிழில் ரகஸியமாய்ப் பாடினாள்.

தமிழ்ச் சினிமாப்பாடலின் இந்தத் திருகலைக் கேட்ட பத்மினி, 'தேவலை, ஆனால் நான் உனக்கு அக்கா,' என்றாள் தனது கொச்சை யான சிங்களத்தில்.

சார்ளிஸ் உடவத்தவை மேலும் சாப்பிட உபசரித்த கோபாலிடம் அவர், 'ஐயோ ரவ்வாண சப்தம் வீணாகிக் கொண்டிருக்கிறது. என்னை விட்டால் இங்கே பைலா ஆடுவதுக்கு ஆளுமில்லை,' என்றார். டென்ட் வாசலில் வைக்கப்பட்டிருந்த ஹரிக்கேன் விளக்குகளின் வட்டத்துக் குள் போய் நின்றார். லுங்கியுடன் அணிந்தருந்த கோட் பாக்கெட்டுக் குள் கைகளை நுழைந்தபடி ஸ்டெப் எடுத்து மென்மையாக ஆட ஆரம்பித்தார்.

லங்காபுரியின் விடிகாலையினூடே ஏதோ ஒரு இனம் புரியாத சப்தம் ஒன்று ஊடுருவிற்று. அதுவரை கசமுசாவென்று கூச்சலிட்டுக் கொண் டிருந்த கானகமரங்களின் பறவைகள் திடீரென்று மௌனித் தன. இனம்புரியாத அந்தச் சப்தமும் இந்தத் திடீர் மௌனமும் சேர்ந்து பத்மினியையும் கோபாலையும் துயில் கலைய வைத்துவிட்டன.

கணவனும் மனைவியும் ஒருவரை ஒருவர் வியப்புடன் பார்த்துக் கொண்டார்கள்.

பத்மினி, 'அது உடும்பு போட்ட சப்தம்தானே?' என்றாள்.

கோபால் புன்னகைத்தான். 'உடும்பு இங்கே படுத்திருக்கும் என்று கடிதம் எழுதினேன். அதை விரட்டச்சொல்லி பதில் எழுதினாய். இப்போ அதுக்கு நீ செல்லம் பாராட்டறையே!'

பத்மினி புரண்ட தரையில் உடும்பு படுத்திருந்த இடத்தைப் பார்த்தாள். ஹரிக்கேன் விளக்கொளியில் அது படுத்திருந்த இடம் காலியாக இருந்தது.

மறுகணம் முன்பு கேட் அதே விசித்திர ஒலி - இப்போது சமீபத்தில்,

ஆனால் ஏதோ ஒரு ஆகாயக் குரலைப் போல. உடும்பு போன்ற சிறு ஜந்துவின் குரலைவிட பன்மடங்கு கனமான ஒலி அது. பத்மினி இப்படி ஒரு சப்தத்தை எங்குமே கேட்டதில்லை. இந்தத்தடவை அவள் கணவனை நோக்கி ஒருவிதப் பயத்துடன் திடீரென ஒடுங்கினாள். அவள் கைகள் தன்னைச் சுற்றிப்பிடிக்கத் தாராளமாக இடம்விட்ட கோபால் சப்தமில்லாமல் குலுங்கிச் சிரித்தான்.

'ஐயோ!' என்று அவனை விட்டு விலகிய பத்தினி, 'எனக்குப் பயமாயிருக்கு. ஆனால் இது சிரிக்குது,' என்று கணவனை அஃறிணை யில் குற்றம்சாட்டினாள். 'சொல்லுங்கோ, அது என்ன, மயில் கேவுற சத்தம்தானே?'

'மயில்கள், குயில்கள், கோழிகள், குருவிகள், காக்கைகள் எல்லாம் கத்தினது போதும், நான் கத்துகிறேன் என்று கத்தும் யானை அது,' என்றான் கோபால் விஸ்தாரமாக.

'யானையா?' என்ற பத்மினி குதூகலத்துடன் எழுந்து உட்கார்ந்தாள். கலைந்திருந்த கூந்தலைக் கொண்டை போட்டபடி, 'யானையா அது?' என்றாள் மீண்டும். 'யானை இப்படித்தான் பிளிறுமா? எனக்கு முதல்லே தெரியும்.'

'தெரியும் தெரியும்,' என்றான் கோபால். 'உடும்பு, ஒணான், மயில், கோட்டான் என்றெல்லாம் சொன்னது மறந்துபோச்சு.'

'அதுசரி, யானை வந்தா கிராமத்தில் ரவ்வாணம் வாசிப்பாங்கன் னீங்க!'

கோபால் இந்தக் கேள்விக்குச் சமாதானம் சொல்லுமுன் டெண் டிற்கு வெளியே இருந்து நாளனியின் குரல், 'அக்கே பத்தினி அக்கே' என்று சன்னமாகக் கூப்பிட்டது. அந்தக் குரலில் அழுத்தி வைக்கப் பட்டிருந்த ஒருவிதக் கலவரத்தில் தம்பதிகள் ஒருவரை ஒருவர் பார்த்துக்கொண்டனர்.

'எல்லாரையும் அப்பா வெளியே வரச் சொல்றாரு. அவசரம்!' என்றாள் நாளனி மீண்டும்.

உடனே கோபால் எழுந்து பத்மினியை அழைத்துக்கொண்டு வெளியே வந்தான், கையில் திரியைத் தூண்டி எடுத்த ஹரிக்கேன் விளக்குடன்.

'விளக்கை அணையுங்கள் மஹாத்மியா,' என்றது வெளியே சார்ளிஸின் குரல்.

'என்ன விஷயம்?' என்றபடி கோபால் விளக்கைச் சிறிதுபடுத்தி னான். பத்மினி கணவனுக்குப் பின்னால் ஒண்டினான்.

'பியதாஸ எங்கே?' என்றது சார்ளிஸின் குரல்..

'நேத்து நாங்கள் வந்த காரிலேயே கொழும்புக்கு அவனை அனுப்பி யாச்சே, மறந்து போனிங்களா? சண்டை போட்ட காயத்துக்கு

டாக்டரைப் பார்க்க...' என்றான் கோபால்.

'மறந்துபோச்சு. இன்றைக்கு பெரிய விஷேசம் மஹாத்மியா! இரண்டு பேரும் வாங்கோ.'

ஒன்றும் புரியாவிட்டாலும் கோபால் செருப்பை மாட்டிக்கொண் டான். முதலில் தயக்கம் காட்டிய பத்மினி, நாளனியின் குழந்தைத் தனமான குரல் தன்னை மீண்டும், 'அக்கே வா வெளியே,' என்று உரிமையுடன் அழைத்ததும் கணவனைத் தொடர்ந்தாள்.

டெண்ட் அடைப்பைப் திறந்து இருவரும் வெளியே வந்தனர். சட்டென நளனியின் கை பத்மினியையும் சார்ளிஸின் கை கோபாலை யும் பற்றின.

'அப்படியே நின்று எதிரே பாருங்க!' என்றது சார்ளிஸின் குரல்.

வெளியே கானக மரங்களால் திரையிடப்பட்ட விடிகாலை வெளிச்சம் நட்சத்திரங்களின் ஒளியைப் போல மெல்லியதாக விழுந்தது. முதல் பார்வைக்கு அது இருள்தான். ஆனால் கண்கள் பழக ஆரம்பித்ததும் மரங்கள், மனிதர்கள் எல்லாம் இருட்டுக்குள் இருட் டாகத் தெரிய ஆரம்பித்தன.

முழு கிராமத்து மனிதர்களும் அங்கே சிதறி நின்று கொண்டிருப்ப தாகத் தோன்றிற்று. ஆனால் மரங்களினூரடே காற்றின் சலசலப்பை தவிர்த்துப் பறவைகள்கூட ஒலிக்காத அபூர்வ மௌனம். கோபாலுக்கு முதலில் விஷேசமாக ஏதும் தெரியவில்லை.

'அத்தான்!' என்றது பத்மினியின் நிதானமான குரல். கணவனை இப்போதுதான் முதன்முதலாக அத்தான் என்கிறாள் அவள். 'உயரப் பாருங்க!'

கோபால் கண்களை உயர்த்தினான். எதிரே எவ்வளவு தூரத்தில் என்று கணக்கிடமுடியாத உயரத்தில் ஒரு பெரிய வளைந்த வாள், பிறைபோல அந்தரத்தில் நின்றது.

வாள் என்றால், மனிதக்கைகளால் எடுத்து வீசமுடியாத அளவு பிரம்மாண்டமான வாள் அது. பிறை என்றால், மரங்கள் அடர்ந்து ஆகாயமே தெரியாத அந்தத் திசையில் அந்தரத்தில் அந்தப் பிறை ஒரு அற்புதமாகவே தோன்றிற்று கோபாலிற்கு.

அது என்ன என்று கேட்க வாயெடுத்தவனது கண்களில் பிறை யோடு சேர்ந்து அதன் பகுதியாக நின்ற பிரும்மாண்ட உருவம் திடீரென்று பிறந்தது.

அது ஒரு யானை! பக்கவாட்டாக டெண்டிற்கு வெளியே பாதையில் நின்றுகொண்டிருந்த அதன் ஒருபுறத் தந்தத்தைத்தான் அவன் பிறை யென முதலில் கண்டிருக்கிறான். ஒருகணம் ஆகாயமே பிறையுடன் தரையில் இறங்கி யானையாக நிற்பது போல் தோன்றி மறைந்தது அவனுக்கு. அதே கணம் அவனை இறுகப்பிடித்திருந்த சார்ளிஸ் தமது

பிடியைத் தளர்த்தினார்.

'தெரியுதா?' என்றார் அவர்.

'ம்...' என்றான் கோபால்.

உடனே சார்ளிஸ் அவனைப் பிடித்திருந்த கையை விட்டுவிட்டார். அதே சமயம் நாளனியும் பத்மினியைப் பற்றியிருந்த பிடியை விட்டாள்.

குழந்தைகளைத் தூக்கி வைத்திருந்த கிராமத்துத் தாய்மார்கள் அவைகளைத் தரையில் வைத்துவிட்டுச் சற்றே விலகி நின்றார்கள். சுற்றிப்பார்த்த பத்மினிக்கு இது துல்லியமாகக் கண்ணில்பட்டது. அப்போதுதான் அவள் கை கணவனின் கையைத் தேடியது. ஆனால் அவன் எட்ட நின்றான்.

மீண்டும் எதிரே பார்த்த பத்மினி, பிறை ஒன்றை அலட்சியமாகத் தாங்கிநிற்கும் உருவத்தின் பிரம்மாண்டமான நிழல்தோற்றத்தில் லயித்தாள். தானும் அந்த உருவமும் மட்டுமே இந்த உலகத்தில் தனித்து நிற்கிறோம் என்று அவளுக்குத் தோன்றிற்று. அதேசமயம் மனசு குழந்தைப்போல குதித்துக் கொண்டிருந்தது பயப்படாமல்.

இது எவ்வளவு காலமாக? இதை அங்கேயே நின்றிருந்த மனிதர்கள் கணக்கிடுமுன், அந்த உருவத்திடமிருந்து லேசான ஒரு மூச்சு, சீறலுடன் புறப்பட்டது.

உடனே சார்ளிஸின் குரல், 'மஹாத்மியா, வெளியில் நின்றது போதும்,' என்றது. ஏதோ மந்திரவலையில் அதுவரை சிக்கி இருந்து விடுபட்டவரின் குரல்போல.

நால்வரும் பெண்டிற்குத் திரும்பினார்கள். அதேசமயம் மற்றைய மனிதர்களும் தாங்கள் நின்றிருந்த இடங்களை விட்டுக் கலையத் துவங்கினர்.

உள்ளே வந்ததும் சர்வே படங்களை வரைகிற பெரிய மேஜையில் வைக்கப்பட்டிருந்த விளக்கை சார்ளிஸ் தூண்டினார். அவரது முகத்தில் ஒரு ஆழமான இரும்புத்தனம் நிறைந்திருந்தது.

பத்மினிக்கும் கோபாலிற்கும் ஏதோ உள்ளூரப் புரிந்தாற் போன்ற உணர்வு.

'அந்த யானை?' என்றான் கோபால்.

சட்டென, 'அது யானையல்ல!' என்றார் சார்ளிஸ் உடவத்த, லேசான கடுமையுடன்.

'அ!' என்றான் கோபால் வியப்புடன்.

'யானை ஒரு மிருகத்தின் பெயர்...' என்ற சார்ளிஸ், 'இப்போது இங்கே வந்தது ஒரு மிருகமல்ல. இதுதான் இந்த லங்காபுரிக் கிராமத்தின் ரகஸியம்!' என்றார்.

கோபால், யாவரும் உட்கார நாற்காலிகளையும் ஸ்டூல்களையும்

நகர்த்தினான். அவன் பதில் பேசவில்லை.

'இப்போது இங்கே வந்ததுக்கு பெயர் கிடையாது, குழந்தைகள் மட்டும் அதை ராஜாதிராஜா என்று சொல்லுகின்றன,' என்ற சார்ளிஸ் தமது மகள் நாளனியைப் பார்த்துவிட்டுத் தொடர்ந்தார். 'அது இன்று இங்கே வெகுகாலத்துக்கு அப்புறம் வந்திருக்கிறது.'

'அப்பா, அது வந்து நின்ற இடத்தைப் பார்த்தீர்களா?' என்றாள் நாளனி. 'கஞ்சாரௌடிகளும் பியதாஸவும் அடிபுடிப்பட்ட அதே இடம்.'

சார்ளிஸ் குறிப்புடன் கோபாலைப் பார்த்தார்.

'வெகுகாலமாக இப்படி ஒரு சண்டை இங்கே நடந்ததில்லை. வந்த ரௌடிகள் கூடப் புதியவர்கள், இந்தக் காட்டுப்பகுதியின் ரகஸியம் தெரியாதவர்கள். முந்திய ரௌடிகள் கொஞ்சம் கொஞ்சமாக மாறி விட்டவர்கள். இவர்கள் புதியவர்கள். பியதாஸவும் புது ஆள். அதோடு இங்கே பெரிய சண்டை நடந்திருக்கிறது... மனிதனுக்குகூட ரேடியோ, தந்தி, டெலிபோன் போட்டுச் சொன்னால்தான செய்தி போகும். அதுதான் சொல்கிறேன். ஒரு கருவியும் இல்லாமல் சேதி அறிந்து அதை விசாரிக்க வந்த இது மிருகமல்ல. மனிதனைவிட பெரிய மனிதன். ஏனென்றால் லங்காபுரியின் உண்மையான அதிகாரி அதுதான்.'

கோபாலிற்கு இப்போது சாதாரணப்புத்தி திரும்பிவிட்டது. ஏதோ இடத்துக்கப் பாழகிய யானை வந்தபோனதைக் கிராமத்துக் கிழவர் பெரிதுபடுத்தவதாக இப்போது அவனுக்குத் தோன்றிற்று. இருந்தும் பேசுகிறவர் பேசட்டும் என்று விட்டுவிட்டான்.

'மஹாத்மியாவின் மனசில் என்ன நினைப்பு என்று எனக்குத் தெரியும்,' என்றார் சார்ளிஸ். 'பியதாஸவுக்கு உதவியாக நாங்கள் போகாதாது ஏன் என்று நீங்கள் நினைத்திருக்கிறீர்கள். நாங்கள் குறுக்கிட்டிருந்தால் கஞ்சாக்காட்டு ரௌடிகள் அவ்வளவு பேரும் இங்கே படையெடுத்து வருவார்கள். அவர்களுக்கு நாங்கள் பயந்தவர் களல்ல. ஆனால் பெரிய சண்டை மூளும். இது இப்போது வந்துபோன அதுக்கு எப்படியோ தெரிந்துவிடும். எப்படி அது மனிதர்களின் விஷயங் களைத் தெரிந்துகொள்கிறது என்று கேட்காதீர்கள். எனக்கு அந்த ரகஸியம் தெரியாது. அப்புறம் இந்தக் கிராமம் அவ்வளவுதான். குற்ற முள்ள இடத்தை அது கண்டுபிடித்து அழித்துவிடும். இந்தக் கிராமத் திலுள்ள குழந்தைகூட இதை ரத்தத்தில் அறிந்துவைத்திருக்கிறது.'

சார்ளிஸ் எழுந்து நின்றார். வெளியே பறவை ஒலிகளும் பகல் வெளிச்சமும் நிரம்பிவிட்டன. தந்தையையும் மகளையும் வழியனுப்ப வெளியே வந்த கோபாலும் பத்மினியும், யானை நின்ற இடத்தில் கிராமத்துப் பெண்களும் குழந்தைகளும் மலர்களைப் போட்டு ரொப்புவதைக் கண்டார்கள். உடனே பத்மினியும் நாளனியும்

தங்களுக்குள் பேசிவிட்டு, டெண்டிற்குள் ஓடிப்போய் முதல்நாள் சாயந்திரம் கோபால் பத்மினி தம்பதிகளுக்காகப் போடப்பட்ட ரோஜாமாலைகளுடன் வெளியே ஓடி வந்தார்கள். யானை நின்ற இடத்தில் அவற்றை இரண்டு பெண்களும் குனிந்து போடும்போது, சார்ளிஸ் மெதுவாகக் கோபாலை அழைத்துக்கொண்டு, 'சீக்கிரம் வாங்கோ!' எனப் பாதையைக் கடந்தார்.

மரங்கள் அடர்ந்த ஒரு பகுதியின் மறைவில் ஒரு குடிலின் வெளியே கயிற்றுக்கட்டிலில் உட்கார்ந்திருந்தவன் தன்னை நோக்கிவரும் சார்ளிஸையும் கோபாலையும் பார்த்து எழுந்து நின்றான். அவனது காலருகே தரையில் தாறுமாறாக ஏதோ துணிகள் கிடந்தன.

அவனை அணுகுமுன்பே சார்ளிஸ் கோபாலிடம், 'கஞ்சாக் காட்டுக் கார லீடர்களில் ஒருவன்,' என்றார் ரகஸியமாக.

ஆனால் கஞ்சாக்காட்டு லீடரின் முகத்தில் ரௌடித்தனத்தை விட கிலிதான் குடிகொண்டிருந்தது. சார்ளிஸ் அவன் முன்வந்து துணியைக் காட்டி, 'இது என்ன என்று இந்த மஹாத்மியாவுக்குச் சொல்லு,' என்றார்.

அவன் சற்றே தளர்ச்சியுடன், 'ரணசிங்கே, விஜயஸேன ரெண்டு பேரின் லுங்கிகள். நேத்துச் சாயந்திரம் இங்கே சண்டை போட்டுட்டு காட்டுக்கு வந்தவுங்களை மிதிச்சு, இந்த லுங்கிதான் மீந்திருக்கு!' என்றான். கோபாலகிருஷ்ணனுக்கு உடல் புல்லரித்தது.

(திணமணி கதிர், 16.6.1985)

3
லங்காபுரி ராஜா

இரவு பன்னிரெண்டுக்கு மேலாகிவிட்ட அந்த அகாலத்தில கோபால கிருஷ்ணன் விழிப்படைந்துவிட்டான். மணி *12:49*.

பெட்ரூம் லைட் வெளிச்சத்தில் *1984* இறந்து *1985* பிறந்து விட்டதை அந்த எலெக்ட்ரானிக் சுவர்கடிகாரம் கொள்ளிக் காந்தியுடன் பிரகடனம் செய்தது. *12*-க்கும் *49*-க்கும் நடுவே இருந்த மேல்கீழ் புள்ளிகள் இரண்டு ரத்தத்துளிகளாக மறைந்து தோன்றித் துடித்தன.

பத்மினியும் அபிராமனும். குழந்தை அபிராமன் ஐந்துவயது தாண்டு வதற்குள்ளேயே பத்மினி இரண்டாவது கர்ப்பம் சிதைந்து மறைந்து விட்டாள்.

இது நடந்து பதின்மூன்று வருஷங்களாகிவிட்டன. அபிராமனும் மறைந்துவிட்டான். ஆனால் மரணத்தினுள் அல்ல. அப்படி மறைந்

திருந்தால் ஞாபகம் மட்டும் அவ்வப்போது தோன்றி பத்மினிக்காக விசும்புவதுபோல் விசும்பிவிட்டு அடங்கி விடும். இப்போது குவிந் திருக்கும் பிரைவேட் நிலஅளவைகளில் மூழ்கித் தன்னை மறந்திருப் பான் அரசாங்கத்திலிருந்து ரிடையரான சர்வேயர் கோபால கிருஷ்ணன்.

பதினேழு வயது ஆகி இராத பருவத்தில் இப்போது கண்காணாமல் போய்விட்ட அபிராமனின் மறைவு, அவனது குழந்தைப்பருவத் திலேயே ஒரு தடவை கோபாலுக்கும் பத்மினிக்கும் சகுனம்காட்டி இருக்கிறது.

அது நடந்தது சிங்களக் காட்டுப்பிரதேசமான லங்காபுரியில். நேற்று நடந்தது போன்ற வீரியத்துடன் அந்த ஞாபகம் மோதி வந்தது. அப்போது சர்வே டெண்ட் வாசலில் கிராமத்துச் சிங்களக் குழந்தை களோடு விளையாடிக்கொண்டிருநத அபி, தன்னை ராஜா என்று சொல்லிக்கொண்டான். லங்காபுரியின் ராஜா, அந்த வனப்பிராந் தியத்தை ஆள்கிற ஓர் அபூர்வமான யானைதான் என்பது கிராமவாசி களின் பரம்பரை நம்பிக்கை. கரும்புத் தோட்டங்களைக் கொண்ட கிராமம் அது. கரும்பினால் இழுக்கப்பட்டு வரும் யானைகள் எதுவும் கிராமவாசிகளின் மிரட்டல் டெக்னிக்கைத் தாக்குப்பிடித்து நிற்காது. லங்காபுரி ராஜாவின் விஷயம் வேறு. அது நிலை கலங்கியதில்லை. தொடுவானத்தில் உதித்தெழுந்து அசையாமல் நிற்கிற பர்வதம் போல் அது கரும்புவனத்தை மீறி எழுந்து தோன்றி நிற்கும். ஒரு லாரி அளவு கரும்புக்கு மேல் அது தின்றதுமில்லை. அடிக்கடி கரும்புவனத்தில் தோன்றுவதுமில்லை.

ஒரு சம்பிராதாயத்துக்காக, அல்லது உண்மையில் இது ராஜாதானா என்று பரீட்சிப்பதுக்காக, இந்தச் சமயதில் அதிர்வேட்டு விடுவார்கள் கிராமவாசிகள். வேட்டுச் சத்தத்தைக் கேட்டு எந்தக் கொம்பன் யானையாக இருந்தாலும் வாலைக் காட்டிக்கொண்டு திமுதிமு வென்று ஒரே ஓட்டமாக ஓடிவிடும். ராஜா என்றால் அதன் பிரமாண்ட மான நீண்டுவளைந்த தந்தங்கள் வெடி வந்த திசையை நோக்க ஒரு விசாரணைக் குறிப்போடு திரும்பும். கிராமத்தார்கள் கண்டுகொள் வார்கள். பிறகு ராஜாவை பயபக்தியுடன் தரிசிக்க வந்துநிற்கும் கும்பலாகிவிடுவார்கள். இவ்வளவுக்கும் அவர்கள் அதனைப் புகை உருவமாக வெகு தூரத்தில் கண்டதுமே இது ராஜாதான் என்று அடையாளம் கண்டுவிடுகிற மக்கள். அதிர்வேட்டு ஒருவகையில், இந்த யானையைப் பொறுத்த அளவில், கிராமத்தையும் யானையையும் பிணைப்பதுமான அனுஷ்டானம் என்றுதான் சொல்லவேண்டும்.

ராஜாவைக் குழந்தை அபிக்கு மூன்றுதடவை பத்மினி காட்டி இருக்கிறாள். சில விசித்திர மனோநிலைகளில் அபி இருக்குபோது,

ராஜா என்றுதான் அவன் அழைக்கப்படவேண்டும். இல்லாவிட்டால் கைக்கு அகப்பட்டவை எடுத்து வீசப்படும்.

இப்போது அபியைப் பிடித்த மனோநிலை ஏறத்தாழ இதுதான். ஆனால் இது கிராமத்தையே கலக்கிவிட்டது. குழந்தைகளுடன் விளையாடிக்கொண்டிருந்த அபி, அரைநிஜாருடன் தப்தப் என்று நடந்து, கோபாலகிருஷ்ணனின் பார்வையிலிருந்து மறைந்துவிட்டான்.

'அபி எங்கே?' என்று அவன் கேட்டபோது, 'ராஜா காடேறி விட்டான்,' என்றன குழந்தைகள்.

குழந்தைகள் இதைச் சொன்ன முதிர்ந்த தோரணையில்தானோ என்னமோ கோபால் திடுக்கிட்டான். டெண்டை விட்டு வெளியே வந்தபோது பாதையைக் கடந்து, 'அபி, அபி!' என்று குரல் கொடுத்தான். பாதையின் மறுபுறத்தில் திடீரென, புதர் அடர்ந்த காடு ஆரம்பித்து விடுகிறது. கோபாலின் குரலில் கூட்டம் கூடி நாலுபுறமும் புதர்களுக் குள் ஆண்களும் பெண்களுமாகக் குழந்தையைத் தேடினார்கள். பத்மினி பேயறைந்தவளைப் போல வந்து பாதையில் நின்றுகொண் டிருந்தாள். கிராமத்துத் தலைமைக்கிழவர் சார்ளிஸ் உடவத்த, 'ஒருவரும் கூச்சல் போடாதீங்க,' என்று சப்தத்தை அடக்கினார். தமது குரல் மட்டும் ஒலிக்கும் அளவு நிசப்தம் தோன்றியதும் 'ராஜா!' என்று சுபாவமான குரலில் கூப்பிட்டார். உடனே அபீயின் கீச்சுக்குரல், யானைப் பிளிறலின் ஒலியை எழுப்பிய பதில் கேட்டது. அபி, கரும்புவனத்தை நோக்கிப் போகும் பாதை ஓரத்தில், பாதத்தில் குத்தியிருந்த முள்ளை அழாமல் உட்காந்திருந்து எடுக்க முயன்று கொண்டிருந்தான்.

இது நடந்து பனிரண்டு வருஷங்களுக்குப் பிறகு இப்போது மீண்டும் அபி மறைந்துவிட்டான். ஸ்கூல்பைனல் பாஸான செய்தியை அறிந்து கொள்ளக்கூட அவன் தனது நண்பர்களையோ ஹைஸ்கூலையோ தொடர்புகொள்ளவில்லை. அடிக்கடி தந்தைக்கும் மகனுக்குமிடையே தலைகாட்டும் இலங்கை அரசியல் பிரச்னைதான் அவன் மறைந்த திசையைக் காட்டியது. சிங்கள ராணுவ மூர்க்கத்திலிருந்து இலங்கைத் தமிழர்களுக்கு ஆயுதமுனை மூலம் மட்டும்தான் விடுதலை கிடைக்கும் என்ற அபிராமனின் பார்வை முரட்டுக்குழந்தைப் பார்வையாகவே கோபாலுக்குத் தோன்றிற்று. அபி, சிங்களக் காட்டுக்கிராமமமான லங்காபுரியைகூட இப்போது மறந்துவிட்டான். கொழும்பில் தாய் இறந்ததைத் தொடர்ந்து சொந்த ஊரான திருக்கோணமலைக்குத் தந்தை மாற்றலாகிவிட்ட பிறகு, அவ்வப்போது அவன் நினைவில் எழுந்த லங்காபுரிராஜா இப்போது அபியின் பிரக்ஞையில் இல்லை. குழந்தைப் பருவத்தில் அந்த ஞாபகம் அபியின் மனசில் ராஜாவைப் பார்த்த அபூர்வ அனுபவமாகப் பதின்மூன்று வயதுவரை பதிந்திருந்தது.

பதின்மூன்று வயது சமயத்தில் ஒருநாள் தந்தையிடம் அபி தனது தாய் இறந்த விதத்தைப் பற்றிக் கேட்டான். அபார்ஷன் விஷயத்தை அபி நம்பவில்லை.

'லங்காபுரி கிராமத்தில் அம்மா கொலைசெய்யப்பட்டிருக்கிறாள்!'

அபியின் இந்த வாசகத்தில் நிலை தடுமாறிய கோபால், பத்மினியின் மரண சர்டிபிகேட் அடங்கிய பைலை உருவி மகனின் முன்னால் விட்டெறிந்து, 'பாரடா உன் கண்ணாலேயே!' என்று கத்தினான்.

எத்தனை தாய்மார்கள், பெண்கள் கேவலப்படுத்தப்பட்டுக் கொலை செய்யப்பட்டிருக்கிறார்கள் என்ற பொருளில் அபி தொடுத்த அடுத்த அஸ்திரத்துக்கு கோபாலினால் பதில்தர முடியவில்லை. பதில் மூன்று வயதுப் பிஞ்சு உள்ளம், பழுக்கும் முன்பே இறுகிக் கல்லாகி விட்டிருக்கிறது.

கோபால் மகனை ஏறெடுத்துப் பார்த்தான். கிழக்கு மாகாணத்து ஸ்கூல்களினுள்ளேயே ஒரு ஸ்டாராகிக் கொண்டிருந்த புட்பால் வீரன் அபிராமனுக்கு, பதின்மூன்று வயதிலேயே உடல் பதினேழு வயது வளர்ச்சி காட்டியது. புருவங்கள் அடிக்கடி கண்களின் குழந்தைமை யினை முதிரவைக்கும் அந்தரங்க அவஸ்தையில் சுருங்கின. ரத்தின புரியில் சிங்கள வெறியர்களால் சீரழிக்கப்பட்ட ஒரு தமிழ்க் குடும்பத் தைச் சேர்ந்த சந்திரசேகரன்தான் அபியின் மிக நெருங்கிய பள்ளித் தோழன். சந்திரசேகரனின் பிஞ்சுமனம் கண்ணெதிரிலேயே தாய் குதறப்பட்டபோது கனியுமுன் கல்லாகிவிட்ட ஒன்று. அபியின் உள்ளத்தில் இந்த கல்தன்மை பரவியிருக்க வேண்டும்.

பதின்மூன்று வயதிலேயே அபி ஏதோ ரகசிய சரீரப் பயிற்சிகளில் ஈடுபட்டிருப்பதாகக் கோபாலுக்குத் தோன்ற ஆரம்பித்துவிட்டது. அபியின் கண்களில் பதினாறு வயதுக்குள் ஒரு தொலைதூரப்பார்வை வளர்ந்துவருவதைக் கோபால் கிலேசத்துடன் கவனித்தான். எப் போதோ திடீரென்று குழந்தை அபி வாலிபனாகி விட்டிருந்தாலும் இந்தத் தொலைதூரப் பார்வையை கோபாலினால் ஆழம்காண முடியவில்லை. ஏதோ அவசரத்தில் உடலின் குணத்தையே முடுக்கி னாற்போல, அபி ஒரு முழு மனித உயரத்துக்குப் பதினாறு வயதிலேயே வளர்ந்து விட்டான். ஒருநாள் ஸ்டேடியம் வரை போய்வருவதாகச் சொல்லிவிட்டு சைக்கிளை எடுத்துக்கொண்டுபோன அபி திரும்ப வில்லை.

போலீஸ் இன்ஸ்பெக்டர் ஜெயதிலக்கே, அபியின் உடைமைகளைத் தடயத்துக்காகப் பரிசோதித்துவிட்டுக் கோபாலிடம், 'கோபித்துக் கொள்ளாதீர்கள் சர்வேயர். உங்கள் குழந்தை ஏதாவது ஆக்ஸிடெண்டில் எங்காவது மாட்டியிருந்தால் மட்டும் நாங்கள் சந்தோஷமாக உங்களுக்கு தகவல் தெரிவிக்கிறோம்,' என்றபடி அபியின் தலை

யணைக்குள்ளிருந்து உருவிய சில புத்தகங்களைக் கோபாலின் முன்னால் போட்டார். அமில்கர் கப்ரால், பிரான்ஸ் பனன், நெல்ஸன் மண்டேலா - யார் இந்த எழுத்தாளர்கள்?

'நான் புத்தகப்பூச்சி அல்ல,' என்றார் இன்ஸ்பெக்டர். 'ஆனால் சில விஷயங்களைப் பற்றித் தகவல் தெரியும். இவர்கள் எழுத்தாளர்கள் அல்ல. ஆயுதப் புரட்சிக்காரர்கள். எங்கள் தகவலின்படி பயங்கரவாதி கள். மூவருமே ஆப்பிரிக்கர்கள்.'

கோபால் நிமிரவில்லை. கண்கள் திடீரென எரிந்தன. கப்ராலின் தெளிவான சிரிப்பின் மீது அவனது கண்ணீர்த்துளி வீழ்ந்து புத்தக அட்டை நனைந்தது.

முதலில் தனியாக அதுவும் மப்டியில் திடீர் திடீரென சினேக பாவத்துடன் வந்துகொண்டிந்த இன்ஸ்பெக்டர் ஜெயதிலக்கே போகப் போகப் பொறுமை இழக்க ஆரம்பித்த குறிகள் தெரிந்தன. தன் குழந்தையைப் தேடிப்பிடித்து ஒப்படைக்க வேண்டிய போலீஸ், தன்னிடம் உன் குழந்தை இப்போது எந்த மறைவிடத்தில் இருக்கிறான் என்று கேட்காமல்கேட்கும் அறிகுறி ஆரம்பித்தது.

இரண்டொருதடவை அகாலத்திலேயே அதுவும் யூனிபாரத்துடன் உருவிய ரிவால்வரும் கையுமாகத் திடீர் விஜயம் செய்திருக்கிறார் ஜெயதிலக்கே. அவருக்குப் பின்னால் ஜீப், ஆயுதம் தாங்கிய போலீஸ்.

'அபிராமன் எங்களைப் பொறுத்தவரை குழந்தையல்ல சர்வேயர். சார்லஸ் அன்டனி என்ற சீலனிடம் இங்கே திருக்கோணமலையில் நேரடியாகப் பயிற்சி பெற்ற முதல் வரிசைப் பயங்கரவாதி. இங்கே உங்களைத் தேடி அவன் மரணகாயம்பட்டால் மட்டும்தான் வரு வான். திரியாய் போலீஸுக்கும் ஒரு கும்பலுக்கும் இடையில் துப்பாக் கிச் சண்டை நடந்திருக்கிறது. எதற்கும் இங்கே செக் பண்ணலாம் என்று வந்தோம்...'

கோபால் ஒதுங்கி நின்றாள். போலீஸ் போனபிறகு வீட்டைச் சீர்படுத்த கோபாலுக்கு இரண்டுநாட்கள் பிடித்தன.

இப்போது கதவு இந்த அகாலத்தில் தட்டப்பட்டபோது, இன்ஸ் பெக்டரின் விஜயம்தான் மீண்டும் நினைவுக்கு வந்தது. ஆனால் தட்டும் சப்தத்தில் ஒரு வேறுபாடு, ஒருவித திருட்டுத் தட்டல் அது. கோபா லுக்கு இது முதலில் தூக்கதினூடே கேட்டுத்தான் விழித்தான். விழித்த பிறகு ஏன் விழித்தோம் என்பது மறந்துவிட்டது. ஆனால் மீண்டும் கதவு தட்டப்பட்டபோது, தன்னை விழிக்க வைத்ததே இதுதான் என்று புரிந்துவிட்டது. மணி 12:49.

அபியாக இருக்கக்கூடாது. அல்ல அபியாக இருக்கவேண்டும். மரணக்காயம் பட்டால் மட்டும்தான் வருவான்! மனமும் உடலும்

பதற எழுந்த கோபால், லைட்டைப் போடாமல் முன்கதவைத் திறந்தான். அபி அல்ல என்றதில் ஒரு ஆழ்ந்த வேதனையும் அதே சமயத்தில் நிம்மதியும் பிறந்தன. இது யார்?

இருளினுள் சற்றே உயரக் குறைவான ஒரு உருவத்தின் தீவிரமான கண்கள் மட்டுந்தான் கோபாலுக்குத் தெரிந்தன.

'யார்? என்ன வேணும்?' என்று தமிழில் கோபால் கேட்டவுடனேயே உருவம் விசித்திரமாகச் சிரித்தது.

'அதே கோபால் மஹாத்மியா, அதே குரல்! உங்களுக்கு என் புதுவருஷ வாழ்த்துக்கள்!'

கோபால் லைட்டைப் போட்டான். அங்கே கையில் பையுடன் நின்றுகொண்டிருந்தார் லங்காபுரிக் கிராமத்தின் தலைமைக்கிழவரான சார்ளிஸ் உடவத்த. பன்னிரண்டு, பதின்மூன்று வருஷங்களுக்குப் பிறகு லங்காபுரியின் திவலை ஒன்றை கோபால் மீண்டும் சந்திக்கிறான். 'உள்ளே வாங்க.'

உடவத்த கோபாலை ஏறஇறங்கப் பார்த்துவிட்டு, 'அபிராம ராஜா எங்கே?' என்றார். கோபால், 'முதலில் சிரமபரிகாரம் செய்யுங்கள். இங்கே எங்கே வந்தீர்கள்? சேருவாவிலைக்கா?'

'அதற்கும்தான். ஆனால் எனக்கு இந்த சேருவாவில ஒரு பெரிய ஸ்தலமல்ல. இதெல்லாம் தமிழனுடைய இடத்தை சிங்களவன் பிடிக்கிற தந்திரம், நான் புத்தகயாவுக்குப் போய் வந்தவன்,' என்றார் உடவத்த, சிங்களத்தையும் தமிழையும் கலந்து. பிறகு தமிழிலேயே, 'உங்களையும் அபியையும் பார்க்கிறதுக்காகத்தான் முக்கியமாக நான் வந்தது. அவன் எங்கே?' என்றார்.

கோபால் அவரை உட்கார உபசரித்து, அந்த வேளையினுள் தன்னைச் சுதாரித்து, 'அபியை படிக்கிறதுக்கு மெட்ராஸ் அனுப்பி விட்டேன்' என்றான்.

'நல்லவேலை செய்தீர்கள். இங்கே ஸ்ரீலங்கா தூள்தூளாகிக் கொண்டிருக்கிறது. நீங்களும் அவனோடு போயிருந்திருக்கலாம். இதெல்லாம் நடக்கப் போவது எனக்கு முந்தியே தெரியும்,' என்றவர் கோபாலைக் குறிப்பாகப் பார்த்தார். 'லங்காபுரிராஜா விஷயம் தெரியுமல்லவா? அதில்தான் எல்லா சகுனமும் அடங்கியிருந்திருக்கிறது.'

'ஒன்றும் புரியவில்லை,' என்றான் கோபால். 'இந்த வருஷப் பிறப்பு இதற்கு முந்தியது இரண்டுக்குமே ஊரடங்குச் சட்டம், பஸ்ஸிலிருந்து இறங்கியதுமே இங்கே வந்தீர்களா? விலாசம் எப்படிக் கிடைத்தது?'

'உங்களிடம் முந்தி வேலை செய்தானே பியதாஸ... அவன் இப்போது என் மருமகன். நாளனியை லவ் பண்ணி கல்யாணமாகி ஏழுவயதில் ஒரு பெண்குழந்தை இருக்கிறது. நாளனி குழந்தைக்கு

தெற்குவாசல் 139

பத்மினி என்று பெயர் வைத்திருக்கிறாள். விலாசம் எப்படித் தெரியும் என்றுகேட்கிறீர்களே!' சார்ளிஸ் உடவத்த, கோபால் பரிமாறிய பிஸ்கட்டைக் கடித்தார். 'உலகம் அழியட்டும், ஆனால் நீங்களும் நானும் ஒருவரையொருவர் தொட்டுக்கொண்டு லங்காபுரிராஜாவின் முன்னால் நின்றிருக்கிறோம். உங்களுக்கு ராஜா மகாபரிநிர்வாண மானது தெரியாதா?'

சாதாரண பாஷையில் சொன்னால், லங்காபுரிராஜா என்ற யானை செத்துப்போய்விட்டது என்பதுதான் செய்தி. ஆனால் புத்தபிரானுக் கும் அவரைப் போன்று அர்ஹத் நிலை அடைந்தவர்களுக்கும்தான் மரணம் மகாபரிநிர்வாணமாகும்.

கோபால் கையில் எடுத்த பானத்தை மேஜையில் வைத்தான். 'அவ்வளவு வயதா ராஜாவுக்கு?'

'வயதா? அந்த யானை இன்னும் ஐநூறு வருஷம் இருக்கும். அவ்வளவு உக்கிரமான பலம் அதுக்கு. நாலைந்து நாட்களாக தூங்கா மல் ஒரு கானகமளவுக்கு நூறு இறுநூறு மரங்களை அது பிடுங்கி எறிந்துவிட்டுத்தான் மறைந்திருக்கிறது.'

'ஏன், அதற்கு ஏதும் பைத்தியம் பிடித்திருந்ததா?'

சார்ளிஸ் உடவத்த ஒரு கணம் கேபாலைக் கோபத்துடன் பார்த்து விட்டு உடனே வாய்விட்டுச் சிரித்தார். 'மஹாத்மியா, நான் உங்களுக் குச் சொல்லியிருக்கிறேன். அது யானை அல்ல. மனிதனைவிட பெரிய மனிதன். அதற்கு எப்படிப் பைத்தியம் பிடிக்கும். நடந்ததைக் கேளுங் கள். அப்போதுதான் ஸ்ரீலங்கா இன்றைக்கு ஏன் இப்படித் தூள்தூளா கிக் கொண்டிருக்கிறது என்று புரியும்.'

சார்ளிஸ் உடவத்த நிறுத்தி தொடர்ந்தார். 'இப்போது தமிழர்கள் மேல் சிங்கள ராணுவத்தை அவிழ்த்துவிட்டிருக்கிறானே லலித் அதுலத் முதலி! அவனுடைய ஒன்றுவிட்ட அண்ணா சிரில்திஸ்ஸ நாயக்க. இந்த சிரில், காண்டிராக்ட் ஒன்றை வாங்கிக்கொண்டு லங்காபுரிக்கிராமத் துக்கு வந்து கூடாரம் போட்டான். இதெல்லாம் நியூஸில் வரவில்லை.

'நாங்கள் கிராமத்தார்கள் சிரிலிடம் எவ்வளவோ சொல்லிப் பார்த்தோம். இங்கே யானை பிடிக்காதீர்கள். ராஜா அதை அனுமதிக்க மாட்டான் என்று சொல்லவேண்டிய மாதிரி எல்லாம் சொன்னோம். கிராமத்தில் பாதிப்பேர் ஊரைவிட்டே குடிபோகத் துவங்கி விட்டார்கள்.

'சிரில் திஸ்ஸநாயக்க அசைந்துகொடுக்கவில்லை. ஒரு தடவை மேஜைக்கு அடியிலிருந்து பெரிய ரைபிள் ஒன்றை எடுத்து எனக்கு குறிவைத்து, 'இடத்தைக் காலி பண்ணடா கிழவா!' என்று மரியாதை இல்லாமல் கத்தினான். 'சீ மனிதனாடா நீ!' என்று நான் பதிலுக்குக் கத்திவிட்டு நாளனியிடமும் பியதாஸவிடமும் போய் அவர்களைக் கொழும்புக்கு அனுப்ப ஏற்பாடு செய்தேன். ஆனால் நான் மட்டும்

போகவில்லை. என்னைப்போல சிலர் லங்காபுரியிலேயே இருந்து விட்டோம்.

இதற்குள் யானைபிடிக்கிறவர்கள் ஆயிரக்கணக்கில் ரூபாய் போட்டு பிரம்மாண்ட மரங்களை மெஷினால் வெட்டினார்கள். பிறகு காட்டுக்குள் மரங்களை வளைவான வரிசைகளில் நட்டு யானைகள் உள்ளேபோனால் வெளியேவர முடியாதபடி கூடுகளை உண்டாக்கி னார்கள். எங்களால் என்ன செய்யமுடியும்? லங்காபுரிக்கிராமத்தவர் களிடம் யானைபிடிக்கிறவர்களின் ஆதிக்கம் வேறு. ராஜாவைப் பற்றி நாங்கள் சொன்னபோது, கரும்புத் தோட்டங்களை வெட்டியாக நின்று தின்றுவிட்டுப் போகும் மிருகம்தானே? அதையும் பிடித்து விடுவோம். பிறகு நீங்கள் ஒரு கவலையும் இல்லாமல் கரும்புப்பயிர் போடலாம் என்றார்கள். சிரிலின் ரைபிள் எப்பேர்ப்பட்டது என்று புளுகினார்கள்.

'தட்டுவாத்யங்கள் ஒரு மாசத்துக்குள்ளேயே ஒலிக்க ஆரம்பித்து விட்டன. யானை கூட்டத்தை மோப்பம் பிடித்து, குறிப்பான இடங் களில் டமாரகாரர்களை நிறுத்தி அடிக்க வைத்தார்கள். மற்றவர்கள் புதர்களுக்குள் வரிசையாக நின்று கூக்குரல் கொடுத்து யானைகளை விரட்டினார்கள். சிரிலின் திட்டப்படி யானைகள் ஓடிப்போய்க் கூட்டுக்குள் நின்று கொண்டன. உள்ளேபோனால் வெளியே வர முடியாத வளைவுகள் உள்ள பிரம்மாண்டமான கூடு அது. அப்படியே யானைகளைப் பட்டினிபோட்டு அடக்கி, பிறகு உணவுகொடுத்து வசக்கும் முறை இது என்று யானைபிடிப்பவர்கள் விளக்கம் சொன் னார்கள். ஆனால் யானைக்கூட்டத்தில் லங்காபுரிராஜா இல்லை. இது கிராமத்தவர்களுக்குத்தான் தெரியும்.

'அன்று இரவு யானைகள் பிளிற ஆரம்பித்தன. சுமார் அரைமணிநேர பிளிறலுக்குப் பிறகு ஒரு திடீர் நிசப்தம். யானை பிடிக்க வந்தவர் களுக்கு இந்த நிசப்தம் ஏன் என்ற புரியவில்லை. அவர்கள் கணக்குப்படி யானைகள் களைக்கிறவரை நாட்கணக்காகப் பிளிறிக்கொண்டிருக்க வேண்டும். நடுஇரவு யானைக்கூட்டுக்குக் காவலிருந்தவர்கள் வாள் வாள் என்று அடிபட்ட நாய்கள் மாதிரி கத்திக்கொண்டு ஓடிவந்தார் கள். ஒரு பிரம்மாண்டமான யானை, இரண்டு யானை உயர்த்துக்கு ஒரு யானை, கூட்டு வளைவுகளின் மரங்களை வெளியேநின்று பிடுங்கி எறிவதாக அவர்கள் உளறியதிலிருந்து தெரிந்தது.

'வெகுதூரத்தில் வனாந்தரத்துக்குள், ஒரு பர்வத சொரூபம் பற் களைக் கோபத்தில் நறநறவென்று கடிக்கும் சப்தம் - மரங்கள் முறிக்கப்படும் சப்தம் அது. நானும் காட்டுக்குப் பழகினவர்களுமாக குறுக்குவழி பிடித்துப் போய்ப்பார்த்தோம்.

இருளுக்குள் இருளாக ராஜா யானைக்கூட்டை உடைக்கிறான்.

கூட்டின் மத்தியபாகத்தை அடைய நான்கு வளைவுகளையாவது உடைக்கவேண்டும். ஒவ்வொரு மரமும் பிரம்மாண்டமான யந்திரங் களினால் தள்ளி நடப்பட்ட மரம். நாங்கள் பார்த்தபோது ஏற்கனவே இரண்டு யானைகளின் அகலத்துக்கு முதல் வளைவு உடைக்கப்பட்டு விட்டது. அப்போது இரவு மூன்றுமணி. காற்றில் ராஜாவின் கோபம் புயலடிக்கிறது. இதில் நாங்கள் பயந்து கிராமத்துக்கு ஓடிவந்து விட்டோம்.

முதலில் சிரில் திஸ்ஸநாயக்க இது பற்றிக் கவலைப்படவில்லை. ஒரு வளைவை உடைத்து உள்ளே போனாலும் யானை உள்ளேயே அகப்படும்படியாக இருபுறமும் அடித்த மரவேலி வளைவு வழியே மையைக்கூட்டுக்குப் போய்விடும் என்பது அவன் கணக்கு. அவனு டைய பழைய அனுபவம் அப்படி.

'நாட்கள் இரண்டாகி விட்டன. மரம் முறிகிற சப்தம் நின்றுவிட்டது. பயத்தில் எவருமே கானகத்துக்குள் போய் என்ன நடக்கிறது என்று வேவு பார்க்கவில்லை. இப்போது யானைகள் மீண்டும் பிளிற ஆரம்பித்தன. சிரில், பெரியயானை அகப்பட்டு விட்டது என்று சொல்லி, உடைந்திருந்த அடைப்பை மூடுவதற்கு மீண்டும் மெஷின் களை ஏவினான். அங்கும் இங்கும் தாறுமாறாக வீசப்பட்டிருந்த பிரம்மாண்டமான முழுமரங்களை மெஷின் ஒன்று தூக்க ஆரம்பித்த வேளை, பகல் பதினொருமணி, திடீரென வெகு அருகே ஒரு பிளிறல். சிரில் திஸ்ஸநாய்க்க தன் ஜீப்புக்கு வெளியேநின்று பார்த்துக்கொண் டிருக்கிறான். எங்கோ மர அடர்த்திக்குள் ஒளிந்திருந்த ராஜா குபீ லென்று வெளிப்பட்டு மெஷினை நோக்கி ஓடிவந்தான். சிரில் ஓடிப்போய் ஜீப்பில் ஏறிக்கொண்டான். ராஜாவின் தலை வரும்மே பாதே தாழ்ந்து, கொம்புகள் டாங்கி போன்ற வடிவத்திலிருந்த ஒரு மெஷினின் சங்கிலிச்சக்கரங்களிடையே பாய்ந்தன. ஒரு வீடளவு பெரிய ஜெர்மன் மெஷின். அதை ராஜா ஒரே எற்றில் பக்கவாட்டாகத் தூக்கினான். மெஷின் விகாரமாக அர்த்தமில்லாதபடி உறுமிக் கொண்டு மல்லாந்தது. ராஜா குறிவைத்த மாதிரி சிரில் திஸ்ஸ நாயக்கவை நோக்கித் திரும்பினான். சிரிலினால் ஜீப்பை ஸ்டார்ட் பண்ண முடியவில்லை. பக்கத்திலிருந்த ரைபிளை எடுத்துக்கொண்டு ஜீப்பைவிட்டுக் குதித்து ஓடினான். கூட்டை உடைப்பதை ராஜா ஏன் பாதியில் நிறுத்தினான் என்பதை அப்போதுதான் நாங்கள் புரிந்து கொண்டோம். ராஜாவின் நோக்கம் கூட்டுக்குக் காரணமானவர் களையே அழிப்பதுதான்.

'தன்னைக் குறிவைத்துவிட்டது யானை என்று கண்டு கொண்டான் சிரில். நிலத்தில் ஒரு முழங்காலை இட்டு ராணுவக்காரன் மாதிரி பதுங்கி, ரைபிளை ராஜாவின் மத்தகஜத்துக்கு குறிவைத்து இரண்டு

தடவை வில்லை அழுத்தினான். ரைபிள் கல் பிளந்ததுபோல் வெடித்து ஒலித்தது. ராஜாவின் நெற்றியில் பட்டென இரண்டு சிவப்புத் திலகங்கள். உடனே சிரில் ரைபிளை நிமிர்த்தி எழுந்தான். அவனுடைய ரைபிளும் ஜெர்மனியிலிருந்து வரவழைக்கப்பட்ட மெஷின்தான். கால்மைல் தூரத்துக்குப் பறந்து தாக்கக்கூடியது அதன் புல்லட். டெல்ஸ்கோப் பூட்டி குறிவைக்கிற துரதிருஷ்டிப்படை அது. இதனால் தான், யானையின் மூளைக்குள் குண்டுகள் பாய்ந்து விட்டன என்று சிரில் திஸ்ஸநாயக்க எழுந்து நின்றான். இந்நேரம் யானை முழங்கால் மடிந்து சரிந்துவிழுந்திருக்க வேண்டும். ஆனால் இது யானையல்ல என்பதை மடையன் சிரில் உணரவில்லை. ராஜா மூளையினுள் பாய்ந்த புல்லட்டுக்களுடன் முந்தியவேகம் தணியாமல் இரண்டு எட்டில் சிரிலை அணுகிவிட்டான். சிரில்லின் கையும் காலும் விறைத்து விட்டன. அவன் வாய்மட்டும் ‘வீல்’ என்று பயப்பிராந்தில் அலறியது. மறுவிநாடி துவம்சம். சிரில் திஸ்ஸநாயக்கவை ஒரு வாரம் கழித்து இரண்டு பிளாஸ்டிக் வாளிகளில் அள்ளிக்கொண்டு போனார்கள் சொந்தக்காரர்கள்.

‘சிரிலை துவம்சம் செய்த ராஜா அதே வேகத்தில் திரும்பினான் கூட்டை நோக்கி. பதுங்கிப் பார்த்துக்கொண்டிருந்த எங்களுக்கு மயிர்க்கூச்சமிட்டது. ராஜா மீண்டும் கூட்டை மரம் மரமாகப் பெயர்த்தெறிய ஆரம்பித்தான். ஒவ்வொரு மரமும் இரண்டு மூன்று நிமிஷங்கள் ராஜாவின் தாக்குதலுக்குத் தாக்குப் பிடித்துத்தான் சரிந்தது. மத்தகஜத்துத் திலகங்களிலிருந்து கிளைகள்விட்டு ரத்தம் இறங்கியபடி இருக்க ராஜாவின் போர் தொடர்ந்தது. பார்த்துக்கொண்டே இருந்த எங்களுக்குத்தான் பசியும் தாகமும். யானைபிடிக்கவந்தவர்கள் பறந்துவிட்டார்கள். எஞ்சியது நானும் லங்காபுரிக்காரர்களும்தான். மாலைக்கருக்கலில் நாங்கள் கிராமத்துக்குத் திரும்பிவிட்டோம். இரவு முழுவதும் மரங்கள் முறிகிற கோரமான ஒலி கேட்டுக்கொண்டிருந்தது. காலை எழுந்ததும், ரொட்டி வாழைப்பழம் என்று எதையோ அவசரமாக விழுங்கிவிட்டு, மீண்டும்போய் ராஜாவின் சளைக்காத யுத்தத்தைப் பார்த்துக்கொண்டிருந்தோம். இப்போது அதன் நெற்றி பூராவும் ஒரே ரத்தப்படரம். ஒரு கொம்பின் நுனி பிளந்து விட்டிருந்தது. கொம்புகள் வாயினுள் பொருந்திய இடத்தில் கருமையான ரத்தம். நான் கண்ணீர்விட்டு அழ ஆரம்பித்து விட்டேன்.

‘அன்று மாலைவரை நான் தண்ணீர்க்கூட குடிக்காமல் அங்கேயே கிடந்திருக்கிறேன். ஆனால் நேரம்போனது தெரியவில்லை. ராஜா நேரே கூட்டின் உள்வளைவுக்குப் போய்விட்டிருந்ததால் அவனைப் பார்க்க முடியவில்லை. கிராமத்துக்குத் திரும்பிவிட்டோம்.

‘அன்றிரவு ராஜா பிளிறிய சப்தத்தில் விழித்துக்கொண்டேன். என்

கபாலத்தின் உள்ளிருந்து இரண்டு கொம்புகள் தலையைத் தகர்ப்பது போன்ற பயங்கர வலி. பிளிறல் ஏதோ பிரமை. தூங்க முயன்றேன். உடம்பு ஜிவ்வென்று கொதித்து நடுங்க ஆரம்பித்தது. ஜுரம்! நாளனியும் இல்லை. ஒருவிதமாக நானே கஷாயம் பண்ணிக் குடித்துவிட்டுப் படுத்தேன். அன்று 1982-ஆம் ஆண்டு முடிந்து 1983 துவங்குகிறது. பிளிறல் கேட்ட சமயம் சரியாகப் பனிரெண்டு மணி என்று எனக்கு நிச்சயமாகத் தெரியும். என் சுவர்கடிகாரம் அதே சமயம் பனிரெண்டு அடித்துக் கொண்டிருந்தது. இரண்டு நாட்களுக்கு நடுவே, இரண்டு வருஷங்களுக்கு நடுவே, இரண்டு சகாப்தங்களுக்கு நடுவே பிளந்த காலமற்ற இடைவெளி அது. ராஜாவின் பிளிறல் அந்த வெற்று வெளியுள் ஓடி மறைந்துவிட்டது.

'மறுநாள் நான் தட்டுத்தடுமாறி நடந்துபோய் யானைக் கூட்டைப் பார்த்தேன். கொம்பன்களும் பெண்யானைகளும் குட்டிகளுமாகக் கூட்டுக்கு வெளியே அநாதரவாய் நின்று சிதறிக் கொண்டிருந்தன. காற்று ஹோவென்று ஓலமிட்டு அழுது கொண்டிருந்தது. நான் மர அடர்த்திக்குள் மாறி நடந்துபோய் உடைபட்ட கூட்டின் வாசலுக்கு எதிரே நின்று பார்த்தேன். நான்கு வேலிகளும் சீராக ஒரே வரிசையில் உடைக்கப்பட்டு இருந்தன. உள்ளே அடைப்பட்டிருந்த யானைக் கூட்டம் வெளியேறி நிற்கிறது. ஆனால் அடைப்பின் இருட்டுக்குள் ஆகாயத்தை நோக்கி நிமிர்த்திய கொம்புகளுடன் ஒரு உன்னதமான கடவுளின் சிலைபோல் உட்கார்ந்தபடி கிடந்தது ராஜாவின் உடல். வலது கொம்பு சிதறி உடைந்திருந்தது. கொம்புகள், தலை முழுவதும் ஒரே உதிரப் படலங்கள், என் உடலும் ஒரேயடியாகப் பலமிழந்து விழுந்துவிட்டது. கிராமத்துப்பயல்கள் பிரக்ஞையில்லாமல் கிடந்த என்னைத் தூக்கிகொண்டு வந்திராவிட்டால் அப்போதே நிம்மதியாகச் செத்திருப்பேன். பிறகு இந்தப் புதிய பயங்கர சகாப்தம். 1983-இன் ஜூலை. கொழும்புத்தமிழர்களை சிரில் மத்தியூ, கேமினி திஸ்ஸநாயக்க இரண்டுபேரின் ரௌடிப் படைகள் சின்னாபின்னமாய்க் குதறியதுக்கு நான் சாட்சியாக இருந்திருக்கிறேன். நான் அப்போது கொழும்பில் இருக்க வேண்டும் ராக்ஷஸர்களை நேரே பார்க்கவேண்டும் என்று எனக்கு விதி. புத்தகயாவுக்குப் போய் தரிசனம் பண்ணிய கண்கள் மூலம் நிஷ்டூரத்தின் முழு வடிவமும் காணப்படவேண்டும். இதுதான் தெய்வத்தின் தர்க்கம்.'

குரல் சிதறாமல் பேசி வந்த உடவத்தவின் முகம் எப்போதோ சிதறிவிட்டிருந்தது. கண்களில் கண்ணீர் பெருக்கெடுத்து கரடுமுரடான பாறைகளின் மேடுபள்ளங்களைப் போன்ற முகச்சதை மடிப்புகளில் ஏறி இறங்கி வழிந்தது. கோபால் நெற்றியை எவ்வளவு சுருக்கி அடக்க முயன்றும் அவனால்கூட கண்ணீரை அடக்க முடியவில்லை. தன்முன் சிதறிய முகத்தைப் பத்தியுடன் பார்த்துக்கொண்டிருந்தவன்,

'அபிராம ராஜாவை, நான் மெட்ராஸுக்கு அனுப்பவில்லை. உண்மையில் அவன்..' என்று ஆரம்பித்தான்.

உடவந்த குறுக்கிட்டு, 'எனக்கு இந்த வாசற்கதவைத் தட்டு முன்பே அது தெரியும்.' எனறார். கைகள் முகத்தைத் துடைத்தன.

'என் கண்ணீர் லங்காபுரிராஜாவுக்காக மட்டுமல்ல. பஸ்ஸிலிருந்து இறங்கியதும் எங்களை ஒவ்வொருவராகப் போலீஸ் விசாரித்துத்தான் அனுப்பியது. உங்கள் விலாசத்தை நான் சொன்னதும் எனக்கு மட்டும் ராஜமரியாதை. நேரே போலீஸ் ஸ்டேஷனுக்கு ஜீப்பில் கொண்டு போய் நான் சொன்னதையெல்லாம் பதிந்துகொண்டார்கள். ஒரு இன்ஸ்பெக்டர் என்னிடம் அபிராம ராஜாவைப் பற்றிச் சுற்றி வளைத்துச் சொல்லிவிட்டு, உங்களிடம் அவனைப் பற்றி உளவு கண்டுபிடிக்க முயற்சிக்குபடி கூறி தான் இங்கே ஜீப்பில் கொண்டுவந்து விட்டார்கள். இதற்குத்தான் சிங்களயா மோடயா என்று நாங்களே சொல்கிறோம். என்னையே உங்களிடம் வேவு பார்க்க அனுப்பியிருக்கிறார்கள். நான் ஒன்றுதான் உங்களுக்குச் சொல்ல இருக்கிறது. லங்காபுரிராஜாவின் கதையை நான் எனக்குத் தெரிந்தவர்களை எல்லாம் தேடிப்பிடித்து நேரில் சொல்கிற யாத்திரையில் இருக்கிறேன். அபிராமன் லங்காபுரியில் பிறந்தவன். அவனுடைய யாத்திரையும் ராஜாவின் தர்மத்துக்கு அப்பாற்பட்டதல்ல.'

தினமணி கதிர், 23.06.1985.

4
தந்தம்

பச்சைமரத்தின் தாவரச்சதை மீது மட்டுமல்ல எல்லாவிதமான பிரிவினைகளையும் பரிகசிக்கும் பசுமை செறிந்த அபூர்விகளின் மானுடச்சதை மீதும் பாய்கிறது கோடரி, தற்காப்பின் கானகத்தேவை சமூகவடிவினூடே நீடிக்கும்போது, அது தனது ஜீவியநியாயத்தை இழந்துவிட்ட மிருகப்பிராயத்து மூர்க்கமாகும். இந்த மூர்க்கத்தை நவீனமான கருத்துவடிவ மோஸ்தராக்கி, மனிதஜீவிதத்திற்குக் கானகத்தின் தற்காப்புக்குத் தேவையை ஏற்றும் தத்துவம் ஒவ்வொன்றும், குரல் ஒவொன்றும் கோடாரிதான். ஆனால் அபூவர்வமான முழுமை செறிந்த மானுடன் தற்காப்பின் மிருக எல்லைகளைத் தாண்டி, மானுட தத்துவத்தின் அந்தரங்க சிகரத்தினை நோக்கித் திரும்பிய பரிபூர்ண வாதி. சமூக வடிவினை இனமாகவும் மதக்குழுக்களாகவும் மொழிக் குழுக்களாகவும் வர்க்கங்களாகவும் பிளந்துகொள்கிற தினுசுதினுசான குழுமனிதவாதிகள், இந்த பரிபூர்ண வேட்கைக்கு விரோதம் பாராட்டு

கிறார்கள். தங்களுக்குள் சந்தர்ப்பவாதமான தற்காலிக ஒப்பந்தங்களை இவர்கள் ஏற்படுத்திக்கொண்டால்கூட, பரிபூர்ணவாதி மட்டும் இவர்களுக்கு நிரந்தரமான பொதுவிரோதியாவான். ஏனெனில் அவன் மூலம்தான் குழுமனிதவாதத்தின் பாதை மனிதகுலத்தினைப் பிரம் மாண்டமான பலிக்களங்களுக்கு இட்டுச்செல்கிறது என்ற உண்மை அம்பலப்படுகிறது. அவன் ஒப்பந்தங்களை நிராகரித்து விரிசிலடையவே முடியாத ஒருமையின் பிழம்பை நாடுபவன். விரிசல்களைப் பிளவு களாக்கி அந்தப் பிளவுகளின் எல்லையைப் பாதுகாக்க ஒருவருக்கு ஒருவர் எதிராக நிற்கும் குழுக்களின் பார்வையில், பரிபூர்ணவாதி ஒவ்வொரு சரித்திரகட்டத்திலும் ஒரொருவிதமான பழிப்புக்கு இலக்காக்கப்பட்டுள்ளான். இன்றைய மோஸ்தர் கருத்தின்படி இவன் ஒரு 'தனிமனிதவாதி'. எல்லாவிதமான குழுமனிதவாதிகளுமே இவனை இன்று இந்த அடைமொழியினால் அழைக்கக்கேட்கலாம்.

ஆயின், குழுமனிதவாதம் ஒவ்வொன்றுமே தன்னைப் பிராதனப் படுத்தி, தனது எல்லையினுள்ளேயே மனிதவர்க்கம் பூராவும் நிறுவப் படவேண்டும் என்ற அபாயகரமான மடமையை அடிப்படையாகக் கொண்டுள்ளது என, அவனது உணர்வின் விகாஸத்தினால் அறிந்து கொண்டதுதான். 'அவனை 'தனிமனிதவாதி' ஆக்குகிறது.

இவன் தரும் பரிகாரம், மனசின் அகத்தளத்திலேயே மிருகவியல்பு களினால் சிந்தப்பட்ட எல்லைக்கழிவுகளைத் துடைத்து எறிவதுதான். இந்த அகவிசாலம் பிரதிபிம்பமான புறவுலகின் எல்லைக்கறகளை இல்லாததாக்கவல்லது என்பதே இவனது பார்வையின் சாராம்சம். ஆனால் அச்சத்தின் ராட்சஸப்பிடியில் கிடக்கும் குழுமனிதவாதி களிடம், இந்த அபாரமான எளிமையைத் தரிசிக்கும் முதிர்ச்சி பிறப்பது துர்லபம். எனவே பரிபூர்ணவாதியை இலக்குவைத்தோ அல்லது குருட்டு வீச்சினாலோ இவர்களது கோடரி கொல்கின்றது கோடரியின் எஃகு மூர்க்கத்தை ஏந்திப்பாய்கின்றன துப்பாக்கி ரவைகள் - நெஞ்சில், சிரசில். வீழந்து, வீழும்போதே மரணத்தின் அடையாளமின்மையுள் ஆழ்ந்துவிட்ட ஒரு பரிபூர்ணவாதி சுப்ரமணியம் கோபாலகிருஷ்ணன்.

கொலைக்கருவியின் பொறிவில்லினை அழுத்திய தத்துவத்துக்கும் தலைமைக்கும் எல்லைகள் தந்த ஒரே பலாபலன் கபோதித்தனம்தான். எல்லை எதுவுதே இதைத்தான் தரும்.

குழுமனிதவாதத்திற்கு இணங்கியபடி அதன் வன்முறைத் தலைமை யின் ரகஸிய இயக்கத்துக்கு உதவிய குடிமையின் செயலாளர் ஒரு கூட்டத்தில் இந்த இயக்கத்தினை விமர்ச்சித்தார். உடனே இயக்கம் அவரைப் படுகொலைசெய்யப்பட வேண்டியவர்களின் பட்டியலில் சேர்ந்தது. இவரது உறவினன் என்னும் எவ்விதமான குழுமனிதவாதத் தையும் அங்கீகரிக்காதவன் கோபால். படுகொலைக்கு இலக்காக்கப்

பட்டவரை நோக்கி வந்த கொலையாளி கதவை தட்டுமுன், திறந்த கதவினூடே விச்ராந்தியாக வெளியே வந்தவன் இந்த கோபால கிருஷ்ணன்தான். அவனை அவனெனக் கண்டும் எத்தகையவனென உணர்ந்தும், அவனது சாக்ஷிரூபத்தை அகற்ற வேண்டிய குரூரத்தர்க்கம் கொலையாளியின் விரலை ஆட்கொண்டு, துப்பாக்கி வில்லை அழுத்திற்று. அதாவது, குழுமனிதவாதம் தனது செயல்முறைத் தலைமை யின் செல்வாக்கையும் சுயபாதுகாப்பையும் மட்டுமே பிரதானப் படுத்தி, தான் காக்கநின்ற குழுவின் குடிமைச்சக்தியை அழிக்க முன்வந்து, குறியை மீறியே கொலை செய்கிறது. இந்த கபோதித் தனத்திற்கு தத்துவ பரிபாஷை வேறு. ஆதரவு தருவதற்கென்று இன்ட்லெக்சுவலான குடற்புழுமூளைகள் வேறு. இறந்துவீழ்ந்ததுவோ, யுகயுகாந்திரங்களூடே நடந்த பரிணாம போதங்களில் விளைந்த மானுடத்தின் உணர்வுநுட்பம். ஆனால் இலக்கு மொத்தத்தில் பாதிக்கப்படவில்லை.

'யார் இந்த கோபாலகிருஷ்ணன்?' என்ற கேள்வியை அநாவசிய மாக்கி அவனது உணர்வின் சாயல்களை 'லங்காபுரி ராஜா'வின் கதாரூபம் சித்தரித்துவிட்டது. ஆனால் சமூகத்தினுள் கொந்தளித்த கானக மனோபாவங்களினால் பீடிக்கப்பட்டுள்ளவர்களை இது எதுவும் எட்டாது. ஒரு சமயத்தில் அதிகார வெறியும் தற்சமயத்தில் தற்காப்பு வெறியும் அவர்களை நிரந்தரக் கபோதிகளாக்கிவிட்டன. நமது நோக்கம் அத்தகையவர்களை எட்டுவதல்ல.

'பணாமுற ராஜா' என்ற உண்மையான ஒரு யானையின் கதைதான் லங்காபுரி ராஜாவுக்கு ஆதாரம். இந்த உண்மைக் கதையை எனக்கு, தனது ரஸமான சம்பாஷணைத்திறனுடன் அவனது சர்வே காம்ப்பில் நான் விருந்தாளியாக இருந்த சந்தர்ப்பம் ஒன்றில் சொன்னவன் கோபால். இயற்கையின் எல்லா ஜீவவடிவுகள் மீதும் பரிவுகொண்ட பார்வை அவனுடையது. இதற்கு உதாரணமான பல்வேறு நிகழ்ச்சி களுள் ஒன்றுடன்தான் நான் கதையை ஆரம்பித்திருக்கிறேன். அந்த நிகழ்ச்சியை உருவாக்கிய பிராணியான அந்த உடும்புடன் எனக்கும் ஒரு பரிச்சயம் இருந்திருக்கிறது. இவை எல்லாம் கதையாகியபோது உக்ரவடிவுக்கு வேண்டிய மாறுதல்களை ஏற்றாலும், கோபாலின் பாத்திரம் எவ்வித மாற்றமும் தேவையற்ற நிஜவாழ்வின் தன்மைகளுட னேயே தரப்பட்டுள்ளது. இருந்தும், கானகக்கிராமங்களில் அவன் வாழ்ந்த அனுபவங்களுள் ஒன்று, அவனது மரணத்திற்குப் பின்பு ஒரு புதிய பரிமாணத்தைப் பெறுவதனால், இங்கே அதைத் தருகிறேன்.

பஸ் வசதி இல்லாத ஒரு கானகக்கிராமத்தில் கோபாலின் காம்ப் அமைந்திருந்த சமயம் அது. சுமார் இரண்டு மைல்கள் காட்டு வழயில் நடந்தே கிராமத்தைத் தொடவேண்டும். இத்தகைய சூழ்நிலைகளைச்

சந்திப்பதற்காக சர்வேயர்களுக்குத் தரப்படும் துப்பாக்கி லைசன்ஸை அவன் நிராகரித்தவன் என்பதனைக் கதையில் கொணர்ந்திருக்கிறேன். ஆனால் இது எத்தகைய சவாலை ஒருவனுக்கு ஏற்படுத்தும் என்பது குறிப்பிடப்படவில்லை. மாலைக்கருக்கல். பிற மிருகங்களை இரை கொள்ளும் மாம்சபட்சணியான மிருகவர்க்கம் புறப்படும் வேளை. கானகத்தடத்தில் அவன் தனிமையில் நிராயுதபாணியாக நடந்து கொண்டிருக்கும்போது ஒரு திடீர்த்திருப்பத்தில் எதிரே வழியை மறித்து உட்கார்ந்திருந்தது ஒரு சருகுபுலி. ஸ்ரீலங்காவின் சிறுத்தை.

இந்த மிருகம் மிஞ்சிப் போனால் ஆடுகளுக்கும் பசுக்கன்றுகளுக்கும் தான் மரணம் விளைவிக்கும். ஆயினும் தனது பிராந்தியத்தில் தனியே அகப்படும் மனிதனை அது ஒன்றும் செய்யாது என்று சாதிக்க இடம் தரும் இயல்பு அதற்கு இல்லை. இவ்வளவு தெரிந்தும், கையில் ஆயுதமேதும் இல்லாதிருந்தாலும், அந்திமயங்கும் வேளையாக இருந்தும் திடீர்த்திருப்பத்தில் எதிர்பாராதபடி அதனைச் சந்தித்த நிலையில்கூட கோபாலகிருஷ்ணன் நடைவேகம் தயங்கவில்லை. சாவதானமாக எதிர்பார்ப்பு ஏதுமற்று தடத்தின் நடுவே அவனைச் சாய்வாகக் கவனித்தபடி உட்கார்ந்திருந்த மிருகத்தை நோக்கி நடந்து கொண்டிருந்தான் கோபால்.

'இதெல்லாம் ரொம்ப சிம்பிள். ஜிம் கோபே படியுங்கோ. வேட்டைக்காரர் கானக நிபுணர் அவர். இந்தமாதிரி சமயங்களில் இப்படித்தான் செய்யச்சொல்றார்,' என்று சௌக்யமான ஒரு மானுட பொந்துக்குள் வாசம்செய்யும் ஒரு மனிதராசி சொல்வதும் அதே மனிதராசி வெளிப்பட்டு பாதுகாப்பான நகரத்து லேன் ஒன்றில் நின்று உறுமும் நாயைக் கண்டு கதிகலங்கி 'சள்புள்' என்று உளறுவதும் ஒருபுறம் இருக்கட்டும். ஜிம் கோபேயின் நூல்களுடன் மட்டுமன்றி, ஜே.கிருஷ்ணமூர்த்தியின் குரலினூடே பிறந்தவற்றுடனும் கூட கோபாலகிருஷ்ணனுக்கு ஈடுபாடு இருந்திருக்கிறது. ஆனால் நிஜ வாழ்வின் சவால்நிலவும் பரிமாணத்தை வெறும் சொற்கள்மூலம் சந்திக்கமுடியாது. இந்தத் தெளிவுதான் அந்தக்கணத்தில் கோபாலின் எதிர்பார்ப்பு அற்ற திசையை நிச்சயித்திருக்கிறது. சிறுத்தை மெல்ல எழுந்து விலகிக் கானகத்தினுள் நடந்துசென்று மறைந்துவிட்டது. இந்த சருகு புலியினால் கோபாலைப் போன்ற ஒரு மனிதனை உணரமுடிந்த அளவுகூட மகாப்பெரிய தத்துவங்களை ஏந்திக்கொண்டு புதுஉலகை நோக்கிக் கிளம்பிய மனிதப்புலிகளினால் உணர முடியவில்லை. இந்த விடம்பனம்தான் கோபாலின் கானகக் கணத்தில் எதிரொலித்து அந்தக்கணத்திற்கு ஒரு புதிய பரிமாணத்தைத் தந்திருக்கிறது.

கோபாலகிருஷ்ணனை மணந்த பத்மினி அவனது பால்யகாலத்துக்

காதலி என்பதும், வேறொருவரை மணந்து அவர் இறந்து அவள் விதவையான பின்பு, கோபாலின் பிடிவாதமான காதலின் விளைவாக அவனை மணந்துகொண்டவள் என்பதும் கதையில் தவிர்க்கப்பட்டுள்ளன. இவர்களது குழந்தை ஒரு பெண். 'அபிராமி' என்று பெயரிடத் தாயார் விரும்புவதாகக் கோபால் என்னிடம் ஆலோசனை கேட்ட போது, 'அபிராம கோபி, அபிராம கோதமி' என்ற இரண்டு பெயர்களை நான் அனுப்பி இருந்தேன். தேர்வுசெய்யப்பட்ட பெயர் அபிராம கோபி.

தாய் பத்மினியைக் கதையில் உள்ள அதே விபரப் பிரகாரம் இழந்து, இப்போது தந்தையும் இழந்துவிட்ட சின்னஞ்சிறுமியான கோபியை, அபிராமன் என்ற போராளிக்கிய கதாரூபத்தின் நோக்கம் விபர வீர்யமாகும். இதே வீர்யம் காலக்கண்ணாடியாக உள்வாங்கி, கதையில் மறைந்த அபிராமனை நிஜவாழ்வில் மரணிக்கவிருந்த கோபாலாக்கி இருக்கிறது. கதை எழுதப்பட்ட காலம் மே 1985. கதையில் வருகிற கோபாலகிருஷ்ணனுக்கு, கதை வெளிவந்த தினமணி கதிரின் ஜுன் 1985 கால இதழ்கள் அனுப்பப்பட்டு அவரால் படிக்கப்பட்டிருக்கின்றன. படித்த பின்பு எழுதிய பதிலில், தமது ஆளுமையை என் எழுத்தில் கண்டதும் தாமடைந்த கூச்சத்தை அவர் குறிப்பிட்டிருந்தார். **1936**-ஆம் ஆண்டு ஜுன் ஒன்பதாம் தேதி பிறந்த கோபாலகிருஷ்ணன், **1987**-ஆம் ஆண்டு அக்டோபர் பதினாறாம் தேதி, நெஞ்சிலும் சிரசிலும் சுடப்பட்டு மரணமடைந்தார். நிகழ்ந்த இடம் திருக்கோணமலை, ஸ்ரீலங்கா.

இவ்வளவுக்கும், கதையின் சிக்கனத்தை உத்தேசித்து கோபால கிருஷ்ணனின் கர்நாடக சங்கீதத் திறனையும் ருசியையும் நான் குறிப்பிடமுடியவில்லை என்ற குறை எனக்கு உண்டு. தமக்கு கலையுணர்வு கொண்ட உறவினர்கள் தந்த சங்கீதப் பயிற்சியைத் தாம் தீவிரமாக மேற்கொள்ளாதது பற்றிக் கோபாலுக்கும் ஒரு குறை உண்டு.

லங்காபுரி ராஜா என்ற அபூர்வமான யானையின் மானுடப் பிரதிநிதியாக வரும் சார்ளிஸ் உடவத்த என்ற பாத்திரம்கூட, உண்மையான சிங்களக் கிராமீயக் கனவான்கள் சிலரது தொகுதிதான். தமிழச்சியாகப் பிறந்து சிங்களவர் ஒருவரைக் காதலித்து மணந்து, ஒரு குறையுமற்று வாழ்கிற எனது சிற்றன்னையின் கணவரது பெயரையே இந்தப் பாத்திரத்திற்கு உபயேகித்திருக்கிறேன் என்பதையும் குறிப்பிடலாம். 'உடவத்த' என்பது சிங்களப் பிரபுத்துவப் பெயர்களுள் ஒன்று. தம்மை நம்பி கைப்பிடித்தவளின் இனத்தைக் கருதாமல் அவளைப் போஷிக்கிற இந்தச் சிங்களக் கனவானின் மனோபாவத்தையே 'வங்காபுரி ராஜா' மீது எனது பாத்திரம் கொண்டிருந்த பக்தியாக்கித் தந்துள்ளேன். எனது கதையைத் தங்கள் நச்சுக்கற்களினது எல்லையினுள் முடக்கிவிடக்கூடிய சிங்களக் குழுமனித வாதிகளுக்கும் தமிழ்க்

குழுமனிதவாதிகளுக்கும் இந்த விபரங்கள் எச்சரிக்கையாகும்.

யானைக்குத் தன் இனம் யானை எனில், மனிதனுக்குத் தன் இனம் மனிதன்தான். இந்த அடிப்படையில், விடுதலை என்பது மனிதசமூக விரிசல்களினுள் குறிவைத்துப் பிளந்து பிரிவினைப்படுத்தும் கோடரி அல்ல. பிரிவினைத் தளங்களை உள்ளுருக்கி ஒன்றிணைத்து ஊடுறுவு கிற ஒரு அதீத அக்னியின் தந்தமே விடுதலை. இதுவே எனது கருத் தெனினும் எனது கருத்தையே என் பாத்திரமும் ஒப்பித்தாகவேண்டும் என்ற நோக்கம் எனக்கில்லை. தமது இனத்தைச் சிங்கள இனமாகப் பிளந்து காணாமல் மனித இனமாகக் கண்டு, அந்த ஒருமையை நிர்மூலமாக்க முயற்சிக்கும் யந்திரப்பார்வையை நிராகரிக்கிறார் சார்ளிஸ் உடவத்வத. இந்த நிராகரணம், முதிர்ச்சியற்ற அபிராமனின் குழுமனிதவாதத்திற்கு அவர் தரும் நியாயமாகும் தருணத்தில், நாம் அவரது பாத்திரவிஷேநத்தை மனதில்கொள்ள வேண்டுமேயன்றி அவரது கருத்தை அல்ல. அவருக்கும் கோபாலுக்கும் இடையிலுள்ள மனித உறவினை முன்னிறுத்திப் பார்க்கவேண்டுமேயன்றி, வெகு ஜனத்திற்குப் புகட்டப்படும் மலினமான போராட்டத்தத்துவத்தை அல்ல.

லங்காபுரி ராஜா என்ற யானை அடையும் உந்நதத்துவம் அதன் சரீரார்த்தமான தற்காப்பினை மீறியமையால் கிடைத்த உந்நத்துவம். அதன் வீரியம் மரணத்தின் விளிம்பைத் தாண்டிப் பிறந்த அதீத வீர்யம். எனவேதான் ராஜாவின் குறி தவறவில்லை. அதீத சக்திகளினால் ஆட்கொள்ளப்படும் உள்ளங்கள் குறிதவறாமல் தர்மத்தையே நிறைவேற்றுகின்றன.

லங்காபுரி ராஜா, லயம் வெளியீடு, டிசம்பர் 1988.

பின் இணைப்புகள்

1. ஒரு கடிதம்

Madras,
19 Oct 1987.

To

Mrs. Subashini Varathan, Trincomalee.

Dear Mrs. S.V.

Yesterday's 'Indian Express' (Madras) carried, as part of a front page news the death of Gopalakrishnan by a gun shot. He had no enemies, no politics. All he knew as an answer to all problems was laughter.

Where the pressure of evil is over bearing, goodness must die. But the death of goodness is its own regeneration.

Please bring up Abirama Gopi in such a way as to make her love all that live, plants, animals, birds, people, also as a vegetarian.

With much regards,

Sincerely,
Ram Pramil.

NB: Please convey this message to Goplakrishnan's Mother :

அன்புள்ள அம்மாவுக்கு,

இனி உங்கள் கருணையில் மட்டுமே கோபாலகிருஷ்ணன் இருப்பான். எனவே கருணை தளராதீர்கள்.

மகன்
ராம்.

குறிப்பு : 'லங்காபுரி ராஜா' குறுநாவலில் வரும் பிரமிளின் நண்பர் கோபால கிருஷ்ணன். அவரது மனைவி பத்மினி. குழந்தை அபிராம கௌரி. மனைவி முன்பே மறைந்து விட்டார். கோபால் ஒரு விடுதலை இயக்கத்தினரின் துப்பாக்கிச் சூட்டுக்குத் தற்செயலாக இடைப்பட்டு உயிர்நீத்தார். அவ்வியக்கம் விடுதலைப் புலிகள் தான் என்று நினைத்தார் பிரமிள். எனவே 'லங்காபுரி ராஜா'வுக்கு எழுதிய 'தந்தம்' பின்னுரையிலும் குறிப்பாக அதைப் புலப்படுத்தியிருந்தார். ஆனால் பின்பு அவர்கள் வேறோர் இயக்கத்தினர் என்பது தெரிந்தது. 'தந்தம்' பகுதிச் செய்தியை மாற்றியமைக்கவும் தீர்மானித்திருந்தார். ஆனால் மாற்றமின்றியே தொகுப்பில் அது அச்சாகியது. இறப்புச் செய்தியைக் கேள்விப்பட்டு பிரமிள் எழுதிய ஒரு கடிதம் அத்துடன் சேர்க்கப்பட்டது.

2. A NOVEL

As the sea ebbed at day-break the naked corpse was gently disengaged by the rising tide from a nook among the marine rocks. A dim deep wave building up as it turned back from the cliff, rocked the body and body rose, breaking surface, and head lolling, sank, to rise again. The face was down as if studying the depths. Grey long haired of an almost feminine length spread out in suspension, the eddies of the water making it sway like lively subsurface flora, Unmistakably masculine, the barely visible arms and legs hanging in partial suspension downward, the corpse looked as though it was unwinding itself from a fetal curl.

The day fell somewhere in 1938 April - May, or the month of Chitra, with the day previous to it holy, being Pournima, on which the Moon was brimful in strict astrological terms. As it would soon be established, the corpse was that of a man, entertained on the afternoon of Chitra Pournami by the family of the Naval Captain John Newton Hughes of His British Majesty's service. Not that the good Captain was given to observing temporal holiness, except, of course the obligatory Christmas; he was of an Irish stock, with a Catholic Cynicism towards everything Catholic, and, in general, Christian. Being British, he never saw anything beyond Christianity worth his ire except perhaps his patronage of it came to mat. Such that he was unaware of the Hindu holiness of the day of his host hood towards the man who was soon to be holy Corpse. Still, held it was responsibility to fulfill local custom.

Holy the Corpse soon became, and was fit for ceremonial burial, not cremation. Death on such day as Chitra Poarnami signaled no return to the cycle of rebirth, but, Mukthi, an absorption into the Godhead, or whatever you cremate the dead but the body of a absorbed soul calls for preservation. Still, the Captain, shaven, groomed dressed in Naval white, socks pulled well above his bulging calves and the shod; sat upon the corpse, as it were, and desisted, "No burial for a Hindu," said he to his Tamil manservant, "I know your customs," which he didn't in its present complexity. The manservant, representing the township of Trincomalee, a task which within the next ten years, with the withdrawal of the British Colonials from India and Ceylon, was to give him top citizenry and a seat in the first local Municipal Council, was fighting back his tears. "He jumped to his death!" said he, privately," I could have helped him not to."

Captain Hughes refused to respond to this mystical statement, for here was the mystique of death, suicide or not, a perennial phenomenon beyond such wordily issues as post-event possible. This was no religious wisdom on his part, but that of a Naval veteran who had seen angelic boys blasted by enemy shells and sunk at sea. And death is no easy a chance - bound could not have been to a thoughtful soldier. This apart, the Captain did not want to endorse Murugan's guilt. It was Murugan, the Captain manservant, whom he sent with strange visitor of the previous day as guide to the Swamy Rock, or, as the Captain and his British Community referred to sardonically as the Suicide Rock. But Murugan was sent back by the stranger, once he found a place to be 'alone for a while.'

The Captain's wife, daughter and brand new son-in-law hovered behind him on the balcony where the man now laid out on the beach below them had sat, innocence, not death, written all over him. Would a man such as he throws himself down a cliff to his death? And old too, age itself as it advances an absorber of any suicidal intent?

The Captain, his family, had a claim to the corpse, for the dead man knew no others in Trincomalee, he seemed to have wandered in here, with a letter of introduction addressed to "Any English gentleman who would care" from one Mr. Cliff. With one '**F**'.

Frowned over by the Captain at the incomplete 'Clif', the strange old man in white wrap around and another white throw around clothing his lower and upper halves smiled, "I am here to view the cliff. This is a place for Cliffs, as Allen told me." Beside the Captain, only his daughter Celia seemed to have seen any premonitory significance in this otherwise vacuous banter.

It was Celia, while out for her early morning swim with her not so eager husband that discovered the corpse. She was teasing Mike Carmichael, with militant water splashing as she gained foot hold on a familiar subsurface rock. Mike was treading water, his eyes shut fight against the expert splashes from Celia. So it was Celia who attracted by the floral hair saw the corpse first, bobbing to her side, slipping towards the tunnel upon the water she was causing. Then, she found herself, standing in front of her astonished parents, a strange fervor in her body taking away the wetness, not only from her skin, but from her swim suit itself. "Cliff", she heard herself saying, when she woke up from the brief amnesia, "Cliff. He has seen the Cliff." She pointed to the cove. It was cool Mike, who had seen his wife dive past him, and make for the beach then up the stairs of Wellesley's house that took a good look at the cause of Celia's not so wifely.

O

ROCK

The Swamy Rock in one of the several headlands that defined the coastal strangeness of Trincomalee, Eastern Srilanka. Such headlands, as they entered the sea rose in steep inclines to plateaus from where the ocean lay sweeping below you.

The Indian Ocean meets the shoreline along this Coast in a series of bays, inlets and the largest of them.

The largest among such natural formation in the world, is the Harbor.

CORPSE

At day break, an ebbing tide dragged the sea away from the rocks and the naked Corpse was gently disengaged from a nook.

It was floating with its limbs hanging, face down. If it did have a face. Buoyed up by a dim deep wave, the corpse broke surface just enough to show that it might not have one after all. For, the torso seemed to end suddenly where the head ought to have been.

The rock raised some three hundred feet from the sea it plateau, bristling with shrubs and stunted trees, was a holy spot for the small coastal town.

FIRE

The Crucible was of a magnetic material, the fire beneath it, a white-hot heart surrounded by as outward gradation into blue, violet and orange, was half below the earth-line. The fuel was a secret known to but a few scattered across the world, almost every one of them in holy retreat, except perhaps the man now tending the fire.

m

No one saw him fall off the cliff into the moonlit sea. No one but a boy of twelve out in a night-fishing boat with his father. What the boy saw was not the falling man but the moon going out. Its full disc intensified and then it was gone, leaving vernal night sky to the stars; their sudden appearance made them look as though they were falling in a unanimous shower.

"Raja!" the father was busy scooping up the fish from the sea with an oblong net held by a long handle, "What have you done now"?

It was easy catch. You kept a kerosene-fed tin-lamp going at the prow and the fish, schools of them, were drawn by the shine on the water. Just where the light fell on the sea near the boat, the water seemed to be boiling the fish, mesmerized by the mystical glare were clamoring among themselves to be at its most intense and were riffling the surface. All you had to do was, minding that

you don't rock the boat, scoop the fish up with the net and fill the hold, a large wooden box.

"It wasn't me. Just the moon," said Raja. "It is gone. Ah, showing up now." The father, his eyes on the lamp-lit but of the sea, did not even look where his net was emptied. Long habit.

"Don't rock the boat is all I want. Mind?" said the father, absently, "And stops meddling with the moon!"

"I didn't do a thing." The boy, squirreling back from a shock the uncanny cause of which he would learn only much later, protested weakly. As he watched the disc returned like a face vaguely remembered.

The father looked up, mouth going agape, "Damn! It is an eclipse! No one told me there would be an eclipse tonight. Anyway the serpent has started to let go of the moon. Look at all that venom. It has soiled the moon. Here comes the divine river."

"Where?" the boy asked crossly, "All I see is the moon."

"Don't you talk back, boy." The father turned his cunning eyes on him, "You are too small a thing to see such things. And don't peep while the moon is bathing. Where is my golden net?"

The boy, forgetting the...

m

There was this contrast between his nut brown skin and Grecian features. And the boy's eyes. They were too large for the sharp and severe mold of his face. He turned them with his head still in profile. The eyes were so large they looked at the approaching Whiteman dead straight. The white man halted the distance between them respectful. The boy turned his eyes again ahead.

The twilight was alchemical, it seemed to turn the...

m

Everyone saw the naked white man walk out by the monastery. The four little business people peddling vegetables, groceries, oily eatables, tea and occasional coffee, held their breath at the sight. They forgot that instant that they had known him as the white venerable bikku.

குறிப்பு : ஆங்கிலத்தில் கடைசியாக அவர் எழுத முயன்ற நாவலின் ஆரம்பகட்டத் துண்டுப் பகுதிகள் இவை. இடையில் ஆங்கிலக் கவிதைகளைத் தொகுத்து நூலாக்கும் முயற்சியில் ஈடுபட்டதால் இந்நாவலைத் தொடர்வதில் தடங்கல்ல ஏற்பட்டுவிட்டது. கடைசியில் மரணமும் நேர்ந்தது.

3. அழகு
இலங்கைக் கதை

சீதேவிக்கு அக்காள் மூதேவி. சீதேவி வரவேண்டும் என்று வாசலில் கோலம் போடுகிறோம். வீட்டைச் சுத்தமாக்கி விளக்கேற்று கிறோம். இதெல்லாம் செய்யாவிட்டால் வீட்டுக்குள் மூதேவி வந்து விடுவாள். அவளோடு அசிங்கங்கள் எல்லாம் கூடிவந்துவிடும். எனவே அவளுக்கு இந்திரன், சந்திரன், பிரம்மா, விஷ்ணு, சிவன் எல்லாருமே பயப்படு வார்கள்.

ஒருநாள் சீதேவிக்கும் மூதேவிக்கும் இடையில் ரகளை - இருவரில் யார் அழகி என்பதுபற்றி. உண்மையில் சீதேவிதான் அழகி. மூதேவி அசிங்கம். தீர்ப்புக்கேட்டு இரண்டுபேரும் கடவுள்களிடம் போனார் கள். உண்மையைச் சொல்ல எந்தக் கடவுளுக்கும் தைரியம் வரவில்லை. மகாவிஷ்ணு இருவரிடமும் 'போய் தமிழ்முனி அகத்தியரைக் கேளுங் கள். அழகைப் பற்றி அவருக்குத்தான் தெரியும்,' என்றார். அகத்திய ரிடம் போய் இருவரும் நின்றார்கள். அகத்தியர் இருவரையும் ஏறஇறங்கப் பார்த்தார். 'சீதேவி வர வர அழகு. மூதேவி போகப் போக அழகு' என்றார். தீர்ந்தது பிரச்சனை!

(A folk Tale from Srilanka)
அரும்பு, ஏப்ரல்-மே 1989.

பிரமிள்

தேசிய இலக்கியம் முதலிய கட்டுரைகள்

சொல்லும் பொருளும்

சென்ற இதழின் மறுபிரசுரக் கட்டுரை ஒன்று சுவாரஸ்யமாக இருந்தது. அதன் வேடிக்கையான கருத்துக்களுக்குப் பொறுப்பு நிற்பவர் எஸ்.எஸ்.ஸி. மாணவரென்றும் எஸ்.பொன்னுத்துரை (டீச்சர்)யுடன் நெருங்கி உலவுபவரென்றும் அதனாலேயே அவர் தகுதியற்றவரென்றும் வேறு ஒருவர் வீரகேசரியில் எழுதியிருந்தார். தூலப்பார்வையுடன் இங்கு அணுகக்கூடாது; இது இலக்கியத்துறை சொல்லப்பட்டவற்றிலிருந்து தான் இங்கு தகுதி நிரூபணமாகும்.

'விமர்சனம்' என்ற பதத்துக்குச் 'சொல்வேட்டை' என்று கட்டுரை யாளர் பொருள்கொண்டிருப்பது அப்பாவித்தனத்தைக் காட்டுகிறது. 'பற்றி இலக்கியம்' என்று க.நா. சுப்ரமண்யம் தன் சிந்தனையில் தோற்றுவித்த பொருளுக்கு, 'பயாலஜி' வார்த்தையான 'குருவிச்சை' (பாரஸைட் வகைகளுள் ஒன்று) எனப் புதுச்சொல் போட்டவர் பிரமாத விமர்சகராம்! ஆனால் 'குருவிச்சை இலக்கியம்' பார்வைக்குப் புரியவே இல்லை. அது உவமைரீதியாகக் கையாளப்பட்டிருக்கிறது. அர்த்தத்தை நேரடியாகத் தொற்றவைக்கும் பரிபாஷைச் சொற்கள், உவமைத்தன்மையோடு இருப்பதைத் தவிர்க்க வேண்டும்.

குருவிச்சை பிடித்த ஒரு மரத்தின் இலை அழிகிறது; மரமே அழிகிறது. ஆனால் இலக்கியத்துறையிலோ, ஒரு நூலைப் பற்றி எவ்வளவு எழுதினாலும் மூலநூல் அழியப்போவதில்லை. இதனால் இந்தச் சொல் ஆக்கல் வேலைகூட முழுசாகவில்லை. ஆனால், 'பற்றி இலக்கியம்' என்ற பிரயோகம், 'இலக்கியத்தைப் பற்றி' என விரிவுகொண்டு தெளிவடைகிறது. அந்தச் சொல் பிரயோகத்துக்கான பொருளை முதலில் உணர்ந்த விமர்சன மனோபாவமும் அதற்குப் பக்கபலமாகும். ஆனால், 'குருவிச்சை' என்ற சொல்லை மட்டுமல்லாமல், பதினாலு வகை பாரஸைட்டுகளின் பெயர்களையும் அடுக்கிக் குழப்பியடிக்க முடியும். அதுதான் விமர்சனமா?

சி.சு.செல்லப்பா உபயோகிக்கும் 'பிளாட்', 'தீம்' - விஷயமாகவும் ஒரு தகராறு. அவர் இந்தச் சொற்களுக்கு உபயோகிக்கும் தமிழ்ச்சொற் களோடு இங்கிலீஷ் சொற்களையும் எழுதுகிறார். இங்கிலீஷ் மூலமே அந்தத் தமிழ்ச்சொற்களுக்கு விஷேச அர்த்தம் கிடைக்கிறது. ஆனால்

நமது கட்டுரையாளரால் சிலாகிக்கப்பட்ட 'விமர்சகர்', சமஸ்கிருதச் சொற்களை - அதுவும் தமிழில் முன்பின் தெரியவராத சமஸ்கிருதச் சொற்களை உபயோகிக்கிறார். 'ப்ளாட்', 'தீம்' என்ற சொற்களைவிட - இங்கிலீஷில் அவற்றைப் புரிந்துகொள்ளும் எனக்கு - இந்தச் சமஸ்கிருதச்சொற்கள் அன்னியமானவை. மேலும், 'கதா-சம்பவ-விந்து' ஒரே சொல்லாகவும் இல்லை. 'பிரகரணம்' என்ற சொல், விளக்கக் குறிப்பு இல்லாவிட்டால் எவ்வித மெல்லிய அர்த்தத்தையும் எனக்குத் தரவில்லை. ஆனால் சி.சு.செ. உபயோகிக்கும் மெல்லிய தமிழ்ச் சொற்களான கரு, சங்கதி - இரண்டும், குறிப்பு இல்லா இடத்திலும், அவரது விமர்சனங்களில் மேலும்மேலும் பழக, அத்துறைக்கே உரிய அர்த்த ரூபத்தை அவை கொள்ளும் ('கன்ஸம்ப்ஷன்' - பொருளாதாரத் துறையில் வரும்போது கொள்ளும் பொருள்போல).

'ப்ளாட்'டுக்கும் 'மாட்டர்'ருக்கும், கரு என்ற ஒரே சொல்லை உபயோகிப்பதில் என்ன சிக்கல் வந்துவிட்டது எனப் புரியவில்லை. 'ஃபார்ம்' என்ற சொல், இலக்கியத்தில் எத்தனையோ பொருள்களில் வரும்: கலர், உருவம், சிறுகதை போன்ற துறைஉருவம் (ஜென்றி), படிமங்களின் உருவங்கள் என்று எதையும், அந்த ஒரே 'ஃபார்ம்' (உருவம்) என்ற சொல்லில் குறிப்பிடலாம். ஏன், இலக்கியமல்லாத துறையில் 'மாட்டர்' என்ற சொல், 'என்ன (மாட்டர்) சங்கதி?' என்று உபயோகமாவதுபோல், 'ஃபார்ம்' என்ற சொல், கினா லொலோ பிரிஜிடாவின் உருவத்தையும் குறிக்குமே! கட்டுரையாளர், பேச்சு வழக்குச் 'சங்கதி'யை இந்த இலக்கியச் 'சங்கதி'யுடன் குழப்பிய மாதிரி, சிறுகதை உருவத்தை கினாவின் உருவத்தோடு குழப்பிக்கொள்ள மாட்டார் என நம்புகிறேன். உருவம் என்ற சொல் இப்படி அங்கங்கே வேறு வேறு ஆர்த்தங்களில் வருவது போலவே, தமிழ் விமர்சனத் துறையில் கரு என்ற சொல், 'மாட்டர்', 'பிளாட்' என்ற வேறு வேறு பொருள்களுடன் வருவதில் குடிமுழுகாது - வசனம் அந்தச் சொல்லுக்கு இரண்டிலொரு அர்த்தத்தை வரையறுத்து உருவாகும்போது.

எனக்கு ஏதையோ 'சுட்டிக்காட்ட' வந்த கட்டுரையாளருக்கு, இவற்றைச் சுட்டிக்காட்ட வேண்டும்; சொல் பிரமாதமில்லை, அர்த்தம்தான் முக்கியம். அதுதான் முதலில் உதிக்கிறது. ஏற்கெனவே இங்கிலீஷிலிருந்தும் ('பிளாட்', 'தீம்') க.நா.சு.விடமிருந்தும் (பற்றி இலக்கியம்) எடுத்த பொருள்களுக்கு வார்த்தை கண்டுபிடிப்பதால், ஒருத்தர் விமர்சகரல்ல; விமர்சகன் தொண்டனுமல்ல. (இப்படி வேடிக்கையான கருத்துகள் இலங்கை 'இலக்கியத்துறை'யில் வெகு அலாதியாக வளர்ந்திருக்கின்றன.) ஒருவன் தாழ்வுமனப் பான்மை யினால், அயல்நாட்டு நூல்களையும் ஆசிரியர்களையும் விமர்சகர் களையும் அங்கீகரிப்பதில்லை. தாழ்வு மனப்பான்மையினாலா

வெளிநாட்டு விமர்சனக்கலையை நாம் அங்கீகரிக்கிறோம்? தாழ்வு மனப்பான்மையினாலா மூன்று வருஷங்களாக எழுத்து, இங்கிலீஷ் கதைகளையும் விமர்சனங்களையும் பிரசுரிக்கிறது? கு.ப.ரா., புதுமைப் பித்தன் மறைவு போலவேதான் ஹெமிங்வே மறைவும், பூரணமான ஓர் இலக்கியக்கோணத்திலிருந்து பார்வையிடப்பட்டுள்ளது. தூலமான தேசியவாதம், இடத்திற்குக் கட்டுப்படாத இலக்கிய உள்ளத்தையோ அதை ரசிப்பவனையோ சிறை பிடிக்க முடியாது. மேதைகளை மட்டுமே நாடும் ரசிகஉள்ளம், தாழ்வுமனப்பான்மையின் விளைவு அல்லவே!

சி.சு.செ.யின் தமிழுக்கு 'நொட்டை' சொல்லி, அதை நான் ஆதர்ச நடையாகக் கொண்டிருப்பதாக (எஸ். சிவகுமாரனும் தான் சொன்னார் - என்ன மயக்கமோ!) கட்டுரையாளர் சொன்னது அவரது நுனிப்புல் மேய்ச்சலைக் காட்டுகிறது. சி.சு.செ.யின் நடையிலுள்ள அமைதியை யும் என் நடையின் பாய்ச்சல் போக்கையும் அவதானிக்க விமர்சனப் பார்வை இருந்தால் முடியும். அவர் உபயோகிக்கும் (அதுக்கு) முதலிய முற்றுச்சொற்கள், இடைச்சொற்களை நான் (காரண பூர்வமாகவே) அங்கீகரிப்பதுக்கும் நடைக்கும் பொருத்தமில்லை. சொல் பிரயோக ஒற்றுமை அல்ல நடை ஒற்றுமை. நடை, அவனவன் சுரணையினால் தூண்டப்பட்ட, பிறத்தியான் சுரணையைத் தூண்டுகிற 'பெர்ஸனல்' விஷயம். இதே இடத்தில் கட்டுரையாளரையும், எஸ். பொன்னுத் துரையின் செயற்கையான வார்த்தை டம்பம் உள்ள நடையைப் பின்பற்றுவதற்காக நான் குற்றம்சாட்ட முடியும். ஆனால் அது எனக்குக் கட்டுரையாளரைப் பற்றித் தெரிய வந்தது இவ்வளவுதான் என்று, என் அறிவின் குறுகலைக் காட்டி இருக்கும் - என் விஷயத்தில் அவரது குறுகல்களை அவர் காட்டியுள்ளதுபோல.

சிருஷ்டி எப்படிக் கதாசிரியனைப் பேசத் தூண்டுகிறதோ அதே போல்தான், கலைப்படைப்பு விமர்சகனைப் பேசத் தூண்டுகிறது. இதில், விமர்சகன் 'தொண்டு' செய்கிறதாகக் கூறப்படும் அற்புதக் கருத்து இருக்க, அவன் 'வழிகாட்டி'யாகும் வேடிக்கையும் பேசப் படுகிறது! வாசகனுக்குக்கூட, விமர்சகன் வழிகாட்டி, கலைப் படைப் பினுள் இட்டுச்செல்வது என்பது விரசமான கருத்து. விமர்சகன், 'எனக்கு இப்படைப்புப் பற்றி இதெல்லாம் தோன்றுகிறது,' என்று சொல்வதோடு நிறுத்திக் கொள்கிறவன். 'இதுதான் வழி' எனும்போது, 'ஒரே வழி' எனும் அழுத்தம் ஏற்பட்டு, விமர்சகனின் சர்வாதிகாரத் தன்மை ஏற்பட்டுவிடுகிறது. எனவேதான், வழிகாட்டவும் தொண்டு செய்யவும் (இலக்கியச்சேவை என்ற பதத்தில், 'சேவை' என்ற சொல் லுக்குக் 'கிராமசேவை'யில் இருக்கும் பொருளைக் கொண்டார்கள் போலும்) விமர்சகன் வருவதில்லை. தன் ரசனையைச் சொல்லிவிட்டு, அல்லது 'உரத்து' ரசித்துவிட்டு போகிறவன் அவன். ரசிப்பு ஒரு

தொண்டு என்பதும் வழி காட்டுவது என்பதும் ஆபத்தமானது. அவன் இலக்கியத்துக்குச் 'சேவை' செய்தான் என்பது, அவனது அர்ப்பணத்தின் விளைவுதான். 'சேவை'யாக அவன் ஆரம்பிப்பதில்லை. ஆனால், 'சேவை'யாக தொண்டாக ஆவனது ரசனை நோக்கப்படுகிறது; அதுவும் வேலைமுடிவில்தான்.

கலைஞன், தன்விபரமாகவே எழுதுகிறான். (தப்பர்த்தப்படுத்திக் கொண்டு, இலங்கையிலும் சில 'இலக்கியகர்த்தா'க்கள், 'நான் ஒரு துணிச்சலான எழுத்தாளன்' என்ற விதத்தில் எழுதுகிறார்கள்!) அவன் மனசிலும் வாழ்க்கையிலும் அவனைச் சூழ்ந்தவை, அவன் அனுபவம், தேசம் - யாவையும் ஏறி விளைந்து பூப்பதுதான் அவன் படைப்பு. இதில் தேசியத்தைத் தனியாகக் குறிப்பிட்டு, 'இதுதான்... இதுதான்' என்று குதிக்கவேண்டியது இல்லை. ஒரு கலைப்படைப்பு அதன் விளை நிலத்தை ஒதுக்காது. தேசியத்தை மட்டும் பிதுக்கிப்பார்ப்பதில் ஓர் அபாயம்: கலாரூபங்களின் அழகைக் கோட்டைவிட நேரும். தேசியம், இலக்கியவெளியீட்டில் இயல்பாகவே படிந்திருக்கும், தேசிய வாசனை யற்ற எழுத்துக்களின் ஆசிரியர்களிடம், சுதேசிகள் விண்ணப்பித்துக் கொள்வதில் பயனில்லை. ஏனெனில், சுதேச மணத்தையே நுகர்ந்து எழுதாதவன் கலைஞனே ஆல்ல; அவனால் தேசத்தின் படத்தை அதன் இயற்கைச் செழிப்போடு தீட்ட முடியாது. ஆனால் அதன் 'மாப்'பைத் தான் வரைவான். அது வெகுசுலபமான பூகோளசாஸ்திர வேலை. ஆனால் கலைத் துறை வேறு.

இன்று இலங்கை எழுத்துத்துறையில் விமர்சகர்கள் கவனிக்க வேண்டியது, இங்கு 'மாப்பிங்' நடக்கிறதா, இயற்கைத் தீட்டுதல்கள் நடக்கின்றனவா என்பதையே. சுதேசிக் குரலைவிட்டு, கலைப் படைப்பைத் தாண்டிக் கேட்பதே ரசனையின் அறிகுறி. ஏனெனில், கலைப்படைப்பு தேசியத்தன்மைகளை ஏற்கெனவே தன்னுள் வித்தாகக் கொண்டிருக்கும். ஆனால் அதன் கலா வீச்சு, உலகின் எந்த மூலைக்கும் எட்டும். அங்ஙனம் என்னை நீரிணைக்கு அப்பாலிருந்து எட்டும் விரல்களில், என் ரசனை பிரதிச் சுருதி கொடுப்பது என்ன விதத்தில் குற்றமோ?

விமர்சகனின் சுரணை சக்தியையும் தகுதியையும், அவன் ஓர் ஆசிரியனை எப்படி மதிப்பிடுகிறான் என்பதிலிருந்துதான் கண்டு பிடிக்கலாம். ஏ.ஜே. கனகரட்னா, 'மௌனி'யின் கலைக்கு முன்னால் தன்னைக் காட்டிக்கொண்ட விதத்திலிருந்து, அவர் சுரணை, தகுதி தெரியவந்திருக்கும். 'மௌனி வழிபாடு' (சரஸ்வதியில் ஏ.ஜே.க) கட்டுரையையும், 'மௌனியின் மனக்கோலம்'மையும், 'மௌனி' யையும் வைத்து, இந்த விமர்சகர் பற்றி ஒருவன் அறியமுடியும். மற்ற

இரண்டு 'வழிகாட்டி'களும் இதுவரை தனிக்கட்டுரைகளில், ஓர் ஆசிரியன் பற்றி ('எனக்குப் பிடித்த நாவலாசிரியர்' - தினகரன் கட்டுரைகளில் தவிர) ஏதும்சொல்லித் தங்கள் உள்நோக்கைக் காட்டிக் கொண்டதாகத் தெரியவில்லை. இவர்கள் என்னத்துக்காக வழிகாட்டப் போகிறார்கள்? 'வழிபாடு', 'காவடி' போன்ற இலக்கிய வார்த்தைக் கண்டுபிடிப்புகளுக்கா?

இலங்கை வாசகர்களும் ரசிகர்களும் சுதேசியக்குரல்களிலிருந்து, ஸ்ரீதரன் போன்ற விசித்திர 'விமர்சகர்'களிலிருந்து, 'இன்று எவன் தனித்தமிழில் சிறுகதை எழுதுகிறான்?' என்று கேட்பவர் வரை, பலரால் திணறடிக்கப்படுகிறார்கள். விமர்சனம் என்ற சொல்லுக்கே, ஆய்வு, திறனாய்வு, குணமாய்வு போன்ற சொற்களைக் கண்டுபிடிப்பதோடு நிறுத்திக்கொண்டு, தங்கள் சிரத்தையின் குறுகலைக் காட்டி விடுகிறார்கள். இந்த லட்சணத்தில், இலக்கியச் சத்தான அடிப்படையில் துல்லியநோக்குடைய ரசிக உள்ளங்களை இங்கு அறிவது சிரமமாகவே இருக்கிறது.

- தருமு சிவராமு, திருக்கோணமலை.
எழுத்து, இதழ் 33, செப்டம்பர் 1961.

இலங்கைப் பத்திரிகையொன்றில் ஜே.ஸ்ரீதரன் எழுதிய 'குண மாய்வு' என்ற கட்டுரை, எழுத்து-32, ஆகஸ்ட் 1961 இதழில் மறு பிரசுரம் செய்யப்பட்டது. அதற்குப் பதிலாக எழுதிப் பிரசுரமான கடிதம்.

தேசிய இலக்கியம்

பொதுவாக, கலைத்துறையே மனிதனின் இதயத்திலிருந்து பூப்பது தான். அறிவு, தாக்கத்தின் பாதையில் மூளையிலிருந்து பிறக்கிறது. அறிவுத்துறை எதிலும், எத்தகைய மனநிலை உள்ளவனும், தர்க்க முறையைச் சரியாகக் கையாளும்போது, வெற்றி பெறமுடியும். கலைத் துறையில், ஒரு குறிப்பிட்டவித மனநிலை தேவை. கலை, உணர்ச்சிப் பாதையிற் செல்வது. ஆகவே ஒருவன், உணர்ச்சிகளை மதித்து அவற்றுக்கு ஈடுகொடுக்கும் மனநிலை பெற்றவனாக இருக்க வேண்டும். அப்போது தான் கலை சாத்தியம்.

உணர்ச்சி மூலம் கலை அணுகப்படுவதால்தான், 'பொய்'யான கலைஞர்கள் கண்டுபிடிக்கப்பட்டு விசிறி விடப்படுகிறார்கள். இந்தப் 'பொய்'க்கலைஞர்கள், செயற்கையான உணர்ச்சியில் கட்டடம் எழுப்புபவர்கள். கலைத்துறையில், போலி உணர்ச்சி ஆபாசம் என்று கருதப்படுவது. ஏனெனில், அத்தகைய எழுத்து, ரசனைக்கு வேதனை தான் தரும். ஆனால், 'உண்மை'யான கலைஞன் எவ்வளவு உக்கிரமாக உணர்ச்சியை வெயிட்டாலும் அது அருவருப்புத் தராது. ஏனெனில், அவன் தனது இயல்பான உணர்ச்சியைச் சொல்கிறான்.

கலைக்கு இயல்பாகத் தோன்றும் உணர்ச்சிதான் முக்கியம். இந்த இயல்பிலும் சுயஉணர்ச்சியைக் கௌரவிக்கும் மனநிலையிலும் ஒரு எழுத்தாளன் வேர்விட்டிருக்கும்போது, அவன் தன் தேசத்துக்கும் தன் சமூகத்துக்கும், தன் சுய இயல்பின் மூலமும் தன் சுயஉணர்ச்சியின் மூலமும்தான் மதிப்பளிக்கிறான். அவனால் தன் பார்வைக்குத் துரோகம் செய்யமுடியாது. தன்னைத்தானே ஏமாற்றமுடியாததால், தன்னைச் சூழ்ந்துள்ளது எதுவோ, தன் அனுபவத்தைத் தூண்டியது எதுவோ, அதைத்தான் சொல்கிறான். அவனது எழுத்தில், தனது தனிமனிதப் பார்வை என்ற சாளரத்தின் மூலம் தெரியும் வெளிநடப்புத்தான் இலக்கியமாகிறது. 'தனது' எனும் போது, அவன் என்னென்னத்தால் எல்லாம் பாதிக்கப்பட்டானோ, அவைகளின் நிழல்களும் அந்தத் 'தனது' என்ற சொரூபத்தில் படிந்திருக்கும். அவனை அவனது சூழலும் தேசமும் பாதிப்பவை. எனவே, எந்தச் சுத்தமான கலைஞனும் தன்

தேசிய இயல்பின் தன்மைகளை, தான் எழுதுமுன்பே தன்னுள் உறிஞ்சிக் கொண்டவன். உலகின் எல்லா 'நல்ல' எழுத்துக்களிலு மிருந்து இது தெரியவருவதுதான். ஆகவே இலக்கியத்தில் தேசியம் என்பதுக்கு, இதை மீறி ஒரு விஷேசமான அர்த்தம் இல்லை.

கலைத்தன்மையற்றவர்கள், அமெரிக்க இலக்கியத்தின் சிசுப் பருவத்தில், வானம்பாடிகளைப் பற்றிக் கவிதை எழுதினார்கள். ஆனால் இலக்கிய விழிப்பு ஏற்பட்ட பிறகுதான் - வானம்பாடி அமெரிக்காவில் இல்லையே; அமெரிக்கர்கள் முன்பு வாழ்ந்த இடத்து ஐரோப்பியப் பறவையாயிற்றே எனக்கண்டு - ஒரு விமர்சகர் கிண்டலாக, 'இனிமேல் வானம்பாடி வேண்டாம்,' என்றார். இலங்கைத் தமிழிலக்கித்தைப் பொறுத்தவரை நேர்ந்திருப்பது அத்தகைய விழிப்புத்தான். ஆகவே இலக்கியத்தில் தேசியம் என்பது இலக்கிய அக்கறையோடு இங்கு கவனிக்கத்தக்கது. அது சுயத்தன்மைக்கு ஒருவன் கௌரவம் கொடுப் பதற்கும் இலக்கிய பிரசவத்துக்கும் உள்ள பிணைப்பை உணர்ந்து கொண்டதன் அறிகுறி.

கலாரசனையின் விளைவுதான் இந்த அறிகுறி. எழுதுபவன் தனக்கு உண்மையாக நடந்துகொள்வதன் மூலம், தன் சூழலையும் உணர்த்து கிறான். சூழலுக்கு இன்னொரு பெயர் வடிவாகத்தான், தேசியம் என்ற சொல் இலக்கியத்துறையில் புழங்கமுடியும். இலக்கியரீதியான அர்த்தத்தை மீறிய ஒரு பிரயோகமாக அச்சொல் விழும்பட்சத்தில், அந்தப் பிரயோகம் கலாரசனையின் அறிகுறியாகாது; இலக்கியப் புறம்பான அக்கறைகளின் அறிகுறியாகிவிடும்.

தேசியம் எனும்போது தேசத்தின் தூலத்தன்மைகளைப் பொருள் கொள்ளக்கூடாது. தூலமாக மவுண்ட்ரோட்டையும் சென்னைச் கொச்சைத் தமிழையும் திணித்து எழுதப்படும் தென்னகத்து எழுத்து எல்லாமே இலக்கியமவுசு பெறவில்லையே! ஒரு தேசத்தின் தெருக்கள், சரித்திர, அரசியல் நிகழ்ச்சிகள், பிரச்சினைகள், கொச்சை போன்ற தூலத்தன்மைகளின் முத்திரையைப் பதித்துவிட்டால், எழுதப்பட்டது இலக்கியமாகிவிடாது. ஒரு தேசம், இந்தக் குறுகிய எல்லைகளை மீறி, வேறு ஒரு பரிமாணத்தைத்தான் இலக்கியத்தில் இடம்பெறு கிறது. சரித்திர நூல்களிலும் செய்தித்தாள்களிலும் நாம் அறியவரும் தேசத்துக்கும் இலக்கியத்தில் எழும் அதே தேசத்துக்கும் இடையில் வித்தியாசம் இருப்பது இதனாலேயே.

சரித்திர, அரசியல் நிகழ்ச்சிகளும் பிரச்சினைகளும் ஒரு கலைஞனைப் பாதித்தால்தான், அவனது எழுத்தில் இடம்பெறும். தன் இயல்போடு ஒரு கலைஞன் இயைந்து எழுதுவதாலேயே கலை பிறக்கிறது; ஆகவே தன் மனநிலைகளைத் தூண்டாதவற்றைப்பற்றி இலக்கி

யாசிரியன் எழுதமாட்டான். பெரும்பாலான மக்களைப் பாதிக்கும் அவ்வப்போதைய நிகழ்ச்சிகள், அவனையும் பாதிக்கத்தான் வேண்டும் என்ற அவசியம் இல்லை. இந்தியா தேசிய விடுதலைக்காகக் கொந்தளித்து ஓடிக்கொண்டிருக்கையிலேயே எழுதிய புதுமைப்பித்தனை, அந்த உடன்கால ஓட்டம் கவரவில்லை. ஆனால் தேசிய அரசியலைப் பின்னணியாக்கி எழுதப்பட்டவற்றைவிட புதுமைப்பித்தனின் எழுத்து கலையம்சம் நிரம்பினதாய் இருக்கிறது. எனவே, கலையியலைச் சாதிப்பதற்குத் தேசத்தின் தூலமான தன்மைகள் அவசியமில்லை.

கொச்சை என்பது, ஒரு தேசத்தின் பாஷைகளுள் ஒன்றுக்கு உரியது. ஒரு மொழியில் எழுதப்பட்ட இலக்கியம் இன்னொன்றுக்கு மொழி பெயர்க்கப்படும்போது, கொச்சை அறுத்தெறியப்படுகிறது. அப்போதும் நாம் அந்தக் கொச்சையும் அந்தப் பாஷையும் உள்ள நாட்டை, இன்னொரு மொழி மூலம் இலக்கிய அநுபவத்தில் உணர்கிறோம். ஆகவே கொச்சை ஒரு தவிர்க்க முடியாத தேசியமுத்திரை அல்ல.

ஒரு சுத்தமான கலைஞன், தன் நாட்டின் பெயரையே குறிப்பிடாமல் தன் நாட்டைப் பற்றிச் சொல்லக்கூடியவன். நாட்டைப் 'பற்றி' என்பது தவறு. நாடே அவனது விளைநிலம். ஆகவே நாட்டின் தன்மை அவனில் ஏறியிருக்கும். அவன் தன்னைப் பற்றிச் சொல்லும்போது தான், அவனிலிருந்தே அவன் புரண்ட மண்ணின் வாசம் அடிக்கிறது. அதுதான் இலக்கிய அர்த்தத்தில் தேசியம்.

தேசத்தின் சரித்திர, அரசியல், பொருளாதார பிரச்சினைகளை அவன் கையாளுவதுதான் தேசியம் என்றால், இலக்கியத்துறையோடு அது பொருந்தாது. கலைஞனின் உணர்ச்சி இயல்பைவிட்டு, அவன் கையாளும் விஷயத்தின் மூலம் அவனது அறிவு இயல்பை அணுகும் பார்வை அது. இருள் - ஒளி, பசி - நிறைவு, வீழ்ச்சி - வாழ்வு, மரணம் - உதயம் என்று முரண்படுகிற வாழ்வின் எல்லாத் தன்மைகளும், உணர்ச்சி வடிவாகத்தான் அவனை மோதும். அதுவும், அந்தந்த உணர்ச்சிகளுக்கு அவன் மனம் இயைந்தால்தான், இலக்கியமாக அவை மலரமுடியும். அவனது எழுத்தில், ஒரு சரித்திரப் பின்னணியில் ஓர் உணர்ச்சி நாடகம் நிகழும்போது, நாம் அந்த நாடக இயக்கத்தை மறந்து, கதையின் பின்னணியான சரித்திர நிகழ்ச்சியில் பார்வையைச் செலுத்துவது ரசனையாகாது. கதை முடிந்தபிறகும், 'பிறகு ஐரிஷ்காரன் இங்கிலீஷ் காரனை விரட்டிவிட்டானா என்பதை ஆசிரியன் கதையில் காட்ட வில்லையே?' என்று கவலைப்படுபவன், இலக்கிய மாணவன் அல்ல; அவன் அரசியல்காரன். அதேபோலத்தான் நாட்டின் அரசியல், பொருளாதாரப் பிரச்சினைகளுக்கும் கலைஞனிடம் முடிவு கேட்பவன், கலா ரசிகனல்ல. கலைஞன், பிரச்சினைகளுக்கு

முடிவுசொல்ல வந்த வனல்ல. அவன் பாவம் தன் உணர்ச்சியை வெளியிடுவதுக்கு வந்தவன். உணர்ச்சி வெளியானதும் அவனது காரியம் முடிந்து விடுகிறது.

கதையில் வரும் பாத்திரங்களும் ரசனைரீதியாகத்தான் கவனிக்கப் பட வேண்டும். ஏனெனில் அவர்கள் கலைஞனது உணர்ச்சிகளின் நிழல்கள். அவர்களது நிழலாட்டம் கலைஞனது இதயத்தில் நிகழ்வது. ஆகவே அறிவுப்போக்காக அந்தப் பாத்திரங்கள் இயக்கவேண்டும் என்று ரசிகன் எதிர்பார்ப்பதில்லை. சமூகத்து அறிவுத்துறைகளின் எத்தகைய உயர்நிலையிலிருந்தாலும் இலக்கியப்படைப்பில் அவர் களது சொரூபம் அவர்களது உணர்ச்சிகள்தான். அறிவுப்போக்காகப் பாத்திரங்கள் பிரச்சினைகளுக்கு முடிவுசொல்ல வரும்போது, உணர்ச்சியை ஏமாற்றிவிடுகிறார்கள். அப்போது இலக்கியத்தைப் பொறுத்தவரை அவர்கள் பிணங்கள். அத்தகைய பாத்திரங்களின் வாய்களிலிருந்து பிடுங்கப்படுபவை அறிவுத்துறை எதுக்கும் பலன் அளிக்குமானால், எழுதப்பட்டது அறிவுப் பொருளாகக் கௌரவம் பெறக்கூடும். ஆனால் உணர்ச்சியை ஏமாற்றும் எந்த எழுத்தும் இலக்கியமாக முடியாது. கலைஞன், வாழ்க்கை என்ற உடலின் நரம்பு நிலையமாக இயங்கு கிறான். அவனது வேலை உணர்வது - அவ்வளவுதான்.

தேசியத்தன்மை எனும்போதும், தேசம் தன் தன்மைகளால் அவனுக்கு ஊட்டும் எழுச்சிகள்தான் குறிப்பிடப்படுகின்றன. அந்த எழுச்சிகளை, அறிவு வாயிலாக இல்லாமல் உணர்ச்சி வாயிலாகவே பெறுகிறான். இந்த எழுச்சிகளை, ஒரு தேசத்தின் தூலத்தன்மை களான அரசியல், சரித்திரம், பொருளாதாரம், தெருக்கள், கொச்சை போன்றவை அவனுக்கு ஊட்டுவதில்லை. இவற்றால் பாதிக்கப்பட்ட மனித இதயமே, அவனது கலையில் எதிரொலிக்கிறது. மனித இதயம் உலகெங்கும் இயங்குவது. ஆகவே தேசிய பாதிப்புப் பெற்றிருந்தும், அவனது பாத்திரங்கள் இதயம் துடிக்கும் உணர்ச்சிவடிவங்களாக இருப்பதால் கலைஞனும் உலகப்பொதுவானவனாகிறான். இலக்கியத் தைப் பொறுத்தவரை, தேசவாழ்க்கையும் சமூகவாழ்க்கையும் குடும்ப வாழ்க்கையும் வேறுவேறான வாழ்க்கைகள் அல்ல. ஏனென்றால், அவையாவுமே மனித இதயத்தில் நிகழ்கிறவைதான். தேசத்திலிருந்து தனிமனிதன் வரை குவியும் பாதையில், உணர்ச்சி என்கிற ஓர் ஒற்றுமை யைக் காண்கிறவன் தான் கலைஞன். அவன் குடும்பத்தின் மூலையில், நம்பிக்கை என்கிற குத்துவிளக்குச்சுடரையும் அதன் கீழேயே விழும் அவநம்பிக்கையின் நிழலையும் பார்ப்பதன் மூலம், தன் தேசத்து ஒளியையும் இருளையும் மனிதன் என்ற பார்வையில், உலகு மீதே, ஒருபுறம் எரியும் ஒளியையும் மறுபுறம் அப்பிய இருளையும் தீட்டி விடுவான். அவனது மனம் எவ்வளவுக்கு எவ்வளவு தன் சுயத்

தன்மையை உணர்கிறதோ, அவ்வளவுக்கு அவனது இதயச்சாளரம் தெளிவடையும். இதர சக்திகளின் சந்நிதானத்தில், கலைஞன் தன் மனது இணங்காமல் பலியாகத் தலைகுனியும்போது, இதயம் நின்றுவிடும். இதய உணர்ச்சியில் இயங்கும் கலையியல் அங்கே உயிர் சிந்தி வீழும்.

மரகதம், ஜனவரி 1962

மஞ்சள் கருத்தும் விமர்சன உலகும்
இலங்கைக் கடிதம்

'புதிய உத்திகளைப் புகுத்துகிறேன் என்று உன் பரம்பரைப் புத்திக் கதைகளைக்காட்ட, 'அபாரம் இவை' என்று நான்கு நாடுகளில் நாற்பத்தெட்டு நாள் புகழ்பியர் விழுங்கிய பேராசிறையர் கலாஸ பாதி 'ஒப்சேவ'ரில் உன்னை விளம்பரப்படுத்த, அதை அப்படியே நீ காப்பியடித்து இன்னும் அதிகமாகப் புளுகி எழுதி... பொடிப்பயல் ஜே.ஸ்ரீதரன் பெயரில், எழுத்து என்ற தென்னிந்திய தர்ப்பைப் பத்திரிகைக்கு தானஞ்செய்து, இலக்கிய ரசிகர்கள் கண்ணில் மண் தூவப்பார்த்தால் பெரும் விண்ணனாகிவிட்ட நினைப்பா?'

இலங்கை எழுத்தாளர் எஸ்.பொன்னுத்துரையை விளித்து, 'படுவானூர் பாலாப்போடியார் மகன் காலாக்கினி முகனார்' என்ற பெயரில் யாரோ எழுதிய பிரசுரத்தின் மூலம் கேட்ட பதினைந்து கேள்விகளுள், நான்காவதைச் சற்று 'தணிக்கை' செய்து - எழுத்து பெயர் சொல்லப் பட்டிருப்பதால் - தந்திருக்கிறேன். இந்தக் கேள்வி பற்றி நான் நேராக ஏதும் சொல்லமுடியாது. ஆழ்ந்த மனக் கசப்போடு, இன்று இலங்கை எழுத்தாளன் எவ்வளவு ஆபாசமான உலகுக்குள் வீழ்த்தப்படுகின்றான் என்பதைக்காட்டவே இதைத் தெரிவிக்கிறேன். இலக்கிய உலகுக்கும் மஞ்சள் எழுத்துக்கும் எங்காவது தொடர்பு இருந்திருக்கிறதா என்று யோசிக்கத் தூண்டுகிறது, பிரஸ்தாபப் பிரசுரம். இது பற்றித் துக்கம் தெரிவிப்பது தவிர வேறெதுவும் சொல்வதற்கில்லை.

எனினும், இதுமாதிரிப் பிரசுரங்கள் தொடர்ந்து பிறக்காமலிருக்க வழிசெய்யலாகாதா என்று சிந்திக்கச் சபலம் தட்டுகிறது. இந்தக் கருத்து களுக்குக் காரணத்தை ஆராய்ந்து ஏதும் மருந்து சொல்லலாம் என்று நினைக்கிறேன். சற்று ஊன்றிப்பார்த்தால், விமர்சனத்துறையில் இலங்கை காட்டிவரும் பொறுப்பற்ற மனநிலையைத் தான் குற்றம்சாட்ட நேர்கிறது. தமிழ்நாட்டைப் போலில்லாமல், இலங்கையில் எவரும் எக்கருத்தையும் தெரிவிக்க வாய்ப்பு உண்டு. இது ஒருபுறத்தில் நல்லதுக்குத்தானா என்று சந்தேகம் வந்து விடுகிறது. சில பொறுப்புள்ளவர்களது கருத்துக்களே, பரவிவருகிற இந்த ஆபாசமனநிலையால் பாதிக்கப்படுவதை, சென்ற ஆண்டு இறுதி தொட்டு அவதானிக்க முடிந்தது. சாண் ஏற முழம் சறுக்க

என்ற நிலை ஏற்பட்டுவிடுமோ?

'எழுத்தாளர் குறை களைய' என்று சொல்லிக்கொண்டு, மஞ்சள் மயமாக ஒரு பத்திரிகையே 'இலக்கியம்' என்று ஜபித்துப் புறப்படு வதானால்...? இந்தப் பத்திரிகையுடன், எஸ்.பொன்னுத் துரை போன்ற பொறுப்புடன் நடக்கவேண்டியவர்களின் பேர்களும் இணைக்கப் படுகிறபோதுதான் கவலை உண்டாகிறது. சென்ற ஆண்டு இறுதியில், வீரகேசரி 'இலக்கிய சர்ச்சை' பகுதியில் சண்ட மாருதமாக உளறியடிக்கப் பட்ட கருத்துக்களில்கூட, அந்த மஞ்சள் தனம் தெரிந்தது. ஆனால் வெகுசமீபத்தில், அ.ந.கந்தசாமி, கனக செந்தில்நாதன் போன்றோர், அந்த அரங்கத்தின் மதிப்பை ஓரளவுக்குக் காப்பாற்றமுயன்றார்கள். பிறகு இப்போது, 'பிருகண்ணளை' என்ற பேரில் எஸ். பொன்னுத்துரை 'தேசிய இலக்கியம்' கட்டுரை எழுதி, அந்த அரங்கத்தை உயர்வான தாகவே ஆக்கிவிட்டார். ஆனால் வெளியே புயல் ஓயவில்லை. ஒரே குளிரடிக்கிறது. பிருகண்ணளை எழுதிய கட்டுரை போன்றவை ஆபூர்வம். அவையும், இந்தப் புயலில் எழும்பும் மஞ்சள் புழுதியில் மறைந்துவிடுகின்றன என வேண்டும். ஏன், பிருகண்ணளையே - அதாவது எஸ்.பொன்னுத்துரையே - ஆதாரமற்ற மஞ்சள் சாயம் ஏறின கருத்துக்களைப் பெரும்பாலான சமயங்களில் சொல்லி, தமது மேற்படி கட்டுரை போன்றவற்றைத் தாமே இனந்தெரியாமல் அடித்துவிடுகிறார்.

இந்நிலைக்கு வலு ஏற்றுவதாக இருக்கிறது, நமது மிக முக்கியமான 'முன்னணி' விமர்சகர்கள் திடீர் திடீர் என்று சொல்லும் கருத்துகளும் எழுதும் கட்டுரைகளும். உதாரணத்துக்கு -

கா.சிவத்தம்பி, 'திரைவளர்ந்த கவிதை' பற்றிச் சிலாகித்து எழுது கிறார். க.கைலாசபதி, ரசிக விமர்சனத்தை ஏளனம் செய்கிறார். கனக செந்தில்நாதன், கல்கியைப்போல் இங்கே ஒருவரும் சரித்திர 'நாவல்' எழுதவில்லையே என்று அங்கலாய்க்கிறார். ஏ.ஜே. கன்கரட்னா, மௌனியை ரசிப்பதை ஏதோ பாபமாகக் கருதி, கட்டுரையே எழுது கிறார். அக்கட்டுரையை எஸ்.பொன்னுத்துரை பகிரங்கமாக அப்படியே விழுங்கியதோடு நில்லாமல், மௌனி தன் கதைகளைப் புத்தகவடிவில் வெளியிடாமல், 'இருபது வருஷங்களாகப் பம்மாத்துக் காட்டின'தாக எழுதுகிறார். எழுத்துவின் தகுதியுள்ள வாசகர்களுக்கு, இந்தக் கருத்து களின் மதிப்பு என்ன என்று பிய்த்துக்காட்ட வேண்டியதில்லை.

நம் விமர்சகர்கள் ஏதோ விழிப்போடு பேசுகிறார்கள் என்று கருதிக் கொண்டிருக்கும்போதே, மேலே குறிப்பிட்டவித அபஸ்வரக் கருத்து களும் வருகின்றன. இதனால், மேற்படி முன்னணி விமர்சகர்களின் ரசனையையே சந்தேகிக்க நேர்கிறது. அதோடு, மேற்படி கருத்துகளில் ஒன்றிலாவது ஒரு சொற்பம் மஞ்சள்தனம் இருக்கிறதோ என்று

சந்தேகிக்கவும் நேர்கிறது. விமர்சனம் என்பது - ரஸனைக் கட்டுரைகள் தோன்றாததோடு - அங்கீகரிக்கவும்பட வில்லை. படைப்பாளியின் சரித்திரப் பின்னணியை ஆராய்கிறது 'மகாகவி கண்ட மகாகவி'. 'குழந்தை ஒரு தெய்வம் - புத்தக முன்னுரை' போன்றவற்றுக்குத்தான் விமர்சன அந்தஸ்து. இந்நிலையில், படைப்பை விண்டுகாட்டும் முயற்சி கவனிக்கப்படுவது எங்கே? அப்படி விமர்சிக்கிறவர்களையும், வெளியூரில் எழுதுகிறார்கள் (பாஸ்போர்ட், விஸா இல்லாமல்.... குற்றம் ஆல்லவா?), 'காவடி' என்றெல்லாம் சொல்கிறார்கள். தங்கள் பத்திரிக்கைக்கு எழுதும்படி கேட்டுக்கொண்டிருக்கலாமே இவர்கள்? முருகையனுக்கும் தருமசிவராமூவுக்கும் கட்டுரை கேட்டு, சி.சு.செ. எழுதித் தான் வாங்கிக்கொள்கிறர். அவர்களாகக் 'காவடி' எடுப்பதல்ல இங்கே. இலங்கைப் பத்திரிக்கையான மத்தியதீபத்திற்கு வே.க. நடராசாவும் மரகதத்திற்கு இளங்கீரனும், பிரஸ்தாப 'காவடி'களிட மிருந்து கேட்டுவாங்கித்தான் கவிதை கட்டுரை பிரசுரித்தார்கள்; அவர்கள் கண்ணியமானவர்கள். உள்ளூரில் எழுது என்று, எழுத்தாள னுக்கு எந்த இலக்கிய உலகிலும் விதிக்காத, அந்தப்புர எல்லை விதிக்கவில்லை. சொல்லப்போனால் மேல்நாடுகளிலும், ஏன் இங்கே இல்லஸ்டிரேட்டட் வீக்கிலிக்கு இலங்கையிலிருந்து அழகு சுப்ரமணியமும், இங்கிலாந்தில் நாவலை வெளியிடும் தமிழகத்து ஆர்.கே.நாராயணனும், வெளியூரில் எழுதுவதற்காக கௌரவிக்கவேபடுகிறார்கள். இந்தக் கண்ணியத்தையே அறியாமல், நமக்கு ஏதோ நஷ்டமோ இழப்போ நேர்வதாக நினைக்கும் மனநிலைக்கு, எப்படிச் சமாதானம் சொல்வது?

இத்தகைய மனநிலைகளோடு, நம் அளவுகோல்கள்.... அடடா, ஒரு குறிப்பிட்டதைப் பற்றி ஒருவரிடம் பேசிக்கொண்டிருந்த போது, கதை அளந்தது நினைவு வருகிறது: அந்தக் கதையில் வார்த்தைகள் சிறுபிள்ளைத்தனமாக இருக்கின்றனவாம். வார்த்தையில் அடைபட்ட அனுபவம் பற்றித்தான் இது சொல்லலாம். மழலைச் சொற்களில் கதை எழுதுகிறார்கள் என்று கருதவைக்கிற இந்தக் கூற்றில் அர்த்தமே யில்லை. சொற்களில் சிறுபிள்ளைத்தனம் என்பது விசித்திரமாகும்; பாஷை பற்றி ஒரு பண்டிதப்பார்வை இலங்கைப் படைப்புலகில் வேர்விட்டுவிட்டதுதான் இக்கருத்தின் காரணம். பண்டிதர்களுக்கு பிரமிப்பூட்டும் சங்ககாலத்துச் சொற்களில் ஏற்பட்ட மாதிரி, இங்கே கனமான அர்த்தமுள்ள வார்த்தைகளில் பிரீதி ஏற்பட்டிருக்கிறது. 'பிரம்மராக்ஷஸ்' போன்ற புதுமைப்பித்தனின் விளையாட்டுகளை சீரியஸாக எடுத்து, அதில் அவர் தாறுமாறாக உபயோகித்தது போன்று சொற்களை உபயோகிப்பது தான் 'நடை' என்ற கருத்து நிலவி வருகிறது. சொற்களில் ஒற்றுமையே நடை ஒற்றுமை என்று முன்பு ஓர் இலங்கை அன்பர் சொன்னதில், நடைக்கும் சொற்பிரயோகத்துக்கும் இடையே வித்தியாசம் காணமுடியாத பார்வை தெரிந்தது. இங்கேயும்,

சொற்களில் நடை தொங்கிநிற்கிறது என்ற பிரமையே தெரிகிறது. இத்தகைய நடைகளுள், 'மனோ இயக்கங்களின் இணக்கம் இன்றியே அவனை அவனது கால்கள் இயக்கின,' என்பது ஒரு சாம்பிள் வசனம். ஒரு சுரணையுள்ள வாசகருக்கு, இந்த வசனம் பற்றி ஏதும் வரிந்து கட்டிக்கொண்டு விளக்கம் தரவேண்டாம். ஆனால், இம்மாதிரி வசனங் களுக்கும் காரணம், புதுமைப் பித்தனையே சரியானபடி உணராத மனநிலைதான் என்பது சொல்லியாக வேண்டும். கு.ப.ரா, பிச்சமூர்த்தி போன்றோரது இலக்கியத்தை முழுக்க உணர்ந்திருந்தால், ஏன் புதுமைப்பித்தனின் 'செல்லம்மாள்', 'சாபவிமோசனம்', 'கடவுளும் கந்தசாமிப்பிள்ளையும்' போன்ற கதைகளின் கௌரவத்தையே சரியாக உணர்ந்திருந்தால், இப்படி இங்கு எழுதிவிட்டு, புதுமைப்பித்தனை வக்காலத்துப் பேச இழுக்கமாட்டார்கள். புதுமைப்பித்தனின் அந்தக் கதைகள்தான் அவரது சாதனைகள் என்று முதலில் உணரவேண்டுமே? அக்கதைகளின் நடைதான் பு.பி.யின் இயல்பான, அவர் சாதித்த நடையா? அவர், 'சூன்யப் பிராந்தியம்' என்று எழுதிய இடங்களில் ஏதையும் சாதித்துவிடவில்லை. இதை இன்றைய இலங்கையின் 'சோதனைக்காரர்'களும் அவர்களை அங்கீகரிப்போரும் உணர்ந்தாக வேண்டும்.

பாஷையைப் பற்றிய இந்த அளவுகோல் இருக்க - இன்று 'செக்ஸ்' இருந்தால் இலக்கியம் என்று, செக்ஸையே ஓர் அளவு கோலாக்கும் மனநிலை இங்கிருக்கிறது. காரணம் கேட்டால், மொரேவியா எழுதினானே என்று கூறப்படுகிறது. முதலில், 'மொரேவியா ஒரு கலைஞனா என்பதே சர்ச்சைக்குரிய விஷயம்,' என்று என் நண்பர் ஒருவர் கடிதத்தில் எழுதியதைத் தெரிவிக்க வேண்டும். அவனுக்கும் டி.எச். லாரன்ஸுக்கும் இருக்கிற அடிப்படை வித்தியாசங்களை நாம் உணரவேண்டும். இங்கே, செக்ஸ் ஒரு 'துணிச்சலான' கருவாக, பயத்தோடு நோக்கப்படுகிறது. 'துணிச்சலான' கலை, படைப்பின் அந்தஸ்தைப் பாதிக்காது; கலைத்தன்மையே முக்கியம். செக்ஸ் நடத்தையை 'அழகாக'ச் சொல்வதல்ல இக்கலைத்தன்மை - காமநூல் காரர்களும் அதை அழகாகவே சொல்லிவிடுகிறார்கள். உண்மையில் அதற்கு மனித ரீதியான கௌரவம் கிடைக்கிறது என்பதையும், கலையைச் சாதிக்கும் கலைஞனது உன்னத மனநிலையால் அது பாதிப்படைந்துள்ளது என்பதையுமே, நாம் கவனிக்கவேண்டும். ந.சிதம்பர சுப்ரமணியன் அந்த உன்னதநிலையையே, 'உள்ளத்தை உயர்த்தக்கூடிய உணர்ச்சி' என்று தெரிவித்தார். அந்த நிலைக்குக் கலைஞன் வசப்படும்போது தசையுணர்வே கலையுருவாகும். இதை உணர்ந்து நம் விமர்சகர்கள் கணிக்க முன்வந்தால் - புதுமைப்பித்தனின் வாரிசுகளுக்கும் மொரேவியாவின் வாரிசுகளுக்கும் உரிய இடம் என்ன

என்று தெரிந்து - இதைப் போன்ற ஒரு அடிப்படையில் விமர்சகர்கள் ஆபிப்பிராயங்களை எழுப்பினால், அவர்களுடன் முரண்படுகிறவர்கள் ஒன்று அமுங்கிப்போவார்கள், அல்லது தாங்களும் நிதானத்தோடு காரணபூர்வமாக எழுத முன்வருவார்கள். 'பதினைந்து கேள்விகள்' போன்ற பிரசுரத்துக்கும் இடம் கிடைக்காது; விமர்சன உலகமும் லாபம் அடைந்ததாகும்.

மொத்தமாகச் சொன்னால், இன்று இலங்கையில் தனித்தனி ஆசிரியர்களை எடுத்து ரஸித்துக்காட்டும் முயற்சி தேவை. 'உள்ளூர் காரனை மட்டும் ரஸித்துக்காட்டு,' என்று சிலர் சேர்த்துக் குரல் எழுப்பலாம். இன்றைய நிலைமையில், எந்த மூலையிலிருந்து எப்படிக் குரல் எழும்பும் என்று சொல்ல முடியாது. ரஸிகனை எவன் எழுத்து பேசத் தூண்டுகிறதோ, எவன் எழுத்தைப் பற்றியே எவன் பேசுவான். அது விமர்சன உலகில் மாற்றமுடியாத நியதி. அதை உணர்ந்து, நம் படைப்பில் இல்லாத அம்சங்களை அவனது படைப்பில் இருப்பதாகக் காட்டுகிறான் ரஸிகன் என அறிந்து, நமது வளர்ச்சிக்கு அந்த ரஸனை யைப் பயன்படுத்துவதுதான், எழுத்துலகின் கௌரவத்தையும் எழுத் தாளன் கௌரவத்தையும் மஞ்சள் உலகினுள் விழாமல் காப்பாற்ற ஒரே வழி.

- ரா.
எழுத்து, இதழ் 39. மார்ச் 1962.

சோதனையும் ரசனையும்

இலங்கைக் கடிதம்

இன்று, இலங்கைப் படைப்புலகிலும் விமர்சன உலகிலும், 'சோதனை' என்ற வார்த்தை தண்ணீர்பட்டபாடாக அடிபடுகிறது. அந்த வார்த்தை, அதற்கு உரிய கனத்தோடுதான் இங்கு உபயோக மாகிறதா என்பதில் சந்தேகம். அந்த வார்த்தையை இவ்வளவு தாராளமாக உபயோகிக் கிறவர்கள், தங்கள் உபயோகத்தில் அதற்கு என்ன அர்த்தம் என்று இதுவரை தெளிவுபடுத்தினதாகக் காணோம். கருப்பொருளில் புதுமை செய்கிறோம் என்று சொல்லிக்கொண்டு, செக்ஸை உபயோகிப்பது 'கருவில் சோதனை'யாகவும், கனமான சொற்களை அனாயாசமாகக் கையாளுவது 'நடையில் சோதனை'யாகவும், நினைவுப்பாதை (ஃபிளாஸ் பாக்), நனவோடை (ஸ்ட்ரீம் ஆஃப் கான்ஷஸ்னஸ்) போன்ற பழைய உத்திகளையும் புதிய உத்திகளையும் 'நினைவுக்குதிர்' என்பது போன்ற புதுப்பேர்களில் குறிப்பிட்டுக் கதை எழுதுவது, கொச்சையில் எழுதுவது போன்றவை இதர 'சோதனை'களாகவும் கருதப்படுகின்றன.

இங்கு எவரால் 'பெயர்' தரமுடியுமோ - அதாவது, 'இது ஒரு நினைவுக்குதிர்' என்றெல்லாம் பெயர் கொடுக்க முடிகிறதோ - அவர் ஒரு சோதனைக்காரர். உண்மையில், எழுத்துலகுடன் நெருங்கி உலாவி, விமர்சகர்களாகப் பரிணமிக்கும் ரசிகர்களை, இந்தப் 'பெயர் சூட்டல்' வெகுவாக - இலங்கையைப் பொறுத்தவரை - பாதித்து இருக்கிறது. புதிதாக எழும்பும் இளம் எழுத்தாளர்கள், இப்படிப் பெயர் சூட்டுவதும் மிரட்டுவதும் மஞ்சள் கருத்தால் அடிப்பதுமான சர்வாதிகார மனப் போக்குகளைக் கண்டு, ஒன்று மயங்குகிறார்கள் அல்லது பயப்படு கிறார்கள். அவர்கள் எழுத்தும் சொற்சிலம்பமாக இருப்பது போன்ற வியாதி, குறி காட்டுவதிலிருந்து இது தெரிகிறது. பழம்பண்டிதர்கள், போயும் போயும் அகவல் போன்ற லேசான செய்யுள் உருவங்களுக்கே 'நிலை மண்டில ஆசிரியப்பா', 'அடிமறி மண்டில ஆசிரியப்பா' என்றெல்லாம் பேர்வைத்து, 'நெருங்காதே' என்ற சிவப்பு லைட் போட்ட மாதிரிதான், இங்கும் சோதனைக்காரர்கள் காரியம் இருக் கிறது. இந்த ஆரவாரங்களால் பாதிப்படையாமல், தம் பாட்டுக்கு எழுதிச் சாதித்துக்கொண்டு போகிறவர்களும் இல்லாமல் இல்லை. மரகதம் ஜனவரி இதழில், கொச்சை கலந்த மன ஓட்ட உத்தியில் எழுதப்

பட்ட '0, பூஜ்யமல்ல' என்ற சிறுகதை, அதன் கொச்சைக்காகவும் உத்திக்காகவும் சோதனை என்று முத்திரையிடப்பட்டது. ஆனால் அதே சமயத்தில், *தினகரனில்* தொடர்ந்து வெளியாகி முடிவடையும் தறுவாயிலிருக்கிற *சடங்கு* என்ற காவியத்தின் கொச்சை அமைப்புப் பற்றி, ஒருவரும் குறிப்பிடவில்லை. ஏன், கவிதை உலகத்தைப் பற்றிய நல்ல விழிப்பே இங்கில்லை என வேண்டும். இருந்திருந்தால், *சடங்குவைப்* படைத்த சோதனைக்காரன் 'மஹாகவி'யை இனம் கண்டிருப்பார்கள். ஆனால் சமீபகாலமாக, மேடைப்பேச்சின் மூலமும் 'விமர்சனங்கள்' மூலமும் மாரித்தவளைகளாகக் கத்துகிறவர்கள்தான் இங்கு பொருட்படுத்தப்படுகிறார்கள். அப்பாவி மஹாகவிக்கு மேடைப்பேச்சும் வராது, 'விமர்சன'மும் வராது!

சடங்குவின் சோதனைத்தன்மை பற்றி மஹாகவி, விமர்சனம் எழுதவுமில்லை, மேடையில் முழங்கவுமில்லை; 'மீசைக்காரன்', 'கொலைகாரன்' என்பது போன்ற புனைபெயர்கள் மூலம் ஆபாஸ மாகப் பிறரைத் தாக்கித் தன்னைத் தூக்கவுமில்லை. ஆனால் *சடங்கு*, மண் வளத்தில் வேரூன்றி, ஒரு புதிய வாழ்க்கையை, ஆழ்ந்த அநுபவப் பின்னணியோடு இயங்கும் பாத்திர நடத்தைகளோடு சித்தரிக்கும் படைப்பு. அதன் கதாநாயகனது உக்கிரமான கர்வம், அவனது மேன்மையான ஒவ்வொரு நடத்தைகளுக்கும் பின்னே எஃகு உருவாக எழும்புவதுதான் காவியத்தின் உறுதிப்பொருள். அந்த அளவுக்குத் தமிழ்க் கவிதையில் இதுவரை, சூசகமாகப் பாத்திரத்தைச் சித்தரிக்கும் விதம் கையாளப்படாததால், இங்கு மஹாகவி சித்தரித்திருப்பது ஒரு சோதனை முயற்சிதான். அவர் செக்ஸிற்கு *சடங்குவில்* கொடுக்கும் அந்தஸ்து போற்றத்தக்கது. கலாரீதியாக, *சடங்கு* கௌரவம் பெற அது உதவுகிறது. ஆனால், '0, பூஜ்யமல்ல' என்ற பெயரே ஏதோ வம்புத்தனமான உட் கருத்தோடு எழுதப்பட்டதாம்; அதன் ஆசிரியர் எஸ். பொன்னுத்துரையே சொன்னாராம். 'வம்பு'த்தனத்துக்கும் கலா உத்தேசங்களுக்கும் என்ன இணக்கமோ?

இந்தியப் பத்திரிகைக்கு இந்திய ஆசிரியர்களைப் பற்றி எழுதுவதால், ஓர் இலங்கை அன்பர் இலங்கையரே அல்ல என்றாகிவிட்டார்! இலங்கை விமர்சகனின் மனப்பான்மை விசித்திரமாக இருக்கிறது! நம்மிடம் இன்னும் 'பெரிய' படைப்பாளிகள் தோன்றவில்லை என்பதை ஒப்புக்கொள்ளும் போதே, தென்னிந்திய படைப்பாளி களையும் அவர்களை அங்கீகரிக்கும் இலங்கையனையும் முறைப்போடு பார்க்கிறார்கள் இங்கத்தைய விமர்சகர்கள். தென்னிந்தியாவின் அங்கீகரிக்கப்பட்ட புதுமைப்பித்தன் போன்ற படைப்பாளிகளைப் பற்றிய விஷயம் வேறு. இன்று பிச்சமூர்த்தியின் பெருமையை முழுக்க உணர்வது, செல்லப்பாவின் *ஜீவனாம்சம்* நாவலினுடைய உரிய இடத்தை

174 பிரமிள்

நிதானிப்பது, மௌனியின் கௌர வத்தை அறிவது என்பது போன்ற விஷயங்களில், நமது விமர்சகர்கள் சிரத்தை கொள்வதில்லை. தங்களுக் குள்ளேயே கிளித்தட்டு, சடுகுடு விளையாடுகிறார்கள். தங்கள் கருத்து களின் கௌரவமும், அதன் பின்நிற்கும் தங்கள் கௌரவமும், இலங்கையன் என்ற மனப்பான்மையும்தான் இங்கு கவனிக்கப்படு கிறது. படைப்பாளியும் படைப்பும், கடவுளையும் சிருஷ்டியையும் போன்றவை என உணர வேண்டும். கடவுளையும் படைப்பையும் பற்றிய எந்த மதக்கருத்தும் தத்துவக்கருத்தும் விஞ்ஞானக்கருத்தும், கடவுளையோ படைப்பையோ பாதிக்காது. தன் முகத்தை மறைத்தும் தொட்டும் விளையாடும் முகில்குலத்துக்கும் அப்பால் தூரநிற்கும் கிரக கோளத் தைப்போல, படைப்பாளி விமர்சனக் கருத்துகளுக்கு அப்பால் நிற்கிறான். அவன் தனது புனிதத்தை இழப்பதில்லை - விமர்சனத்தால். ஒரு படைப்பைப் பற்றிய கருத்தைத் தெரிவிக்கும் முறை முதலிய வற்றால், விமர்சகன்தான் புனிதமானவனாகவும் உயர்வானவனாகவும் காட்சியளிக்கிறான். விமர்சனம் என்பது, படைப்பைப் பற்றிய கூற்று அல்ல; அது படைப்புக்கும் வாசகனுக்கும் இடையே இருக்கும் உறவைப் பற்றியது; எனவே, வாசகனைப் பற்றியது. இதை உணர்ந்துகொண்டால், இலங்கை விமர்சகர்கள் நிதானத்தோடு நடந்துகொள்வார்கள். இதற்கும் மேலே, தங்கள் கௌரவம், தங்கள் நிலத்துடன் அநுதாபம் என்பவற்றை யும் மீறி, அநுபவம் என்பது பற்றி மட்டும் கவலைகொள்வார்கள்.

மௌனி பற்றிய இலங்கையின் பார்வை, இன்று விமர்சனத்துக்கு அதிகம் சமர்ப்பித்து இருக்கிறது - சார்பாகவும், மாறுபட்டும். மாறுபட்டவர்போல் கருதவைத்த ஏ.ஜே.கனக ரட்னா ('மௌனி வழிபாடு') நேர்ப்பேச்சில், மௌனியின் பெருமையை நிதானிப்பதில் ஒரு புதிய கோணம் அமைக்கிறார் என்றுதான் தெரியவருகிறது. அவருக்கு, மௌனியை மேல்நாட்டாருடன் ஒப்பிட்டு ரஸிப்பது அபத்தமாகப்படுகிறது. ஆனால் ரஸிப்பது அபத்தமாகப்படுவதாய் அவர் காட்டிக் கொள்ளவில்லை. அவர் கட்டுரையின் (மூலம் ஆங்கிலத்தில் இருந்தது) மொழிபெயர்ப்பில் சில கோளாறுகளை அவர் குறிப்பிட்டு, மௌனியைப் பற்றிய இதுவரைய கணிப்பு - 'ஒப்பிடுதல்' என்ற அடிப்படயில் கோளாறானது என்கிறார். ஆனால் மௌனியை முற்போக்குத்தளங்களிலிருந்து பார்ப்பவர்கள், தங்கள் கேடயமாக ஏ.ஜே.கனகரட்னாவின் கட்டுரையைப் பிடித்துக் கொண்டு, அவர் மௌனியின் தகுதியைக் கீழிறக்கி எழுதினார் என்று நினைத்து மகிழ்ந்துபோய் இருக்கிறார்கள். தன்னுடைய கருத்துகளுக்குத் தாம் ஆதாரம் தராமல், பிறர் தரட்டும் என்று எதிர்பார்ப்பவர் போன்ற மனநிலையில் 'விமர்சனம்' செய்யும் க.நா.சு., இதனால் ஏ.ஜே. கனகரட்னாவை முற்போக்குப் பிரதிநிதியாகக் கருத நேர்ந்து

விட்டது. காஃப்காவோடு மௌனியை ஒப்பிடும் க.நா.சு,. அந்த ஒப்பிடுதலை ஆதாரபூர்வமாகச் செய்யாத வரை, அத்தகைய ஒப்பிடுதலை அபத்தம் என்றும் வழிபாடு என்றும் சொல்லும் ஏ.ஜே. கனகரட்னா, ஆதாரபூர்வமாகப் பேசவேண்டும் என்று எதிர்பார்க்க வேண்டாம். ஆனால் மௌனி ரஸனைக்குத் தனது கோணம் என்ன, மௌனியின் தகுதி தனக்குப்பட்டவரை என்ன என்பது பற்றி, ஏ.ஜே. கனகரட்னா ஒரு தடவை சொல்ல வேண்டியவர். அப்போதுதான், மௌனி ரஸனைக்கு இலங்கை தன் சுரணையை ஈடுகொடுத்ததாகும். ஏற்கெனவே அங்கீகரிக்கப்பட்டவர்களைத் துதித்துக்கொண்டு, இன்றைய கலைஞர்களைப் பற்றி விழிப்பாக நாம் இல்லாவிட்டால், அல்லது இருந்தும் நாம் காட்டிக்கொள்ளாவிட்டால், தென்னாட்டில் ஸ்திரமாகும் அபிப்பிராயங்களையே பண்டிதத்தனமாக விழுங்கிக் கொண்டு இன்றைய கலைஞனை விழுங்கும் காரியத்தை நம் வாரிசு களுக்கு மட்டும் அளிக்கும் குற்றத்துக்கு ஆளாவோம். உண்மையான ரசிகர்கள் ஆகமாட்டோம்.

- ராமலிங்கம்.
எழுத்து, இதழ் 44, ஆகஸ்ட் 1962.

இலங்கைக் கடிதம்

பண்டித உலகில் டாக்டர் மு.வரதராசனுக்கு இருக்கும் 'மார்க்கட்'டையே பிடிக்கிற மாதிரி ஓர் உத்வேகத்துடன், சிறுகதை விமர்சனம், கவிதை எழுதல் முதலியவற்றிலிருந்து 'திருக்குறள் இலக்கியமா?' சர்ச்சைகள் வரை தன் 'பெர்ஸனாலிட்டி'யை வியாபிக்கவிட்டு, வளர்ந்து வரும் புதிய இலக்கிய நிபுணர்தான் சாலை இளந்திரையன் அவர்கள். இவரை அக்கறைக்கு எடுக்க நேர்ந்த காரணம், சமீபத்திய இவரது இலங்கை விஜயம்தான். ஒரு திருக்குறள் மாநாட்டில் கலந்துகொண்ட போது, தனிப்பேச்சில் (மேடையில் அல்ல) 'சி.சு. செல்லப்பா இலக்கியம் என்று நினைத்துக்கொண்டு எதை எதையோ எல்லாம் போட்டுக் குழப்புகிறார்,' என்று இவர் சொல்லியிருப்பதாகத் தெரிகிறது. 'திருக்குறள் இலக்கியமா?' என்ற விசாரத்தில் சாலை இளந்திரையனின் வர்க்கத்தைச் சேர்ந்த இன்னொரு பண்டிதர், சிலப்பதிகாரத்தில் வேசி வீட்டுக்குக் கோவலன் போகிற சந்தர்ப்பங்களை எழுப்பியது சமுகத்துக்குக் கெடுதலானது என்று, எங்களூரிலேயே இளங்கோவைக் காவு கொடுக்கத் துணிந்தார். இவ்வித அளவுகோல்கள் இலக்கியத்துறைக்கு உரியவையல்ல. இத்தகைய அளவுகோல்களோடு புழங்குபவர்களுக்கு, சி.சு.செ.யின் போக்கு குழம்பித்தான் தெரியும்.

தன் விஜயத்தோடு இலங்கையில் கொஞ்சநாட்களாகச் சாலை இளந்திரையன், 'திருக்குறள் இலக்கியமா?' சலசலப்பையும் தோற்றி விட்டுப் போனார். அவ்வளவு சலசலப்பாக அது எழவில்லை. ஏனென்றால், இலங்கை 'விமர்சகர்'களுக்குத் திருக்குறளின் இலக்கிய அந்தஸ்தைச் சந்தேகிக்க இன்னும் திராணி எழும்பவில்லை. அதோடு, கொழும்பில் சாலை இளந்திரையன் பிரஸ்தாப விஷயம் பற்றி நடத்திய கருத்தரங்கமும், ஒரு தட்டுச் சரிந்து இழுத்தது. அது நடத்தப்படுமுன் செய்தி இதழுக்குக் கொடுக்கப்பட்ட விளம்பரச் செய்தி ஒன்றில், கருத்தரங்கத்தில் கலந்துகொள்வோர் யாவரும் திருக்குறள் இலக்கியமே என்று பூரணமாக நம்புவதாகவும், இலக்கியம் இல்லை என்று பேசுவோரும் உண்மையில் அதை இலக்கியமென ஒப்புக்கொண்டு பாவனைக்கு மறுப்பதாகவும் இருந்தது. வசன கவிதை பற்றியும் இதே ரீதியில் ஒரு சர்ச்சை எழுப்ப, ஒரு தின இதழ் உதவியாசிரியர் சொன்னார். இலக்கிய விசாரத்தை இப்படி நாடகங்களாக நடத்தும்

அதிசயம் இங்கே காணக்கிடைத்தது!

திருக்குறள் இலக்கியமா என்றதுக்கு, இலக்கியபூர்வமாக விசாரணை எதுவும் நடந்துவிடவில்லை. எழுத்து போன்ற விமர்சனப் பத்திரிகை தேவையே இல்லை என்று முடிவுகட்டிச் சாலை இளந்திரையனும், அவ்வளவு தேவை இல்லை என்று நம் விமர்சக, படைப்பாளர் எஸ்.பொன்னுத்துரையும் தங்களுக்குள் தீர்த்துக் கட்டிக்கொண்ட வரை, முன்னவரைப் போன்ற பண்டிதர்களோ பின்னவரைப் போன்ற இலங்கை விமர்சகர்களோ, இலக்கியபூர்வமான அக்கறை காட்டி, 'திருக்குறள் ஈலக்கியமா?' என்பது போன்ற விசாரங்களை அணுக மாட்டார்கள் என்றே தெரிகிறது. ஆனால், இலங்கையில் நடந்த ஒரு திருக்குறள் மகாநாட்டில், திருக்குறள் இலக்கியம்தான் என்ற அழுத்தத் தொனியில் 'மஹாகவி' எழுதிய பாடலில் அவர், இலக்கியம் அல்ல என்போரையும் விமர்சகர்களையும் 'பனியர்' (லூஸ்) என்றும் வசன இலக்கியங்களை இழித்தும் பாடினதுபோல், ஓர் உணர்ச்சி வெளியீட்டுப் பாணியில் இவர்கள் 'இலக்கிய விசாரம்' செய்யலாம். இன்னொரு விமர்சகக் கவிஞரோ, பிச்சமூர்த்தியின் தாடி வெள்ளையா கறுப்பா என்று அறிந்து கொள் கிறதின் மூலம், அவரது கவிதைகளை எடை போட முனைந்தார். இப்போது இலங்கை இலக்கிய விசார உலகு, இந்நிலைக்குத்தான் தேய்ந்து போய்க்கொண்டிருக்கிறது.

இதற்கு நேரே பின்னால், போன ஒரு சிறு கால எல்லையுள் இலங்கை யில் இலக்கிய விமர்சனக் குரல்கள் எழும்பித் தொனித்தது ஏன்? ஒன்று பகீரதன், நா.பார்த்தசாரதி போன்றார் வந்து இலங்கை எழுத்தாளர் களுக்கு 'வவ்வே' காட்டினது. மற்றது முற்போக்கு எழுத்தாளர்களின் குரல் கலகலப்பு. முன்னைய காரணம், ஒரு விழிப்பை ஏற்படுத்த உதவ வில்லை. 'அங்கிருக்கும் 'பத்திரிகைக் கதை'களுக்கு எங்கள் கதைகள் குறைச்சலில்லை,' என்ற பதிலோடு சுய கௌரவத்தைப் பாதுகாத்து. இலங்கை விமர்சகர்கள் பேசி ஓய்ந்தார்கள். முற்போக்குக்காரர்கள் இப்போது குரல் குறைத்துக் கொண்ட காரணம், அவர்கள் இவ்வாண்டு முன்பகுதியில் நடத்தின அவர்களது மகாநாடுதான் போலும்.

இந்த மகாநாட்டில், இலங்கையில் பலவித நோக்குகளுடைய பல ரக எழுத்தாளர்களையும், 'முற்போக்கு எழுத்தாளர்' என்ற ஒரே கொடியின் கீழ் திரட்ட ஒரு யோசனை இருந்ததுபோல் தெரிகிறது. கூட்டத்தில். அதுவரை முன்னணி முற்போக்கு எழுத்தாளர் என மதிக்கப்பட்ட எஸ்.பொன்னுத்துரையும் அவரது நண்பர்களும், 'அகில இலங்கை எழுத்தாளர் சங்கம்' ஒன்றை அதே ஹாலில் கூட்டும் யோசனையோடு இருந்தார்கள் என்றும் தெரிகிறது. ஆனால் அந்த யோசனை எழுப்பப்பட்டதும், முற்போக்கு எழுத்தாளர்கள் அதையும்

அதைக் கொண்டுவந்தவர்களையும் அமுக்கிவிட்டார்கள். இதன் விளைவாக முற்போக்கு எழுத்தாளர்கள் என்பவர்கள், தங்களது அடையாளப் பெயரை இழக்கக் கிஞ்சித்தும் விரும்பாத ஒரு கட்சிக் கொடியின் கீழ் நிற்கும் எழுத்தாளர்களே என்ற உண்மை பகிரங்க மாகிவிட்டது.

எஸ்.பொன்னுத்துரை போன்றோரும், முற்போக்கு என்ற சொல்லின் முதுகுப்புற அர்த்தம் தெரியாது அதை அங்கீகரித்தவர்களும் - ஏன் கலைக்கும் பிரசாரத்திற்குமிடையிலேயே வித்தியாசம் தெரியாது முற்போக்கு விமர்சகர்களால் குழப்பப்பட்டு, ‘நான் பிரசாரகனே’ என்று முழக்கிய படைப்பாளிகளும்கூட - ஒதுங்கிவிட்டனர். தொடர்ந்து, மரகதம் என்ற முற்போக்கு எழுத்தாளர்கள் பத்திரிகையும், மர்மமான ஏதோ காரணங்களை ஒட்டி நின்றுவிட்டது. இலங்கை பூராவிலுமிருந்து சுமார் 5000 ரூபாய்க்கு - அதற்காகத் திரட்டப்பட்டதாகத் தெரியவரும் சந்தாப் பணத்தில் - நான்கு இதழ்களைத்தான் பத்திரிகையாளர்கள் வெளிக்கொணர்ந்திருக்கிறார்கள். இதன்பின், முற்போக்குக் குரலாக எதையும் கேட்பது அபூர்வமாக இருக்கிறது. மகாநாட்டின் பின், எழுத்தாளனின் கௌரவமே பாதிக்கப்பட்ட தாகச் சில பத்திரிகை அபிப்பிராயங்களும் பொது அபிப்பிராயமும் நிலவுவதாகத் தெரிந்ததால், காளான்களாக ‘பாஷ’னுக்கு விமர்சனங்கள் எழுதினவர்களும் வற்றிப் போனார்கள்.

இதுவரை இலங்கையில் இலக்கிய விழிப்பு என்பதாக அடிக்கடி பேசப்பட்டதையும், இப்போது நினைவுகூரத் தோன்றுகிறது. உண்மை யில் படைப்புத்துறையில் அப்படி எதும் நேர்ந்ததா என்றால், அப்படித் தோன்றவில்லை. எழுத்தாளன் என்ற பெயரின் கௌரவத்துக்காக, பண்டிதர்களும் பள்ளி ஆசிரியர்களுமாக இதுவரை, கொஞ்சநாட்கள் ஒரு சலசலப்புக் காட்டினார்கள் என்பதுதான் தெரிவது. படைப்புத் துறை நிதானமாகவேதான் இயங்கிவருகிறது. எப்போதும் போல், ‘விழிப்பு’ என்ற பொருளுக்கு ஏற்ப, மேல்நாட்டு எதிரொலிகளோ தமிழ்நாட்டின் குறுகின இலக்கியவட்டத்தின் எதிரொலியோ, இங்கு இலக்கிய விசாரத்திலோ படைப்பிலோ ஏற்பட்டுவிட்டதா - அதை நிதானிக்கக்கூடிய கலையுருவங்கள் இருக்கா - என்று சொல்லிவிட முடியாது. குறிப்பிடத்தக்க மாதிரி எழுதுபவர்கள் இருக்கிறார்கள். விழிப்பு என்ற பொருளுக்கு இணங்க, நவீன உலக இலக்கியத்தரத்தை நோக்கி யாரும் கைநீட்டிவிடவில்லை.' நமது முன்னணிப் படைப் பாளர்களும் விமர்சகர்களும், இன்னும் பாண்டித்திய அளவுகோல் களிலிருந்தே விடுபடவில்லை என்று அடிக்கடி காட்டிக்கொள்ளும் போது, அவ்வளவு எதிர்பார்க்க வும் முடியாதுதான்.

பாரதி, புதுமைப்பித்தன் போன்ற ‘ஏற்றுக்கொள்ளப்பட்ட‘ கலைஞர்

களை ஒப்புக்கு விழுங்கிவிடுவதால், நாம் காலத்திற்கு இசைய வளர்ந்து விட்டோம் என்று ஆகாது. முன்னொரு கடிதத்தில் குறிப்பிட்டது போல், இப்போது பரிசீலனைக்கு இருக்கும் ந.பி., பு.பி., சி.சு.செ, மௌனி போன்றோரைச் சரிவர உணர்வதில்தான், எங்கள் சுரணை தெரியவந்து, நமது விழிப்பு நிதானிக்கப்படலாகும். ஆனால் இதுக்கும் மேலே தனித்தமிழ், இந்தியத் தமிழைவிட இலங்கைத் தமிழ் உசத்தி, நாவல் கற்றை (வைக்கோல் மாதிரி), 'பாஞ்சாலி சபத'த்தை பாரதி விருத்தப்பாவில் பாடியிருந்தால் நல்லாயிருந்திருக்கும் என்பது போன்ற அதிசயமான கருத்துகளைப் படைப்பாளிகளிடமே கேட்க நேர்கிற போதுதான், நமது 'விழிப்பு' லட்சணம் தெரிகிறது. பாஷையின் நூல் உருவுக்கும் அது இலக்கியத்தில் பயன்படும்போது அர்த்த சொரூபமாகவே இயங்குவதற்கும் இடையே, வித்தியாசம் உணராத மனநிலையில் விழிப்பு எப்படி நேரும்? ஆத்மிகமாக அப்படி ஏதும் நேர்ந்ததாகத் தோன்றாவிட்டாலும், தீ போன்ற அசட்டுப்படைப்புகள் - அதன் ஆசிரியரே ஒருவரிடம் குறிப்பிட்டதுபோல் - 'மார்க்கட் பிடிக்க'வும் பத்திரிகை வெளியிடுதல் நின்று ஆசிரியர்களே முனைந்து தங்கள் நூல்களை வெளியிட்டு இலங்கை சாகித்திய அகாடமி பரிசு ரூ.1000 பெறவும், புத்தக வெளியீடு போட்டி போட்டு நடக்கிறது. இதனால் நூல்கள் தொகை வளம் ஏதும் ஏற்படலாம்; தரத்தைப் பற்றிய கவலை அடுத்ததாகத் தான்.

- டி.சிவராமலிங்கன்.
எழுத்து, இதழ் 46, அக்டோபர் 1962

எஸ்.பொ.வின் தீ நாவல் பற்றி..

நாற்பத்தொன்பதாவது எழுத்து இதழில் ‘விவகாரத்துக்கு உள்ளாகியிருக்கும்’ எஸ்.பொன்னுதுரையின் தீ நாவல் பற்றிய மு.தளையசிங்கத்தின் கட்டுரை, சில அடிப்படை விஷயங்களை நோக்கிக் கேள்வி எழுப்புகிறது.

‘தீ-யை ஒரு பூரணமாக வளர்ந்த நாவலாகவோ, அல்லது ஓர் இலக்கிய சகாப்தமாகவோ காணத்தேவையில்லை. அப்படி ஒன்றைச் சாதிப்பது ஆசிரியரின் நோக்கமும் அல்ல.’ இந்த வரிகளைப் படித்ததும், டி.எச். லாரன்ஸ் எழுதின லேடி சாட்டர்லீயின் காதலனில், கதையின் ஆசிரியர், ‘உடல் மட்டும் காதல் என்பது எவ்வளவு ஆபாஸமோ, அதேபோல் உள்ளம் மட்டுமே காதல் என்பதும் ஆபாஸம்’ என்ற கருத்தை வலியுறுத்த மட்டுமே நாவலைக் கையாண்டு, கலையுருவைத் தியாகம் செய்தது நினைவு வந்தது. டி.எச்.எல்.லின் இந்நாவலின் வெற்றி அவரது கருத்தின் பிரசார வலுவில் நிற்பது; கலையாக அல்ல. அது மேல் நாட்டு இலக்கிய உலகம் ஒப்புக்கொண்ட விஷயம். ஆனால் நம் கட்டுரைக்காரருக்கு அது போதவில்லை. ‘அது ஓர் பூரணமாக வளரப்போகும் நாவலுக்கு, இலக்கிய சகாப்தத்துக்கு அறிமுகம்’ என்றும் சேர்த்துக் கொள்ளும்போது, தமது முன்னைய வரிக்கு முரண்படுகிறார். டி.எச்.எல்.லின் நோக்கு முழுக்க முழுக்க சமுகசீர்திருத்தம் சம்பந்தமானது. அவரது நோக்கத்திலோ, (அவருக்கு இவ்வளவு நாட்களுக்குப் பின்னும் சரி,) இலக்கிய உலகம் படைப்புலகம் பற்றி அக்கறை கொள்ளவில்லை. ஏனெனில் அவர் கருத்து சமுகத்தில் பரவி, சமுகம் ஊட்டும் அநுபவத்தின் மூலமே கலைஞன் உள்ளத்தில் உருப்பெற்று கலையாக வேண்டும். கருத்து-சமுகம்-கலை என்று நிரைபட்டு நிற்கும் மனோதர்மம், ஸைக்காலஜிக்கல் நியதி இதுதான். ஃபிராய்ட் தமது உள்மனம், தாய்மீது காமம் கொள்ளும் மனநோய் (ஓடிப்பஸ் காம்ப்ளெக்ஸ்) பற்றியெல்லாம் தைரியமாகப் பேசுமுன்பே, சமுகத்தை நுண்மையாக அவதானித்த கலைஞர்கள் - அன்றைய ஷேக்ஸ்பியரிலிருந்து இன்றைய டி.எச்.எல். வரை - தமது மாக்பெத், ஸன்ஸ் அன் லவர்ஸ் போன்ற நூல்களில், இந்த மனநோயை அவதானித்துக் கலைத்தீற்றல் செய்துவிட்டார்கள். ஏற்கெனவே கலைநுட்பத்தால் கண்ட ஒன்றை, ஃபிராய்ட் நியாயபூர்வமாகப் பேசினார். எனவே, ஃபிராய்ட் கருத்துக்கள்

அவராகக் கண்டுபிடித்த வானத்துப் புதுமையல்ல; உண்மைகள் தான். பிரெஞ்சு உளநூல் மேதை ஜூல்ஸ்ரோமனும், உளநூல்கள் குறிப்பிடும் உண்மைகள் சாமானிய உண்மைகளென்கிறார் - உண்மை, ஹிந்து வர்க்கத்துக்கும் உண்மையே. நாம் பேச்சுவழக்கில் ஆபாஸமாகத் திட்டுவதுக்கு, 'தாயைப் புணர்ந்தவன்' என்ற பொருளில் இதை உபயோகிக்கும்போது, ஓடிப்பஸ் காம்ப்ளெக்ஸ்காரன் என்றே தொனிக் கிறோம். ஆகவே, ஃபிராய்டின் கருத்துகளை, சமூக அக்கறைகொண்ட நம்மவர் கன் தன்மையறியாமலே ஏற்கெனவே அவதானித்திருக் கிறார்கள். புராணங்களில்கூட இதுபோன்ற கருத்துகளின் மலச்சரக்கை அவதானித்த அடையாளங்கள், 'தாய்போல் மனைவி வேணும்' என்ற விநாயகர் (இங்கு ஓடிப்பஸ் காம்ப்ளெக்ஸ், ஃபிராய்டின் பாஷை யில் உற்பூதப்படுத்தப்பட்டு 'ஸப்லிமேட்' பண்ணப்பட்டுள்ளது) போன்றாரது கதைகள் உள. இத்தகைய கருத்துக்களே நம்முன் ஆராயப்பட்டிருக்கையில், ஸெக்ஸின் - பாலுணர்ச்சியின் - வீர்ய 'லிபிடோ' ஆராய்ச்சிக்குக் குறைவிருந்ததில்லை - காமசூத்தி ராசிரியன் வாத்ஸ்யாயனை நாம்தான் உலகுக்கு அளித்தோம். அவனது ஸெக்ஸ் கருத்துக்கள் வெள்ளைக்காரனை எவ்வளவு கவர்ந்திருக்கின்றன என்று நம் கட்டுரையாளர் குறிப்பிடுவதை, நமது சிந்தனையாளர்கள் துவக்கத் திலேயே கண்டு பிடித்தவர்கள். காதல், கற்பு எல்லாம் வெறும் செக்ஸ் என்பது, நமக்கு வானத்துப் புதுமைக் கருத்தோ ஆபாஸக் கருத்தோ அல்ல. இந்த நாவல் இவ்வளவு ஆர்ப்பாட்டத்தில் சொல்வதை, கலையைத் தியாகம் செய்யாமல் கலையுருவாகவே புதுமைப்பித்தனின் 'பொன் னகரம்' சாதித்து விட்டது: 'கற்பு கற்பு என்று கதைக்கிறீர்களே- இது தானய்யா பொன்னகரம்.' இதுக்கும் முன்னால் நம் புராணங் களும் கோயில் சிற்பிகளும் சொல்லிவிட்டார்கள் - விறலி விடு தூது போன்ற நூல்களும் நம்முடையவைதான்.

ஆனால், கட்டுரையாளர் கட்டுரை முடிவில், 'இனிக் கற்பையும் காதலையும் போற்றுவதும் விடுவதும் அவரவர் விருப்பம்' என்று, பாலுணர்ச்சிதான் இவையெனத் தாமும் தாம் ஆராயும் நூலும் வரையறுத்து ஆணியடித்து விட்டதாக திருப்திகொண்டு, அவரே 'குள்ளச் சந்தோஷம்' கொள்கிறார். இதன் பின்னால் என்ன? அதை யல்லவா நாம் தேடுகிறோம்! ஹிந்து சிந்தனைப்போக்கு, ஸெக்ஸ் தான் - அல்லது ஹிந்துவின் மரபான பாஷையில் - சிற்றின்பம் தான் மனிதனை உந்துகிறது என்று கண்டபிறகு, அதற்குப் பின்பும் சிற்றின்பத் தையே தேடிப்போகவில்லை. ஆனால், ஃபிராய்டின் கருத்துகளை அறிந்திருப்பதாகக் கட்டுரையாளர் குறிப்பிடும் மேற்கத்திய நாடுகள் விஷயத்திலோ...?

பரிதாபநிலை என்னவென்றால், மேற்கத்திய நாட்டை ஆட்டுவது

ஃபிராய்டின் கொள்கையை ஏற்றுக்கொண்ட மனோநிலையல்ல. பால் உணர்ச்சிக்கு – ஏன், துக்கத்தை இழவு வீட்டில் அழுது தீர்க்கவே – தடையிடும் கத்தோலிக்க மதம்தான். பெர்ட்ரண்ட் ரஸ்ஸல் அற்புதமாக, கத்தோலிக்க மதம் – ஏன், முழுக்கிறிஸ்தவப் பார்வையே – எப்படி அவர்களைப் பாதிக்கிறது என்பதைக் கீழை நாடுகளில் அநுஷ்டானங் களோடு ஒப்பிட்டு, 'மேற்கு நாடுகளின் மதச் சட்டங்கள் வெகு உயர்வானவை. ஆனால், அநுஷ்டிக்கும் வாழ்க்கை கேவலமானது. கீழை நாடுகளில் மதச் சட்டங்கள் சாமானியமானவை - ஆனால், அநுஷ்டிக்கும் வாழ்க்கை உந்நதமானது.' என்று ஒரு கட்டுரையில் குறிப்பிடுகிறார். கிறிஸ்தவ சமுகத்தின் சட்டதிட்டங்களின்படி கத்தோலிக்க கோவில்களால், உலகெங்கும் குறிப்பான புஸ்தகங்கள் (உதாரணமாக டி.எச்.எல்., மாபஸான் போன்றோருடையவை) படிக்கப்படக்கூடாது என்று லிஸ்ட் வகுக்கும் அளவு 'உந்நதமான' பார்வை அவர்களுடையது. எனவே, அவற்றுள் கட்டுப்படுபவனின் இச்சைகளுக்கு விடுதலை (Relief) கிடைப்பதில்லை. விளைவாக, அவ்வித இச்சைகளை நிறைவேற்றும்போது உள்மனம் புரட்சி செய்கிறது. இதனால் மனநோய் - காம்ப்ளெக்ஸ், உண்டாகிறது. இதன் காரணமாக, மேல் நாடுகளில்தான் மனநோய் கேஸ்களும் அதன் விளைவான மன அலசல் வளர்ச்சியும் அதிகம் என்பது கண்கூடு. ஆனால், நம் கோவில்களுக்குள் போனாலே, உள்மனத்தில் அமுக்கி வைத்தவை விடுதலை (Relief) அடைகின்றன. நிர்வாணம் என்பது சாமானிய இயற்கை என்பதை, நம் கோவில் கலை பச்சையாகச் சொல்லி விடுகிறது. எனவே, மனசுள் அழுந்திப் புதைப்பதில் ஏற்படும் காம்ப்ளெக்ஸிற்கு இடமில்லை. ஃபிராய்டுக்கும் அதிக வேலையில்லை. இது நம் நாவலாசிரியருக்குத் தெரிந்திருக்குமா என நினைக்கிறேன்...

'இனி கற்பையும் காதலையும் போற்'றாமல் விட்டுவிட்டு, மிருக இயல்போடு வாழ வேண்டுமென்றுதான் நம் பிரஸ்தாப நாவல் குறிப்பிடுவதாகக் கட்டுரையாளர் தொனிக்கிறார். நாமோ, கற்பையும் காதலையும், அதன் விளைவாகப் பந்தத்தையும் பாசத்தையும், அதன் விளைவாக உலகநியதிகள் யாவற்றையும், ஹிந்து பாஷையில் 'சம்ஸாரம்' என்று குறித்து ஒதுக்கிவிடும் வாழ்க்கைக் காரர்கள். 'ஸெக்ஸ்' என்பது உடலோடுதான் - 'ஆண் பெண் என்ற வித்தியாசத்தில்தானே பாலுணர்ச்சி? அந்த வித்தியாசம் உடலோடு ஒட்டி நிற்கவைக்கும் உணர்வை ஆத்மாவில் நிலைக்கச்செய். அங்கு உடலில்லை. ஆகவே பேதமில்லை. ஆகவே பாலுணர்ச்சியில்லை' என்ற ரமண மஹரிஷியின் வாக்கு, கற்பு, காதல் பற்றிய நம் கட்டுரைக்காரரின் மலைகல்லி எலிபிடித்த முடிவுகளுக்கும் அப்பால் நிற்பது. அங்கு, இந்த ஃபிராய்டின் நிலை என்ன? மனம் அற்ற நிலையில் மனவியல்காரன் எங்கே? அங்கு,

ஹிந்துவின் பயணம் வெறும் மிருக வாழ்வுக்கல்ல.

காதல், கணவன் மனைவியுள் பிணைப்பைக் கொண்டுவந்து இருவருக்கும் பிறக்கும் குழந்தைகளில் தம் வாழ்வைக் குவித்தல்தான் இந்துதர்மம். அதாவது, சம்சாரத்தின் முக்கிய அங்கமான காதலையும் சொத்தாக கணவன் மனைவியையும் மனைவி கணவனையும் பாவிக்கும் கற்பையும் ('கற்பு நிலையென்று பேசவந்தார், இரு கட்சிக்கும் அஃது பொதுவில் வைப்போம்' என்று பாரதி கண்ட ஹிந்து தர்மத்தின்படி) கொண்டால்தான் குடும்பம் பிறக்கச் சாத்யம். இதன் விளைவானதே பாசம். ஆனால், கண்டிப்புடன் ஆராய்ந்தால், குடும்பங்களில் நம்மிடையேகூட கற்பு காதல் என் பது அவற்றின் முழு அர்த்தத்தில் அநுஷ்டிக்கப்படவில்லை. இதுதான் கட்டுரையாளரின் பலமான பொருள் அங்கம். ஆனால், அதற்காக, அவை அநுஷ்டிக்கப்படாமேலே தான் எல்லா குடும்பங்களும் – மேல்நாடுகளிலேனும் – இருக்கின்றன என்று நிரூபிக்க முடியுமா? அப்படி அநுஷ்டிக்காமல் குடும்பங்களைச் சிதறவிட்டு, மிருகங்களைப்போல் சேர்வதுதான் 'முற்போக்கு' என்ற தொனியில் தாம், ஃபிராய்டைப் புரிந்துகொண்ட அழகைக் காட்டு கிறார் கட்டுரையாளர்.

கற்பு என்பதை ஒரு சரிக்கட்டல், அதாவது 'திருப்தியடையாத ஸெக்ஸ்' என்று சரிக்கட்டல் செய்தல் என நாவல் முடிவுகூறுவதாகத் தொனிக்கும் கட்டுரையாளர், உண்மையான முக்கிய அம்சத்தைக் கவனிக்கவில்லை. நாவல், சரிக்கட்டல் (ஃபிராய்ட் சொல்வது போல் Rationalize) செய்கிறது ஒன்றை-அதைக் கட்டுரையில் தொடவுமில்லை - நாவலில் அங்கங்கே, கதாநாயகன், தன்னைக் கெடுத்தவர் ஒரு பாதிரியார் என்று சொல்கிறான். தன் தந்தை தன்னை அடக்கியதுதான், தனது செக்ஸின் வழி தவறிய போக்கின் காரணம் என்கிறான். இதுக்கும் மேலே, மண் தின்னும் உடலை மனிதன் தின்றாலென்ன என்று, வெறும் பிணத்துக்கும் சமூக விழிப்புள்ள மனத்தோடு உயிருள்ள உடலுக்குமிடையே வித்தியாசமறியாமல் சரிக்கட்டல் (Rationalize) செய்கிறான்.

வாழ்க்கையில் குடும்பத்தில் கற்பு காதல் என்ற நடைமுறை வாழ்வே ஒரு லட்சியம் - ஐடியல்! அந்த ஐடியல் - லட்சியம் - எல்லா குடும்பத் தினருக்கும் ஏன் இருக்கக்கூடாது?

ஹிந்துசமூகத்தில் (தமிழகம், ஈழம் என்ற போலிப்பிரிவுகளையும் மீறி), காதல் கற்பு என்பது - ஐடியல் - லட்சியமாகக் குடும்பத்தைப் பிணைக்கிறது. ஆனால், 'குடும்பம்' என்பது பற்றியே கட்டுரை யாளரோ நாவலோ விசாரத்துக்கு எடுக்கவில்லை. உண்மையில், நாவலின் எல்லை ஒரு முதிர்ச்சியற்ற வாலிப எழுச்சிகளோடு

(அடோலஸன்ட் நிலையில்) முடிந்துவிடுகிறது. முதிர்ந்த மனிதனையோ, இன்னும் உக்கிரமான குடும்பஉறவுகளையோ அவ தானிக்கவில்லை. எனவே, ஓர் இளைஞனின் கனவு தொனித்து மறைகிறது. இத்தகைய முதிர்ச்சியற்ற உறவுநிலையை விவரிப்பதால், சமுக அளவுகோல்களைப் பாதித்துவிட முடியாது. நிதானம் நிரம்பின டி.எச்.எல்.லின் மெல்லர்ஸ் - லேடி சாட்டர்லீயின் காத லன் - நமது நாவலாசிரியரின் பாத்திரத்தைப் போன்ற 'பொடியன்' அல்ல. மெல்லர்ஸ் பாத்திரம் முழுமையாக, பிரபு சாட்டர்லீயின் அறிவையும் மிஞ்சிய நூலறிவு, உலகஞானம் கொண்டவனாக எழும்புகிறது. எனவே, வாசகனால் மெல்லர்ஸ் மூலம் வெளி யாகும் டி.எச்.எல். கருத்துக்களை ஏற்கமுடிகிறது. 'மண் தின்னும் உடலை மனிதன் தின்றாலென்ன?' என்று குழந்தைத்தனமாகச் சரிக்கட்டல் செய்யும் பொடியனுக்கும் மெல்லர்ஸுக்கும் வெகுதூரம். உண்மையில், மெல்லர்ஸ் போன்ற ஒரு எஃகு மனிதனின் குரலில் பேசுவதால்தான், ரிச்சார்ட் ஹொகார்ட் போன்ற சமுகவியல் காரர் களே டி.எச்.எல்.லை அக்கறைக்கு எடுக்கிறார்கள்.'புரட்சி' பண்ண வருபவர்கள், இதையெல்லாம் அவதானிக்க வேண்டும்.

கட்டுரையாளர், நம்மிடையே இல்லாத கருத்தென்று கூறிய 'அடிப் படை உணர்ச்சியே பாலுணர்ச்சி' கருத்து நமக்குப் பழசு; சிற்றின்பப் புலன்வாழ்வாக நாம் அதை அவதானித்துள்ளோம் என்றேன். இதை அறியாததால், நம்மிடையே கற்பு காதல் என்று போலிகள் இருக்கு என்கிறார். அதுவும் போலியென எங்களுக்குத் தெரியும். அதோடு, ரஸ்ஸல் வார்த்தை மூலம், போலியுலகு அவரது மேல்நாட்டுலகே என்றும் கண்டோம். 'நான் ஒரு பாவி' என்று பிரார்த்திக்கும் மேல் நாட்டுக்கும், 'நான் மாசற்ற ஆத்மா - உடலல்ல' என்று புரியவைக்கும் நம் தர்மத்துக்கும் அடிப்படையிலேயே உள்ள வேற்றுமைதான், அவர்களது போலிதனத்துக்கும் எங்கள் உந்நதத் துக்கும் காரணம். 'நான் ஒரு பாவி' என்ற வாக்கே காம்ப் ளெக்ஸ் ஏற்றி விடுகிறதே! ஆனால், 'நான் உடலல்ல' என்ற நம் வாழ்க்கை அடிப்படையில், 'நான் உடலல்ல, சிற்றின்பம் காண வரவில்லை' என உணர்ந்த குரல் இருக்கு. இது கட்டுரையாளர் குறிப்பிடும் 'மத்தியதரப் பழமை விரும்பும் - பிற்போக்கு' குரல் அல்ல. நமது சமுக நம்பிக்கைகளுக்கு அடிப்படைக் குரல். அவர் குறிப்பிடுவது போல், நவீன உலகு இந்த அடிப்படைக்கு முரண்பட்டு, வெறும் தூல உலகில் சிற்றின்பமே முடிவு என்றும் பறக்கவில்லை. மேல்நாட்டு அறிவுலகு, ஐன்ஸ்டீனின் பின்னால், வஸ்து - சக்தி (Matter-energy) கொள்கையில் தொற்றி, நமது தத்துவங் களூடேதான் நுழைகிறது. அந்த நமது தத்துவங்களின் அடிப்படையில் நாம் கருதும் அன்புக்கும் வித்தியாசம் உணர்ந்திருக்கிறோம். ஆனால், ஃபிராய்ட் உடலுடனும் மனசுடனும் நின்றுவிட்டவர். அவரைக்கூட

இன்று மீறிக் கொண்டு, அட்லர், ஜுங் போன்றோரின் வகுப்புகள் வளர்ந்தும்விட்டன. எனவே, நம்மிடமில்லையென்ற ஒரு கருத்தை ஏற்றிக் கூறிய நாவலும் அஸ்திவார நிலையற்றது; போலிக் கருத்தோடு நிற்பது.

நாவலின் கலையுரு பற்றி, ஆதரிப்பதா இல்லையாவென்று குழம்பிக் கட்டுரையாளர் முரண்படுகிறார். நாவல், கருத்தளவில் அப்படி யென்றால், அதன் நடையிலும் உத்தியிலும் லா.ச.ரா.வின் ‘மன்னிப்பு’வை இமிட்டேட் பண்ணி, ஆசிரியரின் சுயத்தன்மையினது வறட்சியை வேறு காட்டுகிறது. இமிட்டேஷனிலும், ‘மன்னிப்பு’வின் சாதனையை விட வெகு கீழேதான் நிற்கிறது.

எழுத்து, இதழ் 50, பிப்ரவரி 1963

நான் எழுத்தாளனான கதை

என் தகப்பனார், தாயார் இருவருக்குமே சாமான்ய மனிதர்களுக்கு இருப்பதைவிட அதீதமான உணர்ச்சி இருந்திருக்கிறது. தகப்பனாரின் நேர்மை, தாயாரின் பெண்மைக்கும் கற்பனைக்கும் உரிய இயற்கையான சாகஸங்களை இது விரூபமாகத்தான் காண அவரைத் தூண்டியிருக் கிறது. இதன் விளைவாக அவர்கள் பெரும்பாலும் சண்டையிட்டே வாழ்ந்திருக்கிறார்கள். இந்தச் சண்டைகளின்போது என் தகப்பானாரின் நேர்மை அவரை எவ்வளவு குருட்டுத்தனமாக்கியது என்பதையும், தாயாரிடம் தற்காப்பு இல்லாது போனாலும் சொல்லாடல் மூலம் தப்பனாருக்கு பதில் பிறக்க இடமில்லாமல் ஆக்குவதையும் விளைவு தாயாருக்கு சரீரபூர்வமான ஆபத்தாவதையும் இன்று நினைக்க ஒரு வகையில் சுவாரஸ்யமாகத் தான் இருக்கிறது. அத்தகைய சந்தர்ப்பங் களில், பெரும்பாலும் தமக்குக் கிடைக்கக்கூடிய சரீரார்த்தமான துர்ப்பலன்களினூடேயும், தாயார் தமது புத்திவன்மைக்கு, புத்திபூர்வ மாகத் தகப்பனார் ஈடுகட்ட இயலவில்லை என்ற அளவில் திருப்தி யடைவதை உணர இயலும்.

உண்மையில் என் தகப்பாரின் நேர்மை வியாபார உலகில்தான் என்பதையும் தாம்பத்ய வாழ்வில், உறவில், அவர் தாயாரை பயங்கர மாக ஏமாற்றியவர் என்பதையும் பின்னாடி உணர முடிந்தது. பார்க்கப் போனால் வியாபாரத்தில் காட்டிய நேர்மை அவருக்கு ஒரு போர்வை யாகத்தான் இருந்திருக்கிறது.

இதற்கும்மேல், தகப்பானாரின் ‘நேர்மை’, அவரைப் பழிவாங்கும் மனோபாவமுள்ளவராக்கிற்று. என் தாயாரின் ‘நேர்மையின்மை’, அவரை தகப்பனார் உட்பட எவர் இழைத்த தீங்கையும் மறக்கக் கூடியவராக்கிற்று. முக்கியமாக நோய்வாய்ப்பட்டுள்ளவர் எவரா யினும் அவருக்கு யாவற்றையும் மறந்து சிசுருஷை செய்ய தாயார் முன்வந்து விடுவார். ஒரு சமயம் அவரது முதல்தர வைரிகளது பசுமாடு ‘ரப்பர் மர’ இலைகளைத் தின்று தொண்டையில் பால் சிக்கி சாகக் கிடந்தபோது தமது ‘குழந்தைகள்’ என்று அவர் வளர்த்த வாழை மரங்களின் குழாய் வடிவான குருத்துக்களை, மரத்தின் அழிவையும் பொருட்படுத்தாது வெட்டிக்கொண்டு சென்று பசுவின் தொண்டை

யிலிருந்த பாலை அவற்றின் மூலம் வெளிக்கொண்டுவர அவர் உதவியதும், அதற்காக வைரிகளுக்கு அதுவும் பணக்கார வைரிகளுக்கு, (பிராமணக் குருக்கள் வகுப்பினரான இவர்கள் தாயாருக்கு இருந்த ஒரே நிலபுலத்தில் தமக்கு பாத்தியதை வைத்து வழக்காடியபடி இருந்தனர்.) உதவியதற்காக அயலார் தாயாரைப் பரிகசித்ததும் அவர் பொருட்படுத்தாததும் என் மனதில் ஆழப்பதிந்த விஷயம்.

இது போன்றவற்றால் ஆரம்பத்தில் என் தகப்பனாரின் 'நேர்மை'யை கௌரவித்த என் மனம் தாயாரின் அன்பைத்தான் நிச்சயமானது என்று கொள்ள ஆரம்பித்திருக்கிறது போகப்போக.

ஆனால், என் தகப்பனாரின் நேர்மையிலிருந்த போலித்தனத்தை, கொடுக்கல் வாங்கல் தனத்தையே இங்கே உணர்ந்து தெளிகிறேன் என்பதையும், 'நேர்மை'யை கௌரவிப்பதிலிருந்து விலகியதாகாது இது என்பதையும் கவனிக்க வேண்டும்.

பொதுவான வாழ்விலும், ஆழமான மனோதர்மங்களிலும், கருத்துலகிலும் நான் சந்தித்த பிரச்சினைகளிடையில் இந்தப் பின்னணி இயங்கி இருக்கக்கூடும்.

எனது பெற்றோர் கல்வியறிவற்ற ஏழ்மையானவர்களாயினும் தாய்வழி மூதாதைகள் கொழுத்த நிலப்பிரபுக்களாகவும், 'புலமை' வாய்ந்தவர்களகாவும் இருந்திருக்கின்றனர். ஒருபுறத்தில் இவர்கள் கண்மூடித்தனமான செலவாளிகளாகவும் கோயில் முதலியவற்றுக்கு தானம் செய்பவர்களாகவும் கூட இருந்திருக்கிறார்கள். ஒரு ராம கிருஷ்ண மிஷன் பள்ளிக்காக (இங்கேதான் என் பூர்த்தியாகாத ஆரம்ப, ஹைஸ்கூல் படிப்பு) தமது நிலத்தை இவர்கள் வழங்கியதைத்தான் கௌரவத்துக்கு உரியதாக நான் கருதினேன்.

ஜாதீயம் வெறுப்பையே ஊட்டிற்று. கோவில் பிராமணக் குருக்கள் சிறுவர்களுடனும், மேளகார (இசைவேளாளர்கள் என்று தங்களை இன்று அழைத்துக்கொள்ளும் வகுப்பு) சிறுவர்களுடனும் தான் விபரம் தெரியும் வயதுகளில் விளையாடியிருக்கிறேன். தாயார் எங்கள் வீட்டுக் காலனியில், அயல் அபிப்ராயங்களைப் பொருட்படுத்தாமல் மேளகாரர்களுக்கு வாடகை அறைகள் தந்திருந்தார். இவர்களை, 'சேவகத்துக்கு' அழைத்துப்போக வருகிறவர்கள் இவர்களை நடத்தும் முறையும், அதற்கு இவர்கள் உடன்படும் கீழ்மையும் அதற்கேற்ற வகையான இவர்களது நடைமுறை வாழ்வின் குடிபோதை சச்சரவுகள் முதலியனவும் அருவருப்பாக இருந்தாலும், எனது ரஸனைக்கு ஆரம்பக்கல்வி இவர்களிடமிருந்தே எனக்குக் கிடைத்துள்ளதை உணர்கிறேன்.

இந்த 'மேளகாரர்கள்' உண்மையில் சங்கீதத்தைத் தொழிலாகக் கொண்டவர்கள். இந்த இசைஞர்கள் மூலம் நான் பயின்ற ஆரம்ப ரஸனைக் கல்வியே முதல்படி ஆயிற்று. சங்கீதத்தில் உயர்ந்த சங்கீதம், மட்டம் என்பவற்றை இவர்களது சகவாசம் எனக்கு இயல்பான சுரணையாக்கிற்று. இதன் வளர்ச்சியாக என் எந்தப் பருவத்திலும் மட்டமான சங்கீத, கலைவகைகள் எதனிடமும் நான் ஈர்க்கப்பட வில்லை, இவ்வளவுக்கும் இசை இவர்களுக்கு வெறும் தொழில்.

இவர்களில் பலர் பின்னாடி துறைமுகத் தொழிலாளிகளாகவும் போயிருக்கிறார்கள். இருந்தும் பிழைப்புக்காக தாங்கள் சினிமா பாட்டு களை வாசிக்க வற்புறுத்தப்படுவதை இவர்கள் வெறுத்தனர். கலைத் திறன் மூலமும் பொருளாதார உயர்வுகளின் மூலமும் ஜாதீயம் போன்ற வற்றில் உயர்வான வகுப்பினரை சில இசைஞர்கள் எடுத்தெறிந்து நடந்துகொள்வது சகலவிதத்திலும் கீழ்மையாக இருந்த என் நண்பர் களுக்குத் திருப்தியாக இருக்கும். அப்படி ஏதும் அவர்கள் எடுத் தெறிந்து நடக்காதிருந்தாலும் நடந்தமாதிரி கதைகளை இவர்கள் கட்டி இருக்கலாம். பெரும்பாலும், பணத்தைக் காட்டி பெரிய இசைக் கலைஞர்களை வாங்க முயற்சிப்பவர்களைப் பற்றியும் பணத்தை அலட்சியப்படுத்த இவர்கள் நடந்ததைப் பற்றியுமே பெருமைக்குரிய விஷயமாக இவர்களது கதைகள் கூறும். இக்கதைகளின் அடிப்படைச் செய்தி என் மனசில் ஆழப் பதிந்தது என்று சொல்லலாம்.

நான் சிறுவனாக இருந்தபோது ஒரு பெரிய நாதஸ்வர வித்துவானை ஒரு கோயில் திருவிழாவுக்கு வரவழைத்திருந்தார்கள். பூசகர் அர்ச்ச னையை ஆரம்பிப்பதற்காக நாதஸ்வரத்தை நிறுத்தும்படி சமிக்ஞை கொடுத்தார். நீலாம்பரி அடங்க ஒரு சில நிமிஷங்கள் ஆயிற்று. மற்றபடி ஐயரின் சமிக்ஞையில் யந்திரமாகப் பிறந்து இறக்கும் இசை இந்தக் கலைஞரின் நாதஸ்வரத்தில், தனது இயல்பின் கதியைத்தவிர எதற்கும் இணங்க மறுத்ததாகத் தோன்றிற்று. ஐயரும் 'ஞானம்' உள்ளவர். புன்னகையோடு சங்கீதம் வடியும்வரை காத்திருந்தார். 'பக்தர்'களும் கூட ஒருவகையில் திருக்கிட்டு, இந்த 'அசம்பாவிதத்தின்' விளைவாக சங்கீதம் என்ற ஒன்றுக்கு ஓர் இயல்பும்கூட இருக்கிறது என்பதை உணரத் தாங்கள் படும் சிரமத்துடன் காத்து நின்றனர். இந்த நிகழ்ச்சி சிறுவனாயினும் என்னூடே ஒரு பரம திருப்தியாகச் சென்றடைந்தது.

எனது நண்பர்களான இசைஞர்களது ரஸனைத் தெளிவு சங்கீதத் தோடு நின்றுவிட்ட ஒன்றுதான். வாசகர்கள் என்ற வகையில் அவர்கள் கல்கி வகையறாவைத் தாண்டாதவர்கள்.

பழந்தமிழ் இலக்கியம் என்பதே தமிழ் இலக்கியம் என்ற எண்ணம், சத்ய யுகாத்தோடு கடவுளுக்கும் உலகுக்குமிடையே இருந்த உறவு

தெற்குவாசல் 189

தீர்ந்துவிட்டது என்ற வைதீகத்தனத்தப் போல் பள்ளியில் எனக்குப் புகட்டப்பட்டது. பாரதி கவிதைகளைப் பற்றி நிதானகிக்குமளவு 'சிந்தனை' எகிறவுமில்லை. ஆனால் வாராவாரம் கல்கியைப் படித் தேன். சினிமா ரகமான தீரச்செயல் கதை என்ற அளவுக்குமேல் அந்த வாசிப்பைப் பற்றி கணித்துப் பார்க்கும் வில்லங்கம் தோன்றவில்லை. 1950-இல் என்று ஞாபகம். கல்கி, புதுமைப்பித்தன் மறைவை ஒட்டி என்ற கதையை மறுபிரசுரம் செய்தது. 'கதை' இலக்கியமாகுமா என்ற ஸ்மரணையே இல்லாதிருந்த எனக்கு இக்கதையை 1954 வாக்கில் படித்தபோது அது ஒரு புதிரான புதுவித அநுபவமாயிற்று. புதுமைப் பித்தன் என்ற பெயரும் மனசில் ஆழப்பதிருந்தது. சுமார் 1955, 56 வாக்கில்தான் புதுமைப் பித்தன் கதைகள் கையில் கிடைத்தது. ஆனால் அதற்குள் எனது ஆங்கில வாசிப்பு R.L. ஸ்டீவன்ஸனின் A Treasure Island, Kidnapped, Rider Haggard எழுதிய King Solomon's Mines என்று வந்து விட்டதோடு பழந்தமிழ் இலக்கியம், யாப்புப்பயிற்சி என்றெல்லாம் சிறுசிறு தேற்றங்கள் உண்டாகிவிட்டன. இவற்றின் பின்னணியைத் தான் புதுமைப்பித்தன் கதைகள் சந்தித்தன. விளைவு 'இது இலக்கியம்' என்ற தீவிரமான தெளிவு. புதுமைப்பித்தனை இலக்கியாசிரியர் என்று எவ்வித புற உந்துதலுமின்றி நிதானித்த என் நிலை உண்மையில் எனது சின்னஞ்சிறு சமூகவட்டத்தில் என்னை ஒரு புரட்சிக்காரனாகவே ஆக்கிற்று.

துப்பறியும் கதைகளையும் தொடர்கதைகளையும் படித்துவிட்டு அவற்றை நண்பர்களுக்குத் திருப்பிச் சொல்லும் பழக்கமும், சுவரெல்லாம், அகப்பட்ட காகிதங்களெல்லாம் படங்கள் போடும் பழக்கமும் எனக்கு ஏற்கெனவே இருந்ததால், எனது குட்டிச் சமுதாயத்தில் எனக்கு ஏற்கெனவே ஒரு கௌரவம் ஏற்பட்டிருந்தது. எனவே நான் புரட்சிக்காரனாகியது என்னோடு நின்றுவிடவில்லை. நாங்கள் சிலர் 'நவீன' தமிழ் இலக்கியத்தில் இறங்கிவிட்டோம். ஒரு தமிழ் வாத்தியார் 'சிறுகதையா? சிறு கதைதானே அது,' என்று சிறுகதை களின் சிறுமையை விளக்கினார். இதற்குள் 1957 வாக்கில் என் பள்ளிப்படிப்பு நின்றுவிட்டது.

பாரதியை ஓர் இலக்கியாசிரியனாகக் காண உதவியது புதுமைப் பித்தனின் வசன இலக்கியம்தான்.

ஆனால் இலக்கியக்கட்டுரைகளையோ, முன்னுரைகளையோ ருசித்துப் படிக்கும் பழக்கம் ஏற்படாத நிலைதான். புதுமைப்பித்தனுக்கு முன்னுரையாக ரா.ஸ்ரீ.தேசிகன் எழுதியிருந்ததை, முன்னுரைகளுக்கு ஓர் இளம் வாசகன் காட்டும் வெறுப்புடன் படிக்காமலே அப்போது விட்டுவிட்டேன். அதைப் படித்தது வெகு பின்னாடிதான்.

இது என் ஸ்மரணையை சாந்நித்தியமானதாக்க சொல்லப்படுவ தல்ல. பாரதி இலக்கியத்தை விட்டு தீவிரமாக புதுமைப்பித்தனது எழுத்தே என்னை இலக்கியபூர்வமாகத் தொற்றியது என்பதைத் தெளிவாக்கவே இது. இது புதுமைப்பித்தனது கலையின், தீவிரமான எழுத்தின் சாந்நித்தியத்தையே காட்டும்.

இதன்பின்பு 1959-இல் சரஸ்வதி பத்திரிகை இதழ்களைப் படிக்க ஆரம்பித்தேன். க.நா.சுப்பிரமணியம், அ.தைரியநாதன் என்ற புனை பெயரில் கலைமகள், கல்கி, ஆனந்தவிகடன் வகையறாக்களை காரசார மாகத் தாக்கிய கட்டுரைகள் தென்பட்டன. 'ஒழிந்த நேரத்தில் விபச்சாரம் செய்தால் உப்பு புளிக்காச்சுது என்று ஒரு 'தினுசான' குடும்பஸ்த்ரீ சொல்வதைப் போல இருக்கிறது' என்று வியாபார எழுத்தாளர்களது 'இலக்கிய'வாதத்தை க.நா.சு விபரிக்கும் வரிகளுடன் அக்கட்டுரைகளுள் ஒன்று ஆரம்பிக்கிறது. அந்தச் சமயத்தில் க.நா.சுவின் கட்டுரைகள் சரஸ்வதியில் பெரும்பாலும் இந்தத் தொனியிலேயே இருந்தன என்பதை இன்று பூர்ஷ்வாத்தனமாக 'கற்புள்ள இலக்கிய சர்ச்சை வேண்டும்' என்று முன்வைக்கும் நபர்களில் பலர் அறிவார் களா என்பது சந்தேகமே.

அப்போது க.நா.சு நெருப்பைக் கக்கிக்கொண்டிருந்தபோதே, ரஷ்யாவில் போரிஸ் பாஸ்டர்நாக் தாக்குதலுக்கு உள்ளாகி, சோவியத் முறை ஒரு நவீன ஜாரிஸம்தான் என உலகுக்குத் தெரியவந்த விபரம் பற்றி க.நா.சு அப்போது ஒரு வரியும் எழுதவில்லை என்பதை வெகு பின்னாடி அத்தகைய பிரச்சினைகளைப் பற்றி சிந்திக்கும்போது தான் உணர்ந்தேன். இது பற்றி சில மாதங்களின் முன் ஒரு முக்கியமான மலையாள எழுத்தாளர் கூறியது இது:

'பாஸ்டர்நாக் பிரச்சினையின்போது சென்னையில் எழுத்தாளர் சங்கத்திற்குத் தலைவரைத் தெரிவு செய்யும் தேர்தல் சமயம். க.நா.சு வேறொருவரை எதிர்த்துப் போட்டியிடுகிறார். க.நா.சுவுக்கு கம்யூனிஸ எழுத்தாளர்களின் வோட்டுகள் அவசியமாயிருந்தன என்பதையும், இதற்கேற்ப பாஸ்டர்நாக் பிரச்சினை பற்றி அவர் மூச்சுக்காட்ட வில்லை என்பதையும் நேரடியாக அறிந்தேன்.'

சி.சு.செல்லப்பாவும் கூடத்தான் பாஸ்டர்நாக் பிரச்சினை பற்றி அலட்டிக்கொள்ளவில்லை. இது பற்றி சி.சு.செ, 'இந்த விவகாரம் 'சுத்த' இலக்கியபூர்வமானது அல்ல' என்றே கூறியிருப்பார் என நினைக்கிறேன்.

ஆக, 'சுத்த இலக்கியத்தன்மை' எவ்வகையில் கம்யூனிஸ்டு களுக்கு சௌகரியமாக இருந்திருக்கிறது!

எனது சிறு சமூகவட்டத்தில் பாஸ்டர்நாக் ஏற்கனவே தீரபுருஷனாகி விட்டான். ஒரு குறிப்பிட்ட சலவைத்தொழிலாளியின் முகம் பாஸ்டர் நாக் முகத்தின் சாயலில் இருந்ததைக் கண்டு நாங்கள் ஓரிருவர் அந்த ஆளின் முகத்தையே பார்த்துக்கொண்டு நின்ற நிகழ்ச்சி ஞாபகத்துக்கு வருகிறது.

இவ்வளவுக்கும் நானோ, நான் எழுத ஆரம்பித்த பின்பும்கூட இன்றுவரை எனது நெருங்கிய நண்பர்களோ எழுத்தாளர்களாக வேண்டும் என்ற அபிலாஷையுடன் வாசகர்களானவர்கள் அல்ல. மௌனியை எழுத்தாளர்கள் மட்டுமே படிக்கிறார்கள். அல்லது எழுதும் 'ஆசை உள்ளவர்கள்' என்கிறார் சுந்தர ராமசாமி. எனது அனுபவம் அத்தகையதல்ல. எனது நண்பர்களுக்கு எழுதும் ஆசை இல்லாதிருந்தும் மௌனி என்ன, டாஸ்டாய்வ்ஸ்கி என்ன, படித்து அநுபவிப்பதே நோக்கமாக இருந்திருக்கிறது. எழுதும் ஆசை மட்டும் இருந்து உயர்ந்த இலக்கியங்களை இனம்காண இலயலாதவர்கள் போலித்தனமாக மௌனி போன்றவர்களை ரசிக்க முடிவதாகக் காட்டுவதைத்தான் சுந்தர ராமசாமியின் சித்தாந்தம் காட்டுகிறது. இந்த ரகத்தினர் எழுத்தாளார்களுமல்ல, தகுதியான வாசகர்களுமல்ல என்பதே என் அபிப்ராயம். இவர்கள் இலக்கியப்பத்திரிகை நடத்தினார்களே, கதை கவிதை கட்டுரைகள் எழுதினார்களே என்பது எதுவும் இவர்களை எழுத்தாளர்களாக்கிவிடும் என நான் கருதவிலை.

மௌனியும் தமது அநுவபத்தில் வேற்றூர் ஒன்றில் தாம் சந்தித்த ஒரு வெற்றிலை பாக்குக்கடைக்காரர் தமது ரசிகர் என்று அறிந்த நிகழ்ச்சி பற்றி எனக்குக் கூறி இருக்கிறார்.

எனது 'ஆசை' ஓவியத்துறையையே சார்ந்திருந்தது. ஆனால் ஒரு தமிழ் வாத்தியாரின் தூண்டுதலில் நாங்கள் அழ.வள்ளியப்பாவின் 'பூந்தோட்டம்' என்ற கவிதையைப் பின்பற்றி ஒவ்வொருவரும் பாடல்கள் எழுதினோம். நான் ஓரிரு நண்பர்களுக்கும் சேர்த்து ஒன்றுக்கு மேற்பட்டு எழுதவேண்டியவனானேன். இது சுமார் 1956 வாக்கில் என ஞாபகம்.

இதற்குள் நாங்கள் சிலர் ஏற்கெனவே கையெழுத்துப்பத்திரிகை நடத்தினோம். அதில் நான் ஓவியனாகவே இருந்தாலும் கதைகளையும் எழுதவேண்டிய நிர்ப்பந்தம் இருந்திருக்கிறது.

சரஸ்வதியை அடுத்து இந்தக் கையெழுத்துப் பத்திரிகையின் 'ஆசிரியர்', தாம் வாசிக்காமல் வெறுமே சேர்க்கும் பத்திரிகை புத்தகங் களின் வரிசையில், *எழுத்து* என்ற பத்திரிகையையும் 1959-இன் பின்பகுதியில் சேர்க்க ஆரம்பித்தார். பத்திரிகையின் அமைப்பு,

‘கவர்ச்சி’த்தன்மையை மேற்கொள்ள மறுத்தத்தால் விளைந்த ஒரு வீர்யம் தெளிவாக என் உணர்வைத் தாக்கிற்று. ஓவியத்தை, படத்தை நீக்கி தமிழ்ப்பத்திரிகை எதையும் காணப்பழகியிராத கண்களுக்கு எழுத்து தந்த தோற்றம் ஓர் அறைகூவல். விஷயகனத்தைத்தவிர வேறு எதையும் நம்பாமல் வெளி வருகிறது என்ற அடிப்படை எழுத்துவின் மீது பெருமதிப்பை ஏற்படுத்திற்று. இந்த மதிப்பின் விளைவாகத்தான் 1959 டிஸம்பர் இதழில் வெளியான ‘நான்’ என்ற கவிதையை எழுத்துக்கு அனுப்பிவைத்தேன்.

இலக்கியக் கருத்துலகில் நன்கு ஈடுபட்டுப் பழகி அதில் உள்ள அனுபவங்களைக் காணும் வரை எழுத்து ஆசிரியர் சி.சு.செல்லப்பாவுக்கு நான் எழுதிய கடிதங்கள் பவ்யமானவை.

ஏற்கெனவே தனித்தமிழ், தூயதமிழ் போன்றவற்றைப் பற்றியும், உரைநடை பற்றியும், அச்சமயத்தில் பரவலாக இருந்த கருத்துகள் பற்றி எனக்கு அபிப்ராயங்கள் உருவாகியிருந்தன. அழ.வள்ளி யப்பாவின் ‘பூந்தோட்டத்தை’ப் பின்பற்றி என்னோடு ‘பாட்டு’ எழுத ஆரம்பித்த, விவாதப்பிரியரான ஒரு நண்பரது தூய தமிழ் வாதத்திற்கு பிரதி வாதங்கள் பலவற்றைச் சொல்லவேண்டிய நிர்ப்பந்தம் ‘நான்’ வெளியான சமயத்தில் ஏற்பட்டிருந்தது. நண்பர் நான் சொன்னவற்றை இரசித்ததாகவோ, கிரகித்திருந்தால் அதற்கு ‘மசிபவ’ராகவோ தெரிய வில்லை. வியர்த்த உணர்வுடன் அவ்வுணர்விலிருந்து விடுதலை வேண்டி அன்று அந்த நண்பரிடம் கூறியவற்றை எழுதி சி.சு.செல்லப்பாவுக்கு அனுப்பி விட்டேன். அவர் இக்கட்டுரையை இரண்டாகப் பிரித்து முதல் பகுதிக்கு ‘சொல்லும், நடையும்’ என்று தலைப்பிட்டு 1960 ஜனவரி பிரசுரித்தார். இதைப்படித்ததும் வெங்கட் சாமிநாதன் அப்போதே சி.சு. செல்லப்பாவுக்கு என் உரைநடையின் சிந்தனையின் கனத்தைக் குறிப்பிட்டு ‘சொல்லின் செல்வர் ரா.பி.சேதுப்பிள்ளை’ என்று எல்லாம் பெயர் வாங்கியவர்களின் சிந்தனை அம்சமே அற்ற எழுத்துடன் ஒப்பிட்டுத் தாம் கடிதம் எழுதியதை சமீபத்தில்தான் ஒரு சம்பாஷணையில் குறிப்பிட்டார்.

நான் ‘எழுத்தாளன்’ ஆகிய கதை இதுதான்.

(1973 ?)

Solvanam.com / Issue-48 / 24.04.2011.

மனோவியாதி மண்டலம்

மேனாட்டு இலக்கிய உலகில், செக்ஸ் பிரச்சினை ஹென்றி மில்லரைத் தொடர்ந்து ஒரு புதிய பரிமாணத்துக்குச் சென்றிருக்கிறது. அவரோ, ஒருபுறம் பிரெஞ்சு எழுத்து மரபினாலும் மறுபுறம் ஆன்மீகத் தேடலின் ஈர்ப்புகளினாலும், தமது ஆங்கிலப் படைப்புகளில் செக்ஸை நேர்முக மாகச் சந்தித்தார். இதன் நோக்கம், உண்பது போலவே செக்ஸிலும் அதைப்பற்றி ஒரே நினைப்புடன் (Obsession) இராமல் ஆக்குவது. மில்லர், இதை எழுத்து மூலம் பொது மனசில் சாதிக்கவில்லை. அவரது பிரத்யேக விஷயம் பற்றி, அகமுக வளர்ச்சி பற்றி, எவருக்கும் தெரியாது. இருந்தும் அவரது நோக்கத்தை மீறி ஆங்கில எழுத்துக்களில் செக்ஸ் வெறும் வக்ர உபாதையாக வடிவெடுத்தபோது, அவர் தமது பின்வயதில், தாமே எழுப்பி விட்ட பூதத்தை அழிக்க முயன்றிருக்கிறார். இது, அவரது சமுகக் கடமையுணர்வை மிகவும் பிரதிபலிப்பது. சமுகத்தின் சிக்கல் களுடன் செக்ஸைப் பின்னலிட்டுப் பார்த்து எழுதியவர் அவர். ஏற்கெனவே, *லயம்: மௌனி இதழில்* நான் குறிப்பிட்ட, செக்ஸுவல் ரிவல்யூஷனுக்கும் இவரது இயக்கத்துக்கும் தொடர்பு உண்டு.

இங்கே, இலங்கையின் எஸ். பொன்னுதுரை, இதை விபரம் தெரியாமல் அங்கே இருந்து தூக்கி இங்கே போட்டார். இவரது எந்த எழுத்திலும் சரி, அல்லது *எழுத்து* பத்திரிகைக்கு இவரது கூட்டாளி மு.தளையசிங்கம் அனுப்பிப் பிரசுரமான கட்டுரையில் புகழப்படும் எஸ்.பொ.வின் *தீ* நாவலிலும் சரி, சமுகத்தின் பிரச்சினைகளை ஒரு ஆழத்துடன் சித்தரிப்பதை விட்டு, சமுகப்பிரச்சினையைச் சாக்கிட்டு செக்ஸை ஒரு obsession உடன் பார்த்த தோரணைதான் உண்டு. தனது obsessionக்கு சப்பைக்கட்டுகளை டி.எச்.லாரன்ஸ், அல்பர்டோ மொரேவியா முதலியோரிடமிருந்து அவர் பத்தி பத்தியாகத் திருடியவர். இதை, *செய்தி* (கண்டி) பத்திரிகையில் கந்தசாமிப்பிள்ளை என்ற புனை பெயரில் அம்பலப்படுத்தியவர் ஜோர்ஜ் சந்தரசேகரன்.

அ.கு.பாலசிங்கன் *வீரகேசரி*க்கு எழுதி, ஏற்கப்பட்ட ‘கொழும்பு பை நைட்’டில், சமுகரீதியாகவும் உளவியல்ரீதியாகவும் முதிர்ந்த பாலசிங்கனின் கண்ணோட்டம், ஜர்னலிஸ அடிப்படையில் வெளிப் பட்டது. இதே விஷயத்தைப் பற்றி எஸ்.பொ. எழுதி *வீரகேசரி*யால்

நிராகரிக்கப்பட்ட 'கொழும்பு பை நைட்', மீண்டும் அவரது வக்ரப் பீடிப்பையே வெளிப்படுத்தியமை, சம்பந்தப்பட்டவர்கள் மூலம் எனக்குத் தெரியும். எஸ்.பொ., மாற்றிமாற்றி புதுமைப்பித்தனையும் லா.ச.ராமாமிருதத்தையும் தமது 'நடை'யில் இமிட்டேட் வேறு பண்ணி இருக்கிறார். இதற்கும் மேல்போய், விமர்சனம் என்ற பெயரில் ஓயாத கூச்சல் வேறு. இவரால் வெ.சாமிநாதன் கவரப்பட்டு, இவருக்கும் இவரது பரமரசிகரான மு. தளையசிங்கத்துக்கும் கடிதங்கள் எழுதியதை, நான் முன்பே அறிவேன். இதற்காக நான் வெ.சா.வை லேசாக நையாண்டி பண்ணியதும் உண்டு. இதெல்லாம் ஒரு புறமிருக்க - எஸ்.பொ.வின் தீ, ஹென்றிமில்லர் செய்ததைப் பார்த்து, 'இப்படிப் பண்ணினால் ஒரு கேவலப்புகழ் (Notoreity) கிட்டும்,' என்று செய்யப்பட்ட வேலை. தீ-யில் தெரிவது, நபும்சகனுக்கு செக்ஸ்மீது வரும் கவர்ச்சி வெறுப்பாகும். இது ஆன்மிகத்துக்கு இட்டுக்கொண்டு போவதாக வெ.சா.வுக்கு மு.த. எழுதியிருப்பது (யாத்ரா-53), செக்ஸை யும் ஆன்மிகத் தையும் சேர்த்து இரண்டையுமே உணரமுடியாமை யாகும். எனது இக் கருத்து, பண்டைய ஒருகாலத்தில் இருந்து நான் பேசுவதன் விளைவல்ல. (உபநிஷத காலத்தில் நான் இருப்பதாக மு.த. கருதுவது, ஒரு அசாத்ய காம்ப்ளிமெண்ட், உபநிஷத காலம்தான் ஹிந்துத்வத்தின் மிக உந்நதமான, ஆழ்ந்த விசாரமயமான காலம். அது 'பழைய' காலமல்ல. வர்ணாஸ்ரமம் உட்பட யாவற்றையும் விசாரித்த ஒரு தீவிரமான காலம். எனவே, இன்றும் இருந்தாக வேண்டிய காலம். மு.த. என்ன என்றால், பரிணாமம் என்ற சப்பைக்கட்டுடன் போய் வர்ணாசிரமக்குட்டைக்குள் முடிவில் விழுந்துவிட்டார்.) நவீன உளவியல் வரை, தாந்ரீகத்தின் அன்றைய திரிபுர ரகஸியத்திலிருந்து இன்றைய ஆலன் வாட்ஸின் Nature, Man and Woman நூல் வரை, செக்சுக்கும் நுட்பமான ஆன்மிகத் தொடர்புண்டு. தீ பற்றிய எனது பார்வை (எழுத்து கட்டுரை), இந்த அடிப்படையிலான மூலக்கூறு களை செம்மையற்றேனும் சரியாக வெளியிடுகிறது. வெ.சா., எனது பார்வையை இந்த தீ விஷயத்தில் மறுக்கிறாரா ஒப்புக்கொள்கிறாரா என்பதுதான் அடுத்த பிரச்சினை. உண்மையில், இதைப் போன்ற பிரச்சினை எதிலும் ஈடுபடக்கூடிய தீட்சண்யம் வெ.சா.வுக்கு அன்றும் இருந்ததில்லை, இன்றும் இல்லை. தீ ஒரு மோசமான படைப்பு என்பது மட்டுமல்ல, கீழ்த்தர மனோபாவம் ஒன்றன் சாக்கடை வெளியீடு என வேண்டும். 'இதைப் போன்ற எழுத்தை ஊக்குவித்து' என்னத்தையோ பண்ண வேண்டும் என்று, மு.த. தமது கடிதத்தில் வெ.சா.வுக்கு எழுதி யாத்ராவில் வந்த அந்த வரிகள், ஹென்றி மில்லருக்கு ஆதரவாகக் கோர்ட் வரை சென்ற ஒரு விமர்சகரின் பிரசித்தி பெற்ற அறிவிப்பி லிருந்து திருடப்பட்டவை. ஹென்றி மில்லர் செய்தது தாந்ரீகத்தின் அணுகுமுறையுடன் இசையத்தக்கது. அவர் அடிப்படையில் ஒரு

Neo Gnostic. *(கி.பி. 1000 அளவில் ஓங்கியிருந்த Gnostics, செக்ஸை தாந்திரீக ரீதியில் அணுகிய கிறிஸ்தவர்கள். ஆனால் சர்ச்சுக்கு எதிரானவர்கள்.)* இது எதுவும் எஸ்.பொ., மு.த., வெ.சா. எவருக்கும் தெரிந்த சுவட்டைக் காணோம். சும்மா 'எனக்கும் தெரியும்,' என்று அடுத்த இதழில் எழுதி விடுவதல்ல இந்தச் சுவடு. இந்த மாதிரி பீற்றலில் மு.த. ஒரு புலி; போகட்டும். மில்லரின் செக்ஸைப் புரிந்துகொள்ளாமல் எஸ்.பொ. திருட, மில்லரை அநுசரித்த விமர்சகரைப் புரிந்துகொள்ளாமல் மு.த. காப்பியடிக்க, இவர்களை அம்பலப்படுத்திய எனது சேவையை உணராத வெ.சா.வின் urban opportunism and rural idiocy, இப்போது மு.த.வின் ingratiating ஆன கடிதங்களைப் பிரசுரித்து மவுஸு தேடிக் கொள்ள முயற்சிக்கிறது! ஏன்? ஏனெனில் இக் கடிதத்தில் மு.த. எனக்குத் 'தலைக்கனம்' என்கிறார். (கனம் ஏறிண்டே போறது!) வெ.சா. தமது கடிதத்தில் எஸ்.பொ.வின் ஆபாஸ எழுத்து பற்றி குறிப்பிட்டிருக்கிறார் போலிருக்கிறது. உடனே பல்டி அடிக்கிறார் மு.த. தமது எழுத்தாளரான எஸ்.பொ., 'ஒரு Neurotic ஆன குழந்தைபோல' என்கிறார்! அபாரம்!

இது எத்தகைய ஒப்புக்கொள்ளல் ஆகிவிடுகிறது என்பது மு.த.வுக்கு புரியவில்லை; நமது வெ.சா.வுக்கும் புரியவில்லை. Neurosis was actually rampant in the career of மு.த. also. இது, இங்கே உள்ள neurotic cases ஆன வெ.சா., க்ரியா ராமகிருஷ்ணன் போன்றோரையும் தொற்றி யுள்ளது. என்னைப் பற்றி மு.த. எழுதியுள்ள அவதூறுகள், இவர்களுக்கு மிகமிக உபயோகமாகியுள்ளன. இதை முதன்முதலில் கண்டுபிடித்தவர் ராமகிருஷ்ணன். அவர் வெளியிட்டுள்ள, மு.த.வின் ஏழாண்டு இலக்கிய வளர்ச்சியில் எனக்கு, 'கூறுபட்ட மனநிலை' (Schizophrenia) என்ற libel வெளியாகியுள்ளது. இதை எழுதும்போதே, மு.த. ஒரு வடித்தெடுத்த கோழைத்தனத்துடன் எனக்குப் புகழுரையும் வழங்குகிறார். உண்மை யில் இந்த இரட்டை வேஷம்தான் கூறுபட்ட மனோநிலை என்பதை உணர, ராமகிருஷ்ணனின் neurosis இடம் தரவில்லை. இந்த அறிவுலக அவலத்துக்குள் சுந்தர ராமசாமியின் பிரக்யாதி பெற்ற உழலல். அவருக்கு மு.த. இருபதாம் நூற்றாண்டின் மாபெரும் ஓரிஜனல் திங்கர்! எந்த சுந்தர ராமசாமிக்கு? அன்று க.நா.சு. சொன்னதை ஒப்பித்தபடி, எழுத்துவில் சிதம்பர சுப்ரமணியன் எழுதிய 'விண்ணும் மண்ணும்' கட்டுரைத்தொடரை, நேர்ப்பேச்சுகளில் நையாண்டி பண்ணிய அதே சுந்தர ராமசாமிக்கு! இந்த மு.த.வின் மகா குழப்பங்களும் முன்பின் முரண்களும் ஜீரணிக்காமலே எடுத்த வாந்திகளும் அற்ற எளிமை, 'விண்ணும் மண்ணும்' கட்டுரைகளில் காணக்கிடைப்பது.

மு.த.வின் ஆத்மிகம், அவரது தீவிர ஆஸத்துமா வியாதியின் அவதார மாகும். மனவியல்ரீதியான 'சரிக்கட்டல்' (compensation) என்றே இதைக் கொள்ள வேண்டும். ஆஸ்துமாவின் விளைவான பலவீனம்தான்

மு.த.வை, அரவிந்தரின் Superman theoryக்கும் டெய்ல்ஹார்ட் டி. சார்டினின் Phenomenon of Man-க்கும் ஈர்த்துள்ளது. ஆன்மிகத் தேடல் பலவீனத்தின் சரிகட்டல் அல்ல. சரீர பலத்தையும் மீறிய பலத்தின் வீர்யம் அதற்கு வேண்டும். எர்னஸ்டோ செ குவேராவும் ஆஸ்துமாகாரர் தாம். ஆனால் உலக சரித்திரத்தின் மகாவீரர்களுள் ஒருவர். இது சரிகட்டல் அல்ல; தன்னையே மீறல்.

மு.த.வின் ஆஸ்துமாவினது சரிக்கட்டலே அவரது ஆன்மீகப் பிரவேசம் என்று நான் கூறும்போது, ஈவிரக்கமற்ற கூற்றாக இதைக் கொள்ளக்கூடாது. அதனால், இப்போது பாதிக்கப்படுமளவு நம்மிடையே அவர் இல்லை. எனது கூற்று, அவரை ஒரு பெரிய சங்கதி ஆக்கி, அவரது பலவீனங்களின் விளைவாக அடித்த பல்டிகளையும் உச்சரித்த உளறல் களையும், தங்களுக்குச் சாதகமாக உபயோகிப்பவர்களுக்காகவே இங்கு வெளிப்படுகிறது. எனவே, அத்தகைய ஒரு பலமற்ற இயக்கத்தை இங்கே தங்களது ஆதாரமாகக் கொள்கிற இவர்கள், அவரைவிடப் பலமற்றவர்களாகின்றனர்.

மு.த.வின் எழுத்துக்கள் பிரசுரமாகட்டும். ஆனால் போய்ச் சேர்ந்த அவரது சிறப்புகளை மட்டும் வெளிப்படுத்தும் விதமாக, அவை எடிட் பண்ணப்பட்டே இது செய்யப்பட வேண்டும். அப் படிச்செய்தால், அது க்ரியா ராமகிருஷ்ணனுக்கு உதவாத ஒரு மு.த.வாகவே அமையும். சரீர பலவீனம் மட்டுமல்ல; ராமகிருஷ்ணன் வெளியிட்டுள்ள மு.த. ஒரு உள்பலம்கூட அற்ற கோழையாகவும் வெளிப்பட்டுள்ளார். தீ பிரச்சினையில் நான் மு.த.வுக்கு பதில் எழுதியதும், அதற்கு எஸ்.பொ. நூலாசிரியர் என்ற அளவில் எழுதிய பதிலை மட்டும் எழுத்து ஆசிரியர் சி.சு. செல்லப்பா பிரசுரித்து விஷயத்தை முடித்துவிட்டார். எஸ்.பொ.வின் பதில் வழக்கம் போல் கூச்சல்கூப்பாடாகவே அமைந்தது.

நாவலில் இல்லாத தமது 'ஞானங்களை' இந்தக் கூப்பாட்டில் பிரகடனம் பண்ணவும் முயன்றார். அவரால்தான், நான் முதன் முதலாக கிறுக்கு என அழைக்கப்பட்டேன். எஸ்.பொ.வின் உண்மை யான அத்யாத்மிகச் சீடர் வெ.சா. என்பதனை இதிலிருந்து உணரலாம். நடுவே இன்னொன்று; ஏதோ என்னை 'கிறுக்கு', 'குரங்கு' என்று சொல்லி என்னைப் புண்படுத்திவிட்டார் வெ.சா. என்ற பிரமையில் ஒருவர் எழுதி இருந்தார். ஆச்சர்யமாக இருந்தது. நான் கிறுக்காகவோ, குரங்கு லட்சணத்துடனோ இருந்தால்தான் புண்பட்டவனாவேன் என்ற சாதாரண மனோவியல்கூட அறியாத ஒரு கடிதம் அது. உதாரணமாக, மு. .வின் ஆஸ்துமா விஷயத்தை அவர் அறியப் பிரஸ்தாபித்து விமர்சிப்பது புண்படுத்தலாகும். காரணம், அந்த ஆஸ்துமா உண்மையானது. என் விஷயத்தில், நான் அபார சித்த

சுவாதீனமும் என்னைக் குரங்கிற்கு உவமித்தவரைவிட ஓரளவு லட்சணமும் உள்ளவன். என்னே நம் அறிவுலகம்! இந்த அளவுக்கு இதை விளக்கவேண்டி இருக்கிறது! நிற்க, தீ பிரச்சினை...

மு.த.வும் எனக்குப் பதிலாகக் கட்டுரை எழுதி எழுத்துவுக்கு அனுப்பினார். நாவலாசிரியரது பதிலைப் போட்டு, அப்பதிலின் அவதூற்றுத் தொனியை சி.சு.செ. மறைமுகமாகத் தலையங்கத்தில் கண்டித்துவிட்டுப் பிரச்சினையை முடித்துவிட்டார். மு.த.வின் பதிலை மட்டுமல்ல, எஸ்.பொ.வுக்கு நான் எழுதிய பதிலைக்கூட சி.சு.செ. பிரசுரிக்கவில்லை. ஏழாண்டு இலக்கிய வளர்ச்சியில் மு.த. இது விஷயத்தை ஊகிக்கக்கூடிய உள்பலம் கூட அற்று, சி.சு.செ. எனக்குப் பாரபட்சம் காட்டியதாகப் பிரலாபித்துள்ளார். இது, மு.த.வின் சுயநலம் ததும்பும் பலவீனமேயாகும்.

சரீரமும் மனமும் இவ்விதம் பலமற்றிருந்தமைதான், அவரைப் பின்னாடி 'வாய் வேதாந்தம்' பேச வைத்திருக்கிறது.

தமது நிலையினைச் சந்திக்க இயலாத மனோபாவத்தின் விளைவு அவரது ஆன்மிகம். இதை வைத்து அவரது கட்டுரைகளையும் கணிக்கலாம் என்று நான் கொள்ளவில்லை. அவரது கட்டுரைகள் அறிவார்த்த அளவுகோல்கள் மூலம் பார்த்து கணிக்கப்பட வேண்டும். அப்படிப்பார்த்தாலும், அவற்றில் புதிதாக எதுவும் இல்லை. சொல்கிற தோரணையில்கூட, தெளிவோ வீர்யமோ அநுபவக் கொந்தளிப்போ கிடையாது. மு.த.விடம் ஒரு revivalist குணம்தான் இருக்கிறது; சநாதன தர்மக் கூப்பாடுதான் இருக்கிறது. Revivalism இன்னும் தீவிரமடையாத அன்று சிதம்பர சுப்ரமணியனை நையாண்டி பண்ணிய சுந்தர ராமசாமி, தாமும் revivalist ஆனதும் மு.த.வைக் கண்டுபிடித்தார். இதன் விளைவாக மு.த. 'இருபதாம் நூற்றாண்டின் ஒரிஜினல் திங்கர்' ஆனார்.

இந்த ஒரிஜினல் திங்கர், இலங்கையின் முற்போக்குகளைத் தாமே தான் ஒத்தைக்கு ஒத்தையாகச் சந்தித்ததாகப் பீற்றிக்கொண்டு, அதே சமயத்தில், நான் முற்போக்குகளைச் சந்திக்காமல் இங்கே தமிழகத்துக்கு ஓடிவந்துவிட்டதாக வேறு வவ்வே காட்டுகிறார். வெ.சா.வின் அதே பீற்றல் பாணிதான். ஆனால், சீரிய இலக்கியத் தளத்தையும் ஒரு குறிப் பிட்ட ஆழ்ந்த தொனியையும் ஏற்று நான் எழுதிய அந்தச் சமயத்தில், இலங்கையின் முற்போக்கு மந்தைகளைவிடப் பெரிய கூச்சல்காரனான மாஜி முற்போக்கு எழுத்தாளரும் மு.த.வின் குருவுமான எஸ்.பொ.வின் இலக்கிய முகமூடிகளையும் விமர்சக முகமூடிகளையும், எழுத்துவிலேயே கிழித் தெறிந்திருக்கிறேன். சீரிய ஆரோக்யமான எழுத்துக்கு ஆபத்து, ஒரு புறம் எஸ்.பொ. போன்ற இலக்கியப் போலிகளாலும் இவர் களைப் போன்றோரைப் புகழும் மு.த.களாலும்தான் என்பது அன்றைய

எனது கணிப்பு. அதாவது, முற்போக்குகளை ஒத்தைக்கு ஒத்தை சந்தித்த மு.த.வையே ஒத்தைக்கு ஒத்தை சந்தித்துவிட்டவன் நான். முற்போக்கு என்றுபார்த்தால், புரட்சிகர தத்துவரீதியான அழகியலையும் சமுகத்தின் க்ஷீணித்த மரபுகளையும் பற்றிய விழிப்புடன் செயல்படும் ஆழ்ந்த முற்போக்கு என்னுடையது. புதிய முற்போக்குத் தலைமுறை ஒன்று இதை உணர ஆரம்பித் திருப்பதான அடையாளங்கள் உள்ளன. மு.த.வோ ரொம்பவும் ஒரிஜினலாக ஓடிப்போய், சநாதனத்துக்குள் விழுந்து போனவர். இது இப்படியாகிவிட்ட விஷயம் என்பது, மு.த.வின் புத்தகங்களில் பக்கம் பக்கமாக நிரூபணம் பெறுகிறபோது, அவரன்றி இன்றைய சீரழிவை விசாரிக்கும் நான்தான் ஒரு பழங்காலத்தில் வாழ்வதாக மு.த. உளறிய கடிதத்தினை, எவ்வித ஆய்வோ பரிசீலனையோ அற்று மேளதாளம், ஆரத்தி, நைவேத்தியத்துடன் பிரசுரித் திருக்கிறார் வெ.சா. தமது யாத்ராவில்.

இப்போது, யாத்ராவில் இந்த மு.த.வுக்கு எடுக்கப்படும் திருவிழாக் கூத்தில், மு.த.வை மார்க்ஸியத் தெளிவுள்ளவராகவும் அதை மீறி வேறு தேட்டங்களுக்குப் போனவராகவும் காட்டுவது, மு.த.வை ரொம்ப உயரமான ஏணியாக்கி, அதன் உச்சியில் வெ.சா. ஏறிக் குந்திகொள்ளுவதற்குச் செய்த திட்டமாகும். தமக்கு மு.த. எழுதிய Ingratiating ஆன (கெஞ்சலும் கொஞ்சலுமான) கடிதத்தை, இந்த உயரத்திற்குப் பீடமாகத் தூக்கிக்கொண்டு ஏணியில் தொத்துகிறார் வெ.சா.. அற்புதமான காட்சி! யாத்ராவில் இப்படித் தொத்தும் அவசரத்தில், பழைய ஏணிகளை உதைத்துத் தள்ளியும் விட்டார். மு.த.விடம் உள்ள குணம், 'நம்மை (அதாவது வெ.சா.வை) சுற்றியுள்ள அநேகரிடம் காணாத குணம்' என்கிறாரே! இது, அவரைச் சுற்றி யுள்ள அன்னம், அகரம், சுந்தர ராமசாமி ஆகிய அரைவேக்காட்டு மார்க்ஸிஸ்டுகள், மாஜி மார்க்ஸிஸ்டுகள் ஆகியோராகவே அர்த்தம் தருகிறது. இவர்களைவிட, மு.த.வின் மார்க்ஸியமும் அதனுடன் அவருக்குப் பின்னாடி ஏற்பட்ட பிணக்கும் திட்பமானவை. ஆனால் வெ.சா. போடுகிற கூச்சலை நியாயப்படுத்தத்தக்கவை அல்ல. மார்க்ஸியத்தின் அடிப்படை சித்தாந்தங்களில், நவீன சமுக தர்சனமும் பழைய சநாதனத்தினது உயிரின்மைகளிலிருந்து வேறுபட்டுக்கிளர்கிற புதிய மதிப்பீடகளும், மு.த.வின் ஆத்மாவைத் தீண்டிவிடாமலே போய்விட்டன. இதற்கு ஆதாரம், அவர் மார்க்ஸியத்தினது செயல் முறைப் பிறழ்வுகளைத் தாண்டி, அதை மீறிய நவீன சமுக தர்சனத்தைப் பெறாதவர் என்பதையும், இறுதியில் அவர் சறுக்கி விழுந்தது ஹிந்து சநாதனக் குட்டைக்குள் என்பதிலே உணரலாம். இதுதான் சுந்தர ராமசாமிக்கும் நடந்திருக்கிறது. இதனால்தான் மு.த.வை சு. ரா., இருபதாம் நூற்றாண்டின் பெரிய திங்கர் என்றார். இருபதாம்

நூற்றாண்டின் பெரிய புரளி இது!

காந்தியத்தையும் வினோபாவினது சர்வோதயத்தையும், இறுதிக் காலத்தில் அவர் நடத்திய உள்ஒளி பத்திரிக்கையில் பிரகடனம் செய்ததுடன், ஒரு வடிகட்டின அரசியல் மனோபாவத்துடன் ஒரு 'சத்தியாக்ரக'மும் செய்தார் மு.த. உள்ளூரில் ஆபத்து எதுவும் அற்ற சுமுகச் சூழலில், வசதி பார்த்து அவர் அடித்த ஸ்டண்ட் இது. ஒரு சம்பிரதாயரீதியில் இதற்காக அவர் 'உள்ளே போய்'விட்டு வந்தவர். இதில் ஏதும் தீவிரத்தன்மையோ, சமுக சக்திகளை எதிர்த்துத் தமக்கு அவப்பெயர் சம்பாதித்த தைரியமோ, சுயமான ஒரு தர்சனமோ கிடையாது. முதலில் மார்க்ஸியம், பிறகு எஸ்.பொ.வின் அடியாள் விமர்சனம், பிறகு சநாதனம், சர்வோதயம். இவை ஒவ்வொன் றுமே தம்மை விலைகூறி விற்ற ஈடுபாடுகள். இவை யாவற்றினுடேயும் ஓடக்கூடிய ஒரே தர்சனத்தின் மூலக்கூறு எதுவும் கிடையாது. மு.த. இறுதியில் அடித்த 'சத்தியாக்ரக' ஸ்டண்டில், புங்குடுதீவு ஆசிரமப் பின்னணி ஒன்றன் உறுதியான கௌரவம் நிற்கிறது. சத்யாக்ரகம் என்பது, மகாபலசாலியான ஒருவனது ஆன்மிகப் பொறுமையின், கருணையின் இயக்கம். கொடுங் கோலனது மனச்சாட்சியை விழிப்படைய வைக்க வெனக் கைக்கொள்ளப்படும் இயக்கம் அது. நியாயமான எதிர் விமர்சனத்தையே தாங்கிக்க முடியாமல் அந்தர் பல்டிகளை அடிப்பதும் எதிராளியை வாய்க்கு வந்தபடி மனக்கூறுபட்டவன் என்று வைவதும் திரும்ப அவன் பதில் கொடுத்துவிடுவானோ என அஞ்சி அவனை ரொம்ப ஓரிஜனல் எழுத்தாளன் என்று புகழ்வதும், ஒரு அத்திவார மின்மையையும் தீராத பலவீனத்தையும் ஓயாத அச்சத்தையும் காட்டுவன. மு.த.வைப் பற்றிய இந்த என் கணிப்பினை, நூறு வீதம் சரி என அவருடன் மிக நெருங்கிப் பழகியவர்கள் யாவரும் அறிவர். நான் அவரை நெருங்கவும் இல்லை, பழகவுமில்லை. நான் கூறுகிறவை, அவரது எழுத்துக்களிலும் அவர் எனக்கு எழுதிய கடிதங்களிலும் இருந்து கிடைத்தவை. யாத்ராவில் அவர் வெ.சா.வுக்கு எழுதிய கடிதங்களிலேயே, எனது கூற்றுக்கு ஆதாரம் உண்டு. எனக்கு அவர் எழுதியதிலிருந்து, குறிப்பாக அறிந்த ஒன்றைச் சொல்லலாம். (இது பிரத்யேக விஷய மெனினும் இப்போது சொல்லியாக வேண்டி இருக்கிறது.) மு.த., தம்முடைய மாமனாருக்கே அஞ்சிநடுங்கி, அவருக்குக் கட்டுப்பட்டு வாழ்ந்தவர் தாம். தமது பழக்கங்களில், அவர் கெஞ்சினால் மிஞ்சுவார், மிஞ்சினால் கெஞ்சுவார். இதற்கு ஆதாரம் யாத்ராவிலுள்ள கடிதங் களிலேயே உள்ளது. வெ.சா. வேசாக மிஞ்சுவதையும் உடனே மு.த. கெஞ்சுவதையும் அங்கே தரிசிக்கலாம். இதே போன்று என்னிடத்திலும் மிஞ்சி, 'நீ எனக்கு எழுதிய கடிதங் களைப் பிரசுரித்துவிடுவேன்' என்று பிளாக் மெயில் பண்ணும் அளவுக்குப் போய்பார்த்தவர் வெ.சா.

இதேபோல், வேறு நுட்பமான வகைகளில் சு.ரா.வும் மிஞ்சி மிரட்ட முயன்றதுண்டு. நான் இது எதற்கும் எந்தக் கணத்திலும் மசியாதவன். 'எச்சில் இலை, கிறுக்கு, குரங்கு' என்ற அவப்பெயர்கள், ஓயாத மறைமுகப் பிரச்சாரங்கள் யாவும் எனது இயக்கத்தைச் சந்தித்தது இதன் விளைவாகத்தான். இவர்களை நான் இடைவிடாமல் இப்படி அம்பலப் படுத்துவதினின்றும் சுருக்கம்கொள்ள வேண்டுமென்றே, நான் ஏதோ இவர்களினால் புண்பட்டு எதிர்வினை காட்டுவதாக எனக்கு தர்மோபதேசங்களும் நடக்கின்றன. இவை எதனாலும் தளராத தீவிரம் தான் சமுக தர்சன சக்தி ஆகும். இது மு.த.விடம் எள்ளத்தனையும் இல்லை. அவர் செய்துகொண்டது எல்லாம், மார்க்ஸிய மந்தை, எஸ்.பொ.வின் ஆபாஸம், சநாதனக் குட்டை ஆகியவற்றுடன் பண்ணிய சமரசங்கள் தாம். இறுதியிலே சநாதனத் துடன் அவர் சமரசம் செய்தது பற்றி குஷி அடைந்ததே, சு.ரா.வும் வெ.சா.வும் அவரைத் தூக்கி வைத்துக்கொண்டு கூத்தாடுகின்றனர்.

அவர், ஆசிரமத் தொடர்புடன் நடத்திய *உள்ஒளி* பத்திரிகைக்கு, ஊரில் உள்ள காசுக்காரர்களிடம் பணம் தண்டியதுக்கு உதவியது இந்த சநாதனம். மேலும், அவர் எவ்விதத்திலும் இருட்டடிப்புச் செய்யப் பட்டவருமல்ல. இப்படி, இருட்டடிப்புச் செய்யப்பட்டவர் மு.த. என்ற குச்சிவிளக்கைக் காக்க முயலும் வெ.சா., தம்மீது எரியும் எனது வெய்யிலின் உஷ்ணம் தாங்காமல்தான் பாவம், இதைச் செய்கிறார்.

வழவழா என்று அரைத்தமாவையே அரைத்துத் தள்ள நிறைய இடம் பெற்றிருந்த மு.த.வை, இருட்டடிப்புச் செய்யப்பட்டவராக எப்படிக் கூறமுடியும்? அவரை 'உபயோகித்த' ஆசிரமகாரர்களால், ஏதோ அவதாரம் என்றுகூட சிலாகிக்கப்பட்டிருக்கிறார். அவரைக் கொண்டாடியபடி, *பூரணி* என்ற பத்திரிகை ஒன்று ஆரம்பிக்கப்பட்டது என்றால், அது என்ன இருட்டடிப்பு? அவர் மறைந்ததும், அந்தப் பத்திரிகையில் அவரை ராமகிருஷ்ணரது முக்கிய சீடர்களுள் ஒருவரான, 'சசி' என்ற ராமகிருஷ்ணானந்தாவின் அவதாரம் என்று கூட ஒரு கட்டுரை வெளியாயிற்று என்றால், அது என்ன இருட்டடிப்பு? வேறொன்றுமில்லை. மு.த.வினால் விழுந்து கும்பிடப்பட்ட குருநாதரும் குருபத்தினியும், இந்த டெக்னிக் மூலம் ராமகிருஷ்ண சாரதாமணி தம்பதிகளது அவதாரங்களாகி விடும் நோக்கமோ, ஏதோ!

அதே இதழில், மு.த. இறுதியில் 'மகாசமாதி' அடைந்தாகக் குறிப்பு. இந்த இதழை எனக்கு அனுப்பிய அதன் ஆசிரியர்களுக்கு, நான் இந்த விபரங்களில் உள்ள அபத்தங்களைச் சுட்டிக் காட்டியபோது, 'புஸ் புஸ்' என்று சீறியபடி வந்தது அவர்களது பதில் கடிதம். அதில், எனக்கும் மு.த.வுக்குமிடையே நடந்த கடிதப் போக்குவரத்து பற்றிக் குறிப்பிட்டு, 'ஜாக்கிரதையா இரு! இல்லே தொலைச்சுப்புடுவோம்!' என்ற தொனி

தெற்குவாசல் 201

யிலான மிரட்டல். நான் பதிலுக்கு, 'பண்ணுங்கோ,' என்ற தொனியில் பதில் எழுதினேன். இதிலே மு.த. பரம்பரைக்கும் வெ.சா.வுக்கும் இடையே உள்ள அலாதியான ஒன்றுமையைக் காண்க. இரண்டுமே பிளாக்மெயில் வரை போகக்கூடிய பிராந்தியம்தான். இன்றும், நான் அந்த பிரக்யாதி பெற்ற கடிதங்களின் பிரசுரத்தை எதிர்பார்த்தபடிதான் இருக்கிறேன் - பூரணி காரர்களிடமும் வெ.சா.விடமும் இருந்தது! வெ.சா. தம்முடைய பங்குக்கு, கார்ல் கிரலவ் கவிதை விஷயமான தமது கடிதத்தை மட்டும் வெளியிட்டு, லயத்தில் மூக்கு உடை பட்டிருக்கிறார்...

ஆக மொத்தத்தில், அன்று பூரணியில் மகாசமாதி ஆன மு.த., இப்போது யாத்ராவில் 'தமது உயிரைப் பணயம் வைத்து அதை இழந்த' பரிதாபநிலைக்குத் தேய்ந்திருக்கிறார். இந்தத் தேய்வினையும், அந்தர்யாமியாக உள்நின்று இயக்கியவன் சிறியேன்தான்! தங்களது பிரமாதங்கள் என்னால் தவிடுபொடியாக்கப்பட்டுவிடும் என்ற ஒரு சின்னஞ்சிறு பயத்தின் ஆரோக்யம் இங்கே செயல்பட்டாலும், மு.த. எதற்காகத் தமது உயிரைப் பணயம் வைத்தார் என்ன கேள்வி இங்கே பிறக்கிறது.

ஏற்கெனவே பெரிய ஆஸ்துமா நோயாளியாக இருந்த அவரிடத்தில், 'பணயம்' என்று கௌரவிக்குமளவு பெரிய ஆரோக்யம் ஏதும் இருந்ததில்லை. அவரது மரணத்தில் தியாகம் ஏதும் நிழலாடியதுகூடக் கிடையாது.

யாத்ராவில் தமக்கு மவுஸு தேடுவதற்காக, மு.த. தமக்கு எழுதிய கடிதங்களைப் பிரசுரித்து நம்மை அறுக்கும் வெ.சா. செய்திருக்க வேண்டியது என்ன? பாழடிக்கப்பட்ட அந்தப் பக்கங்களில், மு.த.வினை அவர் நேர்மையாக விமர்சித்திருக்க வேண்டும். மு.த.விடம் உள்ள அலாதியான சிறப்புகள் என்று அவர் சகட்டு மேனிக்குச் சொல்கிற வற்றுக்கு ஆதாரங்களை, மு.த.வின் கட்டுரைகளிலும் அதைவிட முக்கியமாகக் கதைகளிலும் இருந்து எடுத்துத் தந்திருக்க வேண்டும். அப்படி ஏதும் ஆதாரம் ஏதும் அவக்குக் கிடைக்குமா? இருபதாம் நூற்றாண்டின் ஒரிஜினல் ஆகப்பட்ட மு.த.வின் 'திங்கிங்'கில், ஒரு இழைகூட ஒரிஜனல் ஆனதல்ல என்பதைத்தான் நேர்மையான விமர்சனம் நிரூபிக்கும். அவரது படைப்புக்களையே எடுத்தால், மந்தை மார்க்ஸியத்தின் ஆரம்ப லட்சணங்களே இறுதிவரை அவரிடம் இருந்திருக்கின்றன. தங்களை மார்க்ஸிஸ்டுகள் என்று பீற்றிக்கொண்ட தமிழர்கள் எவராலும், உயிருள்ள, ஒரு பின்னலான, உண்மையான கதாபாத்திரத்தைச் சிருஷ்டிக்க முடிந்ததில்லை. தங்கள் அபிப்ராயத் துக்கு ஏற்ற ஊதுகுழல்களைப் பாத்திரங்களாக்குவது, அவர்களது

ஸ்பெஷல் இலக்கிய வியாதி. இதே வியாதி இறுதிவரை, மு.த.வின் கதைகளிலும் நடைச்சித்திரங்களிலும் தொடர்ந்திருக்கிறது.

அடிஅத்திவாரத்தைப் பார்த்தால், இந்த வெ.சா.வும் சு.ரா.வும் சிலாகிக்கிற மதிப்பீடுகளும் பார்வையும், என்னிடமே உள்ளன. ஆனால், இவர்களது சகல அடிப்படைகளுக்கும், ஆழ்ந்த ஒரு தளத்தில் விரோதியாக இயங்கியவர் மு.த. வர்ணாசிரம தர்மமும், சநாதன ஸ்துதி யுமே மு.தா.விடம் இவர்களுக்குக் கிடைக்கும் எலும்புத் துண்டுகள். இவற்றின் ருசியில், தாங்கள் ஆரம்பத்தில் பேணிய அடிப்படைகளை இன்றும் தீவிரமாக கடைபிடிக்கிற என்னைக் கண்டு, இவர்கள் ஓடிய படி இருக்கிறார்கள். இருந்தும், விமர்சனத்தினது சீரியகதியில் சுந்தர ராமசாமி அகப்பட்டு, க்ரியா வெளியிட்ட தமது கட்டுரை நூலின் (சுந்தர ராமசாமியின் கட்டுரைகள்) முடிவில், மு.த.வினது அபத்தத்தைக் குத்திக்காட்டி உள்ளார். நான் குறிப்பிட்ட வறட்டு மார்க்ஸியத்தின் பிடியில் அகப்பட்டிருந்த மு.த.வின் மதிப்பீட்டில், கலைஞரான புதுமைப்பித்தனைவிடவும் கலைஞரல்லாத தளத்தில் கருத்துக்களைக் கதைகளாகப் பண்ணிய ஜெயகாந்தனே உயர்ந்தவராகக் கணிக்கப் பட்ட அபத்தம் அது. அத்தகைய ஒரு அபத்தமான ஒப்பீட்டை, புதுமைப்பித்தனுக்கும் ஜெயகாந்தனுக்குமிடையே செய்யவேண்டு மானால், ஒருவர் மரமண்டையாகவே ஜனித்திருக்க வேண்டும். சு.ரா. இது பற்றி சரியாகவே அபிப்ராயம் சொல்லி, மு.த.வைக் கிழித்தமை மட்டுமே, மு.த. பற்றிய அவரது நேர்மையான பார்வையாகும். ஆனால், இதே மூச்சில் இதே மு.த.வை இதே சு.ரா., இருபதாம் நூற்றாண்டின் பெரிய ஒரிஜினல் என்றும் கூறுகிறபோது, ஏதோ பைத்தியக்கார ஆஸ்பத்திரிக்குள் மாட்டிக்கொண்ட நிலையே எனக்கு ஏற்படுகிறது.

சநாதனத்தின் மதிப்பீடுகளுக்குத் திரும்பிவிடுகிறவர்கள், உண்மை யைத் தேடி அதனைச் செய்வதில்லை. கௌரவங்களையே அவர்கள் தேடுகிறார்கள். உண்மையைத் தேடி முகம்திரும்பும் பட்சத்திலே, ஒருவன் எல்லாவிதமான கௌரவங்களுக்கும் ஆபத்தானவன் ஆகிறான். அவனிடத்திலிருந்து பிறக்கும் கருணையில் கூட, சரசத்தின் பாவத்தைக் காண முடியாது. வயலில் விளையும் களைகளை வேரோடு கல்லி எறியும் கருணையில், சரசம் எங்கிருந்து வரும்? எனது இயக்கத்தை இந்தக் கோணத்திலிருந்து பார்த்தால், ஏற்கெனவே பல ஆயிரங்களில் ரூபாயை யும் காலத்தையும் விரயம் செய்துகொண்டிருக்கும் 'சகயாத்ரீகர்கள்' இனியேனும் சிருஷ்டிபூர்வமானவற்றுக்கும் உயிருள்ளவற்றுக்கும், தங்களை அர்ப்பணிக்க இடமுண்டு.

மு.த.வின் சூட்சுமத்தைப் புரிந்துகொள்ள வேண்டுமானால், அதற்கு நாம் எவ்வித சூட்சும திருஷ்டியையும் பிரயோகித்து மெனக்கெடக்

கூடாது. நமது சூழல்களில் மனிதாயத்தை வாய்கிழியக் கூவுகிற எழுத்தாளர்கள் ஒவ்வொருவருமே, படைப்பாளிகளாகவும் சரி, சிந்தனையாளர்களாகவும் சரி, கையாலாகாதவர்கள் என்ற ஞானம் மட்டும் இருந்தாலே போதும்; மு.த. விஷயம் புரிந்துவிடும். இன்று மனிதாயத்தை ஒரு இலக்கிய அளவுகோலாகக் கையாள்பவர்கள், நேற்று ஆன்மிக நீதிபோதனையை அளவுகோலாக்கியவர்களது ஆதே பரம்பரைதான். மு.த.வினிடத்திலோ, இந்த இரண்டு பரம்பரைகளை யுமே இரண்டு கைகளிலும் பிடித்த தண்டல்நாயகத்தனம் வெளிவருகிறது. அப்படிப் பார்த்தாலும்சரி இப்படி பார்த்தாலும்சரி, இவரது படைப்பு களும் சிந்தனைகளும் விமர்சனரீதியாகப் பாதுகாப்படைந்துவிடும் என்பதுதான், அவர் தமக்கு அமைத்துக்கொண்ட இந்த இருபுறப் பாதுகாப்பின் அடிப்படை நம்பிக்கை.

அதாவது, உள்ளதை அதன் மனித இயல்புகளினது சுயேச்சையான நிதர்சனங்களாகக் காண்கின்ற முதிர்ச்சி, இந்த இரண்டு குறுகிய அளவுகோல்களுக்கும் எட்டாதவை. இந்த அளவுகோல்களின் மூலம் தம்மை மு.த. பாதுகாக்கிறபோது, அவற்றைப் பரீட்சிக்கவும் வேண்டி இருந்திருக்கிறது. அதுபோழ்து, இப்பரீட்சையின் தர்க்க விளைவாக, புதுமைப்பித்தனைவிட ஜெயகாந்தனே உயரிய படைப்பாளியானார். ஏனெனில் புதுமைப்பித்தன் கலைஞர், ஜெயகாந்தன் நீதிபோதகர்! மு.த.வின் தண்டங்கள் பு.பி.யை எட்ட முடியாது என்பதற்கு, மு.த.வின் தீர்ப்பு சாட்சியாகும். ஆனால், இதன்விளைவாகத் தாம் அம்பலப் பட்டுவிடுகிறோம் என்பதை உணரும் சூட்சும திருஷ்டி மு.த.வுக்குக் கிடையாது.

ரஜஸ், தமஸ், சாத்வீக் என்றும் அசுர, மனுஷ், தேவ என்றும் முக்குணங்களைப் பிடித்துத் தொங்கியபடி, நவீன அரசியல் சிந்தனையுள் ஒரு கானகக் காலத்திலிருந்து வந்து குதித்த 'ஆஸ்த்மிக' டார்ஜான் ஆக, தாம் சநாதனிகளுக்குத் தென்பட இடமுண்டு என் பதில்தான் அவரது நம்பிக்கை. இன்று அவர் எதிர்பார்த்ததைவிடவும் லாபகரமாக, நவீன இலக்கிய உலகின் சநாதனிகளது ஆதரவு அவருக்குக் கிட்டியுள்ளது. இந்த நம்பிக்கையின் தைரியத்தில்தான், மனோவியாதியானது அப்பட்ட மான அம்சமாகவே தொனிக்கக் கூடிய அளவு அவர் சுயப்பிரபாவம் பாராட்டி இருக்கிறார். ஒரு முக்கிய உதாரணமாக, *மெய்யுள்* என்ற நூலில் உள்ள 'மெய்முதல் வாதம்', அதைத் தொடரும் 'சுழல்'கள் ஆகியவற்றில் பிரமிக்கத்தக்க அளவுக்கு அவரது அடக்கமின்மை, மன ஆரோக்யத்தின் எல்லைகளை மீறி ஊதிப்பெருப்பதைக் காணலாம். உலக இலக்கியத்திலேயே இலங்கை தான், அதிலும் இலங்கைத் தமிழ் தான், துரித கதியையும் பாய்ச்சலையும் காட்டுவதாக ஆரம்பிக்கும் இக்கட்டுரைக் கருத்துக்கு, ஆதாரமான நூல்கள்? படைப்புகள்? தமது

போர்ப்பறை என்ற நூலாகவும் அப்போதய அவரது கூட்டாளியான ஒருவரது போர்க்கோலம் என்ற நூலாகவும், இந்தப் பாய்ச்சல்கள் பிரஸ்தாபிக்கப்படுகிறது. அவராலேயே, இதன் மூலம் உலகின் ராக்ஷஸ சொரூபங்களாகத் தங்களை நம்பிக்கொண்டு கும்மாளம் போடும் சிற்றுயிர்களை, ஒரு பூதக்கண்ணாடி மூலம் பார்க்கிற அநுபவத்தை நாம் பெறுகிறோம். இந்த சிற்றுயிர்களை, எந்த பேருயிர் ராசியும் பொருட்படுத்திப்போவதில்லை என்றுதான் நான் நம்பிக்கொண்டிருந்தேன். ஆனால், இங்கே பேருயிர் ராசிமண்டலத்திலிருந்து சில சுந்தர ராமசாமிகளும், வெ.சாமிநாதன்களும் சிறுத்து, சிற்றுயிர் மண்டலவாசிகளாவார்கள் என்பது அன்று எனக்குத் தெரியாது.

'சுழல் இரண்டு' பகுதியில், கருத்துமுதல்வாதம் என்பது முதலாளித்துவம் கடைப் பிடிக்கிற ஆசாரரீதியான போலி ஆத்மிகம் என்றும் அது பொருளாசையை மறைக்கும் ஆஷாடபூதித்தனம் என்றும் கூறுகிற போது, மார்க்ஸியவாதிகள் எல்லா ஆன்மிகவாதிகளையும் உள்ளடக்கிக் கூறியதையே மு.த. வழிமொழிகிறார். எனவே, இந்த கருத்துமுதல் வாதத்திலிருந்து பிறிதான அன்பு, சமத்துவம், விடுதலை என இவர் பின்னாடி செய்யும் பிரம்மோப தேசப் பிரகடனமும், அதே கருத்து முதல்வாதத்தினுள்தான் அடங்குகிறது. மு.த.வின் இந்தப் பிரகடனங்களைவிடவும் பிரமாதமாக, பிரமாண்டமான பிரம்மவாதப் பிரகடனம் செய்தபடி பச்சை லௌகிகம் பண்ணினவர்கள், பண்ணுகிறவர்கள், அன்றைய ஆஷாட பூதிகளிலிருந்து இன்றைய ரஜ்னீஷ்கள் வரை உண்டு. எனவே, கருத்துமுதல்வாதத்திலிருந்து பிறிதான ஒரு சத்யம் என அவர் தந்திருக்கும் 'மெய்யுள்', அதே பழையபுட்டிச் சரக்குத்தான் அதே ஆஷாடபூதித்தனம்தான். ஆஷாடபூதிக் கருத்துமுதல்வாத முதலாளி வர்க்கத்துக்காகவேதான், அவர் இப்போது இந்த 'மெய்யுள்' வாதத்தையும் எழுப்புகிறார். அவர் எழுப்பும் வாதம், எவ்விதத்திலும் சுயாநுபவ வீர்யமோ தர்சனமோ அற்றது என்பதனை, அவர் தமக்காகத் தேடும் ஆதாரங்களினது பழைமை காட்டுகிறது. அந்தப் பழைமையிலும் புரட்சிகரமானவற்றை நீக்கி, புரட்சிக்கு முரணாக வர்ணம், பரிணாமப் படித்தரம், குணவியல் வகையான தேவ, மனித, ராக்ஷஸப் பிரிவினைகள் என அவர் பேணுகிறார். இது, லௌகிகரீதியாகப் புழுத்து நெளியும் முதலாளியத்தினது வர்க்கக் கட்டுமானத்துக்குத் தரப்படுகிற சப்பைக்கட்டு அல்லாமல் வேறென்ன?

படைப்பாளியாகவும் சரி, இலக்கியக் கருத்தாளியாகவும் சரி, சமுக தர்சனவாதியாகவும் சரி, தாம் ஒரு மீடியோக்கர் (அபூர்ணம்) என்பதை உள்ளூர உணர்ந்தமையால்தான், மு.த. தமது இறுதிக் காலத்தில் ஆன்மிகத்துக்கும் சர்வோதயத்துக்கும் ஓடி, ஒரு அரசியல் கவர்ச்சிக்காக, சத்யாக்ரக ஸ்டண்ட் ஒன்றையும் அடித்திருக்கிறார். பரிணாம

சித்தாந்தத்தையும் வர்ணாசிரமத்தையும் சநாதனிகளுக்கு ஏற்றபடி முடிச்சுப்போட்டு சப்பைக்கட்டு செய்த அதே மு.த., மறுபுறம் அடித்த இந்த ஸ்டண்ட், தீண்டப்படாதவருக்கு அநு சரணையானது. இப்படி ஒரு 'சென்ஸிட்டிவ்' ஆன துறையில் சத்யாக்ரகம் பண்ணி, அதுவும் ஒரு சம்பிரதாயரீதியில் இவர் சிறிது சிறை சென்றுவந்தமையாலே, நானும் வேறு அவரை விமர்சித்திருக்கக்கூடியவர்களும் அவரைத் தொடவில்லை. பார்க்கப்போனால், மு.த.வின் ஸ்டண்டுக்கு அடியில், இந்தவிதமாகவேனும் பாதகமான விமர்சனங்களிலிருந்து தம்மைக் காபந்து பண்ணலாம் என்ற நோக்கமும்கூட நிழலாடுகிறது. மாற்றுக் கருத்தைத் தாங்கிக்க முடியாத அவரது பலவீனத்தினை உணர முடிந்தவர் களுக்கு, இதை விளக்கவேண்டியதில்லை. தமது நம்பிக்கைகளுக் காக ஆபத்துக்களை ஏற்பவர், எந்தச் சித்தாந்தவாதி ஆயினும் ஒரு நேர்மையை வெளியிடுகிறவராகிறார். மு.த. ஏற்றது ஆபத்தை அல்ல என்பதுதான் கவனத்துக்குரியது. அவர் சத்யாக்ரகம் செய்த சூழல், அவருக்கு இம்மியும் ஆபத்தானதல்ல. ஆனால் இவ்வித ஆபத்தை ஏற்ற ஒரு இலங்கை எழுத்தாளர் இருந்திருக்கிறார். அவரது பெயரை வெ.சா. வுக்கோ சு.ரா.வுக்கோ கனவில்கூட உச்சரிக்கும் சந்தர்ப்பம் வராது.

அவரது பெயர் கே.டானியல். அவர் எழுதிய நாவல் பஞ்சமர். கலைப் பாங்காக அதில் ஒன்றுமில்லை. ஆனால் அதேபோல் மு.த.வின் கதை களிலும் ஒன்றுமில்லை. இருந்தும் பஞ்சமர், ஹிந்துத்துவ சைவவேளாள வர்ணாசிரமதர்மத்தின் 'பொட்டுக் கேடு'களை அப்பட்டமாக்குகிறது. இதற்காக டானியல், கம்யூனிஸ இலக்கிய வியாதிகளின் அம்சங்களை உபயோகித்தாலும்கூட, மு.த.வின் ஒருபுறச் சாய்வுக்கு எதிரான மறுபுறச் சாய்வு என்ற விதத்தில், பஞ்சமரையும் டானியலையும் நாம் குறிப்பிட்டே ஆகவேண்டும். ஆனால் பஞ்சமர் நாவலையும் மீறியது டானியலின் தைரியமான பாதாள (Under ground) அரசியல் வாழ்வு. இலங்கையின் அதி தீவிர இடதுசாரி இயக்கத்தில் இருந்து, இவர் கைதாகிச் சிறை சென்று சித்திரவதைகளை ஏற்றவர். உண்மையான ஆபத்துக்களைச் சந்தித்தவர். யாத்ராவில் 'மு.த.வைப் போல உண்டா?' என்று முனகலிடுகிறார் வெ.சா.. டானியலின் நேர்மையும் தைரியமும் மு.த.வின் ஸ்டண்டில் இருந்ததில்லை என்று இங்கே வெ.சா.வுக்கு அறிவுறுத்த உள்ளது. மு.த.வின் கடுமையான ஆஸ்துமாவுக்கு நாம் இரக்கம் தரலாம். ஆனால், அதைத் தமது ஸ்டண்டின் ஒரு அங்க மாக்கியதால் அவரது மரணம், உயிரைப் பணயம் வைத்து இழந்ததாக வெ.சா.வினால் காட்டப்படும் பூச்சாண்டிக்கே, இப்போது உபயோக மாகிறது. இவ்விதம் தமது உயிரையே பணயம் வைத்து, சித்திரவதையை மட்டுமல்ல தமது நம்பிக்கைக்காக மரணத்தையும் ஏற்றவர் கே.டானியல் தான்; மு.த. அல்ல. மு.த.வின் மரணம் வெறும் மரணமே!

டானியலின் அம்பலப்படுத்தலுக்கு அகப்பட்ட சமுக ஜந்துகளுக்குத் தான் வர்ணா சிரமம் நியாயமானதாகும். அடிப்படையில், இந்த வர்ணாசிரம தர்மம் என்பது ஒரு செக்ஸ் கட்டுமானம்தான். இதையே டானியல், ஒரு முதிர்ச்சியற்ற நிலையிலேனும் சித்தரித்தார். வர்க்கக் கட்டுமானத்தின் ஒரு அம்சம் இந்த செக்ஸ் கட்டுமானம். செக்ஸின் கவர்ச்சியும் காதலும், வர்க்கங்களை ஜாதிகளை மீறத்தக்கது. இப்படி யான மீறல் ஏற்படாமல் கட்டுப்படுத்தும் நோக்கமே, வர்க்கத்தின் ஜாதிய வடிவான வர்ணாசிரமம் ஆயிற்று. ஆனால் மு.த., சநாதனி களுக்கு ஏற்றவிதமாக வர்ணாசிரமத்தை, பரிணாமவியல் என்றும் ஆன்மிக படித்தரத்தின் வெளியீடு என்றும் கயிறு திரித்திருக்கிறார். இவருக்கு ஆன்மிகத்தின் எலிவாலுடன் கூட, செயல்முறைப் பரிச்சயம் இல்லை என்பதனையே இது காட்டுகிறது. ஏனெனில், எல்லா வர்ணத் திலும், அதாவது எல்லா ஜாதியிலும், உந்நதமான ஆன்ம புருஷத்து வத்தை அடையத்தக்க மனித பூர்ணத்துவம் உண்டு.

வர்ணாசிரமத்தின் அத்திவாரமின்மையை, இந்திய வேதமரபி லிருந்தே சாட்சியமாக எடுத்துக் காட்டலாம். ரிக்வேதத்தின் ஆரம்ப மண்டலங்களில், 'வர்ணம்' என்பதன் பொருள் 'நிறம்' அல்ல - 'தேர்வு'. உந்நதமானவனைத் தேர்ந்துகொள்ளும், ஆழ்ந்த அகக்கண்ணின் பார்வை சம்பந்தப்பட்ட சூஷ்மமான விஷயம் இது. ஆழ்ந்ததர்சிகளின் ஆளுமைகளுக்கு உட்பட்ட சூழலில், அன்று மட்டுமல்ல இன்றும் 'தேர்வு' என்பது இவ்வித சூஷ்ம திருஷ்டியின் மூலமே நடப்பதை, தர்சிகளிடத்தில் நேரில் நான் அறிந்திருக்கிறேன். இந்தத் தேர்வும் பதவிக்காக அல்ல; ஒரு புரட்சிகரமான வாழ்வுக்கான பரிசோதனை களுக்கு ஒருவனை ஆட்படுத்துவதற்காகச் செய்யப்படும் தேர்வாகும்.

ஆனால், ஆன்மிகத்தைப் புனிதப்புளுகாக்கி, பதவிகள், கௌரவங்கள், அதிகாரங்கள் ஆகியவற்றை நாடிய சூழல், 'வர்ணத்தை' விகற்பித்துத் தோலின் நிறமாக்கிற்று; ஜாதியாக்கிற்று. உண்மையான அடிப்படை நிறம் ஏதும் வர்ணத்தின் மூலப்பொருளாக இருந்திருக்குமாயின், அந்த நிறம் சூஷ்மமான ஒரு பரிமாணத்தில் தென்படக்கூடிய நிறமாகத்தான் இருக்க முடியும். தோலின் நிறத்துக்கும் இதற்கும் சம்பந்தமில்லை. இந்த சூஷ்மமான பரிமாணத்தில், ஒவ்வொருவரின் உள்வடிவுகளில் ஏற்படக் கூடிய நிறங்களைப் பற்றி, தியஸபிக்கல் ஸொஸைட்டியின் வெளியீடான *Thought Forms* என்ற நூலில் அன்னி பெஸன்ட், ஸி.டபிள்யூ.லெட் பீட்டர் இருவரும் எழுதியுள்ளனர். இன்று மருத்துவ விஞ்ஞானம், வர்ணத்துக்கும் மனசுக்குமிடையே தொடர்புகளை நிறுவுகிறது.

இந்திய ஜாதியமாக வடிவெடுத்த வர்ணாசிரமமோ, தோலின் நிறத்தை மட்டுமே அடிப்படை ஆகிற்று. இன்று இதற்குச் சப்பைக் கட்டுக்களை, பிளேட்டோ வரை தேடிப்போயிருக்கிறார் வெ.சா..

பிளேட்டோவின் விஷயத்திலும் தகுதியே முக்கியமாயிற்று என்ற விஷயத்தை, புனிதப்புளுகு தொடரில் 'தத்துவப்போலிகள்' கட்டுரையில் விளக்கியுள்ளேன்.

அடுத்து ஆன்மார்த்தத் தகுதியை எடுத்தால், வியாதகீதையை அருளியவர் ஒரு கசாப்புக்கடைக்கார ரிஷி. இன்றும் ஐதிகமாகச் சங்கரரை, காசி விஸ்வநாதரே ஒரு ஹரிஜன ரிஷியாகத் தோன்றி ஆட்கொண்ட கதை உண்டு. புராணகாலத்திலே, முக்தி பெறும் தகுதி பரிணாமத்தின் கீழ்நிலையிலுள்ள ஜீவர்களுக்குகூடக் கற்பிக்கப் பட்டுள்ளது. பசுவுக்கும் குரங்குக்கும் நாய்க்கும் காக்கைக்கும் முக்தி கொடுக்கப்பட்டுவிட்டதாக ரமணர் தாமே அறிவித்து, அவற்றுக்கு அவரே சமாதி கட்டியும் இருக்கிறார். எங்கே இருக்கிறது இதில் ஆத்மிகத்துக்கான பரிமாணப் படித்தரம்? மறுபுறம், திருமண விஷயங்களில் ஜாதியம் பாராட்டுவது ஹிந்துத்துவத்தின் மூலரூப சாஸ்திரத்தில் இல்லாதது என்பதனை நிறுவியவர் மோஹன்தாஸ் காந்தி. தமது மகனுக்கும் ஸி.ராஜகோபாலச்சாரியாரின் மகளுக்கும் மணவினை கோரப்பட்டபோது, 'நான் ஜாதியத்தை நிராகரிப்பவன். ஆனால் பொதுவாழ்வில் மாற்றம் வேண்டும் என்பதற்காகவே அன்றி, எனது தனிப்பட்ட வாழ்வின் வசதிக்காக நிராகரிக்கவில்லை. பொதுவாழ்வின் ஜாதியம் ஒழியாத வரை, அதற்கு என் வாழ்வும் கட்டுபட்டே ஆக வேண்டும். நானும் அதன் குரூரத்தை அநுபவித்தே ஆகவேண்டும். ஆனால், சாத்திரங்கள் உண்மையிலேயே ஜாதியத்தை மணவினை விஷயத்தில் நிராகரிக்குமானால், இதுபற்றி நான் எதிர்ப்புச்சொல்ல இடம் இராது' என்ற பொருளில் கூறினார். இது விஷயங்களில் மஹாவித்வானாகத் தமிழகத்தில் இருந்த ஒருவரை அணுகிக் கேட்ட போது, அவர் ஹிந்துத்வத்தின் மூலரூப சாஸ்திரங்களில் இந்தமாதிரி மணவினைக்கு எதிர்ப்பு இல்லை என ஆதாரபூர்வமாகக் காந்திக்கு நிரூபித்தார். இதன் பின்னே காந்தியின் ஒப்புதல் கிடைத்தது. இது, நவீன இந்தியப் புரட்சியின் தீப நிகழ்ச்சிகளுள் ஒன்றாகும். இத்தகையவற்றை மூடி அவித்துவிடும் பிணச்சாம்பல்தான், காந்திக்குப் பிந்திய இன்றைய காலத்தில் மண்டிக் கொண்டிருக்கிறது. இதற்கு ஏற்ற சித்தாந்தச்சரக்கை அருளியிருப்பவரே மு.த. இந்தச் சரக்குத் தான், சு.ரா.வுக்குத் தென்பட்ட இருபதாம் நூற்றாண்டின் ஒரிஜனல் சாம்பல்.

இவ்வளவு தூரம் அப்பட்டமான ஒரு நசிவின் பிரதிநிதிகளாக இருக்கும் இவர்களுள், வெ.சா. பண்ணும் கூச்சல் பிரச்சாரம், சீரிய சிந்தனைத்தளத்தினுள் புழுதிமண்டலமாக இடையறாது எழுப்பப் படுகிறது. பாவைக்கூத்து நூலுக்கு முன்னுரையாக எழுதி, யாத்ராவில் வெளியான அவரது 'எனது வார்த்தைகள் சில'விலிருந்து ஒரு உதாரணத்தை காட்டலாம். தங்களது தாளவாத்தியங்கள் உட்படச்

சகல வெளியீட்டுக்கருவிகளும் பிடுங்கப்பட்ட நிலையில், அன்றைய அமெரிக்காவின் அடிமைகளாக இருந்த நீக்ரோக்கள், தங்கள் உடலிலேயே கைகளால்தட்டி தாளவாத்திய மரபை உருவாக்கி, அதன் மூலம் மலர்ச்சியடைந்தார்கள் என்ற விபரத்தை, ஒரு கலாச்சார நிகழ்ச்சியிலிருந்து பொறுக்கி எடுத்துத்தந்திருக்கிறார். இதே விதமாகத் தான், எனது விஷயத்தில் யாத்ரா உரிமையாளர்களையே மூளைச் சலவை செய்து, எனது கருவியாக அது வந்திருக்கக்கூடிய நிலையில் பிடுங்கிக்கொண்டவர் வெ.சா. கொல்லிப்பாவை தோன்றி, அதன் பக்கங்கள் எனது கருவியாகியபோது, அதன் அன்றைய ஆசிரியரையும் மூளைச்சலவை செய்து, அதன் பக்கங்களை பிடுங்க முயன்றவர் வெ.சா. என்னை உண்மைக்குப் புறம்பாக, 'ஒரு பிராமண எதிர்ப்பாளன்' என்று தனது வாசகர்களாக வடக்கே இருந்தவர்களிடையே வக்ரப் பிரசாரம் ஒன்றைக்கூட நடத்தி, என்னைச் சகலவிதத்திலும் தனிமைபடுத்த முன்றவர் வெ.சா. ஏன், ந.பிச்சமூர்த்தியிடம் கூட, லா.ச.ராமாமிருத் திடம் கூட இப்படி என்னைப்பற்றிப் பிரசாரம் செய்தவர் அவர். இதே தான் அமெரிக்காவிலும் வேறுவிதங்களில் நடந்திருக்கிறது. தனது சேவைக்கும் அங்கே நடந்த இதேவிதமான 'சேவை'க்குமிடையே எவரும் ஒற்றுமை காணுமுன், ஆபிரிக்க அடிமைத் தாளவாத்ய மரபு பற்றிய குறிப்பைத் தொடர்ந்து - சம்பந்தா சம்பந்தமில்லாமல் - யாரோ கம்யூனிஸ மார்க்ஸிய ஆசாமிகளை நோக்கிக் கூச்சலிடுகிறார். உலகத்தில் நடக்கும் அநியாயம் எல்லாம், தனக்கும் தன்னோடு ஒத்துப்போகிறவர் களுக்கும் எதிராகத்தான் நடப்பதான பிரமையை எழுப்பும், இந்த அறிவுலகப் புரளிமன்னனின் பத்திரிகையினது அமைப்பில் சாட்சியம் பெறும் ஸ்தாபனப் பின்னணியே அவரை அம்பலப்படுத்துகிறது. வெளிஅமைப்புக்கு ஏற்ற அளவு, உள்ளே விஷயபலம் ஏதுமற்ற சக்கைப் பிரசுரமாகவே யாத்ராவை நடத்தும் இவர், அதை ஆக்கிரமிப்பது இந்தப் புழுதிப் பிரசாரத்தின் மூலம்தான்.

தங்களது திருகுதாளங்களுக்காக என்னிடம் செம்மையாக வாங்கிக் கட்டிக்கொண்ட பிறகு, எப்படியேனும் தமிழ்க் கருத்துத்துறையில் தாங்கள் குந்தி இருக்கவாவது இடம் கிடைத்தால் போதும் என்ற நோக்கத்துடனேயே, வெ.சா.வின் கூடாரத்தினர் செயல்படுவதைத் தான் உப்புச்சப்பற்ற யாத்ராவின் பக்கங்கள் காட்டுகின்றன. ஒரு புறம் ந.முத்துசாமி, தோலினால் ஆன முகமூடியைத் தேடி மீசை என்ற மயிரினால் ஆன முகமூடியை அணிந்ததும் அவரை ஜான் அபிரஹாம் என்ற கலைச் சினிமாக்காரர் இந்த மயிரோடு சேர்த்துக் கட்டிப்பிடித்தும் பற்றி டமாரம். மறுபுறம் வெ.சா., முந்திய காலங்களில் வெளிப்படை யாகப் பேசவே வெட்கப்பட்டிருக்கக் கூடிய விஷயமான மு.த.வின் கடிதங்களை, இன்று தலையில் தூக்கிவைத்தபடி சாமியாட்டம். அன்று

என்னிடம் பேசும்போது, எஸ்.பொ.வையும் மு.த.வையும் இலங்கையின் அறிவுலகக் கோணங்கிகளாகக் காட்டி, நையாண்டி கூத்துகளை ஆடி என்னை மகிழ்விக்க முயன்றவர் வெ.சா.

எஸ்.பொன்னுதுரையை அடியொற்றிய மு.தளையசிங்கத்தின் இலக்கிய மதிப்பீடுகள், புதுமைப்பித்தனைக்கூட எட்டிப்பார்க்க முடியாமல் போனவை எனக்கண்டோம். நான் மௌனியைப் பற்றிச் சிலாகித்து எழுதியவற்றைத் தாங்கிக்கொள்ளாமல் எஸ்.பொ., மௌனியைப் பம்மாத்து என்று எழுதியவர் என்றால், அப்படி எழுதிய ஆசாமியை மேதாவியாகக் கொண்டாடியவர் மு.த. இவர், வெ.சா.வுக்கு மௌனியின் பெயரைக் குறிப்பிடுவதில் எவ்வித இலக்கிய ஸ்மரணையும் இல்லை. எப்படி நான் மௌனி பற்றி எழுதினேனோ, அதே மாதிரியாக எஸ்.பொ. பற்றியும் நான் எழுதியாக வேண்டும் என்ற ஆவேசம்தான் தெரிகிறது. அதாவது, என் அபிப்பிராயம் என்னுடையதாக இராமல் தன்னுடையதாக இருக்க வேண்டும். மனோவியாதியின் மூலக்கூறு இத்தகைய ஆவேசமே ஆகும். கலாச்சார அடிப்படையில், இந்த மு.த.வுக்கும் வெ.சா.வின் கூடாரத்துக்கும் இடையில் ஸ்நானப்பிராப்தி கூடக் கிடையாது. ஆனால் மு.த.வுடன் க்ரியா ராமகிருஷ்ணன், சுந்தர ராமசாமி, வெ.சாமிநாதன், ந.முத்துசாமி யாவரும் ஒரு விஷயத்தில் ஒத்துப் போகிறார்கள். இது, இவர்களது தினுசு தினுசாக சநாதனவாதங்களை நான் அம்பலப்படுத்துவதினால், இவர்கள் தங்களுக்கு ஆதரவு தேடியதன் விளைவாகப் பிறந்த உடன்பாடு. எனது எழுத்து காலப் பார்வைகளில், ஹிந்துத்துவத்தின் ஆரோக்கியமான தன்மைகளை நான் சிலாகித்தபோது, இவர்களது சநாதனவாதம் கிளுகிளுப்பு அடைந்திருக்கிறது. ஆனால் மு.த. தமது பிதற்றல் பாணியில், நான் உபநிஷதக் காலத்தில் வாழ்வதாக அன்று எழுதியதை இவர்களே இன்று என் மண்டையிலடிக்க உபயோகிக்கிறார்கள். இன்றும் எனது பார்வை ஆரோக்யமான, ஆழ்ந்த விஷயங்களை அநுசரிப்பது பற்றி இவர்களுக்கு அக்கறையில்லை. இவர்களது மனிதவிரோதத் தன்மைகளை நான் அம்பலமாக்குவதனால், தாங்கள் கும்பிடும் மதிப்பீடுகளையே செருப்பாக்கி என்மீது வீசுகிறார்கள். இதனால், இவர்கள் குடிகொண்டுள்ள பிராந்தியமே ஒரு மனோவியாதி மண்டலமாகக் காட்சியளிக்கிறது.

எந்த விஷயத்திலும் அடிப்படையான அம்சங்களை மட்டும் அநுசரிப்பது அவற்றின் வெளிப்படை முரண்பாடுகளைத் தாண்டி, அவை யாவும் எந்த ஒரே மனித உந்நதத்தை வெளியிடுகின்றனவோ அதனுடன் பொருந்துவதாகும். ஒரு கலைஞனின் விஷயத்தில், அது அவனது கலைப்படைப்புகளாகச் சாட்சியம் பெறுகிறது. மார்க்ஸியத்திலிருந்து ஆன்மிகம் வரையிலான வெளிப்படை முரண்பாடுகளினூடே

ஒரு அடிப்படை அர்த்தத்தைத் தேடியவர் தானே மு.த. என்று பார்த்தால், அவரது மார்க்ஸியத்திலிருந்து ஆத்மிகம் வரை யாவுமே நுனிப்புல் மேய்ச்சலைக் காட்டுகின்றன. இதற்கு அழியாத சாட்சியம் அவரது படைப்புக்களின் கலைத் தரமின்மை. அவரது இலக்கியக் கருத்துக்களின் ஓட்டை உடைசல் தன்மை. இதை, வெ.சா.வின் கூடாரத்தினாலும் சரி, கிரியா கூடாரத்தினாலும் சரி மறுக்க முடியாது. 'தியானம் என்றால் என்ன என்பதை நாம் அறியுமுன்னர், எது தியானமல்ல என்பதைத் தீர்மானிக்க வேண்டும்' என்பது ஜே.கிருஷ்ணமூர்த்தியின் விஷேச அணுகுமுறை. இது, நவீன ஆன்மிக உலகில் புரட்சிகரமான ஒரு அணுகுமுறை. ஆனால் ஒரு கடிதத்தில் ஜே.கி.யைத் தூக்கி எறிந்து எனக்கு அபிப்ராயம் விளம்பிய மு.த., அதே ஜே.கி கூற்றைத் திருடிய ஒருவர்தாம். 'அர்த்தங் காணவேண்டுமானால் முதலில் அர்த்தமற்றதை நீக்கவேண்டும்.' இது, மு.த.வின் *கலைஞனின் தாகம்* நூலில், 'யந்திரம்' பகுதியில் உள்ள வரி. இது வெளிப்படையாகத் தெரியும் திருட்டு என்றால், ஜே.கி. பொதுவாக இன்றைய உலகுக்கு விடுத்த அறை கூவலை ஜீரணிக்காமல் அள்ளிஎடுத்து விழுங்கிவிட்டு, 'சர்வோதய' மாகக் கக்கிய அவரது மொத்தமான வாந்தியையும் இந்த வாந்தியை விழுங்கிக் கக்கிய சுந்தர ராமசாமியின் டபுள் வாந்தியையும், பொதுவாக மு.த.வின் நூளல்களிலும் விசேஷமாக '*மெய்யுள்*'ளிற்கு சு.ரா. அளித்த முன்னுரையிலும் காணலாம். அதாவது, ஜே.கி.யின் புரட்சிகரம் இங்கே சில சநாதனிகளின் சப்பைக்கட்டுகளுக்கு மசாலாவாக உபயோகப்பட்டிருக்கிறது.

ரிவைவலிஸம் அல்லது பழமையின் புனருத்தாரணம் என்பது அர்த்தம் பெற வேண்டுமானால், புதுமையின் நசிவுகளுக்கு அது தரும் எதிர்ப்பில்தான் அந்த அர்த்தம் பிறக்க முடியும். சற்றே ஊடுருவிச் சிந்தித்தால், பழையதைப் புதிதாக நிறுவ முயற்சி எடுக்காமலே, புதுமையிலுள்ள நசிவுக்குணத்தை எதிர்க்கவும் முடியும் என்று காணலாம். ஆனால் இப்படிப் போகக்கூடிய சிந்தனை எதுவும் மு.த. பிரச்சினைக்கு உதவாது. பழமையின் நசிவையே பிரதிபலித்தவர் அவர் என்பதுதான், அவரைப் பற்றிய சங்கதி - பழைமையின் புரட்சிகரமான காலாதீத அம்சங்களை அல்ல. அந்த அம்சங்கள் எதிர்மறையானவை, நெகட்டிவ் ஆனவை; பொய்யைப் பொய் என்று உணரக் கற்றுத் தருகிறவை. அந்த அம்சங்களை மு.த.வும் சரி, அவரைச் சிலாகிக்கும் சு.ரா.வும் சரி உணர்ந்திருந்தால், புதுமைப்பித்தனையும் ஜே.கிருஷ்ண மூர்த்தியையும் இவர்கள் இனங்கண்டிருப்பார்கள். ஆனால் இவர்கள் இருவருமே உடன் பாட்டுத்தன்மையான, பாஸிட்டிவ் ஆன போதனா ரூபங்களைத் தான் அநுசரிக்கிறார்கள். ஜெயகாந்தனைவிட புதுமைப்பித்தன் நெகட்டிவ் தன்மைக்காகக் குறைவானவர் என்று

மு.த. கூறுவதை சு.ரா. மறுத்தாலும், மு.த.வினது இதே பார்வையுடன் சு.ரா. உடன்படவும் செய்கிறார். பழைமையினது உயிரற்ற சம்பிரதாய மான ஆன்மிகத்தை, பு.பி. கிண்டல் பண்ணினதுக்குமேல் அவர் போகவில்லை என்று, சு.ரா. அதில் கூறுவதன் தாத்பர்யம் இது.

இந்தக் கூற்று, எதிர்மறை அணுகுமுறையின் சிருஷ்டிகரத்தை உணராத மந்தத்தின் விளைவு. நான் இக்கட்டுரையில் ஏற்கெனவே, ஜே.கி.யிடமிருந்து மு.த. திருடியதாக ஒற்றுமை காட்டிய மூலமும் பிரதியும் நெகடிவ் அணுகுமுறையின் சாம்யங்களாகும். ஆனால் மு.த.வின் ஒரிஜினலாக இது இல்லாமையாலேயே, பு.பி.யின் அணுகு முறையிலுள்ளதும் இதுவேதான் என்பதை, மு.த.வும் சரி சு.ரா.வும் சரி உணரமுடியவில்லை.

உதாரணமாக, *லயம்* நிர்.3-இல் 'சிருஷ்டியும் போதனையும்' கட்டுரையில், பு.பி.யின் 'சில்பியின் நரகம்' கதையிலுள்ள நெகட்டிவ் அணுகுமுறையினது ஆழ்ந்த சிருஷ்டிகரக் குணத்தைக் காட்டி, பாஸிட்டிவ் ஆன போதனாமுறையில் உள்ளது முதிர்ச்சியின்மை தான் என்பதனையும் விவரித்து இருக்கிறேன்.

பார்க்கப்போனால், பு. பி. வெறும் நெகட்டிவ் அணுகு முறையுடன் நிறுத்திக்கொண்டவர் அல்ல. பழைமையிலுள்ள உயிரம்சங்களை, தமது சிகரப்படைப்புகள் சிலவான 'அன்று இரவு', 'கபாடபுரம்' போன்றவற்றில் பாஸிட்டிவ் ஆக அவர் புனர்சிருஷ்டி செய்தவர். இங்கேகூட, போதனையின் அவலட்சணத்தையே தேடி ரசிக்கும் மு.த.வினால், பு.பி.யின் இந்த பாஸிட்டிவ் படைப்புகளை இனம்காண முடியவில்லை என்பதுதான் இதில் கவனத்துக்குரியது. 'சிருஷ்டியும் போதனையும்' கட்டுரையில் நான் குறிப்பிடுகிற மார்க்ஸியப் போதனைக் கலை, பழைமைப் போதனைக் கலை இரண்டுக்குள்ளும் அகப்பட்டு நிற்கிறவர் மு.த. இவரால் வாழ்வின் நிதர்சனசக்தியாக எழுந்த புதுமைப் பித்தனை உணரமுடியாமல் போனதில் வியப்பில்லை; ஆனால் இது விஷயமாக, முக்கிய கவனத்துக்குரியவர் சு.ரா. இவர் புதுமைப் பித்தனே தமது ஆதர்சம் என்று நெற்றில் எழுதி ஒட்டிக்கொண்டு கிளம்பியவர். இவர் கண்ட புதுமைப்பித்தன் வெறும் கிண்டல்வாதி. அதாவது, பு.பி.யின் கொந்தளிப்பை, சு.ரா.வின் மூளை உணரவில்லை. எங்கோ தூரத்தில் தமது சௌகர்யமான மனோபாவத்தினுள்ளி ருந்து, அவர் இந்தக் கொந்தளிப்பை ஒரு சிலுசிலுப்புச் சப்தமாகத் தான் கேட்டிருக்கிறார். அந்தச் சிலுசிலுப்பைத்தான் சு.ரா. தமது ஆதர்ச மாகவும் கொண்டார். பு.பி.யை ஆழ்ந்து உணர்ந்தவரல்ல சு.ரா. என்பதை, இன்று மு.த.வுக்கு அவர் தந்துள்ள முன்னுரைகள் தமுக் கடித்துக் கூறுகின்றன.

புதுமைப்பித்தனது ஆழத்தை, 'சில்பியின் நரக'த்திலே உள்ள குறியீட்டுப் பண்பு கூறுகிறது. சிற்பி சாத்தன், நடராஜ வடிவத்தைக் கருக்கொண்டது வாழ்விலிருந்துதான். இதை அவன் பைலார்க் கஸுக்கு விபரமாகவே கூறுகிறான். இறுதியாக, சிற்பத்தின் புன்னகை, மகாவேதனை ஒன்றாகச் சம்பவித்த அவனது மனைவியின் மரணத்தில் கிடைக்கிறது. மரணத்தின் விளைவான வேதனையிலிருந்து பிறப்பது தான் தெய்வத்தின் புன்னகை என்ற மகத்தான கவித்வ தர்சனத்தை இங்கே உணரலாம். உயிர்வாழ்க்கையும் அதனிடமிருந்து இணைபிரியாத மரணமும், சாத்தன் என்ற சிற்பியினூடே நடராஜ வடிவமாக ஜனிக் கிறது. இந்த நடராஜ வடிவம், வாழ்வு என்ற நடனமாகும். இதை நிமிர்ந்து பார்த்தே ஆகவேண்டும். கோவிலுள் அடைபடுவதைவிட அந்தப்புரத்து நிர்வாண வடிவங்கள் நடுவே இதற்கு அர்த்தம் உண்டு என்ற பைலார்க்கஸின் சீறலில் பொதிந்துள்ள அர்த்தம் அது. வாழ்வு வாழப்படுவதற்காக உள்ளது; பூரணமாக, முழுத்தொனியில், முழு விழிப்புடன். கோவிலினுள் அடைபட்டதும் அது நிழலாகிறது. அதை நிமிர்ந்துகூடப் பாராதவர்களும் நிழல்களாகவே முன்வருகின்றனர். வாழ்வைத் தரிசிப்பதை விட்டு தலைகுனிந்தபடி அவர்கள் கேட்பது 'எனக்கு மோட்சம்'. ஆனால், 'எனக்கு' என்ற தன்னிலைக்கு மோட்சம் கிட்டாது. தன்நிலையற்ற பரிமாணத்தில்தான் மோட்சமோ ஏதோ நிலவமுடியும். இதை உணராத சூழலில், விக்ரமும் 'உயிரற்ற மோட்ச சிலை' ஆகிறது; உடைக்கப்படுகிறது.

இவ்வளவும், புதுமைப்பித்தனது எதிர்மறை அணுகுமுறையினூடே யிருந்து கிடைக்கிற பொக்கிஷங்கள்தாம். தத்துவார்த்தமாக ஒரு இம்மியும் பிசகாத தர்சனம் இது. இந்த அடிப்படையில்தான் அவரை நான் ('புதிய புட்டியில் பழைய புளுகு' என்ற ஞானரதம் கட்டுரையில்), தர்சி என்று சிறப்பிக்கிறேன். பு.பி.யின் தர்சன சக்தி, மகத்தான கலைஞனது உந்நத எழுச்சிகளில் சம்பவிக்கிற ஒன்றாகும். அது அவனது மனிதார்த்தங்களை மீறியது. புதுமைப்பித்தனைப் போன்ற, ஒரு கலைஞனைப் பற்றி அபிப்ராயம் சொல்கிறவன், அவர்முன் தன்னை நிறுத்தி தன்னையேதான் அளவிட்டுக் கொள்கிறான். இந்தக் கருத்து, தனது மகத்துவத்தை உணர்ந்திருந்த பு.பி.யின் 'நானும் என் கதைகளும்' கட்டுரையிலேயே உள்ளது. அவரைப் போன்ற கலைஞர்கள், தங்களை மீறிய ஒரு உள்ஒளியைத் தெரிந்தோ தெரியாமலோ பிரதிபலிப் பவர்கள். இத்தகைய பித்தனைப் பற்றி அபிப்பிராயம் விளம்பி உள்ளதன் மூலம், மு.த.வும் சு.ராவும் இந்த ஒளியிலிருந்து ரொம்ப விலகிய இருளிலேயே இருப்பது அம்பலப்பட்டுள்ளது.

II

எழுத்துவைக் கொன்ற மு.த. கும்பல்

யாத்ராவில் வந்திருக்கும் மு.தளையசிங்கத்தின் கடிதங்கள், வெங்கட் சாமிநாதனுக்கு எழுதப்பட்ட அதே காலகட்டத்தில் நடந்து கொண்டிருந்தது, சி.சு.செல்லப்பாவின் எழுத்து பத்திரிகை. இலங்கைக்கு இந்திய (தமிழ்) பத்திரிகைகள் வரக்கூடாது என்ற முடிவை, இலங்கையின் இடதுசாரிகள் வலதுசாரிகள் நடுவழிச் சாரிகள் யாவருமாகச் சேர்ந்து முடிவு கட்டி, அதற்கான தடைகளை நிறைவேற்றிய காலம் அது. இதை, மு.த.வின் யாத்ரா கடிதம் நியாயப்படுத்துவதற்கு முனைவதைக் காணலாம். உண்மையில், இந்த இயக்கத்தில் ஓரளவு நியாயமும் உண்டு. தமிழகத்தின் பெருவாரிப் பத்திரிகைகள், இலங்கையில் பெருவாரியாக விற்றவை. ஆனால், அவை இலங்கைத் தமிழ் வாழ்வையோ, இலங்கை எழுத் தாளர்களையோ தங்கள் பக்கங்களில் தராதவை. இருந்தும், எந்தத் தடையும் பெருவாரிப் பத்திரிகைகளின் இலங்கை வினியோகத் தைக் கட்டுப்படுத்தவில்லை. மறைமுகவழிகளில், செய்ய வேண்டியதைச் செய்யக்கூடிய ஸ்தாபனங்கள் அவை. ஆனால், இந்தத் தடையினால் பாதிக்கப்பட்ட இயக்கம், எழுத்து பத்திரிகையினதுதான். இதுபற்றி, சி.சு.செ. இன்றுவரை எழுதாவிட்டாலும், பின்னாடி நேரில் தெரிய வந்தவற்றையும் கொண்டு நடந்ததை இங்கே இப்போது தரலாம். எழுத்துவின் அத்திவாரபலம் இலங்கைச் சந்தாக்கள்தாம். இது அடிக்கடி சி.சு.செ. சொல்லிவந்த விஷயம். அச்சில் வெளிப்படுத்தப்படாதது. இதை இந்திய இலக்கிய உள வாளிகள் மூலம் அறிந்துகொண்டு, இந்திய பத்திரிகைகளுக்கு இலங்கையில் ஏற்பட்ட தடையினை, எழுத்துவுக்கு எதிரான கொலைபாதகச் சூழல் ஆக்கினார்கள் இருவர். இவர்களுள் ஒருவர் (எஸ்.பொன்னுதுரை, மு.தளையசிங்கம் - இருவருடைய அத்தியந்த நண்பரும் பிரசுரகர்த்தருமான) எம்.ஏ.ரஹ்மான். உண்மை யில், எழுத்துவுக்கு எதிராக எதுவும் செய்யவேண்டிய நோக்கமோ அவசியமோ அற்ற ஒரு வியாபாரப் பதிப்பகத்தார்தான் இவர். ஆனால், இவரை இலக்கியத் துறையில் ஆட்டி வைத்தவர்கள் எஸ்.பொ.வும், மு.த.வும். இவர்களது நூல்களை இலங்கையில் பதிப்பித்து வெளி யிட்டவர் இவர் என்பதுடன், எஸ்.பொ. இவர் பெயரில் சில உருவகக் கதைகளை எழுதித் தந்து இவரை மனோவியல் ரீதியாக வசப்படுத்தி வைத்திருந்தவர். இன்னொருவர் பி.ராமநாதன் என்ற கம்யூனிஸ்ட். இந்த அன்பர்தான், எஸ்.பொ.வின் திருட்டை அம்பலப்படுத்திய கந்தசாமிப்பிள்ளையாரென்று, அந்த பெயருள் ஒளிந்திருந்த ஜோர்ஜ் சந்திரசேகரிடமே போய்க் கேட்டவர். தீவிர எஸ்.பொ. உபாசகர் இவர்.

எழுத்து சந்தாக்களை, சி.சு.செ.யின் அனுமதியுடன் இவ்விருவரும்

சேர்த்துக்கொண்டு, சி.சு.செ.க்கு சந்தா போய்விடாதபடி முடக் கினார்கள். இது சந்தாதாரருக்கும் எழுத்துவுக்குமிடையே இருந்த உறவை முறித்து, இலங்கைச் சந்தாக்கள் என்ற எழுத்துவின் அத்திவாரத்தை நிர்மூலமாக்கிற்று. எஸ்.பொ.வின் தீ நாவலும் அதைப் புகழ்ந்து எழுத்துவில் மு.த. எழுதிய கட்டுரையும், என்னால் எழுத்து பத்திரிகை யில் பாதிக்கப்பட்டதின் எதிர்விளைவு இது என்பது எனது கணிப்பு. எஸ்.பொ.வுக்கும் மு.த.வுக்கும், எழுத்து சிலம்பமாட இடம் தந்திருந்தால் இது நடந்திராது.

இதில் இப்போதைய விஷேசமும் ஒன்றுண்டு. எழுத்து கொல்லப் பட்ட இந்த விஷயத்தையும் சம்பந்தப்பட்ட நபர்களையும் பற்றி, நான் வெ.சா.வுக்கு சொல்லி இருக்கிறேன். இன்றைய தமது தத்தளிப்பில், அவர் யாரைப் பிடித்துத்தொங்குவது என்று புரியாமல், இந்த நபர்களுள் ஒருவரான மு.த.வைப் பிடித்துள்ளார்.

லயம்: 6, ஏப்ரல்-ஜூன் 1986.

டி. ராமநாதன் மறைவு: The Fall of a torch-Bearer

என்கௌண்டர் என்ற பிரிட்டிஷ் பத்திரிகையின் இலக்கியப் பகுதி ஸ்டீபன் ஸ்பெண்டரின் ஆசிரியத்துவத்தின்கீழ் இருந்த போது, 1950 வாக்கில் அது ஒரு சிறுகதைப் போட்டியை நடத்திற்று. போட்டி, ஆசிய ஆப்பிரிக்க எழுத்தாளர்களுக்கு மட்டுமே நடத்தப்பட்ட ஒன்று. முதல் பரிசு, நூறு பிரிட்டிஷ் பவுண்டுகள். போட்டிக்கு வந்து குவிந்த கதைகளுள் ஒன்று, ஒட்டப்படாத கவரினுள் புக்போஸ்ட் என்கிற 'செகண்ட்கிளாஸ் ஏர்மெயில்'லில் இலங்கையின் கொழும்பிலிருந்து வந்த 'The Greatest Census in the World'. அனுப்பிய ஆசிரியரினால், பாதுகாப்பாகக் கதையை அனுப்புமளவுக்குக் கையில் சில்லரைகூட அப்போது இல்லை. காரணம், விதவை ஆகிவிட்ட சகோதரியின் குடும்பத்தைப் பேணவேண்டிய அளவுக்கு ஏறிவிட்ட சுமைதான்.

இந்தக் கதை ஏற்கனவே நிராகரிக்கப்பட்ட ஒன்று. அப்போது கதாசிரியர் வேலை செய்துகொண்டிருந்த கொழும்பு ஆங்கிலத் தினசரியின் சண்டே எடிஷனுக்காக இதே கதை கொடுக்கப்பட்ட போது, அதன் ஆசிரியர் திருப்பித்தந்துவிட்டார் - பின்வரும் புத்தி மதியுடன்: 'ஒரு சிறுகதைக்கு ஆரம்பம், நடு, முடிவு - மூன்று அங்கங்கள் இருக்கவேண்டும். இதில் ஒன்றுமே இல்லையே.' கதையை எரிச்சலுடன் பிடுங்கிக் கொண்டுவந்து மேஜை டிராயரின் புல்ஸ்டாப், கமாக்களுக்கு நடுவே போட்டுவிட்டிருந்தார் கதாசிரியர். இப்போது, அவரது நண்பர்கள் அட்டகாசமாக ரிஜிஸ்தர் பண்ணித் தங்கள் கதைகளை என்கௌண்டருக்கு அனுப்பியபோது, தமது கதையை இப்படி ஓப்பன் லெட்டராக அனுப்பிவிட்டிருந்தார். 'வெறும் காலிக்கவர்தான் போய்ச் சேரும்,' என்று மனசு அவநம்பிக்கைப்பட்டுக் கொண்டிருந்தது. கதைத் தேர்வுக்குழுத் தலைவர் விளடீமர் நபக்கவ்; நமது சிறு கதாசிரியரின் நக்ஷத்திரங்களுள் ஒருவர். அவரா நமக்குப் பரிசைத் தந்துவிடப் போகிறார் என்றும் ஒரு எண்ணம்! வந்தது முதல் பிரதிபலிப்பு: 'இது உங்களுக்கு மட்டும்,' என்ற எச்சரிக்கையுடன், கவியும் விமர்சகருமான ஸ்பெண்டரிடமிருந்து. அவசரமாக ஓரம் தாறுமாறாகும்படி ஏரோ கிராமைக் கிழித்துக் காரியாலய பில்டிங்கின் மூன்றாவது மாடியிலிருந்து படித்த டி.ராமனாதனுக்கு, ஜன்னல் வழியாக குதித்துவிடலாம் போன்ற

குஷி! முதல்பரிசு அவருக்குத்தான். இதை உறுதிப்படுத்தி அடுத்த கடிதம் வந்தது - விளடீமர் நபக்கவ்விடமிருந்து. தொடர்ந்து பத்திரிகை அறிவிப்பு... எக்ஸட்ரா, எக்ஸட்ரா. ஆயினும், தமிழுலகம் டி.ராமனாதனின் பெயரைத் தெரிந்து கொள்ள முடியவில்லை. இதற்கு ஒரு காரணம் என்று அவரையேதான் 'குத்தம்' சொல்லவேண்டும். இலக்கிய இயக்கம் எதனுடனும் அவர் தம்மைச் சம்பந்தப்படுத்திக் கொள்ளாதது ஒன்று. தமிழில் தமது கதைகளை மொழிபெயர்த்ததுடன், அது சம்பந்தமான பொறுப்புகளைக் காவலூர் ராசதுரை என்ற இலங்கை எழுத்தாளரிடம் விட்டதுக்குமேல் ஏதும் செய்யாதது மற்றொன்று.

முதல்பரிசுக் கதையான 'தி கிரேட்டஸ்ட் ஸென்ஸஸ் இன் தி ஓர்ல்ட்', இலங்கைத் தமிழரால் எழுதப்பட்டதெனினும் அது இந்தியா சுதந்திரமடைந்தவுடன் எடுக்கப்பட்ட முதல் ஸென்ஸஸைப் பகைப் புலமாக்கிய கதைதான். எனவே, இது ஒரு ஆசியக் கதை; ஆசியாவின் துருவ நட்சத்திரமாக உதித்த இந்தியாவைப் பற்றிய கதை. ஆயினும், கதை நிகழும் பிராந்தியம், குப்பத்தை ஒட்டிய ஒரு பில்டிங்கின் 'காராஜ்'ஜிற்குள் குடியிருக்கும் ஒரு எழுத்தாளரைப் பற்றியது. ஸென்ஸஸ் எடுக்க வந்த 'உயரமான வெளுப்பான' மனிதரின் கண்ணில் தனது மனைவி பட்டுவிடாமல் உள்ளே அனுப்பிவிடுகிற அவர், வந்தவனின் கவனத்தை, தமது விக்டோரியன் மணிக்கூண்டுப் பக்கம் இழுக்க முயற்சிக்கிறார். 'இந்தியா முழுவதையுமே ஸென்ஸஸ் எடுக்க உங்களால் முடியுமா என்ன?' என்று சந்தேகப்படுகிறார். ஸென்ஸஸ் காரன் போனபிறகு, ஆங்கிலப் படம் பார்க்கப்போய் உட்கார்ந்திருந்து பீடி குடிக்கிறார். திரும்பி வரும்வழியில் ஒரே கூட்டம். பிளாட் பாரத்தில் உருவங்கள் பிணைகின்றன. புதிதாக ஒரு குழந்தையைக் குப்பத்தில் தனது சிநேகிதி பெற்றிருப்பதாக, அவர் மனைவி சொல் கிறாள். இதுதான் கதை. ஆரம்பம், நடு, முடிவு - இதற்கு எப்படி வரும்? இன்று, இதையும் இதைப்போன்ற 'பசி' முதலிய கதைகளையும் எழுதிய டி.ராமநாதன் நம்மிடையே இல்லை. கடந்த செப்டம்பர் முதல்வாரத்து சனிக்கிழமையில், அவரது கலையுள்ளத்தினால் புரிந்துகொள்ள முடியாத தீவிரநிலைக்குப் போய்விட்ட குழப்பமான அரசியல் சூழலின் நடுவே, யாழ்ப்பாணத்தில் அவர் மறைந்துவிட்டார். ஆங்கிலத்தில் மட்டுமே எழுதியவரான ராமநாதனின் கதைகளில் உள்ள இந்தியப் பின்னணி, அவரது அநுபவமாகும். கடவுளுக்குத் தன்மேல் ஏதும் அக்கறை இருக்கிறதா என்று நேரில் கண்டறிய, ஒருவிதமான சுதந்திர மான (அல்லது பாதுகாப்பற்ற) வாழ்வைத் தேடி, பி.ஏ.யைப் பூர்த்தி செய்யாமலே இலங்கையிலிருந்து இந்தியாவுக்கு 'ஓடி' வந்த அவர், ஒரு சமயம் ஜஸ்டிஸ் கட்சியின் ஆங்கிலப் பத்திரிகை ஒன்றை சென்னையில் எடிட் செய்திருக்கிறார். இன்னொரு சமயம் கன்யாகுமரியிலிருந்து

ஹிமாலயம் வரை ஹிட்ச் ஹைக் செய்திருக்கிறார். கர்நாடக சங்கீத ஈடுபாட்டிலிருந்து காய்கறித் தோட்டத்தின் மூலம் தன்னிறைவு வாழ்வை அமைப்பது வரை ஈடுபட்டிருந்த ராமனாநாதனின் தோற்றம், ரொம்ப சாமானியமான கருத்த குள்ளமான தோற்றம்தான். கிடைக்கக் கூடிய சலுகையைக்கூட விரும்பாமல் ஒதுக்கி இருக்கிற சுபாவம் அவருடையது. இதனால்தான், உலகப் புகழ்பெறக்கூடிய சந்தர்ப்பம் ஒன்று அவரை வீடுதேடி வந்தபோதும்கூட, அதை உபயோகித்துக் கொள்ளும் மூர்க்கம் அவரிடத்தில் வேலை செய்யவில்லை. தமிழ்நாட்டில் கூத்துப்பட்டறையிலிருந்து கோமாளித்தனமாக விகடக் கச்சேரி நாவல்கள் வரை எதெதையோ எல்லாம் செய்து, சுயதம்பட்டங்கள் மூலமும் ஆள் பிடிப்பது மூலமும் நவீன தமிழ் இலக்கியவாதத்தையே கேவலமாக்கிக் கொண்டிருக்கும் புள்ளிகளுக்கும் நிறுவனங்களுக்கும், ராமநாதனின் இந்த மனோபாவம் புரியாது. முதன்மையாக அவரது மனோபாவம், காந்தியம் நிலவிய ஒரு சூழலில் மேலெழுந்த ஜுவாலை களிலே புடம்பெற்றிருந்த ஒன்று. இன்று கசடதபற கும்பலிலிருந்து கணையாழி கும்பல்வரை, ஆர்எஸ்எஸ்ஸின் இண்டலக்சுவல் கோணிப்பை யான விஸ்வ ஹிந்து பரிக்ஷத்துக்குள் அடைக்கலமாகி இருக்கிறார்கள். காரணம், ஹரிஜனங்களுக்கு தண்ணீர் வழங்காத இவர்களுடைய மதிப்பீடு களின் விளைவாக அவர்கள் முஸ்லீம்களாகியமையாகும். இன்று இதன் அடுத்தகட்டமாக, 'தண்ணி குடுக்கமாட்டேன்னா முஸ்லீமா நீ ஆயிடறதா? குத்திப்புடுவேன் சூலத்தால்!' என்ற தத்துவமும் அதற்கு எதிராக அவர்களுடைய சூலங்களும் கிளம்பி இருக்கின்றன. ராமநாதனின் இலக்கியம், இந்தப் பிளவுண்ட இந்திய மனோநிலத்தின் அடிப்படைகளை ஒன்றிணைத்த ரஸவாதமாகும் - நவ இந்தியாவின் புதிய அத்திவாரமாகும். கொழும்பில் அவருடன் பழகிய நாட்களில், என் ஆங்கிலப் படைப்புகளை (அளவு மீறி) புகழ்ந்த அவர், என்னிடம் கூறிய ஒரு வாக்யம்: 'I have been carrying forward a torch. when I fall you must carry it.' அவர் தாங்கிய torch என்ன என்று நான் கேட்கவில்லை. அவரும் விளக்கவில்லை. ஓரள வுக்கு அவரையே போன்று இந்தியாவுக்கு 'ஓடி'வந்து வாழ்ந்து எழுதி உள்ள ஒருபோக்கில், என்னையறியாமலே புரிந்து என்னையறியாமலே நிறைவேற்றிய ஒரு அர்த்தத்தில்தான், அவரது அன்றைய மர்மமான வேண்டுகோளைப் புரிந்துகொள்கிறேன். நவஇந்திய லட்சியங்களைப் பற்றிய பிரக்ஞைதான் இந்த torch. இதை அவர் அன்று எனக்கு விளக்காமல்விட்டமையே, விளக்கங்களுக்கு அப்பாற்பட்ட உணர்வு களை அவர் மதித்ததின் அத்தாட்சியாகும்.

லயம் : 8, அக்டோபர்-டிசம்பர் 1986.

ஜோர்ஜ் சந்திரசேகரின் சிறுகதைகள்

எவ்விதமான அலட்டலும் இல்லாமல், காமிராப் பார்வையுடன் எட்டநின்று பார்த்து, 'கதை' எழுதும் உள்பலம் கொண்டவர் ஜோர்ஜ் சந்திரசேகரன். இலக்கியம் பற்றிய முன்கூட்டிய தீர்மானங்களுடன் அவரை அணுகினால் ஏமாறவேண்டிவரும். இதேவிதத்தில் ஏமாறக் கூடிய சிறுகதைகள் சில சி.சு.செல்லப்பாவிடமும் க.நா.சுப்ரமண்யத் திடமும் இருந்து பிறந்திருக்கின்றன. கதை சொல்லும்போது அபிப்ராய பூர்வமாக ஆசிரியர் குறுக்கிடாமை, ஒவ்வொரு அடியாக காலஉணர் வுடன் கதையை நகர்த்திச் செல்லல் என்கிற பண்புகளை உணர்ந்து அனுபவிக்கக்கூடியவர்களுக்குத் தான் இவர்களது படைப்பு விஷேசம் புலனாகும். இந்தப் பண்புகளைப் பொறுத்தவரை, ஜோர்ஜ் சந்திர சேகரன் இலங்கைத் தமிழ் எழுத்தாளர்களுள் விஷேசமானவர்.

முதல் பார்வைக்கு ஒன்றுமில்லாத மாதிரி தோன்றும் எளிமையான வசனங்கள், தொடர்ந்து ஓடுகிறபோது கடிகார ஓட்டமாகக் கதையை நகர்த்துகின்றன. இவ்வளவுக்கும், ஜோர்ஜ் சந்திரசேகரன் எடுத்தாளும் விஷயங்கள் சன்னமானவை. ஆவேசங்களுக்குப் பயன்படாதவை. சமூகத்தின் விளிம்பில் நிகழ்கிறவை.

ஒருநாள் முழுவதும் ஏதும் கிடைக்காமல், நாள் முடிவில் பத்து சத நாணயம் ஒன்றைப் பொறுக்கி எடுத்து, தோசை சாப்பிடப் போகும் வழியில், மழை, கார் என்பவற்றினால் - (இயற்கை, உயர் தளத்து சமுக சக்தி என்கிற அம்சங்களினால்?) - ஏற்பட்ட தடுமாற்றத்தில் நாணயத் தைத் தொலைத்துவிட்டு, அதைத் தேடிக்கொண்டிருக்கும் பிச்சைக் காரனின் பிரச்சினை 'சில்லரை' ஆனது. ஆனால் ஜோர்ஜ் அதைச் செல்கிற அப்பட்டமான காமிராப் பாணியில் பிரச்சினை, தீர்வுகளைத் தாண்டிய குரூர நிதர்சனமாகிறது.

இன்னொரு கதையிலிருந்து: 'மூன்று வருடங்களுக்கு முன், இதே கோவில்தான். ஆனால் வெறுங்கோயில். இதே போன்ற தொரு வெள்ளிக்கிழமைதான். ஆனால் ஏராளமான கூட்டம். அவனும் இதே போலத்தான் - ஆனால் வெறும் இதயத்தோடு நின்றுகொண்டிருந்தான்...'

'பிரதிஷ்டை' என்ற இந்தக் கதையிலே, வெறும்கோயிலில் அம்மன் விக்ரகப் பிரதிஷ்டை நடைபெறும்போது, அங்கு காரில் வந்திறங்கி

அவனைப் பார்த்து நகைத்தவளை, தனது இதயத்தில் 'பிரதிஷ்டை' செய்துகொள்கிறான் அந்தப் பிச்சைக்காரன். பிச்சைக்கார வரிசையில் நிற்கிறவன் கார் வரிசைக்காரி மீது கொள்ளும் ஊமைக்காதல், ஜோர்ஜின் கைவழியே அற்புத வடிவம் பெறுகிறது. இவ்வளவுக்கும் பிச்சைக்காரனை அவள் பார்த்தது 'காதல்' கொண்டு அல்ல என்பதையும் சொல்லாமலே புரியும் வகையில் சொல்கிறார். பிச்சை எடுக்கும் தரத்திய கீழ்மட்டத் தினை நாம் பார்க்கும் கோணம், எவ்வளவு ஆழமற்ற மேம்போக்கான பார்வை என்ற சூட்சுமம் கதையின் தளங்களுள் ஒன்று. தமிழின் சிறந்த சிறுகதைகளின் வரிசையில் இதை வைக்க இடமுண்டு. அத்துடன், இந்த கதையில் உயர்மட்டத்தினள் மீது அடிமட்ட நிலையிலுள்ள வன் கொள்ளும் காதலோடு, மௌனியின் 'அழியாச்சுடர்'ரில் கோவில் தேவதாஸி நிலையில் உள்ளவள் மீது ஒருவன் கொள்ளும் காதல் ஒப்பிடப்பட வேண்டும். இரண்டுமே நிறைவேற்றத்துக்கு அப்பாற் பட்டவையாக சித்தரிக்கப்பட்டுள்ளன. இருந்தும், 'காதல்' என்ற அளவில், ஜோர்ஜின் பிச்சைக்காரக்காதலன், மௌனியின் காதலன் இருவருமே ஒரே மானுடத்தகுதியுடன் நிற்கின்றனர். இங்கே உணர்வின் வெளியில் சமுகத்தகுதி பூஜ்யமாகிறது. உணர்வை செயல் முறையில் நிறைவேற்றாவிட்டாலும் அதைப் பூஜ்யமாக்கி விடாமல் 'எங்கோ' போய்விடுகிற மௌனியின் காதலனுக்கும் உணர்வைக் கிழித்தெறிந்து விட்டுப் போகிற பிச்சைக்காரனுக்கும் இடையில் வேறுபாடு ஏற்படு கிறது என்பதையும் கண்டுகொள்வது அவசியம். இவ்விடத்தில் பிச்சைக் காரனின் காதல் தனது ஜீவ சக்தியை இழக்கிறது.

இந்தத் தொகுப்பில் பன்னிரண்டு கதைகளே உள்ளன. *1960*இல் ஆரம்பித்து *1993* வரை சுமார் முப்பது ஆண்டுகளுக்குள் அவர் எழுதிய கதைகளின் எண்ணிக்கை, ஆசிரியருக்குத் தெரியவில்லை என்றே தெரிய வருகிறது. இந்தத் தொகுப்பில் உள்ள கதைகளைச் சேகரித்து அளித்தவர்கள் வாசக நண்பர்களும் இதர எழுத்தாளர்களும்தாம். பார்க்கப்போனால், குடும்ப நிலவரத்தின் குரூர அழுத்தங்களுக்கு தமது சக்திகளை ஈடுகட்டியதின் விளைவாக ஜோர்ஜ் சந்திரசேகரன், எழுத்துக்கு தாம் தந்திருக்கவேண்டிய முழு அக்கறையையும் தர வில்லை எனலாம். தொகுப்பில் இடம்பெற்றுள்ள 'அணுவைப் பிளந்து', 'குரங்குகள் மனிதனைக் கண்டதும் பற்களைக்காட்டிச் சிரிப்பதுபோல் பாசாங்கு செய்வது ஏன்?' என்ற இரண்டும் தரக்குறைவானவை. ஆசிரியரின் எழுத்தியக்கம் பாதிக்கப்பட்டமையின் சுவடுகளாக இவற்றின் குறைபாடுகள் தெரிகின்றன. எழுத்து ஒரு சமுகத்தவம். இதனை எங்கள் கலாச்சார மதிப்பீடுகள் இன்று உணர்த்துவதில்லை. இதன் விளைவை நாம் 'மௌனி'யின் பிந்தியகாலக் குறைகளிலேயே கண்டிருக்கிறோம்.

'கறுப்புச் சூரியன்' கதையில், தனது கர்ப்பமான வயிற்றை அசிங்கமாகக் கொள்ளும் பெண்ணின் மனோபாவம் அவ்வளவாக நம்பத் தகுந்ததாயில்லை. இதிலும் 'தகுதியற்றவள்'ளிலும் சொல்ல வருகிற அடிப்படை விஷயம் மறைபொருளாகி அதன் மூலம் வலிமை பெறக் கூடிய தன்மை இல்லை. பிரச்சினை முன்பே வந்து குரல் காட்டுவது, ஒரு தோல்விகரமான எழுத்தோட்டத்தைக் காட்டுகிறது. ஒவ்வொரு வகையான கதைப்பாணிக்கும் ஒவ்வொருவகையான ஆபத்து உண்டு. இந்தக் கதைகளில் நடந்திருக்கும் ஆபத்து, அப்பட்டமான விபரப் பாணியில் தூரநின்று விஷயத்தை தொட்டும் தொடாமலும் சொல்ல வேண்டிய முறை பிசகி, கதையை ஆபத்துக்குள்ளாக்கி விடுகிறது. 'அணுவைப் பிளந்து' என்ற கதையில் நாடக அமைப்புகள் குறுக்கிட்டு உருவத்தைக் குலைப்பதுடன், முதிர்ச்சியற்ற காதல் பேச்சுக்கள் வேறு நம்மை முகம் சுளிக்க வைக்கின்றன. 'மோகம்' கதையிலும் 'நகரம்' கதையிலும் செக்ஸின் தாக்கம் வெவ்வேறு விதங்களில் தீர்க்கம் பெற்றுள்ளது. 'மோகம்' மனோ வீழ்ச்சிக்கு எதிராக நிற்க முயன்று தோல்வியடைவதையும் 'நகரம்' இந்த விழ்ச்சியில் உணர்வற்று உழல்கிற ஒரு வாழ்வையும் சித்தரிக்கின்றன. மேலே குறிப்பிட்ட சர்ரியலிஸ சித்திரமும் இறைச்சிக் கடைக்காரன் சிதறிய ரத்தம் துளிர்த்த ஷர்ட்டுடன் திரும்பும் கணவனை, முறை தவறி உறவு கொண்ட அவனது மனைவியும் அவனது தம்பியும் வரவேற்று, ஷர்ட்டின் நிலை பற்றிப் பேசுவதும், ஊடுருவிப் பார்த்து உணரப்படவேண்டிய அம்சங்கள். கதை 'நகரம்'.

'மேரி', சற்றே பிசிறடித்தாலும் அருமையான இறுதிவரி அதிர்ச்சி கொண்ட கதை. 'குண்டுமாமா', ஒரு குழந்தையின் வார்த்தைகளில் அதற்குப் புரியாத செக்ஸ் பிசகு பற்றி சொல்லப்பட்ட சோதனை முயற்சி. 'சோமண்ணை', எளிமையாகச் சொல்லப்பட்டாலும் இதன் வலிமை, தண்ணிபோடக்கூடிய ஒரு வாலிபனிடம் மாட்டிக்கொண்ட கஞ்சத்தனம்கொண்ட ஒருவரது பாத்திரம் ஆகும். இந்த இரண்டு பாத்திரங்களும் பிளெயின்(டிகாக்‌ஷன்) டீக்கு பில்கொடுக்கும் பிரச்சினையில் சந்தித்துத் தங்கள் மனோபாவங்களை வெளிப் படுத்திக் கொள்வதை அலாதியாக ஆசிரியர் கையாண்டிருக்கிறார். 'போஸ்டர்', மிகவும் குரூரமான கதை. தாயினால் பிறந்தவுடன் தெருவோரத்தில் போடப்பட்டு, அனாதையாக வளர்ந்து, பிச்சைக்காரச் சிறுவனாகி, கூலிவேலை செய்யும் இளவாலிப நிலையில் சினிமாப் பைத்தியமான ஒருவன், சினிமா வழி பாலுணர்வு பெறுவதும் செக்ஸ் சினிமா போஸ்டரைப் பார்த்துவிட்டு சினிமாவுக்குப் போய் டிக்கட் எடுக்கும் களேபர நெரிசலில் கையை இழப்பதும் கதை. இது சொல்லப்படுகிற பாணியின் மூலம், இதன் ஒவ்வொரு அம்சத்தையும் பற்றிய உணர்வு களைப் படிப்பவனின் பொறுப்பில் விட்டு ஆசிரியர் ஒதுங்கி நிற்கிறார்.

இது கதைசொல்லும் முறையின் சிறப்பம்சம் என்பது இன்றைய அபிப்ராயவாதிகளுக்குத் தெரியாதது. இருந்தும் கையை இழந்ததை விடப் படத்தைப் பார்க்கமுடியாமல் போனதுக்கு இளைஞன் வருந்துவது பிசிறடிக்கிறது.

ஜோர்ஜ் சந்திரசேகரன் ஒரு நாடகாசிரியரும் நாடக நடிகரும்கூட. நாடகங்களை இயக்கியும் இருக்கிறார். எளிமையான பேச்சுத்தன்மை கொண்ட இயல்பான உரையாடல்களை அவரது கதைகளில் படிக்கிற போது, அங்கே ஒரு நாடகாசிரியரின் கை தெரிகிறது. நாடகத்தின் வர்ணனைப் பகுதிகளில் விபரங்கள் அப்பட்டமாகச் சொல்லப்பட வேண்டும். அங்கே ஆசிரியரது எழுத்துத்திறன் சிக்கனமாக இருக்கும். இந்த இலக்கணமே ஒருவிதத்தில் ஜோர்ஜின் கதைகளில்கூட நிரவி யிருக்கிறது எனலாம். அங்கங்கே வர்ணனை வீர்யம் இல்லாமலும் இல்லை. செக்ஸ் வருகிற ஒரு இடத்தில், முறை தவறி உறவுகொள்ள முயல்கிற இருவரை ஒரு முதியவர், பக்கவாதத்தினால் பாதிக்கப் பட்டவராகக் கிடந்தபடி, பேச்சு சக்திகூட அற்று வெறுப்புடன் பார்ப்பது ஒரு சர்ரியலிஸ சித்திரம். 'நகரம்' கதையில் இது; கதை சுமார் என்றாலும் இவ்விவரம் விசேஷம்.

மொத்தத்தில், ஓரிரு கதைகள் தவிர்த்து, ஜோர்ஜ் சந்திரசேகரனின் படைப்புகள் சிறுகதை உருவத்தை அலாதியாக நிறைவேற்றி விடுகின்றன. சிறுகதைக்கு உருவ லட்சணம் என்று ஒன்று இருக்கிறது என்பதையே அறியாமல் இன்று எழுதக்கிளம்புகிறவர்கள், ஜோர்ஜிடம் இருந்து கற்றுக்கொள்ள வேண்டும்.

நூலின் பெயர்: *ஜோர்ஜ் சந்திரசேகரின் சிறுகதைகள்*
(முதல் பதிப்பு 1994). வெளியீடு: அமோரா பதிப்பகம், *99*, ரத்னம்
ரோட், கொழும்பு-*13*, ஸ்ரீலங்கா. பக்: *99*. விலை ரூ. *50*.

நவீனவிருட்சம், ஜனவரி-மார்ச் 1995.

மேலும் சில ரிப்பேர்கள்

எஸ். பொன்னுத்துரையின் சுபமங்களா பேட்டி

கண்டி ராமலிங்கத்தின் *செய்தி* என்ற பத்திரிகையில் எஸ்.பொன்னுத் துரையை அம்பலப்படுத்தினார் 'கந்தசாமிப்பிள்ளை'. ஆரம்பத்தில் இவர், கோமாளியாரை ஒரு நல்ல எழுத்தாளராக நம்பியிருந்தவர். ஆனால் போகப்போக, ஆங்கிலத்தின் வழி வாசிப்புகள் அதிகரிக்க அதிகரிக்க, கோமாளியார் பத்திபத்தியாக ஆல்பர்ட்டோ மொரேவியா, டி.எச்.லாரன்ஸ் போன்றோரிடமிருந்து அபேஸ் பண்ணி, தமது கசாமுசாக்களுடன் ஒட்டுவேலை செய்திருப்பதை அவர் அறிந்தார். கோமாளியாரைச் செய்தியில் இவர் அம்பலப்படுத்தியபோது, கம்யூனிஸ அடியாள் ஒருவர் இவரிடமே, 'யார் அந்தக் கந்தசாமிப்பிள்ளை? அவனை அடிக்க வேண்டும்!' என்று கேட்டதுண்டு. உண்மையில், கோமாளியாரைத் திருடி எழுதும்படி ஊக்குவித்தவர்களே கம்யூனிஸ்டு கள்தாம். இவர்களுள் ஆச்சாரிய பகவான்கள் நால்வர்: க.கைலாசபதி, கா. சிவத்தம்பி. ஏ.ஜே. கனக ரட்னா, மு. தளையசிங்கம். முதல் மூவரும், தொடர்ந்து கம்யூனிஸ்டுகளாக இருந்தவர்கள். நால்வரும் கோமாளியாருடன் சேர்ந்து, ஆரம்பத்தில் கம்யூனிஸ இயக்கவாதி களாக இருந்தவர்கள். கம்யூனிஸ இயக்கம் இப்படித்தான், இலக்கியச் செம்மையின் மதிப்பீடுகளைக் கேவலப்படுத்தும் 'டுபுக்' எழுத்தாளர் களை, உலகெங்கும் ஊக்கு வித்திருக்கிறது. ஆனால் கொஞ்சம் 'பேர்' வாங்கினதும் இந்த 'டுபுக்' எழுத்தாளர்கள், தாங்கள் 'தனித்துவ மானவர்கள்' என்று, கட்சி இயக்கத்தையே பகிஷ்கரிக்கத் துவங்குவ துண்டு. இதில் பல்வெறு வகை உண்டெனினும், மிகக் கீழ்த்தர வகை யைச் சேர்ந்தவரே நமது கோமாளியார்.

பின்னாடி, கட்சிக்கு எதிராகக் கோமாளியார் கூச்சலிட ஆரம்பித்தமை, கம்யூனிஸக் கொள்கையுடன் அவர் பிணங்கிய ஒரு அறிவார்த்தமான விஷயம்கூட அல்ல. அவரை உருவாக்கிய கைலாசபதி, சிவத்தம்பி ஆகியோர் அவரது தலையில் குட்டிய போது, அவர்களை நோக்கிப் போட்ட கூப்பாடுதான் உண்மைப் பிணக்கு. கனகரட்னா, கடைசி வரை கோமாளியாரை ஆதரித்து வந்தவர். இந்நிலையில், கைலாசபதி யும் சிவத்தம்பியும் கோமாளி யாரின் திருட்டை அம்பலப்படுத்தி

யிருக்க முடியும். அவர்கள் இதைச் செய்யாததன் காரணம், 'இயக்க ரகசியம்' அம்பலப்பட்டுவிடக் கூடாது என்பதுதான் எனத் தோன்று கிறது. இந்நிலையில், அவர்கள் மீது தமது காட்டத்தைக் கோமாளியார் இடைவிடாமல் கொட்டிய காரணம், தம்மிடம் ஆரம்பத்திலிருந்தே இல்லாதிருந்த 'தனித்துவம்', தம்மிடம் இருப்பதாகப் பண்ணிய பம்மாத்துத்தான். இயக்க ரகசியத்தைக் காப்பாற்றுவதற்காகத் தம்மை அவர்கள் காட்டிக் கொடுக்கமாட்டார்கள் என்ற நிச்சயம் உறுதி யானதும், கோமாளியார் ஆடிய கூத்து, அறிவுலகத்தின் கழிசடை ஆட்டமாகத்தான் இங்குவரை தெரிந்திருக்கிறது. அவரது ஆட்டம் திடீரென ஸ்தம்பித்தது, அவரது திருட்டை அம்பலப்படுத்திய கந்தசாமிப் பிள்ளையால்தான். ஆரம்பத்தில் கோமாளியாரைப் பற்றிய எனது விமர்சனத்தையே ஏற்கமறுத்த ஒருவர் இவர்; இருந்தும் இவரது எழுத்து, பலவிதங்களில் கோமாளியாரின் எழுத்தைவிட இலக்கியபூர்வமானது. இவரது பெயர் ஜோர்ஜ் சந்திரசேகரன். பல வருஷங்களுக்குப் பிறகு தான் இந்த விபரத்தை, லயம் 7-வது இதழில் 'மனோவியாதி மண்டலம்' என்ற கட்டுரையில், நான் வெளியிட்டேன்.

எழுத்து நடந்ததே, இலங்கைச் சந்தா பலத்தில்தான். எக்ஸ்சேஞ் பிரச்சினை எழுந்தபோது, கோமாளியாரின் தீவிர ஆதரவாளர்களே, இலங்கைச் சந்தாக்களைத் தாங்கள் சேர்ந்து அனுப்புவதாகச் சி.சு.செல்லப்பாவிடம் ஒப்புதல் பெற்றுச் சேர்த்துக்கொண்டு, பணத்தை செல்லப்பாவுக்கு அனுப்பாமல் பத்திரிகையின் முதுகில் கத்திக்குத்து வழங்கியவர்கள். இவர்களுள் ஒருவர், கோமாளி யாரைத் திருட்டு எழுத்தாளர் என்று அம்பலப்படுத்திய கந்தசாமிப் பிள்ளையை அடிக்கத் தேடி அலைந்த கம்யூனிஸ அடியாள் - பெயர் ராமநாதன். இன்னொருவர் கோமாளியாரின் நூல்களை இலங்கையில் பிரசுரம் செய்தவரும், இப்போது இங்கே சென்னையில் அவர் புத்தகங்களை வெளியிடுகிற வருமான இளம்பிறை ரஹ்மான். கோமாளியாரை 'ஆ!ஊ!' என்று எழுத்து கொண்டாட வில்லை என்பதற்காக, கோமாளியாரின் கூட்டுத் திட்டத்துடன் நடத்தப்பட்ட கலாச்சாரக் கொலை இது. இதைச் செய்த கோமாளி யார், இன்று எழுத்து சி.சு.செல்லப்பாவின் பெயரை மந்திரமாக உச்சரிக்கிறார். தீவிரமாக இயங்க முடியாத உடல் நலிவில் சி.சு.செ. இருப்பதும், அவரது இயக்கம் மதிப்புக் குரியதாகிவிட்டமை யுமே, இந்த மந்திரோச்சாடனத்தின் காரணம்.

மிகவும் உடல் நலிவுற்ற தீவிர ஆஸ்துமா நோயாளியான தளைய சிங்கம், அந்நிலையில் தாம் செய்திருக்கக்கூடாத சத்தியாக்கிரக மறியல் ஒன்றைச் செய்து கைதாகி, விடுதலையான பின் சீக்கிரமே மரணித்தார்; காவலில் இருக்கும்போது தாக்கப்பட்டும் இருக்கலாம். ஆனால் தளையசிங்கம் எதற்காகப் போராடினார் என்ற உள்

விபரத்தை, கோமாளியார் சுபமங்களா பேட்டியில் மழுப்பியுள்ளார். மேல்கட்டுமானத்துக்குரிய தளையசிங்கம், கோமாளியாரின் தளத்துக்கும் கீழேயுள்ள பறையருக்கு தண்ணீர் கேட்டு நடத்திய போராட்டம் அது. இதை இருட்டடிப்பு செய்வதுடன், ஜாதி எதிர்ப்பு நல்லதுக்கல்ல என்கிறார் கோமாளியார். அதேசமயத்தில், தமக்கு ஜாதிக் கொடுமை தந்த தழும்பையும் காட்டுகிறார். ஆனால் பிறருக்குத் தழும்பு ஏற்பட்டால், 'எதிர்ப்பது நல்லது அல்ல!' ஜாதி எதிர்ப்பு நல்லதல்ல என்று கூறினால், இங்கே பார்ப்பனியர்களிடையே லாபமுண்டு. இரண்டும் முரண்பட்டால், இதர கோமாளிகள் கேட்கவா போகின்றன?

இலங்கைத் தமிழ் அகதிகள், ஐரோப்பிய நாடுகளில் ஏராளமாக உள்ளனர். இவர்களுக்கும் இவர்களது சந்ததியினருக்கும் தமிழ் இலக்கிய போதம் தொடர வேண்டுமென்று, இந்திரா பார்த்தசாரதியுடன் சேர்ந்து நம் கோமாளியாரும் களத்தில் குதித்திருக்கிறார். பணத்துக்காக அன்றி எதையும் செய்தறியாதவர்கள் இவர்கள். நமது கோமாளியார், இலங்கையின் செகுவேரா இயக்கத்தின்போது 'கிம் உல்சுங்' தத்துவத்தைப் பணத்துக்காக மொழிபெயர்த்துத் தந்தவர். அது, செகுவேரா இயக்கத்தின் பரிபாஷையாக விளம்பரப் பக்கங்களில் வெளியான பின்பு கைதாகினார். அப்போது, தாம் அதைப் பணத்துக்காக மட்டுமே செய்ததாகக் கூறி மன்னிப்புக் கோரியிருக்கிறார்; செகுவேரா இயக்கம் ஜெயித்திருந்தால் கதை வேறு! இப்போது மேற்படி பிஸினஸ். இதற்கு, இவரோ இ.பா.வோ முதல்போடப் போவதில்லை. பெருத்த மானியங்களை இவர்கள், நிறுவனங்களிடமும் அரசுகளிடமும் தனவான்களிடமும் இருந்து தண்டப்போகிறார்கள். எதிர்காலத்தில் வெளிநாடுகளில் வளரப்போகும் இரண்டாம் தலைமுறைத் தமிழர்களுக்குத் தமிழிலக்கியத் தொகுப்பு வெளியிடப்போகும் பேச்சு, ஒரு மோசடி! ஏனெனில், இங்கிருந்து வெளிநாடுகளில் மட்டுமல்ல, இந்தியாவின் பிற மாநிலங்களில் குடியேறும் முதல் தலைமுறையைத் தொடர்ந்து, அங்கே பிறந்து வளர்வோர் தமிழ் படிப்பதே இல்லை.

தமிழைப் படிப்பது பயனற்றது என்ற பார்வையுடன், இங்கே சென்னையிலும் இலங்கைக் கொழும்புவிலும் வாழும் உயர்மட்டத் தமிழர்கள்கூட, தமிழைப் படிக்கக் கற்பதில்லை. இவர்கள், தங்களுக்கு தமிழ் தெரியாது என்று ஆங்கிலத்தில் பெருமையாகக் கூறுவதை, நான் கேட்டிருக்கிறேன். அயல்நாடுகளில் உள்ள தமிழ்ச்சங்கங்கள், பெரும்பாலும் இங்கிருந்து அங்கே தொடர்ந்து போய்க்கொண்டிருக்கும் தமிழர்களின் ஊக்கத்தினால்தான் நடக்கின்றன. அவர்கள்கூட மதநூல்களைத் தாண்டி தமிழில் படிப்பது, குமுதம் வகையறாவைத்தான். மற்றபடி, தமிழறிஞர்களை வரவழைத்துப் பேசவைப்பது, இசை, நாட்டியம் போன்ற கலை நிகழ்ச்சிகள் நடத்துவது - இவைதாம் அவர்கள்

'தமிழ்' இயக்கம். நவீன தமிழ் நூல்களை இவர்கள் படிப்பதில்லை. அவர்களைத் தொடரும் இரண்டாம் தலைமுறையினர், இந்தச் சங்கங்களின் இயக்கங்களிலிருந்தே விலகிவிடுகின்றனர். இது பற்றி நாம் எதுவும் செய்யமுடியாது. ஆயினும்கூட, அயல்நாட்டு முதல் தலை முறையினரின் 'தமிழ் உணர்வை' முன்வைத்து, 'நான் தமிழுக்கு தண்ணீர்ப் பந்தல் வைக்கப் போகிறேன். பணம் கொடு,' என்று ஒருவிதக் கலாச்சார பிளாக்மெயில் செய்து பணம் திரட்டுகிறவர் கள் இருக் கிறார்கள். இவர்கள், திரட்டிய பணத்துடன் இங்கே திரும்பி, வீடுகூட கட்டிக்கொள்கிறார்கள். இவற்றைப் பற்றி எதுவும் தங்களுக்குத் தெரியாது என்று, *சுபமங்களா* போன்ற பத்திரிகைகள் கூற இடமில்லை. *தினமணி சுடர், சுபமங்களா* பேட்டிகள், பணம் தண்டும் ஃபைலுக்கு அவசியமானவை. பின்னணியை ஆராயாமல் ஃபைலைப் பார்த்துக் கொடுப்பவர்களுக்காகச் செய்யப்பட்ட பேட்டிகள் இவை.

லயம், டிசம்பர் **1995.**

(ஒரு பகுதி மட்டும்)

பார்வை - பேட்டி

கண்ணன் எம். : இன்றைய இலங்கையோட நிலை. நீங்கள் ஸ்ரீலங்காவின் தேசீயத் தற்கொலை எழுதிய பிறகு, Timbu Talks பற்றி எதாவது...

இன்றைய நிலை Timbu Talks வந்ததன் காரணம் என்னன்னு சொன்னால், இந்தியா இதில் மிக முக்கியமான பங்கை வகிக்கிற, ஈழப் போராளிகளுக்கு இடம் கொடுக்கிறது என்ற வகையில், ஜெயவர்த்தனே அரசியல் பார்வையில், இந்தியாவை நாம் எதுவும் செய்ய முடியாது. ஏன்னா மத்திய அரசு எதுவும் செய்யாது. காரணம் இங்கே தமிழ்நாட்டில் இவர்களுக்கு இடம் இருந்துதான் ஆகும். தமிழக அரசின் தேர்தல் தயவு மத்திய அரசுக்குத் தேவை. ஆக தமிழ்நாட்டை மீறி இங்கே இருக்கிற விடுதலைப் போராளிகளை அவர்கள் எதுவும் செய்ய முடியாது.

ஆகவே, இந்தியாவை அவர் ஏமாற்றவேண்டும். எப்படி ஏய்க்க வேண்டும் என்று சொன்னால்... நாங்கள் உங்களிடம் தீர்வு கேட்டு வருகிறேம். நீங்கள்தான் இதைத் தீர்த்துவைக்க வேண்டும் என்று வருவது சரணாகதி; இது போலித்தனமானது. அதாவது, இந்தியா கொடுக்கக்கூடிய எந்தத் தீர்வையும் அவர்கள் ஏற்றுக்கொள்ள மாட்டார்கள்; ஏற்றுக்கொள்கிற நோக்கம் கிடையாது. நாங்கள் ஒரு சுமுகமான முடிவுக்குத் தயாராக வருகிறேம் என்ற பாவனையை, இந்தியாவிற்கும் உலகத்திற்கும் காட்டுகிற ஒரு யுக்திதான். சுமுகமான தீர்வைக் காட்டுவதானால், யுத்தத்தை நிறுத்தி வைக்கிறோம்... ஈழப்போராளிகள்தான் நிறுத்திவைக்கமாட்டேன் என்கிறார்கள்... அவர்கள் ஏன் போரை நிறுத்திவைக்கமாட்டேன் என்று சொல்கிறார்கள் என்றால், இங்கே யுத்தத்தை நிறுத்தி வைப்பதாகச் சொல்லிவிட்டு... அவ்வப்போது ராணுவம் தாக்கும். ராணுவம் தாக்கும்போது போராளிகள் திருப்பித் தாக்குவார்கள். அப்போது அவர்களைத் தீவிரவாதிகள் என்று குற்றம் சாட்டலாம். அதற்காக ஏற்படுத்தப்பட்ட ஒரு தந்திரமிது!

இப்போது எல்லாம் ஒடுங்கியிருப்பதன் காரணம், இரண்டு பகுதியினருமே ஒரு பதுங்கலான நிலையில் இருக்கிறார்கள். இவர்கள்

ஒரு சுமுகமான ஒரு முடிவுக்கு வந்தால்கூட, இவர்களுக்கிடையில் தொடர்ந்து இணக்கம் உண்டாகாது. காரணம்... அங்கே இருக்கிற மேலாதிக்கத்தினர், அரசியல்வாதிகள், பிக்ஷுக்கள்; தமிழர்களுக்கு எதிரான அதிருப்தியை வைத்து, அரசியல் லாபங்களைச் செய்து பழகியவர்கள். இரண்டுபேரையும் இணைத்துப் பார்த்தது, ஒரே நாடாகக்கொண்டு, இருவருக்கிடையே பகைமையோ காட்டுத் தனமான மோதல்களோ உண்டாகாத விதத்தில் அரசியல் நடத்திய பழக்கமே அங்கே கிடையாது. அங்கே இது ஊறிவிட்ட விஷயம். எனவே, இந்தப் பிரச்னையை விரும்புகிறவன் அல்ல. ஆனால் சூழல் இதுதான். பிரிவினையைத் தவிர, வேறு ஒன்றும் அங்கே தீர்வை உண்டாக்காது. அதாவது, தமிழர்களாக இருக்கின்ற வரைக்கும்தான், அவர்கள் ஒரு சுமுகநிலை என்கிற முகபாவத்துக்காகவாவது இருப்பார்கள்.

பார்வை 1, 2, 3, மே, ஆகஸ்ட், நவம்பர் 1986.

கேள்வியும் பதிலும்

சத்யன் : தமிழ்ப் போராளிகளுடனான உங்கள் தொடர்பு, உங்கள் இலக்கிய வாழ்வை எங்ஙனம் பாதித்தது?

பிரமிள் : 1985-இல் 'கடல் நடுவே ஒரு களம்', 'இருபத்திநாலு மணி நேர இரவு' ஆகிய கவிதைகள் விடுதலைப்புலிகள் இதழிலும், லயத்தில் 'காலமுகம்', தீட்சண்யத்தில் 'தீவு' ஆகிய கவிதைகளும் வெளிவந்தன. ஆனால் இவை மனோநிலையின் விளைவுகள் தாமேயன்றி, நீங்கள் குறிப்பிடும் பாதிப்பினால் விளைந்தவை அல்ல. 'லங்காபுரி ராஜா' கதையையும் குறிப்பிடலாம்.

(மார்ச் 1993)

உயிர் எழுத்து, ஏப்ரல் 2008.

ஶ்ரீலங்காவின் தேசியத் தற்கொலை

ஸ்ரீலங்காவின் தேசியத் தற்கொலை

முன்னுரை

இலங்கை இன்று போர்க்காலத்தின் தீவிரநிலைக்குத் தள்ளப்பட்டுள்ளது. சிங்களவரின் மனிதாய சக்திகளும் இலங்கைத் தமிழரின் மனிதார்த்தங்களும், இந்தத் தீவிரநிலையை அறிவுசான்ற தளத்துக்குக் கொண்டு செல்ல முடியாதவாறு நிலைமை ஆக்கப்பட்டு விட்டது. இந்நிலை தவிர்க்கமுடியாதவாறு நிகழ்ந்த ஒன்றுதானா? இதற்கு இரு பிரிவினருள் ஒருவர்மட்டும்தான் பொறுப்பாளியா? இத்தகைய கேள்விகளின் சலனங்களைக்கூட எழவிட முடியாத தீவிரநிலைதான் இன்றுள்ளது என உணர்கிறபோதே இக்கேள்விகள் கேட்டாக வேண்டியவை என்பதையும் நாம் கண்டுகொள்வது மிக அவசியம்.

(யோகருக்கு)

ஸ்ரீலங்காவின் தேசியத் தற்கொலை

'இலங்கைக்குப் பிழைக்கப்போன தமிழர்கள் அங்கே தனிநாடு கேட்கிறார்கள்.' இது, இந்தியாவில் மெத்தனமான ஒரு சாராரின் அபிப்ராயம். இவர்களது இந்த அபிப்ராயத்துக்கு ஆதாரமே இல்லை. முதலாவதாக, இலங்கைவாழ் தமிழினம் இலங்கைக்குப் பிழைக்கப் போன ஒரு இனமல்ல. இலங்கையிலுள்ள 'இலங்கைத் தமிழர்கள்' விஷயத்தில் மட்டுமல்லாமல், அங்குள்ள 'இந்திய வம்சாவழித் தமிழர்கள்' விஷயத்திலும் இது பொருந்தும். இலங்கைத் தமிழர்களுக்கு, அவர்கள் வாழும் பகுதிகள் மீது பூர்விக உரிமை உண்டு. இலங்கையில் வழங்கும் தமிழ் இடப்பெயர்களின் தொன்மை முதலியன இதற்கு சாட்சியமாகும். அங்குள்ள சிங்களவர்களையும்விடத் தொன்மையான தொடர்புக்கான சாட்சியங்கள் இவை. அடுத்து, இந்திய வம்சாவழித் தமிழர்கள் இலங்கைக்குப் 'பிழைக்கப் போனவர்கள்' அல்ல. இலங்கையின் சிங்கள மலையகங்களில் இருந்த காபித் தோட்டங்களில், ஒரு கொடுமையான அடிமை முறையிலே உழைக்க, பிரிட்டிஷாரால் 1840-க்கும் 1950-க்கும் இடையில் ஏறத்தாழ பலவந்தமாக,

திருநெல்வேலி-மதுரை ஜில்லாக்களிலிருந்து ஜனத்தொகைக் கடத்தல் (Mass Deportation) செய்யப்பட்ட பாமரத்தமிழர்கள் இவர்கள். இவர்களை இலங்கைக்குப் பிழைக்கப்போனதாகக் கூறுவது, ஒரு ஆதிக்கமுறையின் சரித்திரசாட்சியம் வாய்ந்த கொடூரத்தைப் பற்றிக் கண்மூடித்தன மாகப் பேசும் மனோபாவமாகும்; அறியாமை ஆகும். இலங்கைக்குப் ‘பிழைக்கப்போன’ இந்தியர்கள் இருக்கிறார்கள். இவர்கள், எந்த அளவு சதவிகிதத்திலும் அடங்குவதில்லை. இவர்கள், வசதியுள்ள தொழிலதிபர் களிலிருந்து கள்ளத்தோணியில் சென்று பிடிபட்டு இந்தியாவுக்குத் திருப்பி அனுப்பப்படும் வகையினர் வரை உள்ளவர்கள். இவர்கள் ஒன்றும் மலையகங்களிலுள்ள தோட்டங்களில் உழைத்து, தங்கள் உழைப்பை இலங்கையில் அன்றிருந்து சுரண்டிய பிரிட்டிஷாருக்கும் பின்பு இலங்கை அரசின் கஜானாவுக்கும் தானமாக வழங்கியவர் களல்ல. ‘பிழைக்கப்போன’ விஷயம் இவ்விதம் அடிபட்டால், அடுத்து இலங்கைத் தமிழர்களின் ‘தனிநாட்டுக்கோரிக்கை.’

*1948*இல் இலங்கைக்கு பிரிட்டிஷ் அரசிடமிருந்து சுதந்திரம் கிடைத்த நாளிலிருந்து, சிங்களப் பெரும்பான்மையினர் இலங்கைத் தமிழர்களை இலங்கையினுள்ளேயே தனிமைப்படுத்தத் துவங்கினர். இது, தமிழர்களின் ஜீவாதார உரிமைகளைக் கொஞ்சம் கொஞ்சமாக ராஜியத்தளத்தில் பறிக்கும் முறையில் ஆரம்பித்து, தமிழ்க் குடிமக்கள் மீது தாக்குதல் செய்கிற முறைவரை செயல்படுத்தப்பட்டு வந்துள்ளது. இதன் ஒரு சரித்திர விளைவே, தமிழர்களின் தனிநாட்டுக் கோரிக்கை. ஒரு குறிப்பிட்ட அரசியல் திருப்புமுனை யிலிருந்து, தொடர்ந்து இலங்கை அரசே தனது ராஜீயக் கருவிகளான போலீஸ்,ராணுவம் ஆகியவற்றின் மூலம் தமிழ்ப் பொதுமக்களைத் தாக்க ஆரம்பித்திருக் கிறது. பதவிகளுக்கும் கல்விக்கோட்டங்களுக்கும் செல்வதற்கு தமிழர்களுக்கு முட்டுக்கட்டை இடுதல், தமிழர்கள் வாழும் பகுதி களிலேயே அவர்களைச் சிறுபான்மையாக்கும் வகையில் சிங்களவரைக் குடியேற்றுதல் முதலிய தந்திரங்களில் ஆரம்பித்த அடக்குமுறை, போலீஸையும் ராணுவத்தையுமே தமிழருக்கு எதிராகப் பிரயோகிக்கத் துவங்குகிறது. இது, சிங்கள அரசின் மூலமே தமிழர்களைத் தனிமைப் படுத்திய தேசியப் பிளவு. இதன் அரசியல் பிரக்ஞை வடிவமே, தமிழரது தனிநாட்டுக் கோரிக்கை. இக்கோரிக்கையின் நியாயம், தமிழரைத் தனிமைப்படுத்திய சிங்கள அரசாங்க இயக்கங்களிடமே ஜனிக்கிறது. எனவே, தமிழரது தனிநாட்டுக் கோரிக்கையை எளிமை யாக விமர்சிப்பது குருட்டுத்தனமாகும். ஆனால் அது விமர்சனத்துக்கு உரியது என்பது மறுக்கப்பட முடியாதது. இதை நாம் உரியமுறையில் செய்ய வேண்டுமானால், தமிழ்-சிங்களக் கேந்திரங்கள் இரண்டை யுமே தீர விசாரிக்கவேண்டும்.

சிங்கள மொழி பேசும் பௌத்தர்கள் பெரும்பான்மையாகவும் தமிழ் மொழிபேசும் சைவ ஹிந்துக்கள் சிறுபான்மையாகவும் வாழ்கிற ஒரு தீவு இலங்கை. பல்வேறு வகையான இனக்குடிப் பழக்கங்களையும் பதினெட்டு மொழி வேறுபாடுகளையும் கொண்ட இந்தியத் துணைக் கண்டத்துக்கும் இலங்கைக்கும், இன்றைய பிரச்சினை சம்பந்தமாக வித்யாசங்கள் உள்ளன. இதை, மேம்போக்கான அவதானிகள் உணர வில்லை.

சமீபத்தில் இந்திய அரசு, சீக்கியத் தீவிரவாதிகளின் தனிநாட்டுக் கோரிக்கையை, ராணுவத்தின் மூலம் சந்தித்து ஒடுக்கியுள்ளது. இதற்கும் இது சம்பந்தமாக இந்தியஅரசு மேற்கொண்ட நடவடிக்கைக்கும் உள்ள குணங்கள், இலங்கைவாழ் தமிழரின் கோரிக்கை, அதை ஒடுக்க இலங்கை ராணுவம் மேற்கொண்ட நடவடிக்கை ஆகியவற்றில் இல்லை. சீக்கியத் தீவிரவாதிகள் கோரிய தனிநாடு, சீக்கியர்கள் இந்திய ஆட்சியால் எவ்விதத்திலும் பாதிக்கப்பட்டமையால் எழுந்த ஒன்றல்ல; ராஜீயக் கருவி மூலம் ஒடுக்கப்பட்டமையால் எழுந்ததுமல்ல; பதவிகளுக்கும் கல்விக் கோட்டங்களுக்கும் செல்லவிடப்படாமலும், திறன் வளர இடம்விடப்படாமலும் அதிகார அமைப்பு வேலை செய்ததன் விளைவு அல்ல. எனவே, சீக்கிய கோரிக்கை நியாயமற்றது. மேலுள்ள வகையான சகல ஒடுக்குமுறைகளின் மூலமும் மட்டுமல்ல, இந்த ஒடுக்குமுறைக்கு இலங்கைத்தமிழர் காட்டிய சாத்விக எதிர்ப்புக்கும்கூட இலங்கை அரசு காட்டிய எதிர்வினை, இலங்கைப் பிரச்சினையை இந்திய பிரச்சினை யிலிருந்து வேறுபடுத்துகிறது. சீக்கியத் தீவிரவாதிகளை எதிர்கொண்ட இந்திய ராணுவம் சீக்கியத் தீவிரவாதத்தின் புகலிடமான பொற் கோயிலை காப்பதற்காகவும் தீவிரவாதத்தில் சம்பந்தப் படாதவர் களைப் பாதிக்காமலிருப்பதற்காகவும், பலத்த சுய இழப்புகளை மேற்கொண்டுள்ளது. தமிழ்த் தீவிரவாதிகளைத் தேடிப்பிடிக்கும் திறன் கூட அற்ற இலங்கை அரசு, தனது ராணுவத்தை தமிழ்க் குடிமைகள் மீது கட்டவிழ்த்து விட்டுள்ளமை இதனுடன் ஒப்பிட முடியாததாகும். இலங்கைத் தமிழ்த் தீவிரவாதிகளின் இயக்கத்தை ஒடுக்குவதற்குப் பதிலாக, தமிழ் இளைஞர்கள் எவரையுமே விட்டு வைக்கக்கூடாது என்ற காட்டுமிராண்டி ராஜரீகம்தான் அங்கே செயல்படுகிறது. இத்தகைய மனோபாவம், இலங்கை அரசின் முதிர்ச்சியற்ற காட்டாள் தனத்தைக் காட்டினால், இதற்கு எதிர்வினை தரும் இலங்கைத் தமிழ்த்தலைமைகளும், குறைபாடுகளைக் காட்டத் தவறவில்லை.

பொதுவாகவே, சிங்கள-தமிழ் இனங்களைப் பிரிப்பது மொழி மட்டுமல்ல என்பது முதலில் காணப்பட வேண்டும். சிங்கள மொழியின் ஆரியச்சாயல் அவர்களை ஆரியர்களாக்கி, திராவிட மொழிபேசும் தமிழரிடமிருந்து இனரீதியாக அவர்களைப் பிரித்துவிடுகிறது. இந்தப்

பிரிவினையை வலுவிழக்க வைக்கிற, இந்து மதரீதியான ஆரிய-திராவிட உடன்பாடு இந்தியாவில் உண்டு. ஆனால், சிங்களவர்கள் பௌத்தர்கள்; அதிலும், இந்தியாவில் ஹிந்துக்களினால் கொடுமைக்கு ஆட்படுத்தப் பட்ட பிக்ஷு பரம்பரை ஒன்று இலங்கைக்குப்போய், ஹிந்துக்களுக்கு எதிரான ஒரு ஆழ்ந்த பகைமையை, பௌத்தத்துடன் சேர்த்துச் சிங்கள வருக்குப் புகட்டியிருக்கிறது. இப்பகைமை விவேகாநந்தரது சமகாலத்து இலங்கை பிக்ஷுவான அநகாரிக தர்மபாலாவின் பேச்சுகளிலும் எழுத்து களிலும் சாட்சியம் பெறுகிறது. இது, இலங்கையின் பிரிவினை யுணர்வுக்கு மிகவும் தனித்தமுகத்தைத் தருகிறது. இந்தியாவுக்கும் இலங்கைக்குமிடையே உள்ள இந்த வேறுபாடு முக்கியமானதாகும்.

இது, இலங்கையை இன்று போர்க்காலத்தின் தீவிரநிலைக்குத் தள்ளியுள்ளது. சிங்களவரின் மனிதாய சக்திகளும் இலங்கைத் தமிழரின் மனிதார்த்தங்களும், இந்தத் தீவிரநிலையை அறிவுசான்ற தளத்துக்குக் கொண்டுசெல்ல முடியாதவாறு நிலைமை ஆக்கப்பட்டுவிட்டது. இந்நிலை, தவிர்க்க முடியாதவாறு நிகழ்ந்த ஒன்றுதானா? இதற்கு, இருபிரிவினருள் ஒருவர்மட்டும்தான் பொறுப்பாளியா? இத்தகைய கேள்விகளின் சலனங்களைக்கூட எழவிட முடியாத தீவிரநிலைதான் இன்றுள்ளது என உணர்கிறபோதே, இக்கேள்விகள் கேட்டாக வேண்டியவை என்பதையும் நாம் கண்டுகொள்வது மிக அவசியம்.

சமுகப்பிரிவுகளைக் கணக்கில் எடுப்போமேயானால், இலங்கைத் தமிழரிடையே அவர்களது சைவ ஹிந்துத்வத்தின் ஜாதிய உள் பிரிவுகள் ஒருபுறமிருக்க, பிராந்தியரீதியான பிரிவினை மனோபாவங்களும் இருந்திருக்கின்றன. ஒரு பிராந்தியத்தினர் மற்றைய பிராந்தியகாரரின் ஜனமூலங்களைப் பற்றி, இழிவாகக் கதை திரிக்கும் போக்குகளும் சகஜமானவை.

1840-க்கும் *1950*-க்கும் இடையில், பிரிட்டிஷ் வர்த்தக அரசினால் தமிழகத்திலிருந்து இலங்கையின் சிங்களப் பகுதிக்குக் கொண்டு செல்லப் பட்ட சுமார் பத்து லட்சம் பாமரத் தமிழ்த் தொழிலாளவர்க்கத்துடன், இலங்கைத் தமிழினம் தன்னை ஐக்யப்படுத்திக் கண்டுகொண்டதில்லை. இது, எல்லாத்தரப்பினரும் அறிந்த உண்மை என்பதுடன், முக்கிய கவனத்துக்கும் உரியது. ஜாதிய உள்ப் பிரிவு, பிராந்திய மனோபாவம் என்ற குணங்களைவிட, இந்திய வம்சாவழியினரான மலையகத் தமிழருக்கும் இலங்கைத் தமிழருக்குமிடையே இருந்த பிரிவினை முக்கியமானது. இன்று விஸ்வரூபமெடுத்துள்ள பிரச்சினைக்கு, மனிதாபி மானமற்ற இந்தப் பிரிவினை உணர்வு ஒரு வித்து.

ஜாதிய, பிராந்தியப் பிரிவினை சிங்கள மகாஜனத்திடம்கூட உள்ள ஒன்றுதான். செய்தொழில், குடிமை ஆகியவற்றால் நிர்ணயிக்கப்பட்ட

சிங்கள ஜாதியப் பகுப்புக்குச் சிங்களவரது பௌத்தம், காரியாலய ரீதியாக முத்திரை வழங்கியதில்லை. ஆனால், ஒருவன் புத்தபிக்ஷுவாக மாறியநிலையில்கூட அவனது ஜாதீய மூலகம் கவனிக்கப்படுகிறது. இது வியப்புக்குரிய ஒன்றல்ல; ஏனெனில், சிங்களவர் இனரீதியாகவும் மொழிரீதியாகவும் பூர்விகத்தில் ஒரு ஹிந்து மரபைச் சார்ந்தவர் களேயாவர். இவர்கள், இந்தியாவின் வங்கப் பகுதியிலிருந்து அல்லது வடபுறப் பகுதியிலிருந்து, இலங்கைக்கு ஒரு சரித்திரகதியினால் உந்தப் பட்டவர்களாகச் சொல்லப்படுகிறது. இதைப் புராணரீதியில் பதிவு செய்துள்ளது, சிங்களவரின் சரித்திர இதிகாசமான மகாவம்ச என்ற பாளி நூல். இந்நூல், வங்கத்திலிருந்து நாடுகடத்தப்பட்ட விஜயன் என்ற இளவரசனையும் அவனது இருநூறு தோழர்களையும், இந்த சரித்திரகதிக்கு ஆட்பட்ட மூதாதைகளாக இனம்காட்ட முயற்சிக் கிறது. வங்கத்தில், ஒரு இளவரசிக்கு சிம்மம் ஒன்றன் மூலம் பிறந்தவன் இந்த விஜயன் என்ற உள்விபரம், சிம்மத்தை வாகனமாகக் கொண்ட காளி வழிபாட்டைக் குறிக்கலாகும். ஆனால் இலங்கைக்கு கடலில் அலைக்கழிந்து வந்து ஒதுக்கப்பட்ட பின்பு, விஜயனின் தோழர்கள் ஒரு நாயைப் பின்தொடர்ந்து, குவேனி என்ற யக்ஷியினால் சிறைப்பட்டமை யும் விஜயனைக் கண்டு அவள் மோகித்தமையும், கிரேக்க இதிகாஸ மான ஹோமரின் ஓடிஸ்ஸீயில் வரும் ஸர்ஸ் என்ற சூன்யக்காரியை ஓடிஸ்ஸீயஸ் சந்தித்த கதையாகும். மகாநாம என்ற புத்தபிக்ஷுவால் எழுதப்பட்டது மகாவம்ச. இவர், ஏற்கெனவே இலங்கையிலிருந்த கர்ணபரம்பரைக் கதையைத்தான் எழுதியிருக்கிறார் என்றால், ஸர்ஸ் குவேனியான விஷயத்துக்கு விளக்கம் இல்லை - கிரேக்க யாத்ரீகர் களை இவர் சந்தித்திருக்கலாம் என்பதைத் தவிர.

ஒரு ஆரிய இளவரசன், இலங்கையில் ஒரு காட்டுமிராண்டிப் பெண்ணை மணந்தான் என்ற விஷயத்துக்கு முலாம்போடவே, ஸர்ஸ் கதையை மகாநாம உபயோகித்துள்ளார். அவர் கதையில், தனது நண்பர்களை விடுவிக்கும் பெருநோக்கத்துடன் விஜயன் குவேனியை மணக்கிறான்.

ஆய்வுரீதியாகப் பார்த்தால், இக்கதையில் தேறுவது இன்றும் வங்கத்தில் நிலவும் காளிவழிபாடுதான். சிங்கவாகனியான காளியை வழிபட்ட ஒரு இந்திய இனம், ஆரியச் சொற்களடங்கிய ஒரு மொழி யுடன் இலங்கையினுள் வாழவந்து, அங்கே ஏற்கெனவே இருந்த பூர்வகுடியுடன் கலந்திருக்கிறது என்பது பெறுபேறு. இந்த இனத்தில் ஆண்கள் மட்டுமே இருந்தார்கள் என்பதும், விஜயனும் தோழர்களு மாகச் சேர்ந்து இவர்கள் 201 பேர்வழிகள் என்பதும் சுவாரஸ்யமான விவரங்கள். இவனும் தோழர்களும், கொள்ளை அடித்ததனால் நாடு கடத்தப்பட்டுள்ளார்கள். இவன் இளவரசன் என்பதற்கு இதில்

சாட்சியமில்லை - இவனே திரித்துவிட்டிருக்கக்கூடிய கதையைத் தவிர. அதாவது மகாநாமனது கதையின் கர்த்தா, நாடு கடத்தப்பட்ட ஒரு கொள்ளைக்கூட்டத் தலைவனாகும். இவனது கற்பனையில்தான், சிங்கவாகனியான காளிக்கும் சிங்கத்துக்கும் இவன் பிறந்தவனாக இருக்கமுடியும். அடுத்து, எண்ணிக்கை 201 என்பது, இந்திய மரபான தாந்ரீகத்தின் ஆளுமையைக் காட்டுகிறது. மகாநாமனிடமே இதன் தாத்பர்யம் ஜனித்திருக்க முடியும்; பௌத்த பிக்ஷுக்களிடமும், இந்திய தாந்ரீகம் ஆட்சி செலுத்தி உள்ளது. 201 என்ற எண்ணின் பூஜ்யத்தை நீக்கினால் கிடைப்பது 21. இந்த எண், மணிமகுடத்தைக் குறிக்கிறது. விஜயனுக்கு, தாந்ரீகரீதியாகவே ஒரு ராஜீயசக்தியைக் கொடுக்க, இந்த எண் மகாவம்சவில் உபயோகிக்கப்பட்டிருக்கலாம். விஜயனே இந்த எண்ணை உபயோகித்திருக்கவும் கூடும்.

'சிங்கத்தின் பரம்பரை' என்பதே, 'சிங்கள' என்ற இனக்குடிப் பெயராகவும் மொழியின் பெயராகவும் ஆகிறது. சிங்கள மொழியில், வடமொழியினதை விடவும் தென்னகத்துத் திராவிட இலக்கணக் கட்டுமானம், மேலதிக ஆதிக்கம் செலுத்துவதைக் காணலாம். வங்காள மொழி விஷயத்திலும் இதுதான். வங்காளி, ஆர்ய வார்த்தைகளைத் திராவிட இலக்கண அமைப்பில் கொண்ட மொழி என்பர் மொழி வல்லுநர்; இதுவே சிங்கள மொழிக்கும் பொருந்துகிறது.

குவேனியுடன் பிறந்த சம்பந்தம், இலங்கையின் பூர்வீகக் குடி ஒன்றுடன் விஜயனுக்கும் அவனது தோழர்களுக்கும் ஏற்பட்ட சம்பந்தம் தான். இதுவே இயற்கையானதுமாகும். இலங்கையில் தங்களை உறுதிப்படுத்திய பின்பு, விஜயனும் தோழர்களும் தமிழகத்துப் பாண்டிய அரசபரம்பரையிடமிருந்து பெண்கொண்டதாக மகாவம்ச கூறுகிறது. குவேனியை மணந்த விஜயன், அவளைப் பிரஷ்டம் செய்தே இலங்கையில் தனது ஸ்தானத்தினை உறுதிப்படுத்தியுள்ளான் என்பது கவனிக்கத்தக்கது. ஒரு கொள்ளைக்காரனை இளவரசனாகச் சித்தரித்து முலாம் பூசிய மகாநாம, குவேனியைப் பிரஷ்டித்த இடத்தில் ஒரு அதர்மத்தையே ஸ்தாபிக்கிறார் என்பதும், சிங்களவரது ராஜீயக் கோளாறுகளுக்கு இது ஒரு 'வழிகாட்டி'யான கலாசார உதாரண மாகிறது என்பதும் துரதிர்ஷ்டமானவை. பார்க்கப்போனால், ஒரு பூர்வகுடி மக்களின் உரிமையான இலங்கையை, தந்திரமாக ஒரு கொள்ளைக் கூட்டம் அபகரித்த கதைதான் விஜயனின் வரலாறு. பூர்வகுடிகளுடன் ரத்தபந்தம் கொண்டு அவர்களுடன் உரிமையைப் பகிர்ந்துகொள்ள விஜயன் விரும்பவில்லை. தனக்கும் குவேனிக்கும் பிறந்த வாரிசுகளைக்கூட, கானகங்களினுள் அவன் பிரஷ்டித்து விடுகிறான். சிங்கள இனம் இலங்கையைத் தனது உடைமையாகப் பாராட்டுவதன் அடியிலுள்ள இதிகாஸ லட்சணம் இது. இந்த உரிமையில்,

திவ்யமோ தர்மமோ பிறந்து தேசிய உணர்வுக்கு வழிகாட்டவில்லை. இதற்கு அடுத்து, விஜயன் பாண்டிய அரச பரம்பரையிடமிருந்து தனக்கும் தோழர்களுக்கும் மணப்பெண்களை இறக்குமதி செய்த விபரம், இயற்கைக்குப் பொருந்தாத ஒன்றாகும். ஏனெனில், பாண்டிய அரசபரம்பரை ஸ்திரமான அத்திவாரங்களையும் ஒரு நாகரிகத்தையும் பேணி நிலைத்திருந்த ஒன்று. அது ஒரு திடீர் ராஜரீகத்தின் லட்சணங் களை எளிதில் இனம் காணக்கூடிய ராஜீய சூட்சுமம் கொண்டதாகவே இருந்திருக்கும். எனவே, பாண்டியநாட்டுடன் ஏற்பட்டதாகக் கூறப் படும் மணவினைத் தொடர்பு, தமிழகத்திலிருந்து இலங்கைக்கு வாழப்போகுமளவு பின்தங்கிய ஒரு கீழ் நிலையிலிருந்தவர்களுடன் விஜயனும் தோழர்களும்கொண்ட தொடர்பு என்றே காணலாம்.

இந்தப் 'பாண்டிய' படலத்தின்படி, விஜயனின் வழிவந்த சிங்களர் அசல் ஆரியராக இடமும் இல்லை. குவேனி சம்பந்தம் ஒருபுறமானால், தமிழகத்துச் சம்பந்தம் சிங்களவரை திராவிடக் கலப்பு உள்ளவர் களாகவே ஆக்கிவிடுகிறது. இது, மகாவம்சவின் உபாசக பாரம்பரியத் தினரால் மழுப்பப்படுகிற விஷயம். இவர்கள், சிங்களவரை ஒரு ஆரிய இனம் என்றே பிரசாரம் செய்து வந்துள்ளனர். இதற்கு எதிரான விபரங்களைத் தந்தபடியே இந்த பிரசாரத்தை ஆரம்பித்த மகாவம்ச, ஒரு புத்த பிக்ஷுவான மகாநாமனால் – அதுவும் சிங்களவரிடையே பௌத்தம் அதிகார வேர் ஊன்றுகிற போது – எழுதப்பட்டது என்பது இதை விளக்கும். தங்களது மதத்தை ஏற்றுக்கொண்டவர்களை, இனரீதியாகவே இலங்கையிலிருந்த ஹிந்துக்களிடமிருந்து பிரித்து உயர்த்திப் பிடித்த திரிபு இது. இதற்கு வசதியாக, இலங்கையிலிருந்த ஹிந்துக்கள் திராவிட மொழியான தமிழை உபயோகித்தனர். எனவே, இலங்கையின் சிங்கள பௌத்தர்கள் ஆரிய இனமாகவும், தமிழ் ஹிந்துக்கள் திராவிட இனமாகவும் பிக்ஷுக்களினால் பிரித்துக் காட்டப் பட்டனர். மொழியும் மதமும் வேறுபட்டாலும், இருவருமே ஒரே திராவிட இனம்தான். சிங்களவரது 'ஆரிய ரத்தம்', தமிழர்களின் 'திராவிட ரத்தத்துடன்' மகாவம்சவிலேயே கலந்து காட்டப்பட்ட ஒரே ரத்தம் என்பது, இன்று உடனடியாக உணரப்பட வேண்டும். இந்த உணர்வு ஏற்பட முடியாதவாறு, சிங்களப் பிராந்தியங்கள் முழுவதிலும் ஊடுருவிய பிக்ஷு பரம்பரையின் பிரச்சாரம், காலம் காலமாக நடந்து வந்துள்ளது. இது, தமிழ்ப் பிராந்தியத்துக்குள் புத்தர்பிரானின் செய்தி யைக் கொணர்ந்து புகட்டிய சரித்திரமே கிடையாது – இதற்குக் காரணம் ஒன்று, பொருளாதார ராஜீய ரீதியானது. சிங்களவர்களது பிராந்தியங் களில், செழிப்பும் ஆள் பலமும் அதிகம். அடுத்தது, இந்தியாவின் ஹிந்துத்துவ இயக்கங்களினால் இம்சைக்கும் பிரஷ்டத்துக்கும் ஆட்படுத்தப்பட்டவர்கள் புத்த பிக்ஷுக்கள். இது, ஹிந்துக்களான

தமிழர்கள் மீது இலங்கை பிக்ஷு-கேந்திரத்தின் இடையறாத வைரம் பாய்ந்த பகைமையாகத் தொடர்ந்திருக்கிறது.

விஜயன், இலங்கைக்கு வந்த காலம் கி.மு. 500. பௌத்தம், அதிகார ரீதியாக இலங்கையில் வேரூன்றிய காலம் கி.மு. 200. அதாவது, விஜயனுக்கு முன்னூறு வருஷங்கள் பிந்தியது பௌத்தத்தின் வருகை. இந்திய சக்கரவர்த்தி அசோகன், கி.மு.200இல் வாழ்ந்தவன். இவனது மகன் மகிந்தனும் மகள் சங்கமித்ராவுமே, பௌத்தத்தை இலங்கைக்குக் கொண்டுவந்தனர் என்கிறது மகாவம்ச. இவர்கள் இலங்கையில் சந்தித்த அரசனின் பெயர் தேவநம்பிய திஸ்ஸ. இது, அப்பட்டமான ஒரு ஹிந்துப் பெயர். இவனது தலைநகரின் பெயர் பொல்லன் நறுவை. அரசன், தலைநகர் இரண்டிலும் தமிழ் விளையாடக் காணலாம். தேவ என்பது ஹிந்துத்வ வேதமரபைக் காட்டுகிறது. திஸ்ஸ என்பது தீர்த்த என்பதன் மரூஉ. தேவநம்பிய திஸ்ஸவில் உள்ள நம்பி பாண்டிய நாட்டு பிராமணனைக் குறிக்கிறது. கேரள (சேர) நாட்டில், இன்றும் இப்பெயர் நம்பூதிரி, நம்பியார் என்ற பெயர்களில் வழங்கப்படுகிறது. பொல்லன் நறுவ என்று சிங்களத்திலும் பொலநறுவை என்று தமிழிலும் இன்று வழங்கப்படுவது, தேவநம்பிய திஸ்ஸ இருந்து அரசாண்ட முதலாவது சிங்களத் தலைநகர். இது, முற்றிலும் ஒரு தமிழ்ப்பெயராகும்.

'பொல்லாதவன்' என்ற சொல்வடிவம் தமிழ்நாட்டில் உண்டு 'பொல்லன்' என்பது இலங்கைத் தமிழில் 'பொல்லு' - அதாவது, 'கோல்' கொண்டவன் என்றாகும்.

இலங்கையின் பூர்வகுடியினரான வேடுவரின் மொழியில், ஆண் குறிக்கு 'சந்தானம் பொல்லு' என்ற பதம் உண்டு. 'பொல்லன்' என்பது, இங்கே திராவிடரின் பூர்வீகமான லிங்கக் கடவுளையும் குறிக்கிறது. மேலும் 'பொல்லு' – அதாவது 'கோல்' – செங்கோலாகும். 'நறுஅவை' என்றால் நல்ல சபை. எனவே சிங்களவரின் முதலாவது தலைநகர மான பொல்லன் நறுவை என்ற பெயரே ஒரு பூர்வீகமான தமிழ் அத்திவாரத்தைக் காட்டுகிறது. பொல்லன் நறுவையின் ஸ்தாபர்களே தமிழர்கள் என்பதைத்தான் இது குறிக்கும்.

மேலும் ஒன்று: இது பிரச்சினைக்குரியதெனினும் குறிப்பிடப்பட வேண்டியது. இலங்கையின் வேடர்களை, குவேனியின் வழித்தோன்றல் களாகக் கூறுவதுண்டு. இவர்களது மேற்படி பதத்தில் ஒரு திராவிட மரபு பிரதிபலிப்பதையும், அது சிங்களவரது முதல் தலைநகரத்தினது தமிழ்ப்பெயரில் அமைவதையும் கவனிக்க வேண்டும். இது மட்டு மல்ல; இலங்கையில் தெற்கே உள்ள கதிர்காமம், பாரம்பரியமாக

வேடர்களினாலேயே பூசிக்கப்பட்டு வந்த ஒரு ஸ்தலம். இதன் பூஜைமுறையைப் பின்னாடி ஆராய்வோம்.

பௌத்த கேந்திரம், புத்தரின் அன்புநெறியை இலங்கையில் குழி தோண்டிப் புதைத்துவிட்டு, மகாவம்சவின் வக்ரமான மரபினை, சிங்களவரின் மனோபாவமாகப் பேணிவந்துள்ளது. வங்கத்திலிருந்து வந்த விஜயன் என்று கொள்ளைக்காரனின் வாயிலிருந்து பிறந்தே இம்மரபு பரவி இருக்கவேண்டும் என்பதை, எந்த இலங்கை 'அறிஞரு'ம் ஊகிக்க முன்வருவதில்லை. நாடுகடத்தப்பட்ட கொள்ளைக்காரன் ஒருவன், இலங்கையில் அப்போதிருந்த குவேனி என்ற பூர்வகுடி ராணியுடன் தொடர்பு கொள்கிறான். அவள் ராணி என்பதைக் கொண்டு, தன்னையும் அரச பரம்பரைக்காரனாக்குவதற்கு அவன் ஒரு கதையைப் புனைந்திருக்கிறான்.

இக்கதையில் மூன்று அடிப்படை வக்ரங்கள் உள்ளன:

1. வங்கத்து இளவரசியை, ஒரு சிம்மம் கடத்திச்சென்று கர்ப்பிணி யாக்கியமை.
2. இதனால் பிறந்த குழந்தையுடன் இளவரசி தப்பித்து நகருக்குத் திரும்பிவந்து, குழந்தை பெரியவனான பின், ஊருக்குள் புகுந்து அழிவுகளைச்செய்த தனது தந்தையையே இவன் கொன்றமை.
3. பிறகு, இவனே கொள்ளைக்காரனாகி, இதன் விளைவாக இவனும் இவனது 200 சகாக்களும், சுக்கான் இல்லாத கப்பல் ஒன்றில் ஏற்றப்பட்டு, கடலில் அலையும்படி விடப்பட்டமை.

இந்த மூன்றுமே, இதிகாஸ மனோபாவத்துக்கு அவசியமான தெய்விகத்தன்மை எதையும் பிரதிபலிக்கவில்லை. ஒரு இளவரசனின் ஆரம்பப்பருவம் விஜயனுக்கு இருந்திருந்தால், அவனது ஜனனத்தைப் பற்றி ஒரு தெய்வீகக்கதையைப் புனைகிற விதமாகத்தான், அவனது மனோபாவமே வேலை செய்திருக்கும். அன்றைய அரசவைக் கல்விகள் அத்தகையவை. ஆனால், கானகங்களில் சகமனிதர்களது ராஜீய சக்திக்குப் பயந்து ஒளித்து வாழ்பவன், அவர்கள்மீது தனக்கு அச்சம் வரக்கூடாது என்பதுக்காக, அவர்கள் எதைக்கண்டு பயப்படுவார்களோ அதற்குப் பிறந்தவனே 'இந்த விஜயன்' என்று கதைகட்டிக்கொள்ள இடமுண்டு; அதாவது, விஜயனின் மூளை ஒரு இளவரசனின் மூளையாக வேலை செய்ய வில்லை. கொள்ளைக்காரனின் மூளையாகவே வேலை செய்திருக்கிறது. இதற்கு ஆதாரம், அவன் தனது ஜனனத்தைப் பற்றி அளந்த கதை.

தந்தையைக் கொல்வது, ஒரு பூர்வீக ராஜரீக மரபும்கூட; கொள்ளைக்கூட்டத் தலைமைக்காகவும் தந்தையைக் கொன்றால் தான்

தெற்குவாசல் 239

உண்டு. விஜயனின் மூளை வேலைசெய்த நியதியில்கூட, அவன் தனது தந்தையைக் கொன்றுவிட்டு, அவன் செய்த கொள்ளைக்கார வேலையையே தானும் செய்தமை துல்யமாகத் தெரிகிறது. இதை இவ்வளவு தூரம் ஊடுருவாமல், இதே லைனைப் பிடித்த மகாவம்ச ஆசிரியரான மகாநாம, விஜயனுக்கும் குவேனிக்குமிடையே இருந்த உறவைக்கூட அதர்மத்தில் முடிக்கிறார். இதை நியாயப்படுத்த, உலகின் இன்னொருவகை நாகரிகத்தின் ஒடிஸ்ஸீ கதையைத் திருடி இருக்கிறார். இக்கதையின் ஒடிஸ்ஸியஸின் தோழர்கள், ஒவ்வொருவராக ஒரு நாயைப் பின்தொடர்ந்து போய், ஸர்ஸ் என்ற சூன்யக்காரியின் மாந்ரீகத்தினால் மிருகங்களாக மாற்றப்படுகின்றனர். இறுதியாகச் சென்ற ஒடிஸ்ஸீயஸைக்கண்டு, ஸர்ஸ் மோகிக்கிறாள். இதைப் பயன் படுத்திய ஒடிஸ்ஸீயஸ், நண்பர்களை விடுப்பதுக்காக அவளை மணந்து, அவர்கள் விடுபட்ட பின்பு அவளை நிர்மூலமாக்குகிறான். ஸர்ஸிற்கு இது வேண்டியதுதான். ஆனால், கடலில் அலைக்கழிந்து குற்றுயிரும் குலைஉயிருமாகக் கரைக்கு ஒதுக்கப்பட்ட விஜயன் கோஷ்டியினரின் கதை, நிச்சயம் வேறுவகையானதாகத்தான் இருந்திருக்கவேண்டும். இதில், நாயைப் பின்தொடர்ந்த அபத்தங்களைவிட, குவேனியும் அவளது குடிமையும், மனிதத் தன்மையுடன் விஜயனையும் அவனது கும்பலையும், கடல் தந்திருக்கக்கூடிய உப்பு ரணங்களிலும் நோயிலும் பசியிலுமிருந்து காப்பாற்றி இருக்கின்றனர். இந்தக் குவேனியிடம், தன்னை நாடுகடத்தப்பட்ட இளவரசன் என்று கதை அளந்துள்ளான் விஜயன். அவளையும் அவளது குடிமையையும், இரு பகுதியினரது சம்பந்தத்தினால் பிறந்த குழந்தைகளையும், தருணம் பார்த்துக் கானகங் களுள் துரத்தி, அவர்களில் கொலைசெய்யப்பட வேண்டியவர்களைக் கொன்றும் இருக்கிறான். இதை நியாயப்படுத்தவே மகாநாம, குவேனியை சூன்யக்காரி ஸர்ஸின் மறுபதிப்பாக்கி உள்ளார். இத்தகைய மனோ பாவம் உள்ள இவர் ஒரு புத்த பிக்ஷு என்பது, புத்தர்பிரானைப் பற்றி அறிந்தவர்களது தலைகளைக் குழப்பும்!

தமிழில், கு = குவிக்கப்பட்ட, வேணி = கூந்தல் என்று கண்டால், குவேனி என்ற பெயரில் மகாவம்ச குறிப்பிடுவது ஒரு பூர்வ திராவிட மகளைத்தான் என்று கூற இடமுண்டு. இவளது மொழி, பண்டைய தமிழின் ஒரு வடிவமாகக்கூட இருந்திருக்கலாம். பொதுவாகப் பார்த்தால் விஜயன் வந்த காலமான கி.மு. 500-க்கும் முந்தியது, கடல்கொண்ட குமரிக்கண்டமும் அதன் முதற்சங்கமும். ஒரு கொள்ளைக்காரன் சொன்னதையும் கிரேக்க யாத்ரீகர்களிடமிருந்து திருடியதையும் சேர்த்துப் பிசைந்துபண்ணப்பட்ட மகாவம்சவின் கதையைவிட, குமரிக்கண்டத்தைப் பற்றிய விபரங்களுக்கு உள்ள தமிழ்க் கவித்துவ ஆதாரங்கள் ஆழமானவை. இந்த குமரிக்கண்டம், கன்யாகுமரியின் நிலத்தொடராகவே இருந்திருக்கிறது. அவ்விதமானால், அது இலங்கையை

இந்தியாவுடன் இணைத்த ஒரு நிலப்பரப்பாகவே இருந்திருக்கலாகும். இதனூடே, 'பஃறுளி' (பல துளிகள்) என்ற ஆறு ஓடிய குறிப்புகளும் உள்ளன. இலங்கைக்கும் இந்தியாவுக்கும் இடைப்பட்ட கடல்பகுதி, ஒரு குறிப்பிட்ட இடத்தில், இன்றும் மனத்துணிவுள்ளவர்களினால் சில இடங்களில் நீந்தியும் சில இடங்களில் நடந்தும் கடக்கத்தக்க அமைப்பினைக் கொண்டுள்ளது.

குமரிக்கண்டம் என்ற நிலப்பரப்பு மறைந்தபோது நடந்திருக்கக் கூடிய இயற்கையான விஷயம், இலங்கைப்பகுதியில் முதற்சங்க காலத்துத் தமிழர் தனிமைப்படுத்தப்பட்டிருக்கலாம் என்பதே. இவர்களுள் தேய்வடைந்தவர்கள் வேடர்களாகவும், மற்றையவர்கள் தமிழ்ப் பகுதியின் பூர்வகர்த்தாக்களாகவும் இருக்கலாம். கீழ்க்கரையோரமாக உள்ளே போகப்போக, பண்டைத் தமிழ்ப் பதங்கள் நிலவுவது இதை அநுசரிக்கும்.

இத்தொடர்பு, சிங்களத் தொடர்பினைவிட மிகமிகத் தொன்மையானது.

இந்தியாவிலிருந்து இலங்கைக்கு 'முதலில்' போனவர்களின் பரம்பரையே சிங்கள இனம் என்பது சிங்களவர்களின் கட்சி. அங்கே அவர்கள் சந்தித்த பூர்வகுடி யாருடையது என்பதை எவரும் ஆராயவில்லை. இதன் காரணம், இன்னும் அங்கே கானகப் பகுதிகளில் வாழும் வேடர் இனமாக இது இருக்கலாகும் என்பது தான். இவர்களைத் தங்கள் உறவினராகப் பாராட்ட எவருக்கும் ஆர்வமில்லை. இது விஷயம் இப்போதைக்கு நிற்க, சிங்களவர், விஜயனின் வழிவந்த ஒரு சின்னஞ் சிறுபான்மையிலிருந்து பெருகியவர்கள் மட்டுல்ல; இதுதான் உண்மையெனில், இவர்களது நாட்டுக் கலைகள், ஆடை முதலியவற்றில் ஒரு தனித்துவம் இருக்கும். ஆனால், சிங்களவரது நாட்டுக்கலைகள், ஆடைமுறை யாவுமே கேரளத்தையும் தமிழரையும் எதிரொலிப்பவை என்பது மிகச் பிரசித்தமான விஷயம். முதலாவதாக, ஒரு குறிப்பிட்ட பூர்வீக சிங்கள ஆடல்முறை, தமிழர்களின் டப்பாங்குத்தை அப்படியே பிரதிபலிக்கிறது. இதன் சிங்களப் பெயரே 'பைலா'. அடுத்து சிங்களப் பெண்களின் ஆடைமுறை நூற்றுவிகித கேரள முறையாகும். கீழ்மட்டப் பெண்கள் இடையில் முண்டும் மாரில் ரவிக்கையுமாக இருப்பதில் மட்டுமல்ல, மேல்மட்டத்தின் தாவணிப் புடவைக் கட்டுகூட கேரள பாணிதான். கேரளத்துக் கதகளிக்கும் சிங்களவரின் கண்டி நடனத்துக்கும் உள்ள பெரிய ஒற்றுமை மிகவும் முக்கியமானது. வெகு அருகில், அதுவும் தங்களது பிராந்தியத்துடன் ஒற்றுமையுள்ள தென்னை முதலிய வளங்களுள்ள இலங்கைப் பிராந்தியத்தினுள், கொஞ்சம்கொஞ்சமாகச்

சென்று புகுந்து கலந்து, சிங்களமொழியைச் சுவீகரித்து சிங்களவராகவே கேரளமக்கள் ஆகி இருக்கமுடியும். விஜயன் வந்த கதையைவிட இது இயற்கையானதுமாகும். கேரளமக்களுக்கு உள்ள கலைப்பாங்கான ஆர்வங்கள், அவற்றைப் பொதுமக்களிடம் கொண்டுசெல்லுகிற விழிப்புணர்வு – முக்கியமாக நாடகத்துறையிலுள்ள கவனிப்பு – அவ்வளவையும் இன்றுகூட சிங்களவரிடையே காணமுடிகிறது. மலையாளப் பதங்களைக்கூட சிங்களமொழியில் காணலாம். ஆனால், சிங்களவரின் மொழியில் பௌத்தத்தின் ஆதிக்கத்தினால் பௌத்த மொழியான பாளி மேலதிகமானது.

இவ்விடத்தில் நாம் கவனிக்கவேண்டியது, கேரளமக்கள் ஆரியரல்ல திராவிடர் என்பதையாகும். இவர்கள், பூர்விகத்தில் சேரர் என்று அழைக்கப்பட்ட தமிழர்களே என்பது மட்டுமல்ல, மலையாளிகளின் காவ்யகால மொழி இன்றைக்கும் தமிழ்தான். தமிழின் சிகரக் காப்பிய மான சிலப்பதிகார ஆசிரியரான இளங்கோ, இன்று 'மலையாளி' என்றழைக்கத்தக்க ஒரு சேரர். எனவே, சிங்களவர் உண்மையில் மலையாளிகளே எனும்போது, இன ரீதியாக அவர்களைத் திராவிடர் என்று மட்டுமல்ல, தமிழர் என்றுகூடக் கூற இடமுண்டாகிறது.

இலங்கைத் தமிழர்களின் பக்கம் திரும்பினால், அவர்களது யாழ்ப் பாணத் தமிழ் உச்சரிப்பு, இந்தியத் தென்கரையோர கன்யாகுமரித் தமிழ், கேரளக் கரையோர மலையாளம் ஆகியவற்றின் உச்சரிப்பை அப்படியே பிரதிபலிக்கக் காணலாம். எனவே, பெரு மளவுக்கு இலங்கையில் சென்று சிங்களவர்-தமிழர் என மாறியவர்கள் இந்தியத் தென்புற மலையாளிகளும் தமிழருமாவர். இது, அண்மைப்புற நாட்டுடன் – அதுவும் கட்டுக் காவல்கள் இல்லாத அன்றைய காலங் களில் – இயல்பாக இடைவிடாது நடந்திருக்கக்கூடிய மிக இயற்கை யான குடிபெயர்வு. இதில், சிங்களவரே 'முதலில்' இலங்கைக்குப் போனதாகச் சாதித்துக் கொண்டிருப்பது, பொதுப்புத்திக்கே ஒவ்வாத விஷயமாகும்.

சிங்களவரின் முதலாவது தலைநகராகக் கொள்ளப்படும் பொல்லன் நறுவை, தமிழ்ப்பிராந்தியத்தின் கிழக்குப்பகுதியை ஒட்டியே அமைந் திருக்கிறது. சிங்கள இனம், தமிழ்ப் பிராந்தியத்தின் அண்மையிலிருந்தே நகரியல் முதலிய தன்மைகளைச் சுவீகரித்ததை இது உணர்த்தும். கண்டி சார்ந்த மலையகப்பகுதி, அன்று ஊடுருவப்பட்டிருக்க இட மில்லை. ஆனால், தெற்குப் பிராந்தியத்தில்தான் 'வேடர்கள்' பூஜிக்கிற புராதனமான முருகன் கோவில் ஒன்று உள்ளது.

'கதிர்காமம்' என்ற இதன் பெயர், 'கதிர் கமம்' என்ற பழைய தமிழ்ப்பெயரின் புனர்வடிவம். இதில் 'கமம்' என்பது, இலங்கைத்

தமிழில் இன்றும் வழங்குகிற நன்செய் நிலத்துக்கான பதமாகும். இது, 'கம' என்று சிங்களத்தில் மருவி, (நன்செய் நிலம்சார்ந்த) கிராமத்தினைக் குறிக்கிற பதமாகி உள்ளது. இதன் வழியில், கதிர்காமம் சிங்களத்தில் 'கதிரகம' என்று வழங்கப்படுகிறது. சிங்களவருடையது என்று பாராட்டப்படுகிற, தெற்கில் உள்ள இந்தக் கதிர்காமத்துக்கு, சிங்களப் பெயர் என்று ஏதுமில்லை. மேலும், வழிபடப்படுகிற முருகன் அசல் பூர்வதிராவிடக் கடவுளாவான். இக்கடவுளைப் பரம்பரை பரம்பரை யாகப் பூஜிப்பவர்கள் வேடர்கள். இதன் தாத்பர்யத்தை எவரும் ஆராய முன்வரவில்லை. காரணம், இவர்களுடன் பாத்தியதை கொண்டாட எவருக்கும் எவ்வித ஆர்வமும் இல்லை என்பதுதான்.

ஏற்கெனவே நாம் ஆராய்ந்த பொல்லன் நறுவை என்ற பெயரிலுள்ள பொல்லு, வேடுவர் மொழியிலே லிங்கமாவது, ஒரு திராவிட தமிழ்த் தொடர்பை மொழிவாயிலாகவும் ஜாதிய வாயிலாகவும் காட்டி இருக்கிறது. இதன் வழியில், பொல்லன் நறுவை என்பது வெறும் அரச சபையாக மட்டுமல்லாமல், ஆதியில் ஒரு சிவஸ்தலமாகவே ஆரம்பித் திருக்க முடியும் - அதுவும் மிகப் பூர்வகாலத்து லிங்கவழிபாட்டின் தொடர்நிலையாக. கதிர்காமத்து முருகனை வழிபட்ட வேடர்களின் பூஜைமுறையை இவ்விடத்தில் ஆராய்வதும், திராவிடத் தொடர்பைக் காட்டும்.

இந்தப் பூஜையை நடத்துகிற பூசாரி, வாயைத் துணியால் கட்டிக் கொள்வான். தீபாராதனை கிடையாது. மூலக்ரகம் என்று கருதத்தக்க இடம், எப்போதும் திரையிடப்பட்டே இருக்கும். வாயைக் கட்டிக் கொண்டு பூஜை செய்யும்முறை மௌனத்தை – பேசாமையை – வழிபாடாக்கிய ஒரு ஆழ்ந்த நெறியைக் காட்டுகிறது. காட்டு மிராண்டிகள் என்று ஒதுக்கப்படுகிற வேடர் இனத்தின் பாரம்பரியப் பூஜைமுறை இது என்பது மிக வியப்புக்குரியது. உண்மையில் ஒரு பூர்வகாலத்தில் இதே வேடர் ஆழ்ந்த தர்சிகளின் நெறியைச் சார்ந்த உயர்குடியினராக இருந்திருக்கலாகும் என்பதுக்கான தடயம் இந்தப் பூஜைமுறை. காட்டுமிராண்டிகளின் பூஜை முறை சப்தங்களையே அநுசரிக்கும். ஆழ்ந்த விவேகிகளே மௌனத்தை அநுசரிப்பவராவர். இந்த மௌனத்தைத் தமிழின் மொழிக்கூற்றியல் மூலம் அணுகினால், வேடரை இனம் காண இடமுண்டு.

'தமிழ்' என்ற பெயர்ச்சொல்லை எடுத்தால், இதை த=தம்முடைய, மிழ்=பேச்சு என்று பிரித்துப் பொருள்படுத்தலாம். மௌனம் அல்லது பேசாமை என்பது, இதே வழியில் 'அமிழ்' என்ற பதமாகிறது. அ=அல்ல, மிழ்=பேச்சு. நீரினுள் முங்குவதற்கே 'அமிழ்' என்பதனை இன்று உபயோகிக்கிறோம். நீரினுள் பேச்சு எழாது என்பதே, இந்தப் பொருள் இருமைக்குக் காரணம். 'அமிழ்து' என்பது, நீர் என்ற பொருளை இதே

வழியில் பெறுகிறது. பேசாமை என்பது ஒரு நெறியாகும்போது கிடைப்பது மரணமிலாப் பெருவாழ்வு; எனவேதான், மரணமின்மைக்கு மருந்தாக 'அமிர்தம்' குறியீடாகிறது. உண்மையில் இது வெறும் உணவு அல்ல. கடைப்பிடிக்கவேண்டிய 'பேசாமை' என்ற நெறி: 'சும்மா இருக்கும் திறன்'. 'வாழ்வு' என்ற பதத்தின்மூலம் குறிப்பிடப்படுவது மரணமின்மையே ஆகும். இதனைப் பிரித்தால், வ = வலிமையுடன், ஆழ்வு = உட்செல்லல் என்றாகும். இது, தியானநிலையில் ஒரு தர்சி தன்னுள் ஆழ்ந்து நிலைத்த பெருநிலையைக் குறிக்கிறது. சம்ஸ்கிருதத்தி லுள்ள 'அம்ருத'வின் பொருள், அ = அல்ல, மிருத் = மரணம் என்ற அளவுடன் நின்றுவிடும். அமிழ்தம் என்ற பதத்திலோ, மரணமின்மைக்கு உபாயம் மௌனம் என்ற விரிவு உண்டு.

இவ்வளவுக்கு மொழியினூடேயே அமைந்துள்ள ஒரு தர்சனத் தினைத்தான், கதிர்காமத்து வேடர்குலப் பூசாரி அனுஷ்டானமாக்கி இருக்கிறான். கேரளத்தில்கூட, வாயைத் துணியால் கட்டிக்கொண்டு பூஜை செய்யப்படும்முறை உண்டு. தமிழகத்து பிராமணரல்லாத பூசாரிகளிடமும், இதேமுறையை அங்கங்கே இன்றும் காணலாம். பிராமணரல்லாதவர் மந்திரம் சொல்லக்கூடாது என்ற பொருளில், இப்படி வாயைக்கட்டிக்கொள்வதாக ஒரு அர்த்தம் உண்டு. மேலுள்ள தமிழ் மொழிக்கூற்றியல், உண்மையில் இதை ஒரு திராவிட பாரம் பரியப் பழக்கம் என்றே காட்டும். கடவுள் முன் மௌனித்து நிற்பதே உண்மையான வழிபாடு என்ற மிக உயரிய தர்சன உபாயம் இது.

விஜயன் இலங்கைக்கு வருமுன் அங்கே இருந்தவர்கள் யார் என்ற கேள்விக்கு எல்லாத் தரப்பினரும் தலையைச் சொறிந்து கொண்டு முணுமுணுக்கும் பதில், 'வேடர்' என்பதுதான். விஜயன் கொண்ட முதல்தொடர்பு இவர்களுடனேதான் என்பதையும் இவர்கள் ஒப்புக் கொள்வர். இந்த வேடர் குலமக்கள், சிங்களப் பகுதிகளிலுள்ள கானகங் களில் வாழ்ந்து சிங்களவராகியதே, இன்றைய ஜனத்தொகைப்பெருக்கக் காலங்களில்தான். உண்மையில், இவர்களை நாம் இனவாரியாக ஆதித்திராவிடர் என்று பகுப்பதே பொருத்தமாகும். ஆக, ஒருபுறம் விஜயனுடன் ஏற்பட்ட சம்பந்தத்தின் மூலம் இந்த ஆதித்திராவிடரது ரத்தம் சிங்கள ரத்தமாகினால், மறுபுறம் தமிழரின் திராவிட ரத்தமும் இவர்களுடையதே.

இன்று, இலங்கையில் தமிழருக்கும் சிங்களவருக்குமிடையே உள்ள பிரச்சினையை, இனப்பிரச்சினை (Ethnic problem) என்று திரும்பத் திரும்பச் சொல்லிக்கொண்டிருப்பது எப்பேர்ப்பட்ட அபத்தம் என்பதை, இவ்வளவு தூரமும் நாம் செய்துள்ள ஆய்வு காட்டக்கூடும். இனம் என்று பார்த்தால், இலங்கையில் உள்ள சிங்களர்-தமிழர் யாவருமே ஒரே திராவிட இனத்தினராவர்.

தாதுசேனன் என்ற சிங்கள பௌத்த அரசன், இலங்கையில் கி.பி.433இல் அரசாண்டவன். சிங்கள-தமிழ் கலப்புமணங்களை இவன் ஒரு பிரச்சினையாக்கி, மலையாளத்திலிருந்து வந்து கலந்து கொள்பவர் களை ஊக்குவித்தமை சரித்திரமாகும். இதன் அடியில் உண்மை நிகழ்ச்சி, இந்த சரித்திர விபரத்தைவிடவும் பெரிய அளவினதாகவே இருந்திருக்கவேண்டும்.

கண்டி அரசு உருவானது, தமிழகத்தில் திருஞானசம்பந்தரின் இயக்கத்தினால் பிரஷ்டிக்கப்பட்ட ஒரு பௌத்த குடும்பத்தி லிருந்து என்பதை மெக்கன்ஸி சுவடி (Mackenzie's Manuscripts) கூறுகிறது. இப்பகுதி அச்சேறாதது. டாக்டர் ந.சஞ்சீவியும் மா.ராஜேந்திரனும், 22.9.1983 அன்று, University of Madras - Oriental Research Institute வெள்ளிவிழாவில் படித்த கட்டுரையில் கிடைப்பது. இந்தக் கண்டி அரசபரம்பரையின் ஆரம்ப காலம், திருஞானசம்பந்தரது தமிழ்நாட்டுச் 'சமயப் பொற்காலம்'. இப்பரம்பரை தமிழகத்து அரசபரம்பரையிடம் பெண்கொள்ளப்போய் நிராகரிக்கப்பட்டு, சாமான்யமான ஏழைத் தமிழ்க்குடும்பம் ஒன்றிடம் மணவினைத் தொடர்புகொண்டதை மெக்கன்ஸி சுவடி கூறுகிறது. இதன் இயற்கைத்தன்மையையே, விஜயனின் 'பாண்டிய' மணவினைத் தொடர்புக்கும் பொருத்திப் பார்க்கவேண்டும்.

சரித்திர அடிப்படையில், 1739-க்கும் 1800-க்கும் இடைப்பட்ட கண்டி அரசபரம்பரை, நாயக்கர் காலம் என வழங்கப்படுகிறது. பௌத்தத்தைத் தழுவியவர்களெனினும், நாயக்கர்களது அரசவைக் சூழல்களிலும் அதிகாரவர்த்தமானங்களிலும் தமிழ் முக்கியத்துவம் வகித்துள்ளது. இவர்களுக்கு முன்பிருந்தே, தமிழ் இத்தகைய முக்கியத் துவத்தைப் பெற்றிருந்த சான்றுகள் உள்ளன. அறிவு நூல்கள் அன்று இலங்கையில் தமிழ், சம்ஸ்கிருதம் மூலமே கிடைத்தன. மலையகச் சிங்களவர்கள், இன்றும் தமிழை அதன் முறையான உச்சரிப்புடன் பேசக்கூடியவர்கள். இவர்கள், கரையோர சிங்கள வரைவிடத் தங்களை உயர்குடியினராகப் பாராட்டும் மனோபாவமும் கவனத்துக்குரியது. கரையோரச் சிங்களவரை விடவும் மலையகச் சிங்களவர் சாதுக்கள். ஏன், தமிழர்களை விடவும் இவர்கள் சாதுக்கள் எனலாம்.

மகாவம்சவில் இலங்கை, தமிழ் அரசர்களின் ஆட்சிக்குட்பட்ட சந்தர்ப்பங்கள் சித்தரிக்கப்படுகின்றன. இதன் விளைவான பகையும் நட்பும் சரித்திர இயல்புகள். ஆனால் தமிழ் அரசர்கள் பெருந்தன்மை யுடன் நடந்துள்ளனர் என்பதற்கான சான்றுகளை, சிங்களப் பதிவுகளே கூறுகின்றன. பன்னீராயிரம் சிங்களவரைத் தமிழகத்து நீரணைத் திட்டத்தில் வேலை செய்யக்கொணர்ந்த ஒரு சோழ அரசன், இலங்கை யிலிருந்து தன் தளபதி நீலனுடன் மட்டும் வந்த கஜபாகுவிடம்,

அவர்களைத் திரும்ப ஒப்படைத்துள்ளான். இதை மகாவம்ச கூறுகிற போது, நீலன் இரண்டு யானைகளை வெறும் கையால் கொன்றதற்கும், கஜபாகு இரும்பைப் பிழிந்து தண்ணீர் வரவழைத்தற்கும் அஞ்சினான் சோழன் என்று புராணம் பண்ணி இருக்கிறது. எல்லாள சோழனின் விஷயத்தில் இந்த புராணம் கிடையாது. இலங்கையிலிருந்தே அரசாண்ட போது, இவனை எதிர்த்து ஒரு சிறுபடையுடன் வந்த துட்ட கைமுனு என்ற சிங்கள இளவரசன் மீது, தர்ம இரக்கம் காட்டினான் வயோதிபனான எல்லாளன். இது, இலங்கைச் சரித்திரத்தின் ஒரு திருப்புமுனை என்று கருதப்படுகிறது. தனது பெரியபடையை உபயோகித்து துட்ட கைமுனுவை முறியடிக்கவிரும்பாமல், யானை யேறி தனி மனிதர்களாக இருவரும் மோத எல்லாளன் கைமுனுவை அழைத்ததும், இதில் கைமுனுவின் யானை எல்லாளனுடையதைவிட உயரமாக இருந்ததும், கைமுனுவின் கீழ் வேல் வீச்சிற்கு எல்லாளனை லகுவில் இலக்காக்கிற்று. இதை சரித்திர விபத்து என்றே கணிக்க வேண்டும்.

சிங்களப் பகுதிகளில், தமிழகத்துக் கட்டடக்கலையின் புராதனச் சுவடுகளும் பௌத்தத்தைத் தமிழரசர்கள் அநுசரித்த அடையாளங் களும் உள்ளன. இலங்கைக்கு உள்ள பழைய பெயர்களுள் முக்கிய மானது: 'தப்ரோபேனி'. இப்பெயரினாலேயே கிரேக்க யாத்ரீகர்கள் இலங்கையைக் குறித்துள்ளனர். இப்பெயர், திருநெல்வேலி யினூடே ஓடும் 'தாமிரவர்ணி' என்ற பெயரின் மறுபதிப்பாகும். இது, இலங்கை யுடன் தமிழர்களுக்கு இருந்த பழையஉறவின் ஆழத்தைக்காட்டுகிறது.

மேற்கத்திய வர்த்தக-காலனி ஆதிக்கம், பதினாறாம் நூற்றாண்டின் ஆரம்பத்தில், போர்த்துக்கீஸியரின் வருகையோடு ஆரம்பிக்கிறது. அவர்கள் கண்ட இலங்கையின் வடகீழ்ப் பகுதிகள் தமிழரது அரசாகவும், மத்திய தென்மேற்குப் பகுதிகள் சிங்கள அரசாகவும், தனித்து இருந்திருக் கின்றன. 1619இல் போர்த்துக்கீஸியர் தமிழ்ப் பகுதியைக் கைப்பற்றி, யாழ்ப்பாணத்தில் அரசாண்ட சங்கிலி குமாரன் என்ற தமிழரசனைத் தூக்கிலிட்டனர். போர்த்துக்கீஸியரும் பின்னாடி வந்த டச்சுக்காரரும், தமிழ்-சிங்களப் பகுதிகள் இரண்டையுமே கைப்பற்றி இருந்தும், அவை இரண்டையும் இணைக்காமல் தனித்தனியே அரசாண்டிருக்கிறார்கள். 1833இல் பிரிட்டிஷ்காரரின் ஆட்சியிலேயே, தமிழ்-சிங்களப் பகுதிகள் ஒரே ராஜீய அமைப்பினுள் அடக்கப்பட்டன.

பிரிட்டிஷ் ஆட்சியின்போதுதான், நாம் ஏற்கெனவே குறிப்பிட்ட படி 1840-க்கும் 1950-க்கும் இடையில், மலையகத்தில் ஆரம்பிக்கப் பட்ட காபித் தோட்டங்களில் உழைக்க, தமிழகத்திலிருந்து பாமரத் தமிழர்களை, பிரிட்டிஷார் ஜனத்தொகைக் கடத்தல் செய்திருக்கிறார்கள். ராமேஸ்வரத்துக்கும் தலைமன்னாருக்குமிடையில் படகு வசதி தவிர,

மற்றப்படி மதுரை, திருநெல்வேலி ஜில்லாக்களிலே திரட்டப்பட்ட இவர்களது பயணம், கால்நடைப் பயணம் தான். இதன் விளைவாக, வழிதோறும் வியாதி, இயலாமை ஆகியவற்றின் காரணமாக, இவர்களுள் மரணித்தவர்களும் உண்டு. மலையகத்துத் தோட்டங்களில் 1870-வரை காபி, பின்பு காபித் தோட்டம் ஒரு தாவர வியாதியால் அழிந்தபின், தேயிலைத் தோட்டங்களில் வேலைசெய்த இவர்களுக்கு, எவ்வித உரிமையும் சுதந்திரமும் வழங்கப்படவில்லை. சூழ வாழ்ந்த சிங்களவருடன் கலக்கவோ, கிடைத்த ஊதியத்தில் உறைவிடம், நிலம் எதையும் வாங்கவோகூட இவர்கள் அனுமதிக்கப்படவில்லை. உலகின் மிகக் கொடூரமான அடிமைமுறைகளுள் ஒன்றுக்கு இவர்களைப் பிரிட்டிஷார் ஆட்படுத்தி, வேலைவாங்கி இருக்கின்றனர். இவர்களது உழைப்பு பிரிட்டிஷாரின் பணப்பைகளுடன், சிங்கள நிலச் சுவான்தாரர்களது பணப்பைகளையும் நிரப்பி இருக்கிறது. சிங்கள வரினுள்ளும் இலங்கைத் தமிழரினுள்ளும் இருந்து பிரிட்டிஷ் அரச கருமங்களுக்காக ஆங்கிலக்கல்வி மூலம் உருவாக்கப்பட்ட ஒரு வகுப்பு, இவர்கள் மத்தியில் தோன்ற இடம் தரப்படவில்லை. இது, இவர்களைக் குரலற்றோராக்கிற்று. இவர்கள் தமிழர்களாயிருந்தும், இலங்கைத் தமிழரின் கண்களில் இவர்கள் சிங்களவரை விடவும் அன்னியமானவர்களாகவே தென்பட்டார்கள் என்பது ஒரு பயங்கர உண்மை. இதற்குக் காரணம், இவர்கள் 'கீழ்ஜாதியினர்' என்றும் 'பாமரர்' என்றும், இலங்கைத் தமிழரால் கணிக்கப்பட்டமைதான்.

1948 வரை இலங்கையை ஆண்ட பிரிட்டிஷ் அரசு, இவர்களுக்கு இயற்கையாகக் கிடைத்திருக்க வேண்டிய பிரஜா உரிமைக்கான அத்திவாரங்களுக்கே இடம் விடவில்லை. சுமார் நூறு வருஷங்களாக இலங்கையில் வாழ்ந்தது மட்டுமல்லாமல், இலங்கைக்காகவே உழைத்த இவர்களுக்குச் செய்யப்பட்ட அந்த அநீதி, பிரிட்டிஷ் அரசியல் சாசனத்திற்கே விரோதமானதாகும். 1948இல் பிரிட்டிஷார் நீங்கிய பிறகு நடந்த இலங்கையின் முதலாவது பொதுத் தேர்தலில் மட்டும், இவர்கள் வாக்குரிமை பெற்றிருக்கிறார்கள். இதன் விளைவாக பத்து லட்சம் இந்திய வம்சத் தொழிலாளிகள் ஏழு பிரதிநிதிகளை பாராளுமன்றத்துக்கு அனுப்பி இருக்கின்றனர். இந்த அரசியல் விழிப்பு இலங்கைச் சிங்களத் தலைமைக்கு கலக்கம் தந்திருக்கிறது. அடுத்த பொதுத் தேர்தலில் பத்து லட்சத்தில் ஒருவர்கூட வோட்டிட முடியாதபடி இவர்களுடைய வாக்குரிமை பூஜ்யமாக்கப்பட்டது. (மிகப் பின்னாடி, இந்தப் பத்துலட்சத்தில் ஒருலட்சத்தினரே வோட்டுரிமை பெற்றுள்ளனர்).

இந்தக் கணம்தான், இலங்கையின் இன்றைய தலைவிதியையே நிர்ணயித்த கணமாகும். மேற்படி முடிவை எதிர்த்து, எவ்விதமான

கொந்தளிப்பும் இலங்கைத் தமிழ்த்தலைமையிடமிருந்து கிளம்ப வில்லை – ஒரு சில வாதப்பிரதிவாதங்களைத் தவிர. இதற்கு முழுப் பொறுப்பும், இலங்கைத் தமிழ்த்தலைமையின் குருட்டுத் தனம்தான். அவர்கள், ஜனநாயக சக்தியின் கேந்திரம் எது என்பதை உணராமல், வர்க்கரீதியில் சிந்தித்தமையே இந்தக் குருட்டுத் தனமாகும்.

இந்தக் குருட்டுத்தனத்தினால், இலங்கையில் உதாசீனம் செய்யப் பட்ட இதே இந்திய வம்சாவழியினரைத்தான், தென்னாபிரிக்காவில் மோகன்தாஸ் காந்தி, தமது சாத்வீகப் போராட்டத்தின் அணியாகத் திரட்டினார். அதுவும் பிரித்தானிய சாம்ராஜ்யத்துக்கு எதிராக. காந்தியும் அவரைச் சூழ்ந்த இதர அறிஞர்களும், இந்து-முஸ்லிம் குறுகல், வர்க்க பேதம், ஜாதியம் ஆகியவற்றை மீறியே, மண்ணோடு மண்ணாகக் கிடந்தவர்களை ஜனசக்தியாகத் திரட்டினார்கள். இதன் அடியில், பூர்ஷுவாத்தனமான சுலபவழிகளை மீறிப் பரந்து பாய்ந்த புரட்சிகரம் செயல்பட்டிருக்கிறது. லகுவாக, தனக்கும் தனது வர்க்கத் தளத்தில் உள்ளவர்களுக்கும் கொஞ்ச நஞ்சம் கிடைத்தால்போதும் என்ற சந்தர்ப்ப லாபங்களை உதறி எழுந்த புரட்சிகரம் அது. ஆனால் இலங்கை யின் தமிழ்த்தலைமை, குறுகிய வர்க்க மனோபாவங்களிலிருந்து பிறந்து அவற்றையே பிரதிநிதித்வப்படுத்துகிற ஒரு பூர்ஷுவாத் தலைமை யாகும். தன்னை எவ்வித இக்கட்டுக்கும் ஆட்படுத்த விரும்பாதபடி, சௌகர்ய மார்க்கங்களே பூர்ஷுவா இயக்கங்களினால் அநுசரிக்கப் படும். மேலும் அது அடிமட்ட நிலையில் உள்ளவர்களுக்கு, தீவிரமோ சுயஉணர்வோ பிறப்பதைச் சகித்துக்கொள்ளாது.

இந்த மனோபாவத்தினால் இலங்கைத் தமிழ்ச் சமுகம் பீடிக்கப் பட்டிருந்ததை உணர்ந்துகொண்டவர்கள் சிங்களத் தலைவர்கள். இதனால்தான், சிங்கள ராஜ்யசக்திகளினால் தமிழரது உரிமைகளை கொஞ்சம்கொஞ்சமாகப் பிடுங்கமுடிந்திருக்கிறது. தமிழ்த்தலைவர் களுக்கு பிரத்யேக லாபங்களைக் கொடுத்துவிட்டு, தமிழ் ஜனங்களின் உரிமைகளை சிங்கள அரசுகள் பிடுங்கியுள்ளன. இதற்கு உடந்தையாக, **1983** ஜூலை வரை தமிழ்த்தலைமை நடந்திருக்கிறது.

சிங்களப் பெரும்பான்மையினரின் வோட்டுகளுக்காகப் போட்டி யிட்ட சிங்களத் தலைவர்கள், தேசிய ஒன்றிணைப்பைச் சீர்குலைக் கும் சூதாட்மாக, சிங்களவருக்கு தமிழினத்துவேஷத்தை எழுப்பி னார்கள். சிங்களப்பிராந்தியங்களில் பிறந்த எதிரெதிர் சிங்களத் தலைமைகள், ஒருவரை மற்றவர் கவிழ்ப்பதுக்காக உருவாக்கிய துவேஷம் இந்த தமிழ்த்துவேஷம். ‘துவேஷத்துக்குரிய தமிழரை ஒழித்துக்கட்டும் கொள்கை எங்களுடையது மட்டுமே’ என்ற பிரசாரத்துக்கு, இத்துவேஷமே உதவிற்று.

தேசிய ஒன்றிணைப்பு, உரிமைகளில் வேரூன்றிய ஒன்றாகும். தனது இன, மொழி அடையாளங்கள் துவேஷிக்கப்படுவது மட்டுமல்லாமல், அவற்றின் அடிப்படையில் தனது மனைவி, குழந்தைகள் போன்ற பந்தங்கள் கண்ணெதிரே குதறப்படுமளவு தாக்குதல் நடக்கிறபோது, தேசியரீதியான ஒருமையுணர்வுடன் தாக்குகிறவர்களைப் பார்க்க முடியாது. இவ்விதம் இலங்கைத் தமிழரின் தேசீய ஒருமையுணர்வு சிதறும்படி, சிங்களச் சமுகத்தின் மிருகார்த்தங்களே சிங்கள அரசியல் வாதிகளால் தூண்டி வலுப்படுத்தப்பட்டன.

படிப்படியாக ஜீவாதார உரிமைகள் பறிக்கப்பட்ட சமயங்களில் தமிழ்த்தலைமை காட்டிய எதிர்ப்புகளை முகாந்தரமாக்கி, இன வெறி கொண்ட சிங்களக் காலிப்படைகளை, சிங்கள அரசியல் வாதிகளே ஏவிவிட்டார்கள். கடந்த முப்பத்தைந்து ஆண்டுகளில் இதற்கான சான்றுகள் ஏராளமானவை. குடிமைக்கு அவசியமான சாத்விக மனோ பாவங்கள், சிங்கள இனத்தை தமிழருக்கு அடிமையாக்கிவிடும் என்ற சித்தாந்தத்தைக்கூட சிங்கள அரசியல்வாதிகள் பரப்பி இருக்கிறார்கள். இதனால், சிங்கள சமுகத்தின் மனிதார்த்த சக்திகள் செயல்பெற முடியாதவாறு ஒடுக்கப்பட்டன. இனவெறியும் மிருக தந்திரமும் ராஜீய சக்திகளை நிர்ணயிக்கத் துவங்கின. எனவே, சிங்கள இனம் இன்று தனது குடிமையின் சுபாவ இயல்பான மனிதார்த்தவாதிகளினாலன்றி, அத்தகைய மனிதர்களை ஒடுக்கும் மிருகவாதிகளினால் ஆளப்படுகிறது.

தமிழர்களை தேசிய ஒருமைப்பாட்டிலிருந்து அந்நியப்படுத்திய சிங்கள இனவாதம், சிங்கள சமுகத்தினுள் மேலுள்ளவாறு பிளவு கொண்டுதான் இதைச் செய்துள்ளது. தீர்க்கமுடியாத பொருளாதாரப் பிரச்சினையிலிருந்து நாட்டின் விமர்சன சக்திகளைத் திசைதிருப்புவ துடன், ராணுவரீதியான தயார்நிலை, அவசரநிலை ஆகிய ஹேதுக் களின் மூலம் தன்னைப் பதவியில் உறுதிப்படுத்திக்கொள்ள, சிங்கள ஆட்சியாளர்கள் இன்று தமிழர்களது பிரச்சினையை உபயோகிக் கிறார்கள். இது, சிங்கள ஆட்சி எவ்வளவு தூரம் தனது இனத்தின் ஜீவாதாரங்களையே உதாசீனப்படுத்துகிறது என்பதுக்கான சான்றாகும். அரசியல் பதவிக்காக தமிழரை தேசிய உணர்விலிருந்து அன்னியப் படுத்திய அதே திசையில், தவிர்க்க முடியாதவாறு தனது இனத்தையே அரசியல் சக்தியிலிருந்து தனிமைப்படுத்துகிற நிலை இது. இந்நிலையில் ஜனநாயகம் பிணமாகிறது. ராணுவத் தயார்நிலை, அதை எவ்வித மாகவும் எவர்மீதும் உபயோகிக்கும் அதிகார துஷ்பிரயோகத்துக்கான ராஜீய ஒழுங்கீனம் ஆகியன தலைதூக்குகின்றன. தனது பதவிக்காக வேறு ஒரு இனத்தை ஒடுக்கவேண்டும் என்ற அரசியல் சிந்தனை, தனது இனத்தையே ராஜீய யந்திரத்திலிருந்து அன்னியப்படுத்துகிற திசையில் போய்க் கொண்டிருக்கிறது.

இவ்வளவுக்கும் சமயசந்தர்ப்பங்களைப் பயன்படுத்துகிற அரசியல்வாதிகளை மட்டுமே சிங்களவரும் தமிழரும் பெற்றிருந்தனர். மக்களின் ஜீவாதாரத் தேவைகளையும் அவற்றுக்குத் தடையாக காலதேச வரம்புகளை மீறி ஜனிக்கிறவற்றையும், தன்னலமின்மையுடன் கண்டுணர்ந்து செயல்படுகிறவன், சமய சந்தர்ப்பங்களை மீறியே பார்வை செலுத்தக் கூடியவன். இவன் வெற்று அரசியல்வாதியை மீறி, 'தலைவன்' என்ற தகுதிக்கு இலக்கானவன். இத்தகைய லட்சணங்களுள்ள எவரையும், சிங்களவரோ இலங்கைத் தமிழரோ பெறவில்லை. இதன் காரணத்தை ஆராய இங்கே இடமில்லை.

இத்தகைய ஒரு தலைவன் தலைவனாவது இனவாதத்தின் மூலமல்ல. தனது இனத்தை நசுக்கும் எதிர் இனவாதியினது மனச்சாட்சியையே விழிப்படைய வைப்பது இவனது அடிப்படை வலுவாகும். எனவே, இன விரோதத்தினை மீறிய ஒரு ஆழ்ந்த பொதுஉணர்வு, இவனது சிந்தனைலும் செயலிலும் வெளிப்படும். இத்தகைய தலைமையைப் பெறாத எந்தச் சமுகமும், ஆழமான, ஸ்திரமான ஒரு அரசியல் முடிவைச் சாதித்த தில்லை.

இந்த அடிப்படைக்கு நேரெதிரானது இலங்கையின் அரசியல். சிங்கள அரசியல்வாதிகள் பதவிக்கு வரஉதவிய சுலோகங்கள், தமிழையும் தமிழினத்தையும் 'ஒழித்துக்காட்டுகிற' பிரசாரத்தையே கொண்டிருந்தன. இதனை மிகக் குரூபமான சுலோகமாக்கி, SWRD பண்டாரநாயக்கா 1955இல் உபயோகித்ததுதான், 'இருபத்தி நாலு மணிநேரத்தில் சிங்களம் மட்டுமே அரச கரும மொழி.' இது அரசியல் சாசனத்தை நிராகரிப்பது. இருந்தும், இந்த சுலோகத்தின் சக்தி மூலம் மட்டுமே பதவிக்கு வந்தமையால், இவர் இதைச் செயல்படுத்த வேண்டியவரானார். இதன் விளைவாக, சிங்களவர் மட்டுமே அரசாங்கக் கருமங்களுக்கு லாயக்கானவர்களாகிற அடிப்படை பிறப்பதை உணர்ந்த தமிழ்த் தலைமை, 1956 ஜூன் 5ஆம் தேதி, பாராளுமன்றக் கட்டடத்திற்குமுன் சாத்வீக ரீதியில் ஒரு எதிர்ப்பைக் காட்டிற்று. இது, காந்தியின் அஹிம்சா முறையாகப் பிரகடனமும் செய்யப்பட்டது.

ஏற்கெனவே நாம் குறிப்பிட்டபடி, காந்தி திரட்டிய ஜனசக்தியின் அம்சங்கள் எதுவும் இந்த இயக்கத்தில் இருக்கவில்லை. அஹிம்சா யுத்தத்தின் தீவிரநிலைக்கு இவர்கள் தயார் செய்யப்படாதவர்களும் ஆவர். பெருமளவுக்கு அரசகருமங்களில் ஈடுபட்டிருந்த ஒரு பூர்ஷுவா அணி இது. திடீரென எழுந்து நின்ற அப்போதைய பிரச்சினையை, அன்றைய சரித்திரகட்டத்தில் கௌரவிக்கப்பட்ட அஹிம்சைக் கருவி மூலம் சந்தித்த திடீர் எதிர்வினை மட்டுமே, இந்த இயக்கத்தில் தெரிந்தது. எனவே சிங்கள இனவாதக் கருவியாகத் திரண்டு வந்த காலிப்பட்டாளத்தின் தாக்குதலை இந்த 'அஹிம்சைப் போராளிகள்'

தாங்கி, ஸ்தலத்திலேயே காயங்களுடனோ பிணங்களாகவோ வீழ்ந்து கிடக்க முடியாத பலஹீனர்களாகத் தங்களைக் காட்டிக்கொண்டார்கள்; சிதறி ஓடினார்கள். இது ஒரு பகுதியினரால், அஹிம்சா ஆயுதத்தின் தோல்வியாகக் குறிப்பிடப்படுவதை ஒட்டி இங்கே விபரம் பெறுகிறது. உண்மையில், இது உட்கார்ந்து தெரிவிக்கும் எதிர்ப்பு (sit-in) முறை மட்டுமே ஆகும்.

அஹிம்சை என்பது, காந்திய இயக்க சரித்திரத்திலும் சித்தாந்தத்திலும், வெறுமே உட்கார்ந்து தெரிவிக்கும் எதிர்ப்பு அல்ல. அஹிம்ஸைக்கு ஒரு அதிவேக (dynamic) குணமுண்டு. இந்த அதிவேக குணம், எவ்விதமான சரீர உபாதையையும் பூரணமான மௌனத்துடன் தாங்குவதாகும். இத்தகைய அஹிம்ஸைப் போராளிகளை, காந்திய இயக்க சரித்திரத்தில் நாம் சந்திக்கவே செய்கிறோம். சரீரதளத்தில் உபாதையைத் தாங்குவது, மரணத்தை வாழ்விலிருந்து பிரிக்காத விவேகத்தைப் பிரதிபலிப்பது. வாழ்வு என்பது மரணத்தை ஊடுருவி ஜீவிதம்கொள்கிற இயக்கம் என்பதை உணராதவன், அஹிம்ஸாவாதியாக முடியாது. ஆனால் ‘அஹிம்சை கௌரவத்துக்கு உரிய ஆயுதம். அஹிம்ஸாவாதியை யாரும் சீண்டமாட்டார்கள்’ என்ற குருட்டுநம்பிக்கையில் நடக்கும் இயக்கம், அஹிம்ஸையை கற்பனாதீத (ரொமான்டிக்) கண்மூலம் கண்டதன் விளைவு. இத்தகையவர்கள், காலிப்பட்டாளத்தின் அடியைத் தாங்காமல் ஓடிப்போய் நின்று, ‘நாகரிகமற்ற இவர்களுக்கு அஹிம்ஸையின் அருமை தெரியவில்லை’ என்று கூறுவது அதைவிட அபத்தம். அஹிம்ஸைப் போராளி, சாவை நோக்கி மட்டுமே நிற்கிறான். சாவு நாகரிகமானது மல்ல, அநாகரிகமானதுமல்ல. சாவும் உபாதையும் எவரால் நிகழ் கின்றனவோ அவரை நிந்தனைகூட செய்யாமைதான் அஹிம்ஸையாகும்.

பாமரரான இந்திய வம்சத் தொழிலாளிகளுக்கு நடந்த ஓட்டுரிமைப் பறிப்பின்போது கிளர்ச்சி பெற்றிராதவர்கள், தங்களுடைய கௌரவ மான மத்தியதர வர்க்க வாழ்வின் உபாயம் பறிக்கப்பட்டபோது மட்டுமே கிளர்ச்சிபெற்றனர் என்றுதான், நாம் மேலே நிகழ்ந்த அஹிம்ஸைப் போரைக் கணிக்கமுடிகிறது. இவ்விதக் கணிப்பின் மூலம், நாம் இந்த இரண்டாம்கட்ட பறி முதலை நியாயப்படுத்த வில்லை. ஒவ்வொரு பறிமுதலுக்கும் எதிராகச் செய்யப்பட்ட கிளர்ச்சிகளின் வலுவின்மை, ஆரம்பகட்டத்திலிருந்தே தர்க்கபூர்வமாகத் தொடர் வதைக் காட்டவே இதனைக் குறிப்பிடுகிறோம்.

முதல் பறிமுதல் நிகழ்ந்தபோதே கிளர்ந்திருக்கவேண்டிய இந்திய வம்சத் தொழிலாளர்கள் ஏன் சும்மா இருந்தார்கள் என்று கேட்பது, அரசியல் விழிப்புக்குரிய மனோபாவங்களை உணராத கேள்வியாகும். முதன்மையாக, அவர்கள் இயக்கரீதியாகத் திரள்கிற சகல பாதைகளும்

அடைக்கப்பட்ட நிலையிலிருந்தவர்களாவர். இத்தகையவர்கள் எழுச்சிபெற்றால், சாவைநோக்கி பிசகாமல் நடக்கக்கூடியவர்களாகி விடுவர். இந்த ரகஸியம் காந்திக்கு வசப்பட்டிருந்தமையால்தான், தமது ஆடை முதற்கொண்டு சகல அடையாளங்களையும் அவர்களது அடை யாளங்களுடன் ஐக்யப்படுத்தினார். இதன் நேரடி விளைவாக, அவரது தலைமை அவர்களினால் உணரப்பட்டது; அவரது இயக்க சக்தியின் தொடர்நிலையாக அவர்கள் ஆயினர். எனவே, அடிமட்ட மனிதர் களின் எழுச்சியினைத் தூண்டி ஒருமுகப்படுத்த, உயரிய தலைமைப் பண்பு வேண்டும். வெற்றுக் கிளர்ச்சி சிதறி அழிக்கப்பட்டுவிடும்.

இலங்கையில் அரசியல் தலைமைக்கு, எப்போதுமே ஒரு தேசிய அடிப் படை இருந்ததில்லை – இன அடிப்படை தவிர. இதற்குக் காரணம், இந்தியாபோல இலங்கை தனது சுதந்திரத்துக்காகக் கடுமையான போரில் இறங்கினதில்லை. அதனால், தன்னை ஒரே நாடாக உணர்ந்து கொள்ள அவசியமற்றிருக்கிறது. அதன் விடுதலை, இந்தியாவின் விடுதலையுடன் பிரிட்டிஷ் ராஜரீகக் காரணங்களையொட்டித் தரப் பட்டதாகும்.

விடுதலைக்குப் பிறகு, சிங்களவரிடையே இனவாத உணர்வு களை மட்டும் எழுப்பி ராஜீயத்தலைமை பெற்ற ஒவ்வொரு அரசும், சிங்களவரின் இனரீதியான கலகம் எதையும் ராஜீய யந்திரத்தின் மூலம் தவிர்க்கவோ அடக்கவோ முடியாதபடி கட்டுப்படுகிறது. இந்தப் பாரதூரமான நிலை, SWRD பண்டார நாயக்காவின் காலத்துடன்தான் முழு மூர்க்கமடைகிறது. இனவாதம் என்ற மிருகத்துக்கு, தேர்தல் களத்தில் மட்டும் ரத்தவாடையைக் காட்டி அரசைக் கைப்பற்றி விட்டுப் பின்பு, அதை ராஜீயந்திரத்தின் மூலம் கட்டிப்போட்டு விடலாம் என நம்பிய சிங்கள அரசுகளின் உள் நாட்டுக் கொள்கையே, இது விஷயத்தில் மாற்றமடைந்தது. தேர்தல்களத்தில் மட்டுமின்றி, ராஜீயத்தளத்திலும் தமிழருக்கு எதிரான இனவாதம் பிறந்தது.

சிங்கள மக்களை மதத்தின் அதிகார வழியில் எட்டியதன் மூலம் அரசியல்சக்தி பெற்றிருந்த பௌத்த பிக்ஷுக்கள், சிங்கள இன வாதத்துக்கு அளித்த ஆதரவும் தூண்டுதலும்கூட இச்சமயத்தில் முக்கியமடைகின்றன. எல்லா பிக்ஷுக்களுமே இனவாதிகளல்லர் என்பதை இவ்விடத்தில் கூற வேண்டும். நாரத தேரோ போன்றவர்களின் அறிவார்த்தமான பிக்ஷு பரம்பரையோ, தமிழர்களது பழைய இலக்கியங்களைச் சிங்கள மொழி பெயர்ப்புகள் மூலம் பரப்பிய சிங்களச் சான்றோர்களின் பகுதியைச் சார்கிறது. இத்தகை யோரைவிட, இனவெறி பிடித்த இன்றைய பன்னஸீஹ போன்ற பிக்ஷுக்களே மக்களின் மனோபாவத்தினை

நிர்ணயிக்க ஆரம்பித்தது, SWRD பண்டாரநாயக்காவின் காலத்திலிருந்து தான். பண்டார நாயக்காவைத் தமிழினத்தின் பரமவைரியாக நம்பி, பதவிபெற உதவியதே பிக்ஷுகேந்திரம்தான். அரசியல் சாசனத்தின் வழி, தமிழர்கள் பெற்றிருந்த ஜீவாதார உரிமையை இவர் பறித்தும்கூட, பிக்ஷுகேந்தரம் சாந்தி பெறவில்லை. தமிழ்த் தலைமை 1956இலிருந்து காட்டிய எதிர்ப்பினை சமனப்படுத்தவேண்டி, இவர் தமிழர்களது பிராந்தியக் கவுன்ஸில் அமைப்பு ஒன்றுக்கு உடன்பட்டார்; சிங்கள வரைத் தமிழ்ப்பகுதிகளில் குடியேற்றும் திட்டத்தையும் வாபஸ் பெறுவதாக வாக்குறுதி கொடுத்தார். இவை இவருக்கு சிங்கள இனவாதத்தின் பகைமையையே தருவித்தன. பண்டார நாயக்காவின் தமிழ் பிராந்தியக்கவுன்ஸில் உடன்படிக்கையை ரத்து செய்யக்கோரி, அன்று புத்தபிக்ஷுக்களுடன் சேர்ந்து, உடன் படிக்கைக்குப் பிண ஊர்வலம் நடத்தியவரே இன்றைய இலங்கை பிரிஸி டென்ட் ஜெயவர்த்தனே என்பது கவனத்துக்குரியது. இந்த உடன்படிக்கை, எத்தனையோ வாக்குறுதிகளைப் போன்று அமுல்படுத்தப்படாமல் போனவற்றுள் ஒன்றுதான்.

பண்டாநாயக்காவின் வாக்குறுதிகளும் உடன்படிக்கையும் எவ்வித நன்மையையும் தரவில்லை என்பது மட்டுமல்ல – சிங்கள வெறி, 1958இல் தமிழ்ப்பகுதிமீது நடத்திய இனத்தாக்குதலையும் கூட அவை வரவழைத்திருக்கின்றன. ஏற்கெனவே, தேர்தல் சமயத்தில் அவர் தூண்டிவிட்ட இனவெறிதான் இது. இதன் பசியை அவர் பரிபூர்ண மாகத் தீர்ப்பதைவிட்டு, தமிழருடன் உடன்படிக்கைகளில் இறங்கிய போது இந்த இனவெறி கட்டுமீறிற்று. அதுவரை இல்லாத பிரமாண்ட மான தாக்குதல் இது. இதை பண்டாரநாயக்கா அடக்கவில்லை. காலம் கடந்தபின்பு, இத்தகைய சமயத்தில் நேரடியாக அரசு யந்திரத்தை இயக்கும் அதிகாரம் பெற்றிருந்த அப்போதைய கவர்னர் ஜெனரலான ஸர் ஆலிவர் குணத் திலக்கா, ராணுவத்தையும் போலீஸையும் கொண்டு களேபரத்தை ஒடுக்கினார். இதன் விளைவாக, இவர் ஒருபுறம் இலங்கையை விட்டே நீங்கவேண்டியவரானார். மறுபுறம், சிங்கள இனத்தைச் சிங்கள அரசு கட்டுப்படுத்தித் தமிழரைப் பாதுகாத்தது என்ற குற்றத்துக்கு இலக்காக, SWRD பண்டார நாயக்கா ஆக்கப்பட்டார். இதன் விளைவாக, இவர் அரசியல்கொலை செய்யப்பட்டார். இந்த காலகட்டம், இலங்கையின் சிங்கள அரசியலுக்கு ஒரு ஏகாக்ரக மூர்க்கத்தை அளிக்க ஆரம்பிக்கிறது. இலங்கையின் போலீஸ்-ராணுவம் ஆகியவை, தமிழரைச் சிங்களவர் தாக்கும்போது சும்மா இருக்க வேண்டும் என்ற மனோபாவம் பிறக்கிறது. ராஜீய யந்திரம், சட்ட ஒழுங்குக்காக அல்லாமல் இனவெறிக்குத் துணைபோகும் ஒழுங்கீனம் பிறக்கிறது.

1958இல் தமிழர்கள் கொழும்புப் பகுதியில் அகதிகளாகு மளவுக்கு, உறைவிட அழிவுகள் நிகழ்த்தப்பட்டன. இதன் நேரடித் தூண்டுதல் களுள் ஒன்று, தமிழ்த் தலைமையின் தூரதிருஷ்டியற்ற உணர்ச்சிகரப் பிரகடனங்களாகும். சிங்கள வெறியைத் தூண்டும் படியாக, தமிழ்த் தலைமையின் பிரபாவச் சொற்பொழிவுகளும் சில குறிப்பான பிரசுரங் களும் இருந்தன. இது, நவீன யதார்த்தபூர்வமான அரசியல் உணர்வு அற்ற, நிலப்பிரபுத்துவ ரொமான்டிக் மனோபாவத்துக்கு ஆட்பட்ட, 'வீரப்பேச்சு'க் கிளர்ச்சி. இதன் விளைவாக, பழந்தமிழுலகின் ராஜீய மகோந்நதங்கள், வாள்-வேல்-குந்தங்களை ஏணிப்படிகளாக்கி எட்டப் பட்டவை என்பதே, சிங்கள இனவாதிகளின் பார்வைக்குப் புலனாகின. தமிழகத் தமிழர் அணிதிரண்டு வந்துவிடுவர் என்ற சிங்களப் பீதியையே இது உறுதிப்படுத்திற்று.

அதாவது, சிங்களவெறி என்ற மனோபாவத்தின் தார்மீக அத்திவாரம், தமிழனது ரொமான்டிக்கான தற்பெருமையாகும். திரு. ஏ.அமிர்தலிங்கம், திரு. ஸி.ராஜதுரை, திரு. வி.நாகநாதன் போன்றோரும் இவர்களது அடியொற்றிகளும், இந்தத் தமிழ்ப் பெருமைப் பாணியை ஒரு கலைத் தொழிலாகவே தங்கள் மேடைப் பேச்சுக்கள் மூலம் நிகழ்த்தினார்கள் என்றால் மிகையாகாது. தமிழகத்துத் திராவிட இயக்கத் தலைவர்களின் பாணியைத்தான், இவர்கள் இலங்கையில் இறக்குமதி செய்தார்கள். அரசியல் சதுரங்கத்தைப் பொறுத்தவரை, இந்த இறக்குமதி விவேக மற்றது. இலங்கைத் தமிழ்த் தலைமையின் அரசியல் நோக்கங்களுக்கும், தமிழகத்துத் திராவிட அரசியல் நோக்கங்களுக்குமிடையே ஒரு தொடர்பும் கிடையாது. ஆனால் இரு பகுதியினரும் உபயோகித்த பிரசார பாணி, இரு பகுதியினருள்ளும் ஒரு பழந்தமிழ்ப் பட்டாளக் கொண்டாட்டமாக, சிங்கள இனவாதிகளுக்குத் தென்பட்டிருக்கிறது. இது பிரமை. இத்தகைய எந்தப் பிரமையும் தன்னை எதிர்க்கிற அரசியல் அணிக்கு ஏற்படாதவாறு தவிர்ப்பதும் ஏற்பட்ட பிரமையைக் களைவதும், பிரச்சாரத்தின் முக்கிய கடமையாக வேண்டும். ஆனால் இலங்கைத் தமிழ்ப் பிரசாரம் இதைச் செய்யவில்லை.

இலங்கையில் காலங்காலமாக, சிங்களரும் தமிழரும் ஒருவர் மீது மற்றவர் கொண்டிருந்தது வக்ர பீதிதான் – அர்த்தமற்ற பயம்தான். உதாரணமாக, இந்தியாவின் எந்தக் கிராமத்திலும், ஒரு வெளி மாநிலத்தவனைக் கண்டு, 'ஐயோ தெலுங்கன்', 'ஐயோ மலையாளி' என்று கிலிபிடித்து ஓடுவதில்லை. இலங்கையின் கதை வேறு. இதை, ஒரு ஏழைச் சிங்களப் பெரியவர் என்னிடம் தமிழில் கூறிய நிகழ்ச்சி ஒன்றில் காணலாம்.

இந்த விவரிப்புக்கு முதலில் சில உதவிக் குறிப்புகள்: டம்புல்ல என்பது, திரிகோணமலைக்கு மேற்கே உள்ள சிங்கள ஊர். தம்பல

காமம், திரிகோணமலையைச் சார்ந்த தமிழ்க் கிராமம். இந்தப் பெயருக்கும் தெற்கே உள்ள கதிர்காமத்துக்கும் பெயர் ஒற்றுமை யைக் காணலாம். சிங்களவர்களுள் வழங்கும் அப்புஹாமி என்பது அப்புசாமி யின் மரூஉ என்பது எவருக்கும் புலனாகக் கூடியது. 'மாத்தயா' என்பது, 'மஹாத்மியா'வின் பேச்சுவழக்கு வடிவம்.

நான் குறிப்பிடும் ஏழைச்சிங்களவரின் தமிழ்ப்பேச்சு நடையிலேயே, அவர் சொன்னதை கீழே தருகிறேன்:

''அப்ப, வெள்ளைக்காரன்தான் ராஜா. நாங்கள், டம்புல்ல இருந்து திரிக்குனாமலேக்கி பொடியங்கள் வாறம். ஊரில வேலை இல்ல. வாடா திரிக்குனா மலே மேல தம்பலகமேக்கு எண்டு, மச்சான் பொடியன் சொன்னான். சரி எண்டு வெளிக்கிட்டு வாறம். இது ஜப்பான் குண்டு போட முந்தி; அப்ப நீ புறக்கவுமில்ல. தம்பலகமேத்தில் மத்தியானம் வந்து இறங்கினம். நாங்கள் மூண்டு பொடியங்கள். மச்சான் துணிஞ்சவன்; அப்புஹாமி எண்டு பேர்; இப்ப செத்துப்போயிட்டான். 'இங்கின ஒரு தமிழ்ச் சாமி கோயிலிருக்கு, கும்புடுவம்டா; புறகு போய் வேலை தேடுவம்,' எண்டான். கோயில் எங்கின இருக்கெண்டு தெரியாது. ஆரோ சொன்னதக் கேட்டுத்தான் அவனும் வந்தவன். எங்க பார்த்தாலும் வயல். அப்ப நாலஞ்சுபேர் வயலால வந்தாங்கள். தமிளங்கள். இவங்களிட்டக் கேட்டுப் பாப்பமெண்டான் அப்புஹாமி. எனக்கு அவங்களப் பாத்ததும் பயம். தமிளன் பொல்லாதவன் எண்டு தான் சொல்லுறது. அவங்க எங்களப் பாத்தாங்க. நாங்க அவங்களப் பாத்து, அவங்க எங்களப் பாத்து நிக்கிறம். நான் அப்புஹாமிண்ட முதுகுப் பின்னால ஒளிச்சுக்கொண்டு நிக்கிறன். 'டொம், டொம்' எண்டு எனக்கு நெஞ்சு இடிக்குது. அப்புஹாமி 'மாத்தயா!' எண்டான். அவ்வளவுதான், 'ஐயோ சிங்களவன்!' எண்டு கத்திக் கொண்டு ஓடுறாங்கள். நாங்கள் ஆளை ஆள் பாத்தம். பயம் போச்சுது. 'வாடா திரத்துவம்,' எண்டாம் அப்புஹாமி. 'ஹோய்! ஹோய்!' எண்டு கத்திக் கொண்டு திரத்தினம். அவங்கள், 'ஐயோ ஐயோ!' எண்டு கத்திக் கொண்டு ஓடினாங்கள். என்னத்துக்கு ஓடினாங்கள ளெண்டு இண்டைக்கும் எனக்குத் தெரியாது - அதுவும் எங்களைப் பாத்து!''

இத்தகைய வக்ரபீதிகள், விதவித வடிவங்களை எடுத்திருக்கின்றன. நிலஅளவையாளராக வேலைசெய்த என் நண்பனின் சிங்க மொழி ஞானத்தின் மூலம், அவனை சிங்களவனென்றே நம்பினார் – ஒரு குடியேற்றத் திட்ட சிங்களப் பாமரர். மட்டக்களப்பு என்ற தமிழ்ப் பிராந்தியத்தில், 'கல்லோயா' என்ற சிங்களக் குடியேற்றப் பகுதியில் நடந்தது இது. சிங்களப் பாமரர், எனது நண்பனின் ஊரை விசாரித்திருக் கிறார். திரிகோணமலை என்று அறிந்ததும் பயந்து, 'தமிழனுடைய

ஊராச்சே, அங்கே எப்படி உயிரோடு இருக்கிறீர்கள்?' என்றார். தான் ஒரு தமிழன்தான் என்று நண்பன் கூறியதை, சிங்களவரினால் நம்ப முடியவில்லை. நண்பனின் விளையாட்டுப் பேச்சுக்களில் ஒன்றாகவே நினைத்தார். தனது பெயரே கோபால கிருஷ்ணன் என்று கூறியபோது, பாமரருக்கு ஒரே குழப்பம்தான் ஏற்பட்டிருக்கிறது. 'தமிழரென்றால், இந்த மாத்தயா எப்படி இவ்வளவு நல்லவராயிருக்கிறார்?' என்று ஏற்பட்ட குழப்பம் இது. கிராமத்தில் இது ஒரு சலசலப்பையே ஏற்படுத்தியிருக்கிறது.

இந்தியாவில், முஸ்லிம் சமுகத்துக்கும் ஹிந்து சமுகத்துக்குமிடையே அவ்வப்போது பயங்கர மோதல்கள் எழுந்தபோதிலும், இரு தரப்பின ரையும் பிணைக்கிற சில சக்திகள் இயங்கி உள்ளன. மிக உயரிய தர்சனத்தலைமையிலேயே, இந்த சக்திகள் செயல்பட்டிருக்கின்றன. கபீர்தாஸ், ஷீர்தி சாயிபாபா, ராமகிருஷ்ணர், காந்தி போன்றோர் இந்த தர்சனத் தலைவர்கள், ஹிந்துத்வத்துக்கும் இஸ்லாமுக்கும் உணவுப் பழக்கம் ஈறாக அநுஷ்டான உடன் பாடின்மை இருந்தும்கூட, இந்தியாவின் தர்சிகள் தங்களது தத்துவ சிகரத்தின் ஒருமையை அடிப்படையாக்கி, பகிரங்கத்தில் இந்து முஸ்லிம் இணைப்பினைப் பேணியுள்ளனர். அதுவும், மதமாற்றம் எதையும் வற்புறுத்தாத எளிமை யுடன். இது, குடிமையுணர்வு (Civil sensibility)க்கு இந்திய தர்சிகள் அளித்த கலங்கரைவிளக்கமாகும். மக்களுள் ஒரு பகுதியினரையேனும், அவர்களது களேபர காலங்களில் திசை தவறாதபடி இவ்வுணர்வே காக்கவல்லது.

தர்சிகள் இலங்கையில் இவ்விதம் அங்கங்கே செயல்பட்டிருந்தும், அவர்கள் தேசியப் பிரதிமைகளாகிய பகிரங்கநிலை அவர்களுக்குக் கிட்டவில்லை. நான் நேரில் திரிகோணமலையில் அறிந்திருந்த அப்பாத் துரை என்ற தர்சி, ஒரு தேசிய சக்தியாக இவ்வகையில் இயங்கியிராதவர் எனினும், இவரிடம் பௌத்த-ஹிந்து பேதமின்மை இருந்திருக்கிறது. ஆனால், இவரை இது விஷயத்தில் மிகத்தீவிர சந்தர்ப்பங்களின்போது, இவரது 'பக்தர்'களான திரிகோணமலைத் தமிழ்த் தலைவர்கள் அநுசரிக்க மறுத்துள்ளனர். ஊரில் உள்ள போதிமரங்களை ஊர்த்தலைவர்கள் வெட்டி வீழ்த்த எழுந்தபோது, அதை அப்பாத்துரை வன்மையாக மறுத் திருக்கிறார். புத்தர்பிரானின் குறியீடான இம்மரம், பௌத்தர்களுக்கு மிகப் புனிதமானது. திரிகோணமலையின் 'கோணேஸ்வரத்தைக் காப்பாற்ற'வென, அம்மரத்தையும் ஊரின் தமிழ்த் தலைவர்கள் வெட்ட முடிவுசெய்தனர். அப்பாத்துரையின் மறுப்பு இந்த சமயத்தில் மிகத்தீவிரமாக இருந்தும்கூட, தங்கள் முடிவை இவர்கள் மறுபரிசீலனை செய்யவில்லை. பிரமாண்டமான இம்மரம் வீழ்த்தப்பட்டபோது, அப்பாத்துரை சிங்களவரைக் குறித்து, 'அந்த ஏழைகள் வந்து, அங்கே

இப்போதிருக்கிற வெறும் வெளியைப் பார்த்தால் அவர்களது மனம் என்ன பாடுபடும்!' தர்மார்த்த அதிர்ச்சி (moral shock) தான் அவரது மறைவுக்கே காரணமாயிற்று.

பௌத்த இயக்கம், தமிழரது பிராந்தியங்களில் போதி மரங்களின் அடியில் சிறு புத்த நிலையங்களை எழுப்பி வந்தமைக்கு, தமிழ் ஹிந்துத் தலைவர்களிடமிருந்து 'வெட்டி வீழ்த்தும்' பரிகாரமே பிறந்திருக்கிறது. இவ்வளவுக்கும் போதிமரம், ஹிந்துத்வத்திற்கே புனிதமானதாகும். சிந்து வெளியின் முத்திரைக் கற்களிலேயே இதற்கு சாட்சியமுண்டு. ஆனால் பௌத்த-சிங்கள ஆதிக்கத்தின் ஊடுருவலைப் பற்றிய பீதியில், ஹிந்துத் தமிழர் தங்களது புனிதக் குறியீட்டையே தறிக்க முன்வந்திருக்கின்றனர்.

சிங்களப் பகுதியான தென்னிலங்கையில், கதிர்காமம் காலம் காலமாகத் தமிழ்ஹிந்துக்கள், சிங்களபௌத்தர்கள் இரு தரப்பின ராலுமே வழிபடப்பட்டு வந்துள்ளது. ஆனால், இப்போது அந்த முருகன் கோவில் பௌத்தாலயமாகிவிட்டது என்பதை தமிழ்த் தலைமை எமக்குச் சுட்டிக்காட்டலாம். சிங்களவர்களது ஒரே நோக்கம் தமிழ்ப் பகுதிகளை சிங்களமயமாக்குவதே என்பது இவர்கள் கட்சி.

சிங்களப் பகுதியில் ஏற்பட்ட ஜனத்தொகைப் பெருக்கமும் சென்று தேய்ந்திருந்த இலங்கையின் பொருளாதாரமும்தான், இது விஷயத்தில் அடிப்படைப் பிரச்சினைகள். இவற்றுக்கு இலங்கை அரசுகள் மேற்கொண்ட பரிகாரங்களுள் ஒன்று, நதிப்பள்ளத் தாக்கு களையும் காட்டுப்புறங்களையும் குடியேற்றத் திட்டத்தின் மூலம் உபயோகிப்பதாகும். அதேசமயத்தில், தமிழர்கள் பெரும்பான்மை யாக வாழ்கிற பகுதிகளினுள் சிங்களவர்களைக் குடியேற்றி, தேர்தல் களில் சிங்களப் பிரதிநிதித்வத்துக்கு அப்பகுதிகளை ஆட்படுத்தும் நோக்கமும் அரசுக்கு இருந்திருக்கிறது.

இந்தியவம்சத் தமிழர்களின் வாக்குரிமையைப் பறித்த அதே நோக்கத் திலிருந்து பிறந்த திட்டம்தான் இதுவும். எனவே, குடியேற்றத்திட்ட விஷயத்தில் தமிழ்த்தலைமை கொண்ட அச்சம் அர்த்தமுள்ளது. ஆனால் அந்த அச்சம், போதிமரங்கள் மீது கோடரிகளாகிப் பாய்ந்ததை நியாயப் படுத்தமுடியாது. இந்தப் பாய்ச்சல் குருட்டுத்தனமானது; தமிழ் ஹிந்துக்கள் மீது சிங்கள பௌத்தர்களுக்கு இருந்த அச்சத்தினை நியாயப் படுத்துவது. நாம் ஏற்கெனவே குறிப்பிட்டபடி இருதரப்பினருமே ஒருவர் மீதொருவர் வக்ரபீதி கொண்டிருக்கின்றனர். இந்நிலையில், தன்மீது கொண்ட அச்சத்தின் விளைவாகவே அடுத்தவன் தன்னை அச்சுறுத்துகிறான் என்ற விவேகம், சிங்க-தமிழ்த் தலைமைகள் இரண்டிடமுமே இருக்க வில்லை.

இந்தியாவில் கி.பி.1000 அளவில், பௌத்தம் ராஜீய நிராகரணங் கள் மூலமும் பிராமண இயக்கங்கள் மூலமும் பகிஷ்கரிக்கப்பட்டு மறைகிறது. இந்த மறுப்பின் ஞாபகங்களை இலங்கையின் பிக்ஷு கேந்திரம் பேணி வளர்த்து, இலங்கையின் தமிழ்ஹிந்துக்களைத் தனது பரமவைரியாகக் கணித்து வந்ததை முன்பு குறிப்பிட்டோம். பாமரமனங்களினுள் ஊடுருவும்படி தமிழ்த் துவேஷப்பிரச்சாரம் செய்ய, இது வழி வகுத்துள்ளது. இத்துவேஷப் பிரச்சாரத்துக்கும் பகைக்கும் காரணம் அச்சமே. இந்த அச்சத்தினைக்களையும் இயக்கம், இருதரப்பினரிடையிலுமே ஒரு கலாச்சாரத்தளத்தில் பிறக்கவில்லை.

பார்க்கப்போனால், ஹிந்துத்வத்தைவிடப் பௌத்தம் ஒரு உந்நத மான மதம். தமிழின் ஐம்பெருங்காப்பியங்களுள், மணிமேகலையும் குண்டலகேசியும் பௌத்தத்தைச் சித்தரிப்பவை. மறுபுறம் சிகரக் காப்பியமான சிலப்பதிகாரத்தின் ஆசிரியர் பௌத்தத்தின் சாயலுள்ள ஜைனமதத்தினர். திருவள்ளுவர்கூட ஒரு ஜைனர்தாம். தமிழ் உள்ளத் திற்கு, வேற்றுமதம் பற்றிய விழிப்புகள் பாரம்பரியமானவை என்பதற் கான சான்றுகள் இவை. ஆனால், தமிழின் உந்நதங்கள் என்று இத்தகைய விழிப்புகள் காட்டப்படவில்லை. தமிழர் வீரம்(?)தான் இவர்களை மெய்சிலிர்க்க வைத்தது. அதாவது, அறிவார்த்தமான அணுகுமுறைகள் தவிர்க்கப்பட்டன. அச்சத்தை அடிப்படையாகக் கொண்ட அரசியலுக்கும் அறிவார்த்தத்துக்கும் சம்பந்தமில்லை. இந்தக் கட்டத்தில்தான், 1974 ஜனவரியில் யாழ்ப்பாணத்தில் நிகழ்ந்த நான்காவது உலகத்தமிழ் மாநாட்டு விபரம் ஆராயத்தக்கது.

ஒரு தமிழ் சாம்ராஜ்யத்தைத் தென்னிந்தியாவிலிருந்து இலங்கை வரை, மொரீஷியஸிலிருந்து மலேஷியா வரை நிர்மாணிக்க எடுக்கப் படுகிற முஸ்தீபுகள்தான் – இந்த தமிழ் மாநாட்டு வரிசைகள் என்பதே, சிங்கள இனவாதிகளின் கண்டுபிடிப்பு. இத்தகைய அபார கண்டு பிடிப்புகளை தவிர்க்கக்கூடிய எவ்வித சமிக்ஞையும், தமிழ் மாநாடு களில் இடம்பெறுவதில்லை. மேலும், அரசியல் சார்ந்த புலவர் புள்ளிகளேயன்றி, சமகால உலகுடனோ சிந்தனையுடனோ தொடர் புள்ள தமிழ் இயக்கம் எதற்கும், இந்த மாநாட்டு வரிசையில் இடம் இருந்ததில்லை. எனவே, வக்ர பீதியை அடிப்படையாகக் கொண்டு எழுந்து, நாளொருமேனியும் பொழுதொரு வண்ணமும் சிங்களப் பாஸிஸமாக வடிவெடுத்து வளர்ந்த இலங்கை அரசு, இப்போது காலிப்படையாகவே தனது போலீஸ் முனையை ஆக்கிற்று. உலகத் தமிழ் மாநாடு தாக்கப்பட்டது – அதுவும் திட்டமிட்ட போலீஸ் அமைப் பினால். தாக்கப்பட்டவர்கள் ஏதோ கும்பல் அல்ல; சொற்பொழிவைக் கேட்டபடி குழுமியிருந்த செவி நுகர்வாளர்கள். இத்தகைய ஒரு சாமான்யமான மக்கள்மீது நடத்தப்பட்ட திட்டமிட்ட போலீஸ்

தாக்குதல், களேபரம் செய்யும் காலிக் கும்பலைக் கலைக்கும் வழிமுறையைக் கையாண்டிருக்கிறது - சிலரைக் கொன்று பலரைக் காயப்படுத்துமளவுக்கு. ஏன்?

இந்த நிகழ்ச்சி 1974இல் நடந்தது என்றால், இதற்கு இரண்டு வருடங்களுக்கு முன்பே, யாழப்பாணப் பகுதியில் தமிழ் இளைஞர் களின் ஆயுத இயக்கம் ஒன்று ஆரம்பித்து விட்டமையை நினைவுகூர வேண்டும். தனிச்சிங்கள மசோதாவைத் தொடர்ந்து, உயர் கல்வி களுக்கு தமிழ் மாணவர்கள் செல்வதுவரை எழுப்பப்பட்ட தடைகள், அதுவரை பிரிந்துசெயல்பட்ட தமிழர்களின் கட்சிகளை ஒன்றிணைத்த துடன், ஒரு சந்தர்ப்பத்தில் தமிழர்கள் தனிநாட்டுப் பிரகடனமாக ஒரு தபால்முத்திரையைக்கூட வெளியிட்டிருக்கிறார்கள். இந்த முத்திரை, தபாலுக்காகப் பெருவாரித் தமிழர்களினால் உபயோகிக்கப்பட்டு மிருக்கிறது. இவை, தமிழ் மாநாடு தாக்கப்பட்டதற்கான நேரடிக் காரணங்கள். அதாவது, தனிநாட்டுப் பிரகடனத்தின் அரசியல் தன்மை யினூடேதான், தமிழ் மாநாடு சிங்கள அரசினால் கணிக்கப்பட்டுள்ளது. சிங்கள அரசின் கண்களில், அங்கே குழுமி இருந்தவர்கள் சாமான்யர் களல்ல; நாட்டைப் பிரிக்கிற மனோபாவத்துடன் திரண்டிருந்த தீவிரவாதிகள்.

கலாச்சாரரீதியாகப் பார்த்தால்கூட, தமிழ்மாநாடு சிங்களவருக்கு சமாதானம் தருகிற வகையாக நடத்தப்படாத ஒன்று எனக் காணலாம். அங்கே நிகழ்ந்து கொண்டிருந்த எதிலும், பௌத்தமோ சிங்களச் சான்றோரின் சாதனைகளோ இடம்பெறவில்லை. தமிழை முறை யாகக் கற்று, அதன் பழைய இலக்கியங்கள்வரை ஊடுருவிய சிங்கள அறிஞர்கள் இருந்திருக்கின்றனர். இவர்களுக்கும் யாழ்ப்பாணத்துத் தமிழ் மாநாட்டுக்கும் சம்பந்தம் இல்லை. ஏன், வாசக அனுபவத்தைத் தவிர வேறு எந்த லாபநோக்கமுமற்று தமிழைக் கற்றுக்கொண்டு, கல்கி வகையறாப் பத்திரிகைகளை வாங்கிப் படிக்கிற சாமான்யமான சில சிங்களவர்களை நான் அறிவேன். தமிழர்களின் பரதம், கர்நாடக இசை போன்ற நுண் கலைகள் தங்களிடம் இல்லை என்றும் தாங்கள் காட்டு மிராண்டிகள் என்றும், குறைப்பட்டுக் கொள்கிற சிங்களக் கலைஞர்கள் சிலரையும் நான் அறிவேன். இத்தகைய மனோபாவங்களுள்ளவர் களுடன், தமிழர்களுக்கு ஒரு கலாச்சார சங்கமத்தை ஏற்படுத்தும் வகையாக தமிழ்மாநாடு நடத்தப்படவில்லை. இத்தகைய ஒரு சங்கமம், ஏன் பௌத்தர்களாலும் ஜைனர்களாலும் எடுத்தாளப்பட்ட தமிழில் – அதுவும் பௌத்தம் நிலவுகிற ஒரு நாட்டில் – ஏற்படக்கூடாது?

தமிழ் மாநாடுகளுக்கும் கலாச்சாரத்துக்கும் சம்பந்தமில்லை. அவை, அரசியல் சகதியில் புரள்கிறவர்களினால் நடத்தப்படுவது. இந்த மாநாடுகள், சிந்தனைப்பயிற்சி உள்ளவர்களின் நகைப்புக்கே

இடமானவை. மேலும், தமிழ் மாநாட்டுத் தண்டவாளத்தில் ஓடுவது பழைய ரொமாண்டிக் ரதம்தானே அன்றி, விஞ்ஞான பூர்வமான ஆய்வு எந்திரமல்ல. நேற்றைய சரித்திரத்தை இன்றைய உலகப் பின்னணியில் பார்த்து, மனவிரிவுடன் சிந்திக்கும் பயிற்சி எதுவும் இந்தத் தமிழ் மாநாடுகளில் நடப்பதில்லை. இத்தகைய மாநாடுகளை அக்கறை யுடன் பேணி, அவற்றுக்காக நேரத்தையும் கவனத்தையும் செலவிடும் மக்கள், அறிவார்த்தமாக எதையும் கிரகிப்பதுமில்லை; சிந்தனை வடிவிலோ தகவல்களாகவோ, அறிவைப் புதிய பரிமாணங்களுக்கு வளர்த்துக்கொள்வதுமில்லை. ஏற்கெனவே உள்ள ஒரு பெருமித உணர்வு தொய்ந்துவிடாம லிருக்க, தமிழ்ப் பெருமையினை உச்சாடனம் செய்வதே இத்தகைய கூட்டங்களின் நோக்கம். எனவே, இது மதரீதியான அரசியல் அநுஷ்டானம்; தற்பெருமையைப் பேணும் அநுஷ்டானம்; அறிவியக் கத்தின் விமர்சனப் பண்பை நிராகரித்துவிட்டு, திரும்பத் திரும்ப ஒரே பார்வையினை வலியுறுத்துகிற அநுஷ்டானம். அறிவின் விழிப்புடன் பார்த்தால், இத்தகைய மாநாடு ஒரு கோமாளித் திருவிழா வாகக் காட்சியளிக்கும். இப்படியாகப்பட்ட ஒரு சங்கதிக்கு, கோடிக் கணக்கில் பொதுச்சொத்து விரயம் செய்யப்பட்டுவருகிறது.

இதை எல்லாம் ஏதோ கலாச்சாரச் சடங்குகள் என்று பாவனை பண்ண முயற்சிக்கிற எவருக்கும், கலையுணர்வோ, புதுப்புது இலக்கியப் படைப்புகளை அனுபவிக்கும் சக்தியோ, விமர்சனப் பண்போ கிடை யாது. அப்படி ஏதும் இருந்தால், அது தமிழின் எல்லையினை மீறியே பார்வையை விரிவடையவைக்கும்; தமிழ்-சிங்களப் பிரிவினையை, கலாச்சாரத்தளத்தில் உடைத்தெறிந்திருக்கும். சிங்கள ஓவியர்களும் சிங்கள நாடக விற்பன்னர்களும், தமிழ்க்கலைஞர்களுடன் இணைந்து செயல்படும் இன்னொரு கொழும்பாக யாழ்ப்பாணமும் ஆகி இருக்கும். ஆனால் கலாச்சாரம்-இலக்கியம் என்ற போர்வையில் இனப்பெருமை யைப் பேணும் அரசியல் இயக்கம், அங்கங்கே - அரிதாக - அமுத்தி வதைக்கும் பொருளாதாரநிலையில் எழுந்துஎழுந்து - வாழத்தவித்து மடிகிற உண்மையான கலைஇலக்கிய இயக்கத்தை, வெளித்தெரியாத படியே மறைத்து வந்துள்ளது என்பதுதான், நவீன தமிழ்க் கலாச்சார சரித்திரமாகும்.

உண்மையான ஒரு கலாச்சார நோக்கத்துடன் யாழ்ப்பாணத்துத் தமிழ்மாநாடு நடத்தப்பட்டிருந்தால், அது சிங்களக் கலைஞர்களை விருந்தினராக வரவேற்றிருக்கும்; சிங்கள ஓவியர்களின் படைப்புகளை காட்சிக்கு வைத்திருக்கும். மேதமைவாய்ந்த ஹென்றி ஜயஸேன போன்ற சிங்கள நாடகக்கலைஞர்களின் படைப்புகளை மேடையேற்றி இருக்கும்; தமிழுடன் தொடர்புகொண்டிருந்த சிங்கள அறிஞர்களை, தமிழ் மகாநாட்டில் கௌரவித்திருக்கும்; சிங்கள மொழியின் மூலம்

திருக்குறள் போன்ற நூல்களைப் படித்துள்ள பிக்ஷுக்களைச் சொற் பொழிவாற்றுவதற்கு அழைத்திருக்கும்.

ஜனவரி *10, 1974* தேதியில், தமிழ்மாநாட்டின் இறுதி நாளன்று சுமார் ஒரு லட்சம் பேர் குழுமியிருந்து, தமிழ்நாட்டின் திரு. நைனா முகம்மது செய்த சொற்பொழிவைக் கேட்டுக்கொண்டிருந்த போது, அவர்கள் மூளைகளிலோ பேச்சாளர்களின் மூளைகளிலோ மேலே குறிப்பிடப்பட்ட மனோபாவத்தின் எவ்விதச்சாயலும் இருக்கவில்லை. பேச்சாளர் பேசிக்கொண்டிருக்கும்போதே, திடீரென நூற்றுக்கணக் கான போலீஸ்காரர்கள் கூட்டத்தின்மேல் பாய்ந்தனர். கண்ணீர்ப் புகை, தடிகள், துப்பாக்கிப் பிடி ஆகியவற்றினால் பெரியவர்களும் பெண்களும் குழந்தைகளும் நிரம்பி இருந்த கூட்டம் தாக்கப்பட்டது. இதன் விளைவாகச் சிதறிய கூட்டத்தினால் ஏற்பட்ட மின்சார விபத்தில் எட்டுபேர் உயிரிழந்தனர். பெண்கள் உட்பட, நூற்றுக்கணக்கானவர்கள் பலத்த காயமுற்றனர். கண்ணீர்ப்புகையினால் தாக்குண்டவர்களுக்கு, ஓரிரண்டு நாட்கள் தூக்கமற்ற அவஸ்தை வேறு, இதன் நேரடிக் காரணம் என, அங்கே குழுமி இருந்த தமிழர்களை சிங்கள அரசு தீவிரவாதிகளாகக் கணித்ததாக ஏற்கெனவே குறிப்பிட்டோம். திரு. நைனா முகம்மது அந்தச் சமயத்தில் செய்த சொற்பொழிவின் கருத்து இந்தத் தீவிரவாதத்துடன் நேர்த்தொடர்பு கொண்ட ஒன்றாகும். ‘தமிழர் களுக்கு ஒரு தனிநாடு வேண்டும்’ என்ற சங்கதியை, மெய்சிலிர்க்க வைக்கும் தமிழ்ப்பெருமை பார்முலாக்களின் மூலம் இந்த அன்பர் அங்கே அவிழ்த்துவிட்டுக் கொண்டு நின்றிருக் கிறார். இந்த உள்விபரம், தமிழ்மாநாடு தாக்கப்பட்டது பற்றி செய்தி எதிலும் இதுவரை வெளி வராத ஒன்றாகும்.

சரி, தமிழருக்குத் தனிநாடு வேண்டும் என்ற பிரகடனத்தைச் செய்வதுக்காகப் போடப்படும் கூட்டம், தற்காப்புக்கொண்ட ஒன்றாக நிர்மாணிக்கப்பட்டிருக்க வேண்டுமே? ஆனால் அத்தகைய முன்னெச்சரிக்கைக்கு அடியில் விஞ்ஞானபூர்வமான காரணகாரியங் கள் பற்றிய விழிப்பு ஏற்கெனவே இருந்திருக்கும். அத்தகைய விழிப்பு, பிரிவினையைப் பேணாது என்பதும் ஒரு விஷயம். மறுபுறம், உண்மை யில் திரு. நைனா முகம்மதுவின் சொற்பொழிவு, தமிழ்ப் பெருமையின் கற்பனாதீத ரொமான்டிக் மண்டலத்தில் நிகழ்ந்துகொண்டிருந்த ஒன்றே தவிர, நவீன உலகில் யதார்த்த பூர்வமான விளைவுகளைக் கணிக்கும் பிரக்ஞையுடன் நடந்த ஒன்றல்ல. இந்தக் கற்பனாதீதச் சஞ்சாரத்தினுள் நுழைந்த யதார்த்த சக்திதான் சிங்கள அரசின் போலீஸ் படை. இதன் நியாயம் சட்ட ரீதியானது; தனிநாட்டுக் கோரிக்கை என்பது தேசத்துரோகம் என்ற அடிப்படையினைக் கொண்டது. இந்த அடிப்படையையும் இதனைப் பாதுகாக்கிற ராஜீய யந்திரங்களையும்

பற்றிய விழிப்பற்று, கற்பனாதீத அரசியல் பண்ணிய தமிழ் மரபுதான் யாழ்ப்பாணத்தில் அன்றைய குற்றவாளி. இந்த மரபு, அச்சத்தை அடிப்படையாகக் கொண்டு வளர்ந்த இனவாதப் பாஸிஸமான சிங்கள அரசுடன், இணைக் குற்றவாளியாகவே நிறுத்தப்படவேண்டிய ஒன்றாகும்.

விமர்சன திருஷ்டியற்று வெறும் தற்பெருமையை மட்டும் மூலதன மாகக் கொள்ளும் அரசியல், இன்றைய ஜனநாயக உலகிலும் சோஷலிஸ உலகிலும் நெருக்கடிகளை மட்டுமே உருவாக்கும். ஜனநாயக அடிப் படையில் உரிமை கோருவதுக்காக, இன ரீதியான தற்பெருமைகளைப் பிரசாரக் கருவி ஆக்குவது பொருத்த மற்றது. சமத்துவம் வேண்டிய தமிழர்களின் கோரிக்கைகள் நியாயமானவை. தமிழ்ப்பகுதிகள் அரசினால் கவனிப்பாரற்றுக் கிடப்பதற்குப் பரிகாரமாக, பிரதேச ரீதியான மாநில அடிப்படை யில் மத்திய அரசின் ஆட்சிப்பொறுப்பை, தமிழர்கள் தங்களுக்கு பகிர்ந்து தரும்படி கோரினர். இதுவும் நியாய மானதுதான். ஆனால், இந்தக் கோரிக்கைகளின் நியாயம், சிங்கள வாக்காளர்களை எட்டவில்லை. தமிழர்கள் தற்பெருமை பாராட்டிக் கொண்டிருந்தமைதான், சிங்கள அரசியல்வாதிகளினால் சிங்கள வாக்காளர்கள் இடையிலே பிரசாரம் செய்யப்பட்டுவந்துள்ளது. இதன் விளைவாக, தமிழர்களது கோரிக்கைகளின் ஜனநாயகரீதியான நியாயம், இலங்கை அரசியலில் உணரப்படவில்லை. அவர்களது கோரிக்கைகள், ஒரு பகை இனத்தின் கோரிக்கைகளாகவே சிங்கள வாக்காளர்களுக்குப் பட்டிருக்கிறது – சகமனிதர்களின் கோரிக்கைளாக அல்ல. இதன் சரித்திர துவேஷப்பின்னணிகளை ஏற்கெனவே கண்டோம். நவீன பிரசாரக்கருவிகளும், இந்த துவேஷத்தின் கானக இருள்குரல்களாகவே ஒலித்தன – நவீன உலகின் தேவைகளாக அல்ல. இவ்வகையில் தமிழர்களது கோரிக்கையை மனிதாயமான நவீன ஜனநாயக ரீதியில் கணிக்காதபடி, சிங்கள வாக்காளரை தமிழருக்கு எதிரிகளாக்கி, தமிழர்கள் தனிநாட்டுக்காகப் போராடு மளவு தமிழர்களைத் தள்ளிய அடிப்படைக் குற்றவாளிகள், சிங்கள இனவெறியர்களாவர்.

இன்று, சிங்களஅரசியல் – தமிழ்அரசியல் இரண்டுமே, இதன் விளைவாகக் குருட்டாம்போக்குகளை அநுசரிக்கின்றன. இலங்கைத் தமிழர்கள், உழைப்புச் சக்தியும் பொருளாதார உணர்வும் உள்ளவர்கள். இந்த சக்திக்கும் தேசநலனுக்கும் இடையே உள்ள ஜீவாதாரத் தொடர்பு, சிங்கள இனவாதிகளின் கண்களுக்குப்படவில்லை. இதன் விளைவாக, தமிழர்களை ஒழித்துக்கட்டும் திட்டங்களைத் தீட்டியதின் மூலம் தேசத்தின் ஜீவனையே சிங்கள இனவாதத் தலைவர்கள் அழிக்கிற நடவடிக்கைகளில் இறங்கி இருக்கிறார்கள். இலங்கையின் உண்மை யான தேசத்துரோகிகள் இவர்களே ஆவர். ஆனால் இவர்களை

அச்சுறுத்தும் வகையான குடிமையுணர்வுள்ள சட்ட ஒழுங்கினை ராஜீய யந்திரம் எப்போதோ இழந்துவிட்டது என்று, பண்டார நாயக்காவின் காலத்தைப் பற்றிய விவரங்களில் கண்டோம்.

1972-இல் பிறந்த இளைய தலைமுறைத் தமிழ் ஆயுத இயக்கம், தமிழ்த் தலைமைக்குக்கூடப் புறம்பான ஒன்றுதான். தமிழ்த் தலைமை, சிங்கள அரசுகளிடமிருந்து தமிழருக்காக எவ்வித நியாயபூர்வமான பலாபலன்களையும் பெறவில்லை என்ற உணர் விலிருந்து மட்டுமல்ல, உயர்கல்விக்காகச் செல்லக்கூடிய வழி வகைகள் தடுக்கப்பட்டதின் விளைவாகக் கூட, இளைஞர்கள் ஆயுதத்தீர்வை நோக்கித் திரும்பினர். தீவிரமான சக்தியும் திறனும் கொண்ட ஒரு ஜனத்தொகையின் புதிய தலைமுறையின் சக்தி, உரியவழியில் செல்வதுக்குத் தடைஇட்டால், இயற்கையாகவே விளையக்கூடிய பலாபலன் இதுவாகும். இந்த அடிப்படையை உணராமல், ஆயுதவாதிகளின் இயக்கத்துக்கு முழுத் தமிழினத்தையுமே குற்றம்சாட்டும் மனோபாவமே, தமிழ்மாநாட்டில் குழுமியிருந்த தமிழ்க்குடிமைமீது அரசு பாய்ந்தபோது வெளிப்பட்டிருக் கிறது. இதற்குப் பிரதிபலனாக, இலங்கைப் போலீஸ் யாழ்ப்பாணப் பகுதியில் தமிழ் ஆயுதபாணிகளின் அதிரடிகளுக்கு இலக்காயிற்று.

இத்தகைய மோதல்கள், ஒரு குறிப்பிட்ட விகித ஒழுங்கில் செயல் படுவது உண்டு. மக்களின் திசையிலிருந்து ஆயுதரீதியாகக் காட்டப் படும் எதிர்ப்பு பத்து என்ற எண்ணினால் குறிப்பிடப்படுமானால், அதற்கு ராஜீயயந்திரம் தரும் பதிலடியை, *10 x 10* - அதாவது நூறு - என்ற எண்ணாகக் காணவேண்டும். உலகின் பலபகுதிகளிலும் இத்தகைய மோதல், ஏறத்தாழ இந்த விகிதா சாரத்தையே காட்டுகிறது. இதற்குக் காரணம், அதிரடி செய்கிற புரட்சிப் படையினருக்குத் தாங்கள் தாக்கப்போகிற அணி வெளிப்படையானது. மேலும், அவர்களது தாக்குசக்தியில் சிக்கனமும் விரிவாகச் செய்யமுடியாத ஆயுத வறுமை யும் இருக்கும். ராஜீய யந்திரத்திடம், ஆள்பலம் ஆயுதத் திரள் படை யினைக் குறிகாண முடியாத நிலையும் உண்டு. எந்த ஜனத்தொகை யின் பிரதிநிதிகளாகப் புரட்சிப்படை செயல்படுகிறதோ, அந்த முழு சமூகத்தையுமே இதன் விளைவாக ராஜீயயந்திரம் தாக்குகிறது. இதுதான் இத்தகைய மோதலில் உள்ள விகிதாசார நியதிக்குக் காரணமாகும். இளைஞர்களின் அதிரடிகளுக்கு, அரசின் பதிலடி இந்த விகிதா சாரத்திலேயே அடுத்த எதிரடியைத் தருகிறது.

தமிழ் ஆயுத இயக்கத்துக்கு எதிராக, ராஜீயயந்திரத்துக்கும் புறம்பான சக்திகளை, இந்தச் சமயத்தில் சிங்கள இனவாதிகள் திரட்ட ஆரம்பித் தார்கள். இது, மீண்டும் மீண்டும் தமிழர்கள்மீது கட்டவிழ்த்துவிடப் பட்ட காலிக்கும்பல். மலையகத் தமிழர்கள், தமிழ்த் தலைமை ஆகியவர் களது அநுசரணையுடன் பதவிக்கு ஜெயவர்த்தனே வந்தபிறகு,

1977இல் இக்கும்பல் மீண்டும் தமிழர் மீது பாய்ந்தது. இது, சிங்களத் தலைமை தமிழரிடமிருந்து பெறும் எந்த அநுசரணைக்கும் பிரதியாக எவ்வித அரசியல் தீர்வையும் தமிழருக்குத் தராது என்பதைமட்டுமல்ல, தமிழரிடமிருந்து அநு சரணையைப்பெற்ற மறுகணமே, தமிழரைச் சின்னாபின்னமாகக் குதறவும் செய்யும் என்றே தோன்றவைத்துள்ளது. இந்த 1977-7இன் இனவெறித் தாக்குதல், முந்திய தாக்குதல்களைவிடப் பிரமாண்ட மானது. 77,000 கொழும்புத் தமிழரை அகதிகளாக்கு மளவு நடந்த தாக்குதல் இது. இங்கேகூட, விகிதாசார அடிப்படை பெருக்கல் வாய்ப்பாட்டு நியதியில் அமைவதைக் காணலாம். இங்கே, தமிழரது கோரிக்கையும் நம்பிக்கையும் அவற்றுக்கு சிங்கள அரசு செவிசாய்க்கக் கூடிய சாத்யக்கூறையும் பத்து என்ற எண்ணாகக் கொள்ளவேண்டும். இத்தகைய ஒரு நிலை எழுந்தால், உடனே 10 x 10 - அதாவது நூறு - எண்ணால் குறிக்கத்தக்க அளவுக்குத் தமிழர், சிங்கள இனவாதிகளால் தாக்கப்படுவர். ஒவ்வொரு சிங்கள அரசுடனும் தமிழர் கொள்ளும் சுமுக உறவைத் தொடர்ந்தவை, சிங்கள வெறியரின் தாக்குதலாகும். இது ஒரு ஒட்டுமொத்த இலங்கை அரசியல் சரித்திரம்.

1977-க்குப் பிறகு, தமிழர்கள் ஒரேயடியாக அரசியல் தீர்வின் மீது இருந்த நம்பிக்கையினை இழந்துவிட்டதாக, தமிழ்த் தலைமை யின் போக்குகள் காட்ட ஆரம்பித்தன. ஆனால், கொழும்பில் அகதி களாகியவர்கள் யாவருமே எந்தக் காலகட்டத்திலும் தமிழ்த் தலைமை யின் தனிநாட்டுக் கோரிக்கையை அநுசரித்தவர்களல்ல. இது, 1977-க்கு முன்பும் பின்பும் மாறாத கொழும்புத் தமிழ் மனோ பாவம். மேலும், தனித் தமிழ்நாட்டுக் கோரிக்கையை நிராகரிக்கிற மனோபாவத்தையே, மலையகத் தமிழர்களும் அவர்களது தலைமையும் காட்டினர். இலங்கையின் யாழ்ப்பாணப் பகுதி தவிர்ந்த இதர பகுதிகளில் வாழும் இலங்கைத் தமிழ் மனோபாவமும், தனித் தமிழ்நாட்டுக் கொள்கைக்கு எதிரானதே. யாழப்பாணப்பகுதித் தமிழர் மட்டும்தான், இந்தக் கோரிக்கை விஷயத்தில் தீவிரம் காட்டுவோராவர். ஆனால் சிங்கள இனவெறியின் குருட்டாம் போக்கு, இத்தகைய பேதங்களைக் கண்டு கொள்ளவில்லை. இதைக் கண்டுகொள்ளாது செயல்பட்டமையினாலே, தமிழர்கள் யாவரும் தனிநாட்டுக் காள்கையின் பிரதிநிதிகளாகுமளவு நிலைமை ஆக்கப்பட்டுள்ளது.

யாழ்ப்பாணப் பகுதியைத் தனிநாட்டுக் கோரிக்கையின் தலைமை யகமாகக் கண்ட சிங்கள அரசு, 1978-இல் அங்கே ராணுவத்தை அனுப்பிற்று.

குடிமைக்குப் பாதுகாப்பாக இருக்க வேண்டிய ராஜீய யந்திரம், குடிமைமீது குருட்டுத் தாக்குதலை ஆரம்பிக்கிறது. இந்நிலையில் யாழ்ப்பாணத் தமிழர்கள், தங்களது பாதுகாப்புக்கும் எதிர்காலத்துக்கும்

ஒரே நம்பிக்கை தருபவர்களென ஆயுதப் புரட்சியாளர்களையே நம்பினர். ஆனால் அத்தகைய பாதுகாப்பைத் தரக்கூடிய ஆயத்த நிலையில் அவர்கள் இருக்கவில்லை. அவர்களால் அவ்வப்போது, சிறு பகுதி ராணுவத்தினர் மீதோ போலீஸ் நிலையத்தின் மீதோ, அதிரடி களைத்தான் தாக்குதலாகத் தரமுடிந்திருக்கிறது. இதன் விளைவாகக் கிலிகொண்ட ராஜீயயந்திரவாதிகள், குடிமக்கள்மீது காட்டுத்தனமாகப் பாய்ந்தனர். *1981*இல், அதுவும் சிரில் மத்தியு, கேமினி திஸ்ஸ நாயக்க என்ற இரண்டு மந்திரிகள் யாழப் பாணத்துக்கு வந்தபோது, இந்தத் தாக்குதல் உலகின் காட்டு மிராண்டிச் சரித்திர சாதனைகளுள் ஒன்றை நிறைவேற்றிற்று. யாழ்ப்பாணச் சந்தையும் அதனைச் சார்ந்த கட்டிடங் களும் அழிக்கப் பட்டன என்பதுடன், கனடா நாட்டின் அன்பளிப்பாக யாழ்ப் பாணத்தில் கட்டப்பட்டிருந்த ஒரு நூலகத்தை இலங்கை ராணுவமே எரித்திருக்கிறது. சிரில் மத்தியு, கேமினி திஸ்ஸ நாயக்க ஆகிய இருவரும் இவர்களைச் சார்ந்த சிங்கள வெறியர்களும், இந்தச் சாதனை மூலம் உலகின் தலைசிறந்த காட்டுமிராண்டிகளின் வரிசை யில் இடம்பெறுகின்றனர்.

இந்தப் புத்தக எரிப்பு, தமிழர்களது அறிவார்த்த உயர்வை அழித்து அவர்களைக் கீழ்மைப்படுத்திவிடலாம் என்ற முட்டாள் கொள்கை யிலிருந்துதான் பிறந்திருக்கமுடியும். இத்தகைய கொள்கை, அறிவையும் அதன் உபகரணங்களையும் பகை கொண்ட கீழ்மட்ட ரௌடிக் கொள்கை. இத்தகைய ஒரு கொள்கை உள்ள ரௌடிகள், ராஜீய கேந்திரத்தில் இன்றைய உலகின் எந்தப் பகுதியிலும் இருப்பதாகத் தோன்றவில்லை. *1978*இல் நிகழ்ந்த இந்தவகைத் தாக்குதல், உடனடி யாக பிரஸிடென்ட் ஜெயவர்த்தனேயை எச்சரித்திருக்கவேண்டும். இந்நிகழ்ச்சியைத் தொடரக்கூடிய ரௌடி-ராஜீய இயக்கம், எவ்வளவு தூரம் இலங்கையைச் சீர்குலைக்கவல்லது என்பதனை இலங்கைத் தலைமை ஊகிக்கத் தவறிவிட்டது. ஊகித்திருந்தாலும், நாம் ஏற்கெனவே காட்டியபடி - ராஜீய யந்திரத்தையே ஒழுங்கீனத்துக்குக் காவலாக்குகிற இனவெறியின் பிரதிநிதிகளே தனது பதவியின் தூண்களாக நிற்கும் சூழல்தான் ஜெயவர்த்தனேயுடைய சூழல். இந்த வகையான ஒழுங்கீன வாதத்திற்கு அவரும் ஒரு போஷகர் என்பதைக்கூட, பண்டார நாயக்கா சமயத்தில் அவர் செய்த காரியம் பறைசாற்றுகிறது, தமிழர்களுக்கும் நியாயமான வழியில் பிராந்தியக் கவுன்ஸில் அழைப்பு ஒன்றைத்தர SWRD பண்டார நாயக்கா அன்று செய்த உடன்படிக்கையை, ஒரு சவப் பெட்டியில் வைத்து பிக்ஷுக்களுடன் கொழும்பிலிருந்து கண்டிவரை பாதயாத்திரை செய்தவர் இந்த ஜெயவர்த்தனே. எனவே, தனது சகபாடிகள் சாதித்த புத்தக எரிப்பை, இலங்கையின் நேர் எதிர்காலப் பொருளாதார எரிவின் சகுனமாகக் காண, இவர் தவறிவிட்டார். மனித வர்க்கத்தின் பொது உடைமையான நூல்களை அழிப்பவன்,

தெற்குவாசல் 265

தன்னையே அழிக்கும் முழுமூடன் என்ற நியதியினை உணரத் தவறி விட்டார். கனடா நாட்டினர் தமிழருக்குத் தந்த நூல்களை, ராஜீய யந்திரத்தின் மூலம் சிரில் மத்தியவும் கேமினி திஸ்ஸ நாயக்காவும் திருடி லாரிகளில் வாரிக்கொண்டு போய் சிங்களக் கேந்திரம் ஒன்றில் ஒரு நூலகத்தை உருவாக்கி இருந்திருந்தால், அது தரும் சகுனக்குறியே வேறு வகையாக இருந்திருக்கும். அது தங்களது மண்டைகளுக்கு உபயோக மாகாவிட்டாலும், தங்கள் இனத்து அறிவு விருத்திக்கேனும் உதவு கிற ஒரு தன்னினப் பேணலையேனும் காட்டியிருக்கும். ஆனால், ராஜீய-ரௌடிகளின் இனவாதம், தன் இனப் பேணலை அல்ல - மாற்று இனத்தின் நிர்மூலத்தை மட்டுமே - லட்சியமாகக் கொண்டது. இது, தன் இன அழிவுக்கே உபாயமாகும்.

இலங்கையின் அரசு எவ்வளவுதூரம் பொறுப்புணர்வற்றவர்களின் கையில் வசப்பட்டிருக்கிறது என்பதை, இந்த புத்தக எரிப்பு வெளிப் படுத்தி இருக்கிறது. அன்றைய காட்டுமிராண்டி உலகில்கூட, எதிராளி யின் கருத்துக்கள் அடங்கிய நூல்களைத் தான் அழித்த சரித்திரம் உண்டு. தனது பகுதியினருக்கு உதவக்கூடிய நூல்களையே எரித்த சரித்திரம் கிடையாது. எனவே, இந்த நூல் எரிப்பு தமிழ் மாநாட்டைத் தாக்கிய நிகழ்ச்சியினின்றும் வேறுபட்டது; நியாயப்படுத்தவே முடியாத ஒரு பொறுப்பின்மையைக் காட்டுவது.

இனவெறியை ஒரு அரசியல் கொள்கையாக்கி, அதற்கு ராஜீய யந்திரம் பாதுகாப்புத்தர ஆரம்பித்த உடனேயே, இந்த வகைப் பொறுப்பின்மையை நோக்கித்தான் இலங்கை சரிந்திருக்கிறது. பதவி களுக்கு வெறும் ரௌடிகளே வரத்தக்க சரிவு இது. இந்த ரௌடி களின் கண்களுக்கு பிறரது நலனில் தனது நலன் தங்கியிருக்கிற சமுக-பொருளாதாரக் கட்டுமானத்தின் ஜீவநரம்புப் பிணைப்புகள் தென்படாது. எனவே நாம், பொறுப்பின்மை என்ற லகுவான சொல்லில் அர்த்தப்படுத்துவது, ஒரு பாரதூரமான மனோபாவத்தினை என்று புரிந்துகொள்ள வேண்டும். இப்பொறுப்பின்மையின் விளைவாக, இலங்கையின் இனவெறித் தலைமையிலுள்ள ரௌடிகள் தொடர்ந்து செய்த சாதனை, பிறர் தலை என நினைத்துத் தன் தலைமீதே பெட்ரோலை ஊற்றிக் கொளுத்திக் கொண்ட அபாரசாதனையாகும். மாற்று இனத்துக்கும் தன் இனத்துக்கும் இடையே உள்ள ஜீவாதாரப் பிணைப்புகளை உணராத பொறுப்பின்மை இது.

ரீடர்ஸ் டைஜஸ்ட் பத்திரிகையில், இலங்கையின் பொருளாதாரப் புத்துணர்வு புகழப்பட்ட ஓரிரு மாதத்திற்குள், ஜூலை 19837இல், இந்தச் சாதனையை இலங்கையின் ராஜீய ரௌடிகள் நிறைவேற்றினர். இதன் விளைவாக அலறியவர்கள், பிரஸிடென்ட் ஜெயவர்த்தனேயும் பிரதமர் பிரேமதாஸாவும் ஆவர். இதுவரைக்கும் இல்லாத அளவில்

தமிழர்கள்மீது நடத்தப்பட்ட தாக்குதலின் விளைவு, இவர்களுடைய இந்த அலறல்.

ஜெயவர்த்தனே பதவிக்கு வந்ததும், இலங்கையின் தலைநகரான கொழும்புவில் வெளிநாட்டு டாலரைக் கொண்டு, எவ்விதமான நவீன உபகரணப் பொருளையும் வரியின்றி வாங்கக்கூடிய ஒரு சந்தையினை அமைத்தார். அதாவது, வெளிநாட்டினர் எவரும் வரியற்ற மலிவு விலையில், இக்கடைகளில் யந்திர-மின்கலக் கருவிகளைப் பெறலாம். இதற்குப் பாஸ்போர்ட், டாலர் இரண்டும் அவசியமானவை. (சிங்கப்பூரின் சுங்கவரி இல்லாத துறைமுகப் பொருளாதாரம், இதைவிடப் பின்னலான மிகப் பெரிய ஒரு அமைப்பு.) இந்த வரியற்ற கொழும்புச்சந்தையின் மூலம் அரசு லாபமடைந்தமையினால், சராசரி மனிதனை அதுவரை பயமுறுத்திய அடிப்படைப் பொருள்களான அரிசி முதலியவற்றின் விலை ஏற்றம் கட்டுப்பட்டது. வர்க்கபேதத்தின் விளைவான, அடிப்படை அதிருப்திகளை இது தீர்த்துவிடவில்லை எனினும், நிச்சயமாக, இடதுசாரி சக்திகளின் நம்பிக்கையூற்றான அடிப்படைப் பொருள் விலையேற்றம் கட்டுப்பட்டமை ஒரு சாதனை யாகும். இலங்கையின் பொருளாதாரப் புத்துணர்வின் இன்னொரு காரணம், தமிழரது ஊக்கமாகும். வெளிநாட்டு உற்பத்திப் பொருள் களை இலங்கைக்குப் பதனநிலையில் இறக்குமதி செய்து, அவை உணவு போன்றவை எனில் சந்தைப்பொருள் வடிவுதரவும், கருவிகளெனில் தொகுப்பு வடிவு தரவும், விஷேச அயல்நாட்டுறவு நிறுவனங்களான கொலாபரேஷன்கள் அமைக்கப்பட்டன. இவற்றுள் துணி ஆலை களும் அடங்கும். இந்த கொலாபரேஷன்களைத் தொண்ணூற்றொன்பது விகிதம் எடுத்தாண்டவர்கள், பொருளாதார சூக்ஷ்மமும் ஊக்கமும் மனத்திடனும் உள்ள இலங்கைத் தமிழர்தாம். சிங்களப் பணப்புள்ளிகள் அல்ல. கொலாபரேஷன் அமைப்புகளில் வேலைசெய்த பெரும் பான்மைத் தொழிலாளவர்க்கம், சிங்களவரென்பது ஒரு முக்கிய விஷயம். ராஜீய அமைப்புக்கு அப்பாற்பட்ட இந்தத் தொழில் பிராந்தியத்தினை ஆளுமை கொண்ட தமிழர்கள், அயல்நாட்டுத் தொடர்பும் டாலர் சம்பாத்யமும் வெளிநாட்டுச் சாதன வசதிகளும் கொண்ட ஒரு அதி உயர் வர்க்கமாயினர். இந்த வர்க்கத்தின் மீது கட்டுக்கடங்காத பொறாமை கொண்டவர்கள், சிங்களத் தொழிலாள வர்க்கத்தின ரல்ல. ராஜீயகேந்திரத்தினைக் கைப்பற்றி அதன் பாதுகாப் புடன் தமிழர்கள்மீது தாக்குதல்செய்கிற சிங்கள இனவெறியாளரே, இந்தப் புது உயர் வர்க்கத் தமிழர்மீது அளவிலா ஆத்திரம் கொண்டனர். இந்த ஆத்திரத்திற்கு முந்திய ஆத்திரமாக, ஏற்கெனவே யாழ்ப்பாணத்து நூலகத்தை எரித்த அதே காரணம்தான் இருக்கிறது. தமிழரது

அறிவார்த்த உயர்வின்மீது கொண்ட ஆத்திரமும் பொறாமையுமே, அந்தப் புத்தகாலய எரிப்பு. இந்த ஜன்மம் முழுவதும் கண்ணில் எண்ணெய் விட்டுக்கொண்டு தேடினாலும், அந்தப் புத்தகாலய எரிப்பில், வர்க்கப் போராட்டத்துக்கான எலிவால் தடயம்கூட மார்க்ஸிஸ்டுகளுக்குக் கிட்டாது. அந்த எரிப்புக்குக் காரணமான அதே பொறாமையும் ஆத்திரமும் தான், கொழும்புத் தமிழர்களது பொருளாதார உயர்வின் மீது கூட, அதுவும் அதே ராஜீய ரௌடி களிடமிருந்து பாய்ந்திருக்கிறது. இது வர்க்க உணர்வின் விளைவல்ல. காலம்காலமாகத் தமிழர்களது சுயகட்டுப்பாடும் ஊக்கமும், சிங்களவர் களினுள் அமைந்திருந்த ஒரு உயர்வர்க்கத்து இனவாதிகளுக்கே, அளவிலா ஆத்திரம் தந்து வந்திருக்கிறது. இவர்கள் நேரடியாகப் பௌத்த பிக்ஷு கேந்திரத்தின் இனவாதக் குணங்களுடன் தொடர்புள்ளவர் களுமாவர். இவர்கள்தான், பாமரச் சிங்களவர்களையே தமிழ் துவேஷி களாக மாற்றுகிற பிரசாரங்களைச் செய்தவர்கள். இதன் அரசியல் போட்டிப் பிராந்தியத்தினை, ஏற்கெனவே குறித்துவிட்டோம். இந்த சிங்கள உயர்மட்ட வர்க்கம், நிலச்சுவான்தாரர்களும் அவர்களது ரௌடிச் சேவகர்களாக இருந்து குறுக்குவழிகளில் செல்வந்தரானவர் களும் ஆவர். தமிழர்களைப்போல், உழைப்பாலும் ஊக்கத்தாலும் உயர்ந்த சிங்களவர்கள் அல்ல இவர்கள். இவர்களினால்தான் பெருமளவுக்கு, சிங்கள இனவெறியும் அதன் ராஜீய ரௌடித்தனமும் பேணப் பட்டன. இவர்களுள் ஒரு பகுதியினர், இனவெறியையும் இடது சாரி அரசியலையும் கலந்து, ‘தமிழன் சிங்களவனைச் சுரண்டு கிறான்,’ என்ற அலாதியான வர்க்கப்போராட்ட சுலோகம் ஒன்றை உருவாக்கினார்கள். இந்த சூக்ஷ்மத்தினடியில் நிலவியது வெறும் இனவாத ஆத்திரம் தானேயன்றி வர்க்க உணர்வல்ல என்பது, தமிழ் இடதுசாரிகளுக்குக்கூடப் புலனாகவில்லை.

இடதுசாரி இயக்கத்தின் அதிதீவிர ஆயுத இயக்கம் ஒன்று, 1970இல் இலங்கை அரசைக் கைபற்ற எழுந்தபோது, அது உண்மையில் இடதுசாரி அம்சங்களைவிடச் சிங்கள இனவாத அம்சங்களையே வெளிப்படுத்திற்று என்பது, மேலே கூறப்பட்டிருப்பவற்றுக்கான சரித்திர சாட்சியமாகும். இனவாதமே, சிங்கள வாக்காளர்களுக்குத் தலைமுறை தலைமுறை யான அரசியல் பாடம். இடதுசாரிச் சிந்தனையோ வர்க்கவாதமாகும். மூலதனமிடுகிற முதலாளியாகவும் அவனால் சுரண்டப்படுகிற தொழிலாளியாகவும் பிரிகிற வர்க்கங்களிடையே ஏற்படும் மதிப்பீடுகள் யாவையும், பொருளா தாரக் கட்டுமானத்தின் பிரதிபிம்பங்கள் என்பதே இடதுசாரி நோக்கு. இந்தச் சிந்தனையில் இன உணர்வுக்கு இடமில்லை. அவ்விதம் இடமில்லாவகையில் மார்க்ஸிய பொருளாதார தத்துவ சிந்தனையாளர்களது நோக்கத்துக்கு கண்பட்டை கட்டி,

சோஷலிஸத்தினை நோக்கி அவர்கள் ஓடும்படி, கம்யூனிஸ்ட் கட்சி அவர்களை முடுக்கிவிட்டிருக்கிறது. இதனால், 1947இன் இலங்கை இடதுசாரிப் புரட்சி இயக்கம், எவ்வளவு தூரம் சிங்கள இனவெறி யினது துணைகொண்டு எழுந்தது என்பதை இவர்கள் உணரவில்லை. மதிப்பீடுகளின் மனிதவிசித்ரங்களை உணராத நோக்கத்திலிருந்தே, 'சர்வம் பொருளாதார வர்க்கப் போராட்டமயம் ஜகத்,' என்ற சுலோகம் பிறக்கும். இன உணர்வுக்கு அப்பாற்பட்ட வர்க்கப் போராட்டம் எதையும், சிங்கள வெறியினால் மூளைச்சலவை செய்யப்பட்டவர் களுக்குப் பிரச்சாரம் செய்திருக்க முடியாது. 1970இன் இந்தச் சிங்கள ஆயுத இயக்கத்தின் தோல்வி, சுமார் பத்தாயிரம் இளம் சிங்களவர்களை அரசு யந்திரத்துக்குப் பலி யாக்கியமையும், இங்கே குறிப்பிடப்பட வேண்டும்.

இப்போது 1983இல் கொழும்பில், பொருளாதாரப் புத்துணர்வினை இலங்கைக்கு நல்கிய தமிழர்களது உழைப்பின்மீது காட்டம் கொண்டது, இனவெறியே அன்றி வர்க்க உணர்வல்ல. இது, வர்க்கப் போராட்டத்தின் அகராதியினை உபயோகித்த இனவெறி என்று மட்டுமே கூறலாம். ஜூலை 1983-இல், கொழும்புத் தமிழர் தாக்கப்பட்டதுக்குப் பூசப்பட்ட வர்க்கப் போராட்டச் சாயம் இவ்வளவுதான். இத்துடன், இத்தாக்கு தலைத் தூண்டிய பொறி, பனிரெண்டு ராணுவக்காரர்களையும் ஒரு ராணுவ அதிகாரியையும், தமிழ் ஆயுதபாணிகள் யாழ்ப்பாணப் பகுதியில் ஒரு அதிரடி மூலம் கொன்றமை என்ற நியாய விளக்கமும் தரப்பட்டது.

இந்தத் தாக்குதல்தான், கொழும்பில் தமிழர்களைச் சிங்களவர்கள் தாக்கியதன் காரணம் என்பதை, தமிழ்த் தீவிரவாதிகளும் தமிழ்த் தலைமையும் மறுக்கின்றன. இதற்கு இவர்கள் தரும் சாட்சியும், உலக அவதானத்தின் கண்கள் மூலமே ஒப்புக்கொள்ளப் பட்டுள்ளது. அது, முன்கூட்டியே அதுவும் அரசாங்க வாக்காளர் பட்டியலின் துணை யுடன் தமிழ் வீடுகள் அடையாளம் காணப்பட்டு, பின்பு பக்கத்துச் சிங்கள வீடுகள் பாதிக்கப்படா வண்ணம் முதலில் சூறையாடப்பட்டு, பின்பு எரிக்கப்பட்டமை; இதற்குப் பாதுகாப்பினை ராஜீய யந்திரமே தந்தமை. பதிமூன்று ராணுவக் காரர்களின் மரணத்திற்கு முன்பே போடப்பட்ட திட்டமும் பயிற்சியும், ரௌடிகளின் தாக்குதலில் தெரிந்ததுடன், இதற்கு முந்திய தாக்குதல்களைவிடவும் நேர்த்தியாக, அதுவும் அதிகபட்ச அழிவு தரக்கூடிய விதத்தில் இது செய்யப் பட்டுள்ளது. எனவே, இத் தாக்குதலின் காரணம், கொழும்புத் தமிழர் களை நிர்மூல மாக்கும் அசுரத் திட்டமாகும். ஆனால், இதற்கும் தமிழர்களது ஆயுத இயக்கத்துக்கும் சம்பந்தமே இல்லை என்று கூறுவது தவறு. படிப்படியாக அதிரடிகளைத் தந்துகொண்டிருந்த தமிழ்

ஆயுதவாதிகளின் ஆணிவேர்களை அறுத்தெறியும் நோக்கம் என்று தான், கொழும்புத்தமிழர்களைத் தாக்கியமை காணப்பட வேண்டும். தமிழர்களின் அறிவார்த்த முன்னேற்றத்துக்குக் காரணம் நூல்கள் எனக்கண்டு, நூலகத்தை எரித்த மடையர்கள், ஆயுதவாதிகளுக்கு 'துப்பாக்கி வாங்க காசு குடுக்கிறவர்கள்' கொழும்பிலுள்ள தமிழ்ச் செல்வந்தர்களே என்றும் சிந்தித்திருக்கிறார்கள். எனவே, கொழும்புத் தமிழர்களை நிர்மூலமாக்கினால் தமிழ் ஆயுத இயக்கம் படுத்து விடும் என இவர்கள் கண்டு பிடித்திருக்கலாம். ஆனால், தமிழ் ஆயுத பாணி களுடன் சில செல்வந்தருக்கு இருந்த தொடர்பினைவிட, அதிகமாகக் கொழும்புத் தமிழர்களுக்கு இலங்கையின் பொருளாதாரத் தலைவிதி யுடனேயே உண்மையான தொடர்பு இருந்திருக்கிறது. இலங்கையின் ராஜீய ரௌடிகளுக்குத் தென்படாத சூக்ஷ்மம் இது. அடிதடிச் சிந்தனை யாளர்களுக்கு, இந்த சூக்ஷ்மம் எப்படி எட்டியிருக்கமுடியும்?

கொழும்பிலிருந்த தமிழர்கள், துணிமில்கள் மூலமும் டி.வி. முதலிய வற்றின் பகுதிகளை இறக்குமதி செய்து பொருத்தும் நிறுவனங்கள் மூலமும், தங்களை மட்டுமல்ல சிங்களத் தொழிலாளிகளை வேலைக்கு அமர்த்தி, அவர்களையும் அபிவிருத்தி அடைய வைத்திருக்கின்றனர். இந்தத் தமிழர்களுள், அகப்பட்ட ஆண், பெண், சிறார் உட்படப் பார பட்சமற்று, இங்கே நாம் விவரிக்க விரும்பாத வகையில் ராக்ஷஸத் தனமாகச் சின்னாபின்னப்படுத்தி, அவர்களது உடைமைகளை அபகரித்து, அபகரிக்க முடியாதவற்றையும் வீடுகளையும் கடை களையும் தொழில் நிறுவனங்களையும் வாகனங்களையும் எரித்த தாக்குதல், ஒரு யுத்தத்தின் சேதத்தை இலங்கைத் தலைநகரான கொழும்புக்குத் தந்துள்ளது. அத்துடன், எட்டு வருஷ காலத்துக்குப் பின்னே தள்ளப்பட்டநிலை ஆகிற்று, தேசியப் பொருளாதாரம்.

இவ்வளவுக்கும், கொழும்பிலிருந்து வெளிப்பட்ட தமிழர்களுள், செல்வநிலையிலிருந்த எவரும் 'நிர்மூலம்' ஆகவில்லை. இவர்களுள் கணிசமான தொகையினர், வெளிநாட்டுத் தொடர்பு மூலம் சேமிக்கப் பட்ட தங்கள் செல்வத்துடன், அண்டை நாடுகளுக்கு சென்றுள்ளனர். அதுமட்டுமல்ல, ஜூலை 1983-வரை தமிழ் ஆயுத இயக்கத்தையும் அதன் தனித்தமிழ்நாட்டுக் கோரிக்கையையும் பற்றிப் பாராமுகமாக இருந்த இவர்களுள் ஒரு பகுதியினர், இப்போது அந்த இயக்கத்தையும் கோரிக்கையினையும் ஆதரிக்கக் கூடத் துவங்கியுள்ளனர். இலங்கை யின் ராஜீய ரௌடிகள் சாதித்தது மொத்தத்தில் இதைத்தான். இது மட்டுமல்ல, எட்டு வருஷ காலத்துப் பொருளாதார சாதனையை இவர்கள், ஒன்பது நாட்களில் அழித்திருக்கிறார்கள். இந்தப் பேரழிவினால் கதிகலங்கிய பிரஸிடெண்டும் பிரதமரும், இதற்குக் காரணகர்த்தாக்களைக் கண்டுபிடித்துத் தண்டிப்பதாக அலறியதுடன்,

அழிக்கப்பட்ட பொருளாதாரத்தினை மீண்டும் கட்டி எழுப்பப் போவதாகவும் சூளுரை விடுத்தனர் எனில், யார் கட்டிஎழுப்புகிற இந்த வேலையைச் செய்ய முன் வருவது? பொருளாதார சூட்சுமத்துடனும் முன்நோக்கத்துடனும் மனத்திடத்துடனும் முதலீடு செய்து, தமிழர்கள் விட்டுச் சென்ற தொழில் நிறுவனங்களை எவர் இயக்குவது? சிங்களவர் களா? அவ்வித முதலீடுகளைச் செய்யக்கூடிய திடம் அவர்களிடம் இருந்திருந்தால், சிங்களவரினால் சிங்களவருக்காக நடக்கும் அரசின் துணையுடன், ஏற்கனவே அவர்கள் அல்லவா தமிழர்கள் கொழும்பில் வகித்த செல்வத் தலைமையினை வகித்திருப்பர்? இலங்கையின் ராஜீயரௌடிகள் தமிழர்களை நிர்மூலமாக்கிவிட்டால், இலங்கையின் தொழில் நிறுவனங்கள் சிங்களக் கைகளுக்கு வந்துவிடும் என எதிர் பார்த்திருக்கிறார்கள். இதன் விளைவாக இன்றுவரை, தமிழர்கள் விட்டுச்சென்ற தொழில் இயக்கங்களைத் தீண்ட எவரும் வராத ஒரு பொருளாதாரச் சுடுகாடுதான், கொழும் பில் நிலவுகிறது. ராஜீய ரௌடிகளின் சிகர சாதனை இது. இதன் மூலம், வேலையிழந்து நடுத் தெருவில் நிற்கும் தொழிலாளிகள் சிங்களவரே.

ராஜீயரௌடிகளும் தமிழ்த்தலைமையும், ஒரு உள் விபரத்தினை வேண்டுமென்றே மழுப்புகின்றனர். உண்மையில், ஜூலை 1983இன் ஒன்பது நாள் தாக்குதலையும் நடத்திய காலிகள், சிங்களவ ரல்ல என்பதே இந்த விபரம். ராஜீயரௌடிகள் இதை மறைத்து, தமிழரைத் தாக்கியவர்கள் சிங்களவரே என்ற தோற்றத்தினைத் தருவது, சிங்கள இனவாத அரசியலைப் பேணுவதற்காகும். தமிழ்த் தலைமைகளும் இவர்களைச் சிங்களவர் என்றே குறிப்பிடுவது சிங்களவருடன் வாழ முடியாது என்ற அடிப்படையில் தனிநாட்டுக் கோரிக்கையினை வலியுறுத்துவதற்காகும். ஜூலை 1983இல் ஒன்பது நாட்கள், கொழும்பை ராஜீயரௌடிகளின் பாதுகாப்புடன் சேதமாக்கியவர்கள் சிங்களவர் களல்ல. ஆனால், உடைமைகளை விட்டு உயிரைக்காப்பாற்றச் சிதறி ஓடிய, எத்தனையோ தமிழர்களைக் காத்தவர்கள் சிங்களவர்கள். இதற்காக, அந்த குறிப்பிட்ட சிங்களவர்கள் தங்களது பாதுகாப்பையே பணயம் வைத்திருக்கிறார்கள். அத்தகையவர்களையே சிங்களக் குடிமை எனக் கணித்து அவர்களுடன் கூடி வாழமுடியாதா என்பதைப் பரிசீலிப்பது தமிழ்த் தலைமைக்குப் பயன்தரமுடியும். சிங்கள இனவாத ராஜீய ரௌடிகளின் அடுத்தகுறி, இந்த சிங்களக் குடிமையாகவே இருக்கமுடியும் என்பதையும், நாம் அந்தக் குடிமையினை நோக்கி உரத்துக் கூறவேண்டும்.

ஜூலை 1983இல், கொழும்பை ஒன்பது நாட்கள் ஆளுமை கொண்ட ரௌடிகள், எழுச்சிகொண்டு தங்களை மறந்த சிங்களவரல்ல. பெரும்தொகைப் பணத்தை வாங்கிக்கொண்டு, ராஜீய யந்திரத்தின்

பாதுகாப்புடன் செயல்பட்டவர்கள் இவர்கள். இது எழுச்சியாகாது. இவர்கள் சிங்களவரைப் போலவே சிங்களமொழி பேசினாலும், சிங்கள மொழியைத் தவிர வேறு மொழி தெரியாத வர்களெனினும், இவர்களைச் சிங்களவராகக் கணிக்கமுடியாது. ஏனெனில், முந்திய பரம்பரைகளில் தமிழ் பேசுவோராக இருந்தவர்கள் இவர்கள்; ஆனால் ஹிந்துக்களல்ல. இந்த ரௌடிகளுக்கு, உண்மையில் எதுவித இன அடை யாளத்தையும் தரமுடியாது. தமிழ் பேசுகிற தங்கள் மதத்தினரையே இவர்கள் தமிழர்களாகப் பாவித்துத் தாக்கி, அவர்கள் உடைமைகளை யும் அழித்திருக்கிறார்கள். இவர்களது அடையாளம், அதனால் குறிப்பிடப்படுகிற மக்களையே இழிவுபடுத்திவிடும். எனவே, அதை மட்டும் தவிர்ப்போம். இந்த ரௌடிகள், பெருமளவுக்கு மத்ய கொழும்புவின் 'வாழைத் தோட்டம்' என்ற பகுதியிலும் வெளிப்புறக் கொழும்புவின் 'புதுக்கடை' பகுதியிலும் உள்ள கேடிகள்.

இவர்கள், சிங்கள இனவெறியின் ஆவேசத்தையே வெளிப்படுத்தி தமிழ்க்குடிமையினைத் தாக்கியதாகச் சித்தரிக்கப்பட்டிருக்கிறார்கள். இவர்களது ஆவேசத்தின் ரகஸ்யம் இனவெறி அல்ல. இவர்களை ஒரு ராக்ஷஸப்படையாக மாற்றுவதற்காக, இவர்களுக்கு விஷேசமான வெளிநாட்டு ரஸாயன லாகிரி ஒன்று தரப்பட்டிருக்கிறது. இவர்களை இயக்கியவர்கள், நேரடியாக ராஜீயத் தளத்தில் பதவிவகித்த தலைமைப் புள்ளிகள்தாம். மறுக்கவே முடியாத சாட்சியம் இதற்கு உண்டு: அது இலங்கையின் பொருளா தாரத்தினையே அழித்த இந்த ரௌடிக் கூட்டத்தில் ஒருவர்கூடத் தண்டனை பெறாமையாகும். ஒன்பது நாட்களில், கொழும்பு நகரின் பொருள் நிலையங்களைச் சுடுகாட்டுக் கோலத்துக்கு மாற்றிய இவர்களைப் பின்தொடர்ந்த ராஜீயயந்திரம் செய்தது, ஒரே கடமையைத்தான். அது இவர்களால் தெருவில் சின்னா பின்னப்படுத்தப்பட்டுக்கிடந்த தமிழ்ப் பிரேதங்களை அகற்றிய அபூர்வ கடமை ஆகும். கொலைக் குற்றத்துக்கும் மேற்பட்ட பேரழிவு களைச் செய்த ரௌடிக்கும்பலை, சௌக்யமாக வீட்டுக்கு அனுப்பி வைத்த அரசுமுறை, தனது பதவியின் தூண்களான ராஜீயரௌடி களைக் காப்பாற்றுவதற்காகவே இவ்விதம் பாராமுகமாக இருந் திருக்கிறது. தாக்குதலைச் செய்தவர்கள் கைதுசெய்யப்பட்டால், அவர்கள் உடனே தங்களைப் பணத்துக்கு அமர்த்திய ராஜீயரௌடி களை பகிரங்கப்படுத்தி விடுவார்கள். விநோதம் என்னவென்றால், இலங்கை அரசுத் தலைவர்களின் 'பேட்டி'கள் பிரசுரமாகிற இந்தியப் பத்திரிகைகள் எதிலும், இந்த விபரம் மட்டும் ஆராயப்படுவ தில்லை.

*ஜூலை 1983*இன் திட்டமிட்ட கொழும்புத் தாக்குதல், வழக்கமான சிங்கள இனவெறியாளர்களின் எழுச்சியையும் தூண்டியிருக்கிறது

என்றுதான், இலங்கையின் இதரபகுதிகளில் அதே சமயம் தமிழர் தாக்கப்பட்டதைக்கொண்டு உணர முடிகிறது. மலையகத் தமிழர் களையும், ஒரு பெரியஅளவில் இனவெறியாளர்கள் தாக்கி இருக் கிறார்கள். ஜெயவர்த்தனேயின் அரசு அமைவதற்கு வாக்களித்தவர்கள் இந்தத் தமிழர்கள் என்ற உண்மையை மறைத்து, இவர்களும் தமிழர் களே என்ற அடிப்படை முன் நின்றமைதான் காரணம். தங்களது சிங்கள அரசியல் சார்புகூடத் தங்களைக் காப்பாற்றாது எனக் கண்ட இவர்களுள் சுமார் 40,000 பேர், பீதி கொண்டு இந்தியாவுக்கு வந்தனர். இவர்களை இந்தியாவுக்கு ஈர்த்தது, தமிழகத்துத் தலைவர்களது கற்பனை ரதப் பேச்சுக்கள் தாம். பேச்சை மீறிய செயல்வடிவாக, இவர்களை நோக்கித் தமிழ்த்தலைவர்களது கரங்கள் நீளவில்லை. ஆனால், இவர்களைக் காட்டி நிறைய நிதி திரட்டப்பட்டுள்ளது.

'தமிழர் படை' என, இலங்கையை நோக்கித் தமிழகத் தினூடே சென்ற பாதயாத்திரையும், ராமேஸ்வரத்தினைத் தாண்டி நீளவில்லை. இது, ஒருபுறம் உலகத்தின் கவனத்தை ஈர்த்து, இலங்கைத் தமிழர் பிரச்சினையை உலகறியச்செய்த படைதான். மறுபுறம், இது ஒரு முக்கியமான சாதனையைச் செய்திருக்க வேண்டும். சிங்கள மக்களுக்குக் காலங்காலமாக, 'இந்தியத் தமிழர் திரண்டுவந்தால் என்ன ஆகும்?' எனப் புகட்டப்பட்ட வக்ரபீதியை, இந்தத் 'தமிழர் படை'யின் லட்சணம் ஒரேயடியாகக் களைந்திருக்க வேண்டும். இது இயற்கையாக நிகழ முடியாதவாறு, சிங்கள இனவெறித் தலைமைகள் செயல்படுகின்றன. இதைவிட, இந்தியா தமது ராணுவத்தை இலங்கைத் தமிழருக்குச் சாதகமாக அனுப்பக்கூடும் என்ற சிங்கள பீதி ஆதாரமற்றது என்பதும், உணரப்பட்டிருக்க வேண்டும். பங்களாதேஷ்போல இந்திய உதவி தமிழருக்குக் கிட்டும் என நம்பியமை அது பற்றிய சிங்களவரது பீதி யைப் போலவே, சூக்ஷ்ம உணர்வற்ற நம்பிக்கையாகும். பங்களாதேஷ் விஷயத்தில் இந்தியா ராணுவத்தை அனுப்பியதற்கு இருந்த அழுத்த மான உந்துதல்கள், இலங்கை விஷயத்தில் இருக்கவில்லை. முதன்மை யாக, பாகிஸ்தானுடன் இந்தியாவுக்குத் தொடர்ச்சியாக இருந்த யுத்தமுனை மோதலின் ஒரு அங்கம் பங்களாதேஷ் என்பது கூட, இலங்கையருக்குத் தென்படாதது ஆச்சரியம்தான். இலங்கை விஷயத்தில் இந்தியா காட்டியது, அற்புதமான ஒரு பொறுப்புணர்வினை ஆகும். இந்தப் பொறுப்புணர்வின் விளைவாக, இந்தியாவின் மீது சிங்களவருக்கு இருந்த வக்ரபீதி களைப்பட்டிருக்க வேண்டும். சிங்களவர், தங்களது பிக்ஷுக்களது பீதியை சுவீகரிப்பது நிறுத்தப்பட்டிருக்க வேண்டும். இலங்கை அரசியலுக்கு, இது ஒன்றுதான் விமோசனம் தரவல்லது. இந்த விமோசனத்தின் தொடர்ச்சியாக, இலங்கைத் தமிழரைச் சிங்களவர் சகோதரத்துத்துடன் பார்க்கும் சாத்யம் பிறக்க இடமுண்டு.

இத்தகைய ஆரோக்யம் எதுவும் இலங்கைக்கு ஏற்பட்டுவிடக் கூடாது என்பது, தற்போதைய இலங்கை அரசினதும் தமிழ்த் தலைமை யினதும் நோக்கம் என்றே தோன்றுகிறது. இத்தகைய ஆரோக்யத்தைச் சந்திக்க, இவர்களுள் எவரும் தயாராயில்லை. முக்கியமாக, இலங்கை அரசின் நிலை உள்ளூரப் பரிதாபகரமானது. இந்தப் பரிதாபநிலை, இலங்கை அரசுத்தலைகள் தரும் பேட்டிகளைப் பிரசுரிக்கிற இந்தியப் பத்திரிகைகள் மூலம் வெளிப்படுவதில்லை. இந்த 1984 ஆகஸ்டில், யாழ்ப்பாணத்து ஊர்களையும் மன்னாரையும் ராணுவத்தைக் கொண்டு தாக்கி, கட்டிடங்களை அழித்து, தமிழ்மக்களைப் பீதிகொள்ளவைத்த இலங்கை அரசு, தமிழ் ஆயுத இயக்கவாதிகளைத் 'தேடி' இதனைச் செய்ததாகக் கூறப்படுகிறது. இதே காரியங்களைத்தான் இந்தியாவில் போலீசும் செய்வதான விளக்கத்தை, இலங்கையில் உள்துறை மந்திரி யான லலித் அத்துலத் முதலி கூற, நமது பத்திரிகைகளும் அந்த 'அபத்தத் தினைப்' பிரசுரித்துள்ளன. 'தேடிப்பிடிபட்டவர்கள்' ஆயுதவாதிகளல்ல. எத்தனை பேரென்று தெரியவராத தொகையளவு இளம் தமிழர்கள் இவர்கள். ஆயுத இயக்கத்துடன் தொடர்பு ஏதுமற்ற இவர்களுள் பலரை சிங்களப் பகுதிகளுக்குக் கொண்டுபோய், ஆயுதவாதிகளைப் பிடித்து வந்திருப்பதாகக் கண்காட்சி வைத்துள் ளது இலங்கை அரசு. தமிழ்ப் பிராந்தியங்கள் மீது இந்த ஆகஸ்ட் தாக்குதலும் இந்தக் கண்காட்சியும், சிங்களப் பகுதியினுள்ளேயே அரசுக்கு எதிராக எழக்கூடிய கலகநிலை களைத் தவிர்ப்பதுக்காகச் செய்யப்பட்ட திசைதிருப்புதல் என்றே தோன்றுகிறது. இதுதான், இலங்கை அரசின் இன்றைய பரிதாபநிலை.

இதன் நேரடிக் காரணம், சென்ற ஜுலை 1983இன் பொருளாதார அழிவாகும். இந்த அழிவு, அடிப்படைப் பொருள்களான அரிசி போன்றவற்றின் விலைகளை ஏற்றி இருக்க வேண்டும். ஏற்றினால் ஏற்படக்கூடிய கலகத்தைத் தவிர்க்க, தன்மீதே நிதிப்பளுவைத் தாங்கிக் கொண்டு தத்தளிக்கும் நிலையே இன்றைய இலங்கை அரசின் நிலை. இந்தப் பளுவைத் தாங்கமுடியாதபடி பல்லை நறநற வென்று கடித்தமையின் விளைவு, ஆகஸ்ட் 1984இல் தமிழ்ப் பிராந்தியங்கள் மீது ராணுவப்பாய்ச்சல்.

ராணுவம் 'கட்டவிழ்ந்து', மேலதிகாரிகளிடமிருந்து வருகிற ஆணை களை மீறியே தமிழ்க்குடிமைமீது பாய்வதாக, அரசுத் தலைமை சாதித்து வருகிறது. ஜூலை 1983இன் சந்தர்ப்பத்தில் மட்டுமே, இதற்கு சாத்யக் கூறுகள் இருந்திருக்கின்றன. பதிமூன்று ராணுவக்காரர்களை தமிழ் ஆயுதபாணிகள் தாக்கியதற்குப் பிரதியாக, 'தமிழனை அழிக்கும் திட்டம் இதோ கொழும்புவில் ஆரம்பித்து விட்டது,' என்ற பிரகடனத்தின் மூலம், இந்த ராணுவக்கட்டவிழ்ப்புக்கு இடமிருந்திருக்கிறது. ஆனால் இதைத் தவிர்த்த முழுநிகழ்ச்சிகளிலும் யாதுமறியாத சாமானியர்களை

ஊர்ஊராகப் போர்க்கால முறையில் தாக்கி வீடுகளை அழித்த இராணுவம், முக்கியமாக இதைப் பெருமளவில் இந்த ஆகஸ்ட் 1984இல் இருந்து செய்கிறபோது, அது மேலிடத்து ஆணையினையே நிறைவேற்றுகிறது. மேலும், அமெரிக்காவுக்குத் திரிகோணமலைத் துறைமுகத்தில் சில வசதிகளை வியாபாரரீதியில் இலங்கை அரசு செய்துவருவது, இந்தியாவை அச்சுறுத்துவதற்குத்தான். அதாவது, தமிழர்களுக்காகப் பரிந்து இந்தியா படை எடுத்தால், இந்து சமுத்திரத் தினையே திரிகோணமலைத் துறைமுகத்தின் வழியில் அமெரிக்கப் போர்த் தளமாக விற்றுவிடுவோம் என்ற அச்சுறுத்தல் இது. உண்மை யில், இது செயல்ரீதியாவது மிகப் பின்னலானதாகும். இருந்தும், இந்து சமுத்ரத்தினைத் தமது போர்த்தளமாக்குவதற்கு உபாயங்களை, வல்லரசுகள் தேடிக் கொண்டிருக்கின்றன. அவர்களுடைய இந்தத் தேடலே, இந்தியாவைப் பொறுப்புணர்வுடன் நடந்துகொள்ளத் தூண்டுகிறது.

ஆகஸ்ட் 1984-ஐத் தொடர்ந்து, யாழ்ப்பாணப் பகுதியின் தமிழ்க் குடிமை, ராணுவத்தின் யந்திரப் போக்குவரத்துக்கு இட மில்லாதவாறு பாதைச் சேதங்களைச் செய்துவிட்டது. இது, ரீதியை மீறிய போர்முகம் ஒன்றினைக் குடிமைக்கு, அரசின் முட்டாள் கொள்கையும் செய்கை யும் தருவித்த சாதனையாகும். தொடர்ந்து, தமிழ் ஆயுதவாதிகளின் இயக்கத்தினை, நேரடியாகக் குடிமை சுவீகரிக்கிற தவிர்க்கமுடியாமை பிறக்க இடமுண்டு. இதைத் தனது ராணுவத்தின் மூலம், அரசினால் சந்திக்கமுடியாத நிலையும் பிறக்கக்கூடும். அப்போது, எவ்விதப் பிரச்சாரத்தினை உலகத்தளத்தில் இலங்கைத் தமிழருக்கு எதிராக அரசு செய்யக்கூடும் என்பதுக்கு உதாரணங்கள் உள்ளன. 'ஐயோ கம்யூனிஸ்டு, கம்யூனிஸ்டு,' என்ற அலறல் பிரச்சாரமாகவே இது இருக்கும். உடனே உலகத்தைக் கம்யூனிஸத்திலிருந்து காத்து அருள் பாலிக்கும் அமெரிக்க அரசின் தலையீடு, வெளித்தெரியாத வகைகளில் இலங்கையில் ஊடுருவ இடமுண்டு. ஆனால் சர்வதேச உடன்படிக்கை களைக் கண்களில் மாட்டிக்கொண்ட பார்வைகளுக்கு மட்டுமே தெரியாததாகத்தான் இது இருக்குமே அன்றி, உண்மையில் வெளித் தெரியாத ஊடுருவல் எதுவுமே இன்று சாத்யமில்லை. இவ்வித ஊடுருவல் எதுவும் ஏற்பட்டால், நிச்சயமாகத் தமிழர்களுக்குச் சார்பாக அமெரிக்காவின் எதிர்முகாமிலுள்ள சக்திகளும் இலங்கையுள் ஊடுருவும். இந்தியா, நேரடியாக ராணுவத்தலையீடு செய்யும்; ரஷ்யாவைத் துணைக்கு அழைக்கும்.

அதாவது, இலங்கை அரசின் முட்டாள் போக்குகள், மிகப் பயங்கர மான சர்வதேச நெருக்கடி நிலைமை ஒன்றாகவே மாற்றமடையும். இது பெரிதுபடுத்துதல் அல்ல. உலக சரித்திரத்தின் தீவிர நிலைமைகள்,

மிகச்சிறு பொறிகளில் இருந்தே ஆரம்பித்துள்ளன. இதற்கு முதல்தர உதாரணம், முதல் உலகப் போராகும். இதைச் சுருக்கமாகக் கவனிப்போம்.

ஏற்கெனவே, ஜெர்மன்மொழி பேசிய தனித்தனி நாடுகளை பிரஷ்ய அரசு ஒரே ஜெர்மன் நாடாக்க முனைந்ததின் விளைவாக, கடந்த நூற்றாண்டு ஐரோப்பா போர்நிலைக்குத் தள்ளப்பட்டிருக்கிறது. பிரான்ஸின் மீது இந்தப் புதிய ஜெர்மனி, கடந்த நூற்றாண் டில் பெரிய ஒரு தாக்குதலையும் செய்துள்ளது. எனவே, புதிய ஜெர்மனி பற்றிய ஐரோப்பிய விழிப்பு, பிரான்ஸையும் பிரிட்டனையும் ரஷ்யாவையும் எச்சரிக்கையாக்கியதினால், போர்த்தளவாட உற்பத்தி ஒடுக்கப்பட்டது. ஜெர்மனியும் பிரிட்டனும், பெருமளவுக்குப் போர்த்தளவாட உற்பத்தி யில் போட்டியிட ஆரம்பித்தன. வடகடலை ஆளுமைகொள்ளும் நோக்கம், இருவரையும் வைரிகளாக்கிற்று. ரஷ்யா, தென்புறத்தில் ஜெர்மனியைச் சூழ்ந்த சிறுநாடுகளின் பாதுகாவலனாகத் தன்னை ஒப்பந்தப்படுத்திற்று. இவையும் பிறவும், அழுத்த நிலைமை ஒன்றை ஐரோப்பாவுக்குத் தந்திருந்த சமயத்தில், ஜெர்மன் பிராந்தியமான ஆஸ்திரோ-ஹங்கேரியின் பெர்டினாண்ட் கோமகன், சில கல்லூரி இளைஞர்களினால் சரஜீவோ என்ற சிறுநகரில் கொலைசெய்யப் பட்டார். இது ஒரு சிறு பொறி. செர்பியமொழி பேசிய இவர்கள், தங்களது சிறு நாட்டினுள் ஜெர்மன் மொழியாளரது தலையீடு இருப்பதற்கு எதிராகச் செய்த நடவடிக்கை இது. ஆனால் ஆஸ்திரோ-ஹங்கேரி சார்ந்த ஜெர்மனி, இந்தச் சிறுபொறியை இந்த இளைஞர் களினது தரத்திலேயே தீர்க்கவில்லை. செர்பிய மொழி பேசியவர் களையே தனது தாக்கு தலுக்கு ஆட்படுத்திற்று. அவர்களது பாதுகாவல னான ரஷ்யா, உடனே ஜெர்மனிமீது போர்ப்பிரகடனத்தை விடுத்தது. இந்தப் பிரகடனம் வெறும் எச்சரிக்கை ஆகும். ஆனால், ஜெர்மனி இதை இதன் தரத்துக்கு மீறியே கணித்ததின் விளைவாக, ஒரு 'சிறு' சந்திப்பினை நான்கு நாட்களுக்குள் தீர்த்துவிடலாம் என சகல சக்திகளும் நம்பின. அது **1904**-இன் கிறிஸ்துமஸ் சமயம். பசங்கள் கிறிஸ்துமஸ்ஸிற்கு வீடு திரும்பிவிடுவார்கள் என, ராணுவத் தினரை பிரிட்டனும் பிரான்ஸூம் ரஷ்யாவும் ஐரோப்பிய முனைக்கு அனுப்பின. ஆனால் சுமார் பத்துவருஷங்களாகியும், பசங்கள் கிறிஸ்துமஸ் எதற்கும் திரும்பிவரவில்லை. ஏற்கெனவே இருந்த அழுத்தநிலை பூராவும், சரஜீவோவின் பொறியிலிருந்து பற்றி முதல் உலக யுத்தமாக வெடித் தெழுந்தது. இந்தச் சிறுபொறி, செர்போ என்ற மொழிபேசிய செர்பியர்களை, ஜெர்மன் மொழி பேசிய ஆஸ்திரோ-ஹங்கேரியர்கள் ஒடுக்க முயன்றதின் விளைவாகும். இது, 'செர்போ' என்றால் வெண்டைக்காயா பூசணிக்காயா என்று கூட அறியாத உலகநாடுகளை

எல்லாம் ஒரு பேரழிவுக்கே ஆட்படுத்திய சிறு பொறி. ஒருவரை ஒருவர் பீதியுடனும் பகையுடனும் பார்த்தபடி, போர்த்தளவாட உற்பத்தி களில் ஈடுபட் டிருந்த மகாசக்திகளை, ஒருவர்மீது ஒருவர் பாயவைத்த சின்னஞ் சிறு மிளகாய்வெடி. முதல் உலகயுத்தத்தில் தீர்வடையாத ஜெர்மன் பிரச்சினையிலிருந்தே, இரண்டாவது உலகயுத்தமும் தொடர்ந்துள்ளது.

எனவே, இலங்கையில் நடந்துகொண்டிருப்பது எதுவும், பிராந்திய எல்லையினுள் மட்டும் கோடிட்டுத் தீர்வடையக் கூடிய ஒன்று அல்ல. சரஜீவோவை விடவும் இலங்கைக்கு, அதன் இந்து சமுத்ரக் களனைப் பொறுத்து, உலக நிலையுடன் தர்க்கபூர்வமான நரம்பு இணைப்பு உண்டு.

இலங்கை விஷயத்தில் இந்தியா, கட்டுப்பட்டு நிற்பதற்குள்ள உண்மையான பின்னணி இதுதான். ஆனால் நாம் ஏற்கெனவே ஆராய்ந்த புத்தகாலய எரிப்பையும் பொருளாதார அழிவையும் இலங்கையில் செய்த ராஜீயரௌடிகளுக்கு இந்தியாவின் பொறுப் புணர்வு இருக்குமென்று எதிர்பார்க்கமுடியாது. இந்தியாவின் பொறுப் புணர்வினை, இலங்கை அரசு தனக்குச் சாதகமானதாகக் கருதுவ தாகவே, அதன் பேச்சும் நடத்தையும் காட்டுகின்றன. இதற்குக் காரண மாக, இலங்கையின் பரிதாபநிலையினை ஏற்கெனவே சித்தரித்தோம். சிங்கள இனவாதிகள் தமிழர்களை நிர்மூலமாக்குவதும், தங்களையே நிர்மூலமாக்கிக்கொள்வதும் ஒன்றே என்றபோதம், சிங்களவருக்கு எழுவது அவசியம். இந்த போதம், பௌத்தபோதமாகச் சிங்கள இனத்தினூடே உடனடியாகப் பரவும்வகை செய்யப்படவேண்டும். இலங்கை அரசு எடுக்கக்கூடிய ஆரோக்யமான நடவடிக்கை இதுதான். ஆனால், இதற்குத் தேவையான முதுகெலும்பு இலங்கை அரசிடம் இருக்குமா? இதை இலங்கை அரசு சாதனைவடிவில் காட்டினால், அதை அங்கீகரிக்கக்கூடிய மனோவிலாசம் தமிழ்த்தலைமையிடம் பிறக்குமா?

இலங்கை அரசுத்தலைமையுடன், தனிப்பட்ட தேவை அடிப்படை யில் லைசன்ஸ் முதலியவற்றை வாங்குவதும் பாதிக்கப்பட்ட தமிழர் நிலைமைக்குப் பரிகாரமாகத்தரப்பட்ட நிதியினைப்பதுக்கு வதுமாக இலங்கைத் தமிழ்த்தலைகளிலிருந்து இந்தியத் தமிழ்த் தலைகள் வரை நடந்துகொண்டுள்ள பயங்கர சந்தர்ப்பவாதங்கள், இவ்விடத்தில் கவனத்துக்குரியவை. இத்தகைய குறுகிய மனோபாவக்காரர்கள் ஆரோக்யமானநிலை எதையும் வரவேற்க இடமுண்டா?

இந்தியாவை மிரட்டுவதற்காக மட்டும்தான் திரிகோணமலைத் துறைமுகத்தைத் தனக்குத் தந்துவிடுகிற நாடகத்தை ஸ்ரீலங்கா நடத்து கிறது என்பதை அமெரிக்க வல்லரசு ஊகிக்காமல் இருக்காது. இத்தகைய

நடிப்புகள், உலக அரசியல் களத்தில் செல்லுபடியாகாதவை. இதை, ஸ்ரீலங்காவின் ராஜீய ரௌடித்தனம் உணர இடமில்லை. மறுபுறம் இந்தியாவின் பார்வை: 1. ஸ்ரீலங்காவில் தேசியப்பிரிவினை கூடாது. 2. ஸ்ரீலங்கா ராணுவத்தின் மூலம் தமிழ்க் குடிமக்களை கண்மண் தெரியாமல் கொல்லுவது, உடனே நிறுத்தப்படவேண்டும். 3. அங்குள்ள தமிழினத்தின் அடிப்படை உரிமைகள் கௌரவிக்கப்படவேண்டும்.

இதே அம்சங்களைக் கொண்ட அறிக்கையினை, ஸ்ரீலங்கா பற்றி இன்று அமெரிக்க ஆட்சியும் தெரிவித்துவிட்டது. ஸ்ரீலங்காவின் கண்மூடித்தனம் இந்நிலையிலேனும் முடிவடைந்து, ஒரு தேசிய ஆரோக்யம் அங்கே தலைதூக்குமா? இதற்கு வழிவகுப்பதைத் தவிர, இனி ஸ்ரீலங்காவுக்கு வேறுவழியில்லை என்றே தெரிகிறது. காரணம், அமெரிக்காவை அது நம்பி ஆடிய நாடகம் செலாவணியாகவில்லை.

பங்களாதேஷ் விஷயத்தில் தலையிட்டதுபோல், இந்தியா இலங்கைத் தமிழர் விஷயத்தில் தலையிடும் என்ற எதிர்பார்ப்பும் சரி, அமெரிக்கா வுக்கு துறைமுகத்தைக்காட்டி அதை பாக்கெட்டுக்குள் போட்டுவிடலாம் என்ற நம்பிக்கையும் சரி, ஸ்ரீலங்காவின் தமிழ்-சிங்களத்தலைமைகள் இரு பகுதியினருமே முதிர்ச்சியற்ற அரசியல்வாதிகள் என்பதைக் காட்டுகின்றன. இவர்களுக்கும் இவர்கள் எந்த ஜனங்களின் பிரதிநிதி களோ அந்த ஜனங்களுக்கும், உலகக்களத்தின் பிரமாண்டமான சதுரங்கத்துடன் நேர்த்தொடர்பு கொண்டது தங்கள் சின்னஞ்சிறு பிராந்தியம் என்பது புலனாகவில்லை. இது ஆரம்பத்திலேயே இருபகுதி யினருக்கும் புரிந்திருந்தால், பொருளாதார-மனித-தார்மிக-நாகரிக நாசங்களாக ஸ்ரீலங்கா அனுபவித்து வந்துள்ள எவையும் நடந்திராது; தங்கள் பிரச்சினைகளைத் தங்களுக்குள் சுமுகமாகத் தீர்க்கிற மனிதத் தனம் செயல்பட்டிருக்கும்.

சென்னை, 12 டிஸம்பர் 1984

ஸ்ரீலங்காவின் தேசியத் தற்கொலை,
சென்னை: பரிவர்த்தனா பப்ளிஸர்ஸ். 1984

கணையாழிக்கு ஒரு கடிதம்

கணையாழி மார்ச் 1985 இதழின் இரண்டாம் பக்கத்தில், ஸ்ரீலங்கா பற்றிய குறிப்புகளில், என்ன சொல்லவருகிறீர்கள் என்பது தெரிய வில்லை. ஜெர்மனி, கொரியா – இரண்டுமே பிரிக்கப்பட்டுள்ளன – மேற்கு ஜெர்மனி ஜனநாயக அடிப்படை அரசாகவும், கிழக்கு ஜெர்மனி கம்யூனிஸ அரசாகவும். இதேபோல், கொரியாவின் வடக்கில் கம்யூ னிஸம், தெற்கில் ஜனநாயக அடிப்படை அரசு. மத-மொழி- கலாச்சார- இன அடிப்படையில், இப்பிரிவு இரண்டு நாடுகளிலுமே கிடையாது. பிரிவுக்குக் காரணம், இரண்டாவது உலகப்போரில் ரஷ்யா, இந்த நாடுகளினுள் நுழைந்தமை மட்டுமே தான். தனது படைகள் கவ்விய பகுதியை ரஷ்யா, கம்யூனிஸ அமைப் பாக்கியதன் விளைவு, இந்தப் பிரிவினை. இதற்கும் ஸ்ரீலங்காவுக்கும் என்ன ஒற்றுமையைக்கண்டு, அந்தப் பிரிவினைகளை இங்கே ஒப்பிடுகிறீர்கள்? ஸ்ரீலங்காவில் கோரப் பட்ட பிரிவினைக்கு அத்திவாரம், இந்தியா தங்களுக்கு உதவும் என்று, இந்தியாவுக்கு அண்மையாக உள்ள தமிழ்ப்பகுதியில் உள்ளவர்கள் நம்பியமை ஆகும். இந்தப் பகுதிகளில் வாழ்பவர்கள், பழங்கதைகளைப் பேசிப்பேசித்தான், தங்களது ஜனசமூகத்தைப் பிரிவினை வாதத்துக்குத் தயார்படுத்தி இருக்கிறார்கள். நீங்கள் இப்போதுதான் புதிதாக, ‘பழங் கதை பேசிப்பயனில்லை; எடு துப்பாக்கியை,’ என்கிறீர்கள். பழங்கதைப் பேச்சின் விளைவாகத்தான் துப்பாக்கி விளையாட்டு ஆரம்பித்து மாபெரும் சமுகச்சீரழிவுக்கு வடஇலங்கை ஆட்பட்டுள்ளது.

இத்தகைய சமுகப் பலி, எதிர்காலத்திய பாதுகாப்புக்கு இன்றி யமையாதது என்பது, புரட்சிக்காரர்களின் பார்வை. இத்தகைய பார்வை உள்ளவர்கள், எவ்வளவு தொகைமக்களை எத்தனை கால வரையறைக்குள் பலிகொடுத்து, எந்தக்கட்டத்தில் பலிகொள்கிறவர் களை மடக்கலாம் என்பதைக் கணிக்கக்கூடிய தீட்சண்யமும், தங்கள் கணிப்பை செயல்படுத்தும் அமைப்பியக்கமும் கொண்டவர்களாக இருக்க வேண்டும். வடஇலங்கையில் செயல்படும் புரட்சிக்காரர் களிடம், இந்த லட்சணங்கள் எதுவும் இல்லை. அவர்கள், எந்த ஒரு பிராந்தியப் பகுதியினரையும், காப்பாற்றக்கூட முடியவில்லை. இன்றைய நிலையில் இவர்கள் எதிர்பார்த் திருப்பது, தங்களுக்குச் சாதகமாக, உலக அபிப்ராயமும் இந்தியாவின் பேச்சுவார்த்தைத்

தலையீடும் இருக்கவேண்டும் என்பதைத்தான். அதாவது ஸ்ரீலங்கா அரசு மேற்படி அபிப்ராயங்களில் அச்சுறுத்தப்பட்டால் வடக்கில் இராணுவ இயக்கம் கட்டுப்படுத்தப்படும் கட்டுப்படுத்தப்படும் இராணுவத்தைச் சுலபமாகத் தாக்கலாம் என்பது, விடுதலைவாதிகளின் பார்வை. ஆனால், ராஜீயசக்தியாக உள்ள ஸ்ரீலங்காவின் அரசு அமைப்புக்கு, வெளிநாட்டு உதவிகளை வெளிப்படையாகப் பெறுதல், ஆயுதங்களையும் வெளிநாட்டுக் கூலிவீரர்களையும் உபயோகித்தல் என்ற காரியங்களில் தடை இராது. விடுதலைவாதிகள், அமைப்பியக்க மாக ஒரே தலைமையின் கீழ் திரள்கிற மனப்பக்குவம்கூட அற்றவர் களாகத்தான், வட இலங்கையில் செயல்படுகிறார்கள்: நீங்கள், அங்கே ஒரு ஜின்னா அன்று இருந்திருக்க வேண்டும் என்று பழங்கதை பேசுகிறீர்கள். அங்கே, ஒரு காந்தி அல்லது செ குவேரா என்று இருந்தால்தான், இன்றைய கதையாக உங்கள் பேச்சு இருக்கும்.

ஜின்னாவைச் சொல்கிறபோது, அபுல்கலாம் ஆசாத் உங்களுக்கு மறந்துபோய்விட்டது; பாகிஸ்தான் பிரிந்தபோது, இந்துஸ்தானிலேயே வாழ்வோம் என்று தங்கிவிட்ட முஸ்லீம்களை மறந்துவிட்டீர்கள்; இதேபோல் தமிழ் விடுதலைவாதிகளின் பார்வையை ஏற்காத, ஸ்ரீலங்காத் தமிழர்களையும் ஸ்ரீலங்கா மலையகங்களின் இந்திய வம்சாவழித் தமிழர்களையும் நீங்கள் மறந்துவிட்டீர்கள். ஜெர்மனி, கொரியா விஷயங்களைவிட பொருத்தமான உதாரணங்கள், ஸ்ரீலங்காவில் தமிழ் விடுதலைவாதிகளுக்கு உள்ளன: துருக்கியர்களால் ஆளப்பட்ட கிரேக்கர்களின் விடுதலை இயக்கம் ஒன்று; இது, அடக்கப்பட்ட இயக்கம். பாலஸ்தீனியர்களின் இயக்கம், வெறும் பயங்கரவாதத்தை மீறிக் கணிசமாக எதையும் சாதிக்க முடியாமல் நிற்கும் இயக்கம். குடிஸ்தான் வேண்டும் என்று போரிட்ட மலைத்துருக்கியர்களின் போராட்டம், மறக்கப்பட்ட ஒன்று. மஸிடோனியாவுக்காகப் போரிட்டவர்களும் மறக்கப்பட்டுவிட்டார்கள். காலிஸ்தான் வேண்டும் என்றுகேட்ட சீக்கியர்களுக்கு நடந்துள்ளது என்ன?

இன்றைய காலகட்டத்தில், தவிர்க்க முடியாத சரித்திரநிலைகள் இவை. இத்தகைய நிலைகளைத் தவிர்த்து, சரித்திரத்தை ஒப்புக் கொள்ளவேண்டும் என்பதற்காகவே, ஜெர்மனி, கொரியா பிரிவினை களை மட்டும் குறிப்பிடுகிறீர்கள். மேலே, அடக்கி ஒடுக்கப்பட்ட இயக்கங்களும் சரித்திரம்தான். எனவே, எந்தச் சரித்திர நிலைமையை யும் ஒப்புக்கொள்வது வேறு, ஒரு புதுநிலையை உருவாக்குவது வேறு. உருவாக்கப்படக்கூடிய புதுநிலை, பிரிவினையாகவும் இருக்கலாம்; ஒருமையாகவும் இருக்கலாம்.

(மார்ச் 1985)/(பிரசுரமாகாதது)

ஈழப்பெண்கள் ஆயுதமேந்த முடியுமா?
ஒரு கடிதம்

தீம்தரிகிட 11.3.85 இதழில் இலங்கைப்பிரமுகர் நிர்மலா நித்யானந்தன், இலங்கையில் தமிழ்ப்பெண்களை நம்பித்தான் தமிழர்களின் அடுத்த கட்டப் போராட்டம் நடக்கவிருப்பதாகக் கூறி இருக்கிறார்; இது கற்பனாதீதமாகத் தொனிக்கிறது. இன்று இலங்கைத் தமிழ்ப் பெண்கள் நிர்க்கதியாக நிற்கிறார்கள் என்பதுதான் உண்மைநிலை.

இத்தகைய நிலையில் முடக்கப்பட்டவர்கள் தங்களைத் தாக்குகிறவர்களை திருப்பித்தாக்குவது, சுடர் அழியுமுன் இறுதியாக ஜ்வலிப்பதைப் போன்றதே அன்றி, அதற்குமேல் பலன்தருகிற ஒன்றல்ல.

இலங்கையில் பெண்களுக்கு என்ன, ஆண்களுக்குக்கூட பயிற்சி அளிப்பதற்கு உரியவிதமான மறைவிடங்கள் கிடையாது. நவீனமான ஒரு ராணுவத்தைச் சந்திக்க, பயிற்சியும் ஆயுதங்களும் இன்றியமை யாதவை. இடதுசாரிச் சுலோகமந்திரங்கள் மூலம் இவற்றை வருவித்து விட முடியாது. பேட்டியில் உச்சாடனம் செய்யப்படுகின்ற, இந்தப் புது மந்திரத்துக்கும் தமிழ் வீரப்பேச்சுகளுக்குமிடையே வேறுபாடு இல்லை.

ஏதும் ஒருசில பெண்கள், எறிகுண்டுகள் போன்றவற்றை வீச முயற்சிக் கலாம். அது, பெருமளவான தமிழ்ப்பெண்களின் நிர்க்கதியான நிலைக்குப் பரிகாரமாகாது. ஒருசில தலைவர்கள், சௌகர்யமாக பாதுகாப்பிடங்களில் உட்கார்ந்திருந்து பிரசாரங்கள் செய்யவும், அறிக்கை களை விடவுமே அது உதவும். மேலும்மேலும் இலங்கையிலிருந்து தமிழர்கள், இந்தியத் தென்கரைக்கு அகதிகளாக, உயிரைமட்டும் கொண்டுவந்து சேர்த்தபடி இருக்கிறார்கள். இலங்கைத்தமிழரை எவ்வளவுதூரம் கீழ்நிலைக்குத்தள்ள சிங்களவெறி ஆசைப்பட்டதோ, அது நிறைவேற்றப்பட்டுக்கொண்டிருக்கிறது. இதுதான் உண்மை நிலை.

தமிழ் 'ஈழ' விடுதலைக்காரர்களின் ஆயுத இயக்கம், ஒரு குற்றமு மற்ற பொதுமக்களைத் தொடர்ந்து பலிகொடுத்து வருகிறது. இந்த மக்களுக்கு இன்று குரல் கொடுப்பது, அவர்களை மக்களாக வாழ வழிவகுப்பதாகவே இருக்கவேண்டும்; மேன்மேலும் அவர்களைப் பலியிடுவதாக இருக்கக்கூடாது - பிரமிள், சென்னை-94.

தீம்தரிகிட, 18 மார்ச் 1985.

டாக்டர் அதிகாரம்:
ஸ்ரீலங்காவின் சிங்கள எதிர்ப்புக் குரல்

ஜே. கிருஷ்ணமூர்த்தியால் ஈர்க்கப்பட்டோருள் டாக்டர் E.V.அதிகாரம் என்ற சிங்கள அறிஞரும் ஒருவர். பாளி, சமஸ்கிருதம் ஆகியவற்றில் இவர் பெற்றிருந்த புலமையைக் குறிப்பதுதான் இவரின் டாக்டர் பட்டம். ஸ்ரீலங்காவின் பௌத்த சிங்கள இனவாதத்துக்கு எதிராக, சிங்களவர்களுள் இருந்து எழுந்த சில குரல்களுள், கடைசிவரை தீவிரமாக ஓங்கி ஒலித்த குரல் டாக்டர் அதிகாரத்துடையது. அரசியல் களத்தில், சரத் முத்தட்டு வேகம என்ற இன்னொரு சிங்களர், கம்யூனிஸக் கோணத்தைத் தழுவி, அங்கிருந்து ஸ்ரீலங்காவின் பௌத்த சிங்கள இனவாதத்தை எதிர்த்தவர். ஆனால் டாக்டர் அதிகாரத்தின் குரல் இதைவிட ஆழமான பரிகாரங்களை வேண்டி, இன்னும் தீவிரமாக ஒலித்த ஒன்றாகும். சமீபத்தில் சரத் காலமாகிவிட்டார். டாக்டர் அதிகாரம் நல்ல முதுமையில், துயின்றுகொண்டிருக்கும்போது துயிலைவிட ஆழ்ந்த துயிலினுள் சென்று விட்டார். இது, ஜே.கி.யின் மறைவுக்குச் சில மாதங்களுக்கு முன்பு சம்பவித்திருக்கிறது. அதிகாரத் தினது எதிர்ப்புக் குரலிலிருந்து, இங்கே சில வரிகள்: ''வசிஷ்ட (பாளியில் 'வாசெட்ட') கோத்ர பிராமணருக்கும் பாரத் வாஜ் கோத்ர பிராமணருக்கும் இடையே ஏற்பட்ட ஒரு இனவெறிச் சண்டையின் விளைவாக புத்தர்பிரான் 'வாசெட்ட சுத்த' என்ற போதனையைப் பிரவசனித்தார். இனவெறியின் அபத்தத்தையும் கேடுகளையும் இது விளக்குவதனால், ஸ்ரீலங்காவின் புத்தபிக்ஷுக்கள் இதைப் போதிப் பதில்லை. மாறாக, ஸ்ரீலங்காவின் பௌத்த சரித்திர இதிகாச நூலான மகாவம்ச-வில், தமிழர்களை துட்டகைமுனு என்ற சிங்கள அரசன் கொன்று குவித்ததாகக் கூறப்படும் ஒரு கதையைத்தான், அதுவும் ஒரு வீரச்செயலைப் பற்றிய கதை என்று, இந்த பிக்ஷுக்கள் போதிக்கிறார்கள். மகாவம்ச நூலை, இதற்காக ஒரேயடியாக எரித்துச் சாம்பலாக்க வேண்டும் என்று நான் கூறுகிறேன்.'' இது, பௌத்த சிங்கள இன வாதத்தின் ஆணிவேரையே களைந்தெறிய வேண்டும் என்றெழுந்த குரலாகும். தமது இனத்தினரின் இனவெறியை, அஞ்சாமல் பகிரங்கத்தில் கடுமையாக விமர்சித்த டாக்டர் அதிகாரத்தின் மறைவுக்கு அஞ்சலி.

லயம், ஜூலை-செப்டம்பர். 1986.

‘எதிர்முனை’க்குப் புறமுதுகில் ‘புதுயுகம்’
(திசை நான்கு : குறிப்புகள்)

10.12.86.

டியர் சுப்ரமம்,

புதுயுகம் பற்றி: அது விடுதலைப்புலிகளின் மாணவர் பகுதியினால் நடத்தப்படும் பத்திரிகை. இதில் உள்ள (பாலசிங்கம் தவிர்த்த) விஷயங்களைத் திரட்டியவர் வசந்தகுமார். புதுயுகம் தான் எதிர்முனை. புதுயுகம் பற்றி எனக்கு எதுவித தகவலும் வசந்தகுமார் தரவில்லை; தரவேண்டிய பொறுப்பு அவரிடமே இருந்துள்ளது. இது அவருக்கு, சுந்தரராமசாமி மீது உள்ள ஒரு சார்புணர்வாக இருக்கக்கூடும். எனது ‘ஜே.ஜே.’ கட்டுரைக்குப் பதில் தராதபட்சத்தில், அவர்(கள்) அது பற்றி டமாரம்தான் போடமுடியும்; விமர்சனம் செய்வதாக முடியாது. அந்த ஆபீஸைத் தேடி, இன்று (புதன்) இரவு, பிடிக்கும் வரை இது ஒன்றும் எனக்குத் தெரியாது. செய்வதை உரியபடி செய்யாவிட்டால் 'You will come under My Fire' என எச்சரித்துவிட்டு வந்து, இது எழுதுகிறேன்.

தர்மோ ஜீவராம் பிருமிள்.

***

10 இரவு, நவம்பர் 1986.

அன்புள்ள பஷீர் அகமத்,

லயம் எடிட்டர் எனக்கு, புதுயுகம் என்ற பத்திரிகையில் ஜே.கிருஷ்ண மூர்த்தி பற்றிப் பாலசிங்கம் எழுதுகிறாராமே என்று கேட்டிருந்ததை ஒட்டி, அங்கே இங்கே பார்த்தபோது, ஜூனியர் விகடனில் விளம்பரம் பார்த்தேன். அதில், பாலா பெயருடன் சுந்தர ராமசாமி Camp அப்படியே குறிப்பிடப்பட்டிருந்தது கண்டதும், பாலா பெயரை விளம்பரத்துக்கு உபயோகிக்கிறார்களோ எனத் தோன்றியது. ‘யோகி’ (ஒரு புலிப் பிரமுகர்) இடம் இதைக் குறிப்பிட்டபோது, எனக்குப் புதுயுகம் பற்றிய உண்மை ஏற்கெனவே தெரியும் என நினைத்தோ ஏதோ, அவர் பாலாவிடம் சொல்வதாக மட்டும் கூறினார். பிறகு, இதெல்லாம் நடந்த இன்று இரவே, புதுயுகம் விலாசத்துக்குப் போய் ஆட்கள் யாரொன்று கண்டுபிடிக்கக் கிளம்பினேன். பத்திரிகையில் ஏராளமான போட்டோக்கள்

இருக்கும் என விளம்பரத்தில் இருந்ததால், வசந்தகுமார் (போட்டோக் கலைஞர்) இப்பத்திரிகையுடன் சம்பந்தப்பட்டிருக்கலாம் என்றும், இதனால், வசந்த் மூலம் பாலாவிடமிருந்து சுந்தரராமசாமி குழுவினர் கட்டுரை வாங்கித் தங்களுக்கு பெயர் சம்பாதிக்கின்றனர் என்றும் எனக்குத் தோன்றியது. எனவே, புதுயுகம் ஆபிஸில் போய், 'வசந்தகுமார் இருக்கிறாரா?' என்று கேட்பதுதான் என் நோக்கம் - ஒரு excuse ஆக.

அது, புலிகளின் மாணவர் கிளை என்பதையும் புதுயுகம் என்பது எதிர்முனை தான் என்பதையும் கண்டதுடன், அங்கே வசந்த குமாரையும் பார்த்தபோது, எனக்குக் கண்மண் தெரியாத கோபம். மீதி விபரங்களை வசந்தகுமாரே சொல்வார். மிகச் சுருக்கமாக இந்தச் செய்தி லயத்துக்கும் அனுப்பப்பட்டுள்ளது - ஒரு கார்டில்.

1. 'சுந்தர ராமசாமி பக்கம்' என அவருக்கு விஷேசத்துவம் தந்தமை, முக்கியமாக இப்பத்திரிகையைப் புலிகளுடன் சம்பந்த மற்ற ஒன்றாக்கு கிறது. இச்சம்பந்தமின்மைதான் நோக்கமெனில், ஏன் 'சத்யசாயிபாபா பக்கம்' ஒன்றை ஆரம்பிக்கக்கூடாது?

2. ஜே.ஜே. பற்றியும் சுந்தர ராமசாமி பற்றியும் நான் சொல்லி உள்ள வற்றை 'கண்டு' கொள்ளக்கூட அக்கறை அற்றவர்களுடன், நான் எவ்விதத் தொடர்பும் வைத்துக்கொள்ள விரும்பவில்லை. சு.ரா. மற்றும் ஜே.ஜே. பற்றி நான் எழுதியவை, மிகவும் சீரியஸான விஷயங்கள். மறைமுகமாக ஜே.ஜே. நாவல் எதைச் சொல்கிறது என்பதை நான் காட்டியுள்ளமை சந்திக்கப்படவேண்டும். பாலாவுக்கு இது பற்றி என்னுடன் அபிப்ராயபேதம் இருந்தால், அது எழுத்தில் தரப்பட வேண்டும்; அல்லது புதுயுகம் சம்பந்தப்பட்டவர்கள் இதைச் செய்ய வேண்டும். வசந்தகுமார் செய்யவேண்டும்; என்னிடம் நேரில் உளறுவது போதாது.

3. பாலாவுக்கு நான் வேறு விஷயங்கள் பற்றி ஏற்கெனவே கடிதங்கள் எழுதி உள்ளேன். இந்த விஷயம் பற்றி, இந்த இன்லண்ட் மூலம் அறிவதுதான் நலம். ஏனெனில், ஆபீஸ் விலாசத்துக்கு நான் அனுப்பிய கடிதங்கள், அவர் கைக்குப் போயினவா தெரியவில்லை.

மீண்டும், எனது விமர்சனங்களை ஒரு பொருட்டாக மதிக்காத வர்களின் தொடர்போ உதவியோ எனக்கு வேண்டாம்.

தர்மோ ஜீவராம் பிருமிள்.

***

டியர் சுப்ரமம்,

இத்துடன் பஷீர் அகமதுக்கு அனுப்பிய கடிதம். வசந்தகுமாருக்கு ஜே.ஜே. சில குறிப்புகள் பற்றி நான் ஞானரதத்தில் எழுதியது எப்பவோ

தெரியும். இதற்குப் பின்புதான் அவர், எதிர்முனைக்காக என்னிடம் - பெயர், 'குதிரைமலை நிகழ்ச்சி' கதை, விஞ்ஞானக் கட்டுரைகள், மதிப்புரைகள் - எல்லாவற்றையும் வாங்கினார். பின்பு, திம்பு பேச்சு வார்த்தை - பாலசிங்கம் தேசப்பிரஷ்டம் ஆகியவற்றால் எதிர்முனை நிறுத்தப்பட்டது. எனவே, கொடுத்த விஷயங்களை நானே திரும்ப வாங்கிக்கொண்டேன். பிறகு, சுந்தர ராமசாமி பிரான்ஸுக்குப் போய், ஐரோப்பியத் தோல்வாசனை மணக்கமணக்க வந்ததில் வசந்தகுமார் மயங்கினாரோ என்னமோ...!

வசந்தகுமார், எனது கட்டுரைகளின் விமர்சன அணுகுமுறையை, ஏதோ 'சண்டை' என்று கொச்சைப்படுத்துவோரினால் மூளைச் சலவை செய்யப்பட்டும் இருக்கலாம். விஷேசமாக, இந்த வேலையைச் செய்வதன் மூலமே க்ரியா, கணையாழி தொடர்புகளை வைத்துக் கொள்கிற ஒருவர் கி.அ.சச்சிதானந்தம் என்று எனக்குத் தெரியும். 'ஆயி' கதையை மீறி இவரது கதை பரிசுபெற்றதன் சூட்சமம் இது. இன்று வரை, இரண்டையும் படித்த எவரும் இப்பரிசை ஒரு அயோக்கியத் தனம் என்று கூற முன்வரவில்லை. சுந்தர ராமசாமியின் பக்கங்கள் புதுயுகத்தில் வரப்போகின்றன; அதிலும் இது பற்றி 'மூச்' வராது. க.நா.சு.விடமிருந்து வரவில் லையே!

கி.அ.ச. என் விமர்சனத்தைப் பற்றி நேரில் சொல்கிறவை (சொல் கிறவைதாம் - எழுதுவதற்கு முதுகெலும்பு வேண்டுமே!) போகட்டும்; எனக்கு ஜே.கிருஷ்ணமூர்த்தி புரியவில்லை என்றும் இதற்கு ஆதாரம் நான் எல்லோருடனும் சண்டையிடுவது என்று கூட, இலங்கையி லிருந்து சென்ற ஆண்டு வந்துபோன என் நண்பரிடம் கூறி இருக்கிறார். அவர் வாசகரல்லர் என்பதானால், இந்த ஜே.கி. லைனைக் கி.அ.ச. பிடித்தாரோ ஏதோ! ஜே.கிருஷ்ண மூர்த்தியைவிட நான் ஒன்றும் மாபெரிய 'சண்டைக்காரன்' அல்ல! கி.அ.ச.வைப் பாவம் ஜே.கி. சந்திக்கவில்லை! சந்தித்திருந்தால், தியாஸபிகல் ஸொஸைட்டி யுடனேயே அட்ஜஸ்ட்மெண்டு செய்து, கி.அ.ச. பெற்றுள்ள ரகமாக கதிமோட்சத்தை அடைந்திருப்பார்.

வசந்தகுமாருக்கு நடந்தது என்ன என்ற கேள்வி, இப்படி மாபெரும் நிழல்களை எல்லாம் எழுப்புகிறது. லயத்துக்கு எதிராகவே நேர்ப் பேச்சில் (மீண்டும், இங்கே எழுத்தில் அல்லாமல்) நடக்கும் பிரசாரமும் பீடித்திருக்கிறது அவரை.

இதன் விளைவாக, விடுதலைப் புலிகளின் பிரமுகர்களிடம், லயம் ஆசிரியரான காலப்ரதீப் சுப்ரமணியன் 'ஒரு சின்னப் பொடியன்' என்று வசந்தகுமார் கூறியதாகவும் தெரிகிறது. எழுத்துவில் எழுதிய காலத்தில் நான் இந்தக் காலப்ரதீப்பைவிட மகா சின்னப் பொடியன். பெரிய

பொடியன்களான வசந்தகுமார், கி.அ.ச. போன்றோர் கிழித்தது எதையோ? எதிர்முனை புதுயுகமாகி விட்டது. கலியுகம் பழையயுகம் என்றால், புதுயுகம் அதைவிடப் பழைய கிருதயுகமாகத்தான் இருக்கும் என்பதை அவர் அறியவில்லை. எனது அக்கறை கலியுகத்தைப் பற்றி மட்டும்தான்.

எதிர்முனைக்கும் புதுயுகத்துக்கும் இடையுகத்தில் நடந்தது என்ன என்று தெரியாது. புலிகள் இயக்கத்துக்குள் குட்டி அரசியல்களுக்கு நிறைய இடம் இருக்கிறது என, முந்திய ஒரு விஷயத்தின் மூலம் நான் அறிந்திருக்கிறேன்.

விடுதலைப் புலிகள் பத்திரிகைக் காக, 'கடல்நடுவே ஒரு களம்' கவிதையை (முன்பே எழுதி வைத்திருந்த கவிதை இது) கொடுத்த போது, அது வெளிவராதபடி அப்போது பத்திரிகையைப் பார்த்துக் கொண்டிருந்த நித்யானந்தனும் திருமதி நிர்மலா நித்யானந்தனும் தடுத்திருக்கின்றனர். இது வசந்தகுமாரே என்னிடம் கூறிய விஷயம். அதுவும், அவர்கள் வெளியேற்றப்பட்ட பின்பே கவிதை வெளியான சந்தர்ப்பத்தில், அவர் என்னிடம் கூறியது இது. இப்போது, அவரே ஒரு வேறு வகைக் குட்டி அரசியலை நடத்தி இருக்கிறார், அறிந்தோ அறியாமலோ.

புதுயுகம் விமர்சனங்களை வெளியிட்டால், அது பல்வேறு பார்வை களுக்கும் பல்வேறு ஆசிரியர்களுக்கும் இடம்தர வேண்டும். ஜே.ஜே. மற்றும் சு.ரா. விஷயங்களைப் போட்டுவிட்டு, முன்பு பத்திரிகையின் சில அம்சங்களை நானே கவனிக்கவேண்டும் என்று கேட்கப்பட்ட எனக்கு, பத்திரிகை பற்றித் தகவல்கூடத் தராததின் அடியில், ஆரோக்ய மான ஆரம்பம் தெரியவில்லை.

அன்புடன், தர்மோ ஜீவராம் பிருமிள்.

***

விடுதலைப் புலிகளின் கவனத்துக்கு

விடுதலைப் புலிகள் இயக்கம், பொதுவான இந்தப் பாரம் பரியத்தினது ஜாதியப் பிதுரார்ஜிதத்துக்கு, செயல்முறையில் எதிரானது. அதாவது வெறும் வாய்வீர அரசியலில் அன்றி, நிர்வாகக் களத்திலேயே, 'கீழ்' ஜாதியினருக்கு மேல் இடத்துப் பொறுப்புகளை - அதுவும் தீவிரமான ஜாதிய மனோபாவம் உள்ள யாழ்ப்பாணம் குடா பிரதேசத்தில் - நிறைவேற்றிக் கொண்டிருக்கும் அது, வெறும் ஆயுத இயக்கமாகத் தேங்கி, குடிமைத்தனத்தில் செயலற்று விடுகிற ஒன்றல்ல. இதை நினைவில்கொண்டு, சுந்தர ராமசாமி என்ற இன்றைய மறைமுக ஜாதிய எழுத்தாளரை - அதுவும் அவரது மறைமுக ஜாதிய எழுத்தை - முக்கியத்துவப்படுத்த இதே இயக்கத்தினது கட்டுமானம் உபயோக மாவது பார்க்கப்படவேண்டும் என்பதே இந்தக் கடிதங்களின் உத்தேசம்.

சுந்தர ராமசாமி என்ற 'மனிதர்', ரொம்பரொம்ப அரசியல்ரீதியான 'காட்சி'களை உருவாக்கி, இதைத் தவறு என்று காட்டக்கூடியவர். இத்தகைய 'காட்சிகள்' மூலம், என்னை அவர் ஏமாற்றப் பிரம்மப் பிரயத்தனங்கள் செய்ததுண்டு. இவற்றினாலும் இவரைப் போன்றோராலும் நான் ஏமாறாமை, என்மீது இவருக்கும் இவரைப் போன்ற மறைமுக ஜாதியவாதிகளுக்கும் தமிழ் அறிவார்த்தத் துறையில் என்னை 'ஒழித்துக்கட்ட' வேண்டிய நிர்ப்பந்தத்தையே ஏற்படுத்தி, தோல்வியும் அடைந்துள்ளது. ஒரு சமயம், இவரது குழுவினைச் சேர்ந்த *யாத்ரா* பத்திரிகை, இவரது தூரத்து உதவியுடன் என்னைக் 'கிறுக்கு' என்று நிரூபிக்க, மூன்று இதழ்களைச் சமர்ப்பித்திருக்கிறது. இது, 'லைபல்' என்ற குற்றமேயாகும். இதற்காக எனது நண்பர் டேவிட் சந்திரசேகர், *யாத்ரா* குழுமீது கோர்ட் நடவடிக்கை எடுக்கக்கூட முனைந்து, என்னால் தடுக்கப்பட்டிருக்கிறார். இந்த முழுப்பின்னணியையும், *விமர்சன ஊழல்கள்* என்ற உரையாடல் நூலில் நான் வெளிக் கொண்டு வந்திருக்கிறேன்.

விடுதலைப் புலிகளின் தலைவர்களுக்கு இவை எட்டாது - அவர் களுக்கு இந்த நுட்பங்களில் அக்கறை இராது என்ற நிச்சயத்துடன், அவர்களுக்காக பப்ளிஸிட்டி துறையில் வேலைசேய்யும் வசந்தகுமார், அவர்களது இயக்கத்தின் மிக நுண்ணிய அம்சங்களுக்கு விரோதமாக, *புதுயுகம்* என்ற பத்திரிகையை அமைத்துள்ளார். மறைமுக இனவாதத்தை - ஜாதியத்தை - பழமைவாதத்தை நியாயப்படுத்தும் நூல் என்று வாதிக்கப்பட்ட சுந்தர ராமசாமியின் *ஜே.ஜே. சில குறிப்புகள்* என்ற நாவல், எனது இந்த வாதங்களைக் கண்டுகொள்ளாமல், தமிழின் மிகச் சிறந்த நாவலாக இந்தப் பத்திரிகையில் பிரகடனப்படுத்தப்படுகிறது. இவ்வளவு தூரத் துக்கு, ஒரு அதி நவீன இயக்கத்துக்குள் பழமைவாதம், 'புதுயுக' வேஷமிட்டு நுழையமுடியும் என்பதே, அதன் மூர்க்கத்தையும் அரசியல் சாதுரியத்தையும் காட்டித்தருகிற ஒன்றாகும். இத்தகைய நுட்பங்களுக்கு அக்கறைகாட்டாத இயக்கம் எதுவாயினும், அது பழமையின் புழுக்கிடங்கினுள் சரிந்துவிழும்; சமுகத்தினது ஒன்றிய உறுதியைக் குலைத்து, அதை எதேச்சாதிகாரங்களுக்கு பலியாக்கும்.

சுந்தர ராமசாமியின் மறைமுக இயக்கத்தை ஊடுருவிப் பார்க்கப் பாலசிங்கத்தினால் முடியாமல் போனமைதான், மேற்படி விளைவுக்குக் காரணமா? அல்லது விடுதலைப்புலிகள் இயக்கத்தின் 'மூளை' ஆன அவரே, வசந்தகுமார் மூலம் மூளைச்சலவை செய்யப்பட்டு விட்டாரா?

- தர்மோ ஜீவராம் பிருமிள்.
லயம்-8, அக்டோபர்-டிசம்பர் 1986.

வே. பிரபாகரனுக்குப் பகிரங்கக் கடிதம்

*
தேசிய கீதம்:
தமிழீழம்

கடலலை அதிர்வினில்
விடுதலை உறும
தமிழீழத்தாய் எழுக
அன்னை
உருவொடு உயிரும்
அருளோடு வீரம்
செல்வமுமாக வெல்க
(வேறு)
வன்னியாழ் கோணைபுத்
தளம்மட்டு நகரொடு
மன்னார் அம்பாறையும் நிமிர
அதிரும்
முத்திசைக் கடல்நடு
நெற்றியாய் ஒளிர்வது
கற்றவர் நிறையுமிந்நாடு
வர்க்கவர்ணங்களை
சிந்தை செய் திறனால்
வென்றது நம் தமிழீழம்
கண்கள்
எத்திசை நோக்கினும்
எம்மவர் மானுடம்
முற்றிலும் ஓர் குலமாகும்.
*
(1986)
*

*(தமிழீழம் தேசியகீதத்தின் கண்டிப்பான உரிமை : பிரமிள்.
மே./பா. லயம் வெளியீடு.)*

தமிழீழத்தில் வர்க்க-வர்ணம்

'தமிழீழம்' தேசியகீதம் தமிழீழத்துக்காக எழுதப்பட்டது. அதற்காகப் போரிடுவோருள் முதன்மை வாய்ந்த குழுவினரான தமிழீழ விடுதலைப் புலிகள் இயக்கத்தின் அரசியல் பிரிவினர் கேட்டுக்கொண்டதற்கிணங்க எழுதப்பட்டதெனினும், இக்கவிதையின் உயிர்நாடியான சில அம்சங்கள் எனது விஷேசப் பார்வையின் வெளியீடுகளாகும். இங்கே 'வர்க்க வர்ணங்களை' வெல்வது பற்றிய பார்வை முக்கிய கவனத்துக்குரியது. நான் தொடர்புகொண்டிருந்த இக்குழுவினரிடம், தமிழீழத்துக்காகப் போரிடும் எல்லோ ரும் ஒன்றுகூட வேண்டும் என்று அடிக்கடி கூறி உள்ளேன். இதை அவர்கள் நிராகரித்ததுடன், தமிழீழத்தில் 'ஒரே கட்சியின் ஜன நாயகம்' என்ற உள்முரணான அமைப்பைக் கூட பிரகடனம் செய்கின்றனர். ஒரே கட்சி என்பது ஜனநாயக விரோத மானதே ஆகும் என்பது அரசியல் அடிச்சுவடி. அது அரசியல் சக்தி மூலம், பொருளாதாரத்திலிருந்து கலாச்சாரம் ஈறான எல்லா சமுக இயக்கங்கள் மீதும், ஏகபோகம் பாராட்டுகிற புதுவித வர்க்கம் ஒன்றையே விளைவிக்கும். புலிகளின் தலைவருக்கு நான் இங்கே எழுதி உள்ள கடிதத்தில், அவரது அமைப்பினுள் வர்ணாஸ்ரம வாதிகள் ஊடுருவி உள்ளதைக் காட்டி இருக்கிறேன். எனவே, தமிழீழத்தின் அத்திவாரத்திலேயே அதற்காக நான் எழுதிய தேசியகீதத்தின் பிரகடனம் சவமாகக் கிடத்தப்படுகிறது. சிலவேளை, தங்கள் அத்திவாரத்துக்கு ஏற்றவிதமாகச் சமரசம் செய்துகொண்டு 'தேசியகீதம்' பண்ணக் கூடியவர்களிடம் புலிகள் போகலாம். அதை நிறைவேற்ற இங்கே ரொம்பப் பேர் உள்ளனர்.

50, திருவீதியம்மன்கோவில் தெரு,
திருவான்மியூர், சென்னை-41. தர்மோ ஜீவராம் பிருமிள்.

புலிகளின் கிளையினுள் 'வர்ணாசிரம' ஊடுருவல்

திரு. வே.பிரபாகரன் அவர்களுக்கு,
தமிழீழ விடுதலைப்புலிகள் இயக்கம்.

அன்புடையீர்,

தமிழீழ விடுதலைப் புலிகள் இயக்கம், இந்துமதத்தின் சாபக்கேடான வர்ணாசிரமத்திலிருந்து பிறந்த ஜாதியத்தை, செயல்முறையில் நிராகரிக்கிற ஒன்று என்பது தமிழ்நாட்டில் தெரியவராத விஷயம். தமிழகத்தின் ஜாதியவாதிகள் அறிவுத்தளத்தில் எவ்விதங்களில் எல்லாம் தங்கள் வேஷங்களை மாற்றிச் செயல்படுகின்றனர் என்பது விடுதலைப் புலிகளுக்குத் தெரியவராத விஷயம். இவற்றின் விளைவாக

வர்ணாசிரம தர்மத்தை அறிவுவாதத்தளத்தில் தந்திரோபாயங்கள் மூலம் கொண்டாடுகிறவர்கள், புலிகளின் கிளையான 'விடுதலைப் புலிகள் மாணவர் இயக்கம்' ஆரம்பித்துள்ள புதுயுகம் பத்திரிகையினுள் ஊடுருவி இருக்கின்றனர்.

இவர்களுள் மிக முக்கியமானவரது பெயர் சுந்தர ராமசாமி. இவரை மிகவும் அநுசரிப்பவர் சி.மோஹன், தி.மு.க. அநுதாபியாக இருந்தபடி இவர்களுடனும் ஒத்துப்போகிறவர் கி.அ.சச்சிதானந்தம். இம்மூவருமே புதுயுகத்தில் இடம்பெறுவதுடன் இவர்களுள் தலைவரான சுந்தர ராமசாமி பத்திரிகை மீது அறிவார்த்த ஏகபோகம் ஒன்றைக்கூடக் கொண்டுள்ளார்.

புதுயுகத்தில், சுந்தர ராமசாமி எழுதிய நாவல், தமிழின் தலைசிறந்த நாவலாக பிரகடனம் பெறுகிறது. ஏற்கனவே இந்நாவலின் மறைமுக நோக்கம் சநாதனவாதம்தான் என நான் எழுதிய ஒரு கட்டுரை ஞானரதம் பத்திரிகையில் வெளியாகி இருக்கிறது. இதனைப் பிரசுரித்த உதவி ஆசிரியர் இதற்காகப் பதவி நீக்கம் செய்யப்பட்டுள்ளார். எவருமே உனது கட்டுரைக்கு பதில் தரவில்லை.

சுந்தர ராமசாமி வெளிப்படையாக சநாதனத்துக்கு ஆதரவு காட்டியும் உள்ளார். இலங்கையின் மு.தளையசிங்கம் என்பவரது சநாதனவாதக் கருத்துக்களும் வெளிப்படையான வர்ணாசிரம தர்மக் கூப்பாடும் சுந்தர ராமசாமியால் இருபதாம் நூற்றாண்டின் தலைசிறந்த சிந்தனையாகப் போற்றப்பட்டுள்ளன. இதனையும் நான் விமர்சித்து லயம் என்ற பத்திரிகையில் எழுதி உள்ளேன்.

தமிழகத்தின் அறிவார்த்தத்தளத்தில் இது விஷயமாக நான் ஒரு சிந்தனை ஒழுக்கத்தை நிறுவிப் போரிட்டு வருவதை சீரிய அறிவுத் தளத்தினர் மட்டுமே அறிவர். இதன் விளைவாகவே நான் இங்கே ஓரளவுக்கேனும் உயிர்திருக்கக் கூடிய போஷணை கிடைக்கிறது. ஜீவனத்துக்காக என்று நான் வேறு எதுவும் செய்யவில்லை. செய்ய முயன்றபோது பாதைகள் தடுக்கப்பட்டுக்கூட உள்ளன.

இவை மிகமிகச் சுருக்கமாகப் பிரச்சினையை அறிமுகப்படுத்த வெனக் கூறப்பட்டுள்ளவை. உண்மையில் பிரச்சினை மிக ஆழமும் விரிவும் அவற்றுக்கான அத்தாட்சிகளும் கொண்டவை.

தமிழீழத்துக்கான தேசியகீதத்தை நான் எழுதவேண்டும் என்று இயக்கத்தைச் சேர்ந்தவர்கள் கூறியபோது அதை எழுதி அளித்த நான் ஒன்றை எதிர்பார்க்கவில்லை; உங்கள் தேசியகீதத்தினது ஆசிரியக் கவியான என்னை, ஒருசமயம் யாத்ரா என்ற பத்திரிகையில் ஒரு வர்ணாசிரமதர்மவாதி, 'கிறுக்கு', 'குரங்கு' என்று எழுதினார். அப்படி

எழுதியவரைக் 'கண்டித்தார்' சுந்தர ராமசாமி, எப்படி? 'அவர் கிறுக் கென்றால் அதை நீங்கள் சொல்லவேண்டுமோ?' என்று. அதாவது, நான் கிறுக்கென்பது பற்றி இவருக்குச் சந்தேகமில்லை, அப்படியானால் என்னைத் தேசியகீதம் எழுதச் சொன்ன விடுதலைப் புலிகள் இயக்கத் தினரது புத்திசுவாதீனத்தைப் பற்றி சுந்தர ராமசாமி என்ன சொல் கிறார்? உங்களுக்கு தேசியகீதம் எழுத ஒப்புக்கொண்டபோது இப்படி ஒரு பிரச்சினை எழும் என நான் எதிர்பார்க்கவில்லை.

விடுதலைப் புலிகள் பத்திரிகையில் 'கடல் நடுவே ஒரு களம்', 'இருபத்திநாலு மணிநேர இரவு', 'இரும்பின் இசை' ஆகிய கவிதைகள், இயக்கத்துக்காக ஓர் இயக்கப்பாடல் மற்றும் பின் வரும் நூல்கள், கட்டுரைகளினது மொழிபெயர்ப்புகள் ஆகியன உங்களுக்காக என்னால் கடந்த இரண்டு வருஷங்களாகச் செய்யப்பட்டுள்ளன: அமில்கர் கப்ராலின் 'கலாச்சாரமும் புரட்சியும்', பிரான்ஸ் பனானின் 'வன்முறை பற்றி', நெல்ஸன் மண்டேலா கோர்ட்டில் கூறியது, ஆப்பிரிக்கக் காங்கிரஸ் அறிக்கை, சமேரா மாஷேல் பற்றி, செ குவேராவின் சரிதம், செ குவேராவின் நாட் குறிப்பு (இதை மீண்டும் வசனத்துக்கு வசனமாக மொழிபெயர்க்க வேண்டிய நிலை வந்துள்ளது) பீட்டர் வோர்ஸ்லியின் மார்க்ஸும் மார்க்ஸீயமும். இவற்றுக்காக எனக்கு செலவு தரப்பட்டது. ஒரு மக்கள்தொகையினரின் கண்ணீரும் ரத்தமும் கலந்த சரித்திரம் பதிந்த பணமாகவே இச்செலவை நான் ஏற்றிருக்கிறேன். எனது சொந்த நூல்கள் எழுதப்படக்கூடிய நேரத்தை இவை பிடித்துக் கொண்டன. இப்போது, எனது ஆங்கில நாவலை நான் எழுதுவதே முக்கியமான என் வேலை என்று எனக்குத் தோன்றுகிறது. அதில், தமிழக ஜாதிய இயக்கத்தின் சமுக மனோபாவங்களை ஆராய விருக்கிறேன். இதை நான் செய்யும்போது, என் நிதிநிலை சூன்யமாகவே இருக்கும்.

எனது கலாசார இயக்கப் போரைப் பற்றியோ, தமிழகத்தில் அது எத்தகைய சமுக அறிவார்த்தப் பின்னணியில் நடக்கிறது என்பது பற்றியோ, திரு. ஏ.எஸ்.பாலசிங்கம் அறியமாட்டார். எனவே புது யுகத்தில் நடப்பது, நடக்கவிருப்பது என்ன என்பதை அவரால் கணிக்க முடியுமா என்பது சந்தேகம். சுந்தர ராமசாமியின் நாவல் அதில் கொண்டாடப்படுகிற முதலாம் சாமப் பூஜையிலேயே, இதை உணர என்னால் முடிகிறது. பத்திரிகையில் என்னைப் போன்றவரது மாற்றுக் கருத்துக்கும் இடம் உண்டு என்று கூறலாம். ஏற்கெனவே ஞானரதம் பத்திரிகையில், சுந்தர ராமசாமியின் நாவல் பற்றி நான் எழுதியதைப் பிரசுரித்தவருக்கு நடந்த கதியைக் கூறிவிட்டேன்.

நீங்கள் என்னைப் போன்ற சாதாரணன் நிலையில் தமிழகத்தில் வாழவில்லை. இங்கே வாயளவில் அல்லது அரசியலில்கூட, சமத்துவம் பேசியபடி ஜாதியத்தை எதிர்ப்பவர்கள், சமுக நடைமுறைத்தளத்தில்

வேறுவிதமாக நடக்கின்றனர்; அல்லது கலாச்சாரத் தளத்தில் மறைமுக மான யுக்திமுறை மூலமும் குறியீடுகள் மூலமும் வர்ணாசிரமத்தை வலியுறுத்திவிட்டு, அதை மறைக்க முஸ்லீம்களுடன் நட்பு, கிறிஸ்துவக் கல்யாணத் தம்பதிகளுக்கு ஆசீர்வாதம் ஆகியவற்றைச் செய்கின்றனர். சுந்தர ராமசாமியின் கலாசார இயக்கங்கள் என் விமர்சனத்திற்கு ஆட்பட்டபோது, எனக்குப் பதில் தராமல், எழுத்தாளச் சூழலை ஏய்க்க இப்படிக் கலாச்சாரத்துக்குப் புறம்பான சில காட்சிகளை உருவாக்கி நடத்தி உள்ளார். ஆனால் எனது வாசகர்கள் ஏமாறுவதில்லை. ஜாதியத்தை வாயளவில் நிராகரிப்பவர்கள், இத்தகையவர்களுடன் கூடிக்குலாவுவதில் பெருமையும் லாபமும் பெறலாம். இத்தகைய லாபங்களைத் துச்சமாக மதித்த நான், ஜாதியம் கலாசார அறிவுத் தளத்தில் செயல்பட்டபோதெல்லாம், கடுமையாக அதை அம்பலப் படுத்தி விமர்சித்தவன். இதன் விளைவாக 1975-76 காலகட்டத்தில், நான் நாளாந்தப் பட்டினிக்குக்கூட ஆளாகி இருக்கிறேன். எனவே, எனது அறிவார்த்த இயக்கத்தைக் கேலிக்கூத்தாக்க முயற்சிப்பவர் களுக்கு, நீங்கள் உதவுவது தவிர்க்கப்பட வேண்டும். இது இக் கடிதத்தின் காரணமும் என் வேண்டுகோளுமாகும்.

அன்புடன்,
26.11.1988. தர்மோ ஜீவராம் பிருமிள்,

(லயம்-9 இதழ் இணைப்பு) துண்டுப்பிரசுரம்,
நவம்பர் 1988

பிரமிளுக்கு 'புதுயுக'த்தின் அடியாள் எச்சரிக்கை

பின்வரும் எச்சரிக்கையை 10.1.1987 இரவு, விமலாதித்த மாமல்லன் என்ற ஸி.நரசிம்ஹன், எனக்கு அடையாறு தியஸபிக்கல் ஸொஸைட்டி வாசலில், நான் பஸ்ஸிற்குக் காத்துக்கொண்டு நின்றபோது தந்தார். நானும் பதிலுக்கு எதையோ உளறினாலும், எனது வாதம் அவர் எழுத்தில் பதில் தரவேண்டும் என்பதுதான். அவர் 'எழுத்தாள'ரும்கூட என்பதால்தான், முதன்மையாக இதைக் குறிப்பிட்டேன். அவர் சொன்னதன் சாராம்சம் இது: 'லயத்தில் வசந்த (பிரதீப்)குமார் பற்றி வந்தவை அவ்வளவும் பொய். போனால் போகிறது பாவம் என்று உனக்கு உதவிசெய்தவர் அவர். உனக்கும் விடுதலைப்புலிகளுக்கும் எதுவிதத் தொடர்பும் இல்லை. இருப்பதாக லயத்தில் பிரமை எழுப்பப் பட்டிருக்கிறது. நீ ஒரு அயோக்யன். இது விஷயமாக என் பெயரைச் சம்பந்தப்படுத்தி நீ ஏதும் எழுதினால், பேசமாட்டேன், உன்னை அடிப்பேன். ஒழுங்காகப் போய்ச்சேர்.'

இவ்வளவையும் இங்கே பொறிப்பதன் காரணம், லயத்தில் புதுயுகம் சம்பந்தமாக வந்தவற்றில் உள்ள 'அயோக்யத்தனங்களை' மீண்டும் ஒரு பார்வை பார்ப்பதுக்காகத்தான். 'ஒழுங்காகப் போய்ச் சேர்கிற' வேலை இதுவாகவே எனக்குப்படுகிறது.

1. லயம் நிர்.5இல் குறிப்பிடப்பட்ட விபரத்தின் பின்னணி இது: வசந்தகுமார் என்னிடம், "விடுதலைப்புலி பாலசிங்கத்தைத் தெரியுமா? நீங்கள் இப்போது தம்மை நினைவில் வைத்திருப்பீர்களா என்று சந்தேகப்படுகிறார்," என்றார். என் பழைய இலங்கை நண்பர், ஒரு அதிதீவிர இயக்கத்தில் இருப்பது வியப்பளித்தது. தொடர்பின் அடிப் படை இதுதானே அன்றி, 'விடுதலைப்புலிகள்' உடன் ஸ்தாபனத் தொடர்பு எதையும் நான் உத்தேசித்ததில்லை. கவனிக்க: ஸ்தாபனத் தொடர்பு இருக்கவில்லை.

2. வசந்தகுமார், எனது தீவிர வாசகராகவும் அநுதாபியாகவும்தான் எனக்குப் புலி மொழிபெயர்ப்பு வேலையை ஏற்படுத்திக் கொடுத்தார். புலிகளிடம், 'பிரமிளுக்கு அதிகபட்சமாகப் பணம் கொடுக்க வேண்டும். அவர் ஒரு மேதை,' என்று வாதாடித்தான் பணம் வாங்கிவந்தார். நான் அதை 'இலங்கைத் தமிழரின் ரத்தம்' என்று கூறிப்பெற்றது, அவருக்கும்

தெற்குவாசல் 293

பஷீர் அகமதுக்கும் மறக்கு மானால் அவர்கள் மனிதர்கள் அல்ல. இவ்விருவரும் எனக்குச் செய்த உதவியை நான் மறந்தால், நான் மனிதனல்ல.

3. மேற்படி அடிப்படையில், அதுவும் உணர்ச்சிபூர்வமாகத் தான் எனக்கு மொழிபெயர்ப்பு வேலை தரப்பட்டதே அன்றி, 'பாவம் போனால் போகிறது' என்ற நடைபாதைத்தனமான இரக் கத்தின் அடிப்படையில் அல்ல. முதலில் உதவிய வசந்தகுமார், துரோகியானது எப்படி? இதுவே என் கேள்வி.

4. முதலில் உதவிய தொடர்பின் அடுத்த கட்டமாகத்தான், *புதுயுகத்தின்* பூர்வாசிரமமான *எதிர்முனைக்கு* முக்கிய விஷயதானியாகவும் நான் வசந்தகுமாரால் வேண்டப்பட்டேன். இது, *புதுயுக* பிரச்சினை எழும் முன்பே, *லயம்-3,* ஜூலை-செப்டம்பர் *1985* இதழில் வெளிவந்துள்ளது.

5. இப்போது சென்ற *லயத்தில்,* அந்தப் பழைய வசந்தகுமாருக்கு நடந்தது என்ன என்ற கேள்வியையும் அது பற்றிய ஊகத்தையும் மட்டுமே எழுப்பியிருந்தேன். கேள்வியும் ஊகமும் எப்படிப் 'பொய்' ஆகுமென்பதை 'எழுத்தாள'ரான மாமல்லன் விளக்கினால் தேவலை.

6. வே.பிரபாகரனுக்கு பகிரங்கக் கடிதம் பிரசுரத்தில், 'நான் தொடர்பு கொண்டிருந்த இக்குழுவினரிடம், தமிழீழத்துக்காகப் போரிடும் எல்லோரும் ஒன்றுகூட வேண்டும் என்று அடிக்கடி கூறி உள்ளேன்,' என நான் எழுதியிருப்பதைக்கொண்டு, எனக்கும் புலிகளுக்கும் ஸ்தாபனத் தொடர்பு இருந்ததாக நான் அர்த்தம் தந்திருந்தால், அதை இங்கே திருத்திக்கொள்வது அவசியம். புலிகளுக்கு என்னைவிட ஆணித் தரமான சவால்களை எழுப்பிய Hindu, *துக்ளக், கல்கி* போன்றோரின் தொடர்புபோல், ஒரு சந்திப்புத் தொடர்பு என்றே இதனை நான் கொள்கிறேன். எனது தொடர்பு, குறிப்பாக 'திலகர்', 'யோகி' என்ற இருவருடனேயே இருந்தது. இந்தத் தொடர்பின் விபரங்களும் விளைவுகளும் இவை :

7. *லயம்-5* ஈதழில், பாலசிங்கத்தைப் பற்றியும் நான் புலிகளுக்காகச் செய்துள்ள மொழிபெயர்ப்புகள் பற்றியும் உள்ள குறிப்பு. இதை *லயம்* வெளியிடுமாறு நான் தகவல் தந்ததுக்குக் காரணம்: தமிழகத்து 'இண்டலக்சுவல்' எழுத்தாளர்கள் யாவருமே, தமிழீழ விடுதலை இயக்கத்தினரை வெறும் 'பயங்கரவாதிகள்' என்றுதான் கருதினர். எனது வார்த்தைகள் எட்டக்கூடிய வட்டத்தினுள்ளேனும் இந்தத் தவறு களையப்படவேண்டும் என்பதுக்காகத்தான், பால சிங்கத்தின் அறிவார்த்தப் பின்னணியையும் புலிகளுக்காக நான் மொழிபெயர்ப் பதையும் வெளிக்கொணர்ந்தேன். இதன் விளைவுகளுள் ஒன்றுதான், இன்று *புதுயுகத்தினுள்ளேயே* சுந்தர ராமசாமி குழுவின் ஊருடுவல்.

இன்று புதுயுகத்தின் அடியாளாக மாறியிருக்கும் மாமல்லன்கூட, ஈழ விடுதலை இயக்கத்தினரை அன்று 'பயங்கரவாதிகள்' என்று சொல்லிக் கொண்டு அலைந்தவர்தாம்.

8. ஈழ விடுதலை இயக்கங்களுக்கு நான் பரிந்துரைத்ததுக்காக, எனது அரிய (எழுத்தாளரல்லாத) ஒரு நண்பரையும் அவரது உதவிகளையும் கூட நான் இழந்திருக்கிறேன். அடுத்து, ஸ்ரீலங்காவின் தேசீயத் தற்கொலை என்ற என் நூலைப் படித்த திரு. சோ எஸ்.ராம ஸ்வாமிக்கு, அதன் பார்வைக்கோணம் பிடித்திருந்ததை ஜாடையில் அறிந்திருந்தேன். பிறகு, ஈழ விடுதலை இயக்கத்தினரை அவர் அநியாயமாக விமர்சிப்பதாக எனக்குத் தோன்றியபோது, நான் அவருக்குப் பின்வரும் பொருளில் ஒரு கடிதம் எழுதினேன்: 'உங்கள் பார்வைக்கோணம், சௌகர்யமாக வாழ்கிற ஒருவரது பார்வைக்கோணம். அத்தகையவருக்கு இத்தகைய தீவிரங்கள் அலர்ஜி. விடுதலை இயக்கங்கள் தங்களுக்குள் அடிபடுவது சரித் திரத்தில் நடைமுறை. அதற்காக, இயக்கத்தின் லட்சியத்தையே மலினப்படுத்துகிற உங்கள் பார்வை தவறு.' இந்தக் கடிதத்தின் விளைவாக, சோ என்மீது கோபம் கொண்டிருப்பதாகச் சமீபத்தில் உணரமுடிந்தது. சோவின் மீது எனது மதிப்பு குன்றாமையால், இதை நான் ஒரு இழப்பாகவே கருதுகிறேன்.

9. புதுயுகத்துக்கான ஏற்பாடுகள் நடக்கும்போது, எனக்கு எதிராகப் புலிகள் திருகப்பட்டு, புதுயுகத்துடன் எனக்கு தொடர்பு இல்லாமல் ஆக்கப்பட்டது. இதை வசந்தகுமார் மூலம் இலக்கிய உலகத்திலுள்ள 'நல்லோர்'களே செய்து, புதுயுகத்துள் ஊடுருவி உள்ளனர் என்பதை, நான் சென்ற இதழில் ஊகமாகத் தெரிவித்திருந்தேன். அந்த 'நல்லோர்' களுள் ஒருவராக மாமல்லனை, 10.11.1987 இரவு 9:25 அளவில் அறியமுடிந்தது.

10. சரீரரீதியான அச்சம் இருக்கிறதோ இல்லையோ, அது ஒரு பொருட்டல்ல. தனது மடமைகளும் சூழ்ச்சிகளும் பகிரங்கப்படுவது பற்றிக்கொள்ளும் அச்சம்தான் உண்மையான அச்சம். அந்த அச்சத்தால் பீடிக்கப்பட்டுள்ளவர்கள்தான், 'எழுதாதே, எழுதினால் அடிப்பேன், உதைப்பேன்!' என்ற எச்சரிக்கைகளை விடுவார்கள், இந்தக் கட்டுரை யின் நாயகனாக அமைந்துள்ளவர், இதற்கும் மேலேபோய்த் தமது அன்னையையே - அதுவும் பண விஷயத்துக்காக - அடித்து வதைக்கும் பழக்கம் உள்ளவர். இவரும் ஒரு 'எழுத்தாளர்' என்றால், இது 'புதுயுகம்'தானே!

சென்னை-4, 11.1.1987. தர்மோஜீவ ராம் பிருமிள்.
(பிரசுரமாகாதது)

நந்தி நாரத புராணம்

கைலாயத்தின் சௌக்யமான பாறை ஒன்றின்மீது, கங்கோத்திரியினது சிற்றொலியினால் இதயம் ஊடுருவப்பட்டவனாய், தன்னுள் ஆழ்ந்து அமர்ந்திருந்தான் நாரதன். பக்கத்தில் சார்த்தி வைக்கப்பட்டிருந்த தம்பூராவின்மீது, கருடாழ்வான் ஒரு பிரமாண்டமான கோழிபோல் உட்கார்ந்திருந்தான். அந்தவேளை பார்த்து, பனி வெண்மையான காளையாக, கழுத்தில் ஹிப்பிப்பை ஊசலாடிக் கொண்டிருக்க, பாறைகளிடையே தோன்றி ஓடி வந்(தான்) நந்தி.

நாரதன் துணுக்குற்றான். கருடன், தனது கருநெருப்புச் சிறகுகளை சடபடவென்று அடித்தபடி அந்தரத்தே எழுந்தான். ஓடிவந்த நந்தி, தனது மூஞ்சியை ஹிப்பிப் பைக்குள் விட்டு ஒரு புத்தகத்தைக் கவ்வி எடுத்து வெளியேபோட்டான்........

'சரி, புதுயுகத்தில் அம்ஷன்குமார் ஒருபுறமிருக்க, சு.ரா.வின் அடப்பக்காரர்கள் அத்தனைபேரும் ஐக்யமாகி இருக்கிறார்களே, அவர்களின் சாதனையைப் பார்த்தயோ...! பத்திரிகையில், ஏ.எஸ். பாலசிங்கம் வேறு ஜே.கிருஷ்ணமூர்த்தியை அறிமுகம் செய்திருக் கிறார். சு.ரா., தமிழ் பத்திரிகைகளைத் தாக்கி இருக்கிறார்...'

ஏ.எஸ்.பாலசிங்கத்தின் கட்டுரை, ஜே.கி.யைப் பற்றி அறிமுகம் செய்கிற சாக்கில் நடத்தப்பட்ட உரைநடைச் சிலம்பமாகவே இருக்கிறது. ஜே.கி.யிடமிருந்து ஆன்மார்த்த மரபுகளுக்கு மறுப்பாகப் பிறந்த கருத்துகளை - அதுவும் உரத்த குரலில் - எடுத்துத் தருகிறார் கட்டுரை யாளர். இன்றைய அரசியல் எதேச்சாதிகாரத்தை - விஷேசமாக கம்யூனிஸ முறையை - ஜே.கி. நிராகரித்துள்ளமை, கட்டுரையில் மழுப்பப்பட்டிருக்கிறது. பார்க்கப்போனால், மனோவியலாளராக ஜே.கி.யும் புத்தர்பிரானும் ஒற்றுமை காணத்தக்கவர்கள். கட்டுரை யாளர் இந்த ஆபத்தான பிரதேசத்துக்குள் போகவுமில்லை; போனால், அவரும் நிர்மலா நித்யானந்தம், பிரமிள் ஆகியோரைத் தொடர்ந்து புலிகளினால் வெளியேற்றப்படுவார். வெகுஜன தமிழ்ப் பத்திரிகை களை மலையாளப் பத்திரிகைகளுடன் ஒப்பிடும் சு.ரா., சில அடிப்படை விபரங்களை அறியவில்லை. மலையாள உலகில், எம்.கோவிந்தன்

போன்றோரது சிறுபத்திரிகை இயக்கங்களும், இந்த இயக்கங்களுடன் இணைந்த குழுக்களினது பிரசாரசக்திகளும்தான், *மாத்ருபூமி*, *கலாகௌமுதி* போன்ற மலையாளப் பெருவாரிப் பத்திரிகைளின் விஷயாம்சங்களை நிர்ணயித்தவை. இப்பத்திரிகைகள், தாமாக உயர்தரத்தைப் பேணமுன்வந்த தியாகசக்திகளல்ல. தரமான எழுத்தும் எழுத்தாளர்களும் இடம்பெறாவிட்டால், பத்திரிகை விற்காது என்ற நிலையில் செயல்படுகிற பத்திரிக்கைகள்தாம் ஆவை. ஈந்நிலையை வாசகரிடையே உருவாக்கிய சக்திகளைப் பேணுவதுதான் முக்கியம். ஆனால் சு.ரா.வும் அவரது சகபாடிகளும், பிரமிளை ஒட்டுமொத்த மாக இருட்டடிப்புச் செய்கிறதுடன், பெருவாரிப் பத்திரிகைத் தளத்தி லிருந்து சீரிய ஆழ்ந்ததளம் வரை செயல்படக்கூடிய அவரை, *புதுயுகம்* சம்பந்தப்பட்டவர்கள் ஏற்கெனவே அணுகி இருந்த நிலையையே குழப்பி இருக்கின்றனர். சீரிய இயக்கம் வெகுஜனநிலைக்கு வரவேண்டும் என்று சு.ரா. ஒப்பாரி வைப்பதன் பொருள், வெறும் மாய்மாலம் மட்டுமல்ல; அந்த லட்சியத்தையே குழப்பிய துரோகச்செயலும் ஆகும். ஏற்கெனவே, *லயம்-8* இதழிலும் *வே.பிரபாகரனுக்கு பகிரங்கக்கடிதத்* திலும், பிரமிள் இதை அம்பலமாக்கி இருக்கிறார். மறைமுகமாக சு.ரா.வின் ஜாதிய இனவாதக் கைங்கர்யம், ஏற்கெனவே பிரமிள் எச்சரித்தது போன்று, முதலிதழ் *புதுயுகத்தில்* தலைகாட்டுகிறது. ஆரோக்யமான தமது எழுத்தியக்கக் காலகட்டத்தில், மலையாள தகழி சிவசங்கர பிள்ளை யின் *செம்மீன்* நாவலை மொழிபெயர்த்தவர் சு.ரா. அதில், மீனவரிடையே உள்ள பாலுறவின் லட்சியக்கொள்கை வெளிப் படுகிறது. ஆனால் *புதுயுகத்தில்*, மீனவரிடம் இவ்வித சமுக லட்சி யார்த்த ஒழுக்கம் ஏதுமற்று எவரும் எவருடனும் 'படுக்க'லாம் என, *கடல்புரத்தில்* என்ற தமிழ் நாவல் கூறுவதை எடுத்துப் போட்டிருக் கிறார்கள். 'கடல்தாய்' அதைக் குற்றமாகக் காணவில்லையாம். மீனவ சமுகசித்திரமான கட்டுரையிலேயே, போட்டோவுடன் வந்துள்ள இது பற்றி, மீனவ சமூகத்தினர்தான் பதில் தரவேண்டும். புலித்தலைவர் வே.பிரபாகரனும் இதே சமுகத்தவர் என்று கேள்வி; அவர் என்ன சொல்வாரோ? இல்லை, அவரும் இதை ஒத்துக்கொண்டு, இந்த லட்சியமே ஏகோபித்த தமிழின லட்சியமாக வேண்டும் என்று ஏதும் அறிக்கைவிடுவாரா என்பதை அறியவேண்டும். பாலுறவின் ஒழுக்கம், நுண்ணிய உணர்வுகளுக்கான அத்யாவசிய அத்திவாரம். இந்த ஒழுக்கம் இல்லாத இடத்தில், இதை வரவழைப்பதுதான் சமுக உணர்வாகும். இதை உணராதவர்கள் மூடாத்மாக்கள். 'கடல்புர'த்தினருக்கு இந்த ஒழுக்கம் முக்கியமல்ல; பண்டிகையன்று மீன்பிடிக்கக்கூடாது என்பது தான் முக்கியமான ஒழுக்கமாம். அடுத்த பக்கத்துப் போட்டோவுடன், இது பற்றி *கடல்புரத்தில்* இருந்து மேற்கோள். அதாவது, மீனவர்களை

மூடர்களாகவே இவ்விரண்டு மேற்கோள்களும் சித்தரிக்கின்றன. ஆனால் அபூர்வமனிதராகக் காட்டப்படுகிறார் ஒரு 'ஐயர்'. இந்திய சீரிய எழுத்தை இலங்கையிலும், இலங்கையின் சீரிய எழுத்தை இந்தியா விலும் அறிமுகப்படுத்தும், புத்தக விற்பனையாளரான பத்மநாபன் இவர். இதில், 'ஐயர்' ஏன் என்று சு.ரா.வுக்குத்தான் வெளிச்சம். பத்மநாபனின் 'சேவை' மூலம், ஏதோ இந்தியத் தமிழகமும் இலங்கைத் தமிழகமும் இணைந்துவிட்டதாக, புதுயுகம் பிரமை எழுப்புகிறது. ஒருசில நூறுபேர்களைத் தமிழகத்தில் எட்டுகிற சீரிய சிறுபத்திரிக்கை உலகினுள், இன்னும் மிகக் குறைந்த அளவினரைத்தான் அவரது சேவை எட்டியுள்ளது; அவ்வளவுதான் முடியும். மற்றபடி, திராவிட இயக்கங் களும் கட்சிகளும்தான் இலங்கை இந்தியத் தமிழுறவை நிர்ணயிக் கின்றன. இலங்கைத் தமிழர்களினால் இலங்கைவாழ் இந்தியத் தமிழர் இரண்டாம்பட்சத் தமிழராகக் கணிக்கப்படும் உண்மைக்கு இந்த இயக்கங்கள் அழுத்தம் கொடுத்தால், அந்த உறவும் அதோகதிதான். இது ஒருபுறமிருக்க, புதுயுகத்தில் சமூக உணர்வு வேலை செய்திருந்தால், மீனவரைப் பற்றிய கட்டுரையுடன் ஒரு செம்படவ அபூர்வ மனிதரே அறிமுகம் பெற்றிருப்பார். சிலவேளை, அடுத்த இதழில் பிராமணர் களைப் பற்றி சமூகவியல் கட்டுரை சி.என்.அண்ணாதுரையின் 'பூசாரி மகள்' நாவல் மேற்கோள்களுடன் வெளிவந்தால்தான், முதலிதழின் பாவமூட்டைக்கு சமானமாகுமோ ஏதோ! இதைவிட, அடுத்த இதழ் ளுள் ஒன்றில், இந்தியாவின் அபாரமான அபூர்வ மனிதரான டாக்டர் அம்பேத்கர் 'பறையர்' பற்றி, சுந்தர ரமசாமி 'கைப்பட' முழுநீள சரிதை ஒன்றை எழுதுவதுதான், அவருக்கும் புதுயுகத்துக்கும் ரட்சிப்பாகும். நடக்குமா நடக்காதா?'' ....

அதைக் கேட்ட நந்தி, 'பிரமிளின் விமர்சனம், தனிநபர் குரோதங் களின் கத்தல்கள்!' என்று கத்திவிட்டு, ஓடிபோய்த் தூர நின்று கொண்டான்.

நாரதன், அலட்சியமாகத் தொடர்ந்தான்: 'சு.ரா.வும் அவரது அடப்பக்காரர்களும், அட்ஜஸ்ட்மெண்டைத் தவிர வேறு ஏதும் அறியாதவர்கள். ஒருவன் ஆட்ஜஸ்ட்மெண்டை நேர்ப்பேச்சிலும் விமர்சனங்களிலும் மறுத்தால், உடனே அவன் தனிநபர் குரோதம் பாராட்டுவதாக ஊளையிட ஆரம்பிப்பது, ஞானக்கூத்தன், ராம கிருஷ்ணன், அசோகமித்திரன் ஆகியோரால் உருவாக்கப்பட்ட டெக்னிக். வெங்கட் சாமிநாதன் இதை இரவல் வாங்கினார்; பிரமிளின் விமர்சனங்களைச் சந்திக்க முடியாமல் போனபோது உபயோகித்தார். இதை இப்போது, சு.ரா. இரவல் வாங்கி இருக்கிறார். அத்தகைய கூற்று, ஒன்றைத்தான் நிரூபிக்கிறது - பாதகமான விமர்சனத்தை இவர்களால் வேறு எவ்வழியிலும் சந்திக்க முடியாது என்பதை!'

'சுயலாபம்! சுயலாபம்!' கத்தினான் நந்தி.

'சுயலாபம் என்பது, பொருள்ரீதியானதாக மட்டுமே அர்த்தம் பெறமுடியும். பிரமிள் செய்கிற எல்லாமே, பொருள்லாபத்தை வரவொட்டாமல் செய்கிற வேலை. அவரைப் பிரசுரிப்போர்கூட, பொருள் நஷ்டப்பட்டுத்தான் பிரசுரிக்கின்றனர். ஆக, இதை உணர்வோர் யாரும் அவரைப் பிரசுரிப்பதில்லை. ஞானரதத்தில் ஜே.ஜே. பற்றி அவர் எழுதியதைப் பிரசுரித்ததுக்காக, கே.வி. ராமசாமியை அசோகமித்திரன், 'ஏன் அவனுடைய கட்டுரையைப் போட்டே?' என்று மிரட்டிக் கேட்ட துடன், குவைத்தில் இருக்கும் ஞானரதம் உரிமையாளருக்கு எழுதி, கே.வி.ரா.வின் ஆசிரியத்துவத்தையே பறிமுதல் செய்யவைத்திருக் கிறார். விடுதலைப் புலிகள் இயக்கத்தின் அரசியல் பிரிவினருக்காக, பிரமிள் மிகமிகக் கடுமையான மொழிபெயர்ப்புகளைச் செய்ததுடன், அதற்காகப் பணமும் பெறுவதை அறிந்த சு.ரா. கும்பல், புலிகள் இயக்கத்துக்காக பப்ளிஸிட்டி வேலைசெய்யும் வசந்த பிரதீப் குமார், பஷீர் அஹமத் இருவரையும் மூளைச்சலவை செய்து, அவர்கள் மூலம் புலிகளின் அரசியல் குழுவினரையும் மூளைச்சலவை செய்து, பிரமிளுக்கு அவர்களுடன் இருந்த தொடர்பைத் துண்டித்திருக்கிறது. இவ்வளவுக்கும், ஒரு அரசியல் ராணுவ இயக்கமான புலிகள் இயக்கம் பிரமிளின் அபாரமான கடின உழைப்புக்குப் படியாகக் கொடுத்ததை, 'இது அவ்வளவும் ரத்தம்' என்று கூறியே பிரமிள் ஏற்றார். பப்ளிஸிட்டி யில் யந்திரத்தனமான வேலைகளைச் செய்த மேற்படி நபர்களோ, தங்களுக்குத் தொடர்ந்து லாபம் கிடைப்பதுக்கேற்ற விதமாக, புலிகளின் பணத்தினை 'மீடியா ஸ்டார்லிங்' வெளியீடாக மாற்றிக்கொண்டு, புதுயுகம் பத்திரிகையை அபார பகட்டுடன் ஆரம்பித்திருக்கிறார்கள். புதுயுகத்தில் முதலிடம் பெறுவோர், இதுவரை எங்கோகிடந்த சு.ரா. கும்பலினர். கடுமையான உழைப்பு முதலிய ஈடுபாடுகளை, புலிகளுக்கு இவர்கள் தராதவர்கள். எவருடையது சுயலாபம்??''

நந்தி இதற்குப் பதில் சொல்ல சு.ரா.விடம் சரக்கு இல்லாததை உணர்ந்து, 'ஊங்கா, ஊங்கா ஊங்கா' என்று முக்காரம் போடத் துவங்கினான்......

இதைக் கேட்ட நாரதன், ''நாராயணா!'' என்று கதறினான். அக்கணம் நந்தியின் மூச்சில், திசைகள் அதிர ஹூங்காரம் செய்தபடி, கோடிக்கணக்கான சூர்யர்களைக் கொண்ட பால்வெளி மண்டலச் சுழல் ஜ்வலித்து மறைந்தது. திடுக்கிட்டுக் கைகுவித்த நாரதன், ''ஆமாம், உனக்கு நெற்றியில் அவன், மூச்சில் இவன், பைத்தியமாகிவிட்டான் நாக்கில் இருக்கும் அயன்,'' என்றான்.

அஜித், லயம்-9, ஏப்ரல் 1987

(தேர்வு செய்த பகுதிகள் மட்டும்).

புதுயுகம் பற்றி : பிரமிள் பதில்கள்

சென்ற இதழ் லயத்தில், புதுயுகம் பத்திரிகை சம்பந்தமாக வெளியானவை பற்றிப் பிரமிளிடம் சில சென்னை வாசகர்கள் கேட்ட கேள்விகளும் அவரது பதில்களும்...

- லயம்.

ஸி.ஏ. வெங்கடேசன் : *புதுயுகம் பத்திரிகையில் உங்களுக்கு இடம் தரப்பட வில்லை என்ற பெர்சனல் காரணத்துக்காகத்தான், நீங்கள் சென்ற இதழ் லயத்தில் விடுதலைப்புலிகளுக்குப் பகிரங்கக் கடிதம் எழுதியதாக, புதுயுகக்காரர்கள் கூறலாமல்லவா?*

பிரமிள் : ஆப்பிரிக்காவில் காந்தியை முதல் வகுப்பு ரயில் பெட்டியிலிருந்து வெள்ளைக்காரன் தூக்கி வீசியபோதுகூட, காந்தி பெர்சனலாகத்தான் பாதிக்கப்பட்டார். ஆனால் இவ்விதம் பாதிக்கப்படுபவரது பார்வை எவ்வளவு தூரம் விரிவுபட்டது என்பதை, இதற்கு அப்புறம் அவர் தருகிற எதிர்வினைதான் நிர்ணயிக்கும். அந்த எதிர்வினையை ஆராய்வதன் மூலம், அவர் ஏன் வெளியே வீசப்பட்டார் என்பதையும், அவரையே வெளியே வீசுகிறவர்கள் சாதாரண ஜனங்களுடன் எப்படி நடந்து கொள்வார்கள் என்பதையும் அறிய முடியும். விடுதலைப்புலிகளினது அரசியல் பிரிவினரை, உடனடியாக இந்தக் கோணத்தில் நாம் பார்க்கவேண்டிய அவசியம் உண்டு.

கேள்வி : விடுதலைப்புலிகள் இன்று பலருடைய விமர்சனத்துக்கும் உட்படுகின்றனர். இலங்கை ராணுவத்தை எதிர்த்து அங்கே தமிழ் மக்களைக் காக்கும் இவர்களை, இப்போது விமர்சிப்பது சரியா?

பிரமிள் : இலங்கையில், களத்தில் போரிட்டு உயிரைப் பணயம் வைப்பவர்களை விமர்சிக்க, நான் அருகதை அற்றவன். அவர்கள் சிந்தும் ரத்தத்திற்காக, அங்குள்ள தமிழர்கள் கண்ணீர் சிந்தித்தரும் வரிப்பணத்தை, சிலர் குறுகிய சுயலாபங்களுக்காக இங்கே விரயப் படுத்துகிற செயலையே நான் விமர்சிக்கிறேன்; கண்டிக்கிறேன்.

கேள்வி : *இதைச் செய்ய நீங்கள் உரிமையுள்ளவரா? 1972-லேயே நீங்கள் இலங்கையிலிருந்து இங்கே வந்துவிட்டீர்களே?*

பிரமிள் : இத்தகைய காரணம் எனது விமர்சன உரிமையை மறுக்குமானால், ஆண்டன் எஸ்.பாலசிங்கமும் கூட விடுதலைப்புலிகளுக்கு ஆலோசகராக இருக்க உரிமையற்றவர்தாம்; அவர் ஒரு பிரிட்டிஷ்பிரஜையாகிவிட்டவர். A.S. Balasingham is a British Passport holder.

கேள்வி : *பணம் விரயப்படுத்தப்படுகிறதா?*

பிரமிள் : சந்தேகமில்லாமல்! புதுயுகத்துக்காகச் செய்யப்பட்ட போஸ்டர் விளம்பரமே மிகப் படாடோபமானது. இவ்வளவுக்கும் பத்திரிகைக்காக மூன்றரை லட்சம் ரூபாய்தான் ஒதுக்கப்பட்டுள்ளது. பத்திரிகையோ அரசாங்க அறிக்கையின் வறட்டுத்தனத்தைப் பிரதிபலிக்கிறது. அம்ஷன் குமார், அடேல், சுந்தர ராமசாமி எழுதியவை, பத்திரிகையின் வெகுஜனதளத்தைப் புரிந்துகொண்டு எழுதப்பட்டவை. ஆனால் முக்கிய கட்டுரைகளை எழுதிய பாலசிங்கமும் சி.மோஹனும் குழப்பத்தையும் வறட்சியையும் காட்டுகின்றனர். அத்துடன், சுந்தர ராமசாமியின் முரட்டுப்பிடிவாதங்களை வலியுறுத்தும் போக்கு, அவரது கட்டுரையிலும் மோஹனுடையதிலும் தெரிகிறது. ஒரு குழூத்தன்மை, குழப்பம், வறட்சி... இவை எந்தப் பத்திரிகைக்குமே விருத்தி தராது.

கேள்வி : *லயத்தில் கூட குழூத்தன்மை உள்ளதாகக் கூறலாமே?*

பிரமிள் : *லயத்தில்* வெளியாகிறவற்றுக்கு, விமர்சனமும் விரிந்த பார்வையுமே உறுதிகள். க.நா.சு.வின் குறைகளுடன் நிறைகளையும் *லயம்* காட்டுகிறது. ஜாதீயத்தையும் வெங்கட்சாமிநாதன், சுந்தர ராமசாமி ஆகியோரது பார்ப்பனீயத்தையும் அம்பலப்படுத்தும் அதே வீச்சில் பிராமணீயம்-ஆன்மீகம் சார்ந்த உன்னதங்களையும் படைப்புகளையும் வெளியிடுகிறது. ஸஃப்ரபூ சங்கர் எழுதிய 'காலத்துக்கு அப்பால்' சிறுகதை, பிராமணீய சமூகத்தின் நசிவையையும் சிறப்பையும் உட்பொருளாகக் கொண்டது. இதுவே, *லயத்தின்* புதுமைப்பித்தன் -மௌனி நினைவுச் சிறுகதைப் போட்டியில் முதல் பரிசு பெற்றுள்ளது. புதுயுகம் வறட்சியாக இருப்பதன் காரணம், பிரச்னைகளை அது விமர்சனபூர்வமாக அணுகாமை. எனது நோக்கம், அது சரியாகச் செயல்படவேண்டும் என்பதே. இதற்கு சிக்கனம், படாடோபமின்மை, பிரச்னைகளைத் திறந்தமனத்துடன் சந்தித்து, பல்வேறு பார்வைகள் உள்ளவர்களைப் பிரசுரித்தல்தான் சரியான வழி. இவை கவனிக்கப் படாவிட்டால், புதுயுகம் ஒருசில மாதங்களைக்கூடக் காணாத மினியுகமாகிவிடும்.

கேள்வி : *இன்று, ஹிந்திப் பிரச்னை காலாவதியாகிவிட்ட ஒன்று. இதையே புதுயுகம் உணராமல் பெரிதுபடுத்துகிறது. உண்மையைச் சொன்னால், சென்ற இதழ் லயம், தீக்ஷண்யம் பூராவையும் நான்*

பஸ்ஸிலேயே படிக்கத் தூண்டும்படி அவை அமைந்திருந்தன. முக்ய காரணம், அவற்றின் பிரச்னைத் தன்மை. எனக்கென்னமோ, நீங்கள் புதுயுகத்துடன் தொடர்பு கொண்டிருந்தால், அதையே விமர்சிப்பீர்கள் என்றுதான் தோன்றுகிறது!

பிரமிள் : யாத்ரா ஆரம்பத்தில் என்னுடன் தொடர்பு கொண்டிருந்த போது அதை விமர்சித்தேன்; தொடர்பு துண்டிக்கப்பட்டது. அத்துடன் *யாத்ரா*, படைப்பியக்கக் களத்தில் நிர்மூலமும் அடைந்தது. *லயம்* பத்திரிகை இதழ்களை விமர்சித்து, கடிதத்திலும் நேரிலும் நான் ஆசிரியருக்குக் கூறி வந்தவற்றினை ஆசிரியர் கருத்தில் எடுத்தார். விளைவு? இரண்டு வருஷங்களுள், எட்டு இதழ்களுள், அது படைப்புத் துறையில் காட்டிய விளைச்சல். என்னுடன் புதுயுகம் உரியபடி சம்பந்தம் வைத்திருந்தால், பாலசிங்கம்கூட ஜே.கி பற்றி அவ்விதம் எடுத்துக்கொண்ட விஷயத்துக்கோ பத்திரிகைக்கோ நியாயம் செய்யாத கட்டுரையைத் தர அனுமதித்திருக்கமாட்டேன். அவர், இதைவிட எளிமையாகவும் ஆழமாகவும் தகவல் ரீதியாகவும் எழுதக் கூடிய அபூர்வமான எழுத்தாளர். ஆனால் கண்காணிப்பு இல்லா விட்டால், இப்படி மோசமாக எதையாவது கிறுக்கித்தரக்கூடியவர். எனவே, எனது விமர்சனம் நன்மையைத்தான் புதுயுகத்துக்குச் செய்யும். ஆனால் அதில் உள்ளவர்கள் என் விமர்சனத்தை அஞ்சாமல் சந்தித்தால் தான் இது சாத்யம்.

கேள்வி : வேறுவகையில் புதுயுகம் தனது வறட்சியை நீக்கி விருத்திபெற முடியாதா என்ன?

பிரமிள் : நாசுக்காக சினிமா உலகத்தின் பாவாடை நாடாவைப் பிடித்து இழுத்துவந்து காட்டுவதன் மூலம்...!

கேள்வி : கவர்ச்சி அம்சங்கள் மூலம் இதைச் செய்யலாம் என்பது புதுயுகத்துக்கு அவசியமில்லை. முதலிதழே, நுண்கலையான பரத நாட்டியம் பற்றி...

பிரமிள் : ஆம். இது போட்டோ கவர்ச்சியாக மட்டும், ஒரு சிறு குறிப்புடன் வெளிவந்திருக்கிறது. பரதக்கலையின் மீது ஏதும் அக்கறை கொண்டு செய்யப்பட்ட வேலை அல்ல அது. மேலும், போட்டோவின் அசைவின்மையிலேயே, முகபாவம், அதிவேகம் ஆகியவற்றை ஒரு உயர்ந்த கலைஞரிடம் காணலாம். இன்று இத்தகைய அம்சங்களை, மூத்த பரதக்கலைஞரான சந்திரலேகா, இளையவரான ஸ்ரீநிதி ஆகியோரிடம் காணமுடியும். சந்திரலேகா அபாரமான பரிசோதனைகளைக் கூட செய்கிறார். ஸ்ரீநிதி, பரதக்கலையின் இளைய ராக்ஷஸி. கவர்ச்சிகளைத் தாண்டிப் பார்க்கும் கண்களுக்குத்தான் இவர்கள் தென்படுவார்கள்.

சங்கரராமன் : (இவர், ஜே.கே. கூறுவதை அவதானிக்கும் அன்பர்.) புதுயுகத்தில் பாலசிங்கம், ரொம்பக் குழப்பமாக அல்லவா கிருஷ்ண மூர்த்தியை அறிமுகப்படுத்துகிறார்? அடுத்த இதழில் கம்யூனிச மனிதனை அறிமுகம் செய்யப்போகிறாராம். ஜே.கே.க்கும் கம்யூனிஸ்டுக்கும் என்ன சம்பந்தம்?

பிரமிள் : ஜே.கிருஷ்ணமூர்த்தியை ஏற்கெனவே படித்திருப்பவர்கள், பாலசிங்கம் கட்டுரை பற்றி நீங்கள் சொல்வதைத்தான் சொல்வார்கள். கிருஷ்ணமூர்த்தியை அறிந்திராதவர்கள் பாலசிங்கம் கட்டுரையைப் படித்துவிட்டு, தலைமயிரைப் பிய்த்துக்கொள்வர்கள்.

அழகியசிங்கர் : இப்பத்திரிக்கையை நாலு ரூபா கொடுத்து யார் வாங்கப் போகிறார்கள்? கனமான விஷயங்களை, கொஞ்சப்பேர்தான் படிப்பார்கள். புதுயுகம் கனமாகவுமில்லை; சாதாரண ஜனங்களுக்குப் புரியவுமில்லை.

பிரமிள் : புதுயுகத்தில் உள்ள விஷயம் அவ்வளவையும், புரியக்கூடிய ஜர்னலிஸத் தமிழில் தெளிவாகச் சொல்லிவிடலாம். அப்படிச் சொன்னால், அதுவும் ஒரு பெருவாரிப் பத்திரிகை ஆகிவிடும் என்று புதுயுகவாசிகள் பயப்படுகிறார்கள். இந்த பயம், ஒரு snobbery-யைக் காட்டுகிறது. புதுயுகத்தில் ஆராயப்படுவனவற்றைவிட நேரடியான பிரச்னைகளை, ஜுனியர் விகடன் போன்றவை மிக எளிமையாக ஆராய்கின்றன. ஸ்தலத்துக்கே போய், வெவ்வேறு கோணத்துப் பார்வைகளையும் பதிவுசெய்து வெளியிடுகின்றன. இதைச் செய்யக்கூடிய சக்தி, snobbery பண்ணக் கிளம்புகிறவர்களுக்கிராது.

அமிர்தராஜ் : புதுயுகத்தை இந்தவிதத்தில் கொண்டுவரலாம் என்று, என்ன அடிப்படையில் இவர்கள் நம்பினார்கள்? இதற்கு முன், எதிர்முனையை கொண்டுவந்திருந்தால்கூட இப்படித்தான் இருந்திருக்குமோ?

பிரமிள் : எதிர்முனை, மாணவர்களுக்கான பத்திரிகை. மிக எளிமையாக இருக்கவேண்டும் என்று வஸந்த், என்னிடம் ரொம்பச் சொல்லி இருந்தார். எனவே, அதற்கு நான் தந்த ‘காலவெளிக் கதை’ என்ற விஞ்ஞானக் கட்டுரை, குழந்தைகளுக்கு எழுதப்பட்ட தோரணையில் வந்திருக்கிறது. ‘விஞ்ஞானமும் விபூதிப்பட்டையும்’ சற்றே கடினம். ஆனால் லகுவான எழுத்து. ‘குதிரைமலை நிகழ்ச்சி’ - இது ஒரு வித ஸயன்ஸ் கற்பிதக்கதை. இவற்றுள் ‘குதிரைமலை நிகழ்ச்சி’, இப்போது நான் எழுதிக்கொண்டிருக்கும் ஆங்கில நாவலுக்குள் வந்துவிட்டது. மற்றையவற்றை லயத்தில் பார்க்கக்கூடும். புதுயுகத்தை ஏன் இப்படி வெளியிட்டார்கள்? இதற்குக் காரணம், ‘விடுதலைப்புலிகள்’ என்ற பத்திரிகையின் விநியோகம்தான். அது சுமார் அரைலட்சம் பிரதிகள் போயிற்று; ஆனால் அது விற்பனை அல்ல. இலங்கைத் தமிழர் மீது

ஏற்பட்ட அநுதாபத்தின் விளைவுதான் அது. பத்திரிகைக்கு அன்றி, இலங்கைத் தமிழரது விடுதலைக்காக இரண்டு ரூபாய் நன்கொடை தருகிறேம் என்றே அதை வாங்கியிருக்கிறார்கள் மக்கள். வாங்கியவர்கள் அதைப் படிப்பதுமில்லை. இது விஷயம் புதுயுகத்துக்காரர்களுக்குத் தெரியாதது. தங்கள் லாபத்தின் மூலம் மட்டுமே நோட்டம் விட்டமையின் விளைவான குருட்டுத்தனம் இது. எனவேதான், புதுயுகம் ஒரு இருபதாயிரமாவது விற்கும் என்று கணக்குப்போட்டு, இந்த ரகத்தில் பத்திரிகையைப்போட்டார்கள். தமிழகத்தில், வீட்டில் உள்ள யாவரும் படிப்பதற்காகவே பத்திரிகைகள் வாங்கப்படுகின்றன; இதுகூடப் புரிய வில்லை இவர்களுக்கு. எனக்குத் தெரிந்த ஒரு வீட்டினர், புதுயுகத்தை கிழித்து வீசி இருக்கிறார்கள். காரணம், கடல்புரத்தில் என்ற வண்ண நிலவன் நாவலில் இருந்து தரப்பட்ட ஒரு மேற்கோள். பிலோமி எவனுடன் படுத்தாலும் சமுத்திரத்தாய் கடவுள் கோபிக்கமாட்டாள் - என்ற வரி அது. மனிதர்களது பலவீனங்களுக்கும் ஒரு சிலரது பலங்களுக்கும் இடையே சம்பவிப்பது சமூகம். இதை ஒரு எழுத்தாளன் முதலில் உணரவேண்டும்.

கேள்வி : *இவ்வளவு குருட்டுத்தனம் 'இன்டலக்சுவல்'களுக்கு இருக்குமா? ஆச்சரியமா இருக்கிறது!*

பிரமிள் : குருட்டுத்தனம் யாருக்கு வேண்டுமானாலும் வரும்; வெறி பிடித்தால் போதும். புதுயுகத்தைப் பயன்படுத்த வந்த சுந்தர ராமசாமி குழுவினருக்கு வெறி. தங்கள் இன்டலக்சுவல் மனம் 'ரொம்பப் பேரை' எட்ட வேண்டும் என்ற வெறி. ரொம்பப் பேர் உயர்ந்த விஷயங்களைப் படிக்க வேண்டும் என்ற அக்கறை அல்ல இது. அத்தகைய அக்கறை உள்ளவர்கள் மிக அடக்கமாகவே செயல்படுவார்கள்; ஜனங்களை குழந்தைகளாகப் பாவித்து, அவர்களுக்கு விஷயங்களைத் தருவார்கள். இவர்களோ, ஜனங்களை முட்டாள்கள் என்று வெளிப்படையாகவே கூறும் ரகத்தைச் சேர்ந்தவர்கள். இவர்களுள் முக்யமான புள்ளிகளுக்கு, பல விஷயங்களைப் பற்றி அறியாமைதான் உண்டு. சுந்தர ராமசாமிக்கு, விஞ்ஞானவியலின் அரிச்சுவடி கூடத் தெரியாது. நட்சத்திரத்துக்கும் கிரகத்திற்கும் வித்தியாசம்கூடத் தெரியாத ஜன்மம் அது. மேலும், பாட்டனார் ஆகிவிட்ட ஒரு சநாதனி அவர். நவீன மோஸ்தர்களைக் கடைபிடித்து, ஊரை ஏய்க்கிற சநாதனி. சுந்தர ராமசாமியின் இருதயம், இன்றும் திருவிதாங்கூர் சமஸ்தானத்து வாசற்படியில்தான் கிடந்து துடித்துக்கொண்டிருக்கிறது. இதை இவரது நாவலான *ஜே.ஜே.சில குறிப்புகளுக்கு* எழுதிய விமர்சனத்தில் காட்டி இருக்கிறேன். இவருக்கும் முப்பது வயது தாண்டாத இளைஞர்களால் நடத்தப்படும் பத்திரிகையே புதுயுகம் என்ற டமாரத்துக்கும் என்ன சம்பந்தம்?

முரளி கிருஷ்ணா : நீங்கள் என்ன வேண்டுமானாலும் சொல்லுங்கள்; புதுயுகத்தில் அச்சுப்பிழை இல்லையே?

பிரமிள் : உண்டு. ஜே.கிருஷ்ணமூர்த்தி பற்றி பாலசிங்கம் எழுதும்போது, 'புத்தரின்' என்பதுக்குப் பதிலாகப் 'புத்தனின்' என்றிருக்கிறது. மனிதனது மிருகத்தனத்தை தாண்டியவரை, மனித மிருகத்தனங்களின் எல்லைக்குள் கொண்டுவந்த அச்சுப்பிழை அது. நான் புத்தரை, 'புத்தர்பிரான்' என்றுதான் வழக்கமாகக் குறிப்பிடுவேன். அவரைப் பொறுத்தவரை, என் கட்டுரை எதிலும் இப்பிழை அச்சுப்பிழை வராது. யேசு, முகமது நபி ஆகியோரைக் குறிப்பிட வேண்டிவந்தால், பாலசிங்கத்தின் கட்டுரையில் இந்த அச்சுப் பிழை வந்திராது என்பதையும் கவனிக்க வேண்டும்.**முடிவுரை :** சென்ற *லயம்-8* இதழில் புதுயுகம் பற்றி வந்தவை, பின்வரும் விளைவை ஏற்படுத்தி உள்ளன. 10.1.1987 இரவு, 'விமலாதித்த மாமல்லன்' என்ற ஸி.நரசிம்ஹன் என்ற 'எழுத்தாளர்', அடையாறு தியாஸபிக்கல் ஸொஸைட்டியின் வாசலில் நான் பஸ்ஸிற்குக் காத்துக் கொண்டு நின்றபோது, சில காட்டுமிராண்டிச் சுலோகங்களை உச்சரித்துவிட்டு, என்னைத் தாம் அடித்து விடுவதாக மிரட்டினார். எழுத்து வடிவில் எழுப்பப்பட்ட பிரச்னைக்கு, பொறுப்புள்ள முறையில் எழுத்து வடிவிலேயே அவர் பதில் தரவேண்டும் என்று நான் கூறியது, அவரது பிரக்ஞையை எட்டவில்லை.

1980-களின் ஆரம்பத்தில்தான், இந்த ஆசாமி எனக்குப் பழக்கமானார். இலக்கிய ரீதியாகவா? இது எனக்குப் புரியாத மர்மம். ஆனால் நான் பழக்கத்துக்கு ஏற்றவனாக இவரது கடாக்ஷத்தைப் பெற்றதுக்கு, இலக்கியம் முகாந்திரம் அல்ல. பீட்டர்ஸ் காலனி எதிரே, என்னை எனது பிரிட்டிஷ் (வெள்ளை) நண்பர் ஒருவருடன் இவர் பார்த்து விட்டார். அந்த பிரிட்டிஷ்காரரின் வெளிச்சம் என்மீது விழுந்தமை தான், என்னை இவரது கடாக்ஷத்துக்கு உரியவனாக ஆக்கிற்று. குடுகுடு என்று என்னிடம் வந்து பேசினார். பிறகு, நான் எழுதிய *ஸ்ரீலங்காவின் தேசீயத் தற்கொலை* புத்தகத்துக்குப் பணம் திரட்டி, அது வெளிவர உதவினார். ஆனால், என்னுடன் ஒரு சில நிமிஷங்கள் கூட உட்கார்ந்து, எது பற்றியும் இவர் கருத்துப் பரிமாறியதில்லை. "ஆங்கில அறிவை விருத்தி செய்துகொள்ளுங்கள். எளிய ஆங்கில நூல்களில் ஆரம்பியுங்கள்," என்ற தோரணையில் நான் சொன்னது, அவருக்கு உகக்கவும் இல்லை. இதற்கும் மேல்போய், அவரது வீட்டிற்கு நான் சென்ற சமயத்தில், அவரது தாயாரை இவர், பண விஷயமாக அடித்து உதைத்து வருத்துவதை நான் அறிந்துகொள்ளவேண்டியதாயிற்று. (இந்த விபரம், இவரை நேரில் தெரிந்த எல்லாரும் அறிந்துள்ள ஒன்று.) இது, இவர் மீது எனக்கு ஒரு கசப்பையும் இவரது அடிப்படைக் குணாம்சத்தைப் பற்றிய

தெற்குவாசல் **305**

சந்தேகத்தையும் ஏற்படுத்திற்று. என்னைப் போன்றோருடன் பழகுவதே, தம்முடைய அடிப்படைக் குணாம்சத்தை மறைப்பதுக்காகவோ என்றும் தோன்றிற்று.

ஏனெனில், இவர் எனக்காக வரிந்துகட்டிக்கொண்டு என் சிற்பங்களின் போட்டோக்களை அங்கே இங்கே 'காட்டுகிற' வேலையைக்கூட செய்துவந்திருக்கிறார். இதெல்லாம் ஏன் என்று எனக்குப் புரியவில்லை. அப்புறம் ஒருநாள், என் முன்னாடி வைத்துப் பக்ஷீர் அகமதிடம், எனக்குப் பணவிஷயம் பற்றி எதுவும் தெரியாது என்றும் எனக்குத் தாமே 'பண மாஸ்டர்' ஆகுவதுதான் நல்லது என்றும் கூறினார். தமது வீட்டின் பண மாஸ்டராக இருக்கும் இவரது லட்சணத்தில், 'போதும் போதும்,' என்று எனக்கு ஆகிவிட்டது. இதற்குப் பின்பு தான், ஆபாத்பாந்தவராக வந்தார் அசோகமித்திரனார். மியூசிக் அகடாமியில் நான், எஸ்.வி.ராமகிருஷ்ணனுடன் பேசிக்கொண்டிருந்தபோது, அ.மி. வந்து என்னிடம், ''இந்த மாமல்லன்... இந்த மாமல்லன்...'' என்று, ஒருவிதக் குற்றச்சாட்டுத் தோரணையில் ஆரம்பித்தார். நான் உடனே, ''அவருக்கு நீங்கள்தானே mentor *(விவேக வழிகாட்டி)? அம்மாவுடன் அவருக்கு உள்ள உறவைச் சரிப்படுத்தக்கூடாதா?* I don't think, a peron who has such a violent relationship with his mother, can ever be a Writer. I can understand why his stories are so bad. *(தாயுடன் வன்முறைரீதியான உறவுள்ள இத்தகைய ஒருவர், எழுத்தாளராக முடியாது; இவரது கதைகள் ஏன் மோசமாக இருக்கின்றன என்று எனக்குப் புரிகிறது!)''* என்றேன். ஹய்யா! இது போதாதோ! அசோகமித்திரனார், உடனே இதைக் கொண்டு போய் மாமல்லனிடம் சேர்ப்பித்திருக்கிறார். இதற்குப் பின்பு மாமல்லன் என்னுடன் 'சோத்தி' இல்லை. இப்போது, **10.1.1987** இரவு... எக்ஸ்ட்ரா. மொத்தத்தில், மனோவியாதிகள் பற்றிய அக்கறை உள்ளவர்களின் ஃபைலில் இருக்கவேண்டிய கேஸ் ஹிஸ்டரி இது. ''என்னுடைய பெயரை இழுத்து இந்த எச்சரிக்கை விஷயமாக ஏதும் எழுதினால்... பேசமாட்டேன், அடிப்பேன்.'' என்பது இவரது எச்சரிக்கைகளில் ஒன்று. எழுதிப்படைப்பவன், இத்தகைய சந்தர்ப்பங்களில் எழுதித் தொலைக்கவும் வேண்டியிருக்கிறது.

புதுயுகம் பிரச்னைக்கும் இவருக்கும் என்ன சம்பந்தம்? எனக்கும் இவருக்கும் ஒரு சமயம் இருந்த ரகமான சம்பந்தமாகத் தோன்றவில்லை. என் கோணத்திலிருந்து, நான் இவரை அப்போது மனிதனாக மாற்ற முயன்றிருக்கிறேன். புதுயுகம்காரர்கள் இவரை காட்டுமிராண்டியாகவே மதித்துப்போற்றி வருகிறார்களோ ஏதோ! அதுதானே லாபகரமான உறவு? மனிதனாக இத்தகையவரை மாற்ற முயன்றால், அப்புறம் 'டூ'வாகி, ஒருநாள் நடுத்தெருவில் வைத்து 'அடிச்சுப்புடுவார்' இவர். இப்பேர்ப்பட்ட ஒருவர் 'எழுத்தாளர்' என்றால், இது 'புதுயுகம்'தானே?

ஸ்ரீலங்காவின் தேசியத் தற்கோலை நூல் வெளிவர உதவியவருடன், நான் தொடர்பைத் துண்டிக்க யோசித்துக்கொண்டிருந்த சமயத்தில், அவர் செய்த உதவிக்குப் பிரதியாக, அவர் மிக விரும்பிக் கேட்ட என் 'காவேரி' சிலை (லயம்-8 அட்டை)யைக் கொடுத்துவிட்டேன். எனக்கு, இலங்கையில் எஸ்.கோபாலகிருஷ்ணன் என்பவர் போஷகராக இருந்திருக்கிறார். இங்கே டேவிட் சந்திரசேகர். இவர்களுள், டேவிட்டின் போஷணையை மட்டும், சுமார் பதினைந்தாயிரத்துக்குக் கணிக்கலாம். ஆனால் 'உதவி'யைப் பணத்தின் மூலம் கணிப்பது அசாத்தியம். தமது உதவி பற்றி, நான் எதுவும் எழுதிவிடக்கூடாது என்பது டேவிட்டின் பிடிவாதமும்கூட. அவருக்குப் பிரதியாக, நான் எனது நட்புறவைத் தவிர, எதையும் தர முடிந்ததில்லை. இப்போது, வஸந்த (பிரதீப்)குமார் எனக்கு உதவியதாக ஒரு பேச்சு எழுந்திருக்கிறது. வஸந்த் செய்த உதவி, எனக்கு விடுதலைப்புலிகள் மொழிபெயர்ப்பு வேலையைத் தொடர்புபடுத்தியது தான். இந்த வேலை கடினமானது. இத்தகைய கடின வேலை எதையும், வஸந்த் விடுதலைப்புலிகளுக்குச் செய்ததில்லை. வேறு எவராலும் செய்யமுடியாதிருந்தவற்றைச் செய்யவே, நான் அழைக்கப்பட்டிருக்கிறேன். இந்த மொழிபெயர்ப்புகள், விடுதலைப்புலிகளின் அரசியல் வகுப்புக்களுக்கு அத்யாவசியமானவை. எனவே, இதில் யார் யாருக்கு 'உதவி'னார்கள் என்பதை அறுதியிட முடியாது. மேலும், கோபால்-டேவிட் போன்றோர் என்மீது கொண்டிருந்த மதிப்புணர்வுதான், அவர்களது உதவியை உதவி ஆக்குகிறது. ஸ்ரீலங்கா புத்தகத்துக்கு உதவியவரும் சரி, வஸந்தும் சரி, இத்தகைய மதிப்புணர்வை உண்மையாகவே கொண்டிருந்தவர்களல்ல. இவர்கள் என்னுடன் கொண்டிருந்த உறவு, சந்தர்ப்பவாதம்தான். இதை நான் அம்பலப்படுத்துவதற்கு அஞ்சியே, வன்முறை மிரட்டலை இவர்களுள் ஒருவர், இருவரது சார்பிலும் தந்திருக்கிறார். எனவே, இவர்கள் உதவி செய்ய வந்தவர்களல்ல; சுரண்டுவதற்கு வந்தவர்கள் என்பதை, தாங்களாகவே நிரூபித்துக்கொண்டுள்ளார்கள்.

என்னுடைய 'கடல்நடுவே ஒருகளம்' என்ற கவிதை, விடுதலைப் புலிக ளின் பத்திரிகையில் வெளிவராமல் நித்யானந்தன் தவிர்த்ததாக வஸந்த (பிரதீப்)குமார் கூறியதனை, லயத்தில் வெளியிட்டிருந்தேன். தமக்கு இந்தக் கவிதை தரப்படவே இல்லை என்று கூறுகிறார் நித்யானந்தன். எனவே, சுமார் ஒரு வருஷமாகக் கவிதை வெளிவராமல் இருந்ததுக்கு, வஸந்தகுமார் தந்த விளக்கம் ஆதாரமற்றதாகி உள்ளது. வஸந்தும் பஷீரும் இப்போது செய்துள்ள குட்டி அரசியலின் அம்பலத்தைத் தான், மேற்படி விஷயத்துக்கும் பொருத்திப் பார்க்கவேண்டுமோ? எந்தச் சிறு சிக்கலுக்கும் பரிகாரமாகப் பிறர்மீது பழிபோடுவதே, இத்தகைய அரசியல்முறையாகும். இது ஒரு சமயத்தில், ஒரு பெரிய மொத்த விளைவாகப் பரிணமிக்கக் கூடியது. அந்தச் சமயத்தில்,

இத்தகைய அரசியல்வாதிகளினால் நிரப்பப்படுகிற இயக்கம், முற்றாக சிதறலடையவும் கூடும்.

சுமார் ஒரு வருஷத்துக்கு முன், சு.ரா. கும்பலினர் ஒரு கூட்டம் போட்டு, அதில், 'விடுதலைப்புலிகளே தமிழீழத்தின் ஒரே பிரதிநிதிப் போராளிகள்' என அறிவித்து, அறிக்கை தயாரித்து, சு.ரா. வின் 'லீடர்' கையெழுத்துடன், கையெழுத்துப் பட்டியல் ஒன்றைப் படைத்திருக்கிறார்கள். எதிர்முனையைப் புதுயுகம் ஆக்குவதற்கும், புலிகளுக்காகக் கடினமான மொழிபெயர்ப்புகளைச் செய்துகொண்டிருந்த என்னைவிட, அதிமுக்யஸ்தராகச் சு.ரா. தம்மைத் துருத்திக் காட்டுவதற்கும் செய்த ஒரு 'சீப்'ஆன ஸ்டண்ட் இது.

புலிகளுக்காக, ஒரு லட்சம் ரூபாய் நன்கொடை திரட்டித் தந்தவர் அப்துல் ரகுமான். இவரைப் பற்றி, 'சின்னக்கபாலி' ஏற்கெனவே எழுதியிருந்த கட்டுரை ஒன்றில், 'இவர் கவியே அல்ல,' என்று சொல்லப் பட்டிருக்கிறது. அக்கறையுடன், சின்னக்கபாலியின் இத்தகைய கட்டுரையை மட்டும் தூக்கிப் புதுயுகத்தில் போட்டிருக்கிறார்கள் சு.ரா.கும்பலினர். அதாவது, புலிகள் இயக்கத்தின் கலாச்சாரத் துறையைத் தனது ஏகபோகமாக்குவதற்காக, இத்தகைய நரித்தனங்களை எல்லாம் கையாண்டிருக்கிறார் சு.ரா.

புதுயுகத்தை வெளியிட்ட Media Sterling-கின் லட்சியம், சினிமாவாகவே இருந்திருக்கிறது. புலிகளின் அரசியல் பிரிவில், ஓரிரு 'சினிமாப் பைத்யங்கள்' உள்ளன. இவர்களது இந்தப் பைத்தியத்துக்கே முதன்மையாக, வஸந்தகுமார் தூபம் போட்டிருக்கிறார் - 'எனக்குச் சினிமா இன்ட்ரஸ்ட் இல்லை' என்றும், 'சு.ரா. சினிமா எடுக்கக்கூடியவர்' என்றும் தூபம். (ஆனால் அக்ரஹாரத்தில் கழுதை சினிமாவுக்காக, ஜான் ஆபிரஹாம் என் மூலம் சு.ரா.விடம் கடன் கேட்ட கதை புலிகளுக்குத் தெரியாது. பண விஷயத்தில் புலியான சு.ரா., ஒரு தம்படியும் தரமுடியாது என்றதுடன், படத்தின் முக்ய பாத்திரமான (கழுதையாக அல்ல) புரொபஸராகத் தாம் நடிக்க விரும்பியதை, என் மூலம் ஆபிரஹாமுக்குத் தெரிவிக்கவும் முயன்ற ஒருவர்.)

இன்று மாமல்லனுக்கு வஸந்தகுமாரே முடிசூடா மன்னன். ஏனெனில், அவர் சினிமா எடுக்கப்போகிறார், சினிமா! என்னை அடிச்சுப்புடுவதற்கு மாமல்லன் கிளம்பியதே, இந்தச் சினிமா மோசடியில் அவரும் ஒரு பங்குதாரர் என்பதால்தான்.

லயம், ஏப்ரல் 1987.

விடுதலையும் கலாச்சாரமும் முதலிய சமூகவியல் கட்டுரைகள்

எர்னஸ்டோ சே குவேரா

கிறிஸ்தபர் கொலம்பஸ் அமெரிக்காவைக் கண்டுபிடித்ததிலிருந்து, அதன் சரித்திரம் நவீனகதியை அடைகிறது. வட அமெரிக்காவின் கனடாவைப் பிரெஞ்சுக்காரரும் ஆங்கிலேரும் காலனிகளாக்கினர். ஐக்கிய (யுஎஸ்) அமெரிக்கா, ஆங்கிலக் காலனி ஆயிற்று. மத்திய, தென்அமெரிக்கா, பெருமளவு போர்ச்சுக் கீஸ், ஸ்பானிஷ் என்ற மொழி களைப் பேசிய ஐபீரியர்களின் காலனிகளாகிக் கூறுபட்ட பல்வேறு அரசியல் அமைப்புகளாக உருவாயிற்று. மத்திய தென்அமெரிக்காவி லுள்ள கரிபியன் கடலில் உள்ள கியூபா, போர்ட்டோரிக்கோ, டிரினிடாட், ஹெயிட்டி, சக டொமினிக்கன் ரிபப்ளிக் போன்ற பெரிய தீவுகளும், கிரனாடா போன்று பெரிய தீவுகளும், பஹ்பமர்ஸ் தீவுக் குழுவும் அடங்கும். மத்திய அமெரிக்கா என்பது, மெக்ஸிக்கோவுக்கும் பனாமாவுக்கும் இடைப்பட் டது. பனாமாக் கால்வாய்க்குக் கீழே உள்ள பிரமாண்ட நிலப்பரப்பு, தென்னமெரிக்கா. இதில் உள்ள கினியும், கரிபியனில் உள்ள தீவுகளில் பலவும், ஆங்கில பிரஞ்சுக் காலனிகளாக இருந்தவை. போர்ட்டோரிக்கோ, இப்போது யுஎஸ் பிரஜா மண்டலமாகிவிட்டது. குறிப்பாக கரிபியனின் மிகப்பெரிய தீவான கியூபா, ஸ்பானிய ஆதிக்கத்தின் கீழ் இருந்தமை கவனிக்கத்தக்கது.

ஐபீரியர்களது போர்ச்சுக்கீஸ், ஸ்பானிஷ் - இரண்டும், லத்தீன் மொழியின் நெருங்கிய கிளைகளாதலால், பெருமளவுக்கு இவர்கள் ஆளுமை கொண்ட மத்திய, தென் அமெரிக்காவை லத்தீன் அமெரிக்கா என்று வழங்குவர்.

இந்தியாவை, மேற்றிசை மார்க்கம் ஒன்றன் மூலம் அடையத் தேடிப்புறப்பட்டவர் கொலம்பஸ். எதிர்பாராது குறுக்கிட்ட இந்தக் கண்டத்தை இந்தியா என நம்பி, அவரது மாலுமிகளினால் இதன் பூர்வகுடிகள் முதலில் இந்தியர் என அழைக்கப்பட்டு, பின்பு செவ்விந்தியர் என விஷேசிக்கப்பட்டனர். இவர்களது இன விஷேச மாக, ஆண்களுக்கும் முகரோமம் வளர்வதில்லை என்பது குறிப்பிடத் க்கது. கலாசாரரீதியாக, இந்தியாவின் வேதகாலத்திய இயற்கை வழிபாட்டையும் தத்துவவளர்ச்சியற்ற ஆன்மிக திருஷ்டியையும், இவர்களது சமுகங்கள் அடைந்திருக்கின்றன. தர்சனக் கிளர்ச்சிக்காக

வேதகாலத்தில் ஸோம என்ற பானம் உபயோகிக்கப்பட்டதைப் போலவே, இவர்களும் கொக்கேயினின் மூலிகையான கொக்கோ போன்ற செடிகளை உட்கொண்டிருக்கின்றனர். இவர்களது சரித்திர வீழ்ச்சியின்பின், வெளியுலகினையும் தங்கள் தரித்திரத்தையும் மறக்கவே, இவர்கள் இந்த மூலிகையை நாடினர்.

வெனிஸுலாவில் கொலம்பஸ் 1498இல் இறங்கிய பின்பு, ஐரோப்பியரது காலனியம் அமெரிக்காவில் ஆரம்பிக்கிறது. மத்திய, தென் அமெரிக்கர்களுக்குப் போர்ச்சுக்கல், ஸ்பெயின் இரண்டிலு மிருந்து வந்த ஐபீரியர்கள், கிறிஸ்துவத்தின் புரடஸ்தாந்த - கத்தோலிக்க வடிவங்களையும், தங்கள் மொழிகளையும் கலாச்சாரங்களையும் கொண்டுவந்தனர். அன்றைய ஐரோப்பாவின் உணவுப் பற்றாக்குறை யும் வறுமையும், ஐரோப்பியர்களை அமெரிக்காவுக்கு விரட்ட, போர்ச்சுக்கீஸ், ஸ்பானிஷ் அரசுகளை, மத்திய, தென் அமெரிக்காக் களின் கனிப்பொருள்கள் ஈர்த்தன. தங்கம், வெள்ளி, செம்பு, டின், அலுமினியக் கனியான பாக்ஸைட் போன்றவை இவை. கியூபா, முக்கிய மாகச் சர்க்கரைக்கு அவசியமான கரும்புக் காடுகளைக் கொண்டிருந்தது. சீக்கிரமே ஐரோப்பாவின் நவீன சக்திகள், செவ்விந்திய பூர்வகுடிகளிட மிருந்து கானகங்களை அபகரித்தன. செவ்விந்தியர்களை, நோய்களும் ஐரோப்பியரும் கொன்று குவித்துவிட்டாலும், நவீன காலங்களினூடே கூட இவர்களது சமுகங்கள் ஜீவித்திருக்கின்றன. வெனிஸுலா போன்ற இடங்களிலும் இதர நாடுகளினது குறிப்பான பிராந்தியங்களிலும், இவர்களது தொகை பெரும்பான்மையானது. ஐரோப்பியர்களினால் ஆரம்பத்தில் தாழ்த்தி ஒதுக்கப்பட்ட இவர்களிடமிருந்தே, ஐரோப்பாவின் லத்தீன் அமெரிக்கத் தேசியவாதத்தினது ரிஷி மூலத்தைப் பெறுகின்றனர். விஷேசமாக நவீன லத்தீன் அமெரிக்காவின் உந்நத மைந்தரான எர்னஸ்டோ செ குவேராவின் பிரக்ஞா விஷேசத்துக்கு மார்க்ஸிய சித்தாந்தம் மட்டுமல்ல, ஒரு உந்நத நாகரிகத்திலிருந்து வீழ்த்தப்பட்டவர் களாக, லத்தீன் அமெரிக்காவின் மன்ணோடு மண்ணாகக் கிடந்த இந்த செவ்விந்தியர்களை அவர் நேசித்தமையும், ஒரு காரணமாகும். இவர்களது குஷ்டரோக காலனிகளில், சிகிச்சை இயக்கத்தை ஒரு காலகட்டத்தில் செய்து, அதற்காகவே தம்மை அர்ப்பணிக்க விரும்பியவர் செ. செவ்விந்தியர்கள், ஐரோப்பியர்களையும் இந்தியர்களையும் போன்று, இனங்களாகவும் மொழிவாரியாகவும் பிரிக்கப்பட்டிருந்தவர்கள். இவர்களது மொழிகளில் ஆழமான மனோபாவங்களுக்கு நிரூபணங்கள் உள்ளன. ரிக்வேதப் பாடல்களின் சாயல்களை, செவ்விந்தியரது பூர்வ கவிதைகளிலே காணலாம். இவர்களது கலாசாரங்கள், லோங்ஃபெலோவின் *ஹயவாதா* காவியத்திலும் டி.எச்.லாரன்ஸின் *புளும்ட் ஸர்ப்பென்ட்* நாவலிலும் சிறப்பிக்கப்படுகின்றன. கொன்ராட் ஃபிளெட்சரின் *லைட் இன் த ஃபோரஸ்ட்* நாவலில், செவ்விந்தியர்களால் வளர்க்கப்பட்ட ஒரு

ஐரோப்பிய சிறுவன், 'நாகரிக' உலகுக்குத் திரும்பிவந்து, அதை மறுத்து எழுப்பும் செவ்விந்திய மதிப்பீடுகள் அற்புதமானவை. சர்ச்சின் அடைப்புக்குள் அல்ல, பரந்துபட்ட வெளியிலேயே கடவுள் இருக்க முடியும் என்று கூறுகிற இவன், ஆங்கிலத்தில் கடவுளுக்கு ஒரே ஒரு சொல்தான் என்றும், தனது செவ்விந்திய மொழியிலோ நாற்பது அர்த்தச்சாயல்களில் கடவுளைக் குறிக்க சொற்கள் உள்ளன என்றும் கூறுகிறான். செவ்விந்திய நாகரிகத் தடயங்கள், அவர்களது மொழிகளில் மட்டுமல்ல, மத்திய அமெரிக்காவின் மெக்ஸிக்கோ, குவாத்தமாலா, ஹொண்டூராஸ் ஆகிய தேசங்களில், இவர்களது இனப் பிரிவுகளான மாயா, ஸப்பட்டெக், மிக்ஸ்டெக், டொல் டெக், அஸ்டெக் என்ற புராதன செவ்விந்திய நாகரீகச் சின்னங்களைக் கட்டடச் சிதைவுகளாகக் காணலாம். இதனால், இந்தப் பகுதிகளை, 'கலாசாரங்களின் பின்னல்' என்றும் 'சாம்ராஜ்யங்களின் காட்சிக்கூடம்' என்றும் சொல்வதுண்டு.

தென்அமெரிக்காவில் பெரூ, சிலி, பொலீவியா ஆகிய நாடுகளைத் தொகுக்கும் பிரமாண்ட முதுகெலும்புத் தொடர் போன்ற அன்டீஸ் மலைத்தொடரில், பெரூவை மையமாகக் கொண்டு பரந்திருந்தது, செவ்விந்தியரின் இன்கா சாம்ராஜ்யம். பதினாறாம் நூற்றாண்டில், இது பத்துலட்சமளவு பிரஜைகளைக் கொண்டு, கொலம்பஸுக்கு முந்திய அமெரிக்காவின் மிக முன்னேறிய பகுதியாகத் திகழ்ந்திருக்கிறது. பின்னாடி, பிரதேச ஆய்வாளர்களினால் அன்டீஸின் சிகரங்களுள் ஒன்றான மச்சுப்பிச்சுவில் கண்டுபிடிக்கப்பட்ட புராதன செவ்விந்திய நகரத்தின் சிதைந்த பகுதிகள், 16ஆம் நூற்றாண்டில் இருந்ததைவிடவும் பிரமாண்டமான ஒரு இன்கா சாம்ராஜ்யத்தின் தடயமாகும். சிலி நாட்டு ஸ்பானிஷ்மொழிக் கவியான பாப்லோ நெருடா, இந்த நகரின் மீதுதான் தமது மகா காவியத்தை இயற்றினார். இந்தக் காவியத்தின் பகுதிகள், என்னஸ்டோ செ குவேராவின் மனத்தில் குடிகொண்டிருந்ததை அவரது வரலாறு கூறும்.

காலனியாளர்களுள் போர்ச்சுக்கீஸர்கள், லத்தீன் அமெரிக்காவிலேயே பெரிய நாடான பிரேஸிலை உருவாக்கினார்கள். ஸ்பானியர்கள், தாங்கள் பிடித்த பகுதிகளை மெக்ஸிக்கோவிலிருந்து ஆர்ஜன்டினா வரை, வெவ்வேறு தலைமைகளினுள் தனித்தனிப் பிராந்தியங்களாக் கினார்கள். சுரங்கங்களிலும் கியூபா, ஆர்ஜன் டைனா போன்ற நாடுகளின் தோட்டங்களிலும் வேலை செய்ய, ஆப்ரிக்கர்களையும் சீனர்களையும் அடிமைகளாகப் பிடித்து வந்தன - காலனியக் கப்பல்கள். இது காலகதியில், ஒரு கூட்டுக்கலப்பான சமூகத்தை உருவாக்கிற்று. உதாரணமாக, பிரேஸிலின் சமூக அமைப்பை எடுத்தால், முதலில் தோட்டங்களிலும் பிறகு சுரங்கங்களிலும் வேலைசெய்யக் கொண்டுவரப்பட்ட ஆப்பிரிக்கர்கள், போர்ச்சுக்கீஸியருடனும் செவ்விந்தியருடனும்

கலந்தனர். இவர்களது வழித்தோன்றல்கள், சமீபகாலத்தில் இத்தாலி, ஜெர்மனி, ஜப்பான் ஆகிய நாடுகளிலிருந்து குடிவந்தவர்களுடன் கலந்தனர்.

போகப்போக, காலனியர்கள் லத்தீன் அமெரிக்கத் தேசியவாதி களாக மாறினார்கள். போர்ச்சுக்கீஸ, ஸ்பானிய மேலாதிக்கத்துக்கு எதிராக, இவர்களது கிளர்ச்சிகள் ஆரம்பித்தன.

ஸ்பெயினின் தலைநகரான மெட்ரிட், போர்ச்சுக்கலின் லிஸ்பன் ஆகியவற்றை, 1808இல் நெப்போலியன் கைப்பற்றியதும், அவற்றின் அரசுகளுக்கு லத்தீன் அமெரிக்காமீது இருந்த ஆதிக்கம் தளர்ந்தது. சைமன் பொலிவார், 1821இல் வெனிஸுலா, கொலம்பியா, எக்குவடோர் ஆகிய இடங்களை விடுவித்து, தெற்கே திரும்பி, ஆர்ஜன்டினிய விடுதலை வீரரான ஜோஸே டி சான்மார்ட்டின் உடன் இணைந்தார். சான்மார்ட்டினின் படைகள், ஏற்கெனவே ஆர்ஜன்டைனா, சிலி, பெரூ ஆகியவற்றை விடுவித்துவிட்டன. இவர்களது இணைப்பு குறுகிய காலத்தியதாக இருந்தாலும், லத்தீன் அமெரிக்காவிலிருந்து ஸ்பானிய மேலாதிக்கத்தை இவர்கள் வெளியேற்றிவிட்டனர். 1822இல் பிரேஸில் போர்ச்சுக்கலிடமிருந்து விடுபட்டது.

தொடர்ந்து ராணுவ அடக்குமுறைகள், குடும்பங்களின் பரம்பரை ஆட்சிகள், இவற்றிலிருந்து விடுதலை தருவித்த இயக்கங்களு டைய அரசியல் பரிசோதனைகள் ஆகியவற்றுக்கு லத்தீன் அமெரிக்க நாடுகள் ஆளாகின. இவற்றினூடே, யுஎஸ்ஸின் அரசியல் பொரு ளாதார சக்தி ஊடுருவலாயிற்று. தோட்டங்கள், சுரங்கங்கள், பிறகு எண்ணெய்க் கிணறுகள் ஆகிய பிரமாண்ட தொழில்களுக்கு, பணக்கார யுஎஸ் முதலீட்டின் அவசியம் இருந்திருக்கிறது. மேலும், லத்தீன் அமெரிக்காவின் ஏற்றுமதிப்பொருள்களுக்கு, யுஎஸ் ஒரு முக்கிய சந்தை. உதாரணமாக, 1959 வரை கியூபாவின் முக்கிய ஏற்றுமதியான சர்க்கரையை வாங்கிய நாடு யுஎஸ்தான். இது, பொருளாதாரரீதியாக யுஎஸ் மீது லத்தீன் அமெரிக்கா தங்கி இருக்கவேண்டிய நிலையை உருவாக்கிற்று. இதன் விளைவுகள் பாரதூரமானவை. உலக வல்லரசாகத் துரிதகதியில் வளர்ந்து கொண்டிருந்த யுஎஸ், லத்தீன் அமெரிக்கா விஷயத்தில் தன்னைக் கேட்பாரின்மையினால், தனது நலனைமட்டுமே லத்தீன் அமெரிக்கக் கொள்கையில் கடைப்பிடிக்கலாயிற்று. பெரும்பாலும், யுஎஸ் கம்பெனிகளே லத்தீன் அமெரிக்கத் தொழிலாளர்களை, லத்தீன் அமெரிக்காவில் வேலைக்கு வைத்திருந்தமை, லத்தீன் அமெரிக்க அரசியலை வெகுவாக பாதித்தது. தொழிலாளர்கள் இப்போது அடிமை களாக இல்லாவிட்டாலும், மனித வாழ்வுத்தரங்களை எட்டிவிடாமலே வைக்கப்பட்டிருந்தனர். கல்வியின்மை, மருத்துவ வசதியின்மை, குடிப்பதற்கும் சீரழிவிற்கும் ஊக்குவிக்கப்பட்டமை - இவைதான்,

லத்தீன் அமெரிக்கத் தொழிலாளர்களது நிலைமை. இந்த நிலைமை களை, தொழிலாளர்கள் ஆலோசனைக்கும் இணங்க, இவர்களது லத்தீன் அமெரிக்க அரசுகளே இவர்களை தண்டித்தன. தலைவர்கள் சித்திரவதை செய்து கொல்லப்பட்டனர். குடும்பங்கள் சீரழிக்கப் பட்டன. இந்நிலை, தொழிலாள நலனை லட்சியமாக்கிய கம்யூனிஸ இயக்கங்களினது உலகளாவிய சக்திப் பெருக்கத்துக்குப் பின்பு, யுஎஸ்ஸினால் கம்யூனிஸ எதிர்ப்பாக நியாயப்படுத்தப்பட்டது.

ஆர்ஜென்டைனாவில் எர்னஸ்டோ குவேரா செர்னாவாகப் பிறந்து, டாக்டராகி, கியூபாவின் மேஜர் எர்னஸ்டோ செ குவேராவாக மாறி, 'செ'யாக அமரத்துவமடைந்தவரது சரித்திர - பொருளாதார - அரசியல் களம் இதுதான். லத்தீன் அமெரிக்கா அடைந்த பொருளாதார லாபம், மிராசுதார - ராணுவ வர்க்கம் ஒன்றன் குறுகியவட்டத்துக்கே இரை யாவதையும், இதன் தீர்க்கமான வர்க்க வேறுபாட்டு விளைவையும், மார்க்ஸியக் கோணத்திலிருந்து கணித்தவர்களுள் ஒருவர் எர்னஸ்டோ குவேரா. யுஎஸ்ஸின் தனிநபர் பொருளாதாரமும் திறந்த சந்தையும், யுஎஸ்ஸின் தனிநபர்களுக்கும் சந்தைக்குமே உதவின. லத்தீன் அமெரிக்காவில், பூர்ஷுவா அரசியல்வாதிகளும், ஆட்சியாளர்களும் யுஎஸ் எறிந்த எச்சல் காசுகளையும் ராஜியரீதியான லஞ்சங்களையும் பெறுமுகமாகவே, அரசியல் பகடையை உருட்டினர். அத்துடன், ஆட்சியைப் பிடிப்போர் சட்டவிரோதமாக நிலங்களை அபகரிக்கவும் முற்பட்டனர். நாட்டு மக்களிடமிருந்து ஆட்சிக்கு ஆபத்து வராதபடி, யுஎஸ்ஸின் குறுக்கீடு இவர்களை காப்பாற்றியதால், இவர்கள் தங்கள் நாட்டு நலனை உதாசீனம் செய்துகூட, சுயலாபம் சம்பாதிக்க முன்வந்தனர். நாட்டு மக்களினால் அன்றி, அன்னிய சக்திகளினால் நிர்ணயிக்கப்படும் ஆட்சியினரது இயற்கை இது.

இந்த அரசியலில் அவலத்துக்கு மாற்றாக, லத்தீன் அமெரிக்காவில் மார்க்ஸிய சிந்தனை பரவிற்று. லத்தீன் அமெரிக்க ஆட்சிகளும் யுஎஸ்ஸும், மனிதாயரீதியில் பொருளாதார சக்திகளைக் கையாண்டு உழைக்கும் மக்களுடைய நன்மைகளை முன்னிறுத்தி செயல்பட்டி ருந்தால், உலக நிலைமையே வேறுவிதமாக வளர்ந்திருக்கும்.

சோவியத் ரஷ்யாவுக்கும் யுஎஸ்ஸிற்கும், ஆயுத பலப்போட்டி ஏற்பட்டுத் தீவிரமடைந்து வந்த நிலையில், மனிதாய மார்க்கத்தை தேர்ந்து கொள்ளாவிட்டால், யுஎஸ்ஸிற்கே பேராபத்து நேரிடும் என்ற நிலை ஏற்பட்டது. கியூபாவில் **1959**இல், கடும்போரின் பிறகு, ஃபிடல் காஸ்ட்ரோவினாலும் எர்னஸ்டோ செ குவேராவினாலும் சிருஷ்டிக்கப் பட்ட, புரட்சிகர அரசினது சோவியத் தொடர்பின் விளைவு இது. லத்தீன் அமெரிக்காவுடன் தனது தொடர்பு மனிதத் தன்மையற்றதாகு மாயின், கியூபாவின் உதாரணம் இதர லத்தீன் அமெரிக்க நாடுகளுக்கும்

பரவி, தனது விரோதியான சோவியத் ரஷ்யாவின் ஆயுதவியூகத்தினுள் தன்னை முடக்கிவிடும் என்பதுதான், யுஎஸ்ஸிற்கு ஏற்பட்ட பேராபத்து. இந்த அரசியல் மனோபாவத்தை உருவாக்கிய கொந்தளிப்பின் மையம், எர்னஸ்டோ செ குவேரா.

கியூப அமைப்பை, கியூபாவினுள்ளேயே பரவாமல் தடுத்து விடலாம் என யுஎஸ் நம்பிற்று. ஆனால், பத்து வருஷத்துக்குள்ளேயே பொலீவியாவில், செ குவேராவின் புதிய புரட்சி இயக்கம் ஒன்று ஆரம்பித்து, லத்தீன் அமெரிக்கா முழுவதும் தீ பரவும் நிலை ஏற்பட்டது. செ குவேராவைக் கொன்றுவிட்டால் இதை அணைத்துவிடலாம் என நம்பி, அவரை எல்லாவித மனித தர்மங்களுக்கும் முரணாகக் கொலை செய்த யுஎஸ் சக்திகள் மீண்டும் ஏமாற்றமடைந்தன.

'எங்களுக்கு கற்பனாவாதம் – ரெமான்டிஸிஸம் – வேண்டும். அதிகப் படியாகவே அது எங்களுக்கு வேண்டியிருக்கிறது,' என்று லெனின் கூறியது இவ்விடத்தில்தான் பொருந்தும். ஒரு புதிய செ குவேரா, அவரது மரணத்தின் பின் கற்பனாவாத ரொமான்டிக் பிரதிமையாக, லத்தீன் அமெரிக்காவின் மனசாட்சி மீது விஸ்வரூபம் பெற்று எழுந்தார். எங்கும் கொந்தளிப்பை இது ஏற்படுத் திற்று. இதுவரை யுஎஸ்ஸின் முகம்கோணாமல் நடந்துவந்த லத்தீன் அமெரிக்கத் தலைமைகள்கூட, வேறுபட்ட விதங்களில் நடக்க ஆரம்பித்தன. இவ்வளவும், அஸ்திவார மற்ற வெற்றுக் கற்பனா வாதத்தின் விளைவு அல்ல. எர்னஸ்டோ செ குவேராவின் வரலாறு அவரது விஸ்வரூப வெளிப்பாடு, விருட்சத்தின் அளவுக்குப் பரந்துபட்ட சரித்திர வேரோட்டங்களை நமக்கு உணர்த்து கிறது. ரொமான்டிஸிஸம் அர்த்தபூர்வமாவது, சரித்திர வேரோட்டங் களின் மூலம்தானேயன்றி, வெறும் வாய்ச்சிலம்பத்தினால் அல்ல.

மெக்ஸிக்கோவில் **1950**-ல் உருவாகிய ஒரு புரட்சிகர அமைப்பினை, இவ்விடத்தில் நாம் பின்நோக்கிப் பார்க்க வேண்டும். லத்தீன் அமெரிக்கப் புரட்சிவாதிகளை மட்டுமன்றி, இந்தியாவின் எம்.என்.ராய் என்ற உயர்தர மார்க்ஸியவாதியையும்கூட மெக்ஸிகோ ஈர்த்திருக் கிறது (உலகில் முதன் முதலாக ஒரு இயக்கரீதியான கம்யூனிஸ்ட் கட்சி அமைப்பை எம்.என்.ராய் மெக்ஸிக்கோவில் ஆரம்பித்திருக் கிறார் - அதுவும் சோவியத் ரஷ்யா உருவாகும் முன்பே.). **1910**இல் மெக்ஸிக்கோவில் ஏற்பட்ட அரசின் புரட்சிகர மான நிலச்சீர்திருத்தங்கள், தமது இயற்கையான வளர்ச்சியை அடைய முடியாதபடி, யுஎஸ்ஸின் அமைப்பு திசை திருப்பி இருக்கிறது. சமதர்மரீதியான அமைப்பு எதுவும், தியாகப் பண்பினால் ஊக்குவிக்கப் படாவிட்டால் தோல்வி யையே அடையும். இந்த தியாகப்பண்பு, அதிகாரக் கட்டுமானங் களுக்கும் அப்பாற்பட்ட சுதந்திரமான ஹ்ருதய மலர்ச்சியாகவே சம்பவிக்க வேண்டும்.

ஜனநாயக மந்திரத்தை உச்சரிக்கும் முதலாளித்துவம், தனி மனிதனது லாபவேட்கையே பொருளாதார அபிவிருத்தியை விளைவிக்கவல்லது என்ற கோட்பாட்டை அடிப்படையாகக் கொண்டது. இங்கே சுதந்திரம் என்ற வார்த்தை, ஹ்ருதய மலர்ச்சியின் தியாக வடிவங்களை மலினப் படுத்துகிற சுயநலவடிவம் பெறுகிறது. இந்த சுயநலத்தைச் சுற்றி, அரண் அமைக்கிறது வர்க்கம். எனவே, முதலாளிய சமுகங்கள் வாய்மொழி யும் சுதந்திரம், எர்னஸ்டோ செ குவேராவினது தியாக புருஷத்வத்துக்கு ஆதாரம். தமது பார்வையிலிருந்து வேறுபட்ட பார்வைகளுடன், அவர் ஒரு சுமுக பாவத்துக்காகக்கூட ஒத்துப்போகாதவர். செ ஒரு கம்யூனிஸ்ட் என்று சொல்லும்போது, இது நினைவில் இருக்க வேண்டும். இதற்கு ஒரு உதாரணத்தைக் காட்டலாம்:

சோவியத் ரஷ்யாவுடன் கியூபாவின் உறவுகள் ஆரம்பித்ததை ஒட்டி, ரஷ்ய அமைச்சரவையின் பிரதம உதவிச்செயலாளரான மிக்கோயனும் செ-யும் சந்தித்துப் பழகி இருக்கிறார்கள். கியூபாவின் பாதுகாப்புக்கு அவசியமான ஒரு வல்லரசின் இந்த பிரதிநிதியுடன் பழகும்போதுகூட, செ தமது பார்வைகளைச் சுமுகபாவத்துக்காக விட்டுக்கொடுக்கவில்லை. அடிக்கடி செ தம்மை மறுப்பதைக் கவனித்த மிக்கோயன், 'உங்கள் பெயரும் பொருத்த மாகத்தான் இருக்கிறது. செ என்றால், ஆர்மேனியன் மொழியில் ''அல்ல'' என்று அர்த்தம்,' என்றார். செ வாய்விட்டுச் சிரித்தார்.

கியூபா 1959-இல் மார்க்ஸீய அரசுமுறைக்கு மாறியபோது, அதை அந்த அமைப்பிலிருந்து பிய்த்து எடுத்துவிட, யுஎஸ் வன்முறை, நாசவேலை, பொருளாதார சூன்யம் போன்ற சகல வழிமுறை களையும் கையாண்டது. முதன்மையாக, கியூபன் சர்க்கரையை யுஎஸ் வாங்க மறுத்தது. உடனே சோவியத் ரஷ்யா முன்வந்து, கியூபச் சர்க்கரையை தானும் இதர சோவியத் அணியினது நாடுகளும் வாங்க ஏற்பாடு செய்தது. இந்த எற்பாட்டைக் கியூபன் கோணத்தில் நிர்வகித்தவர் செ. கியூபாவின் மார்க்ஸீய அமைப்பு பொருளாதாரத் தோல்வியடைந் துள்ளது என்றும், இதைக் காப்பது, சோவியத் ரஷ்யாவுக்கு உபயோக மாகவும் யுஎஸ்ஸிற்கு எதிராகவும் கியூபா இருப்பதுதான் என்றும் கூறப் படுகிறது. கியூபாவுக்காகத் தினசரி எண்பது லட்சம் *(80,00,000)* டாலர்களை ரஷ்யா செலவு செய்கிறது என்பதை, இவ்விடத்தில் நாம் கவனிக்க வேண்டும். இதன் எதிர்விளைவாகவும் செ குவேரா வினது விஸ்வரூபப் பிரதிமையின் அழுத்தத்தினாலும், லத்தீன் அமெரிக்காவில் யுஎஸ் தனது கொள்கை அடிப்படைகளை மாற்றிற்று என்பதுதான், இங்கே மிக முக்கியமான விஷயம். உதாரணமாக, லத்தீன் அமெரிக்காவின் பிரம்மாண்ட நாடாகிய பிரேஸில், யுஎஸ்ஸின் செல்லப்பிள்ளை ஆகி இருக்கிறது. என்றால், இதன் நேரடிக் காரணம் செ குவேராவின் தியாக

புருஷத்வம் தான். இது, லத்தீன் அமெரிக்காவில் மட்டுமல்ல, யுஎஸ்ஸா லேயே உணரவும் ஆராயவும் போற்றவும் படுகிற விஷயம். அவரைப் பற்றி ஏராளமான வரலாற்றுப் பார்வைகள் பிறந்துள்ளன என்பது ஒருபுறமிருக்க, கவிதைகள், நாடகங்கள், நாவல்கள் ஆகியவற்றையும் அவரது சொரூபம் ஊக்குவித்திருக்கிறது.

'கியூபாவின் தலைவிதியை நிர்ணயித்த அரசியல் தலைவராகவும் அமைச்சராகவும் இருந்த சௌகர்ய நிலையைத் துறந்து, ஒவ்வொரு கணமும் உயிருக்கு ஆபத்தைத் தருகிற கெரில்லா வாழ்க்கையை, லத்தீன் அமெரிக்க மக்களுக்காக மேற்கொண்டு மடிந்தவர் செ என்ற ஒரு வரி வரலாறே பிரமிப்பைத் தந்துவிடும். உலக சரித்திரத்தில், செகுவேராவின் துறவுக்குச் சமமாக, இரண்டாயிரத்து ஐநூறு வருஷங் களுக்கு முந்திய சித்தார்த்த கோதமரின் துறவைத்தான் சொல்ல வேண்டும். நவீன மனித வாழ்வினது பாலைவெளியில் தமது வாழ்வுக்கு ஊட்டம் தேடுகிறவர்களுக்கு ஒரு அற்புத நீருற்று, செ-யின் வரலாறு. முதுகெலும்பு இற்று வீழ்ந்துகொண்டிருக்கும் பழைய மதிப்பீடுகள் வாயளவில் பேசும் சுயநலமின்மை, செ-யின் சொரூபமாகப் பழைய மதிப்பீடுகள் யாவற்றையும் தகர்த்துப் பீறிட்டு எழுகிறது. அரசியலி லிருந்து அகதர்சனம் வரை, எவ்வித மார்க்கத்துக்கும் ஒரு நவீன கலங் கரை விளக்கம், செ வாழ்ந்துகாட்டிய தியாக புருஷத்வம். தியாகிகள் சிந்தும் ஒவ்வொரு துளி உதிரமும், ஒரு புதிய உலகத்தைச் சிருஷ்டிக்க வல்லது என்பதற்கான சாட்சியம், செ-யினது தியாகத்தின் விளைவுகள்.

வெறும் பொருளாதார வளர்ச்சி, போகங்களுடன் முடிந்துவிட முடியும். மனிதாய உணர்வுடன் சமதர்மப் பார்வைகளிலிருந்து பிறக்கும் வளர்ச்சி, ஒரு சிறிய வெற்றிகாட்டினால்கூட, மனிதத் துவத்தின் பரிணாம வெற்றியாக அதை நாம் கொள்ளவேண்டும். செ குவேரா போகங்களுக்கு இட்டுச்செல்லும் பொருளாதார வளர்ச்சியினை லட்சிய மாக்கியவரல்லர். மனிதஜீவனது உன்னத குணங்கள் வெளிப்பட வேண்டும் என்பதே அவரது லட்சியம். இதற்குத் தடையான அறிவீனங்கள் களையப்பட வேண்டும்; எனவே முதல்படியாக கல்வியறிவு பெருகவேண்டும்.

செ குவேராவுக்கு ஒரு நிரந்தர அஞ்சலியாக, கியூபா இதைச் சாதித்துள்ளது. அங்கே, 96 சதத்துக்கும் மேற்பட்ட மக்கள், இன்று கல்வியறிவு பெற்றவர்கள்.

லயம் : 5, ஜனவரி-மார்ச் 1986.

சே குவேராவின் பொலீவியன் டைரி

அர்ஜன்டைனாவில் ஜூன் 14, 1928இல் பிறந்த செ குவோரா, மருத்துவத்துறையில் பயிற்சிபெற்றுத் தோல்வியாதி நிபுணராகத் தேறியவர். மாணவராக இருக்கும்போது, தென்னமெரிக்கச் சுற்றுப் பயணத்தில், மக்களின் நிலையும் அவர்களைச் சுரண்டுகிற சக்திகளின் இயக்கங்களும், அவருக்குக் கண்கூடாகப் புலனாகின.

ஒரு கடுமையான ஆஸ்த்துமா நோயாளியாக அவர் இருந்தும்கூட, பட்டிஸ்டா என்ற கியூபா தேசத்துக் கொடுங்கோலனுக்கு எதிரான கெரில்லா இயக்கத்தில், அவர் சேர்ந்தார். இயக்கத் தலைவரான ஃபிடல் காஸ்ட்ரோவின் வலதுகரமாகத் திகழும் அளவுக்குத் திடமான தலைமையை வகுத்தார். கியூபாவில் பட்டிஸ் டாவை, காஸ்ட்ரோவின் அணி முறியடித்து, அங்கே புதிய அரசு பிறந்தது.

*பொலீவியாவில் 1965 அளவில், பரியண்டோஸ் என்பவனது கொடுங்கோல் ஆரம்பித்தது. பொலீவியா உட்பட பல தென்னமெரிக்க நாடுகளிலும் கொடுங்கோல், போலித்தனமான இடதுசாரி எதிர்ப்பு அணிகள் - இவை நிலவிய காலம் அது. நேரடிச் செயல் முறையினை மட்டும் மதித்த செ குவேரா, பொலீவியாவில் ஆரம்பித்து எல்லா லத்தின் அமெரிக்க நாடுகளிலும், கெரில்லாப் போர்முறைமூலம் ஒரு புரட்சியை ஏற்படுத்த விழைந்தார். துரதிர்ஷ்டவசமாக, பொலீவிய கம்யூனிஸ்ட் கட்சியின் முக்கியமான - அதன் பிரமுகர்களுள் ஒருவரான - மோஞ்ஜே, இதை ஆதரிக்கவில்லை. ஒரு கெரில்லா இயக்கத்துக்கு உள்ள முக்கியமான தேவைகள் மூன்று: உணவு, மருந்து, போராளிகள் மரணமடைந்ததும் அவர்களது இடத்தை நிரப்பும் புதிய போராளிகள் இவற்றைப் பிரதேசவாசிகளின் ஒத்துழைப்பு இல்லாமல் பெறவே முடியாது. இந்தப் பிரதேச ஒத்துழைப்புக் கிடைக்கவேண்டுமானால், அங்குள்ளவர்களுக்கு கெரில்லா இயக்கத்தின் நோக்கம் விளக்கப்பட வேண்டும். மோஞ்ஜே, இந்த விளக்கத்துக்காக கட்சியின் சாதனங்களை உப யோகிக்காதது மட்டுமல்லாமல், போராளிகள் கெரில்லா இயக்கத் தினுள் சேராதவாறு தடுத்தும் இருக்கிறான். இதன் காரணம், சே குவேராவின் நாள்குறிப்பின் (*பொலீவியன் டைரி*) முதல் மூன்று மாதங்களிடையே தரப்பட்டிருக்கிறது.*

318 பிரமிள்

கெரில்லாவின் நேரடிப் பிராந்தியச் செயல்முறைக் கடினங்களை உணராமல், அதற்கான தலைமைத்தகுதியை முன்அனுபவத்தின் மூலம் பெற்றிராமல், இயக்கத்துக்குத் தலைமைபெற விரும்பி மறுக்கப் பட்டமைதான், மோஞ்ஜேயின் நடத்தையை விளக்குகிறது. தென்ன மெரிக்கக் கண்டம் முழுவதும் பரவி இருக்கவேண்டிய இயக்கம், இதன் விளைவாக முளையிலேயே கிள்ளப்பட்டுள்ளது.

கெரில்லா என்பவன் பயங்கரவாதி என்ற அரசின் பிரச்சாரமே, பொலீவிய கிராமவாசிகளை எட்டியுள்ளது. இதன் விளைவுதான் பொலீவியாவில் செ குவேராவின் தோல்வி. கெரில்லாக்களுடன் மக்கள் நேரடித்தொடர்பு கொள்கிறபோது இந்தப் பொய்மை மாற்ற மடைவதை, இந்த நாள்குறிப்பு நிரூபிக்கிறது. முதன்மையாக, கெரில்லா என்பவன் ஒரு தீவிரமான சமுகதரிசனப் பார்வையின் மனிதவடிவ மாவான். அரசியல்வாதியினின்றும் இவன் வேறுபட்டவன். சுரண்டல் வாதிகளின் வாக்குறுதிகளை நம்பி ஏமாந்து, இதன் விளைவாக ஒரு சமுகத்தின் தீவிரமான சக்திகள் அசைய முடியாதவாறு முடக்கப் படும்போது, அந்தத் தீவிரசக்திகளே கெரில்லா இயக்கமாக வெடித் தெழுகின்றன.

செ குவேரா இது விஷயத்தில் ஏமாற்றப்பட்ட வர்க்கத்தினனும் அல்ல. வெகுஎளிதாக ஏமாற்றுகிற வர்க்கத்தினுள், தன்னை ஐக்கியப் படுத்திக்கொள்ளக்கூடிய பின்னணியும் பயிற்சியும் மதிநுட்பமும் பிடிவாதமும் அவனுக்கு இருந்திருக்கின்றன. இதற்கும்மேல் போய், அவன் ஒரு கவிஞனும் கூட. அரசியல் பிரச்சினைகளுக்கு அவன் முக்கியத்துவம் தந்தமையால், தென்னமெரிக்காவின் ஸ்பானியமொழி ஒரு மாபெரும் கவிஞனை இழந்துவிட்டது என்றும் கூறப்படுவதுண்டு. உண்மையில், இந்தத் திறனும் கவித்துவத்தின் அடிப்படையான உணர்வுநுட்பமும் அபாரமான நேர்மையும் சங்கமிதத்துடன், மாணவ னாக இருக்கும்போது செ குவேரா மேற்கொண்ட தென்னமெரிக்க சுற்றுப் பயணத்தின் விளைவான நேரடிக் காட்சிகளும் சேர்ந்துதான், அவனை ஒரு புரட்சிவாதி ஆக்கின. கெரில்லா இயக்கத்தின் மூலம் ஒரேயடியாக அரசு மாறாவிட்டாலும், தான் யாருக்காகப் போராடு கிறோமோ அவர்களுக்கு ஏதாவது லாபம் வந்தாகவேண்டும் என்பது தான் சேயின் நோக்கம். செ குவேராவின் நாள்குறிப்பில் உள்ள ஒரு குறிப்பு, இதற்குச் சாட்சியாகும். எனவே, அவன் ஏதோ வீரச்செயலாக கெரில்லா ஆகியவனுமல்ல.

இத்தகைய ஒரு தலைமையை, அதன் வெற்றி தோல்விகள் அறுதி யிடாது. சீஸரையும் நெப்போலியனையும், அவர்களது வெற்றிகளுக்காக மட்டும் பெரிய போர்த்தலைவர்கள் என்று கொண்டாடுவதில்லை.

பார்க்கப்போனால், சாம்ராஜ்ஜிய சக்திகளை - அதுவும் பகடைக்காய் களாக - நகர்த்திய அவர்களது தந்திரங்களையும் மீறிய உயர்தர மனித குணாம்சத்தை அளவையாக்கினால், செ குவேரா அவர்களைவிடவும் உன்னதமான போர்த்தலைவன். செ குவேராவின் நாள்குறிப்பு, அதற்கு சாட்சியமாகும்.

இத்தகைய ஒரு சாட்சியம், உலகிற்குக் கிடைத்ததே ஒரு அதிசயம் தான். **1966** நவம்பர் 7இல் ஆரம்பித்து, **1967** அக்டோபர் ஏழாந்தேதி முடிவடைகிற இந்த நாள்குறிப்பு, பொலீவிய பிரசிடெண் டான பரியண்டோஸிடம் அகப்பட்ட பின்பும்கூட வெளிவந்து விட்டது. நாள்குறிப்புப் பற்றிய தகவல் பரவலாகத் தெரிந்தமை இதற்கு ஒரு முக்கிய காரணம். எனவே, நாள்குறிப்பை மறைக்கவோ அழிக்கவோ பரியண்டோரிஸினால் முடியவில்லை. சக்தி மிகுந்த உலகத்தரத்துச் சிந்தனாவாதிகளும் அறிஞர்களும் செ குவேராவின் சார்பில் இருந்தமை யாலேயே, இந்த நாள்குறிப்பு பரியண்டோஸின் பிடியிலிருந்து விடுபட்டது.

செ குவேராவின் உடலைத்தான் விரோதிகளினால் அழிக்க முடிந் திருக்கிறது; மனிதனை அவர்களினால் தீண்டக்கூட முடியவில்லை. அவன், இந்த நாள்குறிப்பின் பக்கங்களில் இன்றும் ஜொலித்துக் கொண்டிருக்கிறான். இந்தப் பக்கங்களைப் படிப்பவர்கள், சுவாரஸ்யத்தை எதிர்பார்க்கக்கூடாது. கெரில்லா இயக்கத்தின் அன்றாடப் பிரச்சினை களை பதிவுசெய்ததாகவே, இந்த நாள்குறிப்பு உள்ளது. யாருக்காகவோ எழுதப்பட்ட தொனி இங்கே அறவே இல்லை. பரிபூர்ணமானதைத் தவிர மற்றவற்றைக் கழித்துவிடுகிற சக்தியும், இந்த எழுத்துமுறையின் ஆதாரம்.

சாய்வு நாற்காலித் தத்துவவாதிகளுக்கு இந்த நாள்குறிப்பின் மனிதார்த்த அம்சம் புரியுமா என்பது சந்தேகம். புரட்சி இயக்கம் ஒன்றின் அன்றாடத் தன்மையில், தத்துவத்துக்கு ஆதாரமான மனித அம்சங்களைக் காணக்கூடியவனுக்கு, இந்நூல் ஒரு அரிய பொக்கிஷம்; தன்னைத்தானே சில அபூர்வநிலைமைகளில் நிறுத்தித் தரிசிக்கத் தூண்டும் கண்ணாடி.

*புதிய நம்பிக்கை: 42, **1991**.*

விடுதலையும் கலாச்சாரமும்

அமில்கார் கப்ரால்

ஒரு மக்கள் சமுகம் மீது அன்னியர்கள் அடக்குமுறை ஆட்சி நடத்தும்போது வெறும் பொருளாதாரச் சுரண்டலை மட்டும் செய்வதில்லை. பொருளாதாரச் சுரண்டலைத் தீவிரமாக நடத்துவதற்காக மக்கள் சமூகத்தின் கலாச்சார வாழ்வை அடக்குமுறையாளர் திட்டமிட்டு நசுக்கி இருக்கிறார்கள் என்பது வரலாறு பகரும் உண்மை. அடக்கப்பட்ட மக்கள் சமுகத்தினுள் கலாச்சாரரீதியாக இயங்கக் கூடியவர்களை ஒழித்துக்கட்டுவதன் மூலம்தான் அடக்குமுறையாளர்கள் தங்கள் ஆட்சியை உறுதிப்படுத்துகின்றனர்.

மக்களின் கலாச்சார வாழ்வினை அழிப்பதற்கும், வீரியமிழக்க வைப்பதற்கும், முடக்குவதற்குமே அடக்குமுறையாளர்கள் ஆயுதத்தினைப் பிரயோகிக்கிறார்கள். ஏனெனில் ஒரு உறுதியான உள்நாட்டுக் கலாச்சார வாழ்வு இருக்குமிடத்தில் அந்நிய ஆட்சி நிரந்தரமடைய முடியாது.

ஒரு மக்கள் சமுகம் அடக்கப்படும்போது, அம்மக்களின் உணர்வுகள் வளர்ந்து வந்து ஒரு குறிப்பிட்ட திருப்புமுனையில் கலாச்சார வடிவான எதிர்ப்பாகத் திரள்கிறது. இதனை உடைத்தெறிய முடியாது. இந்தக் கலாச்சார எதிர்ப்பே அரசியல் விழிப் பாகவும் பொருளாதாரச் சுரண்டலுக்கு எதிரான இயக்கமாகவும் ஆயுத எதிர்ப்பாகவும் தோற்றம் கொள்கிறது.

அடக்குமுறையாளர்கள் ஒரு மக்கள் சமுகத்தின் மீது தங்கள் ஆட்சியை நிலைகொள்ளச் செய்ய, பின்வருவனவற்றுள் ஒன்றைத் தான் தெரிவு செய்யலாம்.

1. அடக்கப்பட்ட மக்கள் அனைவரையும் ஒழித்துக்கட்டுதல். இதனால் கலாச்சார எதிர்ப்பு பிறக்க இடமில்லாமல் செய்யலாம்.

2. அடக்கப்பட்ட மக்களின் கலாச்சார வாழ்வுக்குப் பங்கம் வராதவாறு ஆதிக்கம் செய்தல் - அதாவது சுரண்டலை எதிர்க்காத வகையில் அடக்கப்பட்டவர்களது கலாச்சாரத்தை அசையவைத்தல்.

இவற்றுள் முதலாவது முறைதான் சரித்திரத்தில் நடந்துள்ளது.

இரண்டாவது முறை எங்குமே இன்றுவரை நடந்ததில்லை. மனித வர்க்கத்தின் அநுபவத்தில் இந்த இரண்டாவது முறை நடைபெற முடியாததொன்று. ஒரு சமுகத்தின் கலாச்சாரத்தைப் பேணியபடி, அந்த சமுகத்தின் பொருளாதார அரசியல் வாழ்வினை அடக்கி ஆள்வது முடியாத காரியம்.

ஆனால் அடக்குமுறையாளர்கள் அடக்கப்பட்டவர்களை தங்கள் இனத்தினராக மாற்றலாமென எண்ணுவதுண்டு. இது நடைமுறை யில் எப்படி என்று பார்த்தால், ஏறத்தாழ வன்முறை மூலம் மக்களின் கலாச்சாரத்தினை மறுப்பதாகவே இது அமையும். ஆனால் அவ்விதம் ஒரு மக்களின் கலாச்சாரத்தினை எளிதாக செயலிழக்க வைக்க முடியாது என்பதனால், இந்தக் கருத்துக்கு அர்த்தமில்லை. ஆப்பிரிக்கா கலாச்சாரம் இல்லாத ஒரு கண்டம் என போர்த்துக்கீஸர்கள் கூறிய கருத்து இதற்கு உதாரணம்.

இயற்கையிலேயே கறுப்பர்கள் குறைவுபட்ட மனிதத் தன்மை உள்ளவர்கள் என்ற சித்தாந்தம்கூட இத்தகையதுதான். இதன்படி இயற்கையே கறுப்பு வெள்ளையானது என்றாகும். உலகின் மிகக் குரூரமானமுறை மூலம் தென்னாப்பிரிக்காவின் சிறுபான்மை வெள்ளையர்கள் கறுப்பர்களை அடிமைகளாக வைத்துள்ளனர். இந்த சித்தாந்த நாடகத்தை ஏகாதிபத்தியவாதிகள் ஆடுவதே ஒன்றை மறைப்பதுக்குத்தான் - இது, அடக்கப் பட்ட மக்களுக்கு ஒரு கலாச்சாரம் இருக்கிறது என்ற உண்மையை ஆகும்.

மாறுதலுக்கு இடம்விடும் சமூகமாயினும் சரி மாறமுடியாத சமூக மாயினும் சரி, கலாச்சாரம்தான் அதன் ஜீவநாடி. சமூகத்தில் எல்லாவித உறவுகளையும் கலாச்சாரமே தீர்மானிக்கிறது. அடக்கப்பட்ட சமூகத்தின் சரித்திரத்தையும் இதர அம்சங்களையும் ஒரு லட்சியம் வழிநடத்தினால், அந்த லட்சியம் அந்தச் சமூகத்தின் கலாச்சாரத்துக்கே உரியது. அந்நிய ஆதிக்கத்தினைக் கலாச்சாரத்தின் மூலமே எதிர்ப்பதென்பதன் விளக்கம் இது.

கலாச்சாரம் கடந்தகால சரித்திரத்தின் விளைவு மட்டுமல்ல, எதிர்கால சரித்திரத்தை நிர்ணயிக்கும் சக்தியாக விளங்குகிறது. தனது சமுகக் கட்டுமானத்துக்குள் நிலவும் குழுக்களின் உறவுகளையும் மனித உறவுகளை யும் ஆள்வதன் மூலம், கலாச்சாரம் சரித்திரத்தையே ஆட்சி செய்கிறது.

இந்த உண்மையை புரிந்துகொள்ளாததால் பல அடக்குமுறைகள் தோல்வி கண்டுள்ளன. சில விடுதலை இயக்கங்களின் தோல்விகளுக் கும் இதுவே காரணம்.

தேசிய விடுதலையின் அம்சங்களை இனி கவனிப்போம். ஏகாதிபத்திய ஒடுக்குமுறைக்கு எதிரான இயக்கமே தேசிய விடுதலை இயக்கம். ஏகாதியத்தியம் ஒரு மக்கள் சமுகத்தின் சுதந்திரமான உற்பத்திமுறை வளர்ச்சியைப் பிடுங்கிவிடுகிறது. இந்த உற்பத்தி முறையே இயக்குகிறது. எனவே அந்த மக்களின் இயற்கையான சரித்திர வளர்ச்சியை மறுப்பதாகவே

ஏகாதிபத்திய சுரண்டல் அமைகிறது. இதுதான் ஏகாதிபத்தியத்தின் லட்சணம்.

ஒவ்வொரு சமுகமும் இயற்கையை உற்பத்திச்சாதனமாக உபயோகிக்கிறது. இயற்கையுடன் சமுகமும் கொள்ளும் உறவு வேறுவகையானது. எனவே இந்த சமுகங்கள் தங்களுக்குள் கொள்ளும் உறவகளிலும் வித்தியாசங்கள் ஏற்படுகின்றன. இது வர்க்கமோதலாக விளைகிறது. இது சரித்திரத்தையும் கலாச்சாரத்தை யும் தீர்மானிக்கிறது.

மரத்தில் மலர்போன்று சரித்திரத்தினின்றும் மலர்வது கலாச்சாரம். சமுகமானது சூழ்நிலையையும், அதனால் அமைக்கப்பட்ட சமுகத்தின் தன்மையையும் வெளியிடுகிறது. ஏற்றத்தாழ்வுகளையும் மோதல்களையும் அறிய உதவுவது சரித்திரம். ஏற்றத்தாழ்வுகளை இணைத்தும் மோதல்களைத் தவிர்த்தும் சமுகத்தை இடைவிடாமல் புனருத்தாரணம் செய்வது கலாச்சாரம்.

சமுகத்தின் உயிரூட்டமான பொறுப்புணர்வுகளைப் பேணுவது கலாச்சாரம்தான். ஏகாதிபத்திய அடக்குமுறை ஒரு சமுகத்தின் சரித்திரத்தையும் கலாச்சாரத்தையும் சேர்த்தே அழிக்கிறது. இதனால் தேசிய கலாச்சாரங்களே தேசிய விடுதலை இயக்கங்களை உருவாக்கி ஊக்குவிக்கிறது. மக்களின் சமுக அரசியல் அம்சங்களினது நிலை எப்படி இருப்பினும், அவர்களது கலாச்சாரம்தான் விடுதலை இயக்கமாக வடிவெடுக்கிறது.

சரித்திரத்தினின்றும் ஒரு சமுகம் அன்னியப்படுத்தப்பட முடியாத உரிமையே தேசிய விடுதலையின் அத்திவாரம் ஆகும். எனவே ஒரு விடுதலை இயக்கத்தின் நோக்கம் ஏகாதிபத்தியவாதிகளால் பறித் தெடுக்கப்பட்ட இந்த உரிமையினை மீட்பதாகும். அதாவது தேசிய உற்பத்திச் சக்திகளை விடுவிக்கும் இயக்கமே இது. ஆகவே தேசிய உற்பத்திமுறைகள் பரிபூரணமாக விடுதலை பெறுவதே தேச விடுதலை. உற்பத்திச் சக்திகள் விடுபட்டதும், அந்த சமுகத்தின் கலாச்சாரத்துக்கு புதிய வளர்ச்சி ஏற்பட இடம் கிடைக்கிறது.

கலச்சார விடுதலை என்பது அன்னியக் கலாச்சாரத்தை முற்றாக நிராகரிப்பதில்லை. வளர்ச்சிக்கு வேண்டியவற்றை வெளியிலிருந்து சுவீகரித்து, தேவையற்றவற்றை நீக்கி, ஒரு தேசத்தின் கலாச்சாரத்தை வளர்த்தலாகும்.

அன்னிய அடக்குமுறை என்பது கலாச்சார அடக்குமுறை என்றால், அன்னியரிடமிருந்து விடுதலை பெறுவது கலாச்சார விடுதலை பெறுவதாகும். இதன்படி பார்த்தால், விடுதலை இயக்கம் என்பது காலாச்சாரச் சக்தியின் அரசியல் அமைப்பு ஆகிறது. எனவே தான் மக்களது கலாச்சாரத்தினை உணர்ந்தவர்களாக விடுலைப் போராளிகள் இருப்பது அவசியமாகிறது.

இயந்திரநுட்பமும், நிறவேறுபாடுகளும் கலாச்சார அறிகுறிகள் என்ற போலிக்கருத்துக்கள் மறைந்துவிட்டன. எல்லாவித மக்களிடம் கலாச்சார உணர்வு உள்ளது என்பது இன்று ஒப்புக்கொள்ளப்பட்ட விடயம். மக்கள்தான் கலாச்சாரத்தின் படைப்பாளிகளும் சேமிப் பாளர்களும் என்பதனை போராளிகள் உணர்வது அவர்களது கடமை. மக்கள் அனைவருக்குமான பொதுவான கலாச்சாரப் பண்பினைப் பிரதிபலிக்காது, ஒரு பகுதியினரை மட்டும் விடுதலை இயக்கம் பிரதிபலிக்கக்கூடாது.

கலாச்சாரத்துக்கு ஒரு பொது அமைப்பு இருப்பினும், மக்களின் எல்லாப் பகுதியினரும் ஒரே தரத்திலான கலாச்சாரக்காரர்களாக இருக்கமுடியாது. அவர்களிடையே வளர்ச்சி வேறுபாடு இருக்கும். ஒவ்வொரு சமுகப் பகுதியும் பொருளாதாரத்தினால் உருவாக்கப் பட்டாலும், அப்பகுதியை ஆள்வது ஒரு சமுகப் பிரிவினரே. விடுதலைப் போர்ப் பார்வையினை அவர்களது கலாச்சாரப் பண்பே தீர்மானிக்கிறது. இந்த இடத்தில்தான் கலாச்சாரம் தனது முழு விஷேசத் தன்மையையும் ஒரு தனிமனிதன் மூலம் வெளியிடுகிறது.

ஆப்பிரிக்காவில் கிராமப்புறங்களிலிருந்து நகரங்கள் வரை பல்வேறு வடிவங்களில் கலாச்சாரம் வேறுபட்ட தன்மைகளை வெளியிடுகிறது. விடுதலை இயக்கங்கள் இந்த வேறுபாடுகளைக் கணக்கில் எடுத்துக் கொள்ள வேண்டும்.

சுரண்டலுக்காக ஏகாதிபத்தியவாதிகள் அடக்கப்பட்டவர்களிடையே கலாச்சார பொருளாதார ஏற்றத் தாழ்வுகளை உருவாக்கி யுள்ளனர். இதன் விளைவாக நகர்ப்புறத்தினரும் கிராமத்தின் குட்டிமுதலாளிகளும் அந்நிய கலாச்சாரத்தினை ஏற்று, தங்கள் சொந்த மக்களின் கலாச்சாரத்தை ஏளனப்படுத்தும் நிலை பிறக்கிறது. சுயநலத்திலிருந்து, இந்த அந்நிய கலாச்சாரவாதிகள் அந்நியமாகின் றனர். விடுதலை இயக்கத்தில் இவர்களது நிலையினை இதுவே நிதானிக்கிறது. எனவே போர்க் காலத்தின் தியாகங்களும் அன்றாடப் பிரச்னையுமே இவர்களை மனம் திருப்ப வைக்கமுடியும்.

இருந்தும் மனம் திரும்பாமலே சந்தர்ப்பவாதிகளாக விடுதலை இயக்கத்தினுள் சிலர் நுழையலாம். இவர்கள் தங்களது படிப்பறிவு, கருவிஞானம் ஆகியவற்றால் இயக்கத்தின் உயர்பதவி ளைக் கைப்பற்றக் கூடும். எனவே கலாச்சாரத்தளத்திலும் இது பற்றிய தீவிர விழிப்பு அவசியம். எனினும் அன்னிய மனோபாவக்காரர்களாக அடக்குமுறை யாளர்களினால் உருவாக்கப்பட்டவர்களிடம் இருந்துகூட உண்மையான விடுதலை வீரர்கள் பிறந்துள்ளனர். வர்க்க உணர்வினை இவர்கள் முற்றாகத் துறப்பதுதான் போராட்டத்திற்கு முக்கியமானது.

நாட்டின் படித்த அறிவுவாதிகள், பட்டம் பெற்றவர்கள், சுயமான

தொழில்களில் உள்ளவர்கள், கிராமத்து மேல்மட்டத்தினர் ஆகியோர் விடுதலைப் போரின்போது அன்னியருக்கு ஆதரவாக நடந்திருக்கின் றனர். இவர்கள் அன்னியக் கலாச்சாரத்தை மதித்ததின் விளைவே இது. கலாச்சார மதிப்பீடே அரசியல் சார்பினை திர்மானிக்கிறது என்பதற்கு இது உதாரணமாகும். வர்க்க உணர்வையும் இதில் காணலாம். இவர்கள் தங்களது வர்க்கத் தேவைகளே பிரதான மானவை என்ற மனோபாவம் உள்ளவர்கள். போராட்டத்தின் அரசியல், பொருளாதாரக் கலாசார அடிப்படைகளைப் பேண வேண்டுமானால் விடுதலை இயக்கத்தினர் இந்த விஷயத்தை கவனத்தில் கொள்வது அவசியம்.

மனமாற்றமடையும் சமுகத்தின் மேல்தட்டில் உள்ளவர்களின் கலாச்சாரப் பங்கும் மக்களின் கலாச்சாரப் பங்கும் ஒற்றுமை பெறுகிற போதுதான் போராட்டம் திறனடையும். இதில் முக்கியமானதையும் முற்போக்கானதையும் புரட்சிகரமானதையும் போராளிகள் பேணுவது தேசியக் கலாச்சாரத்துக்கே வழிகாட்டும்.

ஒவ்வொரு சமுகப் பிரிவின் கலாசார அம்சங்களையும் விடுதலை இயக்கம் ஐக்கியமாக்கிக்கொள்வதும் இந்த ஐக்கியம் ஒரு தேசியக் கலாச்சாரக் கட்டமைப்பாக உருவாவதும் அவசியம். தேசிய உணர்வுக்கும் ஒழுக்கத்துக்கும், பல்வேறு சமுகப் பிரிவுகளின் கலாச் சார அம்சங்களை இணைப்பது ஒரு உபாயமாகும். இது விடுதலை இயக்கத்துக்கு இன்றியமை யாதது. இது தேசியச் சூழலுடன் மக்களை இணைக்கிறது. தங்களது பிரச்னைகளையும் அபிலாஷைகளையும் மக்கள் நேரே சந்திக்க வகை செய்கிறது.

விடுதலை இயக்கம் முன்னேறும்போது அது பல்வேறு நோக்கங் களை ஒன்றிணைக்க வேண்டும். உள் வேறுபாடுகளைக் களைந்து பொதுவான இலட்சியமாக விடுதலையை ஏற்றுக்கொள்ள வேண்டும். பெரும்பான்மையான மக்கள் கஷ்டங்களுக்கும் தியாகங்களுக்குமிடையே விடுதலை இயக்கத்தின் இலட்சியத்தை இதயபூர்வமாக ஆதரிப்பார்களே யானால், அது ஒரு மாபெரும் கலாச்சார வெற்றியுமாகும்.

அடக்குமுறையாளர்களுக்கும் அடக்கப்பட்டவர்களுக்கும் இடையே உள்ள கலாச்சார வேறுபாடு எவ்வளவு அதிகமாக இருக்கிறதோ, அவ்வளவுக்கு மேற்படி வெற்றி சாத்தியமாகிறது. அடக்குமுறை யாளர்களின் கலாச்சாரத்துடன் ஒற்றுமையுள்ள மக்களை அடக்கி ஆள்வதும் ஆட்சியை நீடிக்கவைப்பதும் எளிது என்கிறது சரித்திரம்.

ஆப்பிரிக்கா விஷயத்தில் காலனி சக்திகள் போட்ட தப்புக் கணக்கு, ஆப்பிரிக்க மக்களின் கலாச்சாரச் சக்தியினைக் குறைத்து மதிப்பிட்டமை யாகும். இதன் விளைவாக, போர்த்துகீஸிய காலனி முறையால் லாபமடைந்திராத போர்த்துக்கீஸிய மக்கள், மூன்று காலனி யுத்தங்கள் மூலம் தங்கள் தப்புக்கணக்கிற்குப் பலனை

அனுபவிக்கின்றனர்.

போர்த்துகீஸரின் காலனிகளில் அடக்கப்பட்ட மக்களின் எழுச்சிகள் அடக்குமுறையாளர்களினால் ஆரம்பத்தில் நசுக்கப் பட்டன. இதற்கு அடக்கப்பட்டவர்களினுள்ளேயே ஒரு பகுதியினரை தனக்கு ஆதரவாக்கி இருக்கிறது காலனிசக்தி. சொந்தமக்களுக்கும் கலாச்சாரத்துக்கும் பற்றுணர்வு காட்டிய மேல்மட்டத்தினர் நிர்மூல மாக்கப்பட்டனர். காலனி ஆதிக்கம் உறுதியடைந்தது. ஆனால் ஆப்பிரிக்க மக்களின் கலாச்சார எதிர்ப்பு அழிக்கப்படவில்லை. துரோகங்களுக்கு ஆளாகி நசுக்கப் பட்ட கலாச்சாரம், கிராமங்களிலும் வனாந்தரங்களிலும் காலனியாதிக்கத்தினால் பாதிப்படைந்து, தலை முறையினரின் உயிரிலும் ஒளிந்திருந்து, எல்லாவிதமான புயல் களையும் தாங்கி ஜீவித்திருக்கிறது. சரியான சீதோஷ்ண சுவாத்தியத்துக்காகக் காத்திருக்கும் வித்தினைப் போல பொறுத் திருந்த ஆப்பிரிக்க கலாச்சாரம், இன்று எமது கண்டம் முழுவதிலும் தேசிய விடுதலைப் போர்களுக்காக முழுமையடைந்து பரந்துகொண்டிருக்கிறது. ஆப்பிரிக்காவின் கரங்களே உலகின் அத்திவாரக் கற்களை நட்டவை என்று போற்றப்பட்ட எம்மக்களின் கலாச்சாரம், பெரும்பாலும் பாதகமான சூழ்நிலைகளிலேயே ஜீவித்திருக்கிறது. பாலைவனங்களிலிருந்து பூமத்தியக்காடுகள் வரை, சதுப்பு நிலங்களிலிருந்து அடிக்கடி பெருக்கெடுக்கும் நதிக்கரைகள் வரை, எல்லா வித கஷ்டங்களினூடேயும் மரம், மிருகம், மனிதன், யாவரை யும் அழிக்கும் கொள்ளை நோய்களினூடேயும் இந்தக் கலாச்சார இயக்கம் வளர்ந்துள்ளது. பேஸில் டேவிட்ஸன் போன்ற சரித்திர ஆய்வாளர்களின் கருத்தின்படி, மிகவும் பாதகமான சூழலில் ஆப்பிரிக்க மனிதன் சாதித்துள்ள அரசியல், பொருளாதார, சமுக, கலாச்சார வளர்ச்சி மனித சரித்திர சிகரங்களுடன் ஒப்பிடத்தக்க தொன்றாகும்.

இந்த உண்மை ஆப்பிரிக்காவின் விடுதலைக்காகப் போராடுகிறவர்களுக்கு ஊட்டமளிக்கிறது. ஆனால் எந்தக் கலாச்சாரமும் பரிபூரணமான தொன்றல்ல. இருந்தும் கலாச்சாரமும் ஒரு மக்கள் சமுகத்தில் நிகழும் பிரிவுகளைச் சரிசெய்து ஒன்றிணைக்கிற யதார்த்த சக்தி என்பதை மறுக்கமுடியாது.

குருட்டுத்தனமான கலாச்சார அணுகுமுறைகள் தீங்கானவை. விமர்சனப் பண்பற்ற தற்புகழ்ச்சி முதலியவை இவை. இதைவிட மனித சமுகத்தின் பொதுச்சொத்தாக ஒரு சிறுபகுதி மனிதர்கள் செய்த சாதனை என்று ஆப்பிரிக்கக் கலாச்சாரத்தைக் காண்பதே சரியாகும். இன்றைய விடுதலைப் போராட்டத் தேவைகளை முன்னிறுத்தி, விமர்சனபூர்வமாக ஆப்பிரிக்க கலாச்சாரத்தைப் பார்ப்பதே முக்கிய மாகும். பலவீனங்களைத் தவிர்த்து அவற்றையே உறுதிகளாக மாற்றுவதற்கு இதுவே உதவும்.

உற்பத்தி முறைகளைப் பரிபூரணமாக விடுவித்து பொருளாதார, அரசியல், கலாச்சார முன்னேற்றத்தைச் சாதிப்பதே விடுதலைப் போரின் நோக்கம். இது அரசியல் விடுதலையையும் கடந்த ஒரு அடிப்படை. இந்தப் பின்னணியிலேயே கலாச்சாரத்தை நிறுத்தி, தேர்வு முறைக்கு உட்படுத்தி ஆராய்வது அவசியம். ஆயுதப் போருக்காக மக்களை ஒரு அமைப்பினுள் திரட்டி, காலனி ஆதிக்கத்தை எதிர்ப்பதற்கு இத்தகைய ஆய்வு அவசியமாகிறது.

போராட்டத்தின் அன்றாடத் தேவைகளை மக்கள் சந்திக்கும் விதம் அவர்களது கலாச்சாரப் பண்பினால் நிர்ணயிக்கப்பட்டி ருக்கும் என்பது அனுபவம். எனவே விடுதலை இயக்கத்தின் முக்கியத்துவத் தினை கலாச்சாரமே உணர்த்தும் வகையில் கலாச்சார இயக்கம் திரட்சி பெறவேண்டும். வேற்று மக்களின் போராட்டங்களிலிருந்து விளைந்த உபாயங்களைப் பயன்படுத்துவதாகப் பிரகடனம் செய்வது கனவு லகப் பேச்சாகும். ஏனெனில் அந்த மக்கள் இங்கே உள்ள கலாச்சாரத் தினால் நிர்ணயிக்கப்பட்ட நிலைமைகளைச் சந்தித்தவர்களல்லர்.

போராட்டத்தின் ஆரம்பகட்டத்தில் தலைவர்களும் சரி, போராடும் மக்களும் சரி, கலாச்சாரமானது எவ்வளவு தூரம் மக்களின் மனோசக்திக்குள் வேரூன்றி உள்ளது என்பதை உணர்வதில்லை. இவற்றைக் கலாச்சாரம் சாதிக்கும்போதே, உண்மை நிலை பற்றிய தவறான கணிப்புகளையும் கடமையினின்றும் தவறியதையும் புரிந்துகொள்வர். அரசியல், விஞ்ஞான அடிப்படையில் நடக்கும் ஒரு போராட்டத்தில் விளையக்கூடிய திறனின்மைகளையும் கலாச்சாரம் உருவாக்கிவிடும். ஆனால் விடுதலைப் போரில் நேரும் தடைகளை யும் தோல்விகளையும் வேதனைகளையும் தாங்கக்கூடிய சக்தியைத் தருவது கலாச்சாரம்தான்.

பெருந்தொகையினரை ஒன்றுதிரட்டும் ஆயுதப்புரட்சி, சமுகத் தின் கலாச்சார பலவீனங்களைத் தவிர்த்து, பலமுள்ள அம்சங்களை ஊக்குவிக்கிறது. பழங்குடிப் பழக்கங்களும் பூர்வீக அனுஷ்டானங் களும் மறைகின்றன. பிதுர்வழிபாடு, உறவினர்க்குத் தரும் சலுகை, சமுகத் தாழ்வுணர்ச்சி, பெண்ணடிமை, பூர்வகுடி வழிபாடு ஆகியவை விடுதலை இயக்கத்தின் அறிவார்த்த தேசியப் பண்புக்கு உதவாதவை. எனவே விடுதலைப் போராட்டம் என்பது கலாச்சாரத்துக்கும் புத்துயிர் கொடுக்கும் போராட்டமாகும்.

(Passages from an essay 'The Role of Culture in the Liberation Struggle' by Amilcar Cabral.) *(ஆசிரியர் பெயரற்றது),*

விடுதலைப்புலிகள்-4 (சென்னை), ஜனவரி 1985.

விடுதலையும் வன்செயலும்
பிரான்ஸ் பனன்

பிரான்ஸ் பனன் (Frantz Fanon) ஒரு புரட்சிகரச் சிந்தனையாளர். மேற்கு இந்தியத் தீவுகளில் ஒன்றாகிய மாட்டினிக்கில் 1925-ஆம் ஆண்டு பிறந்த பிரான்ஸ் பனன் 1951-ஆம் ஆண்டிலிருந்து அல்ஜீரியா வில் வசித்து வந்தார். 1951-ஆம் ஆண்டிலிருந்து அல்ஜீரியச் சுதந்திரப் போராட்டத்திற்காக உழைத்து வந்த அவர், 1961-ஆம் ஆண்டில் தனது 36-ஆம் வயதில் இரத்தப் புற்றுநோயால் காலமானார்.

அவரது புரட்சிகரத் தத்துவார்த்தப் படைப்புகள் அல்ஜீரியப் புரட்சிக்கு அடித்தளமாக அமைந்ததுடன் ஆப்பிரிக்க தேசிய சுதந்திர எழுச்சிகளுக்கும் பெரும் உத்வேகத்தை அளித்தன.

தேசிய சுதந்திர எழுச்சிகளின் வரலாற்று யதார்த்தத்தை பனன் மிகவும் துல்லியமாக ஆய்வு செய்கிறார். கறுப்பு ஆபிரிக்காவில் தாண்டவமாடிய காலனித்துவச் சுரண்டலின் மனிதாபிமானமற்ற கொடூரத்தை அவரது எழுத்துக்கள் படம் பிடித்துக்காட்டுகின்றன. ஒரு சமுகத்தின் அரசியல் பொருளாதார, கலாச்சாரப் பரிணாமங்களில் ஊடுருவும் ஏகாதிபத்தியச் சுரண்டல்முறையானது எவ்விதம் அம் மக்களின் வாழ்க்கையை சீர்குலைத்துவிடுகிறது என்பதை அவர் மிகவும் திறமையாகச் சித்தரித்துக் காட்டுகிறார். ஏகாதிபத்திய வாதிகளின் அதர்மமான அடக்குமுறையை உடைத்தெறிய வேண்டு மாயின், ஆயுதப்போராட்டமே அதற்கு ஒரே வழி என்பதை பனன் சதா வலியுறுத்தி வந்தார்.

பனனின் தத்துவார்த்தப் படைப்புகள் வன்முறை அரசியலுக்கு ஒரு தார்மீக மகத்துவத்தை அளிக்கின்றன. ஒடுக்கப்பட்ட மக்களைப் பொறுத்தவரை வன்முறையானது அத்தியாவசியமான, வரலாற்றுக் கட்டாயமான ஒரு அரசியற் போராட்டவடிவம் என்பதை அவர் வலியுறுத்துகிறார். அநீதிக்கு எதிராகத் தொடுக்கப்படும் வன்முறைத் தர்மமானது, புரட்சிகரத் தன்மையுடையது என்பது அவரது கருத்து. மனித சுதந்திரம் ஆன்மிகரீதியானது எனச் சுட்டிக்காட்டும் அவர், அடிமைப்பட்டுக் கிடக்கும் மக்களின் விடிவுக்கு வழிகோலும் வன்முறைப் போராட்டங்கள் உன்னதமான தார்மிக இலட்சியத்தை

உடையன என்கிறார்.

அவர் எழுதிய நூல்களில் *Wretched of the Earth* மிகவும் பிரபலமானது. இந்நூலிலுள்ள 'புரட்சிகர வன்முறை பற்றி' என்ற அத்தியாயத்திலுள்ள சில முக்கிய பகுதிகள் இங்கு தமிழாக்கம் செய்யப்பட்டுள்ளன

***

ஒடுக்குமுறை ஆட்சியில் இருந்து ஒரு தேசிய இனம் தனது விடுதலையை, தேசிய மறுமலர்ச்சியைப் பெறவேண்டுமாயின் அது வன்முறையினால்தான் முடியும். ஒடுக்குமுறை ஆட்சியில் இருந்து புரட்சிகர மக்கள் சமுகம் தனது கையில் ஆட்சியைப் பெற்றுக் கொள்வதை இது குறிக்கிறது. ஒடுக்கப்பட்ட மக்களின் மிகக் குறைந்த கோரிக்கையில் இருந்து, அவர்களின் பிரக்ஞையிலிருந்து வாழ்வோட் டத்திலிருந்து இது வெடிக்கிறது. அடக்கப்பட்ட மக்களின் இப் புரட்சிகர எழுச்சி, அடக்குமுறையாளர்களை சித்தப்பிரமைக்கு உள்ளாக்குகிறது.

தேசிய விடுதலை ஒரு அற்புத நிகழச்சி அல்ல. அது ஒரு சரித்திர நிகழ்ச்சி. இரண்டு சக்திகளின் மோதலில் இது விளைகிறது. அடக்குமுறையாளர்களின் வன்முறைமயமான ஆட்சியிலிருந்தே இது பிறக்கிறது. தேசமக்களைத் துப்பாக்கி முனையில் அடக்குவதினால், மக்கள் வன்முறையைக் கையாளுகின்றனர். இந்த அடக்கு முறையாளர்களை ரகசியமாக அழிக்கமுடியாது. பார்வையாளர் களாக இருந்த மக்கள், சரித்திர வெளிச்சத்துக்கு வந்துவிட்ட போராளிக ளாகிறார்கள். இது மக்களையே மாற்றி அமைக்கும் இயக்கம். ஆதிக்கத்தி லிருந்து விடுபடும் ஒரு இயக்கம் புது மனிதனை உருவாக்குகிறது.

இளமையிலிருந்தே ஒடுக்கப்பட்டு வந்த மக்கள் சமுகம், தங்கள் வாழ்க்கையை மாற்றியமைக்க வன்முறைத் தவிர வழியில்லை என்று இளமையிலிருந்தே உணர்கிறார்கள்.

அடக்குமுறையாளர்கள் உலகை இரண்டுபடுத்துகிறார்கள். தங்களுக்கு ஒரு நீதி மற்றவர்களுக்கு ஒரு நீதி என வாழ்க்கை நலன்களைப் பிரித்துவிடுகிறார்கள். இந்தப் பிரிவினையைக் கவனித்தால்தான், விடுதலைக்கான தேவை எப்படி உருப்பெறுகின்றன என உணரலாம். இந்த வேறுபாட்டை போலீஸும் ராணுவமும் பாதுகாக்கிறது. அவர்கள் இல்லாமல் இந்தக் கூறுபட்ட வாழ்க்கைமுறை தாக்குப் பிடிக்காது. சுரண்டப்படுகிறவனிடமிருந்து பொலீஸும் ராணுவமுமே காப்பாற்றுகிறது. இதுவே அடக்குமுறைச் சமுக அமைப்பு. இது அமைதியை நிலைநாட்டும் அமைப்பாக, சுரண்டப் படுகிறவனின்

வீட்டினுள் வன்முறைக்கும் அமைதியின்மைக்கும் வழிசெய்கிறது. ஆட்சியாளனை ஆளப்படுபவனுக்கு எதிரான துருவமாக்குகிறது. இதனால் இருவரிடையிலேயும் உடன்பாட்டுக்கு இடமே இல்லை.

அன்றாட வாழ்வில் வன்முறையை உபயோகித்து மக்களை அடக்கி வந்த அதே வன்முறை, அடக்கப்பட்டவர்களினால் விடுதலைப் போராக உருமாற்றமடைகிறது. அடக்குமுறையாளர்களால், சுரண் டப்படும் மக்கள் எவ்விதமான உயர்ந்த மதிப்பீடுகளையும் கொண்டவர்கள் அல்ல என்றும் மிருகங்கள் என்றும் சித்தரிக்கப் படுகிறார்கள். இந்தச் சித்தரிப்பு அடக்கப்பட்ட மனிதனுக்குச் சிரிப்பூட்டும் சித்தரிப்பு. அடக்குமுறையின் வன்முறையினை அவன் ஆட்சியாளன் மீதே திருப்பிவிடக் காத்திருக்கிறான்.

எனவே அடக்குமுறையாளர்கள் பேசும் சகோதரத்துவம், அவனது அன்றாட வாழ்வைப் பொறுத்தவரை அர்த்தமற்றது. அடக்குமுறை யாளன் சகோதரத்துவத்தைப் பற்றிப் பேசினால், அடக்கப்பட்டவன் கத்தியை உருவுகிறான். பேச்சளவில் ஒன்றும் செய்கையில் வேறு ஒன்றுமாக அடக்குமுறையாளன் நடந்து கொள்வதே அதன் காரணம்.

வாழ்க்கைக்கான அடிப்படை உரிமைகளைப் பறிகொடுத்த மக்களின் ஒரே நோக்கம், தாம் பறிகொடுத்த நிலங்களைப் பெறுவதே. அவர்கள் தங்களிடமிருந்து அதைப் பறித்தவனுடன் சகோதரத்துவ உறவு கொண்டாடமாட்டார்கள். பறிக்கப்பட்ட நிலம் திரும்பப் பெறப்பட வேண்டும். இதுதான் அடக்கப்பட்டவனது ஒரே நோக்கம். இதை உணராமல் சமாதனம் பற்றிப் பேசும் அறிவுவாதம் அர்த்த மற்றது.

சமாதானத்தைப் பற்றிப் பேசுகிறவர்கள் பெயர்பெற்றவர்களாக வும், நிலத்தைப் பறிகொடுத்த மக்கள் சாமான்யர்களாகவும் இருக்க லாம். ஆனால் இந்த முகம்தெரியாத மக்கள் இழந்த நிலம் என்ற இறைமை, அவர்களை வன்முறை என்ற முகாமுக்கு இட்டுச் செல்கிறது. இதனால் சரித்திரம் அவர்களுக்கு ஒரு முகத்தைக் கொடுக்கிறது. வன்முறை என்ற மதிப்பீட்டை வலுவிழக்க வைத்து மக்களைப் பொதிமாடுகளாக்குகிற மதிப்பீடுகள் துகள்களாகின்றன. அடக்குமுறைக்கு உட்படுத்தப்பட்ட மக்கள் நேரில் காண்பது எதை? அவர்களை எளிதாக கைது செய்யலாம், கொல்லலாம், சீர்குலைக் கலாம் என்பதைத்தான். சமாதானவாதிகள் எவரும் அவர்களுக்காக இவற்றை அனுபவிப்பதில்லை. இந்த அநுபவங்களை மக்கள் சகித்துக் கொள்ளவேண்டும் என்பதுதான் சமாதானவாதிகளின் போதனையாகும்.

'எல்லா மனிதர்களும் சமமானவர்கள்' என்ற போதனையைத்தான் வன்முறையினைக் கைக்கொள்ளும் மக்கள் செயல்படுத்துகிறார்கள்.

தங்களை அடக்கியாள்கிறவர்களும் தாங்களும் சமமானவர்களும் என்றால், அடக்கப்பட்ட நிலையிலேயே அவர்கள் இருக்க முடியாது. எனவே வெளிப்படையான ஒரு போலிக்கட்டுப்பாடு தான் வன்முறை யினால் சிதறடிக்கப்படுகிறது.

நிலமும் உணவும் தேவை என்ற நிலைக்குத் தள்ளப்பட்ட மக்க ளுக்கு, அவை கிடைப்பதற்கான வழிமுறைகளைக் கொண்டு வருவது தான் அறிவுஜீவிகளின் சித்தாந்தமாக வேண்டும். மக்களுக்கு இவை கிடைக்காமல் தடையிடுகிற எதுவுமே தாக்குப்பிடிக்காது, இதை வெகுசீக்கிரத்திலேயே அடக்கப்பட்ட மக்களினுள் இருக்கிற அறிவு வாதிகள் உணர்ந்துகொள்கிறார்கள்.

அடக்கப்பட்டவன் எப்போதுமே அடக்குமுறையாளனால் குற்றம் சாட்டப்பட்டுக் கொண்டிருப்பான். ஆனால் தான் குற்றவாளி யல்ல என்பது அடக்கப்பட்டவனுக்குத் தெரியும். அவன் தரம் குறைந்த வனுமல்ல. அவன் மீது ஆதிக்கம் சுமத்தப்பட்டிருக்கிறது என்பதுதான் உண்மை. போலீஸ், ராணுவம் ஆகியவற்றின் கெடு பிடிகள் அவனை அடக்குகிற அதே சமயத்தில், உள்ளூர அவனை வன்முறைக்கும் தயார் படுத்துகின்றன.

'அசையாதே' என்ற கட்டளை, 'தாக்கு' என்ற தூண்டுதலாகவே உருமாறுகிறது. அடக்கப்பட்டவனை விழிப்படைய வைத்து வன்முறைக் கான தயார்நிலையை உருவாக்குகிறது. இறுதிப் போராட்டத்தை ஒத்திப்போட முடியாது என்ற நிலை எப்போதுமே இருந்து கொண்டிருக்கிறது. சில சந்தர்ப்பங்களில் தடையே தடை யினை மீறுவதற்குத் தூண்டுகோலாகும் என்பது விதி.

புராண மயக்கம் என்பது செயலற்ற நிலையல்ல. அத்தகைய மயக்கம் அடக்குமுறையாளர்களுக்கு ஆபத்தானதாகும். ஏனெனில் புராணங்கள் கற்பிக்கும் சக்திகளை நம்புகிற மக்கள், அதிதீவிரமான செயல்முறைகளைக் கருக்கொண்டு பிறப்பித்துவிடுகிறார்கள் என்பது தெரியவந்த சரித்திர விபரம். தியாகங்களையும் அற்புதப் போர் முறைகளையும் சித்தரிக்கும் புராணங்களைப் பயின்ற மக்கள், தங்கள் உற்றாருக்குப் போராடவும் கணவனில்லாத இடத்தில் பெண்ணே அவனது வேலையைச் செய்யவும் பயின்றவர்களாவர். இதற்கான சாட்சியங்கள் உள்ளன.

அடக்குமுறையாளர்கள், இந்த புராண மனோபாவத்தின்படி அரக்கர்களை விடக் கொடுமையானவர்கள். இந்த மனோபாவம் விடுதலைப் போருக்கு அடிப்படையான தற்பெருமையை அடக்கப் பட்டவர்களுக்கு அளிக்கிறது. இருந்தும் நேருக்குநேராக விரோதியைச் சந்திக்கும்போது நிலைமை வேறுவகையானது. அடக்குமுறையாளனுடன்

தெற்குவாசல

மோதியாக வேண்டிய இளையதலைமுறையினர், நேற்றைய புராணங்களை எள்ளிநகையாடுவர். இன்று உடனடியாக செயல்படுத்தப்பட வேண்டிய போராட்டம்தான் அவர் களுடைய குறிக்கோள். இதன் வழியில் நேற்றைய பெருமையுணர்வு இன்றைய செயல்பாட்டுக்கான அத்திவார மாகிறது.

தேர்தல்முறை மூலம் 'கொஞ்சம் கொஞ்சமாக' விடுதலையைப் பெறலாம் என்ற கொள்கையில் பிறப்பது, தேசிய சந்தர்ப்பவாதி களினால் உருபக்கப்படுகிற கட்சி அரசியல் ஆகும். இவர்கள் பேசும் விடுதலைப் போர் வெறும் வார்த்தை ஜாலம்தான். இவர்களது நோக்கம் அடக்குமுறையாளர்களிடமிருந்து தங்களுடைய வர்க்கத் துக்கான நலன்களை அடைவது மட்டுமே. மக்களின் நிர்க்கதியான நிலையை இவர்கள் கட்சி அரசியலாக மாற்றி அமைக்கிறார்கள். ஆனால் மக்களின் கேந்திரத்திலிருந்து போராட்டம் உருவாகிய உடனே, இவர்கள் ஆட்சியாளர்களிடம் ஓடுவர். 'நிலைமை அத்து மீறிவிடப் போகிறது. ஏதாவது செய்ய வேண்டும்,' என்பர். அதே சமயத்தில் விடுதலைப் போராளிகளுடன் தொடர்புகொண்டு அவர்களது கேந்திரத்திலும் ஒரு காலை ஊன்றிக்கொள்ள முயற்சி செய்வர். இந்த வர்க்கத்தினருக்கு, உண்மையில் புரட்சியின் அன்றாட வடிவான வன்முறை அலர்ஜியாகும். சுயலாபத்திற்காகக் கௌரவத் தையும் பலத்தையும் இழந்து நிற்பவர்கள் இவர்கள். ஆனால் விடுதலை இயக்கத்தின் தலைமை வரை, சந்தர்ப்பவாதத்தால் ஊடுருவுவதற்கு இவர்கள் முயல்வர்.

பெரும்பாலும் இவர்களே தலைமையைப் பெற்றுவிட்டால் விடுதலையே அர்த்தமற்றதாகிவிடவும் இடமுண்டு. பழைய அடக்கு முறையாளர்களுடன் இவர்கள் ஒப்பந்தம் செய்துகொண்டு, பழைய சுரண்டலுக்கு நவீன வசதிகளை இவர்கள் செய்துவிடுகிறார் கள். இத்தகைய தலைவர்கள், தொழிலாளர்களின் அரசு என்ற ஒரு சுலோகத்தை இதற்கு போர்வையாக்கக் கூடும். ஆனால் 'தேசிய அரசு' என்ற பிரக்ஞையின் மூலமே இவர்கள் கணிக்கப்பட வேண்டும். விவசாயிகளை இத்தகைய தலைவர்கள் திட்டமிட்டுப் புறக்க ணிப்பர். ஆனால் ஒரு தேசிய எழுச்சி விவசாயிகளிடமிருந்துமே பிறக்கிறது. அவர்கள் வன்முறையைக் கண்டு பின்னடைவதில்லை. எல்லா வற்றையும் இழந்துநிற்கும் அவர்கள் வன்முறையைக் கையாள்வதால் இனி இழக்க ஏதுமில்லை.

காலனி ஆதிக்கத்துடன் பேச்சு வார்த்தை நடத்தலாம் என்றுகூறும் கட்சிகளுக்கு, அந்த ஆதிக்கம் அறிவுபூர்வமான ஒன்றல்ல என்பது பற்றி கவலையில்லை. ஒடுக்குமுறை ஆதிக்கம் என்பது வெறும் உயிரற்ற சிந்தனையற்ற இயந்திரம். அது வன்முறையை மட்டுமே உணரும்.

பேச்சுவார்த்தைகளை அல்ல. எப்போது தனது வன் முறையை விடத் தீவிரமான வன்முறை ஒன்று தன்னை எதிர்க் கிறதோ, அப்போதுதான் பேச்சுவார்த்தை பற்றிய பிரஸ்தாபம் எழுப்பப்படுகிறது. இது வன்முறையின் முக்கியத்துவத்தையே வலியுறுத்தும். இதை உணர்கிற போராளி, உடன்படிக்கை மூலம் ஆதிக்க இயந்திரத்தைப் பாதுகாக்கிற பேச்சுவார்த்தைக்கு இணங்க மாட்டான்.

அரசியல்வாதி இந்தக் கட்டத்தில்தான் ஆதிக்கவாதிகளின் பக்கத்திலிருந்து குட்டிக்கரணம் போட்டு, போராளிகளின் பக்கம் வரவண்டியதாகிறது. இதைத் தவிர அவனுக்கு வேறு வழியில்லை.

அடக்குமுறையாளர்களுக்கு எதிராக வன்முறை பயன்தராது என்று கூறுகிற சித்தாந்திகள் இருக்கிறார்கள். வன்முறை தற்கொலை யாகும் என்பது இவர்களது கருத்து. அடக்குமுறைச் சக்திகளைவிட அதிகமாகவும் தரமாகவும் ஆயுதங்கள் இல்லாமல் வன்முறையைக் கையாள முடியாது என்பதே இவர்களது அடிப்படை.

ஆனால் கெரில்லா யுத்தமுறை ஒன்று இருக்கிறது என்பதோ, அதன் சாத்தியக்கூறுகளோ இவர்களுக்குப் புலனாவதில்லை. மிக அதிக ஆள்பலத்துடனும் ஆயுதபலத்துடனும் ஸ்பெயினுக்குள் நுழைந்த நெப்போலியனை, ஸ்பானியர்கள் விரட்டிய சரித்திரம் இருக்கிறது. அமெரிக்காவின் விடுதலைப் போராளிகள் பிரிட்டிஷ் ஆதிக்கத்துக்கு எதிராக 1790 வாக்கில் உபயோகித்த அதெ கெரில்லா யுத்தமுறையை ஸ்பானிய தேசியப் போராளிகள் 1810-இல் நெப்போலியனது பயங்கரமான சக்திமிகுந்த ராணுவத்துக்கு எதிராக உபயோகித்தார்கள்.

இது மட்டுமல்ல, வெறும் கெரில்லா முறை போதாது. அதன் சமகாலப் பின்னணியையும் இன்று கணக்கில் எடுத்துக் கொள்ள வேண்டும். சர்வதேசப் பின்னணி என்ன என்பதை உணர்ந்தே கெரில்லா இயக்கங்கள் நடக்கின்றன.

தேசிய விடுதலையை நாடும் அரசியல்வாதிகள், ஒருபுறம் தங்கள் பேச்சுக்கள் மூலம் மக்களின் கனவுக்கு உருவம் கொடுத்து, அவர்களுக்கும் அவர்களது தேசத்துக்கும் அடையாளம் உருவாக்குகிறார்கள். மறுபுறம், அடக்குமுறையாளர்களுக்கு எதிராக வன்முறைகளில் ஈடுபட்ட குற்றவாளிகள்கூட, போராட்ட வீரர்களாக மக்களால் சித்தரிக்கப்படுகிறார்கள். இவர்களை மக்கள் போராட்ட வீரர்களாகக் கணிப்பது, அடக்குமுறையாளர்களுக்கு எதிராக வன்முறையை அவர்கள் பிரயோகித்ததுக்காகவே.

அடக்கப்பட்ட மக்கள் தங்களைத் தனியர்களாக உணர்வதில்லை. உலகின் இதர பகுதிகளில் வன்முறைப் புரட்சிகள் நடப்பதை அவர்கள் செய்திகளாகக் கேட்கிறார்கள். இது தங்களுக்கு உலக மெங்கும்

சகோதரர்கள் உள்ளனர் என்று உணர்த்துகிறது. இது வன்முறைப் புரட்சிக்கு சர்வதேசப் பின்னணி ஆகிறது.

வன்முறை ஒரு புரட்சியாக உருமாறுவது எப்படி? இது மக்களின் அரசியல் அபிலாஷை மூலமே நிகழ்கிறது. நேரடியாக மக்கள் தங்களை ஆயுதவாதிகளாக இயக்கரீதியில் தகுதிப்படுத்துகிறார்கள். இது இயற்கையாகவே பரந்துபட்டு நடக்கிறது. இந்நிலையில் தங்களுக்குச் சார்பான சூழல் மாறுபடுகிறது என்பதை ஆட்யாளன் உணர்கிறான். பெருவாரியாக ஆயுதங்களையும் இராணுவத்தையும் குவிக்கிறான். போராளிகள் இதையெல்லாம் கண்டு பயப்படுவ தில்லை. இதற்கு மாறாக, அவர்களது நரம்புகள் புடைக்கின்றன. தாக்குவதற்கே அவர்கள் தயாராகிறார்கள். எங்கோ நடக்கிற ஒரு சிறு நிகழ்ச்சி, திடீரென நாடெங்கும் எரிமலையாக வெடித்தெழுகிறது.

எப்போது அடக்குமுறையாளர்கள் படுகொலைகள் மூலம் தங்களை நிறுவ முன்வந்தார்களோ, அப்போதே வன்முறைக்கு அவர்கள் வழிவகுத்துவிடுகிறார்கள். பலாத்காரத்தின் மூலம் மட்டுமே தீர்வு என்பது, அடக்குமுறையாளர்களின் இயக்கத்திலிருந்து தொடர்கிற ஒன்றுதான்.

போராட்டத் தலைவர்களைக் கைது செய்வதென்பது மிகவும் ஆபத்தானது என்பதை, இன்று காலனி அரசுகள் கற்றுவிட்டன. எப்போது தங்கள் தலைவர்கள் கைதாகின்றனரோ, உடனேயே மக்கள் கட்டுப்பாட்டினை இழக்கின்றனர். கண்மூடித்தனமான கொலை களை நடத்துகின்றனர். தலைவர்களை விடுவிக்கவேண்டிய கட்டாய மும் கட்டுப்பட வேண்டிய அவசியமும் இதிலிருந்து பிறக்கின்றன.

தேசியத் தலைவர்களை விடுதலை செய்யும்படி வற்புறுத்தப் பட்டு, அதற்கு அடிபணிந்த உடனேயே, அவர்களை மதித்து அவர்க ளுடன் பேச்சுவார்த்தை நடத்தவேண்டிய நிலை அரசுக்கு ஏற்படுகிறது.

சமகால உலக நிலையைத் தேசிய விடுதலைப் போராளி தனக்குச் சாதகமாக்கிக் கொள்வது பற்றி, முடிவாகச் சில வார்த்தைகள். காலனி ஆதிக்கங்களுக்கும் அடக்குமுறைகளுக்கும் எதிராக நடக்கும் போராட்டங்கள், பயங்கரவாத நடவடிக்கைகள் என சிலர் கூறுவர். இது உண்ணமையில் அடக்குமுறையாளனுக்கு கிலியைத் தருகிற கதையாகும். இந்தக் கிலியும் இதன் பின்னணியிலுள்ள சர்வதேச நிலையும் போராளிக்குச் சாதகமானவை. அவன் தனது சக்திகளைத் திரட்டிக்கொள்ளவும் உலக அப்பிராயத்தைத் தனதாக்கவும் இவை உதவுகின்றன.

சகலத்தையும் இழந்து பட்டினியால் செத்துக்கொண்டிருக்கும் மக்கள் சமுகம், வன்முறையில் இறங்குகிறது என்றால் அது

வியப்புக்குரியது என்று ஒரு கருத்து உண்டு. உண்மையில் வியப்புக்கு இதில் ஏதும் இல்லை. இனி இழக்க எதுவுமில்லை என்ற நிலையில் தான் மக்கள் வன்முறையினை மேற்கொள்கின்றனர். விடுதலைப் போரின் யதார்த்தப் பரிமாணம் வன்முறைதான். இந்தப் போரின் மூலம்தான் அடக்கப்பட்ட மக்கள் தங்கள் சுயகௌரவத்தைத் திரும்பிப் பெற முடியும். தேசிய உணர்வின் பெருமைப் பேச்சு இந்த சுய கௌரவத்தை சம்பாதித்துத் தந்துவிடப் போதுமான ஒன்றல்ல. தேசிய உணர்வின் செயல் வடிவமான வன்முறை மூலம் அடக்கு முறையாளர்களின் சிறகுகள் ஒடிக்கப்படும்போதுதான், தேசிய உணர்வு விடுதலைப் போராகப் பரிணமிக்கிறது.

(Passages from the first chapter of the *Wretched of the Earth* by Frantz Fanon. 1965).

(ஆசிரியர் பெயரற்றது), *விடுதலைப்புலிகள்--8 (சென்னை),* மே *1985.*

விடுதலை இராணுவமும் கட்டுப்பாடும்

சமோரா மாஷேல்

ஆப்பிரிக்க கண்டம் தோற்றுவித்த புரட்சித் தலைவர்களில் சமோரா மாஷேல் முக்கியமானவர். அவர் மொசாம்பிக் நாட்டினது தேசிய விடுதலையின் சிற்பி. போர்த்துகீஸிய காலனிய ஆட்சிக்கு எதிராக போர்தொடுத்து ஆயுதப்போராட்டத்தால் அந்த அடக்குமுறையை உடைத்தெறிந்தவர். சாதாரண கெரில்லாப் போராளியாக சுதந்திரப் போராட்டத்தில் பங்குகொண்ட அவர், காலப்போக்கில் தேசிய விடுதலை ராணுவத்தின் பிரதம தளபதியாக 1975-ஆம் ஆண்டு நாடு சுதந்திரமடைந்ததில் இருந்து 1986-இல் தமது மறைவு வரை, மொசாம்பிக்கின் ஜனாதிபதியாகப் பதவி வகித்து வந்தார்.

மொசாம்பிக் தென்காசா மாகாணத்தின் சிறு கிராமமொன்றில், 1933 செப்டம்பர் 29-இல், ஏழை விவசாயக் குடும்பமொன்றில் பிறந்தார் சமோரா மாஷேல். வறுமையின் காரணமாகத் தனது படிப்பை இடை நடுவில் நிறுத்திவிட்டு மொசாம்பிக்கின் தலை நகரான மாப்ருவிற்கு சென்று மருத்துவ உதவியாளராக வேலையில் சேர்ந்தார். அக்கால கட்டத்தில் (1962) மொசாம்பிக்கின் விடுதலைப் போராட்டத்திற்கான பிரலிமோ கட்சியினை நடத்திக் கொண்டிருந்த தலைவர் மொன்ட்லேனை சந்தித்த இவர், 1963-இல் அக்கட்சியில் தன்னை இணைத்துக் கொண்டார். அத்துடன் அல்ஜீரியாவிற்குச் சென்று, கெரில்லா போர்ப்பயிற்சியும் பெற்றார். தனது திறமையின் காரணமாக 1968-இல் பிரலிமோ இயக்கத்தில் ஆயுதப்படைகளுக் கான தளபதியானார். போர்த்துகீசருக்கு எதிராக மெசாம்பிக் விடுதலைப் போராட்டத்தை மிகவும் வெற்றிகரமாக முன்னெடுத்துச் சென்ற இவர், 1970-இல் அவ்வமைப்பின் தனித்தலைவரானார். தனது 10 வருட கால கெரில்லாப் போராட்டத்தின் மூலம், 1975-இல் மொசாம்பிக்கைச் சுதந்திர நாடாக்கினார். ஒடுக்கப்படும் உலக மக்களுக்காக குரல் கொடுத்து, அடக்குமுறைகளுக்கு எதிரான போராட்டத்திற்கு ஆதர வளித்தார். அடக்கி ஒடுக்கப்படும் உலக மக்களின் விடுதலைக்காகப் போராடிய சமோரா மாஷேல் 1986-இல் மறைந்தார்.

சமோரா மாஷேல் ஒரு விடுதலைவீரர் மட்டுமன்றி, ஒரு சோசலிசப் புரட்சிவாதியும் ஆவார். அவரது புரட்சிகர சிந்தனைகள், மொசாம்பிக் தேசிய விடுதலைப் போராட்டத்திற்கு உந்துசக்தியாக வும் வழிகாட்டி யாகவும் அமைந்தன. மக்கள் சக்தியின் மகத்தான வல்லமை பற்றி அவரது எழுத்துக்கள் வலியுறுத்துகின்றன. ஒரு இலட்சியத்தைப் பற்றிக்கொண்டு அணிதிரளும் மக்கள், ஒரு மாபெரும் சக்தியாக உருக்கொண்டு உலகத்தை மாற்றியமைக்கிறார் கள்; இந்த மகத்தான மக்கள் சக்திதான் வரலாற்றின் சக்கரத்தைச் சுழற்றுகிறது, புதிய உலகைப் படைக்கிறது என்பது மாஷேலின் தத்துவம். 'எமது புரட்சிகரப் போராட்ட அனுபவமும் அதனால் நாம் ஈட்டிய வெற்றியும் ஒரு உண்மையைப் பகிர்கிறது. அதாவது விதி என்றோ தலையெழுத்து என்றோ எதுவுமில்லை. மக்களே சமுதாயத்தை மாற்றியமைக்கிறார்கள். புதிய வாழ்வைப் பிறப்பிக்கிறார் கள்,' என்கிறார் மாஷேல். ஒழுக்கமும் கட்டுப்பாடும் மக்களோடு ஒன்றிய உறவும் ஒரு புரட்சிகர மக்கள் விடுதலை இராணுவத்தின் அடிப்படை அம்சங்கள் என வலியுறுத்தும் மாஷேல், கட்டுப்பாடு தான் ஒரு விடுதலை இராணுவத்தின் போராட்ட வலிமையாக விளங்குகிறது என்கிறார். மக்கள் இராணுவத்தின் குணாம்சங்கள் பற்றியும் கட்டுப்பாடு பற்றியும் மாஷேல் கூறியுள்ள கருத்துக்கள், அவரது எழுத்திலிருந்து சுருக்கமாக மொழிபெயர்த்துத் தரப்படுகிறது.

❖❖❖

மொசாம்பிக் நாட்டில் இன்று போர்த்துக்கீஸிய காலனிய மேலாதிக்கத்திற்கு எதிரான ஒரு யுத்தம் நடைபெறுகிறது. இது புரட்சிகர ஆயுதப் போராட்டம். இதில் நாம் கையாளும் உபாயங் களும் போர்முறைத் திட்டங்களும் போர்த்துக்கீஸிய ராணுவத்தி னின்று வேறுபட்டவை. புரட்சிகர நோக்காகக் கொண்ட எமது படையணிகள் அமைப்பும் அரசியல் லட்சியங்களும் போர் உபாயங்களும் அவர்களிலிருந்து வேறுபட்டவை.

மொசாம்பிக் நாட்டுக்கு வெளியிலே, கண்டம் தழுவிய அடிப்படை யில் அல்லது சர்வதேச அடிப்படையில் ஒரு ராணுவத்தை உருவாக்கி, அதன் உதவி மூலம் மொசாம்பிக்கைப் போர்த்துகல்லிடமிருந்து விடுவிக்கலாம் என்று சிந்தித்தவர்கள் இருக்கிறார்கள். புரட்சிக்குத் தகுந்த வேளை வந்ததும், அனுபவத் தேர்ச்சி பெற்ற ஆத்மார்த்தப் புரட்சியாளர்கள் சிலர் அங்கங்கே போரை ஆரம்பித்தால், அதுவே மக்களை ஒட்டுமொத்தமாகப் போரில் குதிக்கத் தூண்டும் என்று

இன்னொரு பகுதியினர் கூறினர். இவ்விரு கருத்துக்களில் யதார்த்த மாகச் செயல்படுத்த முடியாத அம்சங்கள் உள்ளன என்பது ஒருபுற மிருக்க, இவை தவறான அடிப்படைகளைக் கொண்டவை என்பதும் கவனத்துக்குரியது.

முதல் கருத்தின் அடிப்படையில், மக்கள் தங்களைத் தாங்களே விடுவித்துக் கொள்ள இயலாதவர்கள் என்ற தொனி உள்ளது. அதனாலேயே நாட்டுக்கு வெளியிலிருந்து ஒரு படை வந்து அவர்களை விடுவிக்கலாம் என்ற யோசனை பிறந்திருக்கின்றது. இதற்கும் அடியில், தேசிய விடுதலைப் போர் என்பது யுத்தமுனை யினது உபாயங்களிலேயேயே தங்கியுள்ளது என்பதும் தேசத்தின் யதார்த்தங்களுக்கு அந்நியமான ராணுவ அதிகாரிகளினால் விடுதலை இயக்கத்துக்குத் தலைமைதாங்க முடியும் என்பதும் ஊடாடுகின்றன. அனுபவத் தேர்ச்சி பெற்ற புரட்சியாளர்களினால், தன்போக்கான ஒரு புரட்சி இயக்கத்தைத் துவக்கிவிடலாம் எனக்கூறப்பட்ட கருத்தின் அடியில், இயந்திரரீதியிலேயே புரட்சி செயல்படுகிறது என்ற கருத்தை உணரலாம். இது மக்களது மனொபாவங்களைப் பற்றிய தவறான கோட்பாடுகளின் விளைவாகும்.

மக்கள் விடுதலைப்போர்

இவற்றினின்றும் வேறுபட்டதுதான் மக்களது விடுதலைப் போர். இது மக்களே நடத்தி அவர்களே வெற்றியைப் பெரும் போராகும். விரோதியைக் கண்காணிப்பதிலிருந்து, உபகரணங்களைக் கடத்து வது வரை பல்வேறு வேலைகளில் ஈடுபடும் மக்களின் பெருந் தொகை, ஆயுதப் பற்றாக்குறையை நிவர்த்தி செய்கிற அம்சமாகப் போராட்டத்திற்கு உதவுகிறது. ஆனால் இந்த அளவுக்கு மக்களைச் செயல்பட வைப்பதனால், முன்னணியில் உள்ளவர்கள் மக்களுக்கு அரசியல் விழிப்பை ஏற்படுத்தும் காரியத்தை இடைவிடாமல் செய்ய வேண்டும். போரின் தேவையையும், முறையையும் மக்கள் கிரகிக்கும் வகையில் இது செய்யப்படுவதுடன், இது சம்பந்தமாக எழக்கூடிய எத்தனையோ பிரம்மாண்டமான தடைகளை மீறி, இயக்கத்தின் பலவீனங்களைத் தீர்த்து, பலத்தை உறுதிப்படுத்த வேண்டும். இவ்வளவையும் சாதிப்பது மக்களின் போருக்கு அத்யாவசிய அடிப்படை ஆகும்.

இவ்விடத்தில், சீக்கிரமே சுலபமாக வெற்றி கிடைத்துவிடும் என்று மக்களை ஏய்ப்பதும் வெற்றி தோல்விகளைப் பற்றிய பொய் வதந்திகளைப் பரப்புவதும் இயக்கத்திற்குக் கேடானது. அத்துடன் மக்களினது அரசியல் ஞான வளர்ச்சியையும் இது முடமாக்கிவிடும். பொதுவாழ்வின் அனுபவக்கிரகிப்பை இது தடுக்கும். மொத்தத்தில்

எங்களது அரசியல் சிந்தனை, உபாயமுறை யாவுமே இதனால் பாதிக்கப்படும்.

மக்கள் திரட்சியற்று, பிளவுண்டு, தங்கள் நிலை பற்றியோ, சக்தி பற்றியோ தெளிவு ஏதுமற்று உள்ளவரை, விரோதி அவர்களை ஆட்கொள்வான். இவை களையப்பட்டு, அவர்கள் சுயப்பிரக்ஞையும் திரட்சியும் பெற்றுவிட்டால், அவர்களே விரோதியை அழிக்கத்தக்க சக்தி ஆகிவிடுவர்.

மொஸாம்பிக் பெருமளவுக்கு கிராமியப் பகுதிகளினாலேயே ஆன தேசமாதலால், விடுதலை இயக்கம் இந்தப் பகுதிகளிலேயே நடக்கிறது. அதிகாரவர்க்கத்தின் படைக்குவிப்பும் பலமும் நகர்ப் புறங்களைச் சார்ந்தவை. கிராமப்புறங்களுக்கு விரோதிகளின் அணியை நாங்கள் போராட இழுக்கும்போது, நாங்கள் ஒரு முதலையின் உபாயத்தைக் கையாள்கிறோம். இரையாகப் பிடிக்கப் பட்ட மிருகம் கரையிலேயே பலசாலியாக இருக்கும். முதலையின் பலம் நீரில்தான். எனவே அது இரைக்கு பலமில்லாத நீரினுள் அதை இழுக்கிறது.

விரோதியிடம் விமானங்களும், ஹெலிகாப்டர்களும் இருப்ப தால் வேகமாகத் தாக்கவும் நகரவும் அவனால் முடியும். போராளிகள், நேரில் வந்து போராட முடியாத கோழைகள் என்று பிரச்சாரம் செய்வதுண்டு. ஆனால் விரோதித் தளபதிகளின் உபாயத்திற்குள் நாம் ஏன் சிக்க வேண்டும்? எங்கள் நோக்கம் ஒரு பிரமாண்ட வெற்றிக் காட்சியை நடத்திக் காட்டுவதல்ல; விரோதியின் ஆதிக்கத்தை அப்புறப்படுத்துவது மட்டுமே எங்கள் நோக்கம். விரோதியின் சிறு நிலையங்களை நாம் அழிக்கிறோம். உடனே அவன் தனது சகல நிலையங்களையும் ஓரிரு இடங்களில் குவித்து வைத்துவிட்டு, உபயோகமில்லாமல் உட்கார்ந்திருக்கிறான். இது மக்களினது பிராந்தியங்களை அவனது தலையீட்டிலிருந்து பிரிவுபடுத்துகிறது. காலப்போக்கில் புரட்சி இயக்கம், விரோதியின் பெரிய நிலையங் களை அழித்துவிடுகிறது.

விரோதியின் படையை மட்டுமன்றி இனத்தையும் நிறத்தையும் சேர்த்தே புரட்சிக்காரர்கள் தாக்குகிறார்கள் என்ற கருத்தைச் சிலர் பரப்புகிறார்கள். மாற்றினத்தின் குழந்தைகள், முதியோர், பெண்கள் முதலிய பிரஜைகளையும் சேர்த்தே நாம் தாக்குவதாக பிரசாரம் செய்யப்படுகிறது. இயக்கத்தை குற்றம் சாட்டும் நோக்கமோ, அல்லது விரோதி அகற்றப்பட்ட பிறகு அவனது இடத்தைப் பிடிக்க முயற்சிக்கிற நமது இனத்தின் சுரண்டல்காரர்களது நோக்கமோதான் இதன் காரணம். எங்கள் இயக்கம் மக்களது இயக்கமாக உள்ளவரை, விரோதிகளது பகுதியைச் சார்ந்த இனம் உட்பட உலகின் எந்த இனத்து

மக்களின் அடிப்படை லட்சியங்களுடனும் முரண்படாத லட்சியங்கள் தாம் எங்களுடையவை. நாம் காலனி அதிகாரிகளைத் தான் விரோதி களாகக் காண்கிறோம். அவர்கள்தான் எங்களது பெண்களையும் குழந்தைகளையும் பிரஜைகளையும் இம்சைகளுக்கு உள்ளாக்குகின்றனர். அவர்கள் எந்த இனத்திடமிருந்து வருகின்ற னரோ அந்த இனத்தின் மீது எங்களுக்கு பகைமை இல்லை. ஆனால் காலனியாளர்கள் எங்கள் போரை, இனத்துக்கு இனம் எதிரான போராக, வேண்டுமென்றே உருமாற்றுகிறார்கள். ஆனால் எங்கள் இயக்கத்தில், எதிரினத்தவரும் மொஸாம்பிக் மக்கள் என்ற ரீதியில் சேர்ந்து காலனியாளர்கள் எதிர்க்கும் நிலை, இந்த விரோதி உபாயத் தினை முறியடித்துவிட்டது. காலனியத்துக்கும் பாஸிஸத்துக்கும் எதிராகப் போரிடும்படி, மொஸாம்பிக்கில் உள்ள அந்த இனத்த வரையே கேட்டு நாங்கள் வேண்டுகோள்களை விடுக்கிறோம். ஆனால் விரோதிகளின் ராணுவமும் போலீசும் காலனியக் கட்டுமானத்தின் அரண்கள். எனவே அவை தகர்க்கப்பட வேண்டியவை.

போராளிகளின் கடமையும் கட்டுப்பாடும்

எந்த ஒரு ராணுவத்துக்கும் கட்டுப்பாடு ஒரு அடிப்படை யாகும். போர்க்காலத்தில் இந்தக் கட்டுப்பாடு, சரியான ஊக்கத்தையும், கட்டளைகளை நிறைவேற்றுகிற துரிதத்தையும் விளைவிக்கும். காலனிய பாஸிஸ ராணுவத்தின் கட்டுப்பாடுகளில் பின்வருபவை முக்கிய அம்சங்களாகின்றன : மேலதிகாரிகள் மீது பயம், தொடர்ச்சி யான குரூரமான தண்டனைகள், சுயமான தீர்மானமோ பகுத்தறிவோ ராணுவக்காரனிடம் எழவிடாமல் செய்தல், அதிகாரிகளுக்கும் ராணுவக்காரர்களக்கு இடையே ஒரு திட்டவட்டமான வர்க்கப் பிரிவினையை வைத்துக்கொள்ளல்.

இந்தவகைக் கட்டுப்பாடுகள் எங்கள் கட்டுப்பாட்டு முறையில் இல்லாதவை என்பது வெளிப்படை. எங்கள் கட்டுப்பாட்டின் அத்திவாரம் போராளிகளின் அரசியல் ஞானமாகும். மக்களின் பாதுகாப்பையும் தேவையையும் நிறைவேற்றக்கூடிய சித்தாந்தங் களை செயல்படுத்தும் விதமாகவே, போராளிகளுக்குக் கட்டுப்பாடு கள் விதிக்கப்படுகின்றன. இந்தவகைக் கட்டுப்பாட்டிலிருந்து பிசகிய நிலை எதுவும் எங்கள் பார்வைக்கு உட்படுகிறது.

குருட்டுத்தனமான கட்டளைகள் நிறைவேற்றிப்பழகியவர்களும் பழைய நம்பிக்கைகளில் கட்டுண்டு கிடப்பவர்களும் எங்கள் அணியில் சேரும்போது, இயக்கத்தின் விதிமுறைகளுடன் அவர் களால் லேசில் இசைய முடிவதில்லை. இவர்களது மனோபாவங் களை மாற்றியமைத்துத்தான், இயக்கத்துடன் இவர்களை இணைக்க முடிகிறது. இந்த அளவில், பிரக்ஞை மாற்றம் ஒன்றன் மூலம்தான்

பூர்வகுடியினரை நாம் போராளிகளாக்க இயலும். புதிய இயக்கத்தினுள் இணைப்பு பெறுவதென்பது, பிரக்ஞை மாற்றம் ஒன்றினது இன்றியமையாமையைக் காட்டுகிறது. இதற்கும் மேல்சென்று ஒரு பொது உணர்வையும் பொது நலனுக்கான பொறுப்பினையும் போராளியிடம் ஏற்படுத்த வேண்டியது அவசியம். தரப்படுகிற உபகரணங்களும் நிறைவேற்றப்படுகிற கடமைகளும் மக்கள் தொகையினது நலனுக்காகவே என்ற அறிவே பொது உணர்வு. போராளிக்கு இது இன்றி யமையாதது. இந்தக் கட்டுக்கோப்பினுள் நியாயமற்ற கட்டளையும், நியாயமான கட்டளையை நிறைவேற்றாமையும்- இரண்டுமே கட்டுப்பாட்டை பாரதூரமாக மீறியவையாகும்.

போராட்ட இயக்கத்தின் கட்டுப்பாடு, நாங்கள் சமைக்கும் புதிய சமுகத்திற்கு அத்திவாரமாவதால், விவாதங்களுக்கும் அரசியல் கல்விக்கும் இயக்கம் முக்கியத்துவமளிக்கிறது. சர்ச்சைக்குப் பின்பே முடிவுகள் எடுக்கப்படுகின்றன. கடமையை நிறைவேற்றும் பிரிவினரது அரசியல் ஞானத்தைக் கணித்தே கடமை தரப்படுகிறது. கடமை நிறைவேற்றப்பட்ட பின்பு விளைவுகள் ஆராயப்படுகின்றன. இது புரட்சிகரச் சித்தாந்தத்தைப் பிரக்ஞை வடிவமாக மாற்றும் முறையாக உதவுகிறது. எங்கள் விடுதலை ராணுவத்தில் பதவிகள் இல்லை. கடமைகள்தான் உள்ளன. ஒரு கடமையைச் செய்து கொண்டிருந்தவருக்கு வேறு கடமை தரப்படும்போது பதவி இறக்கம் ஏற்றம் என்று அது அர்த்தமாகாது. ஏனெனில் கடமைகளினிடையே தரவேறுபாடு கிடையாது. எல்லாக் கடமைகளும் புரட்சிப் பணிகளாகும் என்பதே இதன் காரணம்.

எங்கள் அக்கறை, அணியின் எல்லா அங்கத்தினரிடையிலும் பரஸ்பர நம்பிக்கையை ஏற்படுத்துதல் - சகோதர உணர்வை உருவாக்குதல் - இதுதான் 'தோழர்' என்ற வார்த்தைக்கே அர்த்தத்தைத் தரும். இந்த வகை உணர்வுகளுக்குத் தடையான இரண்டு முட்டுக்கட்டைகளை நாம் சந்தித்தோம். ஒன்று, காலனியத்திலிருந்தும் பழைய மரபிலிருந்தும் பெற்ற அதிகாரக் குணம். மற்றது, மட்டரகமான ருசிகளிலும் நசிவிலும் பலவீனத்திலும் இருந்து பிறந்த போலித் தனமான சமத்துவமும் அதன் விளைவாகத் தங்களிடையே ஒருவருக்கொருவர் மதிப்பு இல்லாமையும். இந்த இரண்டுவிதமான கறைபாடுகளும் இயக்கத்தில் கடுமையாகப் போராடித் தவிர்க்கப் படுகிறவை. முதலாவது குறையாடு எங்கள் கட்டுப்பாட்டையே சீர்குலைப்பது. புரட்சிகரக் கட்டுப்பாடு ஒரு புரட்சிகர ராணுவ இயக்கத்தினது எல்லாக் கட்டத்திலும் முக்யமான ஒன்று.

நாங்கள் சந்திக்கும் கடினமான நிலைமையில், கட்டுப்பாட்டி

லிருந்து பின்வாங்கினால், இயக்கத்துக்கு அந்நியமான கருத்துகளும் நடைமுறைகளும் சந்தேகங்களும், இதைத் தொடர்ந்து அணியினர் வெளியேறலும் தோல்வியும் சம்பவிக்கும். இதனால் கட்டுப்பாடு மட்டுமே அரசியல் அணி, இயக்கக் கட்டுமானம் யாவற்றையும் காப்பாற்றுகிறது என வேண்டும்.

மக்கள் உறவு

கட்டுப்பாட்டின் மிக முக்கியமான அம்சம், மக்களுடன் விடுதலை ராணுவத்துக்கு உள்ள தொடர்பாகும். காலனிய ராணுவத்துக்கும், விடுதலை ராணுவத்துக்குமிடையே மக்கள் காணக்கூடிய வேறுபாடு இந்த உறவுதான். எனவே, மக்களை மகத்தான கௌரவத்துடன் நடத்துவது விடுதலை ராணுவத்தின் அடிப்படைக் கட்டுப்பாடுகளுள் ஒன்று.

அடக்குமுறையாளனது ராணுவம், அவனது கட்டுப்பாடற்ற சுரண்டல் மனோபாவத்தினது பிரதிபிம்பமாகும். எனவே அவனது ராணுவம், பெண்களைக் கேவலப்படுத்துவதிலும் கொள்ளை, சித்ரவதைகளிலும் மது, போதை மருந்து ஆகியவற்றிலும் ஈடுபடு கிறது. மக்களின் நலனையும் பாதுகாப்பையும் வேண்டிப் பிறந்த புரட்சிகர ராணுவம் இதற்கு நேரெதிரானது. அது பெண்ணின் ரட்சணைக்கும் மக்களது உடமைப் பாதுகாப்புக்கும் செயல்படும் போதே, தனது பிரக்ஞையை சுத்தமாக வைத்திருக்கவேண்டி, மதுவையும் போதைப் பொருள் களையும் தீண்டாமல் ஒதுக்கி விடுகிறது. பிரக்ஞையை மயக்க வேண்டிய தேவை, மனசாட்சியைக் கொன்றுவிட்டு காட்டு மிராண்டிகளாக மாறும் அடக்குமுறையாளர் களுடைய தேவை. ஆனால் அடக்குமுறையின் காட்டுமிராண்டித் தனத்துக்கு இலக்கான மக்களைப் பாதுகாக்கும் விடுதலை ராணுவமோ, மக்களின் ராணுவம். இது பிரக்ஞையினை விழிப்புடன் வைத்திருப்பது அவசியம். எனவே போதைப் பொருள், மது எதனையும் விடுதலை ராணுவம் தீண்டுவ தில்லை.

சில பகுதிகளில், முதலாளித்துவ ருசிகளுக்கு ஆட்பட்டவர்கள், மதுவும் மாதும் புரட்சிக்கு எதிரானதல்ல என்று வைத்திருக்கிறார்கள். ஆனால் இது நசிவுவாதம். எப்படி யுத்தநிலையில் சௌகர்யமான வாழ்வு கிடையாதோ, அப்படியே புரட்சி இயக்கத்தில் பிரக்ஞையின் மயக்க நிலைகளுக்கு இடமில்லை. முதல்படியாக, போராளிக்கு ஓய்வே கிடையாது என்பது உணரப்பட வேண்டும். எனவே மது, மாது இவற்றைப் புறக்கணிப்பதென்பது அடிப்படை விஷயமாகும். இது புரட்சி ராணுவத்தின் முகம் என்ன என்பதையே காட்டித் தருகிறது; மக்களுடன் உள்ள உறவை நிர்ணயிக்கிறது; மக்களுடன் உள்ள

உறவின் மூலம் செயல்பாட்டின் குணத்தை வரையறுக்கிறது.

எங்கள் இயக்கத்தின் சுலோகம்: கல்வி, உற்பத்தி, போர். அரசியல் கல்வி மூலமும் தொழில்நுட்பக் கல்வி மூலமும் போராட்டத்துக்குத் தேவையான மனோபாவத்தையும் உபகரணங்களையும் உருவாக்குகிறோம். உற்பத்தியின் மூலம் சமுகரீதியான செயல்முறையாக, எங்களது சிந்தனை வடிவம் பெறுகிறது. எங்கள் சமுகத்தின் மூலத்தை அடையாளம் காட்டி, எங்களை ஒன்றுபடுத்துகிறது. உற்பத்தியில் ஈடுபடுவதன் மூலம் அதன் அபிவிருத்திக்கான புதிய உத்திகளை நாங்கள் கண்டுபிடிக்கிறோம்.

போராட்டம் எங்கள் குறைபாடுகளைத் தவிர்க்கவேண்டிய அவசியத்தை ஏற்படுத்தி, எங்களைப் புதுமனிதர்களாக்குகிறது. சுரண்டுகிற சக்திகளிலிருந்து விடுபட்ட புதிய சமுகமாக எங்களைப் பிறப்பெடுக்க வைக்கிறது.

காலனியத்துக்கு எதிரான யுத்தத்தின் மூலம், மக்களை ஆண் பெண் ஈறாக விடுவித்து, பிடிபட்ட நிலங்களை மீட்கிற பணியில் மக்களின் புரட்சிப் போராட்டம் மொஸாம்பிக்கில் நடைபெறுகிறது. போராட்டத் தளங்களில், அரசியலில் இருந்து உற்பத்தி வரை கல்வி வழங்கப்படுகிறது. இதன் விளைவாகத் தேர்ச்சி பெறும் போராளி, ஒரு சமுக மாற்றத்தின் தூதுவனாகப் பிறக்கிறான்.

(ஆசிரியர் பெயரற்றது),
விடுதலைப்புலிகள்-9 (சென்னை), ஜூன் 1985.

மறைமுக ஞானக் கட்டுரைகள்

THE SRI LANKAN PROBLEM - AN OCCULT APPROACH

The number of soldiers killed, in an ambush by the militant Tamil Eelam group known as Tigers on July 23, 1983 in Sri Lanka was 13, a number feared mostly in the West. According to the Tarot Cards, 22 of which carry cryptic pictures and are used for divination by European gypsies, 13 stand of death. It was this scythe-wielding skeletal personage who took over the Sri Lankan events as the violent elements in the Sinhalese majority and security forces unleashed mayhem and terror against the minority Tamils for nine days in the Island. However, this association proves just peripheral when we make a deeper study of the crisis in occult terms. The number 13 could have been but a premonitory intimation of what was to come. There was, in the same sense, another and more eloquent omen that appeared off the coast of Sri Lankan seaboard. A persistent appearance of a school of ferocious sperm whales. This was barely a month prior to the critical events and off the coast of Trincomalee, a prize beach-resort and potential naval base. This phenomenon was of such as severe insistence that the beach itself was closed.

Sperm whales and number 13 apart, we have, in occult parlance, the very presence of the 'Number of the Beast' in reference to the 'Resplendent Isle'. To get it we have to apply the following table:

A B C D E F G H I J K L M N O P Q R S T U V W X Y Z
1 2 3 4 5 8 3 5 1 1 2 3 4 5 7 8 1 2 3 4 6 6 6 5 1 7

It may be mentioned that this table is not arbitrary as those who show contempt to such studies as this conclude. Although no occultist has so far demonstrated the logic beneath this system let, we state briefly here, for want of space, that this system is an index to the rhythms of consciousness. Now to the names in question:

The former name of the Island:

C E Y L O N
3 5 1 3 7 5   = 24

The name of the peninsular strong hold of Tamils:

J A F F N A
1 1 8 8 5 1   = 24

The concurrence of numbers continues even after Ceylon becomes Sri Lanka:
   SRI LANKA
   3 2 1 3 1 5 2 1   =   (6) + (12)   = 18
The militant movement that comes into being in Jaffna is agitating to create Eelam:
   EELAM
   5 5 3 1 4   = 18

Although the two groups, one giving out 24 and the other 18, would be enough to convince the reader that this study is not something frivolous, we can come up with more. While the father of Lanka's founder king was:
   SINGHA
   3 1 5 3 5 1   = 18

The militant have worked out the name of their movement on the Tamil word for tiger:
   PULI
   8 6 3 1   = 18
In addition, they are known as:
   TIGERS
   4 1 3 5 2 3   = 18

It is derived from the Book of Apocalypse in the New Testament that the number of the beast is 666, now popularized by the makers of the movie Omen. Apart from is origin in the Judeo-Christian Cabala, 666 when its digits are added together becomes 18, Also 666 yields same number when reduced to be within 108, the stellar divisions (or Nakshatra Padas) of the Indian astrological Zodiac (one sign 8 padas, 12signs 108 padas).

Reduction within 108 implies that every number above it is recycled to begin again from number one equating itself to a number within 108. Thus 109 = 1, 110 = 2, 111 = 3 ...... 121 = 13, 123 = 14, and so on. Moving higher we find the need for a short cut for the reduction. This is done by dividing the given higher number say 313 by 108. The quotient is 2 and the remainder 97, showing that the numerical cosmos of 108 has been traversed twice (2) and 313 has come to rest 97. By this system 666 makes six (6) rounds and comes to rest at 18. (666/ 108 = 6 and remainder 18. Therefore 666 = 18).

The 18th card in the Tarot pack of the European gypsies (now established to be of Indian origin) depicts a group of beasts thriving on the blood dripping from the Moon. The Indian Tantra calls this Manmatha or the mad mind.

The former name of the Island Ceylon, as well as Jaffna comes to 24. In the Indian Tantra this is the point of Varaha, the Avatar as a Boar, with the Earth-goddess clinging to one of these tusks. A number that elevates even a lowborn persons financially, politically and in the grace of the opposite sex. Its negative aspects are moral laxity, a tendency to take things easy with a short temper and degeneracy.

These was already a precarious number for a nation, the major lot of which does not have to deal with harsh environs and are without a profoundly indigenous past. Neither did the Islanders have any military or diplomatic potential that had its edge tested decisively in the region. Added to this was the Phobia generated in the Sinhalese heart that the Tamils in the North although a minority had the backing in the Indian mainland. A perversion, which found sustenance in the emotionalistic identification the Sri Lankan Tamil politician, had with the Dravidian movement in India, a movement that trumpeted the idea of seceding into an independent Tamil country, which was all abandoned once the DMK obtained power. What with a number that could decline into degeneracy, the Island nation's body-psyche was preparing itself to be the home of the Beast. In addition, when I saw 'Sri Lanka' appearing on its stamps, out I fled.

The above delineation argues that it is the human element that decided its occult reference. This, of course, is an attitude adopted by the present writer at variance with the orthodox view, which holds that it is the occult cart that pulls the human horse.

The astute ones may ask whether the number for the now prosperous democracy of Austria is not 18. In addition, does not the name as well as the divine nomenclature of the Christian Savior. Jesus and Christ, make up to 18?

We have only to refer to contemporary history to see that Austria was the nation raped by Hitler even before he started his military mission. What with a profound and complex cultural background, Austria has learned from its nightmarish political dealings to play the card of intrigue to its own favor. The only positive aspect of 18, given that it is dealt by an able and steady hand. Austria, unlike other European countries, has a bilateral trade relationship with the Russian Bear that is within nine miles of its civil settlements. Again, there is a spell of precariousness in this very state of affairs.

The lingua franca of the Gospel was Greek and the Latin text meant for the populace was termed the Vulgate. Jesus and Christ are but the vulgate for the Greek Yeoseus and Christos. Going further to the root, we find that the name, which Jesus used for himself in the official Greek of his days, was Yios, a name yielding the number 12. This number signifies toil, purity and self-sacrifice. The career of this name reflects the humble movement of the early Christians. With Jesus, 18 taking over we find a new face on the faith and the sword in its hand. However, this latter name hardly lends character to the Crucified one.

Having touched upon number 12, we see it as one of the numbers in Sri Lanka : $6+12 = 18$.

We could ignore 6 as of not much significance. The number 12, on the other hand, is significantly shared by India, 12. Its effect is pertinent more to India that to Sri Lanka within the beastly numerical context of which 12 will only mean disaster.

The question whether or not the occult can be evoked to solve the Lankan crisis should be answered not from the occult angle alone but from the human angle as well. The occult is but a reflex to the human disposition. Delivering this priority to the fore, we could attach the occult fail to it and determine whether it is the dog that is wagging its tail or the tail that presumes to wag the dog.

The solution is simply to add an H to the 'Sri of the Lankan name making it Shri Lanka, 11+12 = 23. The 11th card in the Tarot pack is called fortitude depicting a woman gently closing the mouth of a great beast. The added H could stand as a tribute to the restraint shown at the height of the crisis by India where 'Shri' is how the word is generally spieled.

As for 23, it is the number for Nihon, the official name of Japan. While Japan comes to 16, the lightening - struck tower of the Tarot, the 23 of Nihon has counteracted this nation's fall by the atomic bomb. In addition, 23 is perhaps the luckiest of numbers. In the Indian Tantra it is the point of Narayan at recumbent upon his galactic ocean. The Buddhist parallel could be that of the Amitabha Buddha in his high heaven. Incidentally, we find it to be the number also for Vienna, the capital of Austria. In addition, this could hint at the great charisma the city has in terms of culture. In addition, it could be the number of this capital city that plays the role of steadying the hand of its nation.

Speaking of capitals let us remember to look ourselves:

NEW DELHI
5 5 6 4 5 3 5 1   =   (16) + (18)   = 34

Therefore, we do have the number of the Beast, at least as part our capital's name. This of course explains the spells of internal dissensions and cataclysms that India herself goes through.

Returning to Sri Lanka, it would not be unbecoming to add the point that 18 could slip the Island towards what persists as a shame to humanity as a wall bristling with guns running the heart of Berlin.

BERLIN
2 5 2 3 1 5   = 18

The tragic note in human or national affairs is not struck by 18 alone. Numbers such as 16 beside almost all the numbers governed by 8, such as 17 and 26 also signify strife, terror, tragedy, etc. However, 18 in particular is a number that lowers the human to the beastly.

(15.1.1983)
Astrological Magazine, November 1983.

பெயர் மாற்றம் குறித்து விடுதலை இயக்கத்தினருக்கு இரு கடிதங்கள்

1

தர்மோ ஜீவ ராம் பிரமிள்,

50, திருவீதியம்மன் கோவில் தெரு,

திருவான்மியூர், சென்னை 600 041.

(1986)

திரு. **வே.பிரபாகரன்** மற்றும்

தமிழீழப் பிரிவினர் ஆகியோரின் பார்வைக்கு,

அன்புடையீர்,

உங்கள் குழுவைச் சார்ந்த அன்பர்கள் சிலரிடம், நேரில் கூறிய விஷயங்கள் இவை. நீங்கள் பரிசீலிக்கக்கூடியவாறு, அது உங்கள் முன் இருக்கவேண்டுமென்றே, அதனை ஈந்த ஏழுத்து வடிவில் தர முன் வந்துள்ளேன்.

ஒவ்வொரு விநாடியும், தூக்கத்தில்கூட, ஏதோ தூரத்துக் கதவு தட்டப்படும் ஓசையிலேயே திடுக்கிடும் இலங்கை வாழ் தமிழர் களை, இன்றைய காலகட்டத்தில் அவர்கள் இங்கு வரும்போது, சந்தித்துப் பேசுகிறோம். அவர்கள், அறிவுலகத்துப் பொழுதுபோக்கு களில் ஈடுபடமுடியாத அப்பட்டமான பயங்கரத்தில் வாழ்ந்து கொண்டிருக்கிறார்கள். அவர்கள் கடவுளையும் நம்பவில்லை, கார்ல் மார்க்ஸையும் நம்ப வில்லை. அவர்களுக்கு ஒரே உண்மைதான் உண்டு: எந்தக் கணமும் ராணுவமோ சிங்கள காடையரோ தங்களை நிர்மூலமாக்கிவிடுவர். இதுதான் அவர்கள் கண்ட, கண்டுகொண் டிருக்கிற, காணப்போகிற வாழ்வு. இந்த நிலையின் தீவிரத்தன் மையை நாம் முதலில் ஏற்றுக் கொண்டே, பின்வரும் விஷயத்தைப் பரிசீலிக்கவேண்டும். பின்வரும் விஷயத்தை, மேலுள்ள தீவிரத் தன்மையினாலேயே உங்களுக்குத் தரப்படுகிறது.

இதை நாம் ஏற்றுக்கொண்டால், எவ்விதத்திலேனும் அந்த மக்களுக்கு நிவாரணம் தரவேண்டும் என்ற மனோநிலை உடனடி யாகப் பிறக்கும். ஆயுதத்தின் மூலமேனும் இதைச் செய்தாக வேண்டும். அதுதான்

மனிதன் தேர்ந்துகொள்ள இறுதித் தீர்ப்பு. ஆனால் அதை ஒரு சித்தாந்த மாக்க முடியாது. அதுதான் நிரந்தரமான சக்தி என்றோ, ஒரே ஒரு சக்தி என்றோ முடிவுகட்ட முடியாது. அதற்குச் சரித்திரமும் சரி, தத்துவமும் சரி இடம் தராது. எனவே, ஆயுதத் தீர்வுக்கு இடமே இல்லை என்று கூறுவதும், சரித்திரத்துக்கோ தத்துவத்துக்கோ உடன்படாத ஒன்றுதான். இங்கே எங்கள் பிரச்னை, இந்த அடிமுடிகளை முழுதாக நிர்ணயித்து விட்டுத் தீர்வுக்கு வர வேண்டும் என்ற வகையான பிரச்னை அல்ல.

இந்நிலையில், ஆயுதத்துக்குப் புறம்பான எவ்வித உபகரணமும் கூட, இயக்கத்தின் வெற்றிக்கு உந்துதல் தரும்படி வருமானால், அதைப் பற்றி அறிவுவாதம் பண்ண இது நேரமல்ல என்பதையே நான் இங்கு கூற முன்வருகிறேன். திட்டமிட்டுச் செயலாற்றும்போதே, திட்டங்களை மீறி வேலை செய்யக்கூடிய சக்திகளைப் பற்றிய முன்னெச்சரிக்கையும் கிடைக்குமானால், மூடநம்பிக்கையாக அது தோன்றினாலும்கூட, அதை உபயோகித்தே ஆகவேண்டும். 'நாம் மூடநம்பிக்கை எதையுமே ஏற்கக்கூடாது,' என்ற விதமாகச் சிந்திக்க, இன்றைய இலங்கைத் தமிழரின் நிலை இடம் தராது.

மரணத்தின் பிரசன்னத்தில், மிகக் கடினமான யுத்தகள அநுபவங் களைப் பெற்றவர்கள்கூட, மற்ற வேளைகளில் தாங்கள் மூடநம்பிக்கை என்று கொள்கிற ஒன்றை ஏற்றுக்கொள்கிறார்கள். தீவிர மார்க்ஸிய வாதியும் கியூபப் புரட்சி அனுபவம் பெற்ற போர்வீரருமான, மேஜர் எர்னெஸ்டோ செ குவேராவின் நாள்குறிப்பைப் பாருங்கள். ஒரு மான்குட்டியை அவர், பொலீவிய கெரில்லாக் களத்தில் அதிர்ஷ்டக் குறியாக வைத்திருந்த விபரத்தை அறிவீர்கள். அது, ஒரு போராளி செய்த தவறினால் உயிரிழந்தமையும்கூட, செ குவேராவினால் குறிப்பிடப்படுவது கவனத்துக்குரியது.

மனிதனது மிகத் தீவிரமான கணங்களில், அவனது சகல விதமான தளங்களும் விழிப்படைய முடியும். அதனை அவன் பின்பற்றுவது, அந்தத் தீவிரநிலையில், 'மூடநம்பிக்கை' அல்ல. தீவிரமற்ற நிலையில், மனிதனது ஆழ்ந்த தளங்கள் விழிப்படைவதில்லை. வெறும் நம்பிக்கையும் மனசின் அலையும்தான் அப்போது இருக்கும். செ குவேராவினது அதிர்ஷ்டக்குறியான மான்குட்டி இறந்தமை, அவரது மரணத்தினையே சூசகப்படுத்தியிருக்கிறது. இது, சாதாரணநிலைகளுக்குப் பொருந்தி வராத வாதம். ஆனால் செ குவேராவின் பொலீவிய கெரில்லாக் களத்தில், இதற்குரிய இடமே வேறு. பொலீவியாவில், செ குவேராவுக்கும் அவரது கெரில்லா அணிக்கும் ஏற்பட்ட முடிவை நாம் அறிவோம்.

தமிழீழ விடுதலைப்புலியினர், இன்றைய நிலையில் ஏதோ ஒரு 'மூடநம்பிக்கை'யை ஏற்றுக்கொள்கிறார்கள் என்றால், அது செ குவேரா செய்ததை ஒத்ததாகவே இருக்கும். இன்றைய அநுபவத்தை நாளை

ஞாபகத்தில் வைத்திருக்கப்போகிற இலங்கைத் தமிழருக்கு, இதை விளக்க வேண்டியதில்லை. தங்களை ரட்சிப்பதற்காக விடுதலைப் புலியினர் மூடநம்பிக்கைகளைக்கூட ஏற்றனர் என்றுதான், அவர்கள் கணிப்பார்கள். இதன் காரணம் தேவைதான். நேற்றைய தேவைகள் இன்று இல்லை. எனவே, நேற்றைய மூடநம்பிக்கைகள் இன்று தேவையில்லை. ஆனால் நவீனத் தேவைகள் வந்துவிட்டன. இது, நவீன மூடநம்பிக்கைகளையும் கொண்டுவந்துள்ளன.

ஜனசக்திக்கும் முன்னணி விஞ்ஞானத்துக்கும் முடிச்சுப் போட்டு, ஒரு செயல்ரீதியான அரசியல் சித்தாந்தத்தை உருவாக்க முடியாது. பொதுவாக உலகில் இன்று அது, மார்க்ஸிய அறிஞர்களாலும் தீரங்களாலுமே உயிர்த்திருக்கிறது; அதைத் தளமாகக்கொண்ட அரசுகளின் பிரசாரச்ச க்திகளின் மூலமும் மக்களது முடிவுக்குப் புறம்பான கருவிகள் மூலமும் தான் ஜீவித்து வருகின்றன. ஓட்டெடுப் பின் வழியில் ஜனங்களால் நிர்ணயிக்கப்படுகிற மார்க்ஸிய அரசுகள், தங்கள் விஞ்ஞானப் பார்வைகளைத் துறந்தே, அதைச் சாதித்துக் கொள்கின்றவை; அல்லது மிக இக்கட்டான நிலையில், மிகப் பெரிய வாக்குறுதிகளை - பொருளாதார விஞ்ஞானத்துக்கு எதிரான மூட நம்பிக்கைகளை எழுப்பும் வாக்குறுதிகளை - உபயோகித்தே, அந்த அரசுகள் ஜனசக்தியின் ஆதரவைப் பெறுகின்றன. இதற்குச் சரித்திரப் பிரசித்தமான அத்தாட்சி, ரஷ்யப் புரட்சிவீரர்களின் கையிலிருந்து லெனினைத் தலைவராகக் கொண்ட போல்ஷவிக் குழுவினர் அதிகாரத்தைக் கைப்பற்றியமை.

எனவே மார்க்ஸியம், அதிகாரப் பெறுபேற்றிற்காக நவீனத் தேவைகளி லிருந்து பிறக்கும் மூடநம்பிக்கைகளை உபயோகிக்கிற ஒன்றுதான். நிலைமை இப்படி இருக்கையில் ஒரு ஜன சமுகத்தை ரட்சிப்பதற்காக மூடநம்பிக்கையை உபயோகிக்கக்கூடாது என்பது பொருத்தமற்றது. கையில் அகப்படும் துரும்பைக்கூடப் பிடிக்க வைக்கிற பிரளய நிலைக்கு, இயக்கம் வந்துவிடவில்லை என்ப தையே இது காட்டும். அப்படி யோசித்துதான் முடிவுக்கட்டுவோம் என்றால், இத்துறை சம்பந்தமான பரிசீலனைகளிலும் இறங்க வேண்டும்.

இன்றைய விஞ்ஞானம் என்பது, தொழில்நுட்ப ரீதியாகவும் ஆழிவுக் கருவி ரீதியாகவும்தான் வளர்ந்திருக்கிறது. இது, வெளிப் படையுலகின் துறைகளைச் சார்ந்த வளர்ச்சி மட்டுமே. நான் குறிப் பிடும் விஷயம், இந்த வெளிப்படை உலகைவிட நுட்பமானது. மனஉலகம் சம்பந்தமானது. இந்த நுட்ப உலகத்தைப் பற்றிய ஆய்வுகள் நடந் திருக்கின்றன - நடந்துகொண்டிருக்கின்றன. ஆனால் கல்வி முறைகள் மூலம் இவை பரவவில்லை. இதற்காக, நான் குறிப்பிடும் விஷயம் விஞ்ஞானப் பூர்வமானதல்ல என்று முடிவுகட்ட ஆதாரமில்லை.

இந்த மாற்றங்கள், ஜனங்களின் கண்களுக்கு விசித்திரமாகப்

படமாட்டா என்பதால், இவற்றைக் கடைபிடிப்பதில் ஏதும் சிக்கல் ஏற்பட இடமில்லை. இத்தகைய விஷயங்கள், விஞ் ஞானரீதியாகப் பரீட்சிக்கப்படாமலே ஒதுக்கப்படுமானால், அது முரட்டுப்பிடி வாதமே யாகும். உலகம் தட்டையானது என்பது கண்கூடு. ஆனால் மிகுந்த நுட்பத்துடன் நாம் அவதானித்தால்தான், இது தவறு, உலகம் உருண்டையே என்பதை அறியலாம். இந்த நுட்ப அவதானம் அல்லாத பார்வையே, பிடிவாதப் பார்வை. இன்றும் மேனாடுகளில், உலகம் தட்டையானது என்ற நம்பிக்கையை ஆதரிப்போரின் சங்கங்கள் உள்ளன. பிரத்யட்ச மாகக் காணக்கூடியதை மட்டுமே நம்புவோம் என்ற கோட்பாடு அவர்க ளுடையது. தங்களை அவர்கள், விஞ்ஞானபூர்வமானவர்களாகவே நம்பிக்கைக் கொள்கிறார்கள்.

தமிழீழ விடுதலைப்புலிகளின் அரசியல் பிரிவுக் குழுவைச் சார்ந்த அன்பர்கள் சிலரிடம், நான் தந்த விபரங்கள் பின் வருமாறு:

ஆங்கிலத்தில் PRABHAKARAN என்று எழுத்துக் கூட்டப்படல் வேண்டும். அவர் பிரபா, அதாவது PRABHA என்று அழைக்கப்பட வேண்டும். LTTE என்பதை LTT என்று கொள்ளவேண்டும் LIBERATION TIGERS OF TAMIL-EELAM என்பதை முதலில் கூறிப் பின்பு ஃகூகூ என்ற சுருக்கத்தைச் செய்திச்சுருள்களில் தருவது இதற்கு உபாய மாகும். பிரபாகரனின் கையெழுத்து, தமிழில் வே. பிரபாகரன் என்றிருப்பதை ஒட்டி, அவரது கடிதங்கள் முதலிய வற்றில் அவரது பெயர், ஆங்கிலத்தில் VE. PRABHAKARAN என்றிருக்க வேண்டும். பாலசிங்கம் தமது பெயரை, BALASINGHAN (பாலசிங்கன்) என்று உபயோகிக்க வேண்டும். இதில் எதுவுமே விசித்திர மாற்றமல்ல. PRABHAKARAN தான் சரியான எழுத்துக் கூட்டடல். LTTயின் இறுதி தமிழீழம் என்ற ஒரே பெயரைக் குறிக்கும். பாலசிங்கம், பாலசிங்கன் என்பவை வேறுபாடானவையல்ல. இதனால், எவ்வித நம்பிக்கைக் கும் ஏற்ப நடக்கும்படி இந்த ஆலோசனைகள் தரப்படுவதாக நீங்கள் நினைக்க வேண்டியதில்லை. சரியான எழுத்துக்கூட்டல் என்ற காரணமே போதுமானது.

உங்களின் நலனை நாடுவதன் மூலம்
இலங்கை வாழ் தமிழரின் நலம் நாடும்,
பிரமிள்

(குறிப்பு: அனுப்பப்பட்ட கடிதத்தில் சாய்வெழுத்தில் உள்ள வரிகள் நீக்கப்பட்டிருக்க வேண்டும். கையெழுத்திலுள்ள மூலப் பிரதியில் இவை அடிக்கப்பட்டுள்ளன.)

2

16.11.1986.

உயர்திரு

வேலுப்பிள்ளை பிரபாகரன்,

தலைவர், தமிழீழ விடுதலைப் புலிகள்.

அன்புடையீர்,

ஏற்கெனவே பின்வரும் விஷயம் பற்றி, உங்களுக்கும் அரசியல் பிரிவு நண்பர்களுக்கும் எழுதியுள்ளேன். இது, எனது இரண்டாவது வேண்டுகோள். இதற்கு ஆதாரமாக, இரண்டு முக்கிய நிகழ்ச்சிகளை முதலில் பார்க்கலாம்.

TELO = *19*. இந்த எண்ணிக்கை, குற்றவாளிகளுக்குப் பயன் படாது. இறுதியில் உள்ள O, மக்களுக்கு இசைய நடந்துகொள்ள அநுமதிக்காது.

EPRLF = *26*. இந்த எண்ணிக்கை, குற்றவாளிகளை உடனே பிடிபட வைத்துவிடும். அது மட்டுமல்ல. இந்த எண் உள்ள நல்லோரும், தாம் செய்யாத குற்றத்துக்காகத் தண்டிக்கப்படுவார்கள். கட்டுப் பாடு அற்ற ஒலியுமாகும்.

V. PIRABAKARAN= *6 + 26 = 32*.

இந்த வடிவில், முக்கியமான எண்கள் *26, 32* இரண்டுமே செயல் படும். EPRLF செய்த காரியத்தின் விளைவு நேரடியாக உங்களையும் முழு இயக்கத்தையும் பாதித்துள்ளது. காரணம், *26* எண்ணின் தொடர்பு.

பொதுவான கணிப்பில் நீங்களே தமிழீழ இயக்கத்தின் தலைவ ராதலால், உங்களைப் பாதிப்பது எதுவும் இயக்கத்தின் பொதுமை யினுள் அடங்குகிற யாவரையும் பாதிக்கும். எனவே, இதரக் குழுக்களும் பாதிக்கப்பட்டுள்ளன.

32 உண், கவர்ச்சியையும் வீரச்செயலையும் புகழையுமே குறிக்கும். மற்றபடி அது, மேலேறும் சாத்யத்தை அளிக்காது.

உங்கள் பிறந்த எண்கள் பற்றி நீங்கள் அறிவீர்கள் எனத் தெரிகிறது. *26*-ஆம் தேதி, *2+6 = 8* எண் உள்ள பெயரின் மூலம் நன்மை செய்யாது. நிறைவேற்ற முடியாத, அல்லது அசாத்தியமான நிலைமைகளையே உருவாக்கும். இப்போது, தமிழக மக்களின் கசப்பு என்ற பெருமதில் உங்கள் எதிரே நிற்கிறது. இதற்கு நேரடிக் காரணங்களுள் ஒன்று, உங்கள் பெயரின் உள்ளே இருக்கும் *26*.

உங்கள் மீது தமிழக மக்கள் கசப்புக்கொள்வது, மத்திய அரசுக்கு

'தீர்வு' காண 'வசதி' தரும் என்பதை எல்லாம் விளக்கவேண்டிய தில்லை.

எளிதாகப் பெயர் மாற்றப்பட இரண்டு வழிகள் உள்ளன:
V. PIRABHAKARAN = 6 + 31 = 37.

இதில், 31 சற்றே சிரமம் தரும். ஆனால், 26 நிர்மூலமாக்காது. 37-க்கு 32-இன் குணங்கள் இருந்தாலும், அதைவிட உறுதியான ஆதரவுகளையும் படியேற்றத்தையும், வெகு அதிர்ஷ்டகரமான மாற்றங்கள் மூலம் ஏற்படுத்தும். ஏற்கெனவே, உங்கள் பெயரை முழுதாக எழுதும்போது VELUPILLAI இதே எண்ணாக உதவி செய்தும் இருக்கிறது. எதிர்பாராத நட்பையும் உதவியையும் இது தரும்.

இரண்டாவது, முழுப் பெயர் வடிவும் இயங்குமாதலால், VELUPILLAI PIRABHAKARAN= 37+31= 68. இந்த 68 அபூர்வமான வழிமுறைகள் மூலம் உங்களுக்கு உதவும். இதற்கு முந்திய, இப்போது உள்ள முழுப்பெயர், சூழ்ச்சிகளுக்கும் ஆபத்துக்களுக்கும் வாழ்வை இரையாக்கக் கூடியது. வணக்கம்.

அன்பு,
பிரமிள்

LETTER TO RAJIV GANDHI

To   12th January, 1988.
Shri Rajiv Gandhi,
The Prime Minister of India,
New Delhi - 110 001.

Honored Sir,

Our foundation has been formed with the aim of reaching the authorities concerned to change the name of Sri Lanka.

Before this formation we have tried variously to reach Mr. J.R. Jayewardene. The President writer, under a pen-name, wrote an essay in the Astrological Magazine of Bangalore V. Raman and sent the copy to J.R.J. Also he requested Miss. Radha Burnier, the President of Theosophical Society contact him. None of this worked. Recently he wrote also to the Dalai Lama, Ms. Pupul Jayakar and Ms. Jayalalitha.

It should be mentioned here that the writer is a Tamil Poet from Trincomalee, Sri Lanka and had known Mr. A.S. Balasingham in his Lankan days. This relationship drew them together when the writer came to India in 1972 never to return to Lanka and A.S.B. came into the country as an adviser to the Liberation Tigers of Tamil Eelam. Although the writer was no enthusiastic about the LTTE, he was deeply affected by the Sri Lankan crisis. He has had personal losses as well. His papers and art-work - he is a painter and sculptor as well - were destroyed with his friend's home during the July 1983 massacre in Colombo. The friend, S. Gopalakrishnan, himself got killed by an assassin who came for his sister-in-law Mrs. Subhashinee Varadhan, the Secretary of the Citizen Council, for Trincomalee.

In Madras when the writer met ASB, he was asked to do the translation of works by such people as Amilcar Cabral, Che Guevara and Franz Fanon. But the writer had expressed in conversations his dislike of the LTTE ideology with its one-party politics.

In the course of this ambivalent relationship, the writer has been warning his contact-men, Thilakar and Yogi, about the occult effect of LTTE which begets the number 16, with the effect of sudden rise and unexpected fall. The writer has been always fascinated by the occult. He has gone enough into the subject to see a connection among the Paranoid symbols, Hebrew Cabbala, Christian Alchemy, the Tarot cards, Tantra and Tamil numbers. When he spoke about these things to Yogi Ram Surathkumar, a saint living in Tiruvannamalai, assured the writer, "These things are divine Secrets the world is not ready for them". In effect, the writer did not bother to make his findings public. But he has formed the present Foundation to share them with those of his like mind besides using the name of the Foundation for the urgent purpose of changing Sri Lanka's name. After his early attempts at this, he again took heart to do this when he saw that his prediction for LTTE had come true to maximum effect.

The only LTTE person who listened to him was Yogi. He carried the writer's warnings to his shied. They were: LTTE = 16, mean that the movement will be struck down from totally unexpected quarters. On the other hand, LIBERATION TIGERS OF TAMIL EEALM = 95, means great fame, discipline, long journeys and mechanical innovativeness. It is this 95 that had given the LTTE its success. But the acronym LTTE would mean sure destruction. In addition to this, PIRABAKARAN = 26, means death. This number is good only for a religious life involving martyrdom. V.PIRABAKARAN = 32, means adventure for adventure's sake. Like Vikramaditya, the native will have cyclical fate of six months on the throne and six months in the jungle. VELLUPILLAIPIRABAKARAN = 63 is the number of espionage, robbery and terror.

The suggestions set to V.P. through Yogi were (1) change to LTT. (2) Change to PRABHAKARAN.

While Thilakar, a 'leftist' was mocking the writer for 'Superstitions', Yogi humbly took the message to V.P. This was prior to the Mohandas Police action against LTTE. What made Yogi to listen to the writer was that 130 LTTE were lost in a single night when they were crossing the straits and came unexpectedly under Lankan naval attack.

But, to the chagrin of LTTE's ideologues, it turned out that V.P. believed in the occult, but this approach was shallow and therefore dangerous to himself. He said his name was OK because it begot 32, popularized as a lucky number. And LTTE cannot be changed because the acronym had become internationally known. Yogi was saddened. All he could do was to have his real name rectified by the writer. Subsequent developments had caused alienation between the LTTE and this writer. The above are a recapitulation to emphasize that the occult is not without followers among men of action. Another figure of note is Mr. A. Amirthalingam who is now using his name as A.AMIRTHALINGUM, certainly influenced by someone of an occult bent.

In such an atmosphere the occult approach is of critical worth in matter of national crisis and statecraft.

We want neither money nor publicity in return to what we are giving. If what we give freely is accepted, a slow (or may be, sudden) change will take place to the effect of transforming the Indo-Lankan regional politics. The crisis will end. Problems of blood-shed will end. Of course, problems by themselves may continue, but they will only have a political character, at the worst.

We see a unity even among elements contending. Take this well known alphabetical coed that comes down to us from John Heydon, the Supreme Magus of the Rosicrucian:

A B C D E F G H I J K L M N O P Q R S T U V W X Y Z
1 2 3 4 5 8 3 5 11 2 3 4 5 7 8 1 2 3 4 6 6 6 5 1 7

and apply it for the following:

CEYLON	= 24 = JAFFN
SRILANKA	= 18 = EELAM
DELHI	= 18 = TIGERS
LANKA	= 12 = INDIA

You would be intrigued to know the following as well : Swamy Vivekananda and Jiddu Krishnamurti were both born with the same numbers; 12 as birth date (K was born half an hour past 11th midnight) and 4 as total birth number (date + month + year). Study their names:

SWAMY VIVEKANANDA	= 52
JIDDU KRISHNAMURTI	= 52
VIVEKANANDA	= 37
J. KRISHNAMURTI	= 37

Both the men carried to the West the same fire, may be of different magnitudes. Coming down to earth,

V.N. JANAKI	= 22
JAYLALITHA (JAYARAM)	= 22
KHURANA	= 22
V.N.	= 11
JANAKI	= 11
JAYARAM	= 11

These are bold relevance with the same number coming up. They are examples of complex relevance as well.

What concerns us in this letter is the effect of the names involved in the Indo Lankan crisis. SRILANKA, EELAM, DELHI all, we have seen, make 18, the number of the force (not the name), of 'Mara'. Tantra calls this number 'Manmata', the maddened mind. It denotes the arousal of baser emotions, violence, intrigues and bloodshed. Berlin proved to be a terrible example.

The changes we suggest are these:

SRI LANKA	into	SRI LANKA DWIP	=37
DELHI	into	DILLEE	=21
		(NEW DILLEE	=37)
TAMIL NADU	into	TAMILAKAM	=21
COLOMBO	into	KOLUMBUWA	=37
JAFFNA	into	AHLPPANAM	=37
TRICOMALEE	into	THIRUCKONAMALA	=48
BATTICALOA	into	MATTACKALAPPU	=46

The numbers for these changes bring about the force of co-operation, harmony and fulfillment

Yours
Sincerely,
(Pramil)

சாது
அப்பாத்துரையின்
தியானதாரா

சாது அப்பாத்துரை வரலாறு

1. பிறப்பும் பிரச்னையும்

இலங்கையின் கிழக்குக் கடலோரமாக உள்ள திருக்கோணமலை நகரில், தமது போதத்தை வெளிக்காட்டாமல் வாழ்ந்து மறைந்த ஞானபுருஷர் சாது அப்பாத்துரை. ஜூன் 17, 1892-இல் பிறந்த இவர், தமது எழுபத்திரண்டாவது வயதில் 1964-இன் மாசி மாத வளர்பிறை மக நட்சத்திரத்தில் மறைந்தார்.

சாது அப்பாத்துரையின் ஜன்ம லக்னம் கும்பம்; நட்சத்திரம் அவிட்டம். கும்பத்தில் சந்திரன், மீனத்தில் குரு, மேடத்தில் ராகு, மிதுனத்தில் சூரிய புத சுக்ரர்கள், கன்னியில் சனி, துலாமில் கேது, மகரத்தில் செவ்வாய். தமது பெயர் 'சாது அப்பாத்துரை' என்றே குறிப்பிடப்பட வேண்டும் என்பது அவரது விருப்பு எனினும், அ.பொ. அப்பாத்துரைச் செட்டியார் என்றே அவர் திருக்கோண மலையில் தெரியவந்துள்ளார்.

முத்துக் குளிக்கும் செல்வந்தச் செட்டிகளின் பரம்பரையில் பிறந்தவர் அப்பாத்துரை. சகோதர சகோதரியர் அற்று, தாயையும் தந்தை பொன்னுசாமியையும் இளமையிலேயே இழந்து, தந்தை வழிப்பாட்டனார் அண்ணாமலையால் வளர்க்கப்பட்டவர் அப்பாத் துரை. பின்னாடி இவரது மனைவியாராக அமைந்து, இவரது ஆளுமை யினால் இவரைவிட மறைமுகமான ஞானியாக வாழ்ந்த தங்கப் பொன்னு, இவரைவிட ஐந்து வயது மூத்தவராக இவருடனேயே வளர்ந்தார். இருவருமே அண்ணாமலையின் பேரக் குழந்தைகள் - அப்பாத்துரை, மகனின் மகன்; தங்கப்பொன்னு, மகளின் மகள்.

அப்பாத்துரையின் பெற்றோரைப் பற்றி விஷேச தகவல்கள் இல்லையெனினும், பாட்டனாரான அண்ணாமலை கருணை மிகுந்தவராகத் தெரியவருகிறார். இதற்கு ஒரு விஷேச உதாரணம்: பெரிய இடத்து தமிழ்க் குடும்பங்களில் வேலைக்காரிகளாகச் சேர்க்கப்படும் ஏழைச் சிங்களப் பெண்கள், சிலவேளைகளில் எஜமானரால் கர்ப்பமடைவது

பிரமிள்

உண்டு. அன்றைய பிரிட்டிஷ் காலனி அரசின் விதிப்படி, தந்தையாகப் பொறுப்பேற்று மருத்துவமனையில் ஒருவர் கையொப்பம் இடா விட்டால், குழந்தை பெற்றவள் கைது செய்யப்படுவாள். இதன் விளைவாக, இந்தப் பெண்கள் மேலும் சீர்குலைவு அடைந்தனர். இந்தப் பெண்களைக் காத்துக் கையொப்ப மிட எவரும் முன்வருவதில்லை. அண்ணாமலையிடம் போய் அழும் பெண்களுக்கு, அவர் முன்வந்து பொறுப்பேற்று மருத்துவமனை சென்று, அவளது குழந்தையின் தந்தை பெயராக தம்முடையதைக் கொடுத்துச் கைச்சாத்திட்டுவிடுவார். எத்தனைக்கு என்ற எண்ணிக்கை கூட தவறிவிட்டதாம். தம்மளவில் ஒழுக்கமானவர் எனினும், சட்டத்தின் கண்ணில் இது அண்ணாமலையைக் குற்றவாளியாகவே காட்டக்கூடியது. டாக்டர்கள் இவரது முதுமையைக் குறிப்பிட்டு, ''இந்த வயதில் இப்படி அக்ரமமாகப் பெண்களைக் கர்ப்பிணிகளாக்கு கிறீர்களே, கட்டுப்படுத்தக் கூடாதா?'' என்று கேட்டால், ''இந்த உடம்பைத் தொட்டுப்பாருங்க டாக்டர்! மாட்டேன் என்குதே!'' என்பாராம். இது ஊரில் அவரைப் பற்றி வழங்கிய கதை. ஆனால் ஊராருக்கு உண்மை தெரியும். புதிதாக ஊருக்கு வந்த இளம் போலீஸ் அதிகாரி ஒருவருக்கு உண்மை தெரியவில்லை. பிறர் எடுத்துச் சொன்னபோது, ''எப்படிப் பார்த்தாலும் அண்ணாமலைச் செட்டி குற்றவாளிதான். சட்டத்தை ஏமாற்றுவது மிகப்பெரிய குற்றம்,'' என்று அவரைக் கைது செய்யப் போலீஸ் வாகனத்துடன் வந்துவிட்டார். ஊர் திரண்டது. வாகனத்தில் அண்ணாமலை; போலீஸுக்கும் ஊருக்கும் பெரிய கைகலப்பு ஏற்படும் என்ற நிலை. சட்டம் எது என்பதைவிடத் தர்மம் எது என்ற கேள்வியை எழுப்பிய அன்றைய ஊர் அது. போலீஸ் அதிகாரி வெட்கிப் பின்வாங்க வேண்டியதாயிற்று.

அண்ணாமலையின் இந்த கருணையுள்ளத்தினது பராமரிப்பில் தான், அவரது இரண்டு பேரக் குழந்தைகளும் வளர்ந்தனர்.

சிறு பிராயத்தில், மரங்களின் இலைகளினுள் ஒரு அபூர்வக்காட்சி அப்பாத்துரைக்கு எப்போதுமே தென்பட்டிருக்கிறது. சின்னஞ்சிறிய முகங்கள் கொத்துக் கொத்தாக மரங்களில் முளைத்தவை போன்று அவர் கண்களுக்குத் தெரியும். அந்த சமயத்தில், அது இயற்கையாக எல்லாருக்குமே தெரியக்கூடியது என்று அவர் நினைத்திருக்கிறார்.

உடைமை சம்பந்தமான நச்சுப்பிடியிலிருந்து அவர் இயற்கை யிலேயே விடுபட்டு இருந்திருக்கிறார். சிநேகிதச்சிறுவர்கள் கேட்பதைக் கொடுத்துவிடுவார். 'நாற்சார்' என்ற பழைய அமைப்பில், உள்ளே முற்றம் அமையக் கட்டப்பட்ட அவரது வீட்டின் வாசல் நிலைப் படியில், அழகிய மரச்செதுக்கல் வேலைப்பாடும் அதற்கு அணியாக யானைத்தந்தத்தில் செய்த சிறுகுமிழ்களின் பொருத்துகளும் இருந்தன. இவற்றில் சில பின்னாடி காணோம். வேறொன்றுமில்லை. யாராவது

சிநேகிதச் சிறுவன், ''டேய் அதுலே ஒன்றை எனக்குக் கழற்றிக் கொடுடா!'' என்று கேட்பான். ''கழற்ற முடியாது! ஆனால்..,'' என்று கதவை அடைக்க உதவும் பெரிய கட்டையை எடுத்துக் குமிழை அடித்து வீழ்த்தி, ''எடுத்துக்கொள்,'' என்பார் சிறிய அப்பாத்துரை. சிநேகிதனின் மகிழ்ச்சியில் மகிழ்வார். பெரியவரான பிறகுகூட, இறுதிவரை, தமது பள்ளித்தோழராக இருந்து பின்பு அன்பராக மாறிய ஒருவருக்குப் பெரிய பிரச்னைகளின்போது பணஉதவிகளும் செய்திருக்கிறார். இத்தகைய உதவி அவரது புதிய நண்பர்களுக்கும் அவரிடமிருந்து கிடைத்திருக்கிறது. அவர் காலமான பிறகுகூட அவரது பாதுகாவல் சக்தியினால் காப்பாற்றப் பட்டவர்கள் உள்ளனர்.

பனிரெண்டு வயதுச் சிறுவனாக அப்பாத்துரை வாண்டுத் தனங்கள் செய்துகொண்டிருந்தபோது, அவரது 'மச்சாள்' தங்கப்பொன்னுவுக்கு பதினேழு வயது. இருவருக்கும் இடையே தங்களுடைய எதிர்காலத் தாம்பத்ய உறவுக்கான எதிர்பார்ப்புகள் இருந்ததில்லை.

அப்பாத்துரையின் வீட்டினது உள்முற்றத்தில் முத்துக்கள் காய வைக்கப்பட்டிருந்த காலம் ஒன்று இருந்ததுண்டு. ஆனால் அது க்ஷீணித்த நிலையாக மாறத் துவங்கியது. உயிர் வடிவங்களான முத்துச் சிப்பிகளைக் கொன்றுதான் முத்துக்களை அவற்றின் கர்ப்பத்தில் தேட வேண்டும். இதனை உயிர்வதை என்று கணித்திருந்தார் அப்பாத்துரை. வயல்களுடன் கானகங்களையும் சொத்தாகக்கொண்டிருந்த அவரது குடும்பம், மரங்களை வெட்டி விற்கும் வாணிபத்திலும் ஈடுபட்டிருந்தது. இதையும் உயிர்வதை என்றே அவர் கண்டார். ''வெட்டி வீழ்த்தப்படுகிற மரங்களை 'ஹோ'என அலறியபடிதான் வீழ்கின் றன,'' என்பார் அவர். இந்த உயிர்வதைகளில், அபார லாபத்துக்காக கண்மூடித்தனமாக ஈடுபட்டதின் விளைவு, குடும்பத்தின்மீது தரித்திர வடிவமாய்க் கவிந்தது என்கிறார் பிற்கால அப்பாத்துரை.

முத்துக்குளிப்பது ஒரு சூதாட்டம். இதற்காக ஏராளமான கடனைக் குடும்பம் வாங்கி, முத்துக்கள் கிட்டாத குளிப்பில் இழந்திருக்கிறது. இந்தக் கடனின் நிழல் தம்மைத் தொடர்கிறது என அறியாமலே வளர்ந்தார் அப்பாத்துரை.

திருக்கோணமலை ராமகிருஷ்ண மிஷன் உயர்நிலைப் பள்ளிப் படிப்போடு அவரது கல்வி நின்றுவிட்டது. ஆனால் ஜோதிடத்தைக் கற்று, அதில் மிகுந்த திறனாளியாக வாலிபப்பிராயத்திலேயே அவர் விளங்கியிருக்கிறார். அவரது வாக்கு வியத்தகுவகையில் பலித மாயிற்று. ஞானாகாரர் ஆன பிறகு, ஜோதிடத்தின் உதவியின்றியே தம்மைத் தேடிவருவோர்க்கு பலன்கூறுவதும் அவர்களது பிரச்னை களுக்கு விடுவிப்புத் தருவதும், அவரது அன்றாட வேலைகளுள் ஒன்றாயிற்று.

2. அதிர்ச்சி

வாலிபராக முதிரும் வயதில், சுமார் இருபது நடக்கும்போது, அப்பாத்துரையை ஒரு பேரதிர்வுடன் சந்தித்தது அவரது வீட்டுச் சூழல்; இது அண்ணாமலை காலமானதின் விளைவு. மரணப் படுக்கையில், திடீரென அப்பாத்துரையையும் தங்கப்பொன்னு வையும் அவர் தம்பதிகளாக்கினார். அத்துடன் குடும்பத்தின் கடன் சுமையும் அப்பாத்துரை மீது சரிந்தது. இந்தக் கடனை அடைப்பதற் காகச் சொத்தை விற்கவும் முடியாது. ஏனெனில் அப்பாத்துரைக்கு வந்த சேர்ந்த பிதுரார்ஜிதமான சொத்து, non-transferable என்ற விதமாக எழுதிப்பதிவு செய்யப்பட்ட சொத்தாகும். சொத்து விற்கப் படும் பட்சத்தில் ரிஜிஸ்திரார் ஆபிஸ் குறுக்கிட்டுத் தடுக்கும்; புதிதாக வாங்கும் உடைமையாளரின் உரிமைக்குப் பதிவு கிடைக்காது.

அப்பாத்துரையின் மீது விழுந்த கடன்சுமை பாரதூரமானது என்பதற்குமேல், அது எவ்வளவு என்று தெரியவில்லை. இருந்தும் அன்றைய ஆயிரம் இன்றைய லட்சம் என்று நிச்சயித்து நிலைமையை ஊகிக்கலாம். கடனுக்காகச் சொத்தை விற்கமுடியாது என்ற நிலை யில், அவர் தமது உழைப்பின் மூலமே கடன்தொகையைச் சம்பாதிக்க வேண்டும். வயல் வரும்படிகளுக்கு மேல் அவர் உழைக்கவேண்டு மானால், முத்துக்குளிப்பது போன்ற சூதாட்டத் தொழிலில் தான் இறங்க வேண்டும். இவ்வளவையும் நாம் சொன்னால்தான், அவரது உடனடிச் சூழலில் ஏற்பட்ட திடீர் அதிர்ச்சியைப் புரிந்துகொள்ளலாம்.

பெரும் சொத்துள்ளவர்களுக்குக் கடன்தருவோரின் மனோ பாவம் இங்கே கவனிக்கப்பட வேண்டும். கடன் வாங்குவோரின் சொத்தில் இவர்கள் ஒரு கண் வைத்திருப்பார்கள். கடனைக் கொடுத்தவர்கள் நீண்டகாலமாகப் பொறுத்திருக்கிறார் கள் என்றால், வட்டியும் குட்டியுமாக ஏறும் கடன், கடனாளியின் சொத்துக்களை விழுங்கட்டும் என்பதற்காகத்தான். எனவே, தங்கள் கைக்கு வரமுடியாதபடி எழுதப்பட்ட சொத்துக்களின் உரிமை யாளன் ஒருவன் தங்கள் கடனாளியாவதை இவர்களினால் சகித்துக்கொள்ள முடியாது; அவனை எடுத்த எடுப்பிலேயே ஒரு பகையாளியாகத்தான் கருதுவார்கள். அப்பாத்துரை பதில் சொல்ல வேண்டியிருந்தது இவர்களுக்குத்தான்.

இது ஒருபுறம் என்றால், மறுபுறத்தில் அவரது வாலிப உள்ளத்தை அதிரவைத்தது, ஐந்துவயது மூத்தவரான தங்கப்பொன்னுவுடன் அவரது திருமணம். சிறுவனாகப் பள்ளியிலிருந்து திரும்பி, புத்தகங்களை மூலையில் வீசிவிட்டு, “மச்சாள் சோறு போடு,” என்று தங்கப்பொன்னுவிடம் செல்லப்பிள்ளைத்தனமாக அதிகாரம் செய்தவர், அதே மச்சாளுடன்

தாம்பத்ய உறவுகொள்வதா எனத் திகைத்தார்.

ஏற்கனவே ஆன்மீக விஷயங்களில் ஆர்வம் கொண்டிருந்தவர்தாம் அப்பாத்துரை. இப்போது உள்ளும்வெளியுமாகப் பிரச்னைகள், அவரை மேலும் ஆன்மீகத்தின்பால் தள்ளின.

திருக்கோணமலையின் கந்தஸ்வாமி கோவில் உரிமையாளரும் பூசகருமாக அன்று இருந்த பூர்ணானந்தேஸ்வரக் குருக்கள், இலங்கையின் சமஸ்கிருத வித்வான்களுள் ஒருவர். இவரிடம் பாடம் கேட்பதற்கு இந்தியாவில் இருந்துகூட மாணாக்கர்கள் வருவதுண்டு என்று பெயர். ஒருநாள் பூர்ணானந்தர், தமது வீட்டுக்கூடத்தில் சாய்நாற்காலியில், ஆசாரமுறைப்படி விபூதிப் பட்டைகளை நெற்றி மார்பு முதலிய அங்கங்களில் அணிந்து ருத்ராக்ஷமாலாபூஷிதராக வீற்றிருக்கும்போது, அங்கே வந்தார் வாலிபரான அப்பாத்துரை. வந்தவர் யார் என்று பூர்ணானந்தருக்கு தெரியும். வீற்றிருந்தவாறே, 'என்ன விஷயம்?' என்று அவர் வினாவினார். தாம் சேகரித்துக் கொணர்ந்த உபநிஷத்துகளைக் காண்பித்த அப்பாத்துரை, அவற்றைத் தமக்குக் கற்பிக்கும்படி விண்ணபித்தார். "இதையெல்லாம் கற்க உங்களுக்கு அதிகாரமில்லை," என்றார் குருக்கள். அப்பாத்துரை திரும்பிவிட்டார்.

இருபதாண்டுகள் கழிந்தன. அதன்பின் இன்னொரு நாள். அன்று போலவே இன்றும் விபூதி, ருத்ராட்சம் பூண்டு கூடத்தில் சாய்நாற்காலியின் கண் வீற்றிருக்கின்றார் பூர்ணானந்தேஸ்வரக் குருக்கள். இருபதாண்டுகளுக்கு முன்பு வந்த அப்பாத்துரை, இன்று அதற்கு அடுத்த தடவையாக அவர் எதிரில் வந்துநிற்கிறார். அன்று வந்து நின்றவருக்கும் இன்றுவந்து நின்றவருக்கும் இடையில் மாபெரும் வித்யாசம். இன்று வந்தவரைக் கண்ட உடனேயே எழுந்து நின்றார் பூர்ணானந்தேஸ்வரக் குருக்கள். அண்ணாமலைச் செட்டியின் பேரனும் பொன்னுசாமிச் செட்டியின் மகனுமான அப்பாத்துரைச் செட்டியின் விசித்திரப் போக்குகளைப் பற்றி, ஊர்ப்பேச்சு வாயிலாக அறிந்திருக்கிறார் குருக்கள். இருந்தும் இன்று நேரே அவரைக் கண்டதும், குருக்களின் வாய் தம்மையறியாமலே "இது எப்படி?" என்று கேட்டது. அப்பாத்துரை, "ஏதோ அவன் கருணை," என்று உயரப் பார்த்துப் பதில் கூறிவிட்டுத் தாம் வந்த விஷயத்தைப் பற்றிப் பேச ஆரம்பித்தார். இப்போது அவர் வந்தது, ஏதோ நிலம் ஒன்றினை வாங்கல் விற்றல் சம்பந்தமாகத்தான்.

3. ஞான பரம்பரை

'இது எப்படி?' என்ற கேள்விக்கு பதிலைத் தேடி நாம் அப்பாத்துரையின் காலத்தையும் அவர் வாழ்ந்த இடத்தையும் தாண்டிப் போக வேண்டும்.

அது இந்தியாவில் ராமகிருஷ்ணரும் 'வள்ளலார்' சிதம்பரம் ராமலிங்கமும் விளங்கிய காலம். இடம் பங்களூர். அங்கே ஒரு கொலை வழக்கை விசாரிக்கிறார், கன்னட தேசத்து பிராமண வகுப்பில் பிறந்த நீதிபதி ஒருவர். குற்றம் சாட்டப்பட்டவன் கொலையாளி என்று நிரூபிக்கப்படுகிறான். இருதரப்பு வாதங்களை யும் நிரூபணங்களையும் சீர்தூக்கித் தீர்ப்பை எழுதி, அதை மறுநாள் கோர்ட்டில் வாசித்து, குற்றவாளிக்குத் தண்டனை வழங்கவேண்டிய கடமை இனி நீதிபதி யுடையது. அன்றிரவு தீர்ப்பை எழுத உட்கார்ந்தவர், 'இவனுக்குத் தண்டனை வழங்க நான் யார்?' என்று தீவிரமான விசாரத்தினால் பீடிக்கப்பட்டார். அறிவின் எல்லா விதமான வாதங்களையும் வெறும் நிழல்களாக்கி உக்ரமாக எழுந்தது இந்தக் கேள்வி. தீர்ப்பு எழுதுவதற்குப் பதிலாக, பதவி, வீடு வாசல் முழுவதையும் துறந்து வெளியேறினார் நீதிபதி.

சில காலத்தின் பின்பு, 'முக்தியானந்தா' என்ற பெயருடன் இலங்கையின் யாழ்பாண நகரில் இவர் தோன்றிச் சஞ்சரிக்கலானார். யாழ்ப்பாணத்தின் கடைத்தெருப்பகுதியில் இவர் அதிகம் சஞ்சரித் தமையின் விளைவாக, 'கடையிற்சுவாமி' என்று வெகுஜனப் பெயர் இவருக்கு வழங்கலாயிற்று. பார்ப்பதற்குப் பித்தரைப்போலவே தோன்றுவார். இவரைச் சித்தரித்துள்ள உருவப் படங்களில் முகம், தாடி மீசை இல்லாமலிருக்கிறது. ஆடை அழுக்கும் கிழிசலும் நிரம்பி யிருக்கும்; கக்கத்தில் எப்போதும் ஒரு குடையை மடக்கி வைத்திருப் பார். இவரைப் பார்க்க விரும்பித் தேடினால், காண்பது அரிதாக இருக்கும். ஆனால் எதிர்பாராதபடி தோன்றி, ஒரு விஷமக்காரச் சிறுவனைப் போல எதையேனும் செய்து, அதன்மூலம் தமது அன்பை, கருணையை, கடாட்சத்தை வெளியிடுவார். பொதுவாக யாழ்ப் பாணம் கடைத்தெருவினர் அறிந்த விஷயம் ஒன்று உண்டு. கடைகளுள் ஏதேனும் ஒன்றனுள் எதிர்பாராதபடி புகுந்து, கல்லாப் பெட்டியுள் கைவிட்டுப் பணத்தை அள்ளித் தெருவில் வீசி எறிந்து விட்டு ஓடிப் போய்விடுவார். இதனை அவர் தம்மிடம் காட்டும் அன்பின் செயலாகவே கடைக்காரர்கள் ஏற்றுக்கொண்டனர். யாழ்ப்பாணத்துக் கடைத்தெரு பெரிய வியாபார ஸ்தலமாக வளர்ச்சியடைந்ததுக்குக் கடையிற் சுவாமியின் இந்த விளையாட்டே காரணம் என்ற கருத்து நெடுங்காலமாக அங்கே நிலவியிருந்திருக்கிறது.

கடையிற்சுவாமிக்குத் தமிழ் பேச வராது. ஆனால் கொச்சைத் தமிழில் அவசியமானபோது நறுக்குத்தெரித்தாற்போல் வேண்டி யதைச் சொல்வார். முக்தியானந்தாவிடம் பிராமணிய வைதீக விதிகளோ, இலங்கைத் தமிழரிடையே ஆட்சிபுரிந்த சைவ சித்தாந்த ஆசாரமரபுகளோ இருந்ததில்லை. அவர், மது, மாமிசம் இரண்டையும் பழக்கமாகக்

கொண்டிருந்தவர். அவருடன் சுற்றினால் இவை கிடைக்கும் என, அவர்பின் கிளம்பிய சிறு கூட்டத்துடன் ஒருநாள், கடைத்தெருவில் மெழுகு வார்க்கிறவன் முன்சென்று நின்றார் முக்தியானந்தா. கொதிக்கும் மெழுகை அவன் கரண்டியால் அள்ளி அச்சுக்களில் வார்க்கும் தருணம், முக்தியானந்தா கைகளை நீட்டி னார். ஏதோ ஒரு சக்திக்கு ஆட்பட்ட அவனும் அவர் ஏந்திய கைகளில் மெழுகை ஊற்றினான். அதை அப்படியே ஏந்திக்குடித்த முக்தி யானந்தா தம்முடன் நின்ற 'பக்தர்'களையும், ''குடியுங்கோ!'' என்று அழைத்தார். 'பக்தர்கள்' பிடித்தனர் ஓட்டம்!

பல்வேறு விதமான அற்புதத் திருக்கதைகள் கடையிற் சுவாமி பற்றி வழங்கியிருக்கின்றன. யாழ்ப்பாண மக்களின் உள்ளத்தில் அவர் எவ்வளவு தூரம் இடம் பிடித்தார் என்பதனை, அவர் சமாதிக்கு அவர்கள் அளித்த கௌரவத்தின் மூலம் அறியலாம். கடைத்தெருப் பகுதியை அடுத்து இன்று 'கடையிற்சுவாமி ஒழுங்கை' என வழங்கும் சிறு தெருவில், ஒரு நடராஜர் கோவில் உண்டு. இந்தக் கோவில் முக்தியானந்தா என்ற கடையிற்சுவாமியின் சமாதியே ஆகும். இது பெரும்பாலான யாழ்ப்பாணத்தவருக்கே பிற்காலத்தில் மறக்கப் பட்டுவிட்ட விஷயம்.

முக்தியானந்தாவிடமிருந்து குழந்தைவேற்சுவாமி போன்றோரும் செல்லாப்பாச் சுவாமி போன்றோரும், 'ஞானபரம்பரை' என்று சொல்லப்படுகிற ஒரு தொடர்ச்சியை ஏற்படுத்தி இருக்கிறார்கள்.

கடையிற்சுவாமி என்ற முக்தியானந்தா, ஒருநாள் தலையில் ஒரு தொப்பியை அணிந்திருந்தார். அப்போது அவரை 'வேடிக்கை பார்க்க' கூடிய சிறுவர்களுள் ஒரு சிறுவனாக நின்றுகொண்டிருந்தான் சரவணன் என்ற வண்ணார வகுப்புப் பையன். அவன் தரையில் தமது தொப்பியைக் கழற்றி அணிந்தார் கடையிற்சுவாமி. அவரது சிறிய அர்த்தமற்ற செயல்கள்கூட பெரிய விளைவுகளை ஏற்படுத்தி இருக்கின்றன. சரவணன் விஷயத்தில் இது மிக உந்நதமான விளைவை ஏற்படுத்திற்று. பெரியவனாக வளர்ந்த வண்ணாரச்சிறுவன் சரவணன், முக்தியானந்தாவின் சீடர்களுள் ஒருவரிடம் உபதேசம் பெற்று மிக உக்ரமான ஞானபுருஷராக மலர்ச்சியடைந்தார். ஜடாதரராக அவர் விளங்கியதை ஒட்டி, 'சடை வரதர்' என்ற வெகுஜனப் பெயர் அவருக்கு வழங்கியது.

யாழ்ப்பாணத்திலிருந்து கால்நடையாகப் புறப்பட்டு, திருக்கோண மலை மட்டக்களப்பு வழியாக, அங்கங்கே புதியவர்களையும் சேர்த்தபடி, இலங்கையின் தென்புலத்தில் இருக்கும் 'கதிர்காமம்' என்ற கந்த கோட்டத்துக்கு பக்தர்கள் ஆண்டுதோறும் போவதுண்டு. இவர்கள் திருகோணமலையில் தங்கும் கோவில்களுக்கும் சத்திரங் களுக்கும்

அப்பாத்துரை போவார். கூட்டத்தில் கஞ்சாச்சாமிகளி லிருந்து சொற்களுக்கு எட்டாத சிறப்புமிக்கவர்கள் வரை கலந்து இருப்பார்கள். இவர்கள் யாவரையுமே ஒரேவிதமாக உபசரிக்கும் அரிய பழக்கம் அன்று இருந்திருக்கிறது. யாத்திரைச் சமயத்தில் தமது வீட்டுக்கு யாத்ரிகர்களை அழைத்து இந்த முறைப்படி உபசரிப்பதைப் பழக்கமாகக் கொண்டிருந்தவர் அப்பாத்துரை - இறுதிவரை

அப்பாத்துரைக்கு இரண்டு பெண் குழந்தைகள். இவர்களுள் மூத்த குழந்தை பிறந்திருந்த சமயம்; அது கதிர்காம யாத்திரைக் காலமும் கூட. திருக்கோணமலையின் கடைத்தெருப் பகுதியில் உள்ள 'சென்ட்ரல் ரோட்'டில் அமைந்திருந்த தம்முடைய வீட்டின் வாசலில் நின்று, விச்ராந்தியாக தெருவைப் பார்த்துக்கொண்டிருக்கிறார் அப்பாத்துரை. தெருவில் ஒரு பைத்தியக்காரி வந்துகொண்டிருந்தாள். இவளுக்கு 'விசர்த்தங்கம்மா' என்று பெயர். இலங்கைத் தமிழில் 'விசர்' என்றால் 'பைத்யம்' என்று பொருள். இவள் 'விசரி'யாக நடிக்கும் ஞானி என்பதை அப்பாத்துரை அறிவார்.

வெயில் காயும் வேளை அது. பைத்தியத்தின் அசட்டுச் சிரிப்பு டனும் வாயில் ஒழுகும் எச்சிலுடனும், கடைக் கண்ணால் அடிக்கடி அப்பாத்துரையைப் பார்த்தபடி, குடிபோதையில் நடப்பவள்போல் தெருவில் இருபுறங்களுக்கும் அலைந்து நடந்து வந்துகொண்டிருந் தாள் விசர்த்தங்கம்மா. அப்பாத்துரையைத் தாண்டிப்போவதும் திரும்பி வருவதுமாக நடந்தவள், திடீரென அவர் முன் வந்துநின்றாள். அப்பாத்துரை, "அம்மா!" என்று கைகுவித்தார். வீட்டினுள் விசர்த் தங்கம்மாவை வரவேற்றார். உள்ளே வந்தவளிடம் தமது பச்சைக் குழந்தையைக் கொடுத்தார். குழந்தையின் மீது எச்சில் விழ அதை உச்சி முகர்ந்தாள் விசர்த்தங்கம்மா. தங்கப்பொன்னுவையும் ஆசிர்வதித் தாள். குழந்தையைத் தாயிடம் கொடுத்துவிட்டு, அப்பாத்துரையைக் கைப்பிடியாக இழுத்தபடி தெருவில் இறங்கினாள். இருவரும் ஊரின் எல்லையில் இருந்த மாரியம்மன் கோவிலுக்குச் சென்றனர். அது யாத்ரிகர்கள் தங்கும் இடங்களுள் ஒன்று. இவர்கள் போனசமயத்தில் கோவிலில் எவரும் இல்லை.

தனக்குத்தானே பேசும் தோரணையில், "என்ர பிள்ளைக்கு ஒரு மாப்பிள்ளை வேணுமெல்லோ!" என்று முணுமுணுத்தபடி, திடீரென அப்பாத்துரையைத் தழுவினாள் விசர்த்தங்கம்மா. அப்போது உள்ளே வந்த பூசகர், "கோவிலை அசுத்தப்படுத்திறியா?" என்று கத்தி யிருக்கிறார். திரும்பிய 'விசரி' ஒரு உறுமலுடன் பூசகர் மேல் பாய்ந்தாள். அவர் கிலிகொண்டு ஓடிப்போய்விட்டார்.

அப்பாத்துரையைத் தழுவிய விசரி, அவரது உச்சந்தலையில் துப்பினாள். மறுகணம் அப்பாத்துரையின் பிரக்ஞை புரண்டது.

தெற்குவாசல்

காலதேசங்களைக் கடந்த ஒன்று எல்லாவற்றையும் ஊடுருவி எல்லை யற்று நின்றது.

பிரக்ஞை முன்புபோல் ஆன அப்பாத்துரையை வீட்டுக்குப் போய்விட்டு மறுநாள் வரச்சொன்னாள் விசர்த்தங்கம்மா.

மறுநாள் அப்பாத்துரை வந்தபோது, விசரி கோவில் வீதியில் உட்கார்ந்திருக்கிறாள். அப்பாத்துரையை அருகே உட்கார வைத்தவள், "என்ர பிள்ளைக்கு ஒரு மாப்பிள்ளை வேணுமல்லோ?" என்கிறாள். சற்றுநேரத்தில் அங்கே தோன்றுகிறது ஒரு உருவம். உயர்ந்த பெரிய தோற்றமும் ஜடையும் அவரை விளங்கவைக்கின்றன. அவரே சரவணச் சாமி என்ற சடைவரதர். "ஏண்டி கூப்பிட்டாய்?" என்கிறார் அவர் விசர்த்தங்கம்மாவிடம்.

அப்பாத்துரையைக் காட்டி, அவரைச் சடைவரதர் ஏற்றுக் கொள்ளும்படி சிபாரிசு செய்கிறாள் விசரி.

அப்பாத்துரையை நோக்கிய சடைவரதர், "நீங்கள் சொத்துக் காரர், நாங்கள் பிச்சைக்காரர். உங்களுக்கு எங்களுடைய வழி ஒத்துவராது," என்கிறார்.

அப்பாத்துரை சொத்தின் விவகார விளைவுகளையும் நிலையாமை யையும் குறிப்பிடுகிறார்; எஞ்சுவது துன்பம்தான் என்கிறார்.

"எங்களோடு சேர்ந்தால் பிச்சை எடுக்கவேணும்; செய்வீரா?"

"செய்கிறேன்."

"போய்ப் பிச்சை எடுத்துவாரும்," என்கிறார் சடைவரதர். புறப்பட்ட அப்பாத்துரையை நிறுத்தி, "இப்படி வேட்டி சால்வை யோடு போனால் யார் பிச்சை போடுவார்கள்? கோவணாண்டியாகப் போக வேண்டும்," என்கிறார்.

திடுக்கிட்டார் செல்வந்தச் செட்டியார். அப்போதுதான் குறுக்கே பெரும்பாறைச் சுவராகத் தடுத்து நிற்கிற கௌரவத்தை உணர்ந்தார். ஒரு மின்வெட்டுப்போல் அவரது கைகள் மேலாடைகளைக் களைந்தன. எதிரே நின்ற சுவர் இவ்வளவு காலமும் அர்த்தமற்றுச் சுமந்து நின்ற பாறையாகத் தெரிந்தது; என்றும் அவர் உணர்ந்திராத சுதந்திர உணர்வு பிறந்தது.

"எப்படிச் பிச்சை கேட்பீர்?" என்கிறார் சடைவரதர்.

"சுவாமிக்கு என்று."

"சுவாமிக்கு சுவாமியே பிச்சை எடுக்கும். நீர் உமக்காகத்தான் பிச்சை எடுக்கவேண்டும். யாரிடம் பிச்சை கேட்பீர்?"

"தெரிந்தவர்களிடம்!"

"அது பிச்சை அல்ல. உமக்குப் பகைவர்கள் உண்டல்லவா?"

"உண்டு."

"உமது பகைவர்களிடம் போய் பிச்சை கேளும்."

மீண்டும் ஒரு தடை மனதில் எழுந்து நின்றது அப்பாத்துரைக்கு. இப்போது எதிரே நின்ற சுவர், புறக்கௌரவத்துக்கும் ஆதாரமான மனோபாவங்களினால் கட்டப்பட்ட மிக உறுதியான தடையாகும். சரி என்று அப்பத்துரை முடிவு செய்தவுடனே, இதுகூட ஒரு பனித் திரைபோலக் கரைந்து மறைந்தது.

'பொன்னுசாமியின் மகனுக்கு' விசர் என்று பேச்சு ஊரில் கொஞ்ச காலம் அடிபடலாயிற்று.

4. ஞானாகாரம்

அப்பாத்துரையின் இருபத்தொரு வயதளவில் நடந்த இந்தப் புயல் நிகழ்ச்சியில் ஆரம்பித்த யாத்திரை, அவரது நாற்பதாவது வயதளவில் அவரை ஞானாகாரர் ஆக்கிற்று. வீட்டுக் காரியங்களை அவர் பார்த்த படியேதான் தமது யாத்திரையை அவர் நடத்தினார். மனைவி தங்கப்பொன்னுவுக்கும் அப்பாத்துரைக்கும் இடையே இருந்த உறவும், இந்த யாத்திரையின் ஒரு அம்சமாயிற்று. இருவருக்கும் ஒரே வகையில் தர்சனங்கள் ஏற்படலாயின. இருந்தும் இறுதிவரை அப்பாத் துரையின் அன்பர்களுக்குக்கூடத் தென்படாது, மறைமுக ஞானி யாகவே தங்கப்பொன்னு கனிவடைந்து வாழ்ந்து மறைந்திருக்கிறார்.

மிக எளிமையான அன்றாட இல்லற நிகழ்ச்சிகளின் மூலம் அப்பாத் துரை தமது மனையாளின் உள்ளத்தைப் பக்குவப்படுத்தி யிருப்பது தெரியவருகிறது. தன்னை அவதானிக்கும் விழிப்புணர்வு அற்ற நிலையில் தங்கப்பொன்னு தயாரித்து அளிக்கும் உணவு எதையும் அப்பாத்துரை ஏற்கமாட்டார். வேறொரு உணவை தயாரிக்கச் சொல்வார். தங்கப் பொன்னுவும் முகம் கோணாமல் வேறொரு உணவினைத் தயாரிக்கும் பணியில் ஈடுபடுவார்.

ஒருநாள் அப்பாத்துரையிடம் ஒரு அன்பர் கொடுத்த உயர்தர மாம்பழம் ஒன்றை, பிறகு சாப்பிடலாம் எனப் பத்திரப்படுத்தினார் தங்கப்பொண்ணு. வேறொரு அன்பர் வந்தபோது அவருக்கு அதைக் கொடுத்து அனுப்பிட்டார் அப்பாத்துரை.

"என்மீது அன்பிருந்தால் இப்படிச் செய்திருப்பீர்களா?" என்றார் தங்கப்பொன்னு.

"உன்மீது அன்பு இருப்பதால்தான் இப்படிச் செய்தேன்," என்றார் அப்பாதுரை.

தெற்குவாசல்

ஆசை அடக்கப்படாமல் அதேசமயத்தில் நிறைவேற்றவும் படாத தஹிப்பாக நிற்கவேண்டும் என்பதே இந்த எளிமையான தாம்பத்ய சித்திரத்தின் தாத்பர்யம். இவ்வகையில் உறவுகொண்டு, அன்றாட வாழ்வின் கண்ணாடிச் செதில்களின் வழியே அகண்டத்தை அடைந்த அப்பாத்துரையும் தங்கப்பொன்னுவும், உலகின் உந்நதமான மானுட வரிசையில் பெயர் பொறிக்கப்பட வேண்டியவர்களாவர்.

தங்கப்பொன்னுவுக்கும் அப்பாத்துரைக்கும் இடையே இருந்த உரிமையுணர்வு சிதறடிக்கப்பட்ட பின்பே, அப்பாத்துரை பூரணமான ஞானாகாரர் ஆகினார். இதற்குக் காரணமாக இருந்தவர், அன்று தமிழகத்தின் சிதம்பரத்திலிருந்து இலங்கைக்குச் சென்ற திருச்சிற்றம் பலத்துச் சுவாமி.

ஒருநாள் கடும் வெய்யிலில் அப்பாத்துரையின் இல்லத் துக்கு விஜயம் செய்தார் இவர். ஏற்கனவே அப்பாத்துரையின் குடும்பத் துடன் அவருக்கு பழக்கம் உண்டு. மிகவும் குண்டாக இருப்பார் இந்தச் திருச்சிற்றம்பலத்தவர்; எப்போதும் ஆனந்தத்தில் திளைக்கிற மாபெரும் குழந்தைபோல இவர் தோன்றுவார்; சந்தர்ப்பம் கிடைத்தால் ஆனந்தக்கூத்தாடுவார். நாடகத்தன்மையும் விஷமமும் நிரம்பிய இவரது திருவிளையாடல் மூலம், அப்பாத்துரையும் தங்கப் பொன்னுவும் தாங்கள் ஒருவரிடம் ஒருவர் கொண்டிருந்த உரிமை யுணர்வின் பிசுக்கைத் துறந்து மௌனித்தனர். வந்தவரையும் வரவேற்றவர்களையும் தாண்டிய ஒருமை, சொற்களுக்கு எட்டாத அகண்ட சொரூபமாக நின்றது. திருச்சிற்றம்பலத்தவர் தமது ஆனந்த நடனத்தை நிகழ்த்தினார் என்று சொல்லத் தேவையில்லை.

அப்பாத்துரை ஒரு பரமஹஸ்ராக, அதாவது எங்கும் சஞ்சரித்துப் பிரசங்கிப்பவராகச் செயல்படவேண்டும் என்பது சடைவரதரின் விருப்பமாக இருந்திருக்கிறது. ஆரம்பத்தில், இயல்பாக வெளிப்பட்ட தமது போதத்தை மறைக்கத் துவங்கிய அப்பாத்துரை, தம்மைத் தேடி வருகிறவர்களுள் பக்குவமானவர்களுக்கே தம்மை வெளிப்படுத்த லானார். தங்களை மறைத்து வாழும் ஞானிகளைப் பற்றி அப்பாத் துரை இப்படி ஒரு சமயம் சொல்லி இருக்கிறார்: ‘‘வாழ்வின் எந்தத் தரத்திலும் இவர்கள் இருக்கலாம். பித்தரைப் போலவோ, கூலி களாகவோ, ரிக்ஷா இழுக்கிறவர் களாகவோ இருக்கலாம். இப்படிப் பட்ட ஒருவன் தெரு வோரத்தில் உட்கார்ந்திருந்து பீடி குடித்துக் கொண்டிருப்பான். அவனைக் கண்டுகொள்ள முடியாது. ஆனால் அவன் உன்னைக் கண்டுகொள்வான். அவனது கண்பார்வையே தீட்சையாகும். இப்படி மறைந்திருப்பவர்கள் கள்ளருக்கும் கள்ளர்.’’

5. ஞான வாழ்வு

சடைவரதருக்கு ஆட்பட்ட உடனேயே அப்பாத்துரைக்கு உலகத்துக்குப் பிரச்னைகளைச் சந்திக்கும் பார்வைக்கோணம் மாறுதலடைந்தது. இதன் மிக முதிர்ந்தபருவத்தில் அவர் செய்ய வேண்டியது எதுவோ அதைச் செய்துவிட்டு, 'என்ன வேண்டு மானாலும் விளையட்டும்,' என யாவற்றையும் 'ஒப்புக்கொடுத்து' விடுவார். ஆனால் விளைவுகள் அவருக்கு சாதகமாகவே அமைந்தன. சட்டத்தை அன்றி தர்மத்தை நிறைவேற்றும் விதமாகவே அவர் செய்கிறவை அமைந்தன.

எளிதில் புரிந்துகொள்ளமுடியாத விதத்தில் அவரது நிலையெடுப் புக்கு சாதகமாக எல்லாம் கைகூடியமை, அவரது வாழ்வினையே அன்றாட அற்புதமாக்கிற்று. கடனைத் தீர்ப்பதுக்காகச் சொத்தை அவர் விற்க முனைந்தபோதுகூட, நிலைமை அவருக்குச் சாதகமாகியிருக் கிறது.

ஒரு சமயம், அவரைக் கடுமையாகக் குற்றம் சாட்டிய வழக்கு ஒன்றின் தீர்ப்புநாளன்று, வழக்குத்தொடுத்தவர் ஆஜராகவில்லை. பதிலாக ஆஜராகியது அன்னாரின் மரணச்செய்தி. சட்டத்தின் நெளிவு சுளிவுகளை அதர்மமாக உபயோகிக்கும் சட்டரீதியான திருடர்களுடன் இறுதிவரை அப்பாத்துரை மோதி, சட்டத்தை மீறியே ஜெயித் திருக்கிறார். அதற்கு ஒரு சிறிய உதாரணமாக, அவர் மறைவதற்கு ஆறுமாதங்களினுள்ளேயே நடந்ததைக் குறிப்பிடலாம். அவரது வயல்களைக் குத்தகை எடுத்தவன் அவரை ஏமாற்றி நஷ்டக் கணக்கையே காட்ட ஆரம்பித்தான். நில உரிமையாளரினால் குத்தகைக்காரனை நீக்கிவிட முடியாது; இந்தப் புதிய சட்டத்தை அவன் துஷ்பிரயோகம் செய்யலாம் என்ற வசதியின் விளைவு இது. இதேசமயத்தில், ஏழ்மையில் வதங்கிக்கொண்டிருந்த ஒரு நல்ல மனிதர் தமக்கு வயல் குத்தகை வேண்டி அப்பாத்துரையிடம் வந்திருக் கிறார். குத்தகையை அப்பாத்துரை இவரிடம் தூக்கிக் கொடுத்து விட்டார். இதற்கு எதிராக அப்பாத்துரை மீது முதல் குத்தகையாளன் கிராமக்கோர்ட்டில் வழக்குத் தொடுத்தான். இந்நிலையில் அப்பாத் துரை எதுவுமே செய்யவில்லை. 'ஒப்புக் கொடுத்த' நிலையினை மேற்கொண்டு, நடப்பது நடக்கட்டும் என்றிருந்துவிட்டார். நிச்சய மாக அப்பாத்துரைக்கு எதிராகத்தான் வழக்கு தீர்க்கப்படும். அப்போது, புதிதாகக் கிராமக்கோர்ட் நீதிபதியாக நியமனம் பெற்றவர் அப்பாத்துரையைப் பற்றிக் கேள்விப்பட்டு, அவரை வந்து தரிசித்து அளவளாவினார். ஒரு வழக்கு அப்பாத்துரைக்கு எதிராக இருப்பதை அவர் உடனே அறியவில்லை; அறிந்ததுமே வழக்கு தள்ளுபடி யாயிற்று.

திருக்கோணமலையின் ஊர்த்தலைவர்கள், அப்பாத்துரையைக் கலந்துகொண்டுதான் முக்கியமான முடிவுகளை எடுத்திருக்கிறார் கள். அந்த அளவுக்கு, திருக்கோணமலையில் தமிழ்-சிங்கள இனக் கலவரங்கள் பெருமளவுக்கு தவிர்க்கப்பட்டிருக்கின்றன.

அப்பாத்துரையின் மறைமுக சக்தி, அவரது அன்புக்கு இலக்கான வர்களின் வாழ்வில்கூட புகுந்திருக்கிறது. அவரை உணர்ந்து பழகிய வர்களுக்கு, புதுப்புதுவிதங்களில் அவர் உந்நதம் பெற்று உயர்ந்தவராக விளங்கியிருக்கிறார். அவரது மறைவுக்குப் பிறகுகூட இது தொடர்ந் திருக்கிறது.

ஜிப்பா வேட்டியிலும் சரி, எப்போது பார்த்தாலும் அப்போதுதான் மலர்ந்த பன்னீர்ப் பூவைப் போலத் தோன்றுவார் அப்பாத்துரை. நம்மை ஊடுருவி நோக்கும் கண்களின் தீட்சண்யத்தை, குழந்தைச் சிரிப்புத் தவழும் பாவத்தினால் மறைத்து விடுவார். உயரமான மெலிந்த உடல்; ஜூலியஸ் ஸீஸரின் பக்கவாட்டு முகச்சாயலைத் தருகிற மூக்கு; எப்போதும் ஒரு நதியின் சிற்றலைகள் போல் ஒரு பிரவஹிப்பில் அசைந்து கொண்டிருக்கும் விரல்கள். அவரது தோல் வர்ணம், நமது நாகரீகத்தை தழுவிய ஒரு மேல் நாட்டுக்காரர்போல அவரைத் தோற்றுவிக்கும்; நீண்டவேளைகள் தியானத்தில் ஒரே இருப்பாக இருந்த ஆரம்பகாலங்களில் ஏற்பட்ட மூலவியாதிக்கு அவர் உட் கொண்ட மருந்தின் விளைவு இது.

ஒரு சாது, 'நாகபஸ்பம்' என்ற சந்யாஸி மருந்து ஒன்றை அவருக்குக் கொடுத்து, ''இது மூலத்தை ஒழிக்கும்; கூடவே கண்பார்வையும் போய்விடும்,'' என்றிருக்கிறார். எப்படியாவது மூலம் ஒழியட்டும் என்று அதை உட்கொண்ட அப்பாத்துரையின் கண் பாதிக்கப்பட வில்லை. மூலத்தை ஒழித்ததுடன், தோலைத்தான் அது பாதித்தது. இதன் விளைவாக உடல் பூராவும் பரவிய வெண்குஷ்டம், ஒரு சில இடங்களில் கருப்புமச்சங்களை விட்டுவிட்டு, தோல் முழுவதையுமே ஐரோப்பிய ருடையதைப்போல மாற்றிவிட்டது. இவ்விதம் பாதிக்கப்பட்டவர்களுக்கு இருக்ககூடிய சோபையின்மை மட்டும் அப்பாத் துரைக்கு இராது. இதே தோலுடன் பிறந்துவளர்ந்தவரின் ஆரோக்கியக் களைதான் அவரிடம் இருந்து தெறிக்கும். முக அமைப்பிலும் செவ்விய தோல் வர்ணத்திலும் கடையிற்சாமியின் சாயலையே அப்பாத்துரை பெற்றிருந்தமை ஒரு அதிசயம்தான். கடையிற்சாமியின் உருவச் சித்திரம் யாழ்ப்பாணத்தில் பழக்கப்பட்ட ஒன்று. அங்கே ஜனநெரிசல் மிகுந்த கடைத்தெருவில் ஒருநாள் அப்பாத்துரை போய்க்கொண்டிருந்த போது, யாரோ அவரைச் சுட்டிக்காட்டி, ''அதோ கடையிற்சாமி! அவர் சாகவில்லை! அவர் சாகமாட்டார்!'' என்று குரல் எழுப்பினார் கள். இதைக் கேட்ட அப்பாத்துரை கூட்டத்துக்குள் மாறி, சந்து பொந்துகளில் திரும்பி

ஓடிப்போய்விட்டார்.

மனைவி தங்கப்பொன்னு ஞானியாக மலர்வதற்குத் துணைநின்ற அப்பாத்துரை, விசர்த்தங்கம்மாவின் எச்சில் குளிப்பைப் பெற்றிருந்த தமது மூத்த மகளான விசாலாட்சியைத் தத்துவவிசாரப் படிப்பு களிலும் தியானமார்க்கத்திலும் ஈடுபடுத்தி இருக்கிறார். ''பெண்ணுக் குக் கல்யாணம் பண்ணிவைப்பதை விட்டுவிட்டு இது என்ன வேலை?'' என்று உறவினரும் ஊராரும் பேசினர். ஆனால் தியானிப்பதிலே நன்கு முன்னேறியிருந்த விசாலாட்சி அகாலமரணமடையவிருந்ததை அப்பாத்துரை அறிந்திருந்தார். பல் வியாதியின் போது, தவறான பல் ஒன்று பிடுங்கப்பட்டதின் விளைவான உதிர இழப்பினால் விசாலம் மரணமடைந்தார். 'பெரிய தங்கச்சி' என்று அப்பாத்துரையினால் விளிக்கப்பட்ட விசாலாட்சியின் மீது, அப்பாத்துரையின் பிரியம் வெகுவானது. விசாலம் மறைந்து வருஷக்கணக்குகள் ஆன பிறகுகூட, அவர் மறைந்துவிட்டதை மறந்து, ''பெரிய தங்கச்சி!'' என்று அப்பாத் துரை குரல் கொடுப்பதுண்டு.

விசாலாட்சி இருந்தவரை, நீண்ட அடர்ந்த சிகையைக் குடுமியாக முடிந்து காதுகளில் கடுக்கன் அணிந்து பழங்காலக் கனவானாக விளங்கிய அப்பாத்துரை, சிகையைக் களைந்து முன்னைவிட எளிமை யான தோற்றத்தை மேற்கோண்டார். மகளை இழந்ததுக்குச் செய்ய வேண்டிய முறைப்படி, தங்கப்பொன்னுவும் ரவிக்கையை நீக்கி விட்டார்.

6. காலாந்தகம்

மூன்று சந்தர்ப்பங்களில் அப்பாத்துரை தம்மிடம் வந்த மரணத்தை எட்ட நிறுத்திய ஒருவராவர்.

முதல்தடவை, ஊரிலேயே பெரிய ஜோதிடர் ஒருவரின் கூற்று இதில் சம்பந்தப்பட்டிருக்கிறது. கிரகங்களின் சக்திகளை மீறிய சக்தி ஒரு ஞானியினூடே செயல்படுகிறது என்பதை இவர் ஒப்புக்கொள்ள மறுத்தார். இவ்வளவுக்கும் அப்பாத்துரையின் ஆன்ம புருஷார்த் தத்தை அறிந்திருந்த ஒருவர்தாம் இவர். ஒருவரைப் பார்த்தவுட னேயே அவரது வயதை ஊகித்து சனி, குரு என்ற பெரிய கிரகங்களை அவரது ஜாதகத்தில் நிறுத்தி, சூர்யாதிக்கத்தையும் ஊகித்து நட்சத்திரத் தையும் சந்திராதிக்கத்தையும்கூட ஊகித்து, உடனேயே பலன் சொல்லக்கூடிய இந்த ஜோதிடரின் மிதியடிச் சப்தத்தைக் கேட்டாலே தெரு காலியாகிவிடுமாம். 'கண்டால் எதையாவது சொல்லிவைப் பார்; பெரும்பாலும் அது கெட்டதாகத்தான் இருக்கும்,' என்ற அநுபவமே

இதன் காரணம். கிரகங்களைக்கொண்டு அறியக்கூடிய மாபெரும் விதிச்சக்கரத்தை ஒரு ஞானியினால் மீறி நிலவவும் செயல்படவும் முடியும் என்ற அப்பாத்துரையின் கூற்று, இவருக்குக் கோபத்தையே ஏற்படுத்தியது. அப்பாத்துரையின் ஜாதகப்படி, எதிரே வந்து கொண்டிருக்கும் ஒரு நாளில் அவர் மரணிக்கவேண்டும்; இதைத் திட்டவட்டமாகக் கூறிய ஜோதிடர், "அப்போது கிரக சக்திகளின் முன்னால் இந்த உமது ஞான கீனம் எதுவுமே வேலை செய்யாது!" என்று சொல்லிவிட்டுப் போய்விட்டார். மறுநாள் காலை வந்து கதவைத் தட்டினார் ஜோசியர். முதல் நாளைய வாதப்பிரவாதத்தை மனசிலிருந்து துடைத்துவிட்ட அப்பாத்துரை, முகமலர்ச்சியுடன் ஜோதிடரை வரவேற்றார். ஆனால் வரவேற்பை ஜோதிடர் ஏற்க வில்லை. மீண்டும் அப்பாத்துரையின் மரணவேளையைத் தேதி நேரம் குறித்துச் சொல்லிவிட்டுப் போய்விட்டார். ஒவ்வொரு நாளும் காலையில் ஜோதிடர் வந்து கதவைத் தட்ட, அப்பாத்துரை திறக்க, ஜோதிடர் அவரிடம் இப்படிச் சொல்லிவிட்டுப்போவது வாடிக்கை ஆகிவிட்டது. "இன்னும் ஒருநாள் தான் இருக்கிறது!" என்று இறுதி நாளன்று சொல்லிப் போய்விட்டார். இது இருவரையும் தெரிந்த எல்லோரிடையிலும் காட்டுத்தீபோல் பரவிவிட்டது. அன்று அப்பாத் துரை 'சாக'வேண்டிய நாளும் வேளையும் கழிந்தன; கதவு தட்டப் பட்டது. போய்த்திறந்த அவரது காலில் விழுந்து கதறி அழுதார் ஜோதிடரின் மனைவி; அப்பாத்துரை 'சாக'வேண்டிய அதே நாள் வேளையில், ஜோதிடர் திடீர் மரணம் அடைந்துவிட்டார். இதைப் பற்றிய கேள்விக்கு பதில் சொல்லும்போது, "அவன் தனக்கேதான் ஜோதிடம் சொல்லிக்கொண்டான். அவனுடைய ஜோதிடத்தின் பலனுக்கு இலக்காக இங்கே யாரும் இல்லை. இது எவரும் இல்லாத வெளி," என்றார் அப்பாத்துரை. இந்தச் சந்தர்ப்பத்தில், தம்மை யறியாமலே மரணத்தை அவர் எட்ட நிறுத்தியிருக்கிறார்.

மற்ற இரண்டு சந்தர்ப்பங்களிலும், அவரது பூரணமான பிரக்ஞை சம்பந்தப்படுகிறது. நோய்வாய்ப்பட்டிருந்த அவரது உயிர்ப்பு தணிந்து கொண்டிருப்பதை உணர்ந்த மருத்துவர், இனித் தம்மால் எதுவும் செய்யமுடியாது என்று கைவிட்ட சந்தர்ப்பம் அது. உடலை நீக்கு வதற்கு வேண்டிய ஏற்பாடுகளைச் செய்யும்படி அவர் சொல்வது, வெகுதூரத்துப் பேச்சாக அப்பாத்துரைக்குக் கேட்கிறது. இதைச் சொல்லிவிட்டுப்போன மருத்துவர், பிலாக்கணத்தை எதிர்பார்த்த வராய்த் திரும்பிவந்தபோது, அப்பாத்துரையின் நாடி ஏறித் துடிக்கக் கண்டார். உடனே பரிகாரமுறைகளில் இறங்கிய அவர், கண்திறந்த அப்பாத்துரையிடம், "என்ன நடந்தது சொல்லுங்கள்? என் நாடிப் பரீட்சையில் தவறு இல்லை. நீங்கள் இந்நேரம் இறந்திருக்க வேண்டும்!"

என்று கேட்டார். அப்பாத்துரை பற்றி அவருக்கு அனுபவம் உண்டு. இருந்தும் இப்போது நடந்த விஷயம் அவரது அறிவுக்கே எட்டியிராதது தாகும். அப்பாத்துரை, ''உம்மை நம்பினது பிசகு என்று தெரிந்தது. நானே 'அத்தரிப்பாச்சா' என்று எழுந்து உட்கார்ந்தேன்; அவ்வளவு தான்,'' என்று விஷமத்தனமான எளிமையுடன் பதில் கூறினார்.

மூன்றாவது சந்தர்ப்பம், **1962-1963** வாக்கில் ஏற்பட்டதாகும். அப்பாத்துரைக்குக் கடுமையான பைப் புகைப்பழக்கம் இருந்திருக்கிறது. இதன் விளைவாக, நாக்கின் அடியில் இருந்த உமிழ்நீர்ப் பைகளுள் ஒன்றினைப் புற்றுநோய் தாக்கிற்று. இதற்காகக் கொழும்பு நகரின் எல்லையில் மஹரகம என்ற ஊரில் இருந்த புற்றுமருத்துவ மனையில் அவர் சேர்க்கப்பட்டார். அங்கே அப்பாத்துரையைக் கண்டதும் ஒரு பெரியவர் என உணர்ந்த மருத்துவமனையின் டைரக்டரான டாக்டர் அந்தனிஸ், அவரைத் தமது பிரத்யேகக் கேஸாக ஏற்றுக் கவனித்தார். அப்பாத்துரையின் உடல் அவரது கையில் சடலமாகி மீண்டும் உயிர்த்திருக்கிறது.

அப்போது டாக்டர் அந்தனிஸிடம் கோபமாக அப்பாத்துரை ஆங்கிலத்தில் இவ்விதம் கூறியிருக்கிறார்: ''நீ வெறும் கருவி. உன்னால் என்னைக் குணப்படுத்த முடியாது. இதை உணர்ந்து செயல்பட்டால் தான் உன் மூலம் வேலை சரிவர நடக்கும்.''

7. தியானதாரா

திருக்கோணமலைக்குத் திரும்பிய அப்பாத்துரை, இந்த உயிர்ப்பின் உக்ரத்தோடு கூறிய வாக்யத்துடனேயே *தியானதாரா* ஆரம்பிக்கிறது. வாயின் அடியில் உள்ள தையலுக்காக, அது ஆறும்வரை அவர் பேசக்கூடாது என்று மருத்துவக் கண்டிப்பை யாரோ நினைவூட்டிய போது பிறந்ததுதான், *தியானதாரா*வின் இரண்டாவது சூத்திரம்.

கடையிற்சாமி என்ற முக்தியானந்தா தமது சீடர்களுக்கு உபதேசம் ஏதும் செய்தாரா? அவற்றின் வார்த்தை வடிவங்கள் என்ன? - என்பவை நமக்குத் தெரியவராதவை. ஆனால் அவரது ஞானபரம்பரை யில் வந்த செல்லப்பாச்சுவாமி, தமது சீடரான யோகர் சுவாமிக்கு நான்கு மஹா வாக்கியங்களை அளித்திருக்கிறார் என்பது நன்று தெரியவந்த விஷயம்.

அவை:

''ஒரு பொல்லாப்புமில்லை.
எப்பவோ முடிந்த காரியம்.

நாமறியோம்.
முழுதுமுண்மை.''

தியானதாராவைச் செவிமடுத்துக் குறித்துக்கொண்ட ஒரு கட்டத்தில் அப்பாத்துரையிடம், ''நீங்கள் சொல்வது ஜே.கிருஷ்ணமூர்த்தி யின் பேச்சுகளை ஒத்திருக்கிறதே?'' என்று கேட்டோம். ஜே.கிருஷ்ண மூர்த்தியைப் பெயரளவில் மட்டும் செவிவழியாக அறிந்திருந்த அப்பாத்துரை, இப்போது நம்மிடமிருந்து Commentaries on Living என்ற கிருஷ்ணமூர்த்தியின் நாட்குறிப்பு வகையான நூலொன்றை வாங்கிப் படித்தார். படித்ததும் அப்பாத்துரை சொன்னது கவனத்துக்குரியது: ''இது ரகஸியமாக, ஒரு குறிப்பிட்ட சமயத்தில், ஒருவருக்கு இன்னொருவர் சொல்கிற விஷயம். இன்றுவரை இது பகிரங்கத்தில் சொல்லப்பட்டதில்லை.'' புற்றுநோயிலிருந்து விடுபட்ட பின்பு, **1963**இல் தமக்குத்தாமே ஆறுமாதகாலம் கெடுவைத்துக்கொண்டார் அப்பாத்துரை. எழுபத்திரண்டு வயது அவருக்குப் பெரிய வயதாயிரா விடினும், அவர் இப்போது உடலை உதறிவிடத் திருவுளம்கொண்டார். இதன் காரணங்களுள் சில அவருடன் உறவுபூண்டிருந்த ஒருவரின் கௌரவத்தை பாதிக்கலாம் என்பதால், அவற்றை தவிர்ப்போம்.

திருக்கோணமலையின் ஊர்த்தலைவர்கள் அப்பாத்துரையின் ஆலோசனையை நிராகரிக்க ஆரம்பித்தது இன்னொரு காரணம் ஆகலாம். சிங்கள பௌத்தர்களின் வெறியைத் தூண்டும் விதத்தில், ஊரின் போதிமரங்களைத் தமிழர்கள் தறித்தனர். போதிமரங்கள் பௌத்தருக்குப் புனிதமானவை. இவை தறிக்கப்படுவதற்குச் சமா தானமாக, ''போதிமரங்களைச் சாக்காக்கி, சிங்களபுத்தர்கள் தமிழரின் இடங்களை பிடிக்கிறார்கள்,'' என்று கூறினர் ஊர்த்தலைவர்கள். சிங்களர்-தமிழரிடையே ஏற்பட்ட இந்த அவநம்பிக்கைமயமான நிலைமையில், அப்பாத்துரையின் சொற்கள் வியர்த்தமாயின.

திருக்கோணஸ்வரர் ஆலயத்தில், விநாயகர் ஒரு பெரிய போதி மரத்தின் கீழ் இருந்தார். இந்தப் போதிமரத்தைச் சிங்கள புத்தர்கள் வந்து வழிபடுவது வழக்கம். அவர்கள் கடவுளான புத்தர்பிரான் போதிமரத்தடியில் ஞானம் பெற்றமையே இதன் காரணம். பார்க்கப் போனால், புத்தர்பிரானின் ஒரு பெயர் விநாயகர்; புத்தர் ஒரு யானையின் அவதாரமும்கூட; புத்தரே பின்பு விநாயகராக்கப் பட்டார் என்ற ஆய்வுப்பார்வைகூட உண்டு. இவற்றைச் சீர்தூக்கிப் பார்க்காத தமிழ்த்தலைவர்கள், சிங்கள ஆதிக்கத்துக்குப் பயந்து இந்த விருட்சத்தைத் தறிக்க முடிவு செய்தனர். அப்போது அப்பாத்துரை அதைத் தடுத்தார்; தலைவர்கள் கேட்கவில்லை. மரம் தறிக்கப் பட்டபோது, ''இதைச் சிங்களச் சனங்கள் வந்துபார்த்தால், அந்த ஏழைகளின் மனம் என்ன பாடுபடும்?'', என்று பதைபதைத்தார் அப்பாத்துரை.

1964இல் அப்பாத்துரை ஒரு சாதாரண வயிற்றுக்கோளாறினால் பீடிக்கப்பட்டு மறைந்தார். அவருக்குப் பின்பு பத்து வருஷகாலம் உயிரோடு இருந்து, 1975 அளவில் தங்கப்பொன்னுவும் மறைந்தார்.

அப்பாத்துரையின் சமாதி, அவர் வாழ்ந்த இடத்திலேயே உள்ளது.

8. பின்புலம்

சாது அப்பாத்துரையின் தியானதாரா வெளிப்பட்டது, பிரமிளின் கேள்விகளுக்கு பதில்களாகத்தான். இதன் பின்னணி இங்கே பதிவு பெறுகிறது.

திருக்கோணமலை ராமகிருஷ்ணமிஷன் உயர்நிலைப் பள்ளியில் பிரமிள் படித்துக்கொண்டிருந்த சமயம் அது. ஆண்டு 1957 எனலாம். நண்பர்களுடன் கடலில் நீச்சலுக்குப்போன பிரமிளின் கைக்கடிகாரம், கடற்கரையில் திருடுபோய்விட்டது. கூடச் சென்ற பள்ளி நண்பர்களுள் யாரோதான் திருடியிருக்க வேண்டும் என்றார் பிரமிளின் அம்மா. அப்படி இருக்காது என்று பிடிவாதமாகக் கூறினார் பிரமிள். பிரமிளை அப்பாத்துரையிடம் அழைத்துச்சென்ற அம்மா அவரிடம், "ஒரு கெடுதி கேட்க வந்திருக்கிறோம்," என்றார். அப்பாத்துரையின் பதில்: "ஒரு பொருள் திருடப்பட்டிருக்கிறது; ஆனால் திரும்பப் பெறக்கூடிய சூழ்நிலையில் திருட்டு நடக்கவில்லை." விஞ்ஞான ரீதியாகச் சிந்திக்கும் இயல்புகொண்ட பிரமிளின் மனம் உடனேயே, 'இவருக்கு இதை யாரோ வந்து சொல்லிவிட்டான்!' என்று கூறிற்று. மறுகணமே அது அசாத்யம், அபத்தம் என்று உணர்ந்த பிரமிளுக்கு, பிரமிப்பு மட்டுமே எஞ்சிற்று. கைக்கடிகாரப் பிரச்னையை விட்டு விட்டு, பிரமிளுடன் பேச்சுக்கொடுத்தார் அப்பாத்துரை.

அதுவரை அப்பாத்துரை பற்றி பிரமிளுக்குத் தெரியாது. உண்மையில் கைக்கடிகாரத்தைத் திருடியது பிரமிளின் நண்பர்களுள் ஒருவர்தான் என்பதை, திருட்டு நடந்து முப்பது வருஷ காலத்துக்குப் பின்பு யோகி ராம்சுரத்குமார் கூறியபோது, அப்பாத்துரையை முதலில் சந்தித்த நிகழ்ச்சி ஏற்படுத்திய பிரமிப்பைவிடவும் ஆழ்ந்த உணர்வு பிரமிளுக்கு ஏற்பட்டிருக்கிறது. அதாவது, திரும்பப் பெறமுடியாத சூழலான கடற்கரையில் திருடுபோனதைக் கூறமுடிந்த அப்பாத்துரைக்கு, திருடியவர் யாரென்றும் தெரியும்; ஆனால் அதை வேண்டு மென்றே மறைத்திருக்கிறார். காரணம்: பிரியம் வைத்திருந்த நண்பர் மீது பிரமிள் வஞ்சம் கொள்ளக்கூடாது!

இங்கே ஒரு மஹாத்மாவின் பார்வையில், உண்மை என்பது

சட்டரீதியான சாட்சியத்தன்மை கொள்ளவில்லை. கருணையின் பாற்பட்ட உணர்வுகளைப் பெருக்கும் தன்மைகொண்ட 'பொய்', இங்கே உண்மையாகி இருக்கிறது. பிரமிளின் மனப்பக்குவத்தினது இன்னொரு கட்டத்தில்தான், யோகி ராம்சுரத்குமார் உண்மையான உண்மையைக் கூறி இருக்கிறார். ''முடிவில் கைக்கடிகாரத்தைத் திருடியது யார்?'' என்றார் யோகி பிரமிளிடம். ''யாரோ கடற்கரை வழியாகப் போனவர்களாக இருக்கும்!'' என்றார் பிரமிள். ''உங்கள் நண்பர் யாரும் திருடவில்லையா?'' என்றார் யோகி. ''அவர்கள் ஏன் திருடுகிறார்கள்?'' என்றார் பிரமிள். ''அவர்கள் திருடவில்லை; ஏனென்றால் அவர்கள் உங்களது நண்பர்கள்!'' என்று கூறிச் சிரித்தார் யோகி! இங்கே பிரமிளின் தன்மயம் சுட்டிக்காட்டவும்பட்டிருக்கிறது!

'உண்மை' என்பதை, சாட்சியப்படுத்தக்கூடிய நிரூபணப் பொருளாகக் காண்பதல்ல ஞானியின் பார்வை. விஞ்ஞானரீதியான தகவல் தன்மைகூட ஞானியின் உண்மையுடன் சம்பந்தமற்ற ஒன்று தான். உதாரணமாக, ''இந்த பூமியில் மட்டும்தான் நம் அளவுக்கு வளர்ச்சி பெற்ற அறிவுகொண்ட உயிர்கள் உள்ளனவா?'' என்று பிரமிள் கேட்டபோது, ''ஆம், இந்த பூமியில் மட்டும்தான் நாம் இருக்கிறோம். இங்கேயே பிரச்னை தீர்க்கப்பட வேண்டும்!'' என்றார் அப்பாத்துரை. அவர் இதைச் சொல்லும்போதே, விஞ்ஞானப்பார்வை இதனை மறுக்கிறது என்று பிரமிள் அறிவார். அப்பாத்துரையின் பதிலில் விஞ்ஞான உண்மை கிடையாது. பிரச்னையை, தன்னைப் பற்றிய இறுதி முடிச்சை அவிழ்க்கும் தீவிரம்தான் வெளிப்படுகிறது.

தியானதாராவின் செயல்முறைத்தளத்திற்கு, மேலே சொல்லப் பட்ட இரண்டு அம்சங்களும் அத்திவாரங்களாகும்.

• •

முதல்முதலில் 1957 அளவில், அப்பா த்துரையைப் பிரமிள் சந்தித்துப் பழகத்துவங்கியபோது, அவர் உயர்நிலைப்பள்ளியின் இறுதியாண்டு மாணவர். ஓவியத்துறையினை மட்டுமே தமது எதிர்காலமாகக் கண்டவர். சென்னையிலிருந்து *எழுத்து* (1959-1971) பத்திரிகை வெளிவந்து, அதில் 1960 தொடங்கி அவர் எழுத ஆரம்பித்தபோது, கவிஞராகவும் சிந்தனைச்செறிவுமிக்க எழுத்தாளராகவும் பிரமிள் திடீர் ஜனனம் அடைகிறார். அப்பாத்துரையிடம் சில மனோசக்திகள் இருக்கலாம்; ஆனால் அவர் ஞானியல்ல என்பதுதான் அதுவரை பிரமிளுடைய அபிப்பிராயம். ஆனால் குரூரம் நிறைந்த பூசகர்களின் நிலப்பறிப்புக்கு ஆளான பிரமிளின் குடும்பச் சூழலும் அவரது காதல் பிரச்னையும், வாழ்வின் ஆதாரங்களை பற்றிய கேள்விகளாக 1962-1963 வாக்கில் பிரமிளைப் பீடித்தன. இந்தச் சமயத்தில், யாழ்ப் பாணத்திலே வாழ்ந்த யோகர்சுவாமி பற்றி ஒரு நண்பரின் தமையனார் மூலம்

இவ்விதம் கேள்விப்படுகிறார்: ''யோகரை ஒரு அறைக்குள் வைத்துப் பூட்டினால் அடுத்த அறையில் இருப்பார்!'' இதைக் கேள்வியுற்று, யோகரைப் பார்க்கவிரும்பிய பிரமிளிடம், திருக்கோண மலையில் இருந்து யாழ்ப்பாணம் போவதற்கு வேண்டிய சிறுதொகை இல்லை. ஆனால் அந்த வாரத்திற்குள்ளேயே யாழ்ப்பாணம் எழுத்தாளர் சங்கம் பிரமிளை ஒரு சிறப்புப் பேச்சாளராக அழைத்துச் செலவுப் பணத்தையும் அனுப்பிற்று.

அப்பாத்துரையிடம் சென்று, ''யோகர்சாமியைப் பார்க்க போறேன்,'' என்று பிரமிள் கூறியபோது வந்த பதில்: ''அரோகரா!''

யோகரின் சந்நிதியும் ரமண மகரிஷியினது சந்நிதி பற்றி படித்து அறிந்ததும் ஒன்றே என்பதை, யோகரை சந்தித்தபோது உணர்ந்தார் பிரமிள். அங்கே சப்தம் எதுவுமற்ற பெருவெள்ளம் ஒன்று, மனசின் உணர்வுநுட்பங்களைச் சிலிர்த்து எழவைத்தபடி இடையறாமல் ஓடிக்கொண்டிருக்கிறது. அங்கே சொற்களால் விவரிக்க முடியாத மகா தீவிரச்செயல் ஒன்று நடந்துகொண்டிருந்தும், புறத்தோற்றத்தில் இதற்கான சாட்சியம் எதுவுமே இல்லை. அண்டவெளிப் பயணத்துக் குப் புறப்படும் விண்வெளிக்கலம் ஒன்றின் உக்ரமான இடியொலி நிரம்பிய விஞ்ஞான நிலையம் ஒன்றில், அங்கே நடப்பதன் அறிவார்ந்த நுட்பங்கள் செறிந்த அத்திவாரம் எதையும் உயரமுடியாத பாமரன் போல், பிரமிள் யோகர்சுவாமியின் முன்நின்றார்.

ஆனால் சில நாட்களின் முன் ஒரு மாடு முட்டியதில் ஏற்பட்ட காயங்களுக்குப் போடப்பட்ட கட்டுக்களுடன், ஒரு கூடத்தின் கட்டிலில் வயோதிகராகச் சரிந்திருக்கிறது யோகரின் உடல். தலையணை சரிந்தபோது கெட்டவார்த்தையில், ''என்னடாது?'' என்கிறார். தலைமாட்டில் விலவிலத்தவராக நிற்கும் அன்பர், ''தலைகாணி சாமி!'' என்கிறார்.

முதல்நாள் அசதியுடனிருந்த யோகரை இரண்டாம் நாள் சந்தித்த போது, பிரமிளை விசாரித்துச் சில வார்த்தைகளைச் சொன்ன யோகர், திருக்கோணமலையிலிருந்து பிரமிள் வருவதாகக் கூறியதும், ''அங்கே தான் ஒரு பெரிய ரிஷி இருக்கிறாரே! இங்கே ஏன் வாறியள்?'' என்றார்.

சாது அப்பாத்துரையிடம் ஏற்கெனவே விடைபெறும்போது, வாய்ப்புற்று சம்பந்தமான ஆபரேஷன் அவருக்கு நடந்திருக்கிறது. தாம் கட்டளையிட்டால்தான் மரணம் தம்மை அணுகமுடியும் என்று அவர் சொன்ன சந்தர்ப்பம் அது. அவரது அந்தரங்கம் அப்போதுதான் பிரமிளின் முன் முதன்முறையாக இந்த அதிரடிக் கூற்றுடன் வெளிப் பட்டிருக்கிறது. இதற்குப் பின்பு திருக்கோணமலையில் உள்ள பெரிய ரிஷி என்று யோகர் குறிப்பிட்டது யாரை என்று பிரமிள் அறிவதில் சிரமம் இருக்கவில்லை.

இவ்வளவுக்கும், தம்மை பிரமிளிடமிருந்து இத்தனை வருஷங்களாக (1957–1963) மறைத்திருந்த அப்பாத்துரை, யோகர்சுவாமி பற்றி ஒரு வார்த்தையேனும் பிரமிளிடம் சொன்னதுகூட இல்லை என்பது கவனத்துக்குரியது. அப்பாத்துரை மறைந்த பிறகுதான், யோகரும் அப்பாத்துரையும் யாழ்ப்பாணத்தில் சேர்ந்து சஞ்சரித்ததின் காரணமாக, அப்பாத்துரைக்கு யாழ்ப்பாணத்தவர்கள் 'யோகர் அப்பாத்துரை' என்று பெயரிட்டிருந்ததைப் பிரமிள் அறிந்திருக்கிறார்.

•••

தியானதாரா -
சாது அப்பாத்துரையின் வாய்மொழிகள்

நான் கட்டளையிட்டால்தான் மரணம் என்னிடம் வரமுடியும்.

என்னைப் பற்றி நான், உன்னைப் பற்றி நீ, சத்யத்தைப் பற்றிப் பேசுவதை எவரும் தடுக்க முடியாது.

நிம்மதியாகச் சாகவேண்டும். அதுதான் முடிவில் முக்கியமானது. எல்லோருமே சாகப்பயந்துதான் சாகிறார்கள். அஞ்சாமல் மரணத்தை வரவேற்பவன் தன்னையறிந்தவன் மட்டும்தான். தன்னை அறிந்தவன் மரணத்தையும் அறிகிறான். அவன் கட்டளை இட்டால்தான் மரணம் அவனிடம் வரமுடியும். அதுவரை எட்ட நிற்கவேண்டியதுதான்.

விவகாரங்கள் எதனால் உண்டாகின்றன? மறுமை என்ற எண்ணத்துக்குக் காரணம் என்ன? இம்மை இருக்கு என்று நினைத்து அதை ஆதாரமாக்கியதால்தானே இந்த விவகாரம், வினா, விடை எல்லாம்? இம்மையையே analyse பண்ணி பிரித்து எறிந்துவிட்டால்... மறுமை உண்டா?

கனவுகாணும்போது, நல்லகனவுகளைக் கனவுதானா என்று ஆராயாமல் அநுபவிக்கிறாய். கெட்டது, பயங்கரமானது வந்ததும் விலவிலத்து விழிப்படைந்து, ‘சீ! கனவு!’ என்கிறாய். உலக வாழ்விலும் திருப்தி உள்ளளவும் விழப்பு ஏற்படாது. அதிருப்தி ஏற்பட்டால்தான் தன்னைப் பற்றிய விழிப்பு ஏற்பட முடியும்.

இருள்-ஒளி, மயக்கம்-தெளிவு, அழுகை-சிரிப்பு, பயம்-துணிவு, அறிவு-அறியாமை, இனிப்பு-கசப்பு, இன்பம்-துன்பம் : இவற்றுள் நல்லதையே விரும்புகிறாய். ஒன்றை விரும்பினால், அதற்கு எதிரானதின் மீது வெறுப்பும் பிறக்கும். விரும்புவதை நல்லது என்றும் வெறுப்பதைக் கெட்டது என்றும் பிரித்தும் கொள்கிறாய். விருப்பு வெறுப்பு இன்றேல், நல்லதுமில்லை கெட்டதுமில்லை. உள்ளது இருக்கும்; அது மனசால் கிரகிக்க முடியாது.

மனசாலே என்னத்தைக் கிரகிக்கிறாயோ அதில் துவந்துவம் இருக்கும்; துவந்துவம் அற்றதை மனசால் கிரகிக்க முடியாது.

எல்லாவற்றுக்கும் மனம் சம்பந்தப்பட்ட வரை இரண்டு பக்கங்கள்

உண்டு. ஒன்று black side மற்றது bright side. மனம் - ஜீவா, ஒரு பக்கத்தைத்தான் ஒரு சமயத்தில் பார்ப்பான்; விருப்புடன் அல்லது வெறுப்புடன் மட்டுமே பார்ப்பான். பிரியத்தை இவனே வைத்தும் எடுத்தும் பார்க்கிறான். எனவே இன்ப துன்பம் என்பது இவனுடைய 'மேக்அப்'தான்.

உண்மையில் இன்பமும் இல்லை, துன்பமும் இல்லை.

தற்பிரியம் விட்டு இன்பம் புறம்பல்ல; தற்பாவத்தைவிட்டு தோற்றம் புறம்பல்ல.

நாநாத்வமும் ஏகத்வமும் எங்கெங்கு? மானச பார்வையில் நாநாத்வம், ஆத்மதிருஷ்டியில் ஏகத்வம்.

இந்த இரட்டைகளின் துவந்துவம் எல்லாம் ஆதார நோக்கு, ஆத்மதிருஷ்டி, தன்னைப் பார்த்தல் என்ற இவை நழுவின இடத்தில் தான். காரணத்தை மறந்தால் காரியம் தோன்றும். தங்கம் - நகை. தங்கத்தை மறந்தால் நகைகள் தோற்றும், பலப்பலவாக.

Imperfect knowledgeஇல் தான் objects தெரியும். Perfect know-ledgeஇல் objects உண்டா? மனம் தொழிற்பட்டல் Imperfect knowledge; மனம் இல்லாவிட்டால் அது Perfect knowledge.

இது பூதாகாசம். இங்கு objects இருக்கு. இதை மனாகாசம் 'பக்'கென்று விழுங்கிவிடும். மனாகாசத்தை சிதாகாசம் விழுங்கி விடும்.

நான் என்றொரு சாமான் கிடையாது. நான் என்பது மனசின் மூச்சு. மனம் அசைந்தால் நான்; மனம் சும்மா இருந்தால் நான் இல்லை; உள்ளது இருக்கும். அதை விவரிக்க முடியாது. இது ஒரு பார்வை.

இன்னொரு பார்வையில், மனம் என்றொரு சாமான் கிடையாது. அது நான் விட்ட மூச்சு. நான் அசைந்தால் மனம்; சும்மா இருந்தால் மனம் இல்லை; உள்ளது இருக்கும். அதை விவரிக்க முடியாது.

இரண்டு பார்வைகளும் ஒன்றே.

குண்டலினி சக்தி கற்பனையானது. அப்படி ஒன்றும் இல்லை.

முயற்சி என்பதுக்கும் கடவுளை அடைவது என்பதுக்கும் வெகு தூரம்.

நீயாக விட்டால் திரும்ப நீயாகப் பிடிப்பாய். தானாக விடுபட வேண்டும். தானாக விடுபடுவதென்றால்? மனம் தனது பிடிமானங் களை எவ்வித நோக்கமும் இல்லாமல் விடுவதோ பிடிப்பதோ செய்யாமல் அவதானித்தால், பிடித்திருப்பவற்றை மனம் தானாக விட்டுவிடும்.

எதை மனம் பிடித்திருக்கிறதோ அதை விட்டதும் மறையும். தன்னையே மனம் பார்த்தால்தான் தனது கை பிடித்திருக்கும் சட்டி

சுடுவது அதற்குத் தெரியும். ‘சட்டி சுட்டது கை விட்டது’.

‘விட்ட இடம் வைகுண்டம்.’

உணர்ச்சி இல்லாமல் செய்யப்படுவது வெறும் பயிற்சி தான். உணர்ச்சி - அது இல்லாமல் இந்த வேலை நடக்காது. மனம் உணர்ச்சியற்று மரத்துப்போனால், அது என்ன செய்தாலும் உலகத்துக்குள் உழன்றுகிடப்பதாய்த்தான் முடியும்.

முதுமையைவிட இளமையே இதற்கு சாதகமான காலம். பிரம்மச்சரியம் என்றால் பிரம்மத்தைச் சார்ந்திருப்பதே; வேறேதுவுமல்ல.

வாழ்ந்துவரும்போதே, திடீரென்று உணர்ச்சியின் focus மாறினால், மற்றபக்கம் வெளிக்கும். இல்வாழ்க்கை ஆத்மீகத்துக்கும் உதவுமேயல்லாமல் தடையிடாது. இல்வாழ்க்கையில் இருந்தால்தானே உலகத்தின் போக்கிரித்தனம், மனசின் ‘ஜிப்ரிக்ஸ்’ எல்லாம் புலப்படும். மரத்துப்போன மனசுக்கு அவை புலப்படாது. மரத்துப்போன மனசு உலகோடு உலகாகச் சேர்ந்து, எல்லாம் சரிதான் என்று கிடந்துவிடும்.

தன்னை அவதானிக்கும் வேலையில் உற்சாகப்படுவதும் இல்லை, உற்சாகம் குறைவதும் இல்லை. அகந்தையைக் கொண்டு நடக்கும் காரியத்தில்தான் இவை இருக்கும். திருவருள் தூண்டுதலால் நடப்பவற்றில் இவை இல்லை. மனதை ‘அடக்க முயன்றால்’, அது முடியாத காரியம். கொஞ்சநேரம் ‘தம்’ பிடித்து thoughts இல்லாமல் அடக்கியபடி இருப்பாய். இது எலுமிச்சை மரத்தை வளைத்துப் பிடித்து பழம் பிடிங்குவது போன்றது. அது திடீரென்று கைவிட்டு எகிறிப்போய் திரும்பவந்து உன் தலையிலேயே விளாறும்; பழமும் பிடுங்கமுடியாது.

நேராக நிமிர்ந்தே இரு. தலை, கழுத்து முதுகு மூன்றும் நேர் கோட்டில் இருப்பதே ஆசன சித்தி. நிமிர்ந்து நேராக இருப்பதால் தெளிவும் உயர்ந்த எண்ணங்களும் உண்டாகும். குனிந்து வளைந்தால் மயக்கம், கீழ் எண்ணங்கள் - இவற்றுக்கு இடமாகும்.

மற்றபடி யோகாசனம் நோயைத் தடுக்கும் பயிற்சிதானே தவிர, வேறு எதுவுமல்ல.

சமாதியில் ஒருவன் ஒருநாள் முழுக்கவோ என்னவோ இருந்தால், தேகம் நடுவே இரண்டாகப் பிளக்கும் என்று யோகசாஸ்திரத்தில் சொல்லியிருந்தால், உண்மையில் அது தேகபாவம் முற்றாகச் சிதறுவதையே குறிக்கிறது; தேகத்தின் அழிவையல்ல.

ஹடயோகம் அகந்தையைக் கொண்டு செய்யப்படுவது : ‘நான் பிடித்துவிடுவேன். இங்கே மூச்சுக்குள் இருக்கிறார் கடவுள்; மூலாதாரத்தில் இருக்கிறார். அத்தரிபாச்சா! இந்தா பார்!’ என்று தாவி விழுந்து அவனைக் காணமுடியாது. அவனுடைய ஒத்தாசை இல்லாமல் முடியாது. அவனே தன்னைக் காண்பித்தால்தான் காணலாம்.

'காட்டுவித்தால் யாரொருவர் காணாதாரே!'

திருவருள் இல்லாமல் ஒரு அங்குலமும் இதில் முன்னேற முடியாது. நீயாகப் பண்ணிப் புடுங்கிவிடலாம் என்று எண்ணாதே. நீ இல்லாத இடத்தில்தான் அது இருக்கும்.

திருவருள் விசாரம் பிறப்பதற்கே காரணம். நாமாக விசாரம் செய்வது விசாரம் அல்ல. அது தத்துவ ஆராய்ச்சி, ஏட்டுச்சுரக்காய். உணர்ச்சிமயமாகப் பரிதவித்தபடி எழும்புவதுதான் உண்மையான விசாரம்.

அந்த விசாரமும் திருவருளும் ஒன்றே.

திருவருளும் சக்தியும் ஒன்று. அது இல்லாமல் நீ ஒரு மூச்சுக்கூட விடமுடியாது; 'டொப்' என்று விழுந்துவிடுவாய்.

சக்தி எவ்விதமான குறிக்கோளும் இல்லாதது. இதற்கு குறிக்கோள் ஒன்றை உருவாக்கினால் ஏற்படுவதுதான் முயற்சி.

எங்கே முயற்சி உண்டோ, அங்கே இரட்டைகளின் போராட்டமும் உண்டு. எங்கே குறிக்கோள் உண்டோ அங்கே குறி பிசகி விடுகிறதும் உண்டு. குறிக்கோள் அற்ற சக்தி என்றால் என்ன? விசாரித்து அறி.

அயலை அறிவதற்குத்தான் முயற்சி தேவை. அயலை அறிவது அறிவா? அயலை அறியும் அறிவை அறிவது அறிவா? முதலில் அறிவோனை அறி. அதுதான் இடைவிடா விசாரம்; நிச விழிப்பு.

நீயாக விழிப்படைய முடியுமா?

நீ உன்னைத்தான் அறியலாம். 'நான்' என்று நீ கருதும் மனதைத் தான் அறியலாம். ஆனால் மனமிழந்து நீயும் மறைந்தபின் எஞ்சி நிற்கும் அதை நீ அறிவாயா? அது அறியும். அது ஒன்றே தன்னை அறியும்.

பனிரண்டு வருஷங்கள் ஒருவரின் கீழ் நீ இருந்து, அவர் உன்னை இடைவிடாமல் அவதானித்து. சாக்குபோக்கிற்காக ஹடயோகம் மந்திரஜபம் போன்றவற்றைப் பண்ணவைத்து, பனிரெண்டு வருஷ முடிவிலேயே உனக்கு அவர் பிரம்மரகஸியத்தைப் போதிப்பார் என்று சொல்லப்படுகிறது.

சீடர்களை மூன்று வகையாகப் பிரிப்பதுண்டு. வேணபுத்தி, சிலா புத்தி, தைலபுத்தி. 'வேண' என்றால் மூங்கில். ஒவ்வொரு கணுவையும் உடைத்துத்தான் மூங்கிலைப் பிளக்கலாம். அதேபோல் வேண புத்திக்கு ஒவ்வொரு விஷயத்தையும் தனித்தனியாக விளக்க வேண்டும். அடுத்தது சிலாபுத்தி. சிலா என்றால் கல். கல்லைப் பிளப்பதற்கு வரிசையாக அதில் துளையிட்டு நடுவே உள்ள துளையில் சிதறல் ஏற்பட அடித்தால், மற்ற துளைகளில் சிதறல் ஒரே கோடாக ஓடி, கல் பிளக்கும்.

ஒரு விஷயத்தை விளக்கினால் அதனுடன் சம்பந்தம் உள்ள மற்றைய பிரச்னைகளையும் சிலாபுத்தி விளங்கிக் கொள்வான். தைலபுத்திக் காரனுக்கு ஒரு விளக்கம், ஒரு சொல் போதும்; தரையில் சொட்டிய தைலம் வட்டமாகப் பரவுவதுபோல எல்லா விஷயங்களையும் இவன் புரிந்துகொள்கிறான்.

'எனக்கு சுயக்கட்டுப்பாடு இல்லை - நான் ஒரு அயோக்யன். என்னால் இதெல்லாம் முடியாது,'' என்று உன்னைப் பற்றி நினைத்துக் கவலைப்படுகிறாய். நான் உன்னைவிடப் பெரிய அயோக்யன். இதெல்லாம் தன்னைப் பற்றி மனம் கொள்ளும் எத்தனையோ விதமான சலனங்கள். இந்த சலனங்கள் யாருக்கு ஏற்படுகின்றன என்று அவதானி.

அயோக்யத்தனமான மனச்சலனம், யோக்யமான மனச்சலனம் - இரண்டுமே சலனங்கள்தான். எந்தவிதமான சலனத்தின் மூலமும் சத்யத்தை அறியமுடியாது. சத்யத்தை அறி.

ஒன்றும் காலத்தின்முன் நிற்காது. இந்த மதங்கள், கோவில் கள், கலாச்சாரங்கள், கருத்துகள் ஒன்றும் நிற்காது. யாவற்றையும் காலம் அடித்து நொறுக்கிவிடும். இவை காலத்தில் வந்தவை. காலத்தில் வந்தவை காலத்தில் போகும். இதை எல்லாம் காப்பாற்ற முடியாது. காப்பாற்ற முயற்சிப்பது மடத்தனம். நீர்க்குமிழிக்கு இரும்பினால் பூண்போட்டு உடையாமல் காப்பாற்றிவிட முடியுமா? சத்யத்தை அறி. இது ஒன்றே காலத்தை மீறியது. அது காலத்தையே விழுங்குவது.

குரு குப்பை, சிஷ்யன் கோழி. ஓயாமல் கிளறினால்தானே குப்பைக்குள்ளிருந்து கோழிக்கு ஏதும் கிடைக்கும்.?

தன்னை விசாரிக்கும் கலையே விஞ்ஞானம். இதைப் பற்றி எல்லாருக்கும் எப்பவும் கேட்கக் கிடைக்காது. எப்போதோ லேசாகக் காதில் விழும், உடனே காது கொடுக்கவேண்டும்; விட்டால் போச்சு; திரும்ப வராது.

கண்ணைப் பார்த்த இடத்தில் காட்சி இல்லை. தன்னைப் பார்த்த இடத்தில் தோற்றம் இல்லை.

கண்டதைக் கண்டு கண்டதை ஒழி.

நீயாக எதையும் ஒழித்துவிட முடியாது. நீயாக விட்டால் திரும்ப நீயாகப் பிடிப்பாய். உன்னைப் பற்றிய உண்மையைக் கண்டுகொள். உன்னைப் பற்றிய உண்மை எது?

நினைப்புகளின் பேதங்களையும் அவற்றை அடக்கும் முயற்சியை யும் விட்டு, இந்த நினைப்புகள் யாருக்கு ஏற்படுகின்றன என்று கவனி.

ஆதிசேஷன் மீது நாராயணன் சயனிக்கிறான். இந்த 'சேஷசயனம்'தான் நிஜ ஸ்திதி. 'சேஷம்' என்றால் 'விசாரம்' என்றும் 'மீதி' என்றும் இரண்டு

தெற்குவாசல் 385

பொருள்படும். விசாரத்தின் முடிவில் மீந்திருப் பதில் ஒடுங்குவதே சேஷசயனம். சேஷம் சாட்சியாயிருப்பது. அது யாவற் றையும் கண்டுகொண்டிருக்கிறது.

ஒவ்வொன்றாக எல்லாவற்றையும் relax பண்ணிக்கொண்டு போய் எது relax பண்ணமுடியாமல் இருக்கிறதோ, அதுவே அது.

ஒவ்வாரு எண்ணமும் வரவர அதைப் பரிபூர்ணமாக ஏற்று அர்ப்பணித்து விடு, அடக்க முயற்சிக்காதே.

சந்தி சமயம், பிரகோப சமயம், சமன சமயம் என்பவை குணங் களின் ஆரம்ப, நடு, இறுதி நிலைகள். அகந்தை சம்பந்தப்பட்ட எல்லா குணங்களுக்கும் எண்ணங்களுக்கும், இந்த மூன்று நிலைகள் இருக்கம். சமன சமயத்தில் ஒரு எண்ணத்தை கவனிப்பதற்கு அவசியமே இல்லை. பிரகோப சமயத்தில் எண்ணத்தைக் கவனிக்க முடியாது. சந்தி சமயத்திலே முளை கிளம்புகிறது; அப்போதே எண்ணத்தை அவ தானிக்கத் துவங்கிவிட வேண்டும்.

இது உன்னை அழித்து சத்யத்தை நிலைநிறுத்துவது.

எண்ணம் ஒவ்வொன்றும் முளைவிடும்போதே அதை spiritualize பண்ணிவிடு.

‘எண்ணம் எதுவும் இப்போது இல்லை,’ என்கிறாய். அப்படிச் சொல்கிற நீ இருக்கிறாய். நீ ஒரு எண்ணம்.

சிலவேளை உட்கார்ந்திருந்து, சிலவேளை படுத்திருந்து, சில வேளை உலாவித் தியானிக்க வேண்டும். ஒரே இருப்பாக இருக்கக் கூடாது; மாறுதல் அவசியம்.

Meditation என்றால் என்ன? அது ஒரு mode of mind அல்ல; Mental creation அல்ல. இவற்றில் diagrams இருக்கும். ஒரு dotஆவது இருக்கும். அதில் மனம் சீவிக்கும். மனம் சீவித்தால் அது meditation ஆகுமா?

‘அவிழ்த்துக்கட்டு, தளர்த்திக்கட்டு, குலைத்துக்கட்டு,’ என்று சொல்வதுண்டு. மனதை ஒரே கட்டாகக் கட்டினால் போச்சு; மரத்துப்போகும். விட்டுவிட்டுக் கட்டினால், ஒரு சமயத்தில் அது திடீரென்று தானாகக் கட்டுப்படும். ஒரே கட்டாகக் கட்டினால், உள்ளே இருக்கும் உத்தேசங்கள் ஒளித்துவிடும். அவற்றை அறியாமல் முடியுமா? சாதனத்தை இடையில் நிறுத்தக்கூடாது. ‘தொப்’பென்று கீழே வந்துவிடுவாய்.

இது தன்னைப் பற்றிய முடிச்சு; பரிசுத்தமடைந்த உள்ளங்களி னால் மட்டுமே அவிழ்க்கப்படக்கூடிய முடிச்சு. அன்பும் ஒருமுகப் படுகிற கவனிப்பும், பரிசுத்தமான உள்ளத்துக்கு லகுவாக வரும்.

அன்பும் ஒருமுகப்பட்ட கவனிப்பும் இணைபிரியாதவை. பேதப்

பட்டிருப்பவை அபேதமடைவதே அன்பு. நீ அன்பு செலுத்தாததில் ஒருமுகப்பட முடியாது.

NAME, FORM இரண்டும்தான் அகந்தை சீவிப்பதுக்கு உணவு. இரண்டையுமே அழித்துவிட்டால் அகந்தை இல்லை.

Name, form : நாமம், நாமி - இரண்டும் பிரிக்கமுடியாதவை

WORD முன்னாலா, thought முன்னாலா? முட்டை முன்னுக்கா, குஞ்சு முன்னுக்கா? சொல், எண்ணம் இரண்டுமே ஒன்றுக்கு ஒன்று முந்தி.

குடத்துத்தண்ணீரைத் தலையில் வைத்துக்கொண்டு எவ்வளவு ஊர்வம்பு பேசி ஆடிப்பாடிக்கொண்டு போனாலும், வேலைக் காரிக்கு மனம் தலைக்குடத்தை balance பண்ணுவதிலேயே எப் போதும் இருக்கும்.

எல்லா உலக காரியங்களிலும் ஈடுபட்டு நட. நடந்தபடி உன்னையே அவதானி.

ஆபத்தும் சம்பத்தும் இணைபிரியாதவை.

குயில், காக்கைக் கூட்டில் இட்ட முட்டைபோல், நீ உலகில் இருக்கவேண்டும். சிறகு முளைக்குமட்டும் குயில்குஞ்சு காக்கைக் குஞ்சோடு காக்கையாகவே இருக்கும். சிறகு முளைத்ததும், 'கூ' என்று கத்திவிட்டு ஒரே ஓட்டமாய் பறந்து விடும். சிறகு முளைக்கு முன் குரலைக் காட்டினாயோ, காக்கை உன்னைக் கொத்திக் கொன்று விடும். பிறகு உலகோடு உலகாகி, உன் பழைய ஆத்ம வேட்கை யையே பகடி பண்ணிச் சிரிப்பாய்!

நீ உன்னில் நிலைக்கும் வரை, பிறருக்குப் போதிக்க உனக்கு அதிகாரமில்லை.

உன்னை அறி. காரியம் தானே நடக்கும். உன் மூலம் நடப்பதும் உனது இச்சையற்றே நடக்கும். நீ உன்னை அறிந்த பிறகுதான் கர்மயோகி ஆவாய். வெறும் வாயளவில், 'நான் செய்யவில்லை, அவன் செய்தான்,' என்பது வெறும் புருடா! அதற்காகக் காரியம் செய்யாமல் இருக்கும்படி சொல்லப்படவில்லை. எல்லா உலக காரியங்களிலும் புரண்டு reactionஐ அவதானி.

பெரியவர்கள் ஜாதி பார்ப்பதில்லை. அவர்களின் கண்களில் பறையன் என்றால், சத்யத்தைப் பற்றி வாயால் பறையடித்துவிட்டு உலகியாகவே வாழ்கிறவன். உலகத்தை விட்டுத் திரும்பி சத்யத்தின் திசையைப் பார்த்துக்கொண்டு வாழ்கிறவன் பார்ப்பான். பார்ப் பானாக இரு.

இந்தத் தத்துவப் புத்தகங்களில் எல்லாம் என்னைப் பற்றி என்ன சொல்லியிருக்கென்று பார்க்கிறேன். தத்துப்பித்தென்று சொல்ல

முடியாமல்தான் சொல்லியிருக்கு.

அர்ச்சுனனுக்கு எவ்வளவு பெரிய கலக்கம் வந்தது? உற்றார், உறவினர், குருமார், பெரியோர் எல்லாரும் எதிர்த்து நிற்கிறார்கள். அவர்களைக் கொல்ல பாணம் தொடுப்பதெப்படி? இந்தக் கலக்கம் அல்லவா அவனுக்கு கீதையைப் புகட்டியது? விஷாதமே அல்லவா? அதனால் விஷாதம் - கலக்கம் - யோகமாகிறது. எனவேதான் அது விஷாத யோகம்.

மகாபாரதத்தில் பகவானின் விஸ்வரூபத்தைத் தரிசித்தவர் கள் யார்? பிரம்மச்சரிய வைராக்யம் கொண்ட பீஷ்மனா? தர்மநெறி யுதிஷ்ட்ரனா? இல்லை.

''பாரத யுத்தத்தை நிறுத்த வழியென்ன?'' என்று கிருஷ்ணன் கேட்கிறான்.

''பீமனையும் அர்ச்சுனனையும் கொன்று, திரௌபதியை மொட்டை யடித்து, உன்னையும் கட்டிப்போட்டால் முடியும்,'' என்கிறான் சகாதேவன்.

''எல்லாம் செய்யலாம். என்னைக் கட்டிப்போட முடியுமா?''

''முடியும்.''

''கட்டு என்னை!'' என்கிறான் கிருஷ்ணன். என்றவன் விஸ்வ ரூபமாய் நிற்கிறான். சகாதேவன் கண்களை மூடி, தனது ஹ்ருதயத் தினுள் பரமாத்மாவைக் கட்டிப்போட்டு விடுகிறான், அன்பினால். இவன் விவேகி. இன்னொருவன் அர்ச்சுனன். அந்த பீஷ்மனுக்கும் யுதிஷ்ட்ரனுக்கும் இல்லாத குவாலிபிகேஷன் இவர்களுக்கு வந்த தெப்படி? இருவருள், கீதோபதேசம் பெற்று விஸ்வரூபத்தை, காலா காலங்களின் அதிகாரியாக, காலாதீத வடிவமாகக் கண்டவன் அர்ச்சுனன். அவன் யார்? கோபி, காமுகன், ஏழு பெண்டாட்டிகாரன். உணர்ச்சிதான் இவனுடைய ரகஸியம். உணர்ச்சியும் விவேகமும் ஒன்றை ஒன்று அடக்காமல் ஒன்று கூடுதலே தியானம்.

காமத்தை வெறுப்பதன் மூலம் அதனிடமிருந்து விடுபட்டுவிட முடியாது. எதை நீ வெறுக்கிறாயோ அது உன் வெறுப்பையே உண்டு வளரும். காமம் - அதை வெறுக்கும் நீ யார்? விசாரித்து அறி.

விசாரம் என்றால், நல்லது கெட்டது என்று பகுத்துவைத்துப் பார்ப்பதல்ல.

எந்தப் பிரிவினை உணர்வுமற்ற அபேத திருஷ்டியே விசாரம்.

எதையும் அன்புடன் அவதானிப்பதே அபேத திருஷ்டி.

ஒரு அணுவளவுக்கு உன் முயற்சி இருந்தால்கூட, அது அணுகாது.

துச்சாதனன் திரௌபதியின் தாவணியைப் பிடித்து இழுக்கிறான்.

இரண்டு கைகளாலும் அதை மார்போடு பிடித்தபடி, ‘‘கிருஷ்ணா!’’ என்று கதறுகிறாள் திரௌபதி. கிருஷ்ணன் உதவவில்லை. ஒரு கையால் பிடித்தபடி மறுகையை உயர்த்தி, ‘‘கிருஷ்ணா!’’ என்கிறாள். அப்போதும் பதிலில்லை. இரண்டு கைகளையும் தலையில் குவித்து, ‘‘கிருஷ்ணா!’’ என்கிறாள். ஓடோடி வந்தான் பரமாத்மன். அவன் ஆபத் பாந்தவன் என்றால், ஆபத்தில் உதவுகிறான் என்பதல்ல. உன்னை நீயே உன் முயற்சியால் பாதுகாக்காமல் உன்னை இழந்தால், அவனது சக்தி பாய்ந்துவந்து உன்னை சூழ்ந்து பாதுகாக்கும். உன்னை மான பங்கப்படுத்தும் உலகு, அப்போது பிரமித்து நிற்கும்.

தீக்ஷை என்றால் தீண்டுதல் : ஸ்பரிச தீக்ஷை. நயன தீக்ஷை என்றெல்லாம் உண்டு. தூர இருந்து நினைப்பதும் உண்டு. தீக்ஷை என்றால் சடங்கு அல்ல. நெருப்பினால் நெருப்பைத் தூண்டுதலே தீக்ஷை.

புலி, ஆட்டுக்குட்டியை நக்கிப் புலியாக்கிவிடுமா? புலி, புலிக் குட்டியைத்தான் நக்கிப் புலியாக்குகிறது.

ஆதிசங்கரர் காசியாத்திரை போகிறார். எதிரே ஒரு பறையன் நாய்களுடன் வருகிறான். இவர் அவனை, ‘‘ஒத்தடா!’’’ என்கிறார்.

அவன் ‘‘எத்தடா?’’’ என்கிறான்.

‘எதை ஒத்தி - ஒதுங்கி நிற்கச் சொல்கிறாய். தேகத்தையா? தேகம் நானல்ல. விதேகத்தையா? அது சகல அண்டங்களை யும் விழுங்கி நிற்கிறது. அது ஒதுங்கி நிற்க இடமேது?’ - சங்கரர் அவனையே காசிவிஸ்வநாதராகக் காண்கிறார். யார் அவன்? எவருக்கும் தெரியாது.

எதை நீ விலக்குகிறாயோ அதன் வடிவிலேயே உண்மை உன்னைத் தேடிவரும்!

வழிபாடு என்ற போஷாக்கு இல்லாமல் விசாரம் வளர்ச்சி அடையாது; தியானம் கனிவடையாது.

வழிபாடு என்றால் என்ன? கோவிலுக்குப் போய் கும்பிடுவதா? கோவிலுக்குள் ஒன்றுமில்லை.

வழிபடல் என்றால் பாதையில் நடத்தல்.

எல்லாரும் இன்புற்றிருக்க விழைதலே வழிபடல். அப்போது broad minded ஆகிறாய். அதன் விளைவு சொல்ல முடியாதது. அதுதான் வழி. அது போதும். அது இல்லாமல் நீ என்ன பாய்ச்சல் பாய்ந்தாலும் முடியாது. துவங்கின இடத்துக்கே திரும்ப வருவாய்.

அவன்தானே இந்த மனித வடிவங்களை எடுத்திருக்கிறான்? இதை உணர்ந்துநடந்தால் எல்லாம் வலியவரும்; எல்லாம் அகண்டமாகும்; பக்குவம் உயரும். கூரைக்கு மேல் ஏறிவிடுவாய். உன் வீட்டுக்குள் அடைந்து கிடந்தபோது தெரியாதிருந்த அடுத்த வீட்டுக்கூரை எல்லாம்

தெரியும். 'அதோ, அந்த ரோட்டில் பட்டாளம் போகுது; இதோ நோட்டீஸ் வண்டி,' என்றெல்லாம் காணத் துவங்குவாய். வீட்டுக்குள் இருக்கிறவர்கள் நீ கண்ட சொல்வதைக் கேட்டுப் பிரமிப்பார்கள் - 'இவன் ஆர்றா?' என்று.

ஆசார வகைகளை விட்டு, உன்னை விசாரிப்பதில் நாட்டம் கொள். ஆசாரம், ஜெபம் எல்லாம் அகந்தையின் ஈடுபாடுகள். அகந்தையைக் கொண்டு அகந்தையைப் பாதுகாக்கச் செய்யப் படுகிறவை.

ஒரு சக்ரவர்த்தியிடம் ஒருத்தன் போனான். அவர், 'வேண்டியதைக் கேள்,' என்றார். அங்கே பொன்னும் மணியும் திராட்சையும் ஆப்பிளுமாக இறைந்து கிடக்குது. இவன் கை ரெண்டையும் நீட்டி, 'கொஞ்சம் கூழ் தாங்க ராசா, குடிக்க,' என்றானாம்.

அவன் தன்னையே உனக்குத் தருவான். 'இந்த சூரிய சந்திர நட்சித்திர மண்டலங்கள் எல்லாம் உனக்கு,' என்று தந்துவிடுவான். அதுக்கு நீ உன்னையே கொடுக்கவேண்டும்.

நீ உனது குண்டானுக்குள் அவனைப் பிடிக்க முடியாது. உன்னைத் தான் அவன் வைத்திருக்கிறான். அந்த அண்டாவுக்குள்தான் எல்லாக் குண்டானும் சட்டியும் பானையும் கிடக்கின்றன.

எல்லாம் ஒன்றடி மன்றடியாய் ஒரே குவியலாய், அல்லது ஒன்றுள் ஒன்று ஊடுருவிக் கிடக்கின்றன.

அலை என்றும் குமிழ் என்றும் நுரை என்றும் பார்த்த இடத்தில். சமுத்திரம் தோற்றாது. வெறும் தண்ணீர் என்று பார்த்தால், சமுத்திரம் மாத்திரமே இருக்கும் - அலை, குமிழ், நுரை என்ற பேதம் தோற்றாது. நீ ஒரு குமிழ். அது உடைந்தால்? நீயே சமுத்திரம்; பசிபிக் மகா சமுத்திரம். அந்தச் சமுத்திரம் குமிழ் உடைந்தபோதுதான் பிறந்ததல்ல; அந்தச் சமுத்திரம் அநாதியானது.

நீ தொலைஞ்சு போ! நீ குட்டிச்சுவராகப் போனாத்தான், அது வெளிப்படும்.

நான் குட்டிச்சுவராப் போறதென்றால்? முறுக்கி, நெளிந்து. மூச்சைப்பிடித்து இருப்பதா? சீ! அது அல்ல! தேகத்தை அழிப்பது அல்ல; தேகபாவத்தை அழிப்பதுதான் நீ இல்லாமல் போவதன் தாத்பர்யம். உன்னை உடலாகக் கண்டது ஒழிந்தால் பிரம்ம மாகிறாய்.

தன்னையே எங்கும் கண்டு, தன்னிலேயே எல்லாவற்றை யும் கண்டுவிட்டால்? அதுதான் பட்டாபிஷேகம். பிறகு இந்த இழுப்புப் பறிப்புகள் இருக்குமா?

சென்மாந்திர சென்மாந்திரமாய் தூசிபடிந்து வேலை இல்லாமல் கிடக்கும் டிபார்ட்மென்ட்ஸ் எல்லாம், இப்போது வேலை செய்யத் துவங்குகின்றன. எனவே உடலிலும் மாறுதல் செய்யும்.

உனக்குள் எத்தனையோ எண்ணெய் டாங்குகள் இருக்கின் றன. இப்போது தெரியாது. முன்னிலைப்பட்டால் - ஒரு பொறி விழுந்தால் - போதும்; 'டும், டும்' என்று வெடிக்கும். அப்போது தான் தெரியும் : 'அடடா, என்னைப் பெரிய சாமி என்று நினைத்துக் கொண்டிருந்தேனே! சங்கதி இப்படியா?' என்று. ஆகவே உலக காரியங்களில் ஈடுபட்டால், உன்னையே அவதானி. உனது குறைகள் வெளிப்பட அது அவசியம். முடிச்சுகள் வெளிப்படாவிட்டால் அவிழ்ப்பது எப்படி?

நீ போட்ட முடிச்சு உனக்குத்தான் தெரியும். நீதான் அவிழ்க்க வேணடும்.

பிரம்மாவின் சக்தி சரஸ்வதி; அறிவு. அவன் மேலே மேலே தன் புத்தியால் காண்பதுக்கு முயன்று சென்றான். ஒரு சட்டம் போட்டு, inference-சினால் ஒரு முடிவைக் கொண்டு வந்தான். அதுதான் தாழம்பூ. விஷ்ணுவின் சக்தி ராதை; விசாரம். ருக்மிணி: உள்ளூரும் பக்தி. இவன் தனக்குள்ளே விசாரித்து உருகி ஆழ்ந்து சென்றான். இந்த இருவருமே, 'நான் கண்டுபிடித்து விடுவேன்,' என்ற அகந்தை முனைப்போடு சென்றார்கள். ஆகவே காணவில்லை. 'உங்களால் காண முடியாது; நானே என்னைக் காட்டினால் தவிர காண முடியாது,' என்றது சத்யம்.

திருவருளின் வசப்பட்டு அதனாலேயே அதை அடை. உனது உன்னுதலால் ஏதும் முடியாது. அகந்தையின் முயற்சி இதில் மட்டும் உதவாது. எதிர்பார்த்து உன்னினால் தியானம் பட்டுவிடும்.

அகந்தையைத் துறப்பதே துறவு. மற்றதெல்லாம் வெளிவேஷங்கள்.

சத்யத்தில் நிலைப்பதே சந்யாஸம். இதுக்கு வீட்டை விட்ட ஓடத் தேவையில்லை. உனது அப்பா, அம்மா, மாடு கன்று எல்லாமே சத்ய சொரூபம் என்று கண்டால், ஏன் வீட்டை விட்டு ஓடுகிறாய்?

இந்தப் பாதை கரடுமுரடானது; Precipicious. பிறருக்கு நீ இவ்வழியில் போவதாகக் காட்டாதே. இது போக்கிரி உலகம். இதுக்கு உன்னை இப்போது ஹுதுணீணிண்ஹு பண்ணினால் ஆபத்து! உலகுக்கு ஏற்றபடி, 'உன் கட்சிதான் நானும்,' என்று நடித்தபடி, உன்னை அவதானித்திரு.

உடலில் உரிய அளவு பலம் இல்லாமல், இதில் முன்னேற முடியாது.

ஆறு கடக்கும்வரை ஓடம் ஒழுங்காக இருக்க வேண்டும். தேகத்தை இப்போது பேணவேண்டியது அவசியம். ஆறு கடந்த பிறகு ஓடத்தைத் தூக்கிக்கொண்டு போகிறதுண்டா - கவிழ்த்துவிட்டு நடக்க வேண்டியதுதான்.

சுத்த மனமே அடங்கும்.

சத்வ குண மனம், அல்லது சுத்த அகந்தை - இதுவே அகந்தை ஒடுங்கும் இடம். ஒடுங்கிய பின் சுத்த அகந்தையும் தன் சுபாவங்களோடு ஒடுங்கும்.

திருவருள், விசாரம், சக்தி, குரு, சத்யம், அன்பு - இவை எல்லாம் ஒன்றே. உன்னுடைய முயற்சியால் ஒரு அங்குலம் கூட நகர முடியாது. நீ சத்யத்தை அறிய விரும்புவதுக்கும் காரணம் சத்யமே. அதுதான் நீ சத்யத்தைப் பற்றிக் கேட்பதுக்குக் காது, படிப்பதுக்குக் கண் வைத்தது. அதுவே திருவருள். அதுவே உனக்கு உணவு, உடை, இருக்க படுக்க இடம் எல்லாம் கொடுத்துத் தன்னிடம் ஆகர்ஷிக்க வழியும் செய்கிறது. அது இல்லாமல்; நீ ஒரு மூச்சுக்கூட விட முடியாது...

உருவமாக உன்னைக் கண்டுள்ளவரை, உருவமற்றதை வழிபட முடியாது.

உருவ வழிபாடு என்றால் என்ன? கல்லைக் கும்பிடு கிறதா? சீச்சி! அது அல்ல, உன்னைச் சுற்றி உயிர்களாக, நண்பர்களாக, உறவாக, பகைவராக உள்ளதெல்லாம்தான் உருவம். அங்கெல்லாம் அதை வழிபடு.

வழிபடுதல் என்றால் ஒன்றுதல். எதிர்படுகிறவர்களுக்கு, அவர்களுடன் ஏற்படும் விவகாரங்களுக்கு உனது ரியாக்ஷன்ஸ் என்ன என்று, விருப்பு வெறுப்பற்று அவதானித்தபடி செயல்படு. அப்போது தன்னிலை-முன்னிலை என்ற பேதம் மறையும். அதுவே ஒன்றுதல் - வழிபாடு. அங்கே பேதா பேதம் இல்லை; நான்-நீ இல்லை.

இதைச் சாமான்யமான விஷயமாக நினைத்து ஈடுபடாதே.

ஞானிகளைச் சாவானந்தர், தற்கேடர் என்றெல்லாம் சொல் லப்படுகிறது. இது உன்னை அழித்துச் சத்யத்தை நிலை நிறுத்துவது. இது serious-சுக்கும் serious-சுக்கும் serious-ஆன விஷயம்.

இந்தச் சந்திர சூரியர் நட்சத்திரங்கள் முழுதுக்கும், பூ மண்டலத்துச் சாமான்கள், பிரபஞ்சம் முழுதுக்கும் அடிப்படை யான மூலவஸ்துவை விசாரிக்கிறாய். இதுதான் கடைசி விஷயம். இதுதான் மற்ற எதையும் செய்யுமுன் நீ செய்ய வேண்டிய முதல் காரியமும்.

பிராணன், அதாவது மூச்சுக்கும் மனசுக்கும் நெருங்கிய சம்பந்தம் உண்டு. பிராணனும் மனமும், ஒன்றை அடக்க மற்றதும் அடங்கும். பிராணனை அடக்குவதால் மனதை அடக்க முயலுதல் முரட்டுக் காரியம்; முட்டாள் வேலை; குதிரைக்கு முன் வண்டியைப் பூட்டும் வேலை. மனம் அடங்க பிராணனும் தானே அடங்கு. மனதை அவதானிப்பதை விட்டு, பிராணனை அது அடங்கிவிட்டதா என்றுகூட அவதானித்தால் போச்சு! பழையபடி 'டக்குப் புக்கு' என்று மூச்சு ஓடத் துவங்கும். மனசைத்தானே 'நான்' என்று எண்ணிக் கொண்டிருக்கிறாய்? அதை அவதானி.

நீ உள்ளுக்கு இடம்கொடாமல் மௌனத்தில் நிலைத்தால், வெளியே இருந்து உனது தியானத்தை கலைக்க வருகிறவை உன் பழைய

கர்மாக்கள்; எத்தனையோ ஜன்மங்கள் பதித்த வாசனைகள். இந்தத் தடைகளும் நீங்குவதுக்கு ஒப்படைப்பு வேணும். இல்லாவிட்டால், இவன் கொட்டத்தை அடக்கி விட்டு இந்த ஆட்டத்தை மட்டும் ஆடிவிட்டுப் பிறகு உட்காருவோம் என்று கிளம்புவாய். அதோடு விஷயம் போச்சு. நீயோ உன்னை அறியப் புறப்பட்டவன்.

மரக்கறிதான் சாப்பிடுவேன் என்ற பிடிவாதம் பிடித்து ஆசாரம் துவங்கினால், நிச்சயம் நோய் வந்தாவது வேறு சாப்பாடு எடுக்கச் செய்யும். பிறகு ஒரு நாளைக்கு, 'நானும் முந்தியெல்லாம் இப்படிச் சாப்பிட்டுப் பார்த்தவன்தான்; உடம்புக்கு ஒத்துக் கொள்ளவில்லைப் பாருங்கோ!''என்பாய்.

நீ உலகத்தைப் புடிச்சியா, உலகம் உன்னைப் புடிச்சுதா? அது எப்படி பிடிக்கும்? நீதான் பிடித்துக்கொண்டு, 'ஐயோ! பிடித்துக் கொண்டதே சனியன்!' என்று கத்துகிறாய்.

'விடு என்னை!' என்று அதனிடம் சொன்னால், அது விடுவ தெப்படி?

'உலகம் உள்ளதப்பா! நித்திய வஸ்து!' என்கிறார்களே, அவர்களைக் கவனி. 'நான் இல்லாமப் போயிடுவேன். ஆனால் உலகம் இருக்கும். நான் இல்லாவிட்டாலும் உலகத்தில் என் பேர் அழியாது. அந்த ஆற்றுக்கு என் பேர்தான்; அப்பாத்துரை ஆறு; இது அப்பாத்துரை பில்டிங்ஸ். இந்தச் சாதியாரை அழித்தவர் இன்னவர்தான்; அவர் பேர் அழியாது.' ஆஹா! அழியாதப்பா அழியாது! அப்படியே இருக்கப்போகுது!

இந்த பொலிட்டீஷியன்ஸ் பேசுவதைக் கவனி: "இதோ மாத்தறேன், மடக்கறேன், நீட்டறேன்," என்று கொக்கரிக்கிறார் கள். அவர்களுக்கு உண்மையைச் சொல்லிப் பயனென்ன? ஆனபடியால்தான் பெரியவர்கள் ஒன்றும் சொல்வதில்லை.

ஒருத்தி வருகிறாள்: "சாமி எனக்குப் பிள்ளை இல்லை?"

"அதுக்கு என்னட்ட ஏண்டியம்மா வாறாய்?"

"நீங்க பெரிய மனுசராச்சே!"

"அட, அப்படியா! அப்போ நான் பெரிய மனுசனா?"

"ஆ! சிவசிவா! பின்ன ஏன் வாறம்?"

"சரிதான்! நீ இந்தக் கோயிலுக்குப் போய் சாமியை கும்பிடு."

"சரி சாமி!" - பிறகு கொஞ்சகாலத்தில் வருகிறாள். அவளுக்கு பிள்ளை பிறந்துட்டுதாம். அவளது விசுவாசம்! வேறு ஏதும் காரணமா?

"சாமி! பிள்ளைக்கு துரையப்பா என்ற பேர் வச்சிருக்கம் - உங்கட பேரை ஒரு மாதிரி மாத்தி.''

"அப்படியா! ஹை சவாஸ்!"

தெற்குவாசல் 393

இதுதான் உலகப் புரூடாக்கள். இப்படி எத்தனையோ!

உனக்குள் இருக்கும் உலகில் நடக்கும் புரூடாக்களை அவதானி. அவதானிக்க அவதானிக்க உலகத்துப் புரூடாக்களி லிருந்து விடுபடுகிறாய். என்றும் மாறாத நித்தியவஸ்து தானாக விளங்கத் துவங்குகிறது.

இந்த உடம்புக்கு இப்போ இவ்வளவு பவிஷு கொடுக் கிறாய். இந்தக் கையிலே ஒரு நோய் வந்து இதை வெட்டி எடுத்தால், அந்தக் கையைப் பத்திரமாக வைத்துக்கொள்வாயா? "சீச்சி! தூர..தூர..தூர.. கொண்டுபோ! அங்கே வெட்டிப் புதை!" - இதுதான் உடம்போடு சம்பந்தப்பட்ட வாழ்க்கை.

நீ விட முடியாது. உன் முயற்சியால் நித்திரைக்குக்கூட போக முடியாதே! ராத்திரிக்கு கூத்துப் பார்க்க போகவேணும் என்று, இப்போது நித்திரை கொள்ள வெளிக்கிடுகிறாய். பாயை விரி, தலைகாணியைப் போடு! போட்டாச்சு! படுத்துக் கண்ணையும் இறுக்கி மூடியாச்சு! இவ்வளவும் செய்யலாம். நீயாக நித்திரைக்குப் போக முடியுமா? அப்படிப் புரண்டு படுத்து இப்படிப் புரண்டு படுத்து... ஊஹூம்!

'என்னடா நித்திரை வருகுதில்லை!' என்கிறாய். நித்திரை வராதோ என்று, நித்திரைகொள்ளச் செய்த முயற்சிகளையும் தளர்த்தியபடி கிடக்கிறாய். பிறகு என்ன நடந்தது என்று தெரியவில்லை. நீ நினையாமலேயே நித்திரை போய்விட்டாய். தியானமும் முயற்சிகளுக்கு அப்பாற்பட்டது. முயற்சி அற்ற இடத்தில்தான் அது வரும்.

உள் - வெளி இரண்டும் ஒன்றே. அகம் புறம் சிதம்பரம்.

விழிப்பில் விழிப்பை அவதானி. நித்திரை போகும்போது கை நழுவும் மனசை, உன் விழிப்பில் உபயோகமான கருவிகள் ஒவ்வொன்றாக விழுவதை, அவதானித்தபடி இரு. அப்போது தூக்கத்தினுள்ளும் ஒரு விழிப்புநிலை பிறக்கும். அது துயிலில் விழிப்பு.

உன் விழிப்பு நிலையில் உன் மனதை, உன் உத்தேசத்தை நேரடியாகப் பார்க்கிறாய். அன்று துயிலில் கனவு ஏற்பட்டால், அந்த கனவையும் அவதானித்து அதன் உத்தேசத்தை அறிந்து கொள்வாய். இது கனவில் விழிப்பு.

இப்படியே துயிலில், கனவில் எல்லாம் விழிப்புநிலை தொடர்ந்து வரும். துயிலில் ஏற்பட்ட விழிப்புநிலை, விழிப்பில் திடீரென ஏற்படும். இது விழிப்பில் துயில். இது உண்மையில் துயிலல்ல.

விழிப்புநிலையின்போது மனதை அவதானித்தால்தான், துயிலும் போது விழித்திருக்கலாம்.

நினைவுக்க முன் நிற்கும் நினைவையே நினை. அதுவே அவதானம் - அதிட்டானத்தில் நிற்றல்.

ஒரு எண்ணம் மறைந்து மறு எண்ணம் வருமுன், ஒரு Space& வெளி - இருக்கிறது. அதுவே நினைவுக்கு முன் நிற்கும் நினைவு. அந்த இடத்தில் எண்ணமும் அதன் உத்தேசமும் ஒன்றாக பிறக்கிறது. அதை அறிதலே தன்னறிவு.

கடவுளுக்கு உன்னை அளிப்பதின் தாத்பர்யம் என்ன? எந்த விதமான எண்ணமும் இல்லாமல், உனது engine எல்லாத்தையும் off பண்ணிவிட்டு இருப்பதுதான் கடவுளுக்கு உன்னை அளிப்பது. அப்போது அது தானே திடீரென்று வந்து 'பக்'கென்று உன்னை கவ்வும்.

தியானத்தில் காணப்படுவதும் உலகைப் போலத்தான் - தன்னிலை அற்றது. காணப்பட்டது எதுவுமே தான் அற்ற முன்னிலைதான். தன்மை இல்லாமல் அந்த முன்னிலைக்கு இருப்பு இல்லை. காணப்பட்டதை அறிவது முக்கியமா? கண்டவனை அறிவது முக்கியமா? அயலை அறிவது அறிவாகுமா? கண்டவனான உன்னையே பார். முன்னிலை எதுவானாலும் அது உனது makingதான் - நான் என்ற factoryயின் productதான்.

மனம் அற்ற நிலையே சத்யம். அங்கே நினைப்பு மறுப்பு இல்லை.

'நானே கடவுள்' என்று சொல்லிக்கொண்டு திரிவதுதான் கடவுள் ஆகுதலோ? சீச்சி! இது உண்மைநிலையின் நிழல். இப்போது இந்த உடலை 'நான்' என்கிறாய். இதற்கு எடுத்து பவுடர் போட்டு வைத்திருக்கிறாய். இதுவா நீ? இது உன்னுடை யது. நீ புறம்பானவன். இந்த உடல் என் நிழலப்பா!

கண் தானே காணுமா? காது தானே கேட்குமா? எதன் ஒளியில் இவை பிரகாசிக்கின்றன? விசாரித்து அறி.

எது ஒளிக்கு ஒளி? அதிவே சேடித்து நிற்பது; சேஷம்; யாவும் அழிந்த பின்பு எஞ்சுவது. அதுவே சாட்சி.

கண் objects-சைப் பார்க்கிறது - objects-சைப் பார். கண்ணை மனம் பார்க்கிறது - மனதைப் பார். மனம் என்றால் என்ன? Thoughts தானே. ஒவ்வொரு Thought-டையும் கவனி.

ரூபத்தை ரூபம் காணும்; அரூபத்தை ரூபம் காணுமா? வெளியைக் கண் காணுமா? வெளியை வெளிதான் காணும். மனதை - Thoughts-சை உற்று அவதானிக்க அவதானிக்க, அது சுருங்கிக்கொண்டே போகிறது. சூட்சுமத்தன்மையை அடைகிறது. அது சூட்சும மனம். சூட்சும மனமே வெளியைக் காணும். அந்த மனதுக்கு சக்தி அதிகம். அந்நிலையில் எவ்வித உன்னுதலும் அற்று இரு. இல்லாவிட்டால், அந்தச் சக்தி வாய்ந்த மனம், உன் உன்னுதலுக்கு ஏற்ற படத்தை 'டக்' என்று போட்டுவிடும். உன் மனதிலிருந்துகூட உன்னுதல் பிறக்கலாம். மனம் - உள்மனம் - எல்லாம் ஒன்றுதான்.

காலம் காலமாக மனம் அபிமானித்தவற்றை எல்லாம், அவை புறப்படும்போதே விருப்புவெறுப்பற்று அவதானித்த படி இரு. அப்போது உள்மனம் வெளியேறி நிற்கும்.

நீ எதை அபிமானித்தாயோ அதை விட்டுவிடு. ஒரு தடியை ஊன்றிக்கொண்டு, அதுவே நீ என்கிறாய். இந்த உடல் நீ ஊன்றி நிற்கும் தடி. இதை ஒரு நாளைக்குத் தூக்கி எறிந்துவிட்டு நிற்கும்போதுதான், உன் நிச வடிவம் தெரியும்.

நீ இப்போது எதுவாக இருக்கிறாயோ அதைக் கொடுத்த இடத்தில் தான், நீ நீயாகிறாய்.

புண்ணியம் என்றால் என்ன? உன்னிடம் இருப்பதைக் கொடுப்பது. உன்னிடம் இருப்பதில் நீ மிகவும் பத்திரமாக விரும்புவது எது? நீ உன்னைத்தான் உன்னிடத்தில் இருப்பதில் முக்கியமானதாகக் கொள்கிறாய். உன்னையே கொடு; அதுவே புண்ணியம்.

நீ கொடுப்பது ஒரு துட்டுதான்; ஆனால் கிடைப்பதோ ஸ்டோர் முழுக்க. இதைவிடக் கொள்ளை லாபம் ஏது? உலகி, ஒரு துட்டுக்கு ஆசைப்பட்டு நூறு துட்டை இழக்கிறான்.

'நீ' இல்லாத இடத்தில்தான் உன் நிச வடிவம் இருக்கிறது.

அதிட்டானத்தில், மனம் - Thought - முளை கிளம்பும் இடத்தில், அதிலேயே நில்.

நீ எப்படி அடுத்த வீட்டுக்காரனின் தோட்டத்தை உன்னு டையது ஆக்குவாய்? நீயே உன் தோட்டத்துக்கு போட்ட வேலியை பிரித்து விட்டால், மற்றவனின் காணியும் உன்னுடையதும் ஒன்றாகாதா?

உனது தலையாட்டம் நின்ற இடத்தில் இது இருக்கிறது. உனது தலை ஒரு சிறிதளவு ஆடினாலும் இது மறையும். உனது மூச்சு ஒரு சொற்பம் வீசினாலும் இது பறக்கும்.

பேச்சு மூச்சற்று உள்ளே ஆழ்ந்துவிடு.

உன்னுடைய கருவிகள் ஒவ்வொன்றையும் கைவிட்டுவிடு; உன்னை அப்படியே இழந்துவிடு. அங்கு உள்ளது இருக்கும்.

உள்ளதுக்கு அழிவில்லை, இல்லதுக்கு இருப்பில்லை. உள்ளதில் நிலைத்தால் இல்லது இருக்குமா?

உலகம் என்ற ஒரு சாமான் கிடையாதப்பா. அது முந்தியும் இருந்ததில்லை; பிறகும் இராது. உலகம் உனது நிழல்.

மனம் உள்ளவரைதான் உலகம். மனம் உனது நிழல். மனம் முதலிலா? உடல் முதலிலா? விசாரித்து அறி.

அகந்தை முன்னுக்கா? மாயை முன்னுக்கா? மனம் முன்னுக்கா? உலகம் முன்னுக்கா? காண்பான் முன்னுக்கா? காணப்படுபொருள்

முன்னுக்கா? அகத்தை, மனம், காண்பான் - இதுதான் முதலில் உண்டாகியது. நான் முன்னுக்கா? நீ முன்னுக்கா? 'நான்' என்று தன்னை, ஏகமாக ஒன்றாக இருந்த திலிருந்து பிரித்தபடியால் தானே முன்னிலை தோன்றுகிறது? இது நான், இது எனக்கு என்று partition போட்டு வேலி அடைத்தாய். அது அந்தோணி, இது குஞ்சுவாப்பா என்று பிரித்தாய். வந்தது லடாய்! நீ போட்ட வேலியை நீயே பிரித்துவிடு. பிறத்தியான் காணியும் உன்னுடையதாகும்.

இருப்பது ஒன்றுதாங்காணும்! அது தன்னையே எங்கும் காண்கிறது. தன்னையே முன்னிலையாக்கி, 'நீ' என்பது தவறு. அது பெரியதொரு grammatical mistake. தன்மை எந்த இலக்கணப்படி முன்னிலையாகும்?

இருப்பது தனித்தே இருக்கிறது. அதுக்கு அம்மா அப்பா இல்லை. அது யாராலோ ஏற்றப்பட்ட தீபமல்ல. இடையறாது flow பண்ணிக் கொண்டிருப்பது அது. இடையறாத சுடர் சுயஞ் சோதி; தன்னந் தனிப்பொருள்; கடவுள். அவர் ஒரு தனிச்ச மனிசரடாப்பா!

நீ உன்னை அறிந்ததும், இதுவரை இருந்ததை ஒரு கனவு எனக் காண்கிறாய். நீ அழிவற்றவன்; இப்போதுதான் பிறந்தவனல்ல. எப்போதும் இதுக்கு முந்தியும் இருந்ததை அறிகிறாய். இடையில் இந்தப் பிறப்புகளும் உலகில் வாழ்ந்ததும் விடுதலைப்பட விரும்பியதும் உன்னை நீயே விசாரித்ததும் - எல்லாம் ஒரு கனவு எனக் காண்கிறாய்.

அந்த நீ இந்த நீ அல்ல; நீயற்ற நிலையில் உள்ள அதுவே அந்த நீ.

அது ஏற்றப்பட்ட தீபம் அல்ல; உன்னை நீ அறிந்த சமயத் தில் அப்போதுதான் துவங்கியது அல்ல. அது இடையறாது ஓடிக் கொண்டிருக்கிறது - அன்றும் இன்றும் இனியும் எப்போதும். அதுதான் காலாதீதமானது. மற்ற எல்லாத்தையும் காலம் விழுங்கிவிடும். அதுவோ காலத்தையே விழுங்குவது.

அருவ முக்தி, உருவ முக்தி என்று எத்தனையோ புருடாக்கள் இருக்கின்றன. முக்தியில் இது ஒன்றுமில்லை.

அங்கு இருப்பு இல்லை; எனவே இன்மையும் இல்லை. நினைப்பு இல்லை; எனவே மறப்பும் இல்லை.

சத்யத்தினால் அடையும் விடுதலையே விடுதலை. மற்ற விடுதலைகள் எல்லாம் புதுப்புதுச் சிறைகள்தாம்.

எது முந்தினது - காலமா, தேசமா, வஸ்துவா? காலம்தான். ஜாக்ரதாவஸ்தையில் இந்த அனுபவங்கள் ஏன் solidified ஆக இருக்கின்றன? சொப்பனத்தில் shadowyஆக இருப்பானேன்? எண்ணம்தான் காலம். காலம், அதாவது எண்ணம் திடப்பட்டால் அனுபவம் solid ஆகிறது. இதன் பெயரே ஜாக்ரம். எண்ணங்கள் சாயாமயமாக இருக்கும்போது, அனுபவங்களும் நிழல்களாக

ஓடுகின்றன. எனவே அதைச் சொப்பனம் என்கிறோம்.

எண்ணமே இல்லாவிட்டால்? எண்ணமே இல்லை என்பதும் ஒரு எண்ணம்தானே? எங்கே சொல் இருக்கோ அங்கு துவைதம் இருக்கும்; உலகம் இருக்கும்.

உபதேசம் என்றால் வெறும் பேச்சா? பேச்சினால் என்ன செய்யலாம்? குரைக்கலாம்! வேறு...?

உபதேசம் என்றால் கருணை கொண்டு கருணையை ஊற வைத்தல்.

ஞானி தன்னுள் சென்ற பாதையும் மீன், குருவி சென்ற பாதையும் வரைந்து காட்ட முடியாதவை.

ஞானியை யாரால் வழிபட முடியும்? இன்னொரு ஞானி யால்தான் முடியும்.

இனிமையான வார்த்தைகளை உணர்ந்து உபயோகிப்பவன் ஞானிதான். மற்றவர்களின் இனிய வாக்கில் உத்தேசம் இருக்கும். காரியம் ஆனதும், 'போடா புளுக்கைப் பயலே!' என்பான் உலகி

பாலர், பேயர், பித்தர் போலத்தான் ஞானியும். பாலருக்கு மனதில் விருப்புவெறுப்பு இல்லை. வஞ்சம் கொள்வதில்லை. Impressions கிடையாது. ஞானியும் நேற்றுத் திட்டியவனை இன்று அணைத்துக் கொள்வான். பேய்பிடித்தவன் தானாக ஆடுவதில்லை. ஞானியும் தானாகக் காரியம் செய்வதில்லை. அவனது செயல்களை இயக்குவது திருவருள்தான். இப்படி எல்லாம் இருந்தால், பித்தனைப்போலத்தானே பிறர் கண் களுக்குப் படமுடியும்? 'பைத்யம்' என்று பட்டம் கிடைக்கிறது!

'இறைவன்' என்றால் என்ன பொருள்? 'இறைஞ்சி நிற்பவன்' என்றே பொருள். கீழானவனுக்கும் கீழானவனுக் கும் கீழே இறைஞ்சிப் பணிந்து நிற்பவனே இறைவன். அங்கே அகங்காரங்களுக்கு இடமேது?

ஞானிக்கு பிறருடைய கைகளும் தன் கைதான்.

உடல் உண்மையின் நிழல். நீ கும்பிடுவது அல்லது சிலுவையில் அறைவது - எல்லாம் நிழலைத்தான். என் நிழலுக்குத் தண்ணீர் ஊற்றினால், நான் நனைந்து போவேனா?

'தனை மறந்த பேதமையே அஞ்ஞானம்'; தன்னிலே விழித்தால் ஞானம்.

தன்னை நினைத்தால் ஒளிக்கும்; தன்னை மறந்தால் பிழைக்கும்.

தனித்திரு; பசித்திரு; விழித்திரு; நானெனதற்றிரு - இவை நான்கும் ஒரு நிலையே.

உண்மை காலமற்றது. காலமற்றதைக் காலத்தின் மூலம் அளவிடவும் முடியாது; அறியவும் முடியாது.

'எட்டிப் பிடிப்பதற்கு எண்ணம் நீ கொண்டக்கால், கட்டுக் கடங்காதபடி - அது தூரத்தே நிற்குமடி.'

பிரம்மமாய் இருத்தலே பிரம்மமாகும் வழி. சீவனாக உன்னிக் கொண்டு நீ பிரம்மம் ஆக முடியாது.

பேதப்பட்டிருப்பவை அபேதமடைய நாடுதலே அன்பு.

தன்னை நேசிக்கிறவனை நேசிப்பது ஒரு பெரிய காரியமா? அதை நாய் செய்யும். தன்னைப் பகைத்தவனையும் நேசிக்க வேண்டும்; அதுவல்லவா மனுஷத்தன்மை.

உலகு இருக்கா இல்லையா? உலகு இருக்குந்தான் இல்லை யும் தான். ஒரு பார்வையில் இருக்கும்; இன்னொரு பார்வை யில் இல்லை. நான் ஒருக்கா வேஷம் போட்டுக்கொண்டு உலகத்தோடு அழுகிறேன்; சிரிக்கிறேன். திடீரென்று வேஷத்தை கழற்றிப்போட்டு ''சீச்சி இது நானில்லையப்பா!'' என்கிறேன்.

மாயை தண்ணீர். அதில் தெரியும் என் பிம்பம் அகந்தை. இந்த பிம்பம் தன்னை 'நான்' என்று நினைத்துள்ளவரை, தண்ணீரின் அலைப்புக்கெல்லாம் ஆடுகிறேன்; பிம்பத்தை உண்டாக்கும் எனது நிஜசொரூபமாகவே எப்போதும் இருந்திருப்பதை அறிகிறேன்; பிம்பத்துக்கும் அது தண்ணீரில் படும் அலைப்புகளுக்கும் சம்மந்தம் அற்றவனாகிறேன். ஆனால் அலைவாய்ப்பட்ட பிம்பம் ஆடியபடி தான் இருக்கும். உன் பார்வையில் நோய்வாய்ப்படுவதும் அழுவதும் சிரிப்பதும் உபதேசிப்பதும் மௌனமாய் இருப்பதும், எல்லாம் இந்த பிம்பம்தான். நீ வழிபடுவது அல்லது சிலுவையில் அறைவது, இந்த பிம்பத்தைத்தான். நீ காண்பது இதன் அலைப்புகளைத் தான். ஆனால் சத்ய சொரூபத்தில் இந்த அலைப்புகள் ஏது மில்லை. அது அலையாட்டம் இல்லாத திடமான சொரூபமாக, எங்கோ நிற்கிறது. அது மாயையின் கரையை விட்டு நீங்கியதும், அதன் பிம்பமும் மறைகிறது. உடனே, 'மகா சமாதி, மகாபரிநிர்வாணம்,' என்றெல்லாம் சொல்கிறாய்.

சத்தியத்துக்கு வாழ்க்கை வரலாறு கிடையாது. ஒரு ஞானிக்கு வாழ்க்கை வரலாறு எழுதுவது மடத்தனம். அகந் தைக்குத்தான் பிறப்பும் இறப்பும் வரலாறும்; அகந்தையை துறந்தவன் பிறந்ததுமில்லை, வளர்ந்ததுமில்லை, இறப்பது மில்லை. வனாந்திரங்களுக்குள் போகும் போது, பக்குவ மானவர்களுக்கு சில இடங்களில் 'மீட்டர்' பேசும்; தானே தியானம் கைகூடும். சுற்றித் தேடிப்பார்த்தால், அங்கே ஒரு மகானின் சமாதி இருக்கும். அப்படி எத்தனையோ சமாதிகள் கண் காணாமல் இருக்கின்றன. அவற்றில் அடங்கினவர்களுக்கு வரலாறு இல்லை ஒன்றுமில்லை. அவர்களின் பெருமையை வாயால் சொல்ல முடியாது.

நித்தியமாய் இருக்கும் அது ஒரு ஓயாத பிரசங்கம்; இடை விடாத விசாரம். தனக்குத்தானே தன்னைப் பற்றி சொல்லிக் கொண்டிருக் கிறது. இதோ இங்கே இப்போது lecture நடந்துகொண்டிருக்கிறது - Self பற்றி அநாதியாக.

ஏகமாய் ஒன்றாய் இருந்து அது, 'அஹம்' என்றது - 'நான்' என்றது. தன் பெருமையை உணராதிருந்த தற்பரன், தன் பெருமையை உணர்கிறான். 'அஹம் அஸ்மி' - 'நான் இருக்கிறேன்,' என்கிறான். நான் என்னவாக இருக்கிறேன்? 'அஹம் பிரஹ்மாஸ்மி' - 'நான் பிரம்மமாக இருக்கிறேன்'. உடனே 'நான்' வேறு பிரம்மம் வேறு ஆனது. இந்த நான்தான் அகந்தை. இது தன்னை அதுவென்றும் இதுவென்றும், இன்றுவரை பாவித்து வருகிறது.

'என்னை அறிந்தேன்,' என்பது தன்னறிவு அல்ல. 'நான்' என்ற நிலை இன்னும் இருக்கிறது என்று பொருள்; உள்ளே அமிழ்ந்த மனம் அழியவில்லை என்று பொருள்; காற்ற டைத்த குடம் தண்ணீருக்குள் இருந்து வெளியே வந்து விட்டது என்று பொருள்.

ஒரு சமயத்தில் உனக்குள் அமிழ்கிறாய். அப்போது உனது அறிவை, பலகோடி மடங்கு பெரிய அறிவு ஒளி ஒன்று இறங்கி உன்னைத் திணறடிக்கிறது. நீ திணறியதும், அது மறைகிறது. இனித்தான் இருக்கிறது உண்மையான பிரச்னை.

❖

இலங்கை தொடர்பான பிரமிள் எழுத்துக்கள் பற்றிய தகவல் குறிப்புகள்

கால சுப்ரமணியம்

கவிதைகள் பற்றிய குறிப்புகள்

கவிதை உள்ள பக்கம், வரிசை எண், கவிதைத் தலைப்பு, வெளியான பத்திரிகையின் பெயர், அதன் இதழ் எண், பத்திரிகையில் வெளியான ஆண்டும் மாதமும் என்ற முறையில் குறிப்புகள் அமைந்துள்ளன. நூலில் வெளியான கவிதை என்றால், நூல் பெயரும் நூலாசிரியர் பெயரும் பதிப்பகத்தின் ஊரும் பெயரும் கொடுக்கப்பட்டிருக்கின்றன. கட்டுரை பற்றிய தகவல்களும் அது தொடர்பான விஷயங்களும் தொகுத்துத் தரப்பட்டுள்ளன.

எழுத்து : 1960-66

சி.சு. செல்லப்பாவின் 'எழுத்து' (1959-70) என்ற முதல் சிறு பத்திரிகையில் பிரமிள் எழுதிய 32 தொடக்கக்காலக் கவிதைகள் இப்பகுதியில் தொகுக்கப்பட்டுள்ளன.

1. நான், எழுத்து-13, ஜனவரி 1960.

   அச்சில் வெளியான பிரமிளின் முதல் கவிதை இது; மரபு வடிவில் இருபது வயதில் எழுதிய ஆன்மீகக் கவிதை; எழுத்து இரண்டாமாண்டு முதலிதழில் த.சி.ராமலிங்கம் என்ற பெயரில் பிரசுரம் பெற்றது.

2. எல்லை, எழுத்து-81, செப்டம்பர் 1965.

கண்ணாடியுள்ளிருந்து : 1967-73

'அஃக்' பத்திரிகை 1973இல் கண்ணாடியுள்ளிருந்து என்ற சிறுநூலை வெளியிட்டது. எழுத்து கவிதைகள் சிலவும், எழுத்துவுக்குப் பின்பு பத்திரிகைகளில் பிரசுரமானவையும், தொகுப்புக்காகப் புதிதாக எழுதப்பட்டவையும் என 38 கவிதைகள் இதில் அடங்கியிருந்தன. 'Zero Gravity', 'Epic', 'The Wind-Tamer' என்ற மூன்று ஆங்கிலக் கவிதைகளும் சேர்க்கப்பட்டிருந்தன.

1. அறைகூவல்

   கண்ணாடியுள்ளிருந்து தொகுப்புக்காகவே புதிதாக எழுதிச் சேர்க்கப்பட்டது. 'அறை கூவல்' கவிதையை பசுவய்யாவின் 'சவால்'

கவிதையுடன் ஒப்பிட்டுப் பார்க்கலாம். **கைப்பிடியளவு கடல் : 1973–76**

கைப்பிடியளவு கடல் **(1976)** தொகுப்பு நூலில் ஆரம்பத்திலிருந்து அவர் எழுதிய கவிதைகளும் *கண்ணாடியுள்ளிருந்து* தொகுப்புக்குப் பின் எழுதிய 15 கவிதைகளுமாக 78 கவிதைகள் இடம் பெற்றன.

3. காவியம், *கைப்பிடியளவு கடல்*, ராஜபாளையம்: மணி பதிப்பகம், 1976.

   அடிக்கடி எடுத்துக்காட்டப் பெறும் இக்கவிதை, '*கண்ணாடியுள் ளிருந்து*' தொகுப்பில் 'Epic' என்ற ஆங்கிலக் கவிதையாக எழுதிச் சேர்க்கப்பட்டிருந்தது. அதன் சுதந்திரமான தமிழாக்கம் இது.

மேல்நோக்கிய பயணம்: 1977–82

மேல்நோக்கிய பயணம் **(1980)** தொகுப்பில் ஒரு காவியமும் 22 கவிதை களும் அடங்கியிருக்கின்றன. பிரமிளுடன் எனக்கு 1979இல் இருந்து தொடர்பேற்பட்டது. அதன் முதல் விளைவாக இத்தொகுப்பு வெளி வந்தது.

5. வீழ்ந்த குரல் (9.9.77), *கொல்லிப்பாவை*-4, 1978.
6. வண்ணத்துப்பூச்சியும் கடலும் (9.4.80), *கொல்லிப்பாவை*, ஆகஸ்ட் 1980.

இனிவரும் கவிதைகள் அனைத்தும் அதுவரை புத்தகமாகப் பிரசுரம் பெறாதவை. பிரமிளின் மறைவுக்குப் பின் என்னால் பதிப்பிக்கப்பட்ட *பிரமிள் கவிதைகள்* **(1998)** தொகுப்பில்தான் இவை நூலுருப் பெற்றன.

கடல் நடுவே ஒரு களம் : 1985–86.

இலங்கைப் பிரச்னை பற்றிய 6 கவிதைகள் இப்பகுதியில் தொகுக்கப் பட்டுள்ளன.

7. கடல் நடுவே ஒரு களம் (ஜூலை 1983), *விடுதலைப்புலிகள்*, ஏப்ரல் 1985.

   இக்கவிதையின் முகப்பில் இடம்பெறுவதற்காக மொழிபெயர்க் கப்பட்ட துளஸிதாஸின் கவிதை வரிகள் பத்திரிகைப் பிரசுரத்தில் விடப்பட்டன.

8. இருபத்துநாலு மணிநேர இரவு, *விடுதலைப்புலிகள்*, மே 1985.
9. உதிரநதி, *தமிழீழத்தில் ரணகளம்*, 1985.

   விடுதலைப்புலிகளால் தமிழிலும் ஆங்கிலத்திலும் வெளியிடப்

பட்ட புகைப்படத் தொகுப்பு நூலின் பின் அட்டையில் தமிழிலும் ('Blood Stream') ஆங்கிலத்திலும் வெளியான கவிதை.

10. காலமுகம், (ஜூன் 1985), லயம், ஜனவரி-மார்ச் 1986.

"உச்டுச்ட்" என்ற தலைப்பில் ஆங்கிலத்திலும் எழுதப்பட்டது.

11. இரும்பின் இசை (29.8.86), விடுதலைப்புலிகள், நவம்பர் 1986.

பின்னணியில் பனங்கருக்கு விளங்க, முதுகில் துப்பாக்கியும் மார்பில் குறுக்குக் கச்சையாக தோட்டாக்களும் கழுத்தில் சயனைடு குப்பியும் கோர்த்து அணிந்த ஒரு ஈழச் சிறுவன், மௌத் ஆர்கன் வாசித்துக்கொண்டிருக்கும் வண்ணப் புகைப்படத்துடன் அப்புகைப் படத்துக்கு ஏற்ற கவிதையாகப் புனைந்து எழுதியது. பிரமிளுடைய கவிதையுடனும் புதுவை இரத்தினதுரை கவிதையும் அத்துடன் பிரசுரம் பெற்றிருந்தது.

12. தீவு, தீட்சண்யம்-1, 1986.

'Isle of the Buddha' என்ற நீண்ட ஆங்கிலக்கவிதையின் சுருக்கமான தமிழ் வடிவம்.

13. பைலா, (கைப்பிரதி).

இலங்கை நாட்டுப்புற நகர்ப்புறச் சிங்களப் பாடல் வடிவமான 'பைலா' பிரபலமானது - பிறகு தமிழிலும். அதன் தன்மையை அப்படியே பிரதிபலித்து ஒருசில மாற்றங்களை மட்டுமே கொண்ட தாகப் புனையப்பட்ட இப்பாடல், பிரசுரத்திற்காக எழுதப்பட்டது அல்ல.

14. தமிழீழம்.

விடுதலைப்புலிகள் இயக்கத்தினர் கேட்டுக்கொண்டதற்கிணங்க 'தேசியகீதம்' ஆக எழுதப்பட்டது இது. ஆனால் இது தேசிய கீதமாகப் பயன்படுத்தப்பட்டதாகத் தெரியவில்லை. 'லயம்' வெளியிட்ட துண்டுப்பிரசுரமான 'பிரபாகரனுக்கு ஒரு பகிரங்கக் கடிதம்' என்பதில் வெளியிடப் பெற்றது இப்பாடல் (அக்.-நவ. 1986).

15. உதய திசை.

இயக்கப்பாடலாக எழுதப்பட்ட இது, சிலமுறை பாடப்பட்டுள்ள தாகத் தெரிகிறது (1986).

தெற்குவாசல் : 1985-93

பிரமிளின் வாழ்நாளில் புத்தக உருவம் பெறாத கவிதைகள் இதன்பின் தொகுக்கப்பட்டுள்ளன.

16. கீற்று, கொல்லிப்பாவை, ஜூலை 1985.

17. தவளைக்கவிதை, விருட்சம், அக்.-டிச 1990.

திருக்கோணமலையில் சிறுவயதில் தாயாரிடம் கேட்ட ஒரு நாட்டுப்புறப் பாடலையும் கதையையும் அடிப்படையாகக் கொண்டது 'தவளைக்கவிதை' என்ற இந்த அற்புதமான கவிதை.

18. மானுடம், மீறல், அக்டோபர் 1993.

19. பிரகடனம், லயம், ஜூலை 1998.

காலச்சுவடு பத்திரிகையில் வெளியான சிவசேகரத்தின் பேட்டி, 'விமர்சனங்கள்' என்ற அவரது கட்டுரைத் தொகுப்பில் பிரமிளின் கவிதை பற்றி அவர் எழுதியது ஆகியன தொடர்பாக விடுக்கப்பட்ட 'அறைகூவல்'. மூன்றாம் பகுதி மட்டும் இங்கு தரப்பட்டுள்ளது

20. தெற்குவாசல், அஸ்வமேதா-2, அக்.-நவ. 1985.

1985இல் ஒரே நாளில் சுமார் 30 விமர்சனக்கவிதைகள் எழுதி முடித்துவிட்டு, கடைசியாக எழுதிய கவிதையே பின்பு 'தெற்கு வாசல்' கவிதையாகத் திருத்தம் பெற்றது.

பிற அதிரடிக்கவிதைகளுடன் சேர்த்து அஸ்வமேதாவுக்கு அனுப்பிய போது, 'தெற்குவாசல்' கவிதையை மட்டும் அது பிரசுரித்துக் கொண்டது. பிரசுரத்துக்கு அனுப்பிய பிறகுதான் அதில் உள்ள தவறு ஒன்று அவர் கண்ணில்பட்டது. 'இடையில் கலைமான் உள்முகம் நோக்கி ஓடிக்கொண்டிருக்கிறது.' ஆனால் காலபைரவனின் கையில் மான் இராது. இத்தவறை கண்டுபிடிக்கும்படி அஸ்வ மேதாவிகளுக்குச் சவாலாகவே கூறியும், அதைக் கண்டுபிடிக்கும் திறன் எதிர்பார்த்தபடி யாருக்கும் இல்லை. பின்பு 'கிழக்குவாசல்' கவிதையில் இத்தவறை நிவர்த்தி செய்திருக்கிறார்.

'தெற்குவாசலு'க்குப் பிறகு தொடர்ந்து நான்கு திசை வாசல் களுக்கும் கவிதைகளை எழுத நினைத்து, 'மேற்குவாசல்' தவிர பிற இரண்டு திசைகளுக்கும் எழுதி முடித்தார். தமது அடுத்த கவிதைத் தொகுப்புக்கும் தெற்குவாசல் என்று தலைப்பிட விரும்பியிருந்தார் பிரமிள்.

21. என்னைக் கொன்றவனுக்கு, நவீன விருட்சம், அக்டோபர் 1992-மார்ச் 1993.

கதைகளைப் பற்றிய குறிப்புகள்

தமிழ் சிறுகதை வரலாற்றில், பிரமிள் கதைகள் தவிர்க்கமுடியாத தனியிடம் வகிப்பவை. புதுமைப்பித்தனுக்குப் பிறகு அவரைப் போன்ற ஒரு படைப்பாளுமை பிரமிள் (1939-97). சமூக விமர்சனமும் அங்கதக் கூர்மையும் கொண்ட கதைகளை, ருசிகரமும் ஆனந்தமும் கொண்ட கதைகளை எழுதியவர் பிரமிள். கூடுதலாக இவரிடம் ஆன்மீக ஆழமும் இணைந்துவிடுகிறது. கவிதையிலும் விமர்சனத்திலும் தமிழின் முதன்மைத் திறனாளியாக மதிக்கப்படுகிறவர் அவர். அவருடைய கதைப் பிரபஞ்சம், அவருடைய வாழ்நாளில் முழுமையாகப் புத்தக ரூபத்தில் வாசகர்களுக்குக் கிடைக்காதது பெரும்குறையே. அப்படி வெளிவந்திருந்தால் சிறுகதையில் பிரமிளின் சாதனை முன்பே நிறுவப்பட்டிருக்கும். அவர் வாழ்நாளில், 'ஆயி'(1985) என்னும் குறுநாவல் தனிநூலும், இரு குறுநாவல்களும் இரு சிறுகதைகளும் மட்டும் கொண்ட 'லங்காபுரி ராஜா'(1988) என்னும் தொகுப்பு நூலும், லயம் வெளியீடாக என்னால் வெளியிடப்பட்டிருக்கிறது.

சிறந்த தமிழ்ச் சிறுகதைகளைத் தேர்ந்து தொகுத்தவர்கள் தனிப்பட்ட வெறுப்பினால் பிரமிளின் கதைகளைப் புறக்கணித்துள்ளனர். சில தொகுப்புகளில் பிரமிளின் கதைகள் சேர்க்கப்பட்டன. கண்ணன் எம். தேர்வில், பிராஞ்சில் வெளிவந்துள்ள தமிழ்ச்சிறுகதைத் தொகுப்பில் 'லங்காபுரி ராஜா' கதை சேர்க்கப்பட்டுள்ளது கவனத்திற்குரியது. சமீபத்தில் இணையத்தில் அவரது இரு கதைகள் சிலருடைய தொகுப்புகளில் வெளிவந்துள்ளன.

'கதவைத் தொட்ட கை' பின்பு 'கதவைத்தொட்ட நிழல்' என்று தலைப்பு மாற்றம் செய்யப்பட்டது. இது ஓர் உள்ளார்ந்த விபரீத உணர்வை ருசிகரக் கதை வடிவில் சொல்வது.

பத்திரிகையில் பிரசுரமான பிரதிளின் முதல் கதை 'சந்திப்பு'. 'எழுத்து' பத்திரிகையில் வெளிவந்தது. விகாஸ் என்னும் புதுதில்லிப் பதிப்பகம் மூலம் க.நா.சு. தமிழில் சிறந்த சிறுகதைகளைத் தொகுத்து ஆங்கிலத்தில் வெளியிட்டபோது, இக்கதையும் அதில் சேர்த்திருந்தார். அப்புத்தகத்திற்கு மதிப்புரை எழுதியிருந்த இந்தியன் எக்ஸ்பிரஸ் புதுதில்லிப் பதிப்பு, தொகுப்பிலேயே சிறந்த கதை அதுதான் எனப் புகழ்ந்துரைத்திருக்கிறது. தமிழில் சிறந்த சிறுகதை ஆசிரியர்களின் கதைகளுடன் இணைத்து

இக்கதையை க.நா.க. தேர்ந்தெடுத்திருந்தது சர்ச்சைக்குள்ளானது. பிரமிளை கவிஞர் என்று மதிக்காத க.நா.சு. சிறுகதையாளர் என்று சிறப்பித்தது எவ்வாறு? அக்கதை தன்னுடைய தனித்தன்மையால் தொகுப்பில் சேர்க்க வேண்டிய கட்டாயத்தை ஏற்படுத்தியதாக முன்னுரையில் குறிப்பிட்டிருந்தார் க.நா.சு. அதுவரைக்கும் பிரமிள் நான்கு கதைகளை மட்டுமே எழுதியிருந்தார். அதில் 'கோடாரி' கதை, 'சிந்தனைக் கட்டுரை' என்றே வெளியிடப்பட்டிருந்தது. ஒரு நாவலின் சுருக்கம் போன்று அது தோன்றியது. 'சதுரச்சிறகு' கதை மௌனியின் 'சாவில் பிறந்த சிருஷ்டி' கதாபாத்திரங்களை வேறு நிலையில் வைத்து எழுதிப் பார்த்த கதை. 'பிக்ஷாடனன்' ஒரு கதை வடிவில் இருந்தாலும், இருவர் விவாதிக்கும் விஷயங்கள் அடங்கிய கட்டுரையாகவே அதை அவர் எழுதியிருந்தார். எனவே பிரமிள் எழுதிப் பிரசுரமான ஒரே ஒரு கதை, சிறந்த சிறுகதையாகத் தேர்ந்தெடுக்கப்பட்டது கவனத்திற்குரியது.

இரண்டாவது கதை, 'எழுத்து'வில் வெளிவந்த 'கோடாரி' இது இலங்கைப் பிரச்சினையின் அடிப்படை ஒன்றை அலசுகிறது. சி.சு. செலப்பா இதை பிரமிள் எழுதிவரும் ஒரு நாவலின் சுருக்கப் பகுதி என்று குறிப்பிட்டு வெளியிட்டிருந்தார். ஆலமரங்களைத் தறித்து பௌத்தப் பெரும்பான்மையைக் கிளர்ச்சியுற வைத்த தமிழர்களின் தூண்டுதலும், பொதுவாக ஓர் இனக்கலவரம் எழும் சூழல் வர்ணனை யும் இக்கதையில் இறுக்கமான நடையில் விவரிக்கப்பட்டிருக்கிறது.

'காடன் கண்டது' பிரமிளின் சிறந்த கதைகளில் முதன்மையானது. சில கதைத் தொகுப்புகளிலும் சேர்க்கப்பட்டுள்ளது. இலங்கைப் பின்னணியில் கதை நடந்தாலும் அது மறைக்கப்பட்டு தமிழ்நாட்டுக் கும் பொருத்தமாக எழுதப்பட்டுள்ளது. தன்னைச் சூழ்ந்து அமர்ந்திருப் பவர்களிடம் ஒரு குறவன் இனக்குழு பாணியில் கதை சொல்வதாக, ஓர் ஆதியான கதை சொல்லல் முறையில் அமைந்துள்ளது. இக்கதை, தி. ஜானகிராமன் 'கணையாழி'யில் ஆசிரியராக இருந்தபோது, அதில் வெளியானது. தமிழ்க் கதைகளில் படைப்பு ஆழமும் விமர்சனக் கூர்மையும் கொண்ட அபூர்வமான கதையிது.

தினமணிகதிரில் கி.கஸ்தூரிரங்கன் பொறுப்பாசிரியராக இருந்த போது வாரம் ஒரு கதையாக ஒரு மாதத்திற்கு ஓர் எழுத்தாளர் வீதம் எழுதி வந்தனர். அப்படி வந்த பிரமிள் கதைகள்தான் 'மெஹரா' 'பாண்டிபஜாரைக் கலக்கியவன்,' 'லங்காபுரி', 'லங்காபுரி ரகஸ்யம்', 'லங்காபுரி ராஜா' போன்ற கதைகள். வெகுஜனப் பத்திரிகை ஒன்றில் பிரமிள் எழுதிய ஜனரஞ்சக எழுத்து வகையின் முதல் கதையான 'மெஹரா', உணர்ச்சிகரமான ஒரு காதல் கதை. அடுத்த கதை ஒரு நகைச்சுவை கதையாக அமைந்தது. பின்பு தீவிரமான 'லங்காபுரி ராஜா' என்ற குறுநாவலைத் தனித்தனிச் சிறுகதைகளாக, மூன்று பகுதிகளாக

மாற்றி எழுதி ஓர் உயர்ந்த மனோநிலையில் அத்தொடரை உச்சகதிக்குக் கொண்டு சென்று முடித்தார். 'லங்காபுரி ராஜா' அம்மாத இலக்கியச் சிந்தனைப் பரிசைப் பெற்றது. இலங்கைப் பிரச்சினையை இந்த அளவுக்கு அழகாகவும் ஆழமாகவும், தீவிரமாகவும் குறியீட்டு முறையில் சித்தரித்த கதை எதுவுமில்லை என்றே கூறலாம். இதைச் சிங்களத்தில் மொழிபெயர்க்க வேண்டுமென்ற பிரமிளின் ஆசை நிறைவேறவில்லை.

'லங்காபுரி'யில் அடிப்படையான ஒரு பிரச்சினையின் ஆரம்பம் கோடிட்டுக் காட்டப்படுகிறது. கோபாலகிருஷ்ணனின் சர்வே கேம்ப்பில் தங்கி அவரது பராமரிப்பில் சில காலம் வசித்து வந்தார் பிரமிள். அப்போது உண்மையாகவே நிகழ்ந்தது படுக்கையில் தூங்கும் அந்த உடும்பு நிகழ்ச்சி. அதைக் குறியீட்டு முறையில் கதைப்படுத்தி இருக்கிறார். உடும்பு போன்ற ஒரு ஜீவன் கூட தான் இருந்த இடத்தை விட்டுக் கொடுக்காமல் உரிமை கொண்டாடும்போது மனிதர்களின் உணர்ச்சி என்னவாக இருக்கும் என்பதைச் சொல்லாமல் சொல்கிறது கதை. ஆனால் ஆழ்ந்து வாசிப்பவர்களாலேயே இந்தச் சரட்டைப் பின்பற்றிச் செல்லமுடியும்.

விடுதலைப்போராட்டத்தின் குறியீடாக 'ராஜா' வருகிறது. 'பணாமுறா ராஜா' என்ற உண்மை யானையின் மறு வார்ப்புத்தான் அது. இக்கதையில் அது மனதில் ஆழப்பதியும் வலிமையான குறியீடா கிறது. இக்கதை புத்தகமாகவும் வெளிவந்து சிலகாலம் கழித்து, இலங்கை யானைகளுக்குப் பொதுவாகத் தந்தங்கள் கிடையாது என்று நான் ஏதோ ஒரு புத்தகத்தில் படித்த குறிப்பை வைத்துக்கொண்டு கேட்ட போது, அவர் ஒத்துக்கொண்டார். குட்டியாக இருந்தபோது இந்தியாவி லிருந்து இலங்கைக்குச் சென்ற யானை அது என்று கதையோட்டத்தை மாற்றி ஒரு புதிய திருகலைக் கொடுப்பதாகச் சொல்லியிருந்தார். ஆனால் அம்மாற்றம் செய்யப்படவில்லை. இக்குறுநாவல் நூலுருப் பெறும்போது கோபாலகிருஷ்ணன் ஒரு விடுதலை இயக்கத் தினரால் தற்செயலாகக் கொல்லப்பட்டார். எனவே, 'தந்தம்' என்று பின்னு ரையை உத்வேகத்துடன் எழுதி நூலில் சேர்த்துவிட்டார் பிரமிள். ஆனால் அந்த இயக்கம் அவர் நினைத்தது போல் முதன்மை யாக இருந்த விடுதலை இயக்கம் அல்ல என்றும் வேறொர் இயக்கம் என்றும் தெரிந்தது. இதையும் மாற்றியமைத்து எழுத நினைத்திருந்தார். இந்த மாற்றங்கள் இல்லாமலேயே இக்கதை தொகுப்பில் இடம் பெற்றது.

'கருடயோகி' கதை மீண்டும் கருடனையும் யோகியையும் இணைக் கிறது. இலங்கையில் கேட்டறிந்த ஒரு சம்பவத்தை இதில் மடை மாற்றியிருக்கிறார் பிரமிள். சாது அப்பாத்துரை வரலாற்றில் ஓரிடத்தில் அவருக்கும் அவரது மருமகனுக்கும் நடந்த லௌகிகப் பிரச்சனை ஒன்று விவரிக்க முடியாத சம்பவமாகச் சுட்டிக் காட்டப் படுகிறது.

அதுதான் இக்கதையின் ஊற்று. 'அசரீரி' தமிழின் முதல்தர சுத்த சுயம்புவான சயன்ஸ் ஃபிக்சன் கதை. இதிலி சமூகப் பிரச்சினையுடன் விஞ்ஞானத் தீர்வையும் சேர்த்துக் காட்டியிருக்கிறார். இதில் தினமல ரின் ஒரு திருமண விளம்பரத்தி லிருந்து உத்வேகம் பெற்றுப் பிறந்த கதை இது. 'ஆலா' இலங்கையில் நிஜத்தில் வாழ்ந்த ஒரு விபரீதக் கவிஞரைப் பற்றிய உண்மை நிகழ்ச்சிகளைக் கொண்டு கட்டப்பட்ட நையாண்டிக் கதை. மேடைப்பேச்சின் விபரீதமும் வெடிகுண்டு விபத்து கூட உண்மையில் நிகழ்ந்தவைதாம்.

'அங்குலீ மாலா' பிரமிளின் இன்னொரு சாதனைக் கதை. விமான விபத்தில் தப்பும் ஒரு போராளியைப் பற்றி 'சீலன்' என்ற பெயரில் ஒரு சிறு கதையை எழுதிப் பிரசுரிக்காமல் அவர் பலகாலம் வைத்திருந்தார். ஒரு கதையாக உருப்பெறாததால அப்படிக் கிடந்த அதை, பிறகு விரித்தெழுதி, 'அங்குலீ மாலா' என்ற குறியீட்டையும் கொண்டுவந்து சிறப்பாகப் பொருத்தியிருக்கிறார். 'லங்காபுரி ராஜா'வில் யானை போராட்டத்தின் குறியீடாக வருகிறது. 'அங்குலீ மாலன் குறியீடோ பிரமிளையே குறிப்பதாக வருகிறது. ஆல்பர்ட் காம்யூவின் கட்டுரை யில் 'சிசிபஸ்' கதை ஒரு குறியீடாகப் பயன்பட்டிருப்பது போல் வீரியத்துடன் இந்த அங்குலீ மாலன் கதை குறியீடாக்கப் பட்டுள்ளது. அதில் வரும் குழந்தைப் பருவ நிகழ்ச்சிகள் பல உண்மை அனுபத்தை அடிப்படையாகக் கொண்டவை.

ஜனரஞ்சமாக எழுத முடியும் என்று காட்ட எழுதப்பட்ட முதல் கதை 'மெஹரா' காதல் உணர்வை வெளிப்படுத்தும் அதில் கடைசி வரியில் இலங்கைப் பிரச்சினையில் வாசகர்கள் கவனத்தைக் குவிக்கும் செய்நேர்த்தி கவனிக்கத்தக்கது. அக்கதையின் முன்பகுதி - பஸ்ஸில் சந்திப்பு, சர்வே எடுக்க வீட்டிற்கே சென்றது எல்லாம் உண்மையில் நடந்தவை. பின்பகுதி மட்டும் கற்பனை. ஒருநாள் நாங்கள் சைதாப் பேட்டை, அருகில் சென்றுகொண்டிருந்தபோது திடீரென்று ஒரு வீதி வழியாக ஒரு சந்தில் இட்டுச் சென்றார் பிரமிள். கடைசியில் ஒரு வீட்டுக் கதவில் எழுதியிருந்த விலாசத்தைக் காட்டி இதுதான் மெஹரா வின் வீடு என்றார். பிறகு ஒரு நூலகத்திற்கு அழைத்துச் சென்றார். அங்கே பணிபுரிந்து வந்த ஒரு பெண்ணைக் காட்டினார். உண்மையில் அவ்வீட்டில் யாரோ யாரையோ மெஹரா என்று அழைத்ததை, அந்த பெண்ணின் பெயரென அவர் தவறாக நினைத்துவிட்டார். பின்பு தவறு புரிந்து சாந்தி என்பதுதான் உண்மைப் பெயர் எனத் தெரியவந்த நிலையிலும் கதையில் அப்பழைய பெயரையே பயன்படுத்தியிருக் கிறார். மெஹர்பாபாவின் மேலான அபிமானத்தில் வைக்கப்பட்ட பெயர் மெஹரா என ஆயிருக்கலாம்.

கட்டுரைகள் பற்றிய குறிப்புகள்

கட்டுரைத்தலைப்பு, பத்திரிகையில் வெளியான ஆண்டும் மாதமும், கட்டுரைக்கு ஆசிரியர் வைத்துக்கொண்ட பெயர், வெளியான பத்திரிகையின் பெயர், அதன் இதழ் எண், கட்டுரை வெளியான பக்க எண்கள் என்ற முறையில் குறிப்புகள் அமைந்துள்ளன. நூலில் வெளியான கட்டுரை என்றால், நூல்பெயரும் நூலாசிரியர் பெயரும் பதிப்பகத்தின் ஊரும் பெயரும் கொடுக்கப்பட்டிருக்கின்றன. கட்டுரை பற்றிய தகவல்களும் அது தொடர்பான விஷயங்களும் தொகுத்துத் தரப்பட்டுள்ளன.

1. 'சொல்லும் பொருளும்'. தருமு சிவராமூ. *எழுத்து-33,* செப்டம்பர் ***1961.*** பக்.***207-209.***

2. 'தேசிய இலக்கியம்'. ஜனவரி ***1962.*** தருமு சிவராமூ. *மரகதம் (இலங்கை) :* ***13-14.***

   எழுத்து பத்திரிகையில் எழுதிப் பெயர்பெற்ற பின்பு, இலங்கைப் பத்திரிகைகளிலும் மிகச் சில கட்டுரைகளை எழுதினார் பிரமிள். *மரகதம்* என்ற இலங்கை இடதுசாரி இதழ், தேசிய இலக்கியம் குறித்துத் தொடர்ந்து சில கட்டுரைகளை வெளியிட்டது. அதில் நான்காவது கட்டுரையாக வெளிவந்தது இது. இவ்வாறு வந்தவற்றில் க.கைலாசபதி, ஏ.ஜே.கனகரத்னா ஆகிய இருவர் கட்டுரைகளையும் *எழுத்து* மறுபிரசுரம் (செப். ***1961,*** ஆக்.-நவ. ***1961***) செய்தது. ஆனால் பிரமிளின் கட்டுரை அவ்வாறு மறுபிரசுரம் பெறவில்லை.

3. 'மஞ்சள் கருத்தும் விமர்சன உலகும்'. ரா. *எழுத்து-39,* மார்ச் ***1962.*** பக்.***69-70 - 72.***

4. 'இலங்கைக் கடிதம்'. டி.சிவராமலிங்கன். *எழுத்து-46,* அக்டோபர் ***1962.*** பக். ***209-210.***

5. 'தீ - பற்றி' (*எழுத்து* அரங்கம்). பிப்ரவரி ***1963.*** தருமு சிவராமூ. *எழுத்து-50 :* ***42-44.***

மு.தளையசிங்கத்தின் *'பொன்னுதுரையின் தீ'* என்ற கட்டுரை, *எழுத்து* ஜனவரி **1963** இதழில் வெளியானது - 'ஆபாசம் கலந்த அர்த்தமற்ற கதை' என்று பலர் கூறுவதற்கு மறுப்பாக. இதற்கு பிரமிள் எழுதிய பதில், தனிக்கட்டுரையாக வெளியிடப்படாமல், 'எழுத்து அரங்கம்' கட்டுரையாகவே பிரசுரமானது. (இதில், பொன்னுதுரை கத்தோலிக்கக் கிறிஸ்தவர் என்ற தகவல் தவறானது.) 'தீ பற்றி என் பதில்' என்று எஸ்.பொன்னுதுரை எழுதிய மறுப்பும், 'எழுத்து அரங்கத்'தில் (ஏப். 1963) பிரசுரமானது. (இப்பதில் பற்றித் தளையசிங்கம் கூட தன் *ஏழாண்டு இலக்கிய வளர்ச்சி'* யில், 'உண்மையில் பொன்னுதுரை தர்மு சிவராமுவின் கட்டுரைக்குப் பதிலளிக்கவில்லை என்றுதான் சொல்லவேண்டும்' என்றே குறிப்பிட்டுள்ளார்.) இவ்விவாதம் தொடர்பாக தளையசிங்கமும் பிரமிளும் எழுதிய மறுப்புக் கட்டுரைகளை எழுத்து பிரசுரிக்காமல், விவாதத்தை அத்துடன் முடித்துக் கொண்டது. பின்பு தளையசிங்கத்தின் மீதான ஒட்டுமொத்தப் பார்வையை, 'மனோவியாதி மண்டலம்' (*லயம்,* ஏப்-ஜூன் **1985**) கட்டுரையில் வெளியிட்டார் பிரமிள்.

6. *'நான் எழுத்தாளனான கதை'. (1973?). சொல்வனம்.காம். 24.4.2011.*

சொல்வனம் :

'சென்ற புதன்கிழமை *(20.4.2011)* கவிஞர் பிரமிளின் 73-ஆவது பிறந்ததினம். திரு. வெங்கட் சாமிநாதன் பிரமிள் எழுதி இதுவரை வெளியாகாதிருந்ததொரு கட்டுரையின் கைப்பிரதியை, சொல்வனத்தில் வெளியிடுவதற்காகக் கொடுத்தார். இக்கட்டுரையில் தனக்கு இலக்கியத்தில் ரசனையும், ஆர்வமும் ஏற்பட்டதன் பின்னணியை விவரிக்கிறார் பிரமிள். அவர் எழுத்தாளரான நிகழ்வையும் குறிப்பிட்டிருக்கிறார். பிரமிளின் பிறந்தநாளை முன்னிட்டு இக்கட்டுரையை வெளியிடுகிறோம். திரு.வெங்கட் சாமிநாதன் அவர்களுக்கு சொல்வனத்தின் நன்றிகள்.' *Solvanam.com*

7. *ஸ்ரீலங்காவின் தேசியத் தற்கொலை.* **1984**. சென்னை: பரிவர்த்தனா பப்ளிஸர்ஸ்.

   தனிநூலாக வெளிவந்தது; பின்பு புதுயுகம் என்ற பெயரில் விடுதலைப் புலிகள் இயக்க ஆதரவுடன் வெளிவந்த பத்திரிகையை நடத்தியவர்கள் வெளியிட்ட புத்தகம் இது.

8. *'கணையாழிக்கு ஒரு கடிதம்'.* மார்ச் *1985.*

   கணையாழி பத்திரிகையின் கௌரவ ஆசிரியர் அசோகமித்திரன், 'சம்பத்தும் சம்பத்தும்' என்ற தலைப்பில் எழுதியிருந்த தலையங்கக்

குறிப்புகளில் பிரமிளின் ஸ்ரீலங்காவின் தேசியத் தற்கொலை நூலைப் பற்றிப் பாராட்டிக் கூறிவிட்டு, இலங்கைப் பிரிவினை வாதம், போராட்டம் பற்றிச் சில கருத்துகள் கூறியிருந்தார். அக்கருத்துகளை விளக்கி, கணையாழி பத்திரிகைகுக் கடிதம் எழுதியிருந்தார் பிரமிள்; ஆனால், அக்கடிதம் பிரசுரிக்கப்பட வில்லை. அதன் கார்பன் பிரதியிலிருந்து, பிரசுரம் பெறாத அக்கடிதம் இங்கு அளிக்கப்பெறுகிறது.

9. *'ஈழப் பெண்கள் ஆயுதமேந்த முடியுமா? - ஒரு கடிதம்'. 18.03.1985. பிர்ருமிள் தர்மோத் ஜீவராமுவ். தீம்தரிகிட.*

ஞாநி நடத்திய பத்திரிகையின் ஆரம்ப இதழ்களுள் ஒன்றில் வெளி யான கடிதம் இது.

10. *'எர்னஸ்டோ செ குவேரா'. பிருமிள். ஜனவரி-மார்ச் 1986. லயம்-5: 8-14.*

விடுதலைப்புலிகள் இயக்கத்தினர் சென்னையில் இருந்தபோது, அதன் அரசியல் ஆலோசகர் ஆண்டன் பாலசிங்கம், பிரமிளின் இளம்வயதுகால இலக்கிய நண்பர் என்பதாலும் இவரது கவிதை களில் பெருமதிப்புக்கொண்டவர் என்பதாலும் அவ்வியக்கத்துக் காகப் பல அரசியல் புத்தகங்களை பிரமிளால் மொழிபெயர்க்க முடிந்தது. லவ்ரட்ஸ்கி எழுதிய செ குவேராவின் வாழ்க்கை வர லாற்றை மொழிபெயர்த்தபோது, அந்நூலுக்கு எழுதிய முன்னுரை இது.

11. *'மனோவியாதி மண்டலம்'. ஏப்.-ஜூன் 1986. பிருமிள் தர்மு ஜீவராம். லயம்-6 : 7-27.*

தளையசிங்கத்தின் நூல்கள் பல தமிழகத்தில் க்ரியா, சமுதாயம் பிரசுராலயம் ஆகியவற்றில் வெளிவந்தபோது, ஏழாண்டு இலக்கிய வளர்ச்சி நூலில் பிரமிள் பற்றித் தளையசிங்கம் எழுதியவற்றுக்குப் பதிலாக, தளையசிங்கத்தின் கோட்பாடுகள் மீதான ஒட்டு மொத்தப் பார்வையை, 'மனோவியாதி மண்டலம்' கட்டுரையில் வெளியிட் டார் பிரமிள்.

12. *'டாக்டர் அதிகாரம்: ஸ்ரீலங்காவின் சிங்கள எதிர்ப்புக்குரல்'. ஜூலை -செப். 1986. லயம்-7 : 43.*

பெயரில்லாமல், லயம் அஞ்சலிக் குறிப்பாக வெளியானது இக் கட்டுரை.

13. *'டி.ராமநாதன் மறைவு'. அக்.-டிச. 1986. தர்மோ ஜீவராம் பிருமிள். லயம்-8 : 34-37.*

அஞ்சலிக் கட்டுரை.

14. 'திசைநான்கு: எதிர்முனைக்குப் புறமுதுகில் புதுயுகம்'. அக்.-டிச. 1986. தர்மோ சிவராம் பிருமிள். லயம்-8 : 38-42.

"லயம் : 6-வது இதழின் 'திசைநான்கு' பகுதியில், எதிர்முனை பத்திரிகை பற்றிக் குறிப்பிடப்பட்டிருக்கிறது. தற்காலிகமாக நிறுத்தி வைக்கப்பட்ட அப்பத்திரிகை புதுயுகமாக அவதாரமெடுத் துள்ள விஷயத்தையொட்டி நடந்த கடிதப் போக்குவரத்துக்கள், இங்கே அப்படியே பிரசுரிக்கப்பட்டுள்ளன - சுப்ரமம்."

மேற்கூறிய பிற்குறிப்புடன் பிரசுரிக்கப்பட்டவை இக் கடிதப் பரிமாறல்கள்.

15. வே. பிரபாகரனுக்குப் பகிரங்கக் கடிதம் (துண்டுப் பிரசுரம்). அக். 1986. தர்மோ ஜீவராம் பிருமிள். பெரியூர் : லயம் வெளியீடு.

16. 'பிரமிளுக்கு புதுயுகத்தின் அடியாள் எச்சரிக்கை'. (11.1.1987). தர்மோஜீவராம் பிருமிள். (பிரசுரமாகாதது).

இதுவும் லய'த்துக்காக எழுதியனுப்பிப் பிரசுரிக்காமல் அப்போது விட்ட சிறுகட்டுரைப் பதிவுதான்.

17. 'நந்தி நாரத புராணம்'. ஏப். 1987. அஜித். லயம்-9 : 5-11.

18. 'செ குவேராவின் பொலீவியன் டைரி'. 1991. புதிய நம்பிக்கை-42. விடுதலைப்புலிகள் இயக்கத்தினருக்காக மொழிபெயர்த்த பொலிவியன் டைரி நூலுக்காக எழுதிய முன்னுரை இது.

19. 'ஜோர்ஜ் சந்திரசேகரின் சிறுகதைகள்': ஜனவரி-மார்ச் 1993. பிரேமிள். நவீன விருட்சம்-27 : 37-40

ஜோர்ஜ் சந்திரசேகர் (1940-): அறுபதுகளில் இலங்கை எழுத் தாளர்களுள் பிரம்மஞானி என்ற பெயரில் எழுதிய ஆண்டன் எஸ். பாலசிங்கத்தையும் ஜோர்ஜ் சந்திரசேகரனையும் தான் பிரமிள் விஷேசமாக மதித்துப் பழகியிருக்கிறார். எழுத்து'வில் எஸ்.பொன்னுத்துரையைத் தாக்கி பிரமிள் விமர்சித்ததில் ஜோர்ஜிற்கு முதலில் உடன்பாடில்லை. பிறகு மொரேவியா, லாரன்ஸ் போன்றோரின் நாவல்களைப் படித்து, அவர்களிட மிருந்து எஸ்.பொ. பத்திபத்தியாக திருடி இருப்பதும் அவரு டைய இலக்கியத்தனமான பத்திகள் அனைத்தும் அவர்களிட மிருந்து அப்பட்டமாக எடுக்கப்பட்டவை தான் என்பதையும் கண்டுபிடித்த ஜோர்ஜ், செய்தி என்ற இலங்கைப் பத்திரிகையில், கந்தசாமிப் பிள்ளை புனைபெயரில் அம்பலப்படுத்தினார். இதற்காக, எஸ்.பொ.வின் ஆதரவாளர்கள், கந்தசாமிப் பிள்ளையை உதைக்கக் கிளம்பிப்போய், ஜோர்ஜிடமே 'யாரவன்?' என்று விசாரித்து வந்ததுண்டு. இந்த அம்பலப்படுத்தலொன்றும்

எஸ்.பொ.வின் போலி மவுசைப் பாதிக்கவில்லை. அவரது ரசிகரான மு.தளைய சிங்கம் போன்றோர் இதைக் கண்டு கொள்ளவே இல்லை. இந்த போலியான இலக்கியச் சூழலில் வெறுப்புற்ற ஜோர்ஜ், எழுத்தையே துறந்துவிட்டார். பிரம்ம ஞானி, இங்கிலாந்து சென்று விட்டார். பிரமிள் தமிழகம் வந்தார்.

ஜூலை 1983 இனக்கலவரத்தில் ஜோர்ஜ் குடும்பமும் ஓரளவு பாதிக்கப்பட்டதாகத் தெரிகிறது. அவரது பொம்மலாட்டம், ஒரு வாழ்க்கை முடிச்சு அவிழ்கிறது ஆகிய நாவல்கள் செய்தி, மித்திரன் பத்திரிகைளில் தொடர்கதைகளாக (1960-68) வெளிவந்துள்ளன. 1994-இல் ஜோர்ஜின் கதைகள் நூலுருப் பெற்று, அருட்தந்தை வின்சென்ட் பற்றிக் அடிகளார் சமோரா வெளியீடாக அதை வெளியிட்டுள்ளார் - பெனடிக்ற் பாலன் முன்னுரையுடன். பிரமிளுக்கும் நூல் அனுப்பப்பட்டது; அதற்கு இவர் எழுதிய மதிப்புரையே இது.

ஜோர்ஜின் வாழ்வுடன் என்றாகக் கலந்த கொழும்பு நகரத்தைப் பகைப்புலமாகக் கொண்டவை அவரது கதைகள் ('குட்டிப் பசாசுகள்'). இலங்கை ஒலிபரப்புக் காட்சி ஸ்தாபனம், இலங்கைத் தொலைக் காட்சிச் சேவை ஆகியவற்றில் அவர் பணிசெய்து வருவதால், மக்கள் தொடர்புச் சாதனங்களில் செல்வாக்கு இருந்தும், அதைப் பயன்படுத்திப் பிரபலம் பெற்ற நினைக்காதவர் ஜோர்ஜ்; பல வானொலி, தொலைக்காட்சி நாடகங்களை எழுதி நெறிப்படுத்தியவர்.

20. 'மேலும் சில ரிப்போர்கள்'. டிச. 1995. பிரேமிள். லயம்-14 : 27-40.

பேட்டிகளில் இருந்து

1. 'பார்வை - பேட்டி'. கண்ணன் எம். பார்வை 1, 2 , 3, மே, ஆகஸ்ட், நவம்பர் 1986.

2. 'கேள்வியும் பதிலும்' (மார்ச் 1993). உயிர் எழுத்து, ஏப்ரல் 2008.

3. 'புதுயுகம் பற்றி' : பிரமிள் பதில்கள். லயம், ஏப்ரல் 1987.

பிரமிள் (20.4.1939-6.1.1997)

தருமு சிவராம் என்றழைக்கப்பட்ட பிரமிள், 1939இல் இலங்கைத் திருக்கோணமலையில் பிறந்து வளர்ந்தவர்; எழுபதுகளின் ஆரம்பத் திலேயே இந்தியா வந்துவிட்டார். பிறகு, தம் பெரும்பாலான வாழ்நாளைச் சென்னையிலேயே கழித்தார். வேலூர் அருகிலுள்ள கரடிக்குடியில், 1997இல் மறைந்தார். தமது இருபதாவது வயதில், சென்னையிலிருந்து வெளிவந்த *எழுத்து* பத்திரிகையில் கவிதைகளும் விமர்சனங்களும் எழுத ஆரம்பித்த இவர், பிறகு தமிழகத்திலேயே வாழ்ந்து தம் படைப்புகளை வெளிப்படுத்தியதால், ஒரு தமிழக எழுத்தாளராகவே மதிக்கப்பட்டார். இலங்கை எழுத்துலகமும் இவ்வாறே இவரைக் கணித்து வந்துள்ளது. நவீன தமிழ் இலக்கியத்தில் பாரதிக்கும் புதுமைப்பித்தனுக்கும் பிறகு தோன்றிய ஒரு மகத்தான ஆளுமை பிரமிள் ஆவார். புதுக் கவிதை, விமர்சனம், சிறுகதை, நாடகம் போன்றவற்றில் இவரது படைப்பாற்றல் ஓர் உயர்ந்தபட்சத்தை எட்டியிருக்கிறது. ஓவியம், களிமண் சிற்பங்கள் செய்வதிலும் திறமை படைத்திருந்தார்; இவரது ஆன்மீக ஈடுபாடு, இலக்கிய ஈடுபாட்டுக்கும் மேலானதாக இருந்து வந்திருக்கிறது. 'படிமக் கவிஞர்' என்றும் 'ஆன்மீகக் கவிஞர்' என்றும் சிறப்பிக்கப்பட்ட இவரது கவித்துவம், இரண்டாயிரமாண்டுத் தமிழ்க் கவிதை வரலாற்றில் தனித்துயர்ந்து நிற்பதாகும். தொடக்கத்தில் *எழுத்து*வும் இடையில் *கொல்லிப்பாவை*யும் இறுதியில் *லயம்* பத்திரிகையும் இவருக்கு முதன்மையான படைப்புக் களம் அமைத்துத் தந்தன. பிரமிளின் பெரும்பாலான நுல்கள் *லயம்* வெளியீடுகளாகவே பிரசுரம் பெற்றன. பிரமிளின் மறைவுக்குப்பின் அவரது அனைத்துப் படைப்புகளையும் நூல் தொகுதிகளாக வெளியிடும் திட்டத்தில், பல புத்தகங்கள் வெளிவந்துள்ளன.

தொகுப்பாசிரியர் : கால சுப்ரமணியம்

கால சுப்ரமணியம் என்ற கா.சுப்ரமணியன், ஈரோடு மாவட்டம் நகலூரில் 27.2.11955-ல் பிறந்தவர். பிரமிள் கவிதைகளை ஆய்வு செய்து டாக்டர் பட்டம் பெற்ற இவர், கோயம்புத்தூர் அரசு கலைக் கல்லூரியில் தமிழ்ப்பேராசிரியராகப் பணியாற்றி ஓய்வு பெற்றவர். கவிஞர், விமர்சகர், மொழிபெயர்ப்பாளர், பதிப்பாசிரியர், சிறுபத்திரிகை ஆசிரியர் என்று இவருக்கு பல பரிமாணங்கள் உண்டு. மேலே சில பறவைகள் (லயம்,1995) என்ற கவிதைத் தொகுப்பும், சங்கேதங்களும் குறியீடுகளும்: மேலைநாட்டுச் சிறு கதைகள் (குருத்து, 2008), உலகம் நீதான்: ஜே.கிருஷ்ணமூர்த்தி (தமிழினி, 2011), சாத்தானுக்குப் பிரார்த்தனை விண்ணப்பங்கள்: தமிழாக்கக்கவிதைகள் (நற்றிணை, 2011) காலமே வெளி : அறிவியல் புனைகதைகள் (தமிழினி, 2012) ஆகிய மொழிபெயர்ப்பு நூல்களும் வெளிவந்துள்ளன. பிரமிளின் வெளியீட்டாளராகவும் ஆய்வாளராகவும் விளங்கும் கால சுப்ரமணியம், தமது லயம் பத்திரிகையில் 1985-ல் இருந்து பிரமிளின் படைப்பு இயக்கத்திற்குக் களம் அமைத்துத் தந்தார். லயம் வெளியீடு என்ற பதிப்பகம் மூலம் அவரது நூல்களைப் பதிப்பித்தார். எதிர்முனை இதழின் சிறப்பாசிரியராக விளங்கினார். பிரமிளால் தமது எழுத்துக்களுக்கு முழுப் பதிப்புரிமை வழங்கப்பட்ட இவர், பிரமிளின் மறைவுக்குப் பிறகு அவரது அனைத்து எழுத்துக்களையும் திரட்டி, நூல் தொகுதிகளாகப் பதிப்பித்து வருகிறார்.

முகவரி: கா.சுப்ரமணியன், 155, கிழக்குவீதி, நேருநகர், சத்திய மங்கலம் 638 402. Cell: 9442680619 / Email: kasu.layam@gmail.com